ஸகல கார்ய ஸித்திக்கு
ஸ்ரீமத் வால்மீகி ராமாயணம்
ஸுந்தரகாண்டம்

விளக்கவுரையாசிரியர்: "நவரத்னமாலா" **M.K. வெங்கட்ராமன்**, M.A.,

கிரி

கிரி டிரேடிங் ஏஜென்ஸி பிரைவேட் லிமிடெட்

SRIMAD VALMIKI RAMAYANAM SUNDARAKANDAM
(Tamil Meaning)
ISBN : 978-81-7950-578-6

1st Edition : March 2013 | 2nd Edition : September 2015 | 21st Reprint : June 2025
Pages 432 | Demi 1/8 Hard Bound | N.S. Maplitho | 3000 Copies

Published by : GIRI TRADING AGENCY PRIVATE LIMITED
© Author | All rights reserved. | V00506

Regd. Office & Admn. Office :

℅ 080 - 69798989 ✉ publication@giri.in
www.giri.in | www.giriusa.com
www.giriuk.com | www.giriaus.com | www.giriuae.com

SHOWROOMS : MUMBAI - CHENNAI - KANCHIPURAM - COIMBATORE - MADURAI - TRICHY - SALEM - KUMBAKONAM - HOSUR - PUDUCHERRY - SECUNDERABAD - BENGALURU - NEW DELHI - PUNE

3

பொருளடக்கம்

எண்	பொருள்	பக்கம்
1	ஸ்ரீ ராமர் ஜாதகம்	7
2	பலவிதமான ஸுந்தர காண்ட பாராயண முறைகள்	8
3	ஸ்ரீமத் ஸுந்தரகாண்ட பாராயணக்ரம:	20
4	ஸ்ரீராம தாரக மந்த்ர ஜப:	24
5	ஸ்ரீராமசந்த்ர ஷோடசோ'பசார பூஜா	26
6	ஸ்ரீ ராமசந்த்ர அஷ்டோத்தர ச'தநாமாவளி:	27
7	ஸ்ரீ ஸீதாஷ்டோத்தர ச'த நாமாவளி:	29
8	ஸ்ரீ ஆஞ்ஜனேய அஷ்டோத்தர ச'த நாமாவளி:..........................	31
9	த்யான ச்'லோகங்கள்	34
10	பாராயண முடிவில் கூற வேண்டிய மங்கள ச்லோகங்கள் .	42
	ஸர்க்கம்	
1	ஆஞ்ஜநேயர் சமுத்திரத்தை தாண்டுதல்	43
2	இரவு வரும் வரை காத்திருத்தல்	62
3	லங்கை விஜயம்	68
4	ஹனுமன் லங்கையில் சுற்றி வந்தது	73
5	சந்திரனைக் காணல்	77
6	ராவணன் மாளிகையில் புகுதல்	80
7	புஷ்பக விமானத்தை பார்த்தல்	85
8	புஷ்பக விமான வர்ணனை	89
9	அந்தப்புர வர்ணனை	91
10	மந்தோதரியை காணுதல்	100
11	பானசாலையில் தேடுதல்	106
12	மாருதியின் மனவேதனை	111
13	மாருதியின் மனச்சோர்வு	115
14	அசோகவனத்தில் தேடுதல்..	122
15	ஸீதையை காணல்..	127
16	ஸீதைக்காக வருந்துதல்	134
17	ராக்ஷஸிகளை காணுதல்	139
18	ராவணன் வருகை	144
19	ஸீதையின் அவல நிலை	148
20	ராவணனின் இச்சகப்பேச்சு	152
21	ஸீதை ராவணனை திரஸ்கரித்தல்	157

ஸர்க்கம் எண்	ஸர்க்கம்	பக்கம்
22	ராவணன் கெடு வைத்தல்	162
23	அரக்கிகளின் தூண்டுதல்	168
24	அரக்கிகளின் பயமுறுத்தல்	171
25	ஸீதையின் மனச்சோர்வு	176
26	உயிர்விடத் துணிதல்	179
27	திரிஜடையின் கனவு	184
28	தூக்கிலிட்டுக் கொள்ள முயற்சித்தல்	190
29	சுபசகுனங்கள்	194
30	ஸீதைக்கு ஆறுதல் கூற யோசித்தல்	196
31	ஸ்ரீராமர் கதையை ஹனுமான் கூறுதல்	201
32	ஸீதை ஹனுமாரைக் காணுதல்	204
33	ஹனுமார் ஸீதை உரையாடல்	207
34	ஸ்ரீராமலக்ஷ்மணர்களின் க்ஷேம வ்ருத்தாந்தம்	211
35	ஸ்ரீராமலக்ஷ்மணர்களின் அங்கலகூணம்	216
36	கணையாழி கொடுத்தல்	227
37	ஹனுமானின் விஸ்வரூபம்	233
38	சூடாமணி கொடுத்தல்	240
39	ஸீதைக்கு ஆறுதல் மொழி	247
40	ஹனுமார் விடை பெறுதல்	252
41	அசோகவனத்தை அழித்தல்	255
42	கிங்கரர்களின் படைகளை அழித்தல்	259
43	ஸ்ரீ ராமஜயத்தை பிரகடனம் செய்தல்	264
44	ஜம்புமாலிவதம்	266
45	ஏழு மந்திரி குமார்கள் வதம்	269
46	ஐந்து சேனபதிகள் வதம்	272
47	அக்ஷகுமார வதம்	276
48	ப்ரஹ்மாஸ்திரத்தினால் ஹனுமார் கட்டுண்டல்	282
49	ராவணன் பெருமையை காணுதல்	289
50	ப்ரஹஸ்தன் கேள்வி	292
51	ஹனுமாரின் உபதேசம்	295
52	விபீஷணன் தூதனைக் கொல்வதைத் தடுத்தல்	300

ஸர்க்கம் எண்	ஸர்க்கம்	பக்கம்
53	ஹனுமார் வாலில் தீ வைத்தல்	304
54	இலங்கை எரிதல்	309
55	ஹனுமாரின் கவலை	315
56	இலங்கையிலிருந்து கிளம்புதல்	319
57	வடகரையை அடைதல்	324
58	இலங்கையில் நடந்ததை கூறுதல்	329
59	மேற்கொண்டு செய்ய வேண்டியதை யோசித்தல்	343
60	அங்கத-ஜாம்பவான் ஸம்பாஷிணை	348
61	மதுவனத்தை சிதைத்தல்	351
62	மதுவனக்காவலர்களை அச்சுறுத்தல்	355
63	மதுவன பங்கத்தை அறிவித்தல்	359
64	ஹனுமார் முதலியோரின் வருகை	363
65	சூடாமணி கொடுத்தல்	368
66	ஸீதை என்ன கூறினாள் என்று வினவல்	371
67	ஸீதை மேலும் கூறிய செய்திகள்	374
68	ஸீதைக்கு கூறிய ஆறுதல்	378
♦	ஹனுமானுக்கு ஒரு மகுடாபிஷேகம்	382
♦	ராம பட்டாபிஷேகம்	384
♦	ஸங்க்ஷேப ராமாயணம்	393
♦	காயத்ரீ ராமாயணம்	399
♦	நாம ராமாயணம்	401
♦	ஸ்ரீ மஹாவீரவைபவம் (ஸ்ரீரகுவீரகத்யம்)	405
♦	ஸ்ரீ பெரியாழ்வாரும் அங்குளீயக ப்ரதானமும்	409
♦	ஸ்ரீ குலசேகராழ்வாரின் ஸ்ரீமத் ராமாயண ஸங்க்ரஹம்	410
♦	ஸ்ரீ பெரியவாச்சான் பிள்ளை தொகுத்தருளிய திவ்யப் பிரபந்த பாசுர ராமாயணம்	413
♦	ஸ்ரீமதானந்ததீர்த்தர் அருளிச்செய்த ஸ்ரீ ஸுந்தர காண்டம்	419
♦	ஸ்ரீ ஹனுமத் பஞ்சரத்னம்	423
♦	ஹனுமான் சாலீஸா	423
♦	ஸ்ரீ பஞ்சமுக ஹனுமத்கவசம்	425
♦	ஆஞ்ஜநேய த்யான ச்லோக:	429
♦	ஸ்ரீ ஆஞ்ஜநேய காயத்ரீ	429
♦	ஆபதுத்தாரக ராம ஸ்தோத்ரம்	429

பதிப்புரை

ஸர்வ காரியஸித்தி கொடுக்கக்கூடியது–ஸுந்தரகாண்டம். இதை பாராயணம் செய்பவர்களுக்கு, வாழ்க்கையில் எல்லாவிதமான நன்மைகளும் கிட்டும். வியாதிகள் குணமாகும். மணமாகாதவர்களுக்கு திருமணம் கைகூடும், குழந்தைகள் இல்லாதவர்களுக்கு சந்தான செளபாக்கியங்கள் உண்டாகும். குழந்தைகளுக்கு, தேஜஸ், வித்யாபலம், தெய்வபலம் அனைத்தும் கிடைக்கும். வியாபாரிகளுக்கு, வியாபார விருத்தியும் தனலாபங்களும் ஏற்படும். மலைபோல் வரும் துன்பங்கள் பனி போல் விலகும், சத்ரு உபாதைகளையும், பயத்தையும் போக்கும். வாழ்க்கையில் ஏற்படும் பலவிதமான ஆபத்துக்களிலிருந்து பாதுகாத்து, நல்ல முன்னேற்றத்தைக் கொடுக்கும், என்பது காலம் காலமாக இருந்து வரும் நம்பிக்கை.

இதற்கு சான்றாக, ஸுந்தர காண்டத்தில் ஸீதை சோகத்தினின்று தன்னம்பிக்கை அடைந்த நிலையை சொல்லலாம். வாழ்க்கையில் ஒரு பிடிப்பே இல்லாமல் எதிர்காலத்தைப் பற்றிய கேள்விக்குறியுடன் அசோக வனத்தில் சோகமே உருவாக இருந்த ஸீதைக்கு, ஹனுமனை பார்த்த பிறகுதான் தனது எதிர்காலம் ஒளிமயமாகும் என்ற நம்பிக்கை பிறந்ததாம். ஹனுமன் ஸீதையை கண்டுபிடித்தது ஸுந்தரகாண்டத்தில் தான் என்பதால் நாமும் இந்த ஸுந்தர காண்டத்தை பாராயணம் செய்தால், இழந்த பொருட்களை மீண்டும் பெறலாம். பிரிந்தவர் இணைவர். 'நம்மால் செய்ய இயலாது' என்று மனம் தளர்ந்த காரியங்கள் கூட எளிதில் கைகூடும். மற்றும் அதிலிருந்த தடைகள் ஸூரியனைக் கண்ட பனி போல் விலகி வெகு எளிதில் கைகூடும்.

ஆற்றல்மிகு ஹனுமனின் அற்புத பணிகள் நிரம்பிய ஸுந்தர காண்டத்தில் அனைத்துமே ஸுந்தரம்தான். ஸுந்தரம் என்றால் அழகு என்பதுடன் மங்களம் என்ற பொருளும் உண்டு. எனவே இந்த மங்களமான ஸுந்தரகாண்டத்தை, பக்தகோடிகள் அனைவரும் பாராயணம் செய்து, வாழ்க்கையில் எல்லாவிதமான பாக்கியங்களையும் பெறவேண்டும்.

மகத்துவம் நிறைந்த இப்புத்தகத்தை ஸ்ரீ காஞ்சி காமகோடி மாமுனிவர்களின் பாத கமலங்களில் ஸமர்ப்பித்து, சிரம் தாழ்த்தி வணங்குகிறோம்.

– பதிப்பகத்தார்

ஸ்ரீ ராமசந்த்ராய நம:

ஸ்ரீ ராமர் ஜாதகம்

ததச்'ச த்வாதசே' மாஸே சைத்ரே நாவமிகே திதௌ।
நக்ஷத்ரேऽதிதி தைவத்யே ஸ்வோச்ச ஸம்ஸ்த்தேஷு பஞ்சஸு॥

க்ரஹேஷு கர்கடே லக்னே வாக்பதாவிந்துனா ஸஹ।
ப்ரோத்யமானே ஜகந்நாதம் ஸர்வலோக நமஸ்க்ருதம்॥

கௌஸல்யாऽஜனயத் ராமம் ஸர்வலக்ஷண ஸம்யுதம்।
விஷ்ணோரர்த்தம் மஹாபாகம் புத்ரமைக்ஷ்வாக வர்த்தனம்॥

சுக்கிரன்	ஸூரியன் புதன்		கேது
	ராசி		லக்னம் குரு சந்திரன்
செவ்வாய்			
ராகு		சனி	

சித்திரை மாத வளர்பிறை, நவமி அன்று கடக லக்னத்தில் ஐந்து கிரகங்கள் உச்சத்திலும் புனர்பூச நட்சத்திரம் அதிதியின் ஆளுகையிலும் இருந்த வேளையில் நன்நிமித்தங்கள் தோன்றிட ஸ்ரீ மஹாவிஷ்ணுவின் அம்சமான, ஸ்ரீராமபிரானை கௌசல்யா தேவி பெற்றெடுத்தாள். அனைவரும் கரங்கூப்பி தொழுது வாழ்த்தொலிகளை எழுப்பினார்கள்.

பலவிதமான ஸுந்தர காண்ட பாராயண முறைகள்

(முக்கியமான மூன்று முறைகள்)

1. ஸப்த ஸர்க்க பாராயணம்

எடுத்த காரியத்தில் வெற்றி, வியாபாரத்தில் லாபம், உத்தியோக ப்ராப்தி, விவாஹம், வ்யாதி நிவ்ருத்தி, விவகாரங்களில் வெற்றி முதலான எந்த காரியமும் அனுகூலமாவதற்காக, ஸப்த ஸர்க்க பாராயணமுறை ஸ்காந்தோப புராணத்திலும், வாயு புராணத்தைச் சேர்ந்த உமாஸம்ஹிதையிலும் கூறப்பட்டுள்ளது.

ஸுந்தர காண்டத்தில் மொத்தம், 68 ஸர்க்கங்கள் உள்ளன. ஒவ்வொரு நாளும், 7 ஸர்க்கங்கள் வீதம் பாராயணம் செய்ய வேண்டுமானால், மேற்கண்ட 68 ஸர்க்கங்களையும் 7 தடவை பாராயணம் செய்தால்தான் மீதமில்லாமல் பூர்த்தியாகும். அதாவது 68–வது நாள் பூர்த்தியாகும். அன்றைய தினம் பட்டாபிஷேக ஸர்க்கத்தையும் பாராயணம் செய்து, விசேஷ பூஜை, நிவேதனம், பிராம்மண ஸந்தர்ப்பணையுடன் முடிக்க வேண்டும். ஒவ்வொரு நாளும் எந்த ஸர்க்கம் தொடங்கி எந்த ஸர்க்கம் வரை முடிக்க வேண்டுமென்பதை கீழ்க்கண்ட அட்டவணையில் காண்க:—

தடவை	1 ம் நாள்	2 ம் நாள்	3 ம் நாள்	4 ம் நாள்	5 ம் நாள்	6 ம் நாள்	7 ம் நாள்	8 ம் நாள்	9 ம் நாள்	10 ம் நாள்
1 ஆம்	1 - 7	8 - 14	15 - 21	22 - 28	29 - 35	36 - 42	43 - 49	50 - 56	57 - 63	64 - 68 & 1 - 2
2 ஆம்	3 - 9	10 - 16	17 - 23	24 - 30	31 - 37	38 - 44	45 - 51	52 - 58	59 - 65	66 - 68 & 1 - 4
3 ஆம்	5 - 11	12 - 18	19 - 25	26 - 32	33 - 39	40 - 46	47 - 53	54 - 60	61 - 67	68 & 1 - 6
4 ஆம்	7 - 13	14 - 20	21 - 27	28 - 34	35 - 41	42 - 48	49 - 55	56 - 62	63 - 68 & 1	2 - 8
5 ஆம்	9 - 15	16 - 22	23 - 29	30 - 36	37 - 43	44 - 50	51 - 57	58 - 64	65 - 68 & 1 - 3	4 - 10
6 ஆம்	11 - 17	18 - 24	25 - 31	32 - 38	39 - 45	46 - 52	53 - 59	60 - 66	67 - 68 & 1 - 5	6 - 12
7 ஆம்	13 - 19	20 - 26	27 - 33	34 - 40	41 - 47	48 - 54	55 - 61	62 - 68	---	---

– ஸ்காந்தோப புராணம் 3 ஸ, 6–12 சுலோ,
– உமாஸம்ஹிதை (ஸுந்தரகாண்ட பாராயணக்ரமம்)
121, 122 சுலோ.

விரைவில் விவாஹ ப்ராப்தி பெற, மற்றும் பொதுவாக குடும்ப க்ஷேமத்திற்காகவும், காரிய ஸித்திக்காகவும்

2. ஒன்பது நாட்களில் நவாஹ பாராயண முறை (நவராத்திரியிலும் பாராயணம் செய்யலாம்)

(பாராயண முடிவில் பட்டாபிஷேக ஸர்க்கம் பாராயணம் செய்யவும்.)

நாள்	ஸர்க்கம்		நிவேதனப் பொருள்	விசேஷாம்சம்
	இருந்து	முடிய		
1ம்	1	5	நெய் சேர்த்த சர்க்கரைப் பொங்கல்	இந்த நவாஹ முறையில் ஒன்பது நாட்களிலும் கதாப்பிரவசனம் (உபன்யாசம்) செய்வித்துக் கேட்டால் மிகவும் உத்தமமானது
2ம்	6	15	அப்பம், பாயஸம்	
3ம்	16	20	திலான்னம் (எள் சாதம்)	
4ம்	21	26	இரண்டு தேன் குழல்கள்	
5ம்	27	33	தத்யோன்னம் (தயிர் சாதம்)	
6ம்	34	40	கொழுக்கட்டை	
7ம்	41	52	பலவிதமான பழங்கள்	
8ம்	53	60	வெண் பொங்கல்	
9ம்	61	68	சர்க்கரை சேர்த்த பசும்பால்	

– உமாஸம்ஹிதை 131–143 சுலோ.

ஸுந்தர காண்ட பாராயணத்தை துவங்கும் முன் ஸ்ரீ ராமர், ஸீதை, ஹனுமாருக்கு ஸஹஸ்ரநாமத்தாலோ, அஷ்டோத்தரத்தாலோ அர்ச்சனை, நிவேதனம் செய்து தொடங்குவது சிறந்தது. மேற்சொன்ன ஸ்தோத்திரங்கள் அடங்கிய புத்தகங்கள் 'கிரி'யின் அனைத்து கிளைகளிலும் கிடைக்கும்.

3. ஸகல காரிய ஸித்திக்காக 32 நாட்களில் 2 தடவை பாராயணம்

கீழேயுள்ள கட்டங்களில் உள்ள சுலோக எழுத்துக்கள் எண்களைக் குறிக்கும். அதன்படி, பிரதி தினமும், வரிசையாக எத்தனை ஸர்க்கம் பாராயணம் செய்ய வேண்டுமென்பதைக் கீழ்கண்ட கட்டத்தில் காண்க:-

ராகவோவிஜயம் தத்யாத் மம ஸீதாபதி: ப்ரபு: ।
ராகவஸ்ய பதத்வந்த்வம் தத்யாதமித-வைபவம் ॥

1 ம் நாள்	2 ம் நாள்	3 ம் நாள்	4 ம் நாள்	5 ம் நாள்	6 ம் நாள்	7 ம் நாள்	8 ம் நாள்
ரா 2	க 4	வோ 4	வி 4	ஜ 8	யம் 1	தத் 8	யாத் 1
9 ம் நாள்	10 ம் நாள்	11 ம் நாள்	12 ம் நாள்	13 ம் நாள்	14 ம் நாள்	15 ம் நாள்	16 ம் நாள்
ம 5	ம 5	ஸீ 7	தா 6	ப 1	தி: 6	ப்ர 2	பு: 4
17 ம் நாள்	18 ம் நாள்	19 ம் நாள்	20 ம் நாள்	21 ம் நாள்	22 ம் நாள்	23 ம் நாள்	24 ம் நாள்
ரா 2	க 4	வஸ் 4	ய 1	ப 1	த 8	த்வந் 4	த்வம் 4
25 ம் நாள்	26 ம் நாள்	27 ம் நாள்	28 ம் நாள்	29 ம் நாள்	30 ம் நாள்	31 ம் நாள்	32 ம் நாள்
தத் 8	யா 1	த 8	மி 5	த 6	வை 4	ப 4	வம் 4

இது "கடபயாதி" ஸங்க்யை பாராயணம் என்று கூறப்படுகிறது. இதன் பிரகாரம் முதல் 16 நாட்களில் ஒரு தடவையும் 32 நாட்களில் (68+68 ஸர்க்கம்) 2 தடவைகள் பூர்த்தி.

மற்ற பலவிதமான ஸுந்தரகாண்ட பாராயண முறைகள்

ஒரு தடவை ஸுந்தரகாண்டம் பாராயணம் செய்யும் முறை

(ஸுந்தரகாண்ட பாராயண முடிவில் பட்டாபிஷேக ஸர்க்கம் பாராயணம் செய்யவும்.)

1. ஒரு நாளில் படிப்பது :-

காலையில் ஆரம்பித்து, மதியம் 1 மணிக்கு முன் முடிக்க வேண்டும். இவ்விதம் செய்யப்படுகிற பாராயணத்தின் பலனை ஆயிரம் நா கொண்ட ஆதிசேஷனாலும் விவரிக்க இயலாது.

— உமாஸம்ஹிதை 129 – 130 சுலோ.

2. இரண்டு நாட்களில் பாராயணம் :-

1 வது நாள்	:	ஸர்க்கம் 1 – 36 வரை
2 வது நாள்	:	மீதமுள்ள ஸர்க்கங்கள்

— உமாஸம்ஹிதை 130 – 131 சுலோ.

3. மூன்று நாட்களில் பாராயணம் :-

1 வது நாள்	:	ஸர்க்கம் 1 – 27 வரை
2 வது நாள்	:	ஸர்க்கம் 28–44 வரை
3 வது நாள்	:	மீதமுள்ள ஸர்க்கங்கள்

— உமாஸம்ஹிதை 132 – 133 சுலோ.

4. ஐந்து நாட்களில் பாராயணம் :-

1 வது நாள்	:	ஸர்க்கம் 1 – 15 வரை
2 வது நாள்	:	ஸர்க்கம் 16–27 வரை
3 வது நாள்	:	ஸர்க்கம் 28–40 வரை
4 வது நாள்	:	ஸர்க்கம் 41–54 வரை
5 வது நாள்	:	மீதமுள்ள ஸர்க்கங்கள்

— உமாஸம்ஹிதை 134 – 136 சுலோ.

5. ஐஸ்வர்யம் பெருக :-

8 நாட்களில் பாராயணம்.

ஒரு வெள்ளிக்கிழமை பாராயணம் ஆரம்பித்து, மறுவெள்ளியன்று முடிவுற வேண்டும். ஒருநாளைக்கு 9 ஸர்க்கங்கள் வீதம், 7 நாட்களில் 63 ஸர்க்கங்கள் வாசிக்க வேண்டும். 8வது நாளில், மீதமுள்ள 5 ஸர்க்கங்களும், ஸ்ரீராமபட்டாபிஷேக ஸர்க்கமும் பாராயணம் செய்ய வேண்டும்.

பாராயண முறை கீழ்க்கண்ட அட்டவணை மூலம் விளக்கப்பட்டுள்ளது.

வெள்ளி	சனி	ஞாயிறு	திங்கள்	செவ்வாய்	புதன்	வியாழன்	வெள்ளி
1–9 ஸர்க் கங்கள்	10–18 ஸர்க் கங்கள்	19–27 ஸர்க் கங்கள்	28–36 ஸர்க் கங்கள்	37–45 ஸர்க் கங்கள்	46–54 ஸர்க் கங்கள்	55–63 ஸர்க் கங்கள்	64–68 மற்றும் ஸ்ரீராம பட்டாபிஷேகம்

– உமாஸம்ஹிதை 136 – 137 சுலோ.

6. 12 நாட்களில் பாராயணம் செய்யும் முறை :-

முதல் 11 நாட்களில், ஒரு நாளைக்கு 6 ஸர்க்கம் வீதம் பாராயணம் செய்ய வேண்டும். 12வது நாளில் 67 – 68 ஸர்க்கங்கள், மற்றும் அன்றே யுத்தகாண்டத்தில் 18,19, 67, 91, 111 மற்றும் 131 ஆவது (பட்டாபிஷேக) ஸர்க்கங்கள் பாராயணம் செய்யப்பட வேண்டும்.

ஸ்ரீராம ஸஹஸ்ர நாமம் அர்ச்சனை செய்ய வேண்டும். இரவின் முதல் ஜாமத்தில் ராமாயண பிரவசனம் போன்ற ஆன்மீக விஷயங்கள் நடத்தப்படவேண்டும். ஸ்ரீராமருக்கு அதிகம் ப்ரீதி தரவல்லது இது.

அடுத்த பக்கத்தில், அட்டவணை மூலம் இம்முறை விளக்கப்படுகிறது.

1 ம் நாள்	ஸர்க்கம் 01 – 06
2 ம் நாள்	ஸர்க்கம் 07 – 12
3 ம் நாள்	ஸர்க்கம் 13 – 18
4 ம் நாள்	ஸர்க்கம் 19 – 24
5 ம் நாள்	ஸர்க்கம் 25 – 30
6 ம் நாள்	ஸர்க்கம் 31 – 36
7 ம் நாள்	ஸர்க்கம் 37 – 42
8 ம் நாள்	ஸர்க்கம் 43 – 48
9 ம் நாள்	ஸர்க்கம் 49 – 54
10 ம் நாள்	ஸர்க்கம் 55 – 60
11 ம் நாள்	ஸர்க்கம் 61 – 66
12 ம் நாள்	67 – 68 ஸர்க்கங்கள், மற்றும் யுத்தகாண்டத்தில் 18, 19, 67, 91, 111 மற்றும் பட்டாபிஷேக ஸர்க்கம்.

– உமாஸம்ஹிதை 144 – 148 சுலோ.

7. 28 நாட்களில் பாராயணம் செய்யும் முறை :-

முதல் 22 நாட்கள், ஒரு நாளைக்கு 2 ஸர்க்கம் வீதம் பாராயணம் செய்ய வேண்டும். 23வது நாளிலிருந்து 28வது நாள் வரை, கீழ்க்கண்ட அட்டவணையின் படி பாராயணம் செய்ய வேண்டும்.

முதல் 22 நாட்கள்	23ம் நாள்	24ம் நாள்	25ம் நாள்	26ம் நாள்	27ம் நாள்	28ம் நாள்
ஒரு நாளைக்கு 2 ஸர்க்–கங்கள் வீதம்	45 - 49	50 - 52	53 - 58	59 - 61	62 - 65	66 – 68 மற்றும் யுத்த காண்டத்தின் 111 & பட்டாபிஷேக ஸர்க்கங்கள்

– உமாஸம்ஹிதை 149 – 152 சுலோ.

8. ஒருமுறைக்கு மேல் பாராயணம் செய்யும் முறை

17 நாட்களில் சுந்தரகாண்டம் முழுவதையும்
2 முறை பாராயணம் செய்தல்.

ஒரு நாளைக்கு 8 ஸர்க்கங்கள் வீதம், முழு சுந்தரகாண்டத்தையும் இருமுறை 17 நாட்களில் பாராயணம் செய்யவேண்டும்.

— உமாஸம்ஹிதை 124 சுலோ.

9. 28 நாட்களில் 4 சுழற்சிகளில் ஸுந்தரகாண்ட பாராயணம்

சுழற்சி	1வது நாள்	2வது நாள்	3வது நாள்	4வது நாள்	5வது நாள்	6வது நாள்	7வது நாள்
ஸர்க்கங்கள்							
1 வது	1–10	11–20	21–30	31–40	41–50	51–60	61–68 & 1–2
2 வது	3–12	13–22	23–32	33–42	43–52	53–62	63–68 & 1–4
3 வது	5–14	15–24	25–34	35–44	45–54	55–64	65–68 & 1–6
4 வது	7–6	17–26	27–36	37–46	47–56	57–66	67–68

— உமாஸம்ஹிதை 122 – 123 சுலோ.

10. 48 நாட்களில் 12 முறை ஸுந்தரகாண்ட பாராயணம்

இந்த முறையில், ஒவ்வொரு சுழற்சியும் 4 நாட்களில் முடிக்கப்பட வேண்டும். இப்படியாக, 12 சுழற்சிகள் கீழ்க்கண்ட அட்டவணையின் படி விளக்கப்படுகிறது.

1வது நாள்	2வது நாள்	3வது நாள்	4வது நாள்
ஸர்க்கங்கள்			
1-15	16-32	33-51	52-68

— உமாஸம்ஹிதை 118 – 120 சுலோ.

ஸுந்தர காண்டம்

11. 72 நாட்களில் 24 முறை ஸுந்தரகாண்ட பாராயணம்

24 சுழற்சி: கீழ்க்கண்டவாறு பாராயணம் செய்யவேண்டும்.

1 வது நாள்	ஸர்க்கம் 1 முதல் 15 வரை
2 வது நாள்	ஸர்க்கம் 16 வரை 41 வரை
3 வது நாள்	ஸர்க்கம் 42 வரை 68 வரை

இப்படி, 72 நாட்களில் 24 சுழற்சிகளில் பாராயணம்.

— உமாஸம்ஹிதை 115 – 117 சுலோ.

12. 64 நாட்களில் 32 முறை சுந்தரகாண்ட பாராயணம்

2 நாட்களில் 1 சுழற்சி வீதம் முழு சுந்தரகாண்டம் பாராயணம்

    1 வது நாள் : ஸர்க்கம் 1 – 38 வரை
    2 வது நாள் : ஸர்க்கம் 39–68 வரை

— உமாஸம்ஹிதை 113 – 115 சுலோ.

13. முக்தி அடைய பாராயணம்

ஆறுமாதங்களுக்கு – முதல் ஸர்க்கம் – ஒவ்வொரு நாளும் பாராயணம் செய்ய வேண்டும்.

— உமாஸம்ஹிதை 153 – 154 சுலோ.

ஸுந்தரகாண்ட பாராயணத்தை துவங்கும் முன் நமக்கு அருகில் ஒரு சிறிய பலகையில் கோலம் போட்டு வைக்கவும். ராம நாமம் கேட்கும் இடங்களில் எல்லாம் ஹனுமன் இருப்பார் என்பதால் நிச்சயம் நமது பாராயண சமயத்திலும் நம் இல்லத்தில் எழுந்தருளுவார் என்பது நம்பிக்கை.

தீராத வியாதிகள் தீர 68 தடவை பாராயணம்

ஒவ்வொரு நாளும் காலையில் ஆரம்பித்து, ஸூர்யன் உச்சிக்கு வரும்போது, பாராயணத்தை நிறுத்திவிட வேண்டும். அகண்ட நெய் தீபமாக ஏற்றி வைத்தல் வேண்டும். பகவானுக்கு அப்பம், பாயஸம் என்ற நிவேதனங்கள் ஸமர்ப்பிக்க வேண்டும். முதல் தடவை 68 ஸர்க்கங்களும், பாராயணம் முடிந்த நாளன்று பன்னிரெண்டு பிராம்மணர்களைப் பூஜித்து, போஜனம் செய்விக்க வேண்டும். அடுத்த தடவை பாராயணம் முடிந்த பிறகு, 13, அதற்கும் அடுத்த தடவை 14 என்ற கணக்கில், ஒவ்வொரு தடவையும், பிராம்மணர்களின் எண்ணிக்கையை அதிகரித்து போஜனம் செய்விக்க வேண்டும். இம்முறையில், ஒரு நாளைக்கு, ஒரு தரம் வீதம் 68 நாட்களில், 68 தடவை ஸுந்தர காண்ட பாராயணம் செய்தல் முதல் தரமானது.

நான்கு மாதங்களில் 68 தடவை பாராயணம் செய்வது, இரண்டாம் தரமானது. இம்முறையில், 68வது தடவை பாராயணம் முடிந்தவுடன், யுத்தகாண்டம் முழுவதையும் ஐந்தாறு தினங்களில் பூர்த்தியாகப் பாராயணம் செய்யவேண்டும். இந்த 68 தடவை பாராயணம் தொடங்கிய நாள் முதல் பட்டாபிஷேகம் முடியும் வரை, பிரதி தினமும் காலையில் பாராயணம் செய்த ஸர்க்கக் கதையை மாலையில் பக்தியுடன் வித்வான் மூலம் பிரவசனம் செய்விக்க வேண்டும்.

பாராயணம் முடிந்த நாளன்று, ஸ்ரீராம பட்டாபிஷேகம், பிராம்மண போஜனம் முதலியவைகளை விமரிசையாகச் செய்து, இரவு பிரவசனம் செய்விக்க வேண்டும்.

இவ்வாறு பாராயணத்தை அனுஷ்டித்தால் தேவலோகத்து வைத்தியர் களான அசுவிநீ தேவதைகளால் தீர்க்கமுடியாத தீராத வியாதிகள் கூட தீரும்; தீர்க்காயுள் உண்டாகும்; பிள்ளைகளோடும், நண்பர்களோடும் ஏற்பட்ட விரோதம் நீங்கும்; குடும்பத்தில் கலகம் தீரும்; அகாலமிருத்யு பயம் ஒழியும்; கடன் தொல்லைகள் அழியும். சத்ரு ஜயம் உண்டாகும். அதிகம் ஏன்? எல்லா காரியங்களும் ஸித்திக்கும். இம்முறையில் 68 தடவை பாராயணம் செய்பவருடன் ஸ்ரீராமர், ஸுக்ரீவனுடன் பேசியதுபோல் அன்புடன் பேசுவார் என்று சொல்லப்படுகிறது.

– உமாஸம்ஹிதை, 81–99 சுலோ.

மேன்மேலும் செல்வம் வளர
ஒரு வெள்ளிக்கிழமை முதல் மறுவெள்ளிக் கிழமை வரை 8 நாட்களில் பாராயணம்

ஒரு சுபமான வெள்ளிக்கிழமையன்று ஆரம்பித்து, அடுத்த வெள்ளிக் கிழமை வரை பாராயணம் செய்து முடிக்க வேண்டும். 7வது நாள் வியாழக் கிழமை வரை தினந்தோறும் 9 ஸர்க்கங்கள் வீதம் பாராயணம் செய்யவேண்டும். 8வது நாளான வெள்ளிக்கிழமையன்று, மீதமுள்ள ஸுந்தரகாண்டம் 5 ஸர்க்கங்களைப் படித்து, ஸ்ரீ ராமபட்டாபிஷேக ஸர்க்கத்தையும் பாராயணம் செய்து முடிக்க வேண்டும். இதன் தொடர்பாக viii–ம் பக்கத்தில் கொடுக்கப்பட்டுள்ள அட்டவணையைப் பார்க்கவும். இந்த முறையை அனுஷ்டித்தால், வியாபாரத் துறையில் உள்ளவர்களுக்கு மேன்மேலும் லாபமும், எதிர்பாராத தன லாபங்களும், உத்தியோகஸ்தர்களுக்குச் சம்பள உயர்வும், விவசாயம் செய்பவர்களுக்குத் தனதான்ய ஸம்ருத்தியும் உண்டாகும்.

இன்னும் சில முறைகள்:-

ஸுந்தர காண்ட பாராயணத்தை ஒரு முறை பாராயணம் செய்தல், பலமுறை பாராயணம் செய்தல் என்று இருவகையாகப் பிரிக்கலாம். ஒருமுறை பாராயணம் செய்வதை:– 1 நாள், 2 நாட்கள், 3 நாட்கள், 5 நாட்கள், 8 நாட்கள், 12 நாட்கள், 28 நாட்கள் என்ற வகையில் ஏதாவது ஒரு முறையைப் பின்பற்றலாமென்று உமா ஸம்ஹிதையில் விரிவாகக் கூறப்பட்டுள்ளது.

அதே போல், பலமுறை பாராயணம் செய்வதையும் 17 நாட்கள், 28 நாட்கள், 48 நாட்கள், 64 நாட்கள், 72 நாட்கள் என்ற வரிசையில், விரிவாக மேற்கண்ட உமாஸம்ஹிதையில் பாராயண முறைகள் கூறப்பட்டுள்ளன. இவைகளில் ஒன்றைப் பின்பற்றினால் அவரவர் தாம் கோரிய பலன்களைப் பெறலாம். "யதா ஸௌகர்யக்ரமம்" ("ஐச்சிக பாராயணம்")

மேற்கூறிய முறைகளில் எந்த வகையிலும் பாராயணம் செய்ய முடியாதவர்கள், தங்கள் சக்திக்கு ஏற்ப, பக்தி – சிரத்தையுடன், படனம் செய்யலாம். திதி, வாரம், நக்ஷத்ரம் முதலான நியமங்கள் தேவை இல்லை. ஆனாலும், ஜன்ம நக்ஷத்ரத்தன்று படிப்பது உத்தமம். அமோகமான பலன்களை கைமேல் நிச்சயம் பெறலாம். (ஸ்காந்த புராணம்).

குறிப்பிட்ட கார்யஸித்திக்காகப் பாராயணம் செய்ய வேண்டிய ஸுந்தர காண்ட ஸர்க்கங்கள், நிவேதனங்கள் முதலியன

வரிசை எண்	குறிப்பிட்ட காரியங்கள்	ஸுந்தர காண்ட ஸர்க்க எண்	பாராயணம் செய்ய வேண்டிய கட்டத்தின் பெயர்	பாராயணம் செய்ய வேண்டிய காலம்	நிவேதனப் பொருள் முதலியன
1	பேய், பிசாசு, பில்லி சூன்யம் நீங்க	3	லங்காவிஜயம்	மாலை	முதலில் சர்க்கரைப் பொங்கல் முடிவில் ஹநுமத் தியானம் கற்பூர ஹாரத்தி
2	பைத்தியம் தெளிய	13	ஹனுமாரின் சிந்தை	மாலை	உளுந்தன்னம்
3	தரித்திர நிலை நீங்க	15	ஸீதா தரிசனம்	மாலை	ஐந்து வாழைப்பழங்கள்
4	ஸம்ஸாரத்தில் விரக்தியடையாமலிருக்க	16	ஸீதா வர்ணனை	மாலை	பசும்பாலில் சர்க்கரை சேர்த்து, சூடு பொறுக்கும்படி நிவேதனம்
5	நற்குணம் படிய	20,21	ஸீதா ராவண ஸம்வாதம்	மாலை	மேற்சொன்னபடி
6	துர்சொப்பன தோஷம் நீங்க	27	திரிஜடை சொப்பனம்	காலை	சர்க்கரை, பழம் 3 நாட்கள்
7	பிரிந்தவர் சேர	33,34,35	ஸீதாஹநுமத் ஸம்வாதம்	காலை	சர்க்கரைசேர்ந்த பசும்பால்
8	ஆபத்து நீங்க	36	கணையாழி கொடுத்தல்	காலை	மேற்சொன்னபடி
9	ஸ்ரீராமனுக்குப் புரிந்த அபசார தோஷம் நீங்க	38	காகாஸுர விருத்தாந்தம்	காலை	ஐந்து வாழைப் பழங்கள்
10	நினைத்த காரியம் கைகூட	41	அசோகவனத்தைஅழித்தல்	காலை	சர்க்கரை சேர்த்த பால்
11	சத்துருக்களை வெல்ல	42	கிங்கரர்களைக் கொல்லுதல்	காலை	மேற்சொன்னபடி
12	தர்மம் வளர	51	ஹனுமாரின் உபதேசம்	காலை	” ”
13	வீடு, தோட்டம் வளர	54	லங்கா தகனம்	காலை	” ”
14	பிரம்ம லோகத்தில் சாந்தி ஸுகம் பெற	61	மதுவனத்தை அழித்தல்	காலை	” ”
15	பக்தி, முக்தி, ஸௌக்யம் பெற	67	ஸீதையைப் பற்றி ஹனுமார் சொன்னது	காலை	” ”

குறிப்பு : (1) மேற்கண்ட எந்த பாராயணத்திலும் ஸ்ரீராமர், ஸீதை, ஹனுமார் இவர்களுக்கு ஸஹஸ்ரநாமத்தாலோ அஷ்டோத்தரத்தாலோ, அர்ச்சனை, நிவேதனம் செய்து பாராயணம் தொடங்க வேண்டும். (2) எல்லா வகைப் பாராயணங்களையும் ஒரு மண்டல (40 நாட்கள்) காலமோ, அல்லது காரியம் நிறைவேறும் வரையிலோ விடாமல் பாராயணம் செய்ய வேண்டும்.

ஸுந்தர காண்டம் 19

ஸ்ரீ வாயுபுராணத்தைச் சேர்ந்த உமாஸம்ஹிதையில் அளிக்கப்பட்டுள்ள தசாபுக்திக்களில் பாராயணம் செய்ய வேண்டிய ஸுந்தர காண்ட ஸர்க்கங்கள்

வரிசை எண்.	தசைகளும் புக்திகளும்	காண்டம்	ஸர்க்கம்	நைவேத்யம் ஆரம்பத்தில்	நைவேத்யம் முடிவில்	விசேஷாம்சங்கள்
1.	சந்திரதசைக்கு	ஸுந்தரகாண்டம்	5	பால்	–	சுக்லபக்ஷத்தில் அஸ்தமித்து 5 நாழிகைக்குள் சந்திரபூஜை செய்து பாராயணம் செய்யவும்.
2.	குஜதசை					
	குருபுக்தி...		51	சர்க். பொங்கல்	வாழைப்பழம்	
	சுக்ரபுக்தி...		53	சர்க். பொங்கல்	கற்கண்டு	
3.	ராகு தசை					
	சனி புக்தி...		47	தேன்	நாகப்பழம்	
	சுக்ர புக்தி...		65	தேன்	கற்கண்டு	
4.	குருதசைக்கு		1	வாழைப்பழம்	பொரி, சர்க்கரை	முடிவில் ஆஞ்ஜநேயருக்கு நிவேதனம்
	கேது புக்தி...		61, 62	வாழைப்பழம்	தேங்காய்	
5.	சனி தசை					
	சனி புக்தி...		48	நாகப்பழம்	நாகப்பழம்	
	புத புக்தி...		54	நாகப்பழம்	திராக்ஷை	
	சுக்ர புக்தி...		38	நாகப்பழம்	கற்கண்டு	
6.	புததசைக்கு		35	திராக்ஷை	வெண்பொங்கல்	
	கேது புக்தி...		14	திராக்ஷை	தேங்காய்	
	குஜ புக்தி...		29	திராக்ஷை	சர்க். பொங்கல்	
7.	கேதுதசை					
	சுக்ரபுக்தி...		65	தேங்காய்	கற்கண்டு	
8.	சுக்ரதசை					
	சுக்ரபுக்தி					
	(ஸ்த்ரீ)		33	கற்கண்டு	கற்கண்டு	தினம் 3 வேளை பாராயணம்
	(புருஷர்)...		36	கற்கண்டு	கற்கண்டு	தினம் 3 வேளை பாராயணம்

குறிப்பு: எல்லா தசைகளிலும் புக்திகளிலும் பாராயணம் செய்ய வேண்டிய ஸர்க்கங்கள் ராமாயணம் முழுவதிலும் இருந்தாலும், ஸுந்தரகாண்டத்தில் பாராயணம் செய்ய வேண்டிய ஸர்க்கங்கள் மட்டுமே இங்குதரப்பட்டுள்ளன.

ஸ்ரீமத் ஸுந்தரகாண்ட பாராயணக்ரம:
(ஸ்ரீ ஸுந்தரகாண்ட பாராயண முறை)

பூர்வாங்கபூஜா

ஆசமனம் :

அச்யுதாய நம:, அனந்தாய நம:, கோவிந்தாய நம: ।

அங்கவந்தனம் :

கேச'வ, நாராயண, மாதவ, கோவிந்த, விஷ்ணோ, மதுஸூதன, த்ரிவிக்ரம, வாமன, ஸ்ரீதர, ஹ்ருஷீகேச', பத்மநாப, தாமோதர ॥

கணபதி த்யானம் :

சு'க்லாம்பரதரம் விஷ்ணும் ச'சி'வர்ணம் சதுர்புஜம் ।
ப்ரஸன்னவதனம் த்யாயேத் ஸர்வவிக்னோப சா'ந்தயே ॥

ப்ராணாயாமம் :

ஓம் பூ: ஓம் புவ:, ஓகும் ஸுவ:, ஓம் மஹ:, ஓம் ஜன:, ஓம் தப:, ஓகும் ஸத்யம், ஓம் தத்ஸவிதுர்வரேண்யம், பர்கோ தேவஸ்ய தீமஹி, தியோயோன: ப்ரசோதயாத்। ஓமாப: ஜ்யோதீ ரஸோऽம்ருதம் ப்ரஹ்ம பூர்புவஸ்ஸுவரோம் ॥

ஸங்கல்பம் :

சு'பே, சோ'பனேமுஹூர்த்தே, ஆத்யப்ரஹ்மண:, த்விதீய பரார்த்தே, ச்'வேத வராஹகல்பே, வைவஸ்வத மன்வந்தரே, அஷ்டா விம்ச'திதமே, கலியுகே, ப்ரதமேபாதே, ஜம்பூத்வீபே, பாரதவர்ஷே, பரதகண்டே, மேரோ: தக்ஷிணே பார்ச்'வே, ச'காப்தே, அஸ்மின் வர்த்தமானே, வ்யாவஹாரிகே, ப்ரபவாதி ஷஷ்டி ஸம்வத்ஸராணும் மத்யே,...........[1]நாம ஸம்வத்ஸரே, ... அயனே, ... ருதௌ..........., மாஸே,...........பக்ஷே,...........சு'பதிதௌ,...........வாஸரயுக்தாயாம்,........ ...நக்ஷத்ரயுக்தாயாம், சு'பயோக, சு'பகரண, ஸகல விசேஷண விசி'ஷ்ட்டாயாம், அஸ்யாம்........... சு'பதிதௌ, மமோபாத்த, ஸமஸ்த, துரிதக்ஷயத்வாரா, ஸ்ரீ ஸீதா – லக்ஷ்மண – பரத – ச'த்ருக்ன – ஹனுமத்ஸமேத ஸ்ரீ ராமசந்த்ரப்ரீத்யர்த்தம் அஸ்மாகம் ஸர்வேஷாம் ஸகுடும்பானாம் க்ஷேமஸ்த்தைர்ய வீர்ய விஜய – ஆயுராரோக்ய – ஐச்'வர்யாபிவ்ருத்யர்த்தம், சதுர்வித – புருஷார்த்த – ஸித்த்யர்த்தம், ஸமஸ்தமங்களாவாப்த்யர்த்தம்,

ஸுந்தர காண்டம் 21

.... [2]கோத்ரே .... நக்ஷத்ரே,........... ராசௌ, [3]ஜாதஸ்ய / ஜாதாயா:, [4]அஸ்ய / அஸ்யா: / மம, ஸ்ரீ ஸீதாலக்ஷ்மண – பரத – ச'த்ருக்ன – ஹனுமத் ஸமேத ஸ்ரீராமசந்த்ர ப்ரஸாதேன,

விசே'ஷ ஸங்கல்பம்

அயம் க்ரம: ஸப்த காண்டபாராயணாந்தர்கத ஸுந்தரகாண்ட நித்ய பாராயணஸ்ய கர்தவ்ய: || யத்கிஞ்சிதிஷ்டஸித்திம் அனிஷ்ட நிவ்ருத்திம் வா ஸமுத்திச்'ய க்ரியமாணஸ்ய ப்ருதக் ஸுந்தரகாண்ட மாத்ரபாராயணஸ்ய து அதஸ்தாத் க்ரமோ லிக்ய தே || (ததாஹி)

அஸ்ய ஸ்ரீ ஸுந்தரகாண்ட மஹாமந்த்ரஸ்ய, ஹனுமான்ருஷி: அனுஷ்டுப் சந்த: மஹாப்ரபவ: ஸ்ரீராமோ தேவதா | ராம் பீஜம், நமச்'ச'க்தி: ராமாயேதி கீலகம் | ஸ்ரீ ராமசந்த்ர ப்ரஸாதஸித்தித்வாரா – ப்ராப்த்யர்த்தே + நிவ்ருத்த்யர்த்தே ஜபே விநியோக: | உத்ஸாஹ: அங்குஷ்ட்டாப்யாம் நம: | பௌருஷம் தர்ஜனீப்யாம் நம: | தைர்யம் மத்யமாப்யாம் நம: | அன்ருச'ம்ஸ்யம் க்ருதஞ்ஜதா அனாமிகாப்யாம் நம: | விக்ரமச்'ச ப்ரபாவச்'ச கனிஷ்ட்டிகாப்யாம் நம: | ஸந்தி வானர ராகவே கரதலகரப்ருஷ்ட்டாப்யாம் நம: |
ஏவம் ஹ்ருதயாதி ந்யாஸ: || திக்பந்த: |

1 அவ்வப்பொழுது மாறிவரும் திதி, வருஷம், மாசம், நக்ஷத்ரம், இவைகளை பஞ்சாங்கம் பார்த்து, தெரிந்து, அதற்கேற்ப சொல்லிக் கொள்ளவும்.

2 யார் பெயரில் பாராயணம் செய்யப்படுகிறதோ அவருடைய கோத்ரம், நக்ஷத்ரம், ராசி, இவைகளை சொல்லிக் கொள்ளவும்.

3 யார் பெயரில் பாராயணம் செய்யப்படுகிறதோ அவர் ஆணாக இருந்தால் '**ஜாதஸ்ய**' என்றும், பெண்ணாக இருந்தால் '**ஜாதாயா:**' என்றும் சொல்லவும்.

4 மற்றவருக்காக பாராயணம் செய்யும் பட்சத்தில், ஆணுக்கு '**அஸ்ய**' என்றும், பெண்ணுக்கு '**அஸ்யா:**' என்றும், தனக்காகவே செய்வதாய் இருந்தால் '**மம**' என்றும், சொல்லிக் கொள்ளவும்.

5 என்ன பலனை உத்தேசித்து பாராயணம் செய்யப்படுகிறதோ, அந்த அந்த பலனுக்கு உண்டான வாக்கியத்தை மாத்திரம் சங்கல்பத்தில் சேர்த்துக் கொள்ளவும்.

(1) [5] ஸர்வ ஆபந்நிவ்ருத்யர்த்தம்,
(எல்லா ஆபத்துகளும் நீங்க)

(2) வ்யாதி நாச'பூர்வகம் க்ஷிப்ராரோக்யாவாப்த்யர்த்தம்,
(வியாதி நீங்கி, ஆரோக்கியம் அடைய)

(3) அபம்ருத்யு–பரிஹாரபூர்வகம் ஆயுரபிவ்ருத்யர்த்தம்,
(அகால மரணத்தை தடுத்து, தீர்க்க ஆயுள் அடைய)

(4) ஸர்வ வசீ'கரணார்த்தம்,
(அனைவரும் தன்வசம் ஆக)

(5) க்ரஹபீடா–நிவாரணார்த்தம்,
(நவக்கிரஹ தோஷம் நீங்க)

(6) பூத–ப்ரேத–பிசா'சோபத்ரவாதி ஸர்வாரிஷ்ட – நிவாரணார்த்தம்,
(பூதம், பிசாசு ஆகியவற்றின் உபத்திரவம் நீங்க)

(7) ஸகலைச்'வர்ய–ஸித்தித்வாரா குலதேவதா–ப்ரஸாத–ஸித்யர்த்தம்,
(எல்லா ஐஸ்வரியங்களும் அடைந்து குலதேவதையின் அனுக்ரஹகம் அடைய)

(8) சீ'க்ரமேவ ஸுவிவாஹ ஸித்யர்த்தம்,
(விரைவில் மனம்போல் மாங்கல்யம் நடைபெற)

ஸ்ரீமத் வால்மீகி ராமாயண ஸுந்தரகாண்ட – பாராயணம் கரிஷ்யே। கரிஷ்யமாணஸ்ய கர்மண: நிர்விக்னேன பரிஸமாப்யர்த்தம் ஆதௌ விக்னேச்'வர பூஜாம் கரிஷ்யே ॥

ஸ்ரீ விக்னேச்'வர பூஜை

(மஞ்சளில் பிள்ளையார் பிடித்து, அதற்கு பூஜை செய்யவும்)

அஸ்மின் ஹரித்ராபிம்பே, ஸ்ரீ விக்னேச்'வரம் த்யாயாமி।

ஸ்ரீ விக்னேச்'வராய நம: ஆவாஹயாமி। **(புஷ்பாக்ஷதைகளை ஸமர்ப்பிக்கவும்)**

ஸ்ரீ விக்னேச்'வராய நம: ஆஸனம் ஸமர்ப்பயாமி।

(புஷ்பாக்ஷதைகளை ஸமர்ப்பிக்கவும்)

ஸ்ரீ விக்னேச்'வராய நம: பாத்யம் ஸமர்ப்பயாமி।

(அர்க்ய பாத்திரத்தில் தீர்த்தம் விடவும்)

ஸ்ரீ விக்னேச்'வராய நம: அர்க்யம் ஸமர்ப்பயாமி। **(தீர்த்தம் விடவும்)**

ஸ்ரீ விக்னேச்'வராய நம: ஆசமனீயம் ஸமர்ப்பயாமி। **(தீர்த்தம் விடவும்)**

ஸ்ரீ விக்னேச்'வராய நம: ஸ்நானம் ஸமர்ப்பயாமி। **(தீர்த்தம் விடவும்)**

ஸ்ரீ விக்னேச்'வராய நம: ஸ்நானாநந்தரம் ஆசமனீயம் ஸமர்ப்பயாமி। **(தீர்த்தம் விடவும்)**

ஸ்ரீ விக்னேச்'வராய நம: வஸ்த்ரம் ஸமர்ப்பயாமி।

(வஸ்த்ரம் / அக்ஷதை ஸமர்ப்பிக்கவும்)

ஸ்ரீ விக்னேச்'வராய நம: உபவீதம் ஸமர்ப்பயாமி।

(யஞ்ஞோபவீதம் அணிவிக்கவும்)

ஸ்ரீ விக்னேச்'வராய நம: கந்தான் தாரயாமி। **(சந்தனம் இடவும்)**

ஸ்ரீ விக்னேச்'வராய நம: கந்தஸ்யோபரி ஹரித்ரா குங்குமம் ஸமர்ப்பயாமி। **(குங்குமம் இடவும்)**

ஸ்ரீ விக்னேச்'வராய நம: அக்ஷதான் ஸமர்ப்பயாமி।

(அக்ஷதை ஸமர்ப்பிக்கவும்)

ஸ்ரீ விக்னேச்'வராய நம: புஷ்பை: பூஜயாமி। **(புஷ்பங்கள் ஸமர்ப்பிக்கவும்)**

(புஷ்பங்கள் / அருகம்புல்லால் மஞ்சள் பிள்ளையாரை அர்ச்சிக்கவும்)

ஓம் ஸுமுகாய நம: ।
ஓம் ஏகதந்தாய நம: ।
ஓம் கபிலாய நம: ।
ஓம் கஜகர்ணகாய நம: ।
ஓம் லம்போதராய நம: ।
ஓம் விகடாய நம: ।
ஓம் விக்னராஜாய நம: ।
ஓம் விநாயகாய நம: ।
ஓம் தூமகேதவே நம: ।
ஓம் கணாத்யக்ஷாய நம: ।
ஓம் ஃபாலசந்த்ராய நம: ।
ஓம் கஜானனாய நம: ।
ஓம் வக்ரதுண்டாய நம: ।
ஓம் சூ'ர்ப்பகர்ணாய நம: ।
ஓம் ஹேரம்பாய நம: ।
ஓம் ஸ்கந்தபூர்வஜாய நம: ।
ஓம் ஸித்தி விநாயகாய நம: ।
ஓம் ஸ்ரீ மஹாகணபதயே நம: ।

நாநாவித பரிமள பத்ரபுஷ்பாணி ஸமர்ப்பயாமி।

ஸ்ரீ விக்னேச்'வராய நம: தூபமாக்ராபயாமி। (தூபம் காட்டவும்)
ஸ்ரீ விக்னேச்'வராய நம: தீபம் தர்ச'யாமி। (தீபம் காட்டவும்)
ஸ்ரீ விக்னேச்'வராய நம: நைவேத்யம் நிவேதயாமி।
(பால்/பழம் நிவேதனம் செய்யவும்)
ஸ்ரீ விக்னேச்'வராய நம: கற்பூரநீராஜனம் தர்ச'யாமி। (கற்பூர ஆரத்தி எடுக்கவும்)
ஸ்ரீ விக்னேச்'வராய நம: ஸமஸ்தோபசார பூஜாம் ஸமர்ப்பயாமி।
(கையில் புஷ்பங்களுடன் பிரார்த்தனை செய்யவும்)

வக்ரதுண்ட மஹாகாய ஸூர்யகோடி ஸமப்ரப ।
நிர்விக்னம் குருமே தேவ ஸர்வகார்யேஷு ஸர்வதா।

விக்னேச்'வரம் யதாஸ்த்தானம் ப்ரதிஷ்ட்டாபயாமி
சோ'பனார்த்தே க்ஷேமாய புனராகமனாய ச (புஷ்பாக்ஷதைகளை ஸமர்ப்பித்து, விநாயகரை சிறிது வடக்கே நகர்த்தவும்)

ஸ்ரீராம தாரக மந்த்ர ஜப:

ஸ்ரீராமசந்த்ர ப்ரீத்யர்த்தம், ஸ்ரீ ராமதாரக மஹாமந்த்ர ஜபம் கரிஷ்யே ।
அஸ்ய ஸ்ரீ ராமதாரக மஹா மந்த்ரஸ்ய, ப்ரஹ்மா ருஷி: ।
காயத்ரீச்சந்த: । ஸ்ரீராமோ தேவதா । ராம் பீஜம், ரீம் ச'க்தி, ரூம் கீலகம்,
ஸ்ரீ ராமசந்த்ர ப்ரஸாத ஸித்த்யர்த்தே ஜபே விநியோக:।

கரந்யாஸம்

ராம் – அங்குஷ்ட்டாப்யாம் நம:।
ரீம் – தர்ஜனீப்யாம் நம:।
ரூம் – மத்யமாப்யாம் நம:।
ரைம் – அநாமிகாப்யாம் நம:।
ரௌம் – கனிஷ்ட்டிகாப்யாம் நம:।
ர: – கரதலகரப்ருஷ்ட்டாப்யாம் நம:।

அங்கந்யாஸம்

ராம் – ஹ்ருதயாய நம: ।
ரீம் – சி'ரஸே ஸ்வாஹா ।
ரூம் – சி'காயை வஷட் ।
ரைம் – கவசாய ஹூம் ।
ரௌம் – நேத்ரத்ரயாய வௌஷட் ।
ர: – அஸ்த்ராய ஃபட்

பூர்ப்புவஸ்ஸுவரோமிதிதிக்பந்த:।

த்யானம்:

காலாம்போதர–காந்தி–காந்த–மநிச'ம் வீராஸனாத்யாஸினம்
முத்ராம் ஜ்ஞானமயீம் ததானமபரம் ஹஸ்தாம்புஜம் ஜானுனி ।
ஸீதாம் பார்ச்'வகதாம் ஸரோருஹகராம் வித்யுந்நிபாம் ராகவம்
பச்'யந்தம் முகுடாங்கதாதி–விதா–கல்போஜ்ஜ்வலாங்கம் பஜே ॥

லம் – ப்ருதிவ்யாத்மனே கந்தம் ஸமர்ப்பயாமி ।

ஹம் – ஆகாசா'த்மனே புஷ்பை: பூஜயாமி ।

யம் – வாய்வாத்மனே தூப–மாக்ராபயாமி ।

ரம் – அக்ந்யாத்மனே தீபம் தர்ச'யாமி ।

வம் – அம்ருதாத்மனே அம்ருதம் மஹாநைவேத்யம் நிவேதயாமி ।

ஸம் – ஸர்வாத்மனே ஸர்வோபசார பூஜாம் ஸமர்ப்பயாமி ।

ஜப மந்த்ர:

॥ ராம் ராமாய நம: ॥

முடிந்த அளவு ஜபம் செய்யவும்

ஹ்ருதயாதி ந்யாஸ:

"ராம் – ஹ்ருதயாய நம: + ர: அஸ்த்ராய ஃபட்" வரை முன்புபோலவே.
பூர்ப்புவஸ்ஸுவரோமிதி திக்விமோக: ॥ (பார்க்க பக்கம் 24)

த்யானம்:

காலாம்போதர .... பஜே ச்'யாமளம் । (முன்பு போலவே) (பார்க்க பக்கம் 25)
லம்–இத்யாதி புன: பூஜா । (முன்பு போலவே) (பார்க்க பக்கம் 25)

ஸமர்ப்பணம்:

குஹ்யாதிகுஹ்ய கோப்தா த்வம் க்ருஹாணாஸ்மத்க்ருதம் ஜபம் ।
ஸித்திர்பவது மே தேவ த்வத்ப்ரஸாதான்–மயி ஸ்த்திரா ॥
என்று புஷ்பாக்ஷதைகளை ஸமர்ப்பிக்கவும்.

ஸ்ரீராமசந்த்ர ஷோடசோ'பசார பூஜா
க்ரந்த பூஜா (புத்தகத்திற்கு பூஜை)

ப்ராணாயாமம் :-

ஓம் பூ:......... பூர்புவஸ்ஸுவரோம் ॥ (பார்க்க பக்கம் 20)

ஸங்கல்பம் :-

அத்ய, பூர்வோக்த, ஏவங்குண விசே'ஷண விசி'ஷ்டாயாம், அஸ்யாம் சு'பதிதௌ, ஸ்ரீராமசந்த்ர ப்ரீத்யர்த்தம், ஷோடசோ'பசார பூஜாம் கரிஷ்யே।

ஷோடசோ'பசார பூஜா:-

வைதேஹீ ஸஹிதம் ஸுரத்ருமதலே ஹைமே மஹாமண்டபே
மத்யேபுஷ்பகமாஸனே மணிமயே வீராஸனே ஸுஸ்த்திதம்।
அக்ரே வாசயதி ப்ரபஞ்ஜனஸுதே தத்த்வம் முனிப்ய:பரம்
வ்யாக்யாந்தம் பரதாதிபி: பரிவ்ருதம் ராமம் பஜே ச்'யாமளம் ॥
ஸ்ரீ ஸீதா–லக்ஷ்மண–பரத–ச'த்ருக்ன–ஹனுமத்–ஸமேத–
ஸ்ரீ ராமசந்த்ரம் த்யாயாமி **(க்ரந்தத்திற்கு புஷ்பம் ஸமர்பிக்கவும்)**

வாமே பூமிஸுதா புரச்'ச ஹனுமான் பச்'சாத் ஸுமித்ராஸுத:
ச'த்ருக்னோ பரதச்'ச பார்ச்'வதலயோர்வாய்வாதிகோணேஷு ச ।
ஸுக்ரீவச்'ச விபீஷணச்'ச யுவராட் தாராஸுதோ ஜாம்பவான்
மத்யே நீலஸரோஜகோமலருசிம் ராமம் பஜே ச்'யாமளம் ॥

ஸ்ரீராமசந்த்ராய நம: ஆவாஹயாமி **(புஷ்பம் ஸமர்ப்பிக்கவும்)**

ஸ்ரீராமசந்த்ராய நம: ஆஸனம் ஸமர்ப்பயாமி
(புஷ்பாக்ஷதைகளை ஸமர்ப்பிக்கவும்) ॥

ஸ்ரீராமசந்த்ராய நம: பாத்யம் ஸமர்ப்பயாமி ।
(அர்க்ய பாத்திரத்தில் தீர்த்தம் விடவும்)

ஸ்ரீராமசந்த்ராய நம: அர்க்யம் ஸமர்ப்பயாமி **(தீர்த்தம் விடவும்)**

ஸ்ரீராமசந்த்ராய நம: ஆசமனீயம் ஸமர்ப்பயாமி । **(தீர்த்தம் விடவும்)**

ஸ்ரீராமசந்த்ராய நம: க்ஷீராபிஷேகம் ஸமர்ப்பயாமி ।
(புஷ்பத்தால் பாலை ப்ரோக்ஷிக்கவும்)

ஸ்ரீராமசந்த்ராய நம: ஸ்நானம் ஸமர்ப்பயாமி । **(தீர்த்தம் ப்ரோக்ஷிக்கவும்)**

ஸ்ரீராமசந்த்ராய நம: ஸ்நானாநந்தரம் ஆசமனீயம் ஸமர்ப்பயாமி ।
(தீர்த்தம் ப்ரோக்ஷிக்கவும்)

ஸ்ரீராமசந்த்ராய நம: வஸ்த்ரம் ஸமர்ப்பயாமி ।

(வஸ்த்ரம் / அக்ஷதை ஸமர்ப்பிக்கவும்)

ஸ்ரீராமசந்த்ராய நம: உபவீதம் ஸமர்ப்பயாமி । **(யஞ்ஞோபவீதம் அணிவிக்கவும்)**

ஸ்ரீராமசந்த்ராய நம: ஆபரணானி ஸமர்ப்பயாமி । **(ஆபரணங்கள் ஸமர்ப்பிக்கவும்)**

ஸ்ரீராமசந்த்ராய நம: கந்தான் தாரயாமி । **(சந்தனம் வைக்கவும்)**

கந்தோபரி ஹரித்ரா குங்குமம் ஸமர்ப்பயாமி । **(குங்குமம் வைக்கவும்)**

ஸ்ரீராமசந்த்ராய நம: அக்ஷதான் ஸமர்ப்பயாமி । **(அக்ஷதை ஸமர்ப்பிக்கவும்)**

ஸ்ரீராமசந்த்ராய நம: புஷ்பாணி ஸமர்ப்பயாமி । **(புஷ்பங்கள் ஸமர்ப்பிக்கவும்)**

ஸ்ரீ ராமசந்த்ர அஷ்டோத்தர ச'தநாமாவளி:

ஓம் ஸ்ரீராமாய நம:
ஓம் ராமபத்ராய நம:
ஓம் ராமசந்த்ராய நம:
ஓம் சா'ச்'வதாய நம:
ஓம் ராஜீவலோசனாய நம:
ஓம் ஸ்ரீமதே நம:
ஓம் ராஜேந்த்ராய நம:
ஓம் ரகுபுங்கவாய நம:
ஓம் ஜானகீவல்லபாய நம:
ஓம் ஜைத்ராய (10) நம:

ஓம் ஜிதாமித்ராய நம:
ஓம் ஜனார்தனாய நம:
ஓம் விச்'வாமித்ரப்ரியாய நம:
ஓம் தாந்தாய நம:
ஓம் ச'ரணத்ராணதத்பராய நம:
ஓம் வாலிப்ரமதனாய நம:
ஓம் வாக்மினே நம:
ஓம் ஸத்யவாசே நம:
ஓம் ஸத்யவிக்ரமாய நம:
ஓம் ஸத்யவ்ரதாய (20) நம:

ஓம் வ்ரததராய நம:
ஓம் ஸதாஹனுமதாச்'ரிதாய நம:
ஓம் கௌஸலேயாய நம:
ஓம் கரத்வம்ஸினே நம:
ஓம் விராதவதபண்டிதாய நம:
ஓம் விபீஷணபரித்ராத்ரே நம:
ஓம் ஹர-கோதண்ட-கண்டனாய நம:
ஓம் ஸப்ததால-ப்ரபேத்ரே நம:
ஓம் தச'க்ரீவசி'ரோஹராய நம:
ஓம் ஜாமதக்ன்ய-மஹாதர்ப்ப-தலனாய (30) நம:

ஓம் தாடகாந்தகாய நம:
ஓம் வேதாந்தஸாராய நம:
ஓம் வேதாத்மனே நம:
ஓம் பவரோகஸ்ய பேஷஜாய நம:
ஓம் தூஷண-த்ரிசி'ரோஹந்த்ரே நம:
ஓம் த்ரிமூர்த்தயே நம:
ஓம் த்ரிகுணாத்மகாய நம:
ஓம் த்ரிவிக்ரமாய நம:
ஓம் த்ரிலோகாத்மனே நம:
ஓம் புண்யசாரித்ர-கீர்த்தனாய (40) நம:

ஓம் த்ரிலோகரக்ஷகாய நம:
ஓம் தன்வினே நம:
ஓம் தண்டகாரண்ய-கர்த்தனாய நம:
ஓம் அஹல்யாசா'ப-ச'மனாய நம:
ஓம் பித்ருபக்தாய நம:

ஓம் வரப்ரதாய நம:
ஓம் ஜிதேந்த்ரியாய நம:
ஓம் ஜிதக்ரோதாய நம:
ஓம் ஜிதாமித்ராய நம:
ஓம் ஜகத்குரவே (50) நம:

ஓம் ருக்ஷவானரஸங்காதினே நம:
ஓம் சித்ரகூடஸமாச்'ரயாய நம:
ஓம் ஜயந்தத்ராணவரதாய நம:
ஓம் ஸுமித்ராபுத்ர–ஸேவிதாய நம:
ஓம் ஸர்வதேவாதிதேவாய நம:
ஓம் ம்ருதவானரஜீவிதாய நம:
ஓம் மாயாமாரீசஹந்த்ரே நம:
ஓம் மஹாதேவாய நம:
ஓம் மஹாபுஜாய நம:
ஓம் ஸர்வதேவஸ்துதாய (60) நம:

ஓம் ஸௌம்யாய நம:
ஓம் ப்ரஹ்மண்யாய நம:
ஓம் முனிஸம்ஸ்துதாய நம:
ஓம் மஹாயோகினே நம:
ஓம் மஹோதாராய நம:
ஓம் ஸுக்ரீவேப்ஸித–ராஜ்யதாய நம:
ஓம் ஸர்வபுண்யாதிக–ஃபலாய நம:
ஓம் ஸ்ம்ருதஸர்வாகநாச'னாய நம:
ஓம் ஆதிபுருஷாய நம:
ஓம் பரமபுருஷாய (70) நம:

ஓம் மஹாபுருஷாய நம:
ஓம் புண்யோதயாய நம:
ஓம் தயாஸாராய நம:
ஓம் புராணபுருஷோத்தமாய நம:
ஓம் ஸ்மிதவக்த்ராய நம:
ஓம் மிதபாஷிணே நம:
ஓம் பூர்வபாஷிணே நம:
ஓம் ராகவாய நம:
ஓம் அனந்தகுண–கம்பீராய நம:
ஓம் தீரோதாத்த–
குணோத்தமாய (80) நம:

ஓம் மாயாமானுஷ–சரித்ராய நம:
ஓம் மஹாதேவாதி–பூஜிதாய நம:
ஓம் ஸேதுக்ருதே நம:
ஓம் ஜிதவாராச'யே நம:
ஓம் ஸர்வதீர்த்தமயாய நம:
ஓம் ஹரயே நம:
ஓம் ச்'யாமாங்காய நம:
ஓம் ஸுந்தராய நம:
ஓம் சூ'ராய நம:
ஓம் பீதவாஸஸே (90) நம:

ஓம் தனுர்த்தராய நம:
ஓம் ஸர்வயஜ்ஞாதிபாய நம:
ஓம் யஜ்வனே நம:
ஓம் ஜராமரண–வர்ஜிதாய நம:
ஓம் விபீஷண–ப்ரதிஷ்ட்டாத்ரே நம:
ஓம் ஸர்வாபகுண–வர்ஜிதாய நம:
ஓம் பரமாத்மனே நம:
ஓம் பரஸ்மை–ப்ரஹ்மணே நம:
ஓம் ஸச்சிதானந்த–விக்ரஹாய நம:
ஓம் பரஸ்மை–ஜ்யோதிஷே (100) நம:

ஓம் பரஸ்மைதாம்னே நம:
ஓம் பராகாசா'ய நம:
ஓம் பராத்பராய நம:
ஓம் பரேசா'ய நம:
ஓம் பாரகாய நம:
ஓம் பாராய நம:
ஓம் ஸர்வதேவாத்மகாய நம:
ஓம் பரஸ்மை (108) நம:

ஸ்ரீ ராமசந்த்ராய நம: நானாவித பரிமளபத்ர புஷ்பாணி ஸமர்ப்பயாமி

ஸ்ரீ ஸீதாஷ்டோத்தர ச'த நாமாவளி:

ஓம் ஸீதாயை நம:
ஓம் பதிவ்ரதாயை நம:
ஓம் தேவ்யை நம:
ஓம் மைதில்யை நம:
ஓம் ஜனகாத்மஜாயை நம:
ஓம் அயோனிஜாயை நம:
ஓம் வீர்யசு'ல்காயை நம:
ஓம் சு'பாயை நம:
ஓம் ஸுரஸுதோபமாயை நம:
ஓம் வித்யுத்ப்ரபாயை (10) நம:

ஓம் விசா'லாக்ஷ்யை நம:
ஓம் நீலகுஞ்ஜித மூர்த்தஜாயை நம:
ஓம் அபிராமாயை நம:
ஓம் மஹாபாகாயை நம:
ஓம் ஸர்வாபரண பூஷிதாயை நம:
ஓம் பூர்ணசந்த்ரானனாயை நம:
ஓம் ராமாயை நம:
ஓம் தர்மஜ்ஞாயை நம:
ஓம் தர்மசாரிண்யை நம:
ஓம் பதிஸம்மானிதாயை (20) நம:

ஓம் ஸுப்ருவே நம:
ஓம் ப்ரியார்ஹாயை நம:
ஓம் ப்ரியவாதின்யை நம:
ஓம் சு'பானனாயை நம:
ஓம் சு'பாங்காயை நம:
ஓம் சு'பாசாராயை நம:
ஓம் யச'ஸ்வின்யை நம:
ஓம் மனஸ்வின்யை நம:
ஓம் மந்தஹாசி'ன்யை நம:
ஓம் அனகாயை (30) நம:

ஓம் தபஸ்வின்யை நம:
ஓம் தர்மபத்ந்யை நம:
ஓம் வைதேஹ்யை நம:
ஓம் ஜானக்யை நம:
ஓம் மதிரேக்ஷணாயை நம:
ஓம் தாபஸ்யை நம:
ஓம் தர்மநிரதாயை நம:
ஓம் நியதாயை நம:
ஓம் ப்ரஹ்மசாரிண்யை நம:
ஓம் ம்ருதுசீ'லாயை (40) நம:

ஓம் சாருதத்யை நம:
ஓம் சாருநேத்ரவிலாஸின்யை நம:
ஓம் உத்ஃபுல்லலோசனாயை நம:
ஓம் காந்தாயை நம:
ஓம் பர்த்ருவாத்ஸல்ய
பூஷணாயை நம:
ஓம் ஸ்வபாவதநுகாயை நம:
ஓம் ஸாத்வ்யை நம:
ஓம் பத்மாக்ஷ்யை நம:
ஓம் பங்கஜப்ரியாயை நம:
ஓம் விசக்ஷணாயை (50) நம:

ஓம் அநவத்யாங்க்யை நம:
ஓம் ம்ருதுபூர்வாபிபாஷிண்யை நம:
ஓம் அக்லிஷ்டமால்யாபரணாயை நம:
ஓம் வராரோஹாயை நம:
ஓம் வராங்கனாயை நம:
ஓம் ஸத்யை நம:
ஓம் கமலபத்ராக்ஷ்யை நம:
ஓம் ம்ருகாசா'வ நிபேக்ஷணாயை நம:
ஓம் மஹாகுலீநாயை நம:
ஓம் பிம்போஷ்ட்யை (60) நம:

ஓம் பீதகௌசே'யவாஸிந்யை நம:
ஓம் வீரபார்த்திவபத்ந்யை நம:
ஓம் விசு'த்தாயை நம:

ஓம் விநயான்விதாயை நம:
ஓம் ஸுகுமார்யை நம:
ஓம் ஸுமத்யாயை நம:
ஓம் ஸுபகாயை நம:
ஓம் ஸுப்ரதிஷ்ட்டிதாயை நம:
ஓம் ஸர்வாங்ககுண ஸம்பந்நாயை நம:
ஓம் ஸர்வலோக மநோஹராயை (70) நம:
ஓம் தருணாதித்ய ஸங்கசா'யை நம:
ஓம் தப்தகாஞ்சன பூஷணாயை நம:
ஓம் ஸத்யவ்ரதபராயை நம:
ஓம் வராயை நம:
ஓம் ஹரிணலோசனாயை நம:
ஓம் ச்'யாமாயை நம:
ஓம் விசு'த்தபாவாயை நம:
ஓம் ராமபாதாநுவர்த்தின்யை நம:
ஓம் யசோ'தனாயை நம:
ஓம் உதாரசீ'லாயை (80) நம:
ஓம் விமலாயை நம:
ஓம் க்லேச'நாசி'ன்யை நம:
ஓம் அசிந்திதாயை நம:
ஓம் ஸுவ்ருத்தாயை நம:
ஓம் ராமஹ்ருதயப்ரியாயை நம:
ஓம் ஆர்யாயை நம:
ஓம் ஸுவிபக்தாங்க்யை நம:
ஓம் விநாபரணாசோ'பின்யை நம:
ஓம் மான்யாயை நம:
ஓம் காந்தஸ்மிதாயை (90) நம:
ஓம் கல்யாண்யை நம:
ஓம் ருசிரப்ரபாயை நம:
ஓம் ஸ்நிக்தபல்லவ ஸங்காசா'யை நம:
ஓம் ஜாம்பூநத ஸமப்ரபாயை நம:
ஓம் அமலாயை நம:
ஓம் சீ'லஸம்பந்நாயை நம:
ஓம் இக்ஷ்வாகுகுலநந்தின்யை நம:
ஓம் பத்ராயை நம:
ஓம் சு'த்தஸமாசாராயை நம:
ஓம் வரார்ஹாயை (100) நம:
ஓம் தநுமத்யமாயை நம:
ஓம் ப்ரியகாநநஸஞ்சாராயை நம:
ஓம் ஸுகேச்'யை நம:
ஓம் சாருஹாஸின்யை நம:
ஓம் ஹேமாபாயை நம:
ஓம் ராஜமஹிஷ்யை நம:
ஓம் சோ'பனாயை நம:
ஓம் ராகவப்ரியாயை (108) நம:

ஸ்ரீ ஸீதாராமசந்த்ராய நம: நானாவித பரிமள பத்ர புஷ்பாணி ஸமர்ப்பயாமி

ஸ்ரீ ஆஞ்ஜனேய அஷ்டோத்தர ச'த நாமாவளி:

ஓம் ஆஞ்ஜநேயாய நம:
ஓம் மஹாவீராய நம:
ஓம் ஹனூமதே நம:
ஓம் மாருதாத்மஜாய நம:
ஓம் தத்வஜ்ஞானப்ரதாய நம:
ஓம் ஸீதாதேவீமுத்ராப்ரதாயகாய நம:
ஓம் அசோ'கவநிகாச்சேத்ரே நம:
ஓம் ஸர்வமாயா–விபஞ்ஜநாய நம:
ஓம் ஸர்வபந்தவிமோக்த்ரே நம:
ஓம் ரக்ஷோவித்வம்ஸகாரகாய (10) நம:

ஓம் பரவித்யா–பரிஹாராய நம:
ஓம் பரசௌ'ர்ய–விநாச'நாய நம:
ஓம் பரமந்த்ர–நிராகர்த்ரே நம:
ஓம் பரயந்த்ர ப்ரபேதகாய நம:
ஓம் ஸர்வக்ரஹவிநாசி'னே நம:
ஓம் பீமஸேன–ஸஹாயக்ருதே நம:
ஓம் ஸர்வது:கஹராய நம:
ஓம் ஸர்வலோகசாரிணே நம:
ஓம் மனோஜவாய நம:
ஓம் பாரிஜாத
த்ருமமூலஸ்த்தாய (20) நம:

ஓம் ஸர்வமந்த்ர–ஸ்வரூபவதே நம:
ஓம் ஸர்வதந்த்ர–ஸ்வரூபிணே நம:
ஓம் ஸர்வயந்த்ராத்மகாய நம:
ஓம் கபீச்'வராய நம:
ஓம் மஹாகாயாய நம:
ஓம் ஸர்வரோகஹராய நம:
ஓம் ப்ரபவே நம:
ஓம் பலஸித்திகராய நம:
ஓம் ஸர்வவித்யா
ஸம்பத்ப்ரதாயகாய நம:
ஓம் கபிஸேநாநாயகாய (30) நம:

ஓம் பவிஷ்யச்சதுரானநாய நம:
ஓம் குமாரப்ரஹ்மசாரிணே நம:
ஓம் ரத்னகுண்டலதீப்திமதே நம:
ஓம் சஞ்சலத்வால–ஸந்நத்த–
லம்பமான–சி'கோஜ்வலாய நம:
ஓம் கந்தர்வவித்யா–தத்வஜ்ஞாய நம:
ஓம் மஹாபலபராக்ரமாய நம:
ஓம் காராக்ருஹவிமோக்த்ரே நம:
ஓம் ச்'ருங்கலாபந்தமோசகாய நம:
ஓம் ஸாகரோத்தாரகாய நம:
ஓம் ப்ராஜ்ஞாய (40) நம:

ஓம் ராமதூதாய நம:
ஓம் ப்ரதாபவதே நம:
ஓம் வானராய நம:
ஓம் கேஸரிஸுதாய நம:
ஓம் ஸீதாசோ'க–நிவாரணாய நம:
ஓம் அஞ்ஜனாகர்பஸம்பூதாய நம:
ஓம் பாலார்க்கஸத்ருசா'னநாய நம:
ஓம் விபீஷணப்ரியகராய நம:
ஓம் தச'க்ரீவகுலாந்தகாய நம:
ஓம் லக்ஷ்மணப்ராணதாத்ரே (50) நம:

ஓம் வஜ்ரகாயாய நம:
ஓம் மஹாத்யுதயே நம:
ஓம் சிரஞ்ஜீவினே நம:
ஓம் ராமபக்தாய நம:
ஓம் தைத்யகார்யவிகாதகாய நம:
ஓம் அக்ஷஹந்த்ரே நம:
ஓம் காலநாபாய நம:
ஓம் காஞ்சநாபாய நம:
ஓம் பஞ்சவக்த்ராய நம:
ஓம் மஹாதபஸே (60) நம:

ஓம் லங்கிணீபஞ்ஜநாய நம:
ஓம் ஶ்ரீமதே நம:

ஓம் ஸிம்ஹிகாப்ராணபஞ்ஜநாய நம:
ஓம் கந்தமாதனசைலஸ்த்தாய நம:
ஓம் லங்காபுர–விதாஹகாய நம:
ஓம் ஸுக்ரீவஸசிவாய நம:
ஓம் தீராய நம:
ஓம் சூ'ராய நம:
ஓம் தைத்யகுலாந்தகாய நம:
ஓம் ஸுரார்ச்சிதாய (70) நம:

ஓம் மஹாதேஜஸே நம:
ஓம் ராமசூடாமணிப்ரதாய நம:
ஓம் காமரூபிணே நம:
ஓம் பிங்களாக்ஷாய நம:
ஓம் வார்த்திமைநாகபூஜிதாய நம:
ஓம் கபளீக்ருத–மார்த்தாண்ட–மண்டலாய நம:
ஓம் விஜிதேந்த்ரியாய நம:
ஓம் ராமஸுக்ரீவஸந்தாத்ரே நம:
ஓம் மஹாராவணமர்தனாய நம:
ஓம் ஸ்ஃபடிகாபாய (80) நம:

ஓம் வாகதீசா'ய நம:
ஓம் நவவ்யாக்ருதிபண்டிதாய நம:
ஓம் சதுர்பாஹவே நம:
ஓம் தீனபந்தவே நம:
ஓம் மஹாத்மனே நம:
ஓம் பக்தவத்ஸலாய நம:
ஓம் ஸஞ்ஜீவனநகாஹர்த்ரே நம:
ஓம் சு'சயே நம:
ஓம் வாக்மினே நம:
ஓம் த்ருடவ்ரதாய (90) நம:

ஓம் காலநேமிப்ரமதநாய நம:
ஓம் ஹரிமர்க்கடமர்க்கடாய நம:
ஓம் தாந்தாய நம:
ஓம் சா'ந்தாய நம:
ஓம் ப்ரஸந்நாத்மனே நம:
ஓம் ச'தகண்ட்டமதாபஹ்ருதே நம:
ஓம் யோகினே நம:
ஓம் ராமகதாலோலாய நம:
ஓம் ஸீதான்வேஷணபண்டிதாய நம:
ஓம் வஜ்ரதம்ஷ்ட்ராய (100) நம:

ஓம் வஜ்ரநகாய நம:
ஓம் ருத்ரவீர்யஸமுத்பவாய நம:
ஓம் இந்திரஜித்ப்ரஹிதாமோக–ப்ரஹ்மாஸ்த்ரவிநிவாரகாய நம:
ஓம் பார்த்தத்வஜாக்ர–ஸம்வாஸினே நம:
ஓம் ச'ரபஞ்ஜரபேதகாய நம:
ஓம் தச'பாஹவே நம:
ஓம் லோகபூஜ்யாய நம:
ஓம் ஜாம்பவத்ப்ரீதிவர்த்தநாய நம:
ஓம் ஸீதாஸமேத–ராமபாதஸேவா–துரந்தராய (109) நம:

ஸ்ரீ ஆஞ்ஜனேயாய நம: நானாவித பரிமள பத்ர புஷ்பாணி ஸமர்ப்பயாமி

தூபமாக்ராபயாமி **(தூபம் காட்டவும்)**

தீபம் தர்ச'யாமி **(தீபம் காட்டவும்)**

தூப/தீபானந்தரம் ஆசமனீயம் ஸமர்ப்பயாமி **(தீர்த்தம் விடவும்)**

நைவேத்யம்:

ஓம் பூர்புவஸ்ஸுவ: .... ப்ரசோதயாத் ।
தேவஸவித: ப்ரஸுவ–ஸத்யம் த்வர்த்தேன பரிஷிஞ்சாமி ॥
அம்ருதோபஸ்தரணமஸி।
ப்ராணாய ஸ்வாஹா .... ப்ரஹ்மணே ஸ்வாஹா॥

மஹாநைவேத்யம் நிவேதயாமி **(நைவேத்யத்தின் மீது (பால்/பழம்/பாயஸம்) தீர்த்தம் ப்ரோக்ஷித்து நிவேதனம் செய்யவும்)**

மத்யே மத்யே அம்ருதபானீயம் ஸமர்ப்பயாமி।
அம்ருதாபிதாநமஸி। **(தீர்த்தம் விடவும்)**

தாம்பூலம் ஸமர்ப்பயாமி **(வெற்றிலை, பாக்கு நிவேதனம் செய்யவும்)**

கற்பூர நீராஜனம் :

(கற்பூர ஆரத்தி எடுக்கவும்)

ந தத்ர ஸூர்யோ பாதி ந சந்த்ர தாரகம்
நேமா வித்யுதோ பாந்தி குதோऽயமக்னி: ।
தமேவ பாந்த மனுபாதி ஸர்வம்
தஸ்ய பாஸா ஸர்வமிதம் விபாதி ॥

கற்பூரநீராஜனதீபம் தர்ச'யாமி । **(கற்பூர ஆரத்தி எடுக்கவும்)**
நீராஜனானந்தரம் ஆசமனீயம் ஸமர்ப்பயாமி । **(தீர்த்தம் விடவும்)**

மந்த்ரபுஷ்பம் :

(கையில் புஷ்பங்களை எடுத்துக் கொண்டு)

யோऽபாம் புஷ்பம் வேத–புஷ்பவான் ப்ராஜாவான் பசு'மான் பவதி ।
சந்த்ரமா வா அபாம் புஷ்பம் புஷ்பவான் ப்ராஜாவான் பசு'மான் பவதி ॥

மந்த்ரபுஷ்பம் ஸமர்ப்பயாமி ॥ **(புஷ்பம் ஸமர்ப்பிக்கவும்)**

யானி கானி ச பாபானி ஜன்மாந்தர–க்ருதானி ச ।
தானி தானி விநச்'யந்தி ப்ரதக்ஷிண பதே பதே ॥

ப்ரதக்ஷிண நமஸ்காரான் ஸமர்ப்பயாமி **(ப்ரதக்ஷிண நமஸ்காரம் செய்யவும்)**

|| ஸ்ரீ: ||

த்யான ச்’லோகங்கள்

1. ஸ்மார்த்தர்களுக்கு

பாராயணம் ஆரம்பிக்கும்முன் கூறவேண்டிய மங்கள ச்லோகங்கள்:

சு’க்லாம் பரதரம் விஷ்ணும் ச’சி’வர்ணம் சதுர்புஜம் |
ப்ரஸன்னவதனம் த்யாயேத் ஸர்வவிக்நோப ச’ாந்தயே || 1

வாகீசா’த்யா: ஸுமனஸ: ஸர்வார்த்தானாமுபக்ரமே |
யம் நத்வா க்ருதக்ருத்யா: ஸ்யு: தம் நமாமி கஜானனம் || 2

(பிறகு சங்கரபகவத்பாத குருபரம்பரை சுலோகங்களை அனுஸந்திக்க வேண்டும்.)

ஸரஸ்வதி ப்ரார்த்தனை:

தோர்பிர்யுக்தா சதுர்பி: ஸ்ஃபடிகமணிமயீமக்ஷமாலாம் ததானா
ஹஸ்தேனைகேன பத்மம் ஸிதமபி ச சு’கம் புஸ்தகம் சாபரேண |
பாஸா குந்தேந்து ச’ங்கஸ்ஃபடிகமணிநிபா பாஸமானாஸமானா
ஸா மே வாக்தேவதேயம் நிவஸது வதனே ஸர்வதா ஸுப்ரஸன்னா || 4

ஸ்ரீ வால்மீகி வந்தனம்:

கூஜந்தம் ராம ராமேதி மதுரம் மதுராக்ஷரம் |
ஆருஹ்ய கவிதாசா’காம் வந்தே வால்மீகிகோகிலம் || 5

வால்மீகேர்முனிஸிம்ஹஸ்ய கவிதாவனசாரிண: |
ச்’ருண்வன் ராமகதாநாதம் கோ ந யாதி பராம் கதிம் || 6

ய: பிபன் ஸததம் ராமசரிதாம்ருதஸாகரம் |
அத்ருப்தஸ்தம் முனிம் வந்தே ப்ராசேதஸமகல்மஷம் || 7

ஸ்ரீ ஹனுமான் வந்தனம்:

கோஷ்பதீக்ருதவாராசி’ம் மச’கீக்ருத ராக்ஷஸம் |
ராமாயணமஹாமாலாரத்நம் வந்தேऽநிலாத்மஜம் ||
அஞ்ஜநாநந்தனம் வீரம் ஜானகீ சோ’கநாச’னம் |
கபீச’மக்ஷஹந்தாரம் வந்தே லங்காபயங்கரம் || 8

உல்லங்க்ய ஸிந்தோ: ஸலிலம் ஸலீலம் ய: சோ’கவஹ்நிம் ஜனகாத்மஜாயா: |
ஆதாய தேனைவ ததாஹ லங்காம் நமாமி தம் ப்ராஞ்ஜலிராஞ்ஜநேயம் || 9

ஆஞ்ஜனேயமதிபாடலாநனம் காஞ்சநாத்ரிகமநீயவிக்ரஹம் ।
பாரிஜாததருமூலவாஸினம் பாவயாமிபவமானநந்தனம் ॥ 10

யத்ர யத்ர ரகுநாதகீர்த்தனம் தத்ர தத்ர க்ருதமஸ்தகாஞ்ஜலிம் ।
பாஷ்பவாரி பரிபூர்ணலோசனம் மாருதிம் நமத ராக்ஷஸாந்தகம் ॥ 11

மனோஜவம் மாருததுல்யவேகம் ஜிதேந்த்ரியம் புத்திமதாம் வரிஷ்ட்டம் ।
வாதாத்மஜம் வானரயூதமுக்யம் ஸ்ரீராமதூதம் சி'ரஸா நமாமி ॥। 12

ஸ்ரீ ராமாயண வந்தனம்:

ய: கர்ணாஞ்ஜலி–ஸம்புடைரஹரஹ: ஸம்யக் பிபத்யாதராத்
வால்மீகேர் வதநாரவிந்தகளிதம் ராமாயணாக்யம் மது ।
ஜன்மவ்யாதி–ஜராவிபத்தி–மரணைரத்யந்தஸோபத்ரவம் ।
ஸம்ஸாரம் ஸ விஹாய கச்சதி புமான் விஷ்ணோ: பதம் சா'ச்'வதம் ॥ 13

ததுபகதஸமாஸஸந்தியோகம்ஸமமதுரோபநதார்த்தவாக்யபத்தம் ।
ரகுவரசரிதம்முனிப்ரணீதம்தச'சி'ரஸச்'ச வதம் நிசா'மயத்வம் ॥ 14

வால்மீகிகிரிஸம்பூதா ராமஸாகரகாமினீ ।
புநாது புவனம் புண்யா ராமாயணமஹாநதீ ॥ 15

ச்'லோகஸாரஸமாகீர்ணம் ஸர்ககல்லோலஸங்குலம் ।
காண்டக்ராஹமஹாமீனம் வந்தே ராமாயணார்ணவம் ॥ 16

வேதவேத்யே பரே பும்ஸி ஜாதே தச'ரதாத்மஜே ।
வேத: ப்ராசேதஸாதாஸீத் ஸாக்ஷாத் ராமாயணாத்மனா ॥ 17

ஸ்ரீ ராமத்யானம்:

வைதேஹீ ஸஹிதம் ஸுரத்ருமதலே ஹைமே மஹாமண்டபே
மத்யேபுஷ்பகமாஸனே மணிமயே வீராஸனே ஸுஸ்த்திதம் ।
அக்ரே வாசயதி ப்ரபஞ்ஜனஸுதே தத்த்வம் முனிப்ய: பரம்
வ்யாக்யாந்தம் பரதாதிபி: பரிவ்ருதம் ராமம் பஜே ச்'யாமளம் ॥ 18

வாமே பூமிஸுதா புரச்'ச ஹனுமான் பச்'சாத் ஸுமித்ராஸுத:
ச'த்ருக்னோ பரதச்'ச பார்ச்'வதளயோர் வாய்வாதிகோணேஷு ச।
ஸுக்ரீவச்'ச விபீஷணச்'ச யுவராட் தாராஸுதோ ஜாம்பவான்
மத்யே நீலஸரோஜகோமலருசிம் ராமம் பஜே ச்'யாமளம்॥ 19

நமோऽஸ்து ராமாய ஸலக்ஷ்மணாய
தேவ்யை ச தஸ்யை ஜனகாத்மஜாயை ।
நமோऽஸ்து ருத்ரேந்த்ரயமாநிலேப்யோ
நமோऽஸ்து சந்த்ரார்க்கமருத்கணேப்ய: ॥ 20

பாராயணம் முடித்த பின் கூறவேண்டிய மங்களச்லோகங்கள் :

ஸ்வஸ்தி ப்ரஜாப்ய: பரிபாலயந்தாம்
ந்யாய்யேன மார்கேண மஹீம் மஹீசா': ।
கோப்ராஹ்மணேப்ய: சு'பமஸ்து நித்யம்
லோகா: ஸமஸ்தா: ஸுகினோ பவந்து ॥ 1

காலே வர்ஷது பர்ஜன்ய: ப்ருதிவீ ஸஸ்யசா'லினீ ।
தேசோ'ऽயம் க்ஷோபரஹிதோ ப்ராஹ்மணா: ஸந்து நிர்பயா: ॥ 2

அபுத்ரா: புத்ரிண: ஸந்து புத்ரிண: ஸந்து பௌத்ரிண: ।
அதனா: ஸதனா: ஸந்து ஜீவந்து ச'ரதாம் ச'தம் ॥ 3

சரிதம் ரகுநாதஸ்ய ச'தகோடிப்ரவிஸ்தரம் ।
ஏகைகமக்ஷரம் ப்ரோக்தம் மஹாபாதகநாச'னம் ॥ 4

ச்'ருண்வன் ராமாயணம் பக்த்யா ய: பாதம் பதமேவ வா ।
ஸ யாதி ப்ரஹ்மண: ஸ்த்தானம் ப்ரஹ்மணா பூஜ்யதே ஸதா ॥ 5

ராமாய ராமபத்ராய ராமசந்த்ராய வேதஸே ।
ரகுநாதாய நாதாய ஸீதாயா: பதயே நம: ॥ 6

யன்மங்களம் ஸஹஸ்ராக்ஷே ஸர்வதேவநமஸ்க்ருதே ।
வ்ருத்ரநாசே' ஸமபவத் தத்தே பவது மங்களம் ॥ 7

யன்மங்களம் ஸுபர்ணஸ்ய விநதாகல்பயத் புரா ।
அம்ருதம் ப்ரார்த்தயாநஸ்ய தத்தே பவது மங்களம் ॥ 8

அம்ருதோத்பாதனே தைத்யான் க்நதோ வஜ்ரதரஸ்ய யத் ।
அதிதிர்மங்களம் ப்ராதாத்தத்தே பவது மங்களம் ॥ 9

த்ரீன் விக்ரமான் ப்ரக்ரமதோ விஷ்ணோரமிததேஜஸ: ।
யதாஸீன்மங்களம் ராம தத்தே பவது மங்களம் ॥ 10

ருதவ: ஸாகரா த்வீபா வேதா லோகா திச'ச்'ச தே ।
மங்களானி மஹாபாஹோ திச'ந்து தவ ஸர்வதா ॥ 11

காயேன வாசா மனஸேந்த்ரியைர்வா
புத்யாத்மனா வா ப்ரக்ருதே: ஸ்வபாவாத் ।
கரோமி யத்யத் ஸகலம் பரஸ்மை நாராயணாயேதி ஸமர்ப்பயாமி ॥ 12

உ. ஸ்ரீ வைஷ்ணவர்களுக்கு

பாராயணம் ஆரம்பிக்கும்முன் கூறவேண்டிய மங்கள ச்லோகங்கள் :

முதலில் தன் ஸம்ப்ரதாய ஆச்சார்யருடைய ச்லோகங்கள் சொல்லிக் கொள்ள வேண்டும். பிறகு "லக்ஷ்மீநாத ஸமாரம்பாம்", அல்லது– "அஸ்மத்குரு ஸமாரம்பாம்"– என்று ஆரம்பித்து, "ப்ரணதோஸ்மி நித்யம்" – என்கிற வரையில் சொல்லவேண்டும். பிறகு,

பிதாமஹஸ்யாபி பிதாமஹாய ப்ராசேதஸாதேச' ஃபலப்ரதாய ।
ஸ்ரீபாஷ்யகாரோத்தம தேசி'காய ஸ்ரீ சை'ல பூர்ணாய நமோ நமஸ்தே ॥ 1

என்கிற ச்லோகத்தில் ஆரம்பித்து, ஸ்ரீ பாஷ்யகாரர் முதல்–தன் ஆச்சார்யர் வரையிலான சம்பிரதாய ச்லோகங்கள் அனுஸந்திக்க வேண்டும். அல்லது ஸ்ரீதர முதல் தன் ஆச்சார்யர் வரையிலான ஸ்லோகங்கள் அனுஸந்திக்க வேண்டும். பிறகு,

கூஜந்தம் ராம ராமேதி மதுரம் மதுராக்ஷரம் ।
ஆருஹ்ய கவிதாசா'காம் வந்தே வால்மீகிகோகிலம் ॥ 2

வால்மீகேர்முனிஸிம்ஹஸ்ய கவிதாவனசாரிண: ।
ச்'ருண்வன் ராமகதாநாதம் கோ ந யாதி பராம் கதிம் ॥ 3

ய: பிபன் ஸததம் ராம சரிதாம்ருதஸாகரம் ।
அத்ருப்தஸ்தம் முனிம் வந்தே ப்ராசேதஸமகல்மஷம் ॥ 4

கோஷ்பதீக்ருதவாராசி'ம் மச'கீக்ருதராக்ஷஸம் ।
ராமாயணமஹாமாலாரத்நம் வந்தேऽநிலாத்மஜம் ॥ 5

அஞ்ஜநாநந்தநம் வீரம் ஜானகீசோ'கநாச'னம் ।
கபீச'மக்ஷஹந்தாரம் வந்தே லங்காபயங்கரம் ॥ 6

மனோஜவம் மாருததுல்யவேகம் ஜிதேந்த்ரியம் புத்திமதாம் வரிஷ்ட்டம் ।
வாதாத்மஜம் வாநரயூதமுக்யம் ஸ்ரீராமதூதம் சி'ரஸா நமாமி ॥ 7

உல்லங்க்ய ஸிந்தோ: ஸலிலம் ஸலீலம் ய: சோ'கவஹ்நிம் ஜனகாத்மஜாயா: ।
ஆதாய தேனைவ ததாஹ லங்காம் நமாமி தம் ப்ராஞ்ஜலிராஞ்ஜநேயம் ॥ 8

ஆஞ்ஜநேயமதிபாடலாநனம் காஞ்சநாத்ரிகமநீயவிக்ரஹம் ।
பாரிஜாததருமூலவாஸினம் பாவயாமி பவமானநந்தனம் ॥ 9

யத்ர யத்ர ரகுநாதகீர்த்தனம் தத்ர தத்ர க்ருதமஸ்தகாஞ்ஜலிம் ।
பாஷ்பவாரி பரிபூர்ணலோசனம் மாருதிம் நமத ராக்ஷஸாந்தகம் ॥ 10

வேதவேத்யே பரே பும்ஸி ஜாதே தச’ரதாத்மஜே |
வேத: ப்ராசேதஸாதாஸீத் ஸாக்ஷாத்ராமாயணாத்மனா || 11

ததுபகதஸமாஸஸந்தியோகம் ஸமமதுரோபநதார்த்தவாக்யபத்தம் |
ரகுவரசரிதம் முனிப்ரணீதம் தச’சி’ரஸச்’ச வதம் நிசா’மயத்வம் || 12

ஸ்ரீராகவம் தச’ரதாத்மஜ மப்ரமேயம் ஸீதாபதிம் ரகுகுலாந்வய– ரத்நதீபம் |
ஆஜானுபாஹுமரவிந்ததளாயதாக்ஷம் ராமம் நிசா’சர விநாச’கரம் நமாமி || 13

வைதேஹீ ஸஹிதம் ஸுரத்ருமதலே ஹைமே மஹாமண்டபே
மத்யேபுஷ்பகமாஸனே மணிமயே வீராஸனே ஸுஸ்த்திதம் |
அக்ரே வாசயதி ப்ரபஞ்ஜனஸுதே தத்த்வம் முனிப்ய: பரம்
வ்யாக்யாந்தம் பதாதிபி: பரிவ்ருதம் ராமம் பஜே ச்’யாமளம் || 14

பாராயணம் முடித்த பின் கூறவேண்டிய மங்கள ச்லோகங்கள்

ஏவமேதத் புராவ்ருத்தமாக்யானம் பத்ரமஸ்து வ: |
ப்ரவ்யாஹரத விஸ்ரப்தம் பலம் விஷ்ணோ: ப்ரவர்த்ததாம் || 1

லாபஸ்தேஷாம் ஜயஸ்தேஷாம் குதஸ்தேஷாம் பராபவ: |
யேஷாமிந்தீவரச்’யாமோ ஹ்ருதயே ஸுப்ரதிஷ்ட்டித: || 2

காலே வர்ஷது பர்ஜன்ய: ப்ருதிவீ ஸஸ்யசா’லினீ |
தேசோ’ऽயம் க்ஷோபரஹிதோ ப்ராஹ்மணா: ஸந்து நிர்பயா: || 3

காவேரீ வர்த்ததாம் காலே காலே வர்ஷது வாஸவ: |
ஸ்ரீரங்கநாதோ ஜயது ஸ்ரீரங்கஸ்ரீச்’ச வர்த்ததாம் || 4

ஸ்வஸ்தி ப்ரஜாப்ய: பரிபாலயந்தாம்
ந்யாய்யேன மார்கேண மஹீம் மஹீசா’: |
கோப்ராஹ்மணேப்ய: சு’பமஸ்து நித்யம்
லோகா: ஸமஸ்தா: ஸுகினோ பவந்து || 5

மங்களம் கோஸலேந்த்ராய மஹநீய குணாப்தயே |
சக்ரவர்த்திதநூஜாய ஸார்வபௌமாய மங்களம் || 6

வேதவேதாந்தவேத்யாய மேகச்’யாமலமூர்த்தயே |
பும்ஸாம் மோஹனரூபாய புண்யச்’லோகாய மங்களம் || 7

விச்’வாமித்ராந்தரங்காய மிதிலாநகரீபதே: |
பாக்யானாம் பரிபாகாய பவ்யரூபாய மங்களம் || 8

பித்ருபக்தாய ஸததம் ப்ராத்ருபி: ஸஹ ஸீதயா |
நந்திதாகிலலோகாய ராமபத்ராய மங்களம் || 9

த்யக்த்தஸாகேதவாஸாய சித்ரகூடவிஹாரிணே ।
ஸேவ்யாய ஸர்வயமினாம் தீரோதாராய மங்களம் ॥ 10

ஸௌமித்ரிணா ச ஜானக்யா சாப—பாணாஸி—தாரிணே ।
ஸம்ஸேவ்யாய ஸதா பக்த்யா ஸ்வாமினே மம மங்களம் ॥ 11

தண்டகாரண்யவாஸாய கண்டிதாமரச'த்ரவே ।
க்ருத்ரராஜாய பக்தாய முக்த்திதாயாஸ்து மங்களம் ॥ 12

ஸாதரம் ச'பரீதத்தஃபலமூலாபிலாஷிணே ।
ஸௌலப்ய பரிபூர்ணாய ஸத்த்வோத்ரிக்த்தாய மங்களம் ॥ 13

ஹனுமத்ஸமவேதாய ஹரீசா'பீஷ்டதாயினே ।
வாலிப்ரமதனாயாஸ்து மஹாதீராய மங்களம் ॥ 14

ஸ்ரீமதே ரகுவீராய ஸேதூல்லங்க்கிதஸிந்தவே ।
ஜிதராக்ஷஸராஜாய ரணதீராய மங்களம் ॥ 15

ஆஸாத்ய நகரீம் திவ்யாமபிஷிக்த்தாய ஸீதயா ।
ராஜாதிராஜராஜாய ராமபத்ராய மங்களம் ॥ 16

மங்களாசா'ஸனபரைர்மதாசார்யபுரோகமை: ।
ஸர்வைச்'ச பூர்வைராசார்யை: ஸத்க்ருதாயாஸ்து மங்களம் ॥ 17

(பிறகு 'பிதாமஹஸ்ய'– என்று தொடங்கி தன் ஆச்சாரியர் வரையிலான ச்லோகங்களை அநுஸந்திக்கவேண்டும். அல்லது – 'ஸ்வாசாரியன்' என்று தொடங்கி 'ஸ்ரீதரபர்யந்தம்' தம்தம் குரு பரம்பரை ச்லோகங்களை அநுஸந்திக்க வேண்டும்.)

3. மாத்வர்களுக்கு

பாராயணம் ஆரம்பிக்கும்முன் கூற வேண்டிய மங்கள ச்லோகங்கள்:

சு'க்லாம்பரதரம் விஷ்ணும் ச'சி'வர்ணம் சதுர்புஜம் ।
ப்ரஸன்னவதநம் த்யாயேத் ஸர்வவிக்நோபசா'ந்தயே ॥ 1

லக்ஷ்மீநாராயணம் வந்தே தத்பக்த்தப்ரவரோ ஹி ய: ।
ஸ்ரீமதானந்த தீர்த்தாக்யோ குருஸ்தம் ச நமாம்யஹம் ॥ 2

வேதே ராமாயணே சைவ புராணே பாரதே ததா ।
ஆதாவந்தே ச மத்யே ச விஷ்ணு: ஸர்வத்ர கீயதே॥ 3

ஸர்வவிக்னப்ரச'மனம் ஸர்வஸித்திகரம் பரம் ।
ஸர்வ ஜீவப்ரணேதாரம் வந்தே விஜயதம் ஹரிம் ॥ 4

ஸர்வாபீஷ்டப்ரதம் ராமம் ஸர்வாரிஷ்டநிவாரகம் ।
ஜானகீஜானிமநிச'ம் வந்தே மத்குருவந்திதம் ॥ 5

அப்ரமம் பங்கரஹிதம் அஜடம் விமலம் ஸதா ।
ஆனந்ததீர்த்தமதுலம் பஜே தாபத்ரயாபஹம் ॥ 6

பவதி யதனுபாவாத் ஏடமூகோऽபி வாக்மீ ।
ஜடமதிரபி ஜந்துர்ஜாயதே ப்ராஜ்ஞமௌளி: ॥ 7

ஸகலவசநசேதோதேவதா பாரதீ ஸா ।
மம வசஸி விதத்தாம் ஸந்நிதிம் மாநஸே ச ॥ 8

மித்யா ஸித்தாந்ததுர்த்வாந்த வித்வம்ஸநவிசக்ஷண: ।
ஜயதீர்த்தாக்ய தரணிர்பாஸதாம் நோ ஹ்ருதம்பரே ॥ 9

சித்ரை: பதைச்'ச கம்பீரை: வாக்யைர்மாநைரகண்டிதை: ।
குருபாவம் வ்யஞ்ஜயந்தீ பாதி ஸ்ரீஜயதீர்த்தவாக் ॥ 10

கூஜந்தம் ராம ராமேதி மதுரம் மதுராக்ஷரம் ।
ஆருஹ்ய கவிதாசா'காம் வந்தே வால்மீகிகோகிலம் ॥ 11

வால்மீகேர் முநிஸிம்ஹஸ்ய கவிதா வநசாரிண: ।
ச்'ருண்வந் ராமகதாநாதம் கோ ந யாதி பராம் கதிம் ॥ 12

ய: பிபந் ஸததம் ராமசரிதாம்ருதஸாகரம் ।
அத்ருப்தஸ்தம் முநிம் வந்தே ப்ராசேதஸமகல்மஷம் ॥ 13

கோஷ்டபதீக்ருதவாராசி'ம் மச'கீக்ருதராக்ஷஸம் ।
ராமாயணமஹாமாலாரத்நம் வந்தேऽநிலாத்மஜம் ॥ 14

அஞ்ஜநாநந்தநம் வீரம் ஜாநகீ சோ'கநாச'நம் ।
கபீச'மக்ஷஹந்தாரம் வந்தே லங்காபயங்கரம் ॥ 15

மநோஜவம் மாருத துல்யவேகம் ஜிதேந்த்ரியம் புத்திமதாம் வரிஷ்டம் ।
வாதாத்மஜம் வாநரயூத முக்யம் ஸ்ரீராமதூதம் சி'ரஸா நமாமி ॥ 16

உல்லங்க்ய ஸிந்தோ: ஸலிலம் ஸலீலம் ய: சோ'கவஹ்நிம் ஜநகாத்மஜாயா: ।
ஆதாய தேநைவ ததாஹ லங்காம் நமாமி தம் ப்ராஞ்ஜலிராஞ்ஜநேயம் ॥ 17

ஆஞ்ஜநேயமதிபாடலாநநம் காஞ்சநாத்ரிகமநீயவிக்ரஹம் ।
பாரிஜாததருமூலவாஸிநம் பாவயாமி பவமாந நந்தநம் ॥ 18

வேதவேத்யே பரே பும்ஸி ஜாதே தச'ரதாத்மஜே ।
வேத: ப்ராசேதஸாதாஸீத் ஸாக்ஷாத்ராமாயணாத்மனா ॥ 19

ஆபதாமபஹர்த்தாரம் தாதாரம் ஸர்வஸம்பதாம் ।
லோகாபிராமம் ஸ்ரீராமம் பூயோ பூயோ நமாம்யஹம் ।। 20

ததுபகதஸமாஸஸந்தியோகம் ஸமமதுரோபதார்த்த–வாக்யபத்தம் ।
ரகுவரசரிதம் முனிப்ரணீதம் தச'சி'ரஸச்'ச வதம் நிசா'மயத்வம் ।। 21

வைதேஹீ ஸஹிதம் ஸுரத்ருமதலே ஹைமே மஹாமண்டபே
மத்யேபுஷ்பகமாஸனே மணிமயே வீராஸனே ஸுஸ்த்திதம் ।।
அக்ரே வாசயதி ப்ரபஞ்ஜநஸுதே தத்த்வம் முனிப்ய: பரம்
வ்யாக்யாந்தம் பரதாதிபி: பரிவ்ருதம் ராமம் பஜே ச்'யாமளம் ।। 22

வந்தே வந்த்யம் விதிபவமஹேந்த்ராதிவ்ருந்தாரகேந்த்ரை:
வ்யக்தம் வ்யாப்தம் ஸ்வகுணகணதோ தேச'த: காலதச்'ச ।
தூதாவத்யம் ஸுகசிதிமயைர்மங்களைர்யுக்த்தமங்கை:
ஸாநாத்யம் நோ விததததிகம் ப்ரஹ்ம நாராயணாக்யம் ।। 23

பூஷாரத்னம் புவனவலயஸ்யாகிலாச்'சர்யரத்னம்
லீலாரத்னம் ஜலதிதுஹிதுர்–தேவதாமௌளிரத்னம் ।
சிந்தாரத்னம் ஜகதி பஜதாம் ஸத்ஸரோஜத்யுரத்னம்
கௌஸல்யாயா லஸது மம ஹ்ருன்மண்டலே புத்ரரத்னம் ।। 24

மஹாவ்யாகரணாம்போதிமந்தமானஸமந்தரம் ।
கவயந்தம் ராமகீர்த்யா ஹனுமந்தமுபாஸ்மஹே ।। 25

முக்யப்ராணாய பீமாய நமோ யஸ்ய புஜாந்தரம் ।
நாநாவீரஸுவர்ணானாம் நிகஷாச்'மாயிதம் பபௌ ।। 26

ஸ்வாந்தஸ்–ஸ்த்தானந்தச'ய்யாய பூர்ணஜ்ஞானமஹார்ணஸே ।
உத்துங்கவாக்த்தரங்காய மத்வதுக்தாப்தயே நம: ।। 27

வால்மீகேர்கௌ: புனீயான்நோ மஹீதரபதாச்'ரயா ।
யத்துக்தமுபஜீவந்தி கவயஸ்தர்ணகா இவ ।। 28

ஸூக்திரத்நாகரே ரம்யே மூல ராமாயணார்ணவே ।
விஹரந்தோ மஹீயாம்ஸ: ப்ரீயந்தாம் குரவோ மம ।। 29

ஹயக்ரீவ ஹயக்ரீவ ஹயக்ரீவேதி யோ வதேத் ।
தஸ்ய நிஸ்ஸரதே வாணீ ஜஹ்நுகன்யா ப்ரவாஹவத் ।। 30

பாராயண முடிவில் கூற வேண்டிய மங்கள ச்லோகங்கள்

ஸ்வஸ்தி ப்ரஜாப்ய: பரிபாலயந்தாம் ந்யாய்யேன மார்கேண மஹீம் மஹீசா': |
கோப்ராஹ்மணேப்ய: சு'பமஸ்து நித்யம்
லோகா: ஸமஸ்தா: ஸுகினோ பவந்து || 1

காலே வர்ஷது பர்ஜன்ய: ப்ருதிவீ ஸஸ்யசா'லினீ |
தேசோ'ऽயம் க்ஷோபரஹிதோ ப்ராஹ்மணா: ஸந்து நிர்பயா: || 2

லாபஸ்தேஷாம் ஜயஸ்தேஷாம் குதஸ்தேஷாம் பராபவ: |
யேஷாமிந்தீவரச்'யாமோ ஹ்ருதயே ஸுப்ரதிஷ்டித: || 3

மங்களம் கோஸலேந்த்ராய மஹனீயகுணாப்தயே |
சக்ரவர்த்திதநூஜாய ஸார்வபௌமாய மங்களம் || 4

வேதவேதாந்தவேத்யாய மேகச்'யாமலமூர்த்தயே |
பும்ஸாம் மோஹனரூபாய புண்யச்'லோகாய மங்களம் || 5

விச்'வாமித்ராந்தரங்காய மிதிலாநகரீபதே: |
பாக்யானாம் பரிபாகாய பவ்யரூபாய மங்களம் || 6

பித்ருபக்தாய ஸததம் ப்ராத்ருபி: ஸஹ ஸீதயா |
நந்திதாகிலலோகாய ராமபத்ராய மங்களம் || 7

த்யக்த்தஸாகேதவாஸாய சித்ரகூட விஹாரிணே |
ஸேவ்யாய ஸர்வயமினாம் தீரோதாராய மங்களம் || 8

ஸௌமித்ரிணா ச ஜானக்யா சாபபாணாஸிதாரிணே |
ஸம்ஸேவ்யாய ஸதா பக்த்யா ஸ்வாமினே மம மங்களம் || 9

தண்டகாரண்யவாஸாய கண்டிதாமரச'த்ரவே |
க்ருத்ரராஜாய பக்தாய முக்த்திதாயாஸ்து மங்களம் || 10

ஸாதரம் ச'பரீதத்த ஃபலமூலாபிலாஷிணே |
ஸௌலப்ய பரிபூர்ணாய ஸத்த்வோத்ரிக்த்தாய மங்களம் || 11

ஹனுமத்ஸமவேதாய ஹரீசா'பீஷ்டதாயினே |
வாலிப்ரமதநாயாஸ்து மஹாதீராய மங்களம் || 12

ஸ்ரீமதே ரகுவீராய ஸேதூல்லங்க்கித ஸிந்தவே |
ஜிதராக்ஷஸராஜாய ரணதீராய மங்களம் || 13

ஆஸாத்ய நகரீம் திவ்யாமபிஷிக்த்தாய ஸீதயா |
ராஜாதிராஜராஜாய ராமபத்ராய மங்களம் || 14

மங்களாசா'ஸனபரைர்மதாசார்யபுரோகமை: |
ஸர்வைச்'ச பூர்வைராசார்யை: ஸத்க்ருதாயாஸ்து மங்களம் || 15

1-ஆவது ஸர்க்கம்

ஆஞ்ஜநேயர் சமுத்திரத்தை தாண்டுதல்

அவதாரிகை :

சக்கரவர்த்தித் திருமகனான ஸ்ரீராமபிரானின் கட்டளைப்படி ஸீதையைத் தேடி வந்த வானர சைன்யம் தென் சமுத்திரக்கரை வந்து சேர்ந்தது. எங்ஙனம் கடலைத் தாண்டுவது என்று அவர்கள் கவலையில் சோர்ந்திருந்தபோது, ஜாம்பவான் ஆஞ்ஜநேயனுக்கு அவருள் உறைந்து கொண்டிருந்த அளப்பரிய செயலாற்றலை நினைவுபடுத்தி அவரை புத்துணர்ச்சியுடன் வீறுகொண்டு எழச் செய்கிறார். அதனால் உத்வேகமடைந்த ஹனுமன் கடலைத் தாண்டி இலங்கை சென்று ஸீதையைக் கண்டுபிடித்து வெற்றிவாகையுடன் திரும்ப வேண்டும் என்று தீர்மானம் செய்கிறார்.

பொருளுரை :

ராவணன் ஸீதையை ஆகாய மார்க்கமாய் அபகரித்துச் சென்றிருந்தான். அந்த வானவீதி ஸித்த சாரணர்கள் உலாவி வரும் மார்க்கமாகையால் ஸீதையின் இருப்பிடத்தை தேடிக் கண்டுபிடிக்க எதிரிகள் யாவரையும் அடியோடு அழிக்கக்கூடிய ஆற்றல் படைத்த ஹனுமன் அந்த வான் வழியாகவே செல்ல விருப்பம் கொண்டார். அவர் சாதிக்க நினைத்தது மிகக் கடினமான ஒரு காரியம். அந்த சாதனைக்கு வேறு எதுவும் ஈடு, இணையாக இருக்க முடியாது. அவர் தனது கழுத்து, தலை ஆகியவற்றை நிமிர்த்தி ஆயத்தமான பொழுது ஒரு காளை அரசனைப் போன்று பொலிந்து விளங்கினார். மகாபலசாலியும், புத்திசாலியுமான அவர், நீர்ப்பரப்பைப் போன்று பரந்தும், வைடூரிய ரத்னத்தின் வர்ணத்தை ஒத்தும் இருந்த புல்தரையில், ஒரு தீரனாக, சுதந்திரமாக ஸஞ்சாரம் செய்த போது பறவை இனங்கள் பயந்து போயின. தனது அகன்ற மார்பினால் மரங்களை முட்டித் தள்ளினார். அப்பொழுது அவர் பார்ப்பதற்கு பல பிராணிகளைக் கொன்று குவித்த, ஒரு பெருத்த சிங்கத்தைப் போன்றிருந்தார். அவர் நின்றிருந்த அந்த சிறந்த மலையின் தரைதல பிரதேசமானது இயற்கையிலேயே நீலம், சிவப்பு, மஞ்சள், பச்சை, கருப்பு, வெள்ளை முதலான இயற்கையான பற்பல நிறங்களில் தாதுக்கற்களால் நிரம்பியிருந்ததாக இருந்தது.

யக்ஷர்கள், கின்னரர்கள், கந்தர்வர்கள், தேவர்களுக்கு இணையான நாகர்கள் முதலானோர் தங்கள் தங்கள் பரிவாரங்களுடனும் நிரந்தரமாக அங்கு குடியிருந்தனர். அவர்கள் தங்கள் இஷ்டப் பிரகாரம் வடிவுகளை ஏற்கக்கூடிய தெய்வீக சக்தி கொண்டவர்கள். அந்த உயரிய மலையிலிருந்த சிறந்த யானைகளைப் போன்று ஹனுமனும் அப்பொழுது பார்ப்பதற்கு ஒரு மடுவில் இருந்து வந்த ஒரு யானையைப் போன்று விளங்கினார். அவர் ஸூர்ய பகவானுக்கும், தேவேந்திரனுக்கும், வாயு தேவனுக்கும், பிரம்மதேவனுக்கும், பூத கணங்களுக்கும் கைகூப்பி வணக்கம் தெரிவித்து, புறப்படுவதற்கு தீர்மானம் செய்து கொண்டார். கிழக்கு திக்கை நோக்கியபடி கைகூப்பிக் கொண்டு தனது தந்தையான வாயு பகவானுக்கும், ஸ்ரீராமனுக்கும், லக்ஷ்மணனுக்கும் மானசீகமாக வந்தனம் செய்தார். புனித நதிகளையும், கடல்களையும் ஸ்மரித்து தனது சிரஸ்ஸினால் வணங்கினார். தனது உறவினர்களை ஆலிங்கனம் செய்து விட்டு, அவர்களை பிரதக்ஷிணமும் செய்தார். வானரர்கள் "நீ க்ஷேமமாய் திரும்பி வருவாயாக" என்று கூறி ஹனுமனுக்கு மரியாதை செய்தார்கள். ஹனுமன் புனிதமாகவும், காற்று வீசிக் கொண்டும் இருந்த தனது மார்க்கத்திற்கு திரும்பி வந்து, "நீங்கள் யாவரும் இங்கேயே காத்திருங்கள்" என்று வானரர்களிடம் கூறிய சாமர்த்தியம் படைத்த ஹனுமன் தெற்கு திக்கை நோக்கி செல்வதற்காக வளர்ச்சியடைந்தார்.

கடலைத் தாண்டுவதற்கு தீர்மானம் செய்தவுடன் அவர் ராமபிரானின் மேன்மைக்காக பூரிப்புடன் வளர்ச்சியடைந்தார். அவர் வளர்ச்சி பருவ காலங்களில் கடல் பொங்குவதை ஒத்திருந்தது. இதை வானர சிரேஷ்டர்கள் கண்டார்கள். கடலைத் தாண்டுவதற்கு ஆவலுடன் இருந்த ஹனுமனின் சரீரம் பெருத்து கட்டுக் கடங்காத பரிமாணத்தை அடைந்தது. இரண்டு கைகளையும் நீட்டி, அந்த பலசாலி ஹனுமன் லங்காபுரியை நோக்கி நின்றார். பிறகு தனது புஜங்களின் பலத்தினாலும், கால்களின் அழுத்தத்தினாலும் மலையை நொறுங்க வைத்தார். வானரனால் அழுத்தமடைந்த அந்த மலை ஒரு முகூர்த்த காலம் கிடுகிடுத்தது. அந்த அதிர்வினால் மரங்களின் உச்சி மீது பூத்துக் குலுங்கியிருந்த மலர்கள் யாவும் உதிர்ந்து விழுந்தன. மரங்கள் சொரிந்த நறுமணத்துடன் இருந்த மலர்க் குவியல்கள் மலையின் அனைத்து பக்கங்களிலும் பரவியிருந்து அந்த மலையை ஒரு புஷ்ப மயமான மலையாக காட்சியளிக்கச் செய்தது. மாருதியின் பாதங்களினால் நசுக்கப்பட்ட அழுத்தத்தினால் மலைச் சுனைகளிலிருந்து பெருகிய நீர், மதம் பிடித்த யானையிடமிருந்து பெருகிய மதஜலம் போன்றிருந்தது. மலையின் பல வண்ணப் பாறைகள் பிளந்து பிளவுக்கோடுகள் தென்பட்டன. அவற்றில் சில பொன்னிறமாகவும் சில கருமையாகவும், சில வெண்மையாகவும் இருந்தன.

மலையிலிருந்து மனோசிலை என்ற காவிக்கட்டிப் பாறைகள் பெரிய, பெரிய பாளங்களாக சிதறின. அந்த காட்சியானது, நின்று நிதானித்து எரியும் தீயைச் சுற்றி புகைப்படலம் படர்ந்திருந்ததை ஒத்திருந்தது. நாலாபக்கங்களிலும் உள்ள மலைக்குகைகள் நொறுங்கின. அப்பொழுது அந்த குகைகளில் வசித்து வந்த மலைவாழ் பிராணிகள் பீதியடைந்து கொடூரமாக ஓலமிட்ட அந்த பீதிக் கூக்குரல் புவியெங்கும் பரவியது. மலை, சோலைகள் ஏன், அனைத்து திக்குகளிலும் அந்த ஓலம் வியாபித்தது. மலையிலிருந்த பாம்புகளின் பெரிய படங்களில் ஸ்வஸ்திகங்கள் என்ற ரேகைக் குறிகள் காணப்பட்டன. அந்த பாம்புகள் தங்களது வாயிலிருந்து தீக்கணலை கோரமாக உமிழ்ந்தன. மலைப்பாறைகளை பற்களால் கடித்துக் குதறின. கோபம் கொண்ட அந்த பாம்புகளின் விஷப் பற்களினால் கடிக்கப்பட்டதால் அந்தப் பாறைகள் தீப்பற்றி கொழுந்து விட்டு எரிந்தன. பாறைகளும் அதனால் சுக்கல் சுக்கலாக வெடித்துச் சிதறின. அந்த மலையில் பல மூலிகைகள், முக்கியமாக விஷத்தை முறிக்கக்கூடிய வீரியம் கொண்டவையாக இருந்தாலும் அச்சமயம் நாகப்பாம்புகளின்று தோன்றிய விஷத்தை அவற்றால் கட்டுப்படுத்த முடியவில்லை. அங்கு பெருத்த சரீரங்களுடன் கூடிய வேறு பாம்புகளும் வீரியங் கொண்ட விஷத் தீயை கக்கிக் கொண்டு வெளியே சென்றன. மரங்கள், தளிர்க் கொழுந்துகளுடன் இருந்தாலும், மழையைப் போல் உதிர்த்த அந்த மலர்களின் நறுமணம் அலாதியாகவே இருந்தன.

வானரன் தனது முஷ்டிகளால் பாறைகளை தட்டினார். அவை சில சிவப்பாகவும், சில கருமையாகவும் இருந்தன. இன்னும் சில, மனோசிலை தாதுக்களைக் கொண்டிருந்தன (காவிப் பாறைகள்). அவைகள் யாவும் நொறுங்கிப் பொடிப் பொடியாயின. காட்டு மரங்களினாலும், கனிமப் பாறைகளாலும், கொழுந்து விட்டு எரியும் தீயைப் போன்றும், செஞ்சந்தனச் சாந்தைப் போன்றும் விதவிதமாக செந்நிறத்துடன் காட்சியளித்த மலையில் பல தவசிகளும் வித்யாதரர் கணங்களும் தங்கள் பெண்டிர்களுடன் வசித்து வந்தனர். அவர்கள் யாவரும், "இந்த மலையை பூதகணங்கள் பிளக்கின்றன" என்று எண்ணி கலவரமடைந்து தங்கள் வாசஸ்தலங்களிலிருந்து வெளியேறினர். அப்பொழுது பலர் மதுபான சாலைகளில் இருந்தனர். அங்கு தங்கத்தால் ஆன கூஜாக்கள் இருந்தன. பல மதுக்கலயங்களும், விலையுயர்ந்த தங்க மதுக்கலசங்களும் இருந்தன. அவற்றையெல்லாம் அப்படியப்படியே விட்டு விட்டு அவர்கள் வெளிவந்தனர்.

அங்கிருந்த மிகச்சிறந்த பல உணவு வகைகளில் சில மாமிச வகைகளாகவும், சில நாவினால் சுவைத்து சாப்பிடக் கூடியவைகளாகவும் இருந்தன. இவை மட்டுமல்லாது, தங்கப்பிடிகள் கொண்ட கத்திகள், மாட்டுத்தோலால் ஆன கேடயங்கள் முதலிய பல ஆயுதங்களும் அங்கிருந்தன.

அங்கு பல பெண்டிர்கள் தங்கள் கணவன்மார்களுடன் உல்லாசமாய் இருந்தனர். அவர்கள் ஆரங்கள், சலங்கைகள், தோள் வளைகள், கைவளையல்களும் அணிந்திருந்தனர். சிலர் செஞ்சந்தனத்தைப் பூசிக் கொண்டும், செந்நிற மாலைகளை அணிந்து கொண்டும் இருந்தனர். சிலர் குடிபோதையில் இருந்தனர். சிலருக்கு கண்கள் சிவந்திருந்தன. சிலருக்கு கண்கள் தாமரையை போன்று அழகாக இருந்தன. இதுவரையில் புன்முறுவலுடன் இருந்தாலும் இப்பொழுது அனைவரும் கலவரமடைந்து, ஆகாய வெளிக்கு மேலெழும்பினர்.

வித்யாதரர்கள் என்ற இனத்தைச் சேர்ந்த வித்தக முனிவர்கள் ஒன்றுகூடி தங்கள் சித்து வித்தைகளைக் காண்பித்துக் கொண்டு ஆகாயத்தில் நின்றிருந்தார்கள். அங்கிருந்தபடியே மலையையும் உற்று நோக்கினார்கள். அப்பொழுது ஆத்மஞானம் வரப்பெற்ற தவசியர்கள், சாரணர்கள், ஸித்த கணத்தைச் சார்ந்த அனைவரும் தூய்மையான ஆகாயவெளியில் ஒருவருக்கொருவர் பேசிக் கொள்ளும் பேச்சரவத்தைக் கேட்டனர். “மலைபோன்ற பருத்த சரீரம் கொண்ட இவர் ஹனுமன். வாயுதேவனின் குமாரர். மிகப்பெரிய வேகத்துடன் செல்லக் கூடியவர். முதலை, திமிங்கிலம் முதலானவற்றைக் கொண்ட கடலைத் தாண்ட விரும்புகிறார். இவர் கடலின் எதிர்க்கரையை அடைய விரும்புகிறார். அப்படிப்பட்ட செயலை எவரும் சுலபமாக செய்துவிட முடியாது. ஆனால் அப்படிப்பட்ட கடினமான காரியத்தை வானரர்கள் பொருட்டும், அதற்கும் மேலாக ஸ்ரீராமனின் பொருட்டும் செய்ய விரும்புகிறார்.”

இவ்வாறு தவசீலர்களின் சம்பாஷனையை கேட்ட வித்யாதரர்கள் மஹேந்திர பர்வதத்தின் மீது அளப்பரிய பராக்கிரமம் கொண்ட வானர ச்ரேஷ்டனைப் பார்த்தார்கள்.

அப்பொழுது ஹனுமன் தனது உடலை ஒரு உலுக்கு உலுக்கி ரோம கூபங்களை சிலிர்த்துக் கொண்டார். மலை போன்ற உறுதி படைத்த அவர், பெரும் இடியைப் போன்ற பேரொலியுடன் வீர கர்ஜனை செய்தார். தனது வாலை ஒரு சொடக்கு சொடக்கினார். அவரது வால் அடியில் பருத்தும் நுனியில் சிறுத்தும் உருண்டு திரண்டிருந்தது. அடர்த்தியான ரோமம் நிறைந்த வாலை அவர் சுழற்றிய விதம் கருடன் ஒரு பாம்பை சுழற்றியதைப் போல் இருந்தது. பின்புறமாக, வேகமாக சுழற்றப்பட்ட அவரது வாலைப் பார்க்குங்கால், கருடனால் எடுத்துச் செல்லப்படும் ஒரு பெரிய பாம்பு போல் இருந்தது.

ஹனுமன் உயரக் கிளம்பி புறப்பட தன்னை ஆயத்தம் செய்து கொண்டபோது, முதலில் இரும்பு உலக்கைகள் போன்றிருந்த தனது இரண்டு புஜங்களையும் அழுத்திப் பிடித்துக் கொண்டார். இடுப்பை சுருக்கிக்

கொண்டார். இரண்டு பாதங்களையும் உறுதியாக ஊன்றி தரையில் பதிய வைத்துக் கொண்டார். இரண்டு கைகளையும் இறுக்கிக் கொண்டார். கழுத்தையும், தோளையும் சுருக்கிக் கொண்டார். அப்பொழுது அவரது உடல் திருவைப் படைத்திருந்தது. வீரியசாலியான அவர் தேஜஸ்ஸையும், ஸத்துவத்தையும், வீரியத்தையும் ஒருசேர தன்னிடம் வருவித்துக் கொண்டார். வெகு தூரம் வரை, தனது பார்வையை செலுத்தி, தான் செல்ல வேண்டிய மார்க்கத்தை ஒரு கண்ணோட்டம் பார்த்தார். ஆகாயத்தைப் பார்த்துக் கொண்டு மார்பில் சுவாஸத்தை ஒரு மூச்சுப் பிடித்தார். இரண்டு காதுகளையும் சுருக்கி மடக்கிக் கொண்ட மஹா பலிஷ்டனான ஹனுமன் மேலே எழுவதற்கு ஆயத்தமாகி வானரர்களைப் பார்த்து பின்வருமாறு கூறினார்:

“ராமபாணம் வாயு வேகத்துடன் ராமனால் ஏவப்பட்டு செல்லக்கூடிய அபரிமிதமான சக்தியைக் கொண்டது. அதே வேகத்துடன் ராவணனால் பாதுகாக்கப்பட்டு வரும் லங்கைக்கு நான் செல்வேன். அந்த லங்கையில் ஒருக்கால் நான் ஸீதையைப் பார்க்கவில்லையானால் இதே வேகத்துடன் ஸ்வர்க்கலோகத்திற்கும் செல்வேன். அந்த தேவலோகத்திலும் ஸீதையை நான் காண முடியவில்லையானால் எப்படியாவது அரக்கர் அரசனான ராவணனைச் சிறைப் பிடித்து கொணர்வேன். எது எப்படியானாலும் நிச்சயமாக காரியத்தை முடித்துக் கொண்டு ஸீதையுடன் வருவேன். அது முடியாது போனால் ராவணனையும் சேர்த்து லங்கா பட்டணத்தையே பெயர்த்துக் கொண்டு வருவேன்” என்று சூளுரைத்த பிறகு அவர் எந்த யோசனையும் செய்யவில்லை. அடுத்த கணம் வெகுவேகமாக உயரே எழும்பினார். அப்பொழுது தன்னை பெரிய திருவடியான கருடாழ்வாராகவே நினைத்துக் கொண்டார். வெகுவேகமாக மாருதி மேலே எழும்பிய போது, மலை மீது வளர்ந்திருந்த மரங்கள், வேருடன் பிடுங்கிக் கொண்டு ஒன்றுகூடி உயரே எழுந்தன. மாருதியின் வேகத்தின் தாக்கம் மரங்களின் மீது கூட இருந்தது. பல மரங்களில் பூக்கள் பூத்துக் குலுங்கியிருந்தன. நாரைகளில் ஒரு வகையான “கோயஷ்டிபகம்” என்றழைக்கப்படும் நாரைகள் மதம் பிடித்தவன் வீர நடைபோடுவது போல் ஸஞ்சாரம் செய்யும் இயல்பு கொண்டவைகள். இந்த நாரைகள் பல மரங்களில் இருந்தன. அவற்றுடன் சேர்த்து மரங்களையும் ஆஞ்ஜனேயன் தனது தொடைகளின் வேகத்தினால் பிடித்து இழுத்தபடி தூய்மையான வானவெளியில் சென்றார்.

வேருடன் பிடுங்கிக்கொண்ட பல மரங்கள் தூக்கி எறியப்பட்டு சிறிது நேரம் அவரைப் பின்தொடர்ந்து வந்தன. அதைப் பார்க்கையில் ‘உறவினர்கள் பலர் பிரயாணத்திற்கு புறப்படும் தங்கள் உறவினனை வெகுதூரம் சென்று வழி அனுப்புவது போல் இருந்தது.’ சால மரங்கள் மற்றும் இதர நெட்டை மரங்கள் ஹனுமனைப் பின் தொடர்ந்து சென்றதைப் பார்க்கையில், அரசனை அவனது

சேனை வீரர்கள் பின்தொடர்ந்து செல்வது போல் இருந்தது. ஹனுமனைச் சுற்றி உச்சியில் பூக்கள் நிறைந்த பலமரங்கள், இருந்ததால் ஹனுமனது சரீரம் பார்ப்பதற்கு ஒரு மலையைப் போன்றே ஒரு அற்புதக் காட்சியாக இருந்தது. பல மரங்கள் மிக கனமாகவும், பளுவாகவும் இருந்ததால், அவை சமுத்திரத்தில் விழுந்து மூழ்கின. அதைப் பார்க்கையில் தேவேந்திரனுக்கு பயந்து ஓடி கடலில் மூழ்கி மறைந்து போன பர்வதங்களைப் போன்றிருந்தன.

ஹனுமன் ஒரு மேகத்தைப் போன்றிருந்ததால், அவரின் மீது ஒட்டிக் கொண்டிருந்த முளைகளோடும், மொட்டுகளோடும் இருந்த மலர்கள் ஒரு மலையைச் சுற்றி வட்டமிட்டுக் கொண்டிருக்கும் மின்மினிப் பூச்சிகள் போன்றிருந்தன. ஹனுமனுடன் தொடர்ந்து சென்ற மரங்கள் அவனுடைய வேகத்திற்கு ஈடு கொடுக்க முடியாமல் மலர்களை உதிர்த்துக் கொண்டு, நீரில் சிதறி விழுந்தன. அதைப் பார்க்கையில் நண்பர்கள் தங்கள் நண்பனை வழியனுப்பிவிட்டு, தங்கள் இல்லத்திற்கு திரும்பி வந்ததைப் போன்றிருந்தது. மரங்களின் பூக்கள், லேசாக இருந்ததால் உதிர்ந்து கடலில் விழுந்தன. அந்த பூக்கள் பலவிதமாகவும், வண்ணமயமாகவும் இருந்தன.அக்காட்சியானது நக்ஷத்திரங்கள் உதித்த நீல வானத்தைப் போன்றிருந்தது.

பற்பல வண்ணங்களில் இருந்த மலர்க்கொத்துகள் வானரனின் தேஹத்தில் ஒட்டிக் கொண்டிருந்த தோற்றமானது மின்னல் கொடிகளால் அழகாக மிளிரும் மேகத்தைப் போன்றிருந்தது. அவர் வேகத்துடன் பறந்து சென்றதால் புஷ்பங்கள் உதிர்ந்து நீர்ப்பரப்பில் பரவின. வாயு மார்க்கத்தில் வானரத்தலைவனின் பலம் பொருந்திய வேகம் மின்னலுடன் கூடிய மேகத்தை அடியோடு இழுத்துச் சென்றது. அப்பொழுது நீல வானில் மேகங்கள் திரண்டிருந்தன. அதைப் போன்றே நீலக்கடலிலும் அலைகளின் எழுச்சி அதே மாதிரியான தோற்றத்தைக் கொண்டிருந்தன. ஆகாயத்தில் வானரனின் நீண்டுப் பரவியிருந்த இரண்டு கைகளும் மலைச்சிகரங்களிலிருந்து வெளிப்போந்த இரண்டு ஐந்து தலை நாகங்களை ஒத்திருந்தன. ஹனுமனின் உற்சாகம் அப்பொழுது எல்லையற்றதாகவும், அபரிமிதமாகவும் இருந்தது. அலைகளுடன் கொந்தளிக்கும் பெரிய சமுத்திரத்தையே குடித்து விடுவாரோ அல்லது ஆகாயத்தையே விழுங்கி விடுவாரோ என்று கூட தோன்றியது. அவரது கண்கள் பெரிதாகவும், வட்ட வடிவமாகவும், மஞ்சள் – சிவப்பு கலந்த வண்ணத்திலும் பிரகாசமாயும், உதய சூரியனையும், உதய சந்திரனையும், மலை மீதிருந்த இரண்டு அக்னி குண்டங்களையும் ஒத்திருந்தன. வானரனின் முகம், நாசிகையுடன் தாமிரம் போல் சிவந்து சூரிய மண்டலம் அந்திகால செம்மையுடன் கூடியிருந்ததை ஒத்திருந்தது. பறந்து சென்று கொண்டிருந்த வாயுகுமாரனின் வால் உயரே தூக்கப்பட்டு நிமிர்ந்திருந்தது, தேவேந்திரனின் வெற்றிக் கொடியை ஆகாயத்தில் உயர்த்திப் பிடித்திருந்தது போல் விளங்கிற்று.

ஆஞ்சநேயர் சமுத்திரத்தை தாண்டுதல்

வெண்மையான பற்களைப் படைத்திருந்த புத்திமானான ஹனுமனின் வால் சுருண்டு ஒரு வட்டமாக இருந்தது. ஒளி வட்டத்துடன் கூடிய சூரியனைப் போல் அவர் விளங்கினார். அவருடைய பெரிய புட்டப் பிரதேசமானது மிகவும் சிவந்ததாக பிளவுண்ட ஒரு பெரிய காவிப்பாறையை ஒத்திருந்தது. அவரது அக்குள் குழிகளில் மோதின காற்று, மேகத்தின் கர்ஜனையைப் போன்று ஒலியை எழுப்பிற்று.

ஒரு பார்வையில் நோக்குங்கால் அவர் வடதிசையிலிருந்து தெற்குநோக்கி விழுந்து கொண்டிருக்கும் ஒரு வால் நக்ஷத்திரம் போலும் ஒரு எரிநக்ஷத்திரம் போலும் காணப்பட்டார். வால் நக்ஷத்திரம் தோன்றினால் அது அரசனுக்கு அபாயம் என்றும், இந்த வால் நக்ஷத்திரம் தெற்கு நோக்கி சென்று கொண்டிருக்கிறது என்று சொல்வது, ராவணனுக்கு ஆபத்து என்பதை ஸூசகப்படுத்துகிறது என்பதும் தொனி. உயரே எழுந்து செல்லும் சூரியனுக்கு ஈடான பிரகாசத்துடன் விளங்கும் அவரின் நீண்ட வடிவம் தும்புக்கயிறு கொண்டு கட்டிப் போடப்பட்ட ஒரு திமிரும் யானையை ஒத்திருந்தது. ஹனுமனின் சரீர நிழல் கீழே கடலிலும் படிந்து மிதந்து ஊர்ந்து சென்று கொண்டிருந்தது. அதைப் பார்க்குங்கால் ஒரு கப்பல் கடலில் காற்றடித்து மிதந்து செல்வது போல் இருந்தது. சமுத்திரத்தின் எந்தெந்த பிரதேசங்களைத் தாண்டிச் சென்றாரோ அங்கெல்லாம் அவருடைய சரீரவேகம் மனக்கலக்கத்தை உண்டு பண்ணுவது போல தோற்றமளித்தது. சில சமயம் கடல் அலைகள் உயர எழும்பி மலை போன்று அகன்ற அவருடைய மார்பின் மீது மோதின. ஆனால் பெரும் வேகத்துடன் சென்று கொண்டிருந்த அவர் அவற்றையும் தள்ளிக்கொண்டு பறந்து சென்றார்.

ஆகாயத்தில் ஹனுமன் எழுப்பிய வாயுவேகம் மிகப் பலமானதாக இருந்தது. மேகங்களின் வாயு ஸஞ்சார வேகமும் பலமாக இருந்தது. அந்த இரண்டு வாயு வேகங்களும் கூடி கடலில் பயங்கரமான பேரிரைச்சலைத் தோற்றுவித்து கடலை பெரிதும் கலக்கமடையச் செய்தன. உப்புநீர் நிறைந்த அந்தக் கடலில் தோன்றிய பெரும் அலைகளை சிதறடித்துக்கொண்டு வானரச்ரேஷ்டன் பூமியையும் ஆகாசத்தையும் கிழித்து விடுபவர் போல் தாவிச் சென்றார்.

பெரும் கடலில் அலைகள் மேருபர்வதம் போன்றும் மந்தர பர்வதம் போன்றும் பிரம்மாண்டமாக பொங்கி எழுந்தன. அவற்றை பொழுதுபோக்காக எண்ணிக் கொண்டு பெரும் வேகத்துடன் அனாயாசமாக சென்றார். அவருடைய வேகத்தின் தாக்கத்தால் பொங்கியெழுந்த ஜலமானது பார்ப்பதற்கு ஆகாயத்தில் இருந்த மேகங்களுடன் கூடிய சரத்கால மேகங்கள் எங்கும் பரவுவது போல் விளங்கிற்று. ஆடை கலைந்தால் உடல் பாகங்கள் வெளியே தெரிவது போல் நீர் விலகியவுடன் திமிங்கிலங்கள், முதலைகள், பெரிய மீன்கள்,

ஆமைகள் முதலானவைகள் வெளியில் தெரிந்தன. ஆகாயத்தில் பறந்து சென்று கொண்டிருந்த ஹனுமனைப் பார்த்து கடல்வாழ் பாம்புகள், அவன் கருடன் தானோ என்று நினைத்து அச்சம் கொண்டன. நீர்ப்பரப்பில் படிந்து காணப்பட்ட அவரது நிழல் பத்து யோஜனை அகலமும் முப்பது யோஜனை நீளமும் கொண்டு மிகவும் அழகாக இருந்தது. (ஹனுமனின் சுயவடிவம் அழகானதே. ஆனால் அவர் நிழல்கூட இன்னும் அதிகமாக அழகாக இருந்தது என்பது தொனி). அவரை தொடர்ந்து சென்ற அந்த நெடிய நிழல் பார்ப்பதற்கு உப்பு நீர்க் கடலில் வெண்மேகங்கள் வரிசையாக பின் சென்றது போல் இருந்தது.

எந்த ஆதாரமும் இல்லாத ஆகாய வெளியில் மஹா தேஜஸ்வியான ஹனுமன் பெருத்த உடலுடன் தாவிச் சென்றதைப் பார்த்தால் ஒரு பர்வதமே இறக்கைக் கட்டிப் பறந்து செல்வது போல் இருந்தது. பலவானான வானரத் தலைவன் எந்த வழியில் வேகமாக சென்றாரோ அந்த மார்க்கத்தின் கீழே இருந்த கடலில் நீரே இல்லாமல் தாண்டுவதற்கு எளிதாக இருந்தது. அதாவது அவரது வேகத்தின் தாக்கத்தால் நீரானது விலகி, அவ்விடத்தை எளிதில் தாண்ட முடிந்தது என்பது பொருள். பட்சிகள் கூட்டம் கூட்டமாக செல்லக்கூடிய அந்த மார்க்கத்தில் கருடனைப் போன்று ஹனுமன் சென்று கொண்டிருந்தார். அவர் அப்பொழுது வாயு தேவனைப் போல் மேகத்திரள்களை இழுத்துச் சென்றார். வானரனால் இழுத்துச் செல்லப்பட்ட பெரும் மேகங்கள் சில வெண்மையாகவும், சில சிவப்பாகவும், சில கருப்பாகவும் இன்னும் சில மஞ்சளாகவும் பல வர்ணங்களிலும் இருந்தன. இவ்வாறு மேகங்களுக்கிடையே ஊடுருவிச் செல்லும்போது சில சமயம் அவர் தோற்றம் தெரிந்தது. சில சமயம் மறைந்திருந்தது. சந்திரன் மேகங்களுக்கு இடையில் தோன்றுவதும் மறைவதும் எப்படி இருக்குமோ, அதைப் போன்று அக்காட்சி இருந்தது.

வேகமாக பறந்து சென்று கொண்டிருந்த வானரனைக் கண்ணுற்ற தேவர்கள், கந்தர்வர்கள், தானவர்கள் அகமகிழ்ந்து அவர் மேல் புஷ்பவர்ஷம் பொழிந்தார்கள். ராமனின் காரியத்தை வெற்றியுடன் முடிப்பதற்காக ஆஞ்ஜனேயன் சென்று கொண்டிருக்கிறார் என்ற காரணத்தால், சூரிய தேவன் அவருக்கு அதிகம் வெப்பம் கொடுக்கவில்லை. அவ்விதம் வாயு தேவனும் குளிர்ந்த தென்றலுடன் வானரத் தலைவனை சேவித்தார். எந்த ஆயாஸமும் இன்றி ஆகாயத்தில் வேகமாகச் செல்லும் வானரச்ரேஷ்டனைப் பார்த்து தேவர்கள், கந்தர்வர்கள் கானம் இசைத்தார்கள். நாகர்கள், யக்ஷர்கள், ராக்ஷஸர்கள், தேவர்கள், முனிவர்கள், பக்ஷிகள் யாவரும் புகழ்ந்தார்கள். குரங்கு இனத்தில் பிறந்தும் புலிக்கு நிகரான திறனைப் பெற்றிருப்பதைப் பார்த்த ஸமுத்ர ராஜன் இக்ஷ்வாகு வம்சத்தை கௌரவிக்க வேண்டி ஒரு யோசனை செய்தான். “வானரச்ரேஷ்டன் ஹனுமானுக்கு இப்பொழுது நான் சகாயம் எதுவும்

செய்யாதுபோனால், வாய் படைத்தவர்களிடம் நான் நிந்தனைப் பேச்சுக்களைக் கேட்க வேண்டி வரும். இக்ஷ்வாகு வம்சத்தில் வந்த பெருந்தலைவனான ஸகர மஹாராஜாவால் நான் தோன்றப் பெற்று வளர்க்கப்பட்டவன். இவர் இக்ஷ்வாகு வம்சத்தின் ஒரு நலம் விரும்பித் தொண்டன். ஆகையால் இவர் எந்த விதத்திலும் கஷ்டமடையக் கூடாது. ஆகையால் இந்த வானரன் களைப்பு நீங்குவதற்கு நான் ஏதாவது உதவி செய்தாக வேண்டும். சிறிது நேரம் என்னிடம் களைப்பாறினால், மீதி தூரத்தை அவர் சுகமாக கடப்பார்'' என்ற நல்லெண்ணத்துடன் நீரில் மூழ்கி மறைந்திருந்த மைனாக பர்வத ச்ரேஷ்டனைப் பார்த்து பின்வருமாறு கூறினான்.

''சிறந்த மலையோனே! பாதாள லோகத்தில் வசித்து வரும் அசுரகுல இனத்தார்களுக்கு ஒரு தடுப்புத் தாழ்ப்பாளாக நீ தேவேந்திரனால் இங்கு நியமிக்கப்பட்டிருக்கிறாய். இந்த அசுரர்கள் பராக்ரமம் கொண்டவர்கள். மறுபடியும் இவர்கள் போரிட மேலே எழுந்துவர வாய்ப்பு உண்டு. ஆகையால், அதைத் தடுத்து நிறுத்த வெகு ஆழத்திலுள்ள பாதாள லோகத்தின் வாசற்படியில் குறுக்காக நின்றிருக்கிறாய். பர்வதனே! மேலேயோ, கீழேயோ அல்லது குறுக்காகவோ கூட ஸஞ்சாரம் செய்ய உனக்கு சக்தி உண்டு. ஆகையால் நான் ஒரு காரியத்திற்காக உன்னைத் தூண்டுகிறேன். மலை சிரேஷ்டனே! நீ மேலெழுந்து வருவாயாக. இதோ, வானர சிரேஷ்டன், வீரன், ஹனுமன் உன் இடத்திற்கு மேலே பறந்து சென்று கொண்டிருக்கிறார். அவர் வீரதீர செயல்களை புரிவதில் வல்லவர். ராமகாரியத்தின் பொருட்டு, அவர் ஆகாயத்தில் பறந்து சென்று கொண்டிருக்கிறார். இக்ஷ்வாகு குலத்தின் வழிவந்தவர்களுக்கு உபகாரம் செய்ய வேண்டியது எனது கடமை. ஆகையால் நான் இவருக்கு உதவி புரிய வேண்டும். எனக்கு இக்ஷ்வாகு வம்சத்தவர்கள் மரியாதைக்குரியவர்கள் அல்லவா? உனக்கும் அவர்கள் இன்னும் அதிகமாக பூஜிக்கத் தக்கவர்கள், நீ எனக்கு கடமைப்பட்டவன் என்ற காரணத்தால் ஒரு படி அதிகமாகவே உனக்கு கடமை உண்டு. ஆகையால் நீ எனக்கு உதவி புரிவாயாக. ஒரு கடமை செய்யப்படாமல் தவறிவிட்டால், அது நல்லோர்களுக்கு சினத்தை உண்டு பண்ணும்.

பொன்மயமான சிகரத்தையுடையோனே! தேவர்கள், கந்தர்வர்கள் ஆகியோர்களால் பாராட்டப்பட்டவனே! ஹனுமன் உன் மீது இளைப்பாறிவிட்டு மீதி தூரத்தை கடக்கட்டும். இவர் பறக்கக் கூடியவர்களில் மிகச் சிறந்தவர். நம்முடைய கௌரவமிக்க விருந்தாளி. காகுத்ஸ்தன் ராமனின் பேரன்பையும், மைதிலி நாடு கடந்து வாஸம் புரிந்து வருவதையும், வானரச்ரேஷ்டன் ஹனுமனின் களைப்பையும் கருதி நீ மேலெழுந்து வருவாயாக!'' கடலரசனின் இந்த வார்த்தைகளைக் கேட்ட தங்கச் சிகரங்கள் கொண்ட மைனாக பர்வதம், கடல் நீரைக் கிழித்துக்கொண்டு மேல் எழுந்து நின்றது. மேகங்களை

ஊடுருவிக் கொண்டு செல்லும் சுடர் ஒளிகொண்ட சூரியனைப் போல் அது விளங்கிற்று. பெரிய மரங்களும், செடிகளும் மலையின் மீது வளர்ந்திருந்தன. சிறிது நேரத்திலேயே தனது சிகரங்கள் முழுவதையும் வெளிக் காட்டியபடி பெரிய வடிவுடன் கடலின் மீது காணப்பட்டது. உயரத்தில் ஆகாயத்தைத் தொடும் அந்த மைனாகத்தின் கொடுமுடிகள் தங்கமயமாக இருந்தன. கின்னரர்கள் மற்றும் பெரிய நாகர்களும் அங்கு குடியிருந்தனர். ஆகாயம் இரும்பைப் போல் கருத்திருந்தாலும், அதனையும் அலைகள் தங்கத்தைப் போல் மிளிரச் செய்தன. பொன்மயமான அந்த சிகரங்கள் இயற்கையாகவே பிரகாசமாக இருந்தன. அதனால் அந்த சிறந்த மலையே நூற்றுக் கணக்கான கதிரவன்கள் ஒளி வீசுவதைப் போலிருந்தது.

எந்த முகாந்திரமுமில்லாமல் திடீரென எழுந்து தன்னெதிரிலே தோன்றி நின்ற மலையைப் பார்த்த ஹனுமன், இது தனக்கு ஏற்பட்ட ஒரு தடைதான் என்று தீர்மானம் கொண்டார். பெரும் வேகத்துடன் வந்து கொண்டிருந்ததால் தன்னெதிரில் உயர்ந்து நின்றிருந்த அந்த மலையை தனது மார்பினாலேயே முட்டித்தள்ளினார். அது பார்ப்பதற்கு பெருங்காற்று மேகத்தை சிதறடித்ததைப் போல அது இருந்தது. சிறந்த மலைத்தேவன், வானரனால் முட்டித் தள்ளப்பட்டதும், ஹனுமனின் வேகத்தைப் புரிந்து கொண்டு பூரிப்படைந்தான். மானுட உருவை ஏற்றுக் கொண்டு தனது சிகரத்திலேயே நின்றிருந்த மலைத்தேவன் ஆகாயத்தில் சஞ்சரிக்கும் வீரனை ஆகாயத்திலேயே எதிர்கொண்டு உள்ளப்பூரிப்புடன் பின்வருமாறு கூறலானார்:

“வானரச்ரேஷ்டனே! செயற்கரிய இந்த செயலை நீ புரிந்திருக்கிறாய். எனது சிகரங்களின் மீது இறங்கி விருப்பப்படி இளைப்பாறிக் கொள். ராமனுடைய வம்சத்தில் தோன்றிய மூதாதையர்களால் சமுத்ர ராஜன் வளர்ச்சியடையப் பெற்றான். அதற்கு நன்றிக்கடனாக, ராம காரியத்தில் ஈடுபட்டிருக்கும் உன்னை ஸாகரன் பூஜிக்கிறான். ஒரு உதவி செய்யப்பட்டால் அதற்கு ஈடாக இன்னொரு சந்தர்ப்பத்தில் பிரதியுபகாரம் செய்ய வேண்டும் என்பது மரபு. முறையான கடமையுமாகும். ஆகையால் இந்த ஸாகரன் உன் மூலமாக பிரதியுபகாரம் செய்ய விரும்புகிறான். அதனை ஏற்றுக்கொண்டு நீ அவனை கௌரவிக்க வேண்டும். உனக்காகவே, உனக்கு மரியாதை செய்ய வேண்டும் என்பதற்காகவே நான் ஸாகரனால் தூண்டப்பட்டிருக்கிறேன். ஸாகரன் என்னிடம் “இந்த வானரன் நூறு யோஜனை தூரம் தாண்டிச் செல்வதற்காக, ஆகாயத்தில் பறந்து சென்று கொண்டிருக்கிறார். ஆகையால் இவர் இடையில் உனது சிகரங்களில் இறங்கி இளைப்பாறிவிட்டு, மீதி தூரத்தைக் கடந்து செல்லட்டும்” என்று கூறினான். ஆகையால், வானர வீரனே! சற்று நில். என் மீது சிறிது நேரம் இளைப்பாறிவிட்டு செல்லலாம். இதோ! உனக்காக ஆகாரங்கள், பற்பல கிழங்குகள், கனி வகைகள்

இங்குள்ளன. இவை ருசியானவைகள். மணம் கொண்டவைகள். இவற்றை உண்டு களித்துவிட்டு, சிறிது களைப்பாறி விட்டு பிறகு நீ செல்லலாம். நான் உனக்கு மரியாதை செலுத்துவதற்கு இன்னொரு காரணமும் கூறுகிறேன். கேள். இதுவரையில் நான் கூறியது அனைத்தும் ஸாகரன் சார்பில். இதைத் தவிர, நான் நேரிடையாகவே உனக்கு மரியாதை செலுத்த கடமைப்பட்டவன். அதன் விவரத்தைக் கூறுகிறேன், கேள். குணவான்களை பற்றிக் கொள்ளுதல் என்பது மூன்று உலகங்களிலும் பிரசித்தமான ஒரு பண்பாடு. பெரும் வேகத்துடன் தாவிச் செல்லும் சக்தி படைத்த வானரர்களில் நீதான் தலை சிறந்தவன் என்று நான் எண்ணுகிறேன், மாருதி மைந்தனே! வானரக்களிறே! பண்பாடுகளை அறிந்தவன், அதிதியாக வந்த ஒரு சாமானியன் கூட கௌரவிக்கப்பட வேண்டும் என நினைப்பான். அப்படியிருக்க உன்னைப் போன்ற சிறப்பாளர்களைப் பற்றி கூறுவானேன்?

தேவ சிரேஷ்டனே, உயர்ந்தோனே, வாயு தேவனின் புதல்வனல்லவா நீ! வேகத்துடன் பறந்து செல்லும் விஷயத்தில் நீ அவருக்கு இணையானவன். தர்மங்களையறிந்தவனாயிற்றே நீ! உனக்கு நான் கௌரவம், மற்றும் மரியாதையை அளித்தால் அவற்றை உன் தந்தை வாயு தேவன், தனக்கு அளிக்கப்பட்டதாக ஏற்றுக் கொள்வார். ஆகையால் நீ என்னால் பூஜிக்கப்பட வேண்டியவர். இந்த விஷயத்தில் இன்னொரு காரணமும் இருக்கிறது. அதைச் சொல்கிறேன். கேட்பாயாக! அப்பனே, குழந்தாய்! முன்பு கிருதயுகத்தில் மலைகளுக்கு இறக்கைகள் இருந்தன. ஆகையால் அவைகள் கருடன், வாயுதேவன் ஆகியோர்களுக்கு இணையான வேகத்துடன் எல்லா திக்குகளிலும் பறந்து சென்று கொண்டிருந்தன. ஆகாயத்தில் அவைகள் அவ்வாறு ஸஞ்சாரம் செய்தபோது, தேவகணங்கள், மஹரிஷிகள், ஜீவராசிகள் அனைவரும் தங்கள் மீது அந்த மலைகள் விழுந்துவிடுமோ என்று அஞ்சி நடுங்கினர். அதனால் ஆயிரம் நயனங்களைக் கொண்டவனும் நூறு அசுவமேத யாகங்களைக் கொண்டவனுமான தேவேந்திரன் சினமடைந்து, அங்கங்கே ஆயிரக்கணக்கில் மலைகளின் இறக்கைகளை தனது வஜ்ராயுதத்தால் சிதைத்தெறிந்தான். வஜ்ரத்தை ஏந்திக்கொண்டு என்னைத் துரத்தி வந்தபொழுது மஹான் வாயு தேவனால் நான் வெகு சீக்கிரமாக அப்புறப்படுத்தப்பட்டு, இந்த உப்புக்கடலில் தள்ளப்பட்டேன். எனது இறக்கைகள் இழக்கப்படாமல் உனது தந்தையினால் காப்பாற்றப்பட்டேன். இதன் காரணமாக, நான் உன்னை கௌரவிக்கிறேன். ஏனெனில் வாயுதேவன் எனது மரியாதைக்குரியவர். வானர முக்கியனே! இப்படி உனக்கும் எனக்கும் ஒரு சிறப்புமிக்க ஒரு தொடர்பு இருக்கிறது. வானரோத்தமனே! இவ்வாறு நடந்த விருத்தாந்தத்தால், எனக்கும், ஸமுத்ரதேவனுக்கும் நீ உள்ளம் குளிர்ந்து மகிழ்ச்சியை அளிக்க வேண்டும். நீ உனது சிரமத்தை சிறிது போக்கிக் கொண்டு, நான் அளிக்கும் உபசாரத்தை

ஏற்றுக் கொள்வாயாக. உன்னைப் பார்த்ததால் எனக்கு மிகவும் சந்தோஷம். நீயும் எங்களுடன் அந்த மகிழ்ச்சியைப் பாராட்ட வேண்டும்.''

இவ்வாறு சொல்லக்கேட்ட வானரச்ரேஷ்டன் அச்சிறந்த மலைத் தேவனைப் பார்த்துக் கூறினார்: ''நான் சந்தோஷமடைந்தேன். எனக்கு நீர் விருந்தோம்பல் செய்து விட்டீர். இங்கு தங்காததற்கு தாங்கள் மன்னிக்க வேண்டும். நான் மேற்கொண்ட காரிய நிர்ப்பந்தம் அவசரமானது. பகல் பொழுதும் சாய்ந்து கொண்டிருக்கிறது. இடையில் எங்கும் தங்கக்கூடாது என்று நான் உறுதியான தீர்மானத்தை மேற்கொண்டிருக்கிறேன்'' என்று கூறி மலையை தனது கையினால் அன்பாக தடவிக் கொடுத்து புன்முறுவல் பூத்தபடியே ஆகாயவெளியில் உட்புகுந்து பிரயாணத்தைத் தொடர்ந்தான். அப்பொழுது மைனாகபர்வதமும் சமுத்திர ராஜனும் ஆஞ்ஜனேயனை பெருமதிப்புடன் நோக்கினர். வாயுகுமாரனை இருவரும் தக்க ஆசிகளுடன் போற்றினர்.

பிறகு மலையையும் சமுத்திரத்தையும் விட்டு நீங்கி அந்த மலையை பார்த்துக் கொண்டே வெகு தூரம் உயரே பறந்து, ஆதாரம் எதுவுமே இல்லாத தூய்மையான தனது தந்தையின் ஸஞ்சாரஸ்தலமான வெட்டவெளியில் சென்று கொண்டிருந்தார். ஹனுமானின் அந்த செயற்கரிய இரண்டாவது சாதனையை கண்ணுற்ற அனைத்து தேவர்களும், சித்தர் கணங்களும், மஹரிஷிகளும் அவரை மெச்சினார்கள். (சமுத்திரத்தை தாண்ட உறுதிமேற்கொண்டு, உயரே கிளம்பியது ஹனுமனின் முதல் சாதனை என்பது உட்கருத்து.) விண்வெளியில் இருந்த தேவர்கள் ஹனுமனுடைய செயலைக் கண்டு மிகவும் மகிழ்ச்சியடைந் தார்கள். பொன் மயமான பள்ளத்தாக்குகளைக் கொண்ட மைனாக பர்வதத்தின் செயல்பாடுகளைக் கண்டு ஆயிரம் கண்கள் படைத்த தேவேந்திரனும் மகிழ்ச்சியடைந்தான். பிறகு, சசீதேவியின் மணாளனும் புத்திமானுமான இந்திரன், மகிழ்ச்சி பொங்க, உணர்ச்சிப் பெருக்குடன், அழகிய சிகரங்களைக் கொண்ட மைனாக பர்வத ச்ரேஷ்டனைப் பார்த்து பின்வருமாறு கூறலானான்:

''தங்கமயமான சிகரங்களைக் கொண்டவனே! பர்வத ச்ரேஷ்டனே! நான் உன்னிடம் மிகவும் மகிழ்ச்சி கொண்டிருக்கிறேன். நீ இனி என்னிடம் பயப்படத் தேவையில்லை என்ற உறுதி மொழியை நான் உனக்கு அளிக்கிறேன். அன்பனே! நீ இஷ்டபிரகாரம் எங்கு வேண்டுமானாலும் தங்கிக்கொள். ஹனுமன் நூறுயோஜனை தூரம் கொண்ட இந்த சமுத்திரத்தை எப்படித் தாண்டப் போகிறேரோ என்று நாங்கள் எல்லோரும் கவலைப்பட்டுக் கொண்டிருந்தோம். ஆனால் அவருக்கு எந்த கவலையும் இல்லை. அவர் ஒரு பராக்ரமசாலி. நீ அவருக்கு மகத்தான உதவி செய்திருக்கிறாய். இந்த வானரன் தசரத புத்ரன் ராமனுக்காகவல்லவா ஒரு தூதனின் பணியை மேற்கொண்டிருக்கிறார்.

அப்படிப்பட்ட அவருக்கு நீ உபசாரம் செய்ததினால் நான் உன்னிடத்தில் மிக்க மகிழ்ச்சி கொண்டிருக்கிறேன்.''

அப்பொழுது பர்வதச்ரேஷ்டன் மைனாகன் மிகப்பெரிய சந்தோஷத்தை அடைந்தான். தேவர்களின் வேந்தனும், நூறு அசுவமேதங்களை கொண்டவனுமான இந்திரனே களிப்படைந்தான் என்பது ஒரு மகிழ்ச்சியான விஷயமாயிற்றே! இந்திரனால் வரமளிக்கப்பட்ட அந்த மலை அங்கேயே தங்கி நிலைபெற்றது. ஹனுமனும் சீக்கிரமாகவே சமுத்திரத்தைத் தாண்டிச் சென்று கொண்டிருந்தார். ஆகாயத்தில் வாயுமைந்தன் சென்று கொண்டிருந்ததை தேவர்கள், கந்தர்வர்கள், ஸித்தர்கள், மஹரிஷிகள் பார்த்துக் கொண்டிருந்தார்கள். ஸுரஸா என்பவள் நாகர்களின் தாய். சூரியனைப்போல் ஒளியைக் கொண்டவள். அவளிடம் அவர்கள் பின்வருமாறு கூறினார்கள்:

''கடல் மீது இப்பொழுது பறந்து சென்று கொண்டிருக்கிறாரே ஒரு திருவளர்ச்செல்வன், இவர் வாயுதேவனின் குமாரன். ஹனுமான் என்பது இவர் பெயர். இவருக்கு சிறிதுநேரம் நீ ஒரு தடங்கலைச் செய்ய வேண்டும். நீ செய்ய வேண்டியது இதுதான். ஒரு அரக்கியின் உருவத்தை எடுத்துக்கொள்ள வேண்டும். அது மலையைப்போல் பிரம்மாண்டமாக இருக்க வேண்டும். பார்க்க பயங்கரமாக இருக்க வேண்டும். கோரைப்பற்கள் வெளியே தெரிய விகாரமாக இருக்க வேண்டும். கண்கள் சிவந்து இருக்க வேண்டும். உனது வாயை ஆகாயத்தைத் தொட்டுவிடும் அளவுக்கு பெரிதாக்கிக் கொள்ள வேண்டும். அப்பொழுது ஹனுமன் உன்னை எப்படி எதிர்கொள்கிறார் என்பதை நாங்கள் பரீக்ஷிக்க வேண்டும். அவர் பலம் எப்படி இருக்கும், அவருடைய பராக்ரமம் எப்படிப்பட்டது என்பதை நாங்கள் அறிய விரும்புகிறோம். ஒன்று, அவர் ஏதோ ஒரு உபாயத்தைக் கொண்டு உன்னை வெற்றி கொள்வார், அல்லது கவலை அடைவார்.''

இவ்வாறு கூறக் கேட்டதும் ஸுரஸாதேவி, தேவர்களால் கௌரவிக்கப் பட்டு, சமுத்திரத்தின் மத்தியில் மிகப் பெரிய அரக்கி உருவம் தாங்கி நின்றாள். அந்த உருவம் விகாரமாகவும், கோரமாகவும், யாவரையும் அச்சுறுத்துவதாகவும் இருந்தது. பறந்து சென்று கொண்டிருந்த ஹனுமனைத் தடுத்து, ''வானரச்ரேஷ்டனே! என்னுடைய எஜமானர்களாகிய தேவர்கள், உன்னை எனக்கு ஆகாரமாக காண்பித்திருக்கிறார்கள். ஆகையால் நான் உன்னை எனது உணவாக்கிக் கொள்ளப் போகிறேன். ஆகையால், நீயாகவே என் வாயில் நுழைந்துவிடு'' என்று கூறியவுடன், வானரச்ரேஷ்டன் மனம் கலங்காமல் கைகூப்பி, மலர்ந்த முகத்துடன், ''தசரத மஹா சக்ரவர்த்தியின் மைந்தன் ராமன் பிரசித்தி பெற்றவர். அவர் தனது தம்பியான லக்ஷ்மணனுடனும், மனைவியான விதேஹ ராஜகுமாரி ஸீதையுடனும் தண்டகாவனத்தில் பிரவேசித்தார்.

அவர்களுடன் அரக்கர்கள் முன்பே பகைமை கொண்டிருந்தார்கள். ராமன் ஏதோ ஒரு காரியத்தில் கவனம் செலுத்தியிருந்தபோது, ராவணன், ராமனின் மனைவியான கீர்த்திமிக்க ஸீதாதேவியை அபகரித்துச் சென்றுவிட்டான். ராமனின் கட்டளையின் பேரில் நான் இப்பொழுது ஸீதையின் இருக்குமிடத்திற்கு தூதுவனாகச் சென்று கொண்டிருக்கிறேன். நீ ராமனின் நாட்டில் வசித்து வருபவளாயிற்றே. ஆகையால் நீ ராமனுக்கு உதவிபுரிய வேண்டும். அதாவது என்னைத் தடைப்படுத்தாமல் போகவிட வேண்டும். இதற்கு நீ ஒப்புக்கொள்ளாது போனால், வேறு ஒரு ஏற்பாட்டிற்காவது சம்மதிக்க வேண்டும். ராமன் எவருக்கும் எந்த கஷ்டத்தையும் கொடுப்பவர் அல்லன். ஆகையால் ஸீதையைப் பார்த்து விட்டு, பிறகு ராமனையும் பார்த்துவிட்டு உன் வாயில் நானாகவே வந்து நுழைந்துவிடுகிறேன். இது நிச்சயம். நான் இதை சத்தியமாய் வாக்களிக்கிறேன்'' என்று கூறியதும், இஷ்டப்படி உருவத்தை மாற்றிக் கொள்ளும் சக்தி படைத்த ஸுரஸா, ''அது முடியாது. ஒருவரும் என்னை மீறிச் செல்ல முடியாது. இது நான் பெற்ற வரம்'' என்று கூறினாள்.

ஸுரஸையின் வார்த்தையை சட்டை செய்யாமல் சென்று கொண்டிருந்த ஹனுமனைப் பார்த்து, அவரது பலத்தை பரீக்ஷை செய்து பார்க்க விரும்பிய ஸுரஸை, ''வானரச்ரேஷ்டனே! அப்படியானால் நீ ஒன்று செய்! முதலில் நீ என் வாயில் நுழைந்துவிட்டு பிறகு முடியுமானால் வெளியே வந்து இஷ்டப்படிச் செல். ஏனெனில் இப்படிப்பட்ட வரத்தை எனக்கு பிரம்மதேவன் வெகுகாலம் முன்பே கொடுத்திருக்கிறார்'' என்று சொல்லிக் கொண்டே வேக, வேகமாக வாயை விஸ்தாரமாகத் திறந்து வைத்துக் கொண்டு மாருதியின் எதிரில் நின்று விட்டாள்.

வானரச்ரேஷ்டன் கோபத்துடன், ''என்னை விழுங்குவதற்கு ஏற்றாற்போல் உனது வாயை முடிந்தளவு தயார்ப்படுத்திக் கொள்'' என்று கூறி, தனது உடலை திடீரென பெருக்கிக் கொண்டார். அது பத்து காத தூரம் நீளமாகவும் பத்து காத தூரம் அகலமாகவும் இருந்தது. மேகத்தைப் போன்றிருந்த ஹனுமனின் அச்செயலைப் பார்த்த ஸுரஸா தனது வாயை இருபது காதம் பரிமாணம் கொண்டதாக ஆக்கிக் கொண்டாள். சிறந்த அறிவாளியான வாயுகுமாரன் அதைப் பார்த்து சினத்துடன் தனது உடலின் பரிமாணத்தை முப்பது காதம் அளவு பெரிதாக்கிக் கொண்டார். அப்பொழுது ஸுரஸையின் வாய் நாற்பது காதம் அளவு பெரிதாயிற்று. ஹனுமன் சளைக்காமல் ஐம்பது காதம் அளவிற்கு தனது உடலை பெருக்கிக் கொண்டார். அப்பொழுது ஸுரஸையின் வாய் அறுபது காதம் அளவுக்கு வளர்ந்தது. அப்பொழுது மறுபடியும் ஹனுமானின் சரீரம் எழுபது காதம் அளவாயிற்று. உடனே ஸுரஸையின் வாய் எண்பது காதம் அளவுக்கு பெரிதாயிற்று. மலைபோன்று பெருத்த சரீரம் கொண்ட ஹனுமனின் வாய் தொண்ணூறு காதம் அளவை எட்டியது. அதற்கு மேலாக ஸுரஸை தனது

வாயை நூறு காதத்திற்கு விரித்தாள். சிறந்த நுண்ணறிவு கொண்ட வாயுகுமாரன் இந்த தருணத்திற்காகவே காத்திருந்ததுபோல் ஸுரஸையின் பெரிய பிளந்த வாயைப் பார்த்தார். அதில் நாக்கு வெகு நீளமாயிருந்தது. பிளந்த வாய், நரகத்தைப் போன்று மிக கோரமாகக் காட்சியளித்தது. அடுத்த நொடியில் ஹனுமன் மின்னல் வேகத்தில் தனது உடலை கட்டை விரல் அளவு பரிமாணத்திற்கு சுருக்கிக் கொண்டார். விரைவாக ஹனுமன் அவள் வாயில் நுழைந்து, அடுத்த கணம் வெகுவேகமாக வெளியில் வந்து ஆகாயத்தில் நின்று கொண்டு, வெற்றிச் செல்வம் முகத்தில் களைகட்ட பின்வருமாறு கூறினார்:

"தக்ஷப்ரஜாபதியின் மகளான ஸுரஸா தேவியே! உன் நிபந்தனைப்படியே நான் உன் வாயில் நுழைந்து விட்டேன். உனக்கு நமஸ்காரம். இப்பொழுது நான் ஸீதை இருக்குமிடம் தேடிச் செல்கிறேன். நீ ப்ரம்ம தேவனிடம் பெற்றிருந்த தாகச் சொன்ன வரமும் உண்மையாகிவிட்டது." கிரகண காலம் கடந்த பிறகு ராஹுவின் வாயிலிருந்து வெளிவரும் சந்திரனைப்போல தனது வாயிலிருந்து வெளிப்போந்த வானரனைப் பார்த்து அவள் தனது சுய உருவுடன் கூறினாள்: "இனிய அன்பனே! வானரச்ரேஷ்டனே! உனது காரியம் வெற்றி பெறும் பொருட்டு சுகமாக செல்வாயாக. பெருமான் ராமனுடன் ஸீதையை சேர்ப்பாயாக."

யாவராலும் செய்ய முடியாத ஹனுமானின் இந்த மூன்றாவது அரிய செயலைப் பார்த்த அனைத்து ஜீவராசிகளும், "சபாஷ், சபாஷ்" என்று கூறி பாராட்டின. வருணதேவனின் ஆலயமும், எவராலும் எதிர்கொள்ள முடியாததுமாகிய ஸாகரத்தைத்தாண்டி ஹனுமன், கருட பகவானின் வேகத்திற்கு இணையாக ஆகாயத்தில் உட்புகுந்து சென்றார். வாயுகுமாரன் நீந்திச்சென்ற அந்த ஆகாய மார்க்கம் தான் எவ்வளவு சிறப்புகளைக் கொண்டது! அந்த ஆகாயவெளி, நீரை தாரையாகப் பொழியும் மேகங்களைக் கொண்டது. பட்சிகள் உலாவிப் பறக்கும் தளம். ஆடல், பாடல் வித்தகர்கள் கைசிகாசார்யர்கள் அதாவது கந்தர்வர்கள் – அப்ஸரஸ்ஸுகள் ஸஞ்சாரம் செய்யும் இடம். இந்திரனின் பட்டத்து யானை ஐராவதம் பவனி வரும் பாதை. நேர்த்தியாகவும், அலங்காரமாகவும் இருக்கும் விதவிதமான விமானங்கள் ஒன்று கூடும் மார்க்கம். அந்த விமானங்களில் சிங்கம், யானை, புலி, பட்சி, பாம்பு முதலான வாகனங்கள் இணைக்கப்பட்டிருந்தன. வஜ்ராயுதம், இடி போன்றவைகளுக்கு இணையான அதிரடி மின்னல்கள் அங்கே மிளிர்ந்தன. புண்யகர்மாக்களின் பயனாக ஸ்வர்க்க லோகம் கிடைக்கப் பெற்ற பெரும் பாக்கியவான்கள் அதனை அலங்கரித்திருந்தனர். யாக யஜ்ஞங்களில் அளிக்கப்படும் ஹவிர்ப்பாகங்களை தேவர்களுக்கு அக்னி தேவன் ஏந்திச் செல்லும் ஊடகம். க்ரஹங்கள், நக்ஷத்திரங்கள், சந்திரன், சூரியன், தாரகைகள் முதலான ஜ்யோதிர் கணங்கள் நன்கு பயன்படுத்திய மங்கலகரமான பாதை.

மாமுனிவர்களின் குழாம்கள், கந்தர்வர்கள், நாகர்கள், யக்ஷர்கள் அனைவரும் ஒன்று கூடுமிடம். அந்த ஆகாயவெளி உலகமனைத்திலும் பரவியது. தூய்மையானது, தெள்ளத் தெளிவானது. விச்வாவஸு என்ற கந்தர்வன் ஸஞ்சாரம் செய்யுமிடம். ப்ரஹ்ம தேவனால் படைக்கப்பட்ட இந்த உயிரின உலகத்திற்கு மேல்விதானமாக விரிக்கப்பட்ட பிரதேசம். அநேக வீரர்களாலும், சிறப்புமிக்க வித்யாதர கணங்களாலும் நிறைந்திருந்த ஆகாயத்தில், வாயுதேவனின் பாதையில் மாருதி, கருடனைப் போல் சென்றார்.

மேகத்திரள்களை காற்று இழுத்துச் செல்வது போன்று ஹனுமன் இழுத்துச் சென்று கொண்டிருக்கும்போது பெரும் மேகங்களில் சில அகில் புகை போன்று கருத்தும், சில சிவப்பு நிறத்திலும், சில மஞ்சள் நிறத்திலும், சில வெண்மை வர்ணத்திலும் ஒளிர்ந்தன. ஹனுமன் சில சமயம் மேகங்களின் உள்ளே நுழைந்தும், சில சமயம் அவற்றிலிருந்து வெளிவருவதையும் பார்க்கையில், மாரிக்காலத்தில் சந்திரன் மேகங்களினிடையே மறைவதும் தோன்றுவதுமாய் இருப்பதை ஒத்திருந்தது. வாயு மைந்தன் ஹனுமன் அனைத்து திசைகளிலிருந்தும் பார்க்கப்படுபவராய் ஆதாரம் எதுவுமே இல்லாத, ஆகாய வெளியில் இறக்கைகள் தொங்கும் ஒரு மலையரசனைப் போன்று திகழ்ந்தார். இவ்வாறு ஆகாயத்தில் பறந்து செல்லும் ஹனுமனை "ஸிம்ஹிகா" என்ற அரக்கி பார்த்துவிட்டாள். அவள் வயது முதிர்ந்தவள். இஷ்டப்படி உருவத்தை ஏற்கவும், பெருக்கவும்வல்ல மாயசக்தி கொண்டவள். அவள் அப்பொழுது தன் மனதில் "வெகுநாட்கள் கழித்து நான் இன்றுதான் நிறைவான ஆகாரம் உண்ணப் போகிறேன். இது மிகப் பெரிய பிராணி. வெகுகாலம் காத்திருந்த எனக்கு வசமாக வந்துள்ளது" என்று எண்ணமிட்டபடி ஹனுமனின் நிழலைப் பற்றியிழுத்தாள். தனது நிழல் பற்றியிழுக்கப்படுகையில் வானரன் சிந்தித்தார்.

"திடீரென்று பின்னிழுக்கப்பட்டு தடைப்பட்டிருக்கிறேனே! இது என்ன காரணம்? எனது வீரியம் மழுங்கிவிட்டதே! எதிர்காற்றினால் கடலில் தத்தளிக்கும் பெரும் கப்பலின் நிலைமையைப் போன்றிருக்கிறதே!" என்று எண்ணியவாறு சுற்றிலும் தனது பார்வையைச் செலுத்தினார். அப்பொழுது உப்புக்கடலில் வீற்றிருக்கும் ஒரு பெரிய பிராணியை கண்டு சிந்திக்கலானார். "வானர ராஜன் ஸுக்ரீவன் "சாயாக்ராஹி" என்ற அதிசய பூதத்தைப் பற்றிக் கூறியுள்ளாரே. அது இதுதானோ? நிழலைப் பற்றி இழுக்கக் கூடிய மாயசக்தி படைத்த பூதம் இதுவாகத்தான் இருக்க வேண்டும், சந்தேகமில்லை" என்றும், அதன் இயல்புத்தன்மையையும் மதியூகியாகிய மாருதி உடனே தெரிந்து கொண்டு, மாரிக்காலத்து மேகம் போன்று பெருத்த உருவமாக வளர்ந்தார். மஹாவானரனின் சரீரம் பெரிதாக வளர்ந்ததைப் பார்த்த ஸிம்ஹிகா தானும் தனது வாயை மிகப் பெரியதாக அகற்றி வைத்துக் கொண்டாள். அது பாதாள லோகத்து குகையைப் போன்று இருந்தது. இடிமேகம் போல் கர்ஜனை செய்து

கொண்டு அவள் வானரனைத் தாவிப் பிடிக்க வந்தாள். மேதாவியான மஹாவானரன் அவளுடைய பெரிய முகத்தையும், அகன்று திறந்திருந்த வாயையும், அவளது சரீரத்தின் அளவையும், அவளது உயிர் நிலையையும் பார்த்து வைத்துக் கொண்டார்.

வஜ்ரம் போன்ற உடற்கட்டு கொண்ட பலசாலி வானரன், தனது உடலை மறுபடியும் குறுக்கிக்கொண்டு அவளுடைய திறந்த வாயில் விழுந்தார். அப்பொழுது, கிரகண காலத்தில் ராஹுவினால் விழுங்கப்பட்ட பூர்ண சந்திரனைப் போல, ஹனுமன் அவளுடைய வாயில் மறைந்ததை சித்தர்கள், சாரணர்கள் பார்த்தார்கள். பிறகு தனது கூரிய நகங்களினால் அவளுடைய உயிர்நிலையைக் கீறி, மனோவேகத்துடன் கூடிய வீரியத்துடன் வேகவேகமாக வெளி வந்தார்.

முன்யோசனையோடும், தைரியத்துடனும், சாமர்த்தியத்துடனும் அவளை வீழ்த்திவிட்டு வானரச்ரேஷ்டன் மறுபடியும் சீக்கிரமாகவே தனது பழைய உருவத்திற்கு மாறினார். இதயம் பிளந்து கதறிக் கொண்டு ஸிம்ஹிகா உப்புக் கடலில் வீழ்ந்தாள். அவளை வீழ்த்தி மாய்ப்பதற்காகவே ஹனுமான் ப்ரஹ்ம தேவனால் படைக்கப்பட்டிருந்தார். இதைப் பார்த்து, ஆகாயவெளியில் சஞ்சரித்துக் கொண்டிருந்த பூதகணங்கள் வானர ச்ரேஷ்டனைப் பார்த்து பின்வருமாறு கூறினார்கள். "தாவிச்செல்லும் வானரர்களுள் தலை சிறந்தவனே! இன்று திகிலையூட்டும் ஒரு காரியம் உன்னால் செய்யப் பட்டிருக்கிறது. ஒரு பெரிய பயங்கர பிராணி உன்னால் கொல்லப்பட்டிருக்கிறது. நீ விரும்பிய காரியத்தை தடையேதுமில்லாமல் வெற்றியுடன் முடிப்பாயாக."

"வானரத்தலைவனே! உன்னிடத்தில் இருப்பதைப் போன்று மன உறுதி, முன்யோசனை, புத்தி கூர்மை, செயல் திறமை ஆகிய நான்கு பண்புகள் எவனிடம் குடி கொண்டிருக்கின்றனவோ அவன் எந்த காரியத்திலும் தாழ்ந்து போகமாட்டான். சிறப்புடன் விளங்குவான்."

இவ்வாறு அவர்களால் கௌரவிக்கப்பட்டு, ஹனுமன் எடுத்த காரியத்தை முடித்தவனாக, ஆகாயத்தில் மறுபடியும் நுழைந்து, கருடனைப் போல் மேலே பறந்து சென்றார்.

நூறு யோஜனை தூரத்தைக் கடந்து அநேகமாக கரையை நெருங்கிவிட்ட பொழுதில், நாற்புறத்திலும் சுற்றிப் பார்வையிட்டார். அங்கே அடுக்கடுக்கான காடுகளைக் கண்ணுற்றார். கீழே இறங்கும்போதே, பலப்பல மரங்களால் அலங்கரிக்கப்பட்ட அந்த தீவையும் மலய பர்வதத்தின் தோப்புகளையும் வானரச்ரேஷ்டன் பார்த்தார். சமுத்திரத்தையும், கடற்கரையையும், கடற்கரை மரங்களையும், சாகர ராஜனின் மனைவிமார்களின் திருமுகங்களையும்

அதாவது நதிசங்கமங்களில் நதிகளின் முகத்துவாரங்களையும் அவர் பார்த்தார்.

பிறகு சிறந்த மதியூகியான அவர் பெரும் மேகத்தைப் போன்று ஆகாயத்தை முட்டுவதைப் போல் பெரிதாக இருந்த தனது சரீரத்தை தானே ஒரு தரம் பார்த்துக் கொண்டு, "எனது பெரிய சரீரத்தையும், எனது வேகத்தையும் கண்டு அரக்கர்கள் என்னிடம் ஒரு ஆர்வப்பரபரப்பை அடைவார்கள்" என்று நினைத்து பெரிய மலையையொத்திருந்த சரீரத்தை சிறுத்துக் கொண்டு, தனது இயல்பான வடிவை ஏற்றுக் கொண்டார். அது ஒரு ஞானி மாயை நீங்கி தனது ஆத்ம நிலையை எட்டிய நிலையைப் போன்றும், பலிசக்ரவர்த்தியின் கர்வத்தை அடக்க த்ரிவிக்ரம அவதாரம் எடுத்த விஷ்ணுவைப் போன்றுமிருந்தார். பலப்பல அழகான வடிவங்களை எடுத்தவரும், எதிரிகளால் வெல்ல முடியாதவருமான அவர், சமுத்திரத்தின் கரையை வந்தடைந்ததும், எடுத்த இந்த வடிவம் எதிர்காலத்தை முன்னோக்கிய ஒரு நோக்காகும்.

பிறகு அவர் செழுமையான லம்ப பர்வதத்தின் அழகான சிகரங்களில் ஒன்றில் இறங்கினார். அப்பொழுது அவரே ஒரு பெரிய மலையைப் போன்றிருந்தார். அந்த கடற்கரையில் தாழை, நறுவிலி, தென்னை போன்ற மரங்கள் வளர்ந்திருந்தன. மலைகளின் சிகரங்களில் நிர்மாணிக்கப்பட்ட லங்காபுரியைப் பார்த்து அங்கு தனது இயல்பு உருவத்துடன் இறங்கிய போது, மிருகங்கள், பட்சிகள் அச்சத்துடன் கலக்கமடைந்தன. தானவர்கள், பன்னகர்கள் முதலியவர்களையும், பெரும் அலைகளையும் கொண்ட, சமுத்திரத்தை வெற்றியுடன் கடந்து, கரையில் நின்றபடி அமராவதியைப் போன்று விளங்கிய லங்காபுரியை அவர் பார்த்தார்.

1-ஆவது ஸர்க்கம் முடிவுற்றது.

2–ஆவது ஸர்க்கம்

இரவு வரும் வரை காத்திருத்தல்

பலவான் ஹனுமன் கடக்க முடியாத கடலைத் தாண்டி த்ரிகூட மலைச் சிகரங்களின் மீது நிர்மாணிக்கப்பட்டிருந்த லங்கா பட்டணத்தை பொறுமையாக பார்வையிட்டார். அப்பொழுது மரங்களினின்று சொரியப்பட்ட மலர்மாரிகளால் மலர்மயமாகவே ஆகிவிட்டார் அந்த வீரன். சிறந்த பராக்ரமசாலியான அந்த திருச்செல்வன், நூறு யோஜனை தூரம் கடந்து வந்தாலும் பெருமூச்சு கூட விடாதபடி களைப்பு ஏதுமின்றி அங்கே வீற்றிருந்தார்.

''பல நூற்றுக்கணக்கான யோசனை தூரமாக இருந்தாலும், நான் சுலபமாக அந்த தூரத்தை தாண்டி விடுவேன். இந்த கடலின் தூரம் நூறு யோசனை தூரம் மட்டும் தானே, இது எனக்கு பொருட்டேயல்லவே!'' என்று மாருதி தனக்குள் எண்ணிக் கொண்டார்.

வீரர்களுள் தலைசிறந்தவரும், தாவிச் செல்வோர்களில் முதன்மையில் இருப்பவரும் பெருங்கடலை வெகுவேகமாகத் தாண்டி லங்கையை அடைந்தவருமான வானரச்ரேஷ்டனும், தேஜஸ்வீயுமான ஹனுமன், கருமையான புல் தரைகளையும், நறுமணம் பரவிய வனங்களையும், குன்றுகளையும், பாறைகளையும் ஊடுறுவிச்சென்றார். மரங்கள் அடர்ந்த மலைகளையும் பூத்துக்குலுங்கிய வரிசை வரிசையான காடுகளையும் கடந்து சென்று மலை மீதிருந்தபடி, காடுகளையும், சோலைகளையும் பார்த்தார். வாயு குமாரன் மலை சிகரங்களின் மீது அமைந்திருந்த லங்காபுரியையும் பார்த்தார். தேவதாரு, கொங்கு, பேரீச்சை, நன்றாக பூத்திருந்த அரளி, எலுமிச்சை, காட்டுமல்லி, தாழை, பிரியங்கம், வாசனை நிரம்பிய கடம்பம், ஏழிலைப் பாலை, மருதம், மலைச்சாத்தி, மலர்களுடன் கூடிய அரளி போன்ற வகைவகையான மலர்கள், செடிகள், கொடிகள் ஆகியவற்றை கண்ணுற்றார். அவற்றில் கொத்துக் கொத்தான பூக்கள் செறிந்திருந்தன. சிலவற்றில் மொட்டுகள் விட்டிருந்தன. பறவைகள் பரவியிருந்த மரங்களின் உச்சிக்கிளைகள் காற்றில் அசைந்த வண்ணம் இருந்தன. தாமரைகளும், நீலோத்பலங்களும் பூத்திருந்த பல நடைவாவிகளில் அன்னபக்ஷிகளும், நீர்க்கோழிகளும் நிறைந்திருந்தன. பற்பல விளையாட்டு மைதானங்களும் விதவிதமான குளங்களும் இருந்தன.

இரவு வரும் வரை காத்திருத்தல்

பல அழகான உத்யான வனங்களில் மரங்கள் நெருக்கமாக வளர்ந்திருந்தன. வெவ்வேறு பருவங்களில் பூக்கக்கூடிய மலர்களும், காய், கனிகளும் ஒரே சமயத்தில் அந்த மரங்களில் இருந்தன.

வானரச்செல்வன், தாமரைகளும், நீலோத்பலங்களும் அழகாக பூத்திருந்த அகழிகளால் சூழப்பட்ட ராவணனால் பாதுகாக்கப்பட்ட, லங்காபுரியை

அடைந்துவிட்டார். ஸீதையை அபகரித்து வந்த காரணத்தாலும், எதிரிகளிடமிருந்து அபாயம் ஏற்படலாம் என்ற காரணத்தாலும், ராவணன் லங்காபுரிக்கு விசேஷமான பாதுகாப்பு ஏற்படுத்தியிருந்தான். இஷ்ட பிரகாரம் உருவங்களை ஏற்கக் கூடிய மாய சக்திகளைக் கொண்ட அரக்கர்கள் சுற்றிலும் உலவி வந்தார்கள்.

அந்த பெரிய பட்டணத்தின் மதில் சுவர்கள் தங்கமயமாகவும் அழகாகவும் இருந்தன. பல வீடுகள் விண்வெளிக்கோள்களைப் போல பெரிதாகவும் சரத்கால மேகங்களைப்போல நிர்மலமாகவும் இருந்தன. தெருக்கள் உயரமாகவும், வெண்மையாகவும் இருந்தன. அவை பல பக்கங்களிலும் பரவியிருந்தன. கூட கோபுரங்கள் நூற்றுக் கணக்கில் இருந்தன. அவற்றில் அலங்காரக் கொடி களும், அரசுச் சின்னக் கொடிகளும் வரிசையாக பறந்து கொண்டிருந்தன. பொன்மயமான தோரணங்கள் அலங்காரமாக ஒளி வீசின. பல பல வண்ணங்களில் கொடிகள் அலங்காரமாக படர விடப்பட்டிருந்தன. வெள்ளை வெளேர் என்று நல்ல நல்ல மாளிகைகளுடன் ஒரு தேவலோக நகரத்தைப் போன்றிருக்கும் லங்காபுரியை வியந்து பார்த்துக் கொண்டிருந்தார் ஹனுமன்.

ஆகாயத்தில் மிதந்து கொண்டிருப்பதைப் போல் ஒரு தோற்றத்தை ஏற்படுத்தியிருக்கும் இந்த லங்காபுரியை நிர்மாணித்ததற்கு முன் விச்வகர்மா தனது மனதில் ஒரு அழகிய ஆரணங்கை கற்பனை செய்து, அதையே ஒரு நகரமாக வடித்திருக்க வேண்டும் என்று தோன்றியது. கோட்டை மதில் சுவர்களே அந்த பெண்ணின் பருத்த ப்ருஷ்டங்களாகவும், அகழ் நீரே அவள் உடுத்திய புத்தாடையாகவும், மதில் சுவர்களில் வரிசையாக குத்திட்டிருந்த ஈட்டிகளும் சூலங்களும் அவளுடைய கேசங்களாகவும், நடுநாயகமாக இருந்த அரண்மனை அவளுடைய நெற்றிச்சுட்டி அணியாகவும் விளங்குவதைப் பார்த்தபடி வடக்கு வாயிலையடைந்த வானரன் சிந்திக்கலானார்.

இந்த நகரம் கைலாச பர்வதத்தின் சிகரத்தைப் போன்று ஆகாயத்தையே தொட்டு விடுவது போலவும் உயரிய கட்டிடங்களினால் விண்ணில் பறந்து செல்வது போலவும் இருக்கிறது. நாகர்களின் தலைநகரமான போகவதியை நாகர்கள் சூழ்ந்திருப்பது போல் இந்த நகரத்தில் அரக்கர்கள் நிரம்பி யிருக்கிறார்கள். கற்பனைக்கப்பாற்பட்ட அற்புதமான இந்த நகரம், நன்றாக செப்பனிடப்பட்டு தூய்மையாக இருக்கிறது. ஒரு காலத்தில் குபேரன் வசித்து வந்த பட்டணம். பொக்கிஷங்கள் நிறைந்த குகையை கொடிய விஷம் கொண்ட பாம்புகள் காவல் காத்துக் கொண்டிருக்குமல்லவா? அதைப் போன்று இந்த நகரத்தை ஏராளமான கொடிய அரக்கர்கள் கூரிய தெற்றிப்பற்களைக் கொண்டவர்களாக, சூரத்தனம் படைத்தவர்களாக, சூலம், பட்டாக்கத்தி போன்ற ஆயுதங்களை கையில் ஏந்தியவர்களாய் பாதுகாத்து வருகின்றனர்.

சமுத்திரத்தின் மத்தியில் இருக்கும் இந்த நகரத்தில் தற்காப்பு அமைப்புகள் பலமாக இருக்கின்றன. ராவணனும் லேசுபட்ட எதிரி அல்ல. மிக பராக்ரமசாலி. இந்த விஷயங்களை எண்ணிப்பார்த்த வானரன் சிந்திக்கலானார்.

"இந்த நகரத்திற்கு வந்தால்கூட வானரங்கள் பலனற்றுத்தான் போவார்கள். இந்த லங்காபட்டணத்தை தேவர்கள் கூட சுலபமாக யுத்தத்தில் வென்றுவிட முடியாது. அடைவதற்கே கடினமான, சுலபத்தில் உள்ளே நுழைந்துவிட முடியாத இந்த நகரம் ராவணனால் வெகு ஜாக்கிரதையாக காப்பாற்றப்பட்டு வருகிறது. பெருந்தோள் வலியன் ராமன் இங்கு வந்து சேர்ந்தாலும் அவரால் என்னதான் செய்ய முடியும்? எதிரிகளை வெல்வதற்கு நான்கு உபாயங்கள் உண்டு. வாஸ்தவம் தான். ஆனால் அவையாவும் இங்கு செல்லுபடியாகக் கூடியனவாக இல்லையே! ஸாமம் என்ற சமாதான உத்தி அரக்கர்களிடம் பொருந்துவதில்லை. தானம் அல்லது பேதம் அல்லது தண்டம் அதாவது யுத்தம் ஆகிய உபாயங்களும் பயனுள்ளவைகளாகத் தெரியவில்லை. வானரர்களுள் நால்வர்களுக்குத்தான் இங்கு வரக்கூடிய திறமை உண்டு. அது அங்கதனுக்கோ, நீலனுக்கோ, எனக்கோ அல்லது அறிவாளி சுக்ரீவ ராஜாவுக்கோ தான் உண்டு. இப்பொழுது இவற்றையெல்லாம் பற்றி நான் ஏன் கவலைப்பட வேண்டும்? முதலில் ஸீதை உயிருடன் இருக்கிறார்களா? இல்லையா? என்பதனை தெரிந்து கொள்கிறேன். ஸீதையைப் பார்த்த பிறகு அங்கேயே இவற்றைப் பற்றி சிந்தித்துக் கொள்கிறேன்".

சிறிது நேரம், மலைச்சிகரத்தின் மீது அமர்ந்தபடியே ராமனின் நலத்தில் நாட்டம்கொண்டு சிந்தனை செய்தார்.

"அரக்கர்களின் நகரத்தில் நான் இந்த உருவத்துடன் நுழையக் கூடாது. கொடிய, பலிஷ்டர்களால், அரக்கர்களால் இந்த நகரம் காவல் காக்கப்பட்டு வருகிறது. அரக்கர்கள் உக்கிரமான சக்தி படைத்தவர்கள். பெரும் வீரர்கள். பலசாலிகள். ஸீதையைத் தேடும்போது நான் அவர்களை சாமர்த்தியமாக ஏமாற்றியே ஆகவேண்டும். லங்காபுரியில் இரவில்தான் பிரவேசம் செய்ய வேண்டும். சில சமயங்களில் எனது உருவத்தைக் காண்பித்தும், சில சமயங்களில் எனது உருவத்தை மறைத்துக் கொண்டும் இருக்க வேண்டும். மிகப் பெரிய பணியை சாதிக்க வேண்டியிருப்பதால் சரியான சந்தர்ப்பம் பார்த்துதான் உள்ளே நுழைய வேண்டும்." அசுரர்களாலும், தேவர்களாலும் கைப்பற்ற முடியாத அப்படிப்பட்ட லங்காபுரியைப் பார்த்து, அடிக்கடி பெருமூச்சு விட்டுக் கொண்டபடியே ஹனுமன் கவலையில் ஆழ்ந்தார்.

"மிதிலா ராஜகுமாரி, ஜனகராஜாவின் அன்பு மகள், ஸீதையை, துஷ்டன் அரக்கரரசன் ராவணனுக்குத் தெரியாமல் எந்த உபாயத்தினால் சந்திப்பேன்? என்னைப் பற்றி நன்கு தெரிந்து வைத்திருக்கும் ராமனுடைய காரியம் கெடாமலிருக்க என்ன வழி? ஜனகரின் புதல்வியை அவள் தனித்திருக்கும்

போது நான் தனியாக ரஹஸ்யமாக சந்திக்க வேண்டுமே! தூதனாக வந்திருக்கும் என் பணி மிகவும் பொறுப்பானது. இடம், பொருள், ஏவல் முதலானவை பிரதிகூலமாகி விட்டால், வெற்றியை நெருங்கி விட்ட காரியங்கள் கூட அழிந்து போய் விடும். திறமையற்ற தூதன் விஷயத்தில் இப்படி ஏற்பட்டுவிடும். சூரியன் உதயம் ஆனவுடன் இருட்டு, இல்லாமல் அழிந்து போய்விடுவதைப் போல அவனுடைய காரியமும் ஸர்வநாசம் ஆகிவிடும். பயனுள்ளது எது, பயனற்றது எது என்ற விஷயம் முன்பாகவே தீர்மானம் செய்து வைத்திருந்தால் மாத்திரம் போதாது. அந்த அறிவு, திறமையுள்ள தூதுவனிடத்தில்தான் ஒளிர்விட்டுப் பிரகாசிக்கும். எனக்கு எல்லாம் தெரியும் என்று அகந்தையுடன் நினைக்கும் மூடர்களாக இருக்கும் தூதுவர்கள் தங்கள் காரியத்தைக் கெடுத்துக் கொண்டு விடுவார்கள். நான் எடுத்துக் கொண்ட காரியம் அழிந்து போகாமல் இருக்க என்ன வழி? முட்டாள்தனம் எதுவும் நேரிடாமல் இருக்க வேண்டுமே! கடலைத் தாண்டி வந்த பிரயாசை வீணாகிப் போகாமல் இருக்க என்ன செய்வது?

ராமன் உலகத்தின் போக்கை நன்கு அறிந்தவர். அவர் காரியம் இப்பொழுது அனுகூலமாவதற்கு ராவணனின் அழிவை நிச்சயம் விரும்புவார். என்னை இப்பொழுது அரக்கர்கள் பார்த்து விட்டால் ராமனுடைய நோக்கம் வீணாகிப் போய்விடுமே! அரக்கர்களுக்குத் தெரியாமல் இங்கு எந்த இடத்திலும் பாதுகாப்பாக இருக்க முடியாது. அரக்கர் வேடத்தில் இருந்தாலும் அவர்கள் கண்ணில் படாமல் இருக்க முடியாது. அப்படியிருக்க வேறு வேடங்களைப் பற்றி சொல்ல வேண்டுமோ? கண்ணுக்குப் புலப்படாத வாயு கூட இங்கு எவருக்கும் தெரியாமல் சஞ்சரிக்க முடியாது என்று எண்ணுகிறேன். பலிஷ்டர்களான அரக்கர்களுக்கு தெரியாமல் எதுவும் இங்கு இருக்க முடியாது. நான் எனது சுய வடிவுடன் கூடினவனாய் அதாவது மிகப் பெரிய குரங்கு உருவத்தில் இங்கு நின்றிருந்தால், நிச்சயம் நான் அழிந்து தான் போவேன். எனது எஜமானரின் காரியமும் கெட்டுப்போகும். ஆகையால் நான் இப்பொழுது இருக்கும் மிகப்பெரிய பரிமாணத்தை சுருக்கிக் கொண்டு சிறிய வடிவை ஏற்று இரவில் லங்கையில் நுழைகிறேன். அப்பொழுதுதான் ராமகாரியம் சுலபமாக கைகூடும். நுழையவே முடியாத ராவணனின் தலைநகர் லங்கையில் பிரவேசம் செய்து எல்லா இல்லங்களிலும் தேடிப்பார்த்து ஜனக குமாரியை கண்டு பிடிக்கிறேன்'' என்று சிந்தனை செய்தபடி சூரியனின் அஸ்தமன காலத்தை எதிர்ப்பார்த்துக் கொண்டு காத்திருந்தார். வைதேகியைப் பார்ப்பதற்கு அவர் மிக ஆவலுடன் இருந்தார்.

சூரியன் அஸ்தமனம் அடைந்தார். இரவும் வந்தது. மாருதி தனது வடிவை சுருக்கிக் கொண்டார். ஒரு பூனையின் அளவு பரிமாணத்தில் பார்க்க அற்புதமாக இருந்தார். அவர் வேகமாக தாவிச் சென்று லங்காபுரியில்

நுழைந்தார். வீதிகள் வரிசையாக அமைக்கப்பட்டு லங்காபுரி அழகாக இருந்தது. மாளிகைகள் வரிசை வரிசையாக ஏராளமாக இருந்தன. அவற்றின் தூண்கள் தங்கம், வெள்ளி ஆகியவற்றால் செய்யப்பட்டிருந்தன. சாளரங்கள் பொன்மயமாக இருந்தன. மொத்தத்தில் லங்கா பட்டணமே ஒரு கந்தர்வ நகரத்தைப்போல் திகழ்ந்தது. மாருதி அந்த பெரிய நகரில், ஏழு, எட்டு அடுக்குகளாக இருந்த மாடங்களைப் பார்த்தார். தரை, சுவர் முதலான தளங்கள் யாவும் ஸ்ஃபடிகங்களாலும், தங்கத்தாலும் அலங்காரம் செய்யப்பட்டிருந்தன. வைடூரியம், ரத்னங்கள் முதலான வண்ண வண்ண மணிகளாலும் முத்துச் சரங்களாலும் அலங்கரிக்கப்பட்ட சாளரங்களால் அரக்கர்களின் இல்லங்கள் ஒளிர்ந்தன.

வீட்டுத் தோரண வாயில்கள் தங்க மயமாகவும், சித்திர வேலைப்பாடுகள் கொண்டும், நாற்புறமும் அலங்காரமாகத் திகழ்ந்தன. நினைத்துப் பார்க்க முடியாத எழில் கொண்டதாகவும், அற்புதமான வடிவமைப்பைக் கொண்டதாகவும் இருக்கும் அந்த லங்காபுரியைப் பார்த்து மாருதி ஒரு பக்கம் கவலை கொண்டவனாகவும், மறுபக்கம் மகிழ்ச்சி கொண்டவனாகவும் ஆனார். ஸீதையைப் பார்க்க முடியுமா என்பது கவலை. நிச்சயம் அவரைக் கண்டு விடலாம் என்ற நம்பிக்கையில் மகிழ்ச்சி. வரிசையாக வெள்ளை வெளேரென்றிருந்த உயரமான விமான கோபுரங்கள் விலையுயர்ந்த பொன்மயமான சாளரங்கள், தோரணவாயில்களாலும் அலங்கரிக்கப்பட்ட மிகவும் புகழ் வாய்ந்த அந்த நகரம் ராவணனுடைய புஜபல பராக்ரமத்தாலும், பயங்கரமான வீரம் கொண்ட அரக்கர்களாலும் பாதுகாக்கப்பட்டது.

அப்பொழுது சந்திரன் உதயமானான். மாருதிக்கு அவன் துணைபுரிய எண்ணினான் போலும். ஆகையால் அவன் தாரகை கணங்கள் புடை சூழ, தனது ஆயிரமாயிரம் கிரணங்களால் நிலவை ஒரு விதானமாக விரித்து உலகில் ஒளியைப் பரப்பிக் கொண்டு விண்ணில் எழுந்தான். சந்திரனின் ஒளி சங்கின் பிரகாசத்துடன் பால், தாமரைத்தண்டு ஆகியவற்றின் வெள்ளை நிறத்தைக் கொண்டிருந்தது. ஒரு பொய்கையில் அன்னம் மிதந்து வருவதைப் போல, சந்திரனும் ஆகாய வெளியில் மிதந்து வருவதை வானரவீரன் கண்ணுற்றார்.

2-ஆவது ஸர்க்கம் முடிவுற்றது.

3–ஆவது ஸர்க்கம்

லங்கை விஜயம்

லங்காபுரி லம்பமலையின் (ஸுவேல பர்வதம் என்றும் பெயர்) உச்சியில் இருந்தது. அது ஆகாயத்தில் தொங்கும் மேகப்படலத்தைப் போன்று ஒரு காட்சியை ஏற்படுத்தியது. வாயு குமாரன், மதியூகி, ஹனுமன் மனோபலத்தை மேற்கொண்டு செயலில் ஈடுபட்டார். இரவில் லங்காபுரியில் நுழைந்தார். லங்காபட்டணம் பல அழகிய வனங்களையும், நீர்நிலைகளையும் சரத்கால மேகங்களைப் போல தூய, வெண்மையான பல மாளிகைகளால் ஒளி பொருந்தி, ஸமுத்திரத்தைப் போல ஆரவாரம் கொண்டிருந்தது. ஸமுத்திரத்திலிருந்து எழும்பி வந்த குளிர்ச்சிமிக்க காற்று நகரில் வீசியது. பலம் கொண்ட ராவணனின் சேனைகளால் பாதுகாக்கப்பட்டு, அழகழகான வளைவு தோரணங்கள், வெண்மையான தோரண வாயில்களுடன் குபேரனின் அளகாபுரியைப் போல் இருந்தது. எவ்வாறு நாகர்களின் தலைநகரான "போகவதி" தூய்மையாகவும், பாம்புகளால் பாதுகாக்கப்பட்டும் இருக்குமோ, அதைப் போன்று லங்கா நகரமும் இருந்தது. மின்னல்களுடன் கூடிய மேகங்களால் சூழப்பட்டு, நக்ஷத்திர கணங்கள் அதன் மீது ஒளி வீசி நகரை மேன்மைபடுத்திக் கொண்டிருந்தன. தேவர்களின் நகரமான 'அமராவதி'யைப் போன்று மிகப் பெரிய தங்க மதில் சுவரால் சூழப்பட்ட லங்கா நகரத்தில் மந்தமாருதம் இனிமையாக வீசிக்கொண்டிருந்தது.

கொடிகள் அலங்காரமாக கட்டப்பட்டிருந்தன. அவற்றில் சிறுசிறு சலங்கை மணிகள் இணைக்கப்பட்டு, அவை மெல்லிய ஒலிகளை எழுப்பின. ஹனுமன் இந்த காட்சிகளைக் கண்டு களித்துக் கொண்டு, உடனே மதில் சுவரை வந்தடைந்தார். நகரை சுற்றிலும் ஒரு கண்ணோட்டம் பார்த்து வியப்பில் ஆழ்ந்து போனார். வீடுகளின் கதவுகள் தங்கமயமாய் இருந்தன. யாக சாலையின் மேடைகள் வைடூரியக் கற்களால் அமைக்கப்பட்டிருந்தன. இல்லங்களில் திண்ணைகள் வைரம், ஸ்ஃபடிகம், முத்து முதலான ரத்னக்கற்களால் அலங்கரிக்கப்பட்டிருந்தன. கன்னி மாடங்கள் உருக்கிவிட்ட தங்கத்தினாலும், வெள்ளை நிறத்தில் பளபளக்கும் வெள்ளியினாலும் அமையப் பெற்றிருந்தன. மாடிப் படிக்கட்டுகள் வைடூரியக்கற்களால் தளவரிசை செய்யப்பட்டிருந்தன. அவை தூசுபடியாமல் ஸ்ஃபடிகம் போன்று நிர்மலமாய் இருந்தன. வீடுகளில் அழகிய முற்றங்கள் இருந்தன. மாளிகைகள் ஆகாயத்தில் எழும்பி நிற்பதைப் போல் உயரமாக இருந்தன.

அங்கங்கே க்ரௌஞ்சபக்ஷிகளும் மயில்களும் கூவிக்கூவி ஒலியெழுப்பின. ராஜஹம்ஸங்கள் என்ற உயர்ஜாதி அன்ன பக்ஷிகள் உலாவிக் கொண்டிருந்தன. பேரிகைகள் முதலான வாத்யங்களின் ஒலிகள் ஒரு பக்கம், மக்கள் அணிந்து கொண்டிருந்த அணிகலன்களின் சலசலப்புகள் ஒரு பக்கம். இவை யாவும் நாற்புறங்களில் எதிரொலித்துக் கொண்டிருந்தன. "வஸ்வோகஸாரம்" என்று இந்திரனின் வாஸஸ்தல நகரம் கிழக்கு திக்கில் ஒன்று உண்டு. அதற்கு இணையாக லங்காபுரி இருந்ததை ஹனுமன் கண்டார். நகரமே விண்ணில் எழும்பி ஆகாயத்தை தொட்டுவிடுவது போல் இருந்ததைக் கண்டு வானரன் ஹனுமன் மகிழ்ந்தார். அரக்க அரசன் ராவணனின் அந்த லங்காபட்டணம் மங்களம் யாவும் பெற்றிருந்தது. இதை விடச் சிறந்த நகரம் எதுவும் இல்லை என்று சொல்லும்படியாக இருந்தது. எல்லாச் செல்வங்களையும் பெற்று வளமாகவும் இருந்தது. இவை யாவற்றையும் கண்டுகளித்த வீரன் ஹனுமன் சிந்திக்கலானார்.

"இந்த நகரம் ஆயுதங்களேந்திய ராவணனின் சேனை வீரர்களால் பாதுகாக்கப்பட்டு வருகிறது. இதை எவரும் எந்த பலத்தைக் கொண்டும் சுலபத்தில் தாக்க முடியாது. இந்த நகரத்தை அணுகக்கூடிய திறமை கொண்டவர்கள் வெகு சிலரே. குமுதன், அங்கதன், ஸுஷேணன், மைந்தன், த்விவிதன் முதலானோர் இந்த கீர்த்தி மிக்க நகரத்தை அணுக முடியும். சூரிய புத்திரனான ஸுக்ரீவன், குசபர்வன், கேதுமாலன் அல்லது என் போன்ற வானரர்கள் சிலரால்தான் இங்கு வரமுடியும்."

நெடிய தோள்களைக் கொண்டிருந்த ஹனுமன் ராமனுடைய பராக்ரமம், லக்ஷ்மணனுடைய வீரம் ஆகியவற்றை எண்ணிப் பார்த்து திருப்தியடைந்தார். லங்காபுரி ஒரு பெண்ணைப் போல் விளங்கினாள். ரத்னங்களே அவள் உடுத்தும் ஆடை. பசுமாடங்களே அவள் நெற்றியில் அணியும் ஆபரணம். ஆயுத சாலைகளே அவளுடைய நகில்கள். மஹாவானரன் ஹனுமன் நகர் எங்கிலும் தீபங்களின் ஒளி வெள்ளத்தால் இருட்டே இல்லாமல் செய்யப்பட்டு, இல்லங்கள் யாவும் பிரகாசமாய் ஒளிர்வதையும் கண்ணுற்றார். லங்கா நகருக்கு அதிஷ்டான தேவதையாக "லங்காதேவி" என்ற அரக்கி இருந்தாள். அவள் தனது சுயரூபத்துடன் இருந்தாள். வானரவீரன் வாயுகுமாரன் உள்ளே நுழைந்து கொண்டிருப்பதைப் பார்த்துவிட்டாள். அவள் ராவணனால் பராமரிக்கப் பட்டவள். பார்ப்பதற்கு விகாரமான முகத்தைக் கொண்டவள். அவள் வானர ச்ரேஷ்டனைப் பார்த்து தானே எழுந்து வந்து அவரின் எதிரில் நின்றாள். பெரும் சத்தம் செய்து அவள் பவன குமாரனைப் பார்த்து, "ஏ குரங்கே! நீ யார்? எதற்காக நீ இங்கு வந்தாய்? உள்ளது உள்ளபடி சொல்லி விடு. இல்லாது போனால் உன் உடலில் உயிர் இருக்காது. நீ இந்த லங்கா பட்டணத்தின் உள்ளே நுழைய முடியாது. ராவணனின் சேனாபலம் எல்லா பக்கங்களிலும்

இதைக் காத்து வருகிறது'' என்றாள். அப்பொழுது ஹனுமான் தன் எதிரில் நின்றிருந்த அவளைப் பார்த்துக் கூறினார். ''நீ என்னிடம் கேள்விகள் கேட்டதினால், உண்மையைச் சொல்கிறேன். பதில் கூறுமுன் நான் உன்னைப் பற்றிய விஷயங்களைத் தெரிந்து கொள்ள விரும்புகிறேன். குரூரமான கண்களுடன் இருக்கிற நீ யார்? எதற்காக நகரத்தின் வாயிலில் இருக்கிறாய்? கொடியவளாக இருக்கும் நீ எதற்காக என்னை மறித்து அதட்டுகிறாய்?''

ஹனுமனின் இந்த வார்த்தைகளைக் கேட்ட அவள் கோபமடைந்து, வாயு குமாரனிடம் கடுமையாகக் கூறினாள் : ''நான் மஹாத்மா ராவணன், அரக்கர்கோனின் ஏவலாளி, என்னை எவரும் எதிர்க்க முடியாது. என்னை அவமதித்துவிட்டு நீ நகரத்தின் உள்ளே நுழைய முடியாது. இன்று நீ என்னால் கொல்லப்பட்டு, உயிர் நீங்கி மீளாத் துயிலில் உறங்கப் போகிறாய். குரங்கே! நானேதான் இந்த லங்காநகரம். (லங்கா நகரத்தின் அதிதேவதை). இந்த நகரத்தை நாற்புறங்களிலும் காவல் காத்து வருகிறேன். நீ கேட்டதற்கு நான் பதில் கூறி விட்டேன்.'' இதைக் கேட்ட வாயுகுமாரன், முயற்சியுடன் ஒரு பெரிய மலைபோல் நின்றார். அந்த விகாரமான உருவத்தைக் கொண்ட லங்காதேவியைப் பார்த்து ''இந்த லங்காபுரியை, இதில் இருக்கும் மாளிகைகள், கூடகோபுரங்கள், தோரணவாயில்கள், வனப்பிரதேசங்கள், பூங்காக்கள், தோட்டங்கள் முதலானவற்றையும் பிரதானமான மாளிகைகளையும் சுற்றிப் பார்க்க ஆசை. அதற்காகத்தான் நான் இங்கே வந்தேன்'' என்றார்.

இஷ்டப்படி உருவம் எடுக்கக்கூடிய மாயசக்தி கொண்ட லங்காதேவி ஹனுமனின் பதிலைக் கேட்டு மறுபடியும் அவரைப் பார்த்து கடுமையாக, ''துர்புத்தி கொண்டவனே! இந்த நகரம் அரக்கர்கோனால் பாதுகாக்கப் பட்டது. என்னை வெல்லாமல் நீ இந்த நகரத்தில் பிரவேசம் செய்ய முடியாது'' என்று கூறினாள்.

வானரர்களுக்குள் புலியைப் போன்ற வீரம் கொண்ட ஹனுமன் அரக்கியைப் பார்த்து, ''மங்களகரமானவளே! (இது நையாண்டி சொல்). இந்த பட்டணத்தைச் சுற்றிப் பார்த்து விட்டு, வந்தபடியே நான் திரும்பி சென்று விடுகிறேன்'' என்று கூறினார்.

அப்பொழுது லங்காதேவி பயங்கரமான பேரொலி எழுப்பி, தனது கரத்தினால் வானரச்ரேஷ்டனை ஓங்கி அறைந்தாள். லங்காதேவியால் அவ்விதம் பலமாக அடிக்கப்பட்டதால் பேரொலி எழுப்பிய வாயுகுமாரன், தனது இடது கை விரல்களை மடக்கிக் கொண்டு, கடும் சினத்துடன் அவளை முஷ்டியினால் அடித்தார். ''இவள் ஒரு பெண்ணாயிற்றே'' என்று நினைத்து, அதிகமான கோபத்தை காண்பிக்கவில்லை. ஹனுமன் கொடுத்த அடியினால்

லங்கை விஜயம்

அரக்கி உடல் வெலவெலத்து போய் தரையில் அக்கணமே வீழ்ந்தாள். அப்பொழுது அவள் முகமும், கண்களும் மிகவும் விகாரமாக இருந்தன.

பிறகு சிறந்த அறிவாளியான ஹனுமன் கீழே விழுந்து கிடந்த அவளைப் பார்த்து, அவள் ஒரு பெண்ணாயிற்றே என்ற காரணத்தால் அவள் மீது இரக்கம் கொண்டார். ஏனெனில் அவர் ஒரு தேஜஸ்வீ. பிறகு மிகவும் கலங்கிப் போயிருந்த அந்த லங்காதேவி ஹனுமனைப் பார்த்து நாத்தழுதழுக்க, பணிவுடன் கூறினாள்: "நெடிய தோள்களைக் கொண்டவனே! வானர ச்ரேஷ்டனே! கோபம் கொள்ளாதே. என்னைக் காப்பாற்று. இனியவனே! பலிஷ்டர்களாக இருந்தாலும் ஸாத்வீக குணம் படைத்தவர்கள் நல்லறங்களில் ஊன்றி நிற்பார்கள். பெண்டிர்களைக் கொல்லக் கூடாது என்பது நல்லறம். 'சிறந்த பலம் பொருந்தியவனே! வீரனே! உனது பராக்ரமத்தால் நான் வெல்லப்பட்டு விட்டேன்.' வானரத்தலைவனே! நான் இப்பொழுது ஒரு உண்மையைச் சொல்கிறேன். கேட்பாயாக. வெகுகாலத்திற்கு முன் பிரம்மதேவன் என்னைப் பார்த்து, 'எப்பொழுது ஒரு குரங்கு தனது பலத்தினால் உன்னை அடிமைப் படுத்துகிறானோ, அப்பொழுது அரக்கர்களுக்கு ஆபத்து ஏற்படப் போகிறது என்பதை அறிவாயாக' என்று வரம் கொடுத்திருந்தார். அன்பனே! உன்னைச் சந்தித்த பிறகு, அந்த காலக்கெடு இப்பொழுது வந்துவிட்டது என்று தோன்றுகிறது. பிரம்மதேவன் நிர்ணயித்த அந்த காலகெடு ஸத்யமானது. அதற்கு எந்த மாற்றமும் கிடையாது. ஸீதையின் காரணமாக துஷ்ட அரசன் ராவணனுக்கும், எல்லா அரக்கர்களுக்கும் அழிவுகாலம் நெருங்கிவிட்டது. ஆகையால், வானரோத்தமனே! ராவணனால் பாதுகாக்கப்பட்டு வரும் இந்த லங்காபுரியில் நுழைந்து, நீ என்ன என்ன காரியங்களை சாதிக்க நினைக்கிறாயோ, அவையாவற்றையும் நிறைவேற்றிக் கொள்வாயாக. வானரத்தலைவனே! இந்த லங்காபுரி மங்களமாய் இருந்ததுதான். அரக்கர் தலைவனால் காப்பாற்றப்பட்டு வந்ததுதான். ஆனால் அது இப்பொழுது சாபத்திற்கு உள்ளாகிவிட்டது. நீ ஸீதையை கண்டுபிடிப்பதற்காக வந்திருக்கிறாய். உள்ளே நுழைந்து சௌகரியப்படி எல்லா இடங்களிலும் தேடி, அவளைக் காண்பாயாக."

3-ஆவது ஸர்க்கம் முடிவுற்றது.

4–ஆவது ஸர்க்கம்

ஹனுமன் லங்கையில் சுற்றி வந்தது

லங்கா நகரம் மிக ச்ரேஷ்டமானது. அதன் அதிதேவதையான லங்காதேவி இஷ்டபிரகாரம் உருவெடுக்கக் கூடிய சக்தி படைத்தவள். அவளை ஹனுமான் தனது வீரத்தினால் வெற்றி கொண்டு அந்த லங்காபுரியில் இரவில் பிரவேசித்தார். வாயில் பக்கத்தை தவிர்த்து, கோட்டை மதில் சுவரின் மேல் தாவிச் சென்று நுழைந்தார். நண்பர்கள் இல்லத்திற்கு நேர்வழியாக செல்வது மரபு. ஆனால் இது எதிரி இல்லமானதால் இதற்கு குறுக்கு வழிதான் உசிதம் என்று ஹனுமன் நினைத்தார். ஸுக்ரீவனின் நலத்தை நாடிய ஹனுமன், அதே சமயம் ராவணனுக்கு கேடு ஏற்பட வேண்டும் என்று எண்ணி தனது இடது காலை வைத்து லங்காபுரியில் நுழைந்தார். வாஸ்தவத்தில் ஹனுமனின் கால் பதிந்தது சத்ருவின் தலையில்தான்!

பலம் பொருந்திய வாயு மைந்தன் இரவில் நுழைந்து ராஜபாட்டை வழியாக சென்றார். அந்த ராஜவீதியில் பூக்கள் அங்கங்கே சிதறி ஓர் அழகை ஏற்படுத்தின. அழகிய லங்காபுரியில் சுற்றி சுற்றி வந்தபொழுது ஹனுமன் பலவகையான ஒலிகளைக் கேட்டார். சில இடங்களில் ஜனங்களின் ஆரவாரச் சிரிப்புகள் கேட்டன. சில இடங்களில் வாத்யங்களின் இசை ஒலிகள் கேட்டன. சில இல்லங்கள் வஜ்ரம், அங்குசம் போன்று மிக உறுதியாக இருந்தன. சில இல்லங்களில் சாளரங்கள் வைரக்கற்களால் அலங்கரிக்கப்பட்டிருந்தன. ஆகாயம் மேகங்களால் அலங்கரித்திருப்பதுபோல் அந்த நகரமும் சிறந்த மாளிகைகளால் அழகாக விளங்கிற்று. அப்பொழுது மங்களகரமாய் இருந்த (சில) அரக்கர் கணங்களின் இல்லங்களால் ஒளிமிகுந்ததாக லங்கை இருந்தது.

இப்படிப்பட்ட பல இல்லங்களைக் கொண்டிருந்த லங்காநகரம் எல்லாபுறமும் அழகாக காட்சியளித்தது. சில இல்லங்கள் வெண்மேகங்களைப் போல் வெள்ளை நிறத்தில் இருந்தன. சில மாளிகைகள் விதவிதமாக பற்பல வண்ணங்களிலும் காட்சியளித்தன.

வானரவேந்தன் ஸுக்ரீவனின் நலனுக்காகவும், ராமனின் காரியத்திற்காகவும் அவர் இங்கு வந்து ஸஞ்சாரம் செய்வது தொடர்பாக ஹனுமன் சந்தோஷமடைந்தார். லங்காபுரி வண்ண வண்ண மயமான

மாலைகள், அணிகள் அணிந்து கொண்டிருப்பது போல் இருந்தது. வாயுமைந்தன் வீட்டிற்கு வீடு பார்வையைச் செலுத்திக் கொண்டே சென்று கொண்டிருந்தார். அங்கங்கே பல, பல வடிவங்களில் இருந்த இல்லங்களைப் பார்த்தார். பல இல்லங்களில் பெண்கள் கள்ளுண்டு போதையில் திளைத்திருந்தாலும், வெகு மதுரமாக கானம் செய்து கொண்டிருந்தார்கள். அந்த ஸங்கீதம் மூன்று ஸ்தானங்களில் இருந்தும் எழுந்த நாதங்களைக் கொண்டிருந்தது. அவர்கள் பாடியது தேவ லோகத்தில் அப்ஸரஸ் ஸ்த்ரீகள் இசைத்தது போலிருந்தது. பல இல்லங்களில் பெண்கள் அங்குமிங்கும் நடமாடும் ஆரவாரங்கள் கேட்டன. ஒட்டியாணங்களில் கோர்க்கப்பட்டிருந்த சிறுமணிகளின் ஒலி, கால் தண்டைகள் எழுப்பும் ஒலி ஆகியவற்றை ஹனுமன் கேட்டார். பிரமுகர்களின் மாளிகைகளில் மக்கள் மாடிப் படிக்கட்டுகளில் நடமாடும் சப்தங்கள் கேட்டன. சிலர் தோள்களைத் தட்டிக் கொண்டு சவால் விட்ட சத்தம், சிலர் சிங்கத்தைப் போன்று உறுமி உறுமி கர்ஜனை செய்த சத்தம் ஆகியவைகளும் கேட்டன. சிலர் அரக்கர் இல்லங்களில் மந்த்ரங்களை ஜபம் செய்த ஒலியும் கேட்டது.

வேதபடனம் செய்த சில ராக்ஷஸர்களையும் ராவணனைப் பற்றி துதி பாடியவர்களையும், வீரகர்ஜனை செய்த பல அரக்கர்களையும் ஹனுமன் பார்த்தார். பெரிய அரக்கசேனை, ராஜவீதியைச் சுற்றி நின்றிருந்தது. நகரில் மத்திய, கேந்த்ரஸ்தானத்தில் சாரண அரக்கர்கள் பலர் இருந்தனர். ஆபிசாரிக பிரயோகங்களில் வல்லவர்கள் பலர் இருந்தனர். சிலர் யஜ்ஞதீக்ஷையில் இருந்தனர். சிலர் ஜடாதாரிகளாக இருந்தனர். சிலர் மொட்டையடித்துக் கொண்டிருந்தனர். சிலர் மாட்டுத்தோல் ஆடையை உடுத்தியிருந்தனர். சிலர் தங்கள் முஷ்டிகளில் தர்ப்பங்களை வைத்திருந்தனர். சிலர் அக்னி குண்டங்களையே ஆயுதங்களாக கையில் ஏந்தியிருந்தனர். சிலர் கையில் கூடம், முத்கரம் என்று சொல்லப்பட்ட ஆயுதங்கள் இருந்தன. சிலர் கைத்தடிகளையே ஆயுதமாக ஏந்தியிருந்தனர். சிலருக்கு ஒற்றைக்கண். சிலருக்கு ஒற்றைக்காது. சிலருக்கு வயிறு தொங்கியிருந்தது. சிலருக்கு மார்பு தொங்கியிருந்தது. சிலர் பார்க்கவே பயங்கர உருவத்தில் இருந்தனர். சிலருக்கு வாய் கோணலாக இருந்தது. சிலரது அங்கங்கள் கரடுமுரடாக இருந்தன. சிலர் குள்ளர்கள். சிலர் கையில் வில், அம்புகள். சிலர் கையில் வாள்கள். சிலர் பீரங்கிகளைப் பிடித்திருந்தார்கள். சிலர் கையில் உலக்கையே ஆயுதம். சிலர் கதவுத் தாழ்ப்பாள்களைப் பெயர்த்து அதை ஆயுதமாக வைத்திருந்தனர். சிலர் பளபளவென்று விசித்திரமான கவசங்களை அணிந்திருந்தனர். சிலரைப் பார்த்தால் அவர்கள் மிகவும் பருத்தவர்கள் என்றோ, மிகவும் இளைத்தவர்கள் என்றோ, மிகவும் நெட்டையானவர்கள் என்றோ, மிகவும் குட்டையானவர்கள் என்றோ, கூற முடியாது!

ஹனுமான் லங்கையில் சுற்றி வந்தது

இன்னும் சிலரைப் பார்த்தால், அவர்கள் மிகவும் வெண்மையானவர்கள் என்றோ, மிகவும் கருப்பானவர்கள் என்றோ, மிகவும் குள்ளமானவர்கள் என்றோ கூற முடியாது! சில உருவங்கள் விகாரமாயிருந்தன. சிலருக்கு பல உருவங்கள் இருந்தன. சிலர் அழகானவர்களாகவும் இருந்தனர். சிலர் ஒளி பொருந்தியவர்களாவும் இருந்தனர். சிலர் கையில் பெரிய கொடிகள். சிலர் கையில் சிறு கொடிகள். சிலர் கையில் வித, விதமான ஆயுதங்கள். சிலருக்கு வேல் ஆயுதம். சிலருக்கு மரங்கள் ஆயுதம். சிலரிடம் பட்டிசம், அசனி என்று பெயர் கொண்ட ஆயுதங்கள். சிலரிடம் எறிகயறு ஆயுதமாக இருந்தது. சிலர் மாலைகள் அணிந்திருந்தனர். சிலர் சந்தனம் பூசிக் கொண்டிருந்தனர். சிலர் விலையுயர்ந்த ஆபரணங்களை அணிந்து கொண்டிருந்தனர். பலர் விதவிதமான வேஷங்களில் இருந்தனர். பலர் கட்டுப்பாடுகள் எதுவுமின்றி சுதந்திரமாக திரிந்து கொண்டிருந்தனர். சிலரிடம் கூரான வேல்கள், ஈட்டிகள் இருந்தன. சில பலசாலிகளிடம் வஜ்ராயுதங்கள் இருந்தன. அரக்கனின் கேந்திரப்படை நூற்றுக்கணக்காகவும், ஆயிரக்கணக்காவும் இருந்ததை வானரன் பார்த்தார். அந்தப்புரத்திற்கு எதிரில் ராவணேசுவரனால் கட்டளையிடப்பட்டு பாதுகாப்பு சேனை நிறுத்தப்பட்டிருந்தது. பிறகு ஹனுமன் அரக்கரசனின் கீர்த்திமிக்க அரண்மனையைப் பார்த்தார். அது மலையின் சிகரத்தின் மீது அமைந்திருந்தது. அதன் தோரண வாயில்கள் தங்கத்தால் செய்யப்பட்டிருந்தன. அதைச் சுற்றி இருந்த அகழிகளில் தாமரைகள் அழகாக மலர்ந்திருந்தன. மஹாகபி மிக பாதுகாப்பாக இருந்த மதில் சுவர்களையும் பார்த்தார். அரண்மனையே ஒரு ஸ்வர்க்கத்தைப் போன்றிருந்தது. அது தேவர்களால் நிர்மாணிக்கப்பட்டது. திவ்யமான மங்கள வாத்தியங்கள் அதில் ஒலித்துக் கொண்டிருந்தன. அங்கங்கே குதிரைகளின் கனைப்பு சப்தங்கள் கேட்டன. மக்கள் அணிந்திருந்த ஆபரணங்களின் சலசலப்பும் துல்லியமாக கேட்டன. அங்கே ரதங்கள், வாகனங்கள், விமானங்கள், யானைகள், குதிரைகள் யாவும் இருந்தன. நான்கு தந்தங்களைக் கொண்ட சில யானைகள் வெண்மேகங்களைப் போன்றிருந்தன. அரண்மனை வாயில் மிக அழகாக அலங்காரம் செய்யப்பட்டிருந்தது. பிராணிகள், பக்ஷிகள் மதர்ப்பாக உலாவிக் கொண்டிருந்தன. அரண்மனை ஆயிரக்கணக்கான ராக்ஷஸ வீரர்களால் பாதுகாக்கப்பட்டிருந்த ராக்ஷஸராஜனின் அரண்மனையில் வானரன் நுழைந்து, பிறகு அந்தப்புரத்தினுள் நுழைந்தார். அது தங்கம், ஜாம்பூநாதம் போன்ற உயர்ந்த உலோகத்தால் இழைக்கப்பட்ட மதில் சுவரால் சூழப்பட்டிருந்தது, விலையுயர்ந்த முத்து, மாணிக்கங்கள் பதிக்கப்பட்டு அழகுபடுத்தப்பட்டிருந்தது. உயர்ந்த அகில், சந்தனம் முதலியவற்றின் நறுமண தூபம் கமழ்ந்திருந்தது.

4-ஆவது ஸர்க்கம் முடிவுற்றது.

5-ஆவது ஸர்க்கம்

சந்திரனைக் காணல்

ஆகாயத்தில் சந்திரன் உதயமாகி, நடு ஆகாயத்தில் ஒளிக் கிரணங்களுடன் பிரகாசிப்பதைப் பார்ப்பதற்கு தனது வாயிலிருந்து நிலவொளியை கக்குகிறானோ என்று எண்ணும்படி இருந்தது. மாட்டுத் தொழுவத்தில் இறுமாப்புடன் உலவிவரும் ஒரு காளையைப்போல சந்திரனும் கம்பீரத்துடன் ஆகாயத்தில் உலவி வருவதைக் கண்டார். தன்னொளியைப் பரப்பிக்கொண்டு, மேலெழுந்து உலகத்தாரின் பாபங்களை போக்கிக் கொண்டு, பெரும் கடலை பொங்கியெழச்செய்து கொண்டு, உயிரினங்கள் யாவற்றையும் மகிழ்ச்சி அடையச் செய்து கொண்டிருந்தான்.

இலக்குமி தேவியானவள் பற்பல இடங்களில் வாஸம் செய்யும் இயல்புடையவள். அவள் மந்திர பர்வதத்தின் மீது ஒளி வீசிக் கொண்டிருப்பாள். பிரதோஷ காலங்களில் அவள் ஸாகரத்தில் வீற்றிருப்பாள். நீரில் அவள் தாமரை மலர்களில் குடிகொண்டிருப்பாள். இப்படிப்பட்ட அந்த இலக்குமிதேவி இப்பொழுது சந்திரனிடத்திலும் அழகாக ஒளிவீசிக் கொண்டிருந்தாள். வெள்ளிக்கூண்டில் அடைக்கப்பட்டிருந்தாலும் ஹம்ஸ பக்ஷி அழகாகத்தான் இருக்கும். மந்திர மலைக்குகையில் வீற்றிருக்கும் சிங்கம் கம்பீரமாக இருக்கும். மத யானையின் மீது அமர்ந்திருக்கும் வீரன் கம்பீரமாக இருப்பான். இவற்றைப் போல சந்திரனும், கூரிய கொம்புகளைக் கொண்ட காளையைப் போலவும், உயர்ந்த சிகரங்களைக் கொண்ட வெண்மலையான கைலாயம் போலவும், தங்கப்படாம் அணிவிக்கப்பட்ட யானையைப் போலவும், கலைகள் நிறைந்து கம்பீரமாக ஆகாயத்தில் பிரகாசித்தான். பனிப்படலம் நீங்கி மாசுகள் அகற்றும் சூரியனிடமிருந்து பெறப்பெற்ற ஒளியினால் இருளைப் போக்கியும், ஒளிவெள்ளத்தின் சேர்க்கையினால் களங்கம் நீக்கப்பட்டும், நலன்கள் யாவும் நிறைந்தவனாகவும், மலைப்பாறை மீது வீற்றிருக்கும் சிங்கத்தைப் போலும், பெரும் கானகத்தில் வசிக்கும் யானையைப் போலும், ராஜ்யத்தைப் பெற்று அரசாளும் அரசனைப் போலவும் நரேந்திரன் சந்திரனும் ஒளிச்சுடராக விளங்கினான். நலன்கள் யாவும் பெற்றிருந்த பிரதோஷகால முன்னிரவு நேரம் ஸ்வர்க்கத்தைப்போல் விளங்கிற்று. சந்திரோதயத்தினால் இருள் நீங்கப் பெற்றது. வளர்ச்சியடைந்த அரக்கர்கள் மாமிசம் உண்ணும் குற்றத்தைக் கொண்ட வேளையும் அதுதான். ஆண்களும் பெண்களும் கோபம் நீங்கி மகிழ்ச்சியாக இருக்கும் வேளை அந்த பிரதோஷ காலமேதான்.

வீணையின் இனிய நாதம் காதுகளை மகிழ்ச்சியடையச் செய்தன. கற்பிற் சிறந்த பெண்டிர் கணவனுடன் கூடி துயின்றார்கள். ஒரு பக்கம் அற்புதமாகவும், இன்னொரு பக்கம் குரூரமாகவும் செயல்படும் அரக்கர்கள் கேளிக்கைகளில் ஈடுபடத் தலைப்பட்டார்கள். புத்திமான் வானரன் பல இல்லங்களில் இன்னும் பலவித காட்சிகளைக் கண்டார். பலர் குடிபோதையிலும் இன்னும் பலர் சித்தம் இழந்தும் சீர்குலைந்து இருந்தார்கள். ரதங்கள், குதிரைகள், யானைகள் பலவாறாக பல இடங்களில் குழுமியிருந்தன. பல இல்லங்களில் வீரலக்ஷ்மி குடி கொண்டிருந்ததையும் ஹனுமன் கண்டார். ஒரு பக்கம் சிலர் ஒருவருக்கொருவர் கட்சிவாதம் செய்து கொண்டிருந்தனர். இன்னொரு பக்கம், வேறு சில வீரர்கள் தங்களது பருத்த புஜங்களை ஒருவர் மீது ஒருவர் போட்டுக் கொண்டிருந்தனர். குடியின் போதை ஏற ஏற பலர் பலவிதமாக புலம்பிக் கொண்டிருந்தனர். குடிபோதை தலைக்கேறி மதம்பிடித்து சிலர் ஒருவருக் கொருவர் ஏசிக் கொண்டிருந்தனர். அரக்க காளையர்கள் சிலர் மார்புடன் மார்பு முட்டி மோதிக் கொண்டனர். இத்தகைய வீர விளையாட்டு ஒரு பக்கம். காதலர்கள் தங்கள் காதலிகளின் மேல் உடலை வீழ்த்திக் கொள்ளும் காதல் காட்சி இன்னொரு பக்கம். ஒரு பக்கம் சிலர் விசித்திரமான வேஷங்களைப் போட்டிருந்தனர். இன்னொரு பக்கம், சில விற்போர் வீரர்கள் தங்களது வலுவான வில்களில் நாண் ஏற்றிக் கொண்டிருந்தனர். சில பெண்டிர் தங்கள் காதலர்களின் மீது சந்தனம் பூசிக் கொண்டிருந்தனர். சிலர் துயின்று கொண்டிருந்தார்கள். சில பெண்டிர் அழகாக நன்றாக சிரித்துக் கொண்டும் சிலர் கோபத்துடனும், இன்னும் சிலர் சீற்றத்துடன் பெருமூச்சு விட்டுக் கொண்டிருந்தார்கள்.

பெரும் யானைகள் ஒரு பக்கம் பிளிறிக் கொண்டிருந்தன. இன்னொரு பக்கம் சில சாதுக்கள் அமைதியாக பூஜைகளில் ஈடுபட்டிருந்தனர். சில வீரர்கள் சீற்றத்துடன் பெருமூச்சு விட்டுக் கொண்டிருப்பது மடுவில் பாம்புகள் சீறிக் கொண்டிருந்ததை ஒத்திருந்தது. சில அரக்கர்கள் புத்தியில் சிறந்திருந்தார்கள். சிலர் அழகாகப் பேசத் தெரிந்தவர்கள். சிலர் மெத்த சிரத்தை, ஊக்கம் கொண்டி ருந்தனர். சிலர் உலகப்பிரசித்தி பெற்றவர்கள். சிலர் வித, விதமான வேஷங்களில் இருந்தனர். இப்படி பலவகைப்பட்ட அரக்கர்களை ஹனுமன் கண்டார்.

சில அரக்கர்கள் அழகான உருவம் கொண்டிருந்ததோடு, நல்ல குணம், அதற்கேற்ற நற்செயல் ஆகியவற்றைக் கொண்டிருந்தனர். இப்படிப் பட்டவர்களைக் கண்டு ஹனுமன் மகிழ்ந்தார். சில பெண்டிர் கணவனுக்கு ஈடான ஒத்த அழகுடன் மிளிர்ந்தார்கள். மாறாக சிலர் குரூரமாகவும் இருந்தனர். பல பெண்டிர் பேரழகுடன் இருந்தார்கள். நல்ல சிந்தனை படைத்தவர்களாக இருந்தார்கள். அனுசரணையான சிறந்த பண்பையும் படைத்திருந்தார்கள். சில பெண்டிர் காதல், மதுபானம் இரண்டிலும் விருப்பம் கொண்டிருந்தனர். பல பெண்டிர் ஒளிவீசும் தாரகைகளைப் போன்றிருந்ததை ஹனுமன் கண்டார். சில பெண்டிர் செல்வச் செழிப்புடன் ஒளிவீசினார்கள்.

அவர்கள் நாணத்துடன் கணவனை அணைத்துக் கொண்டிருந்தனர். இரவு வேளையில் சிலர் காதலனுடன் ஆலிங்கனம் செய்திருந்தனர். சில பெண்டிர் மதர்ப்புடன் தென்பட்டார்கள். அவர்கள் பூங்கொத்தினால் மறைக்கப்பட்டிருந்த பறவையைப் போன்றிருந்தார்கள். சில பெண்டிர் உப்பரிகை மாடங்களில் வீற்றிருந்தனர். அங்கே அவர்கள் தங்கள் காதலன் மடியில் சுகமாக உட்கார்ந்திருந்தனர். சில பெண்டிர் அறநெறியில் ஈடுபட்டு கணவனிடம் மிகுந்த அன்பு கொண்டிருந் தனர். இன்னும் பல பெண்டிர் காதல் வேட்கையில் முழுகியிருந்தார்கள். சிலர் மேலங்கி நழுவி உடல் தெரியக் காணப்பட்டார்கள். சிலர் பசும்பொன் போன்ற நிறத்தில் இருந்தார்கள். சிலர் உருக்கிவிட்ட பத்தரை மாத்துத்தங்கம் போல் தகதகத்தார்கள். சிலர் சந்திரனைப் போன்ற வெண்ணிறத்தில் இருந்தார்கள். சிலர் கணவனை விட்டுப் பிரிந்திருந்தார்கள். அவர்களும் அப்பொழுது அழகான நிறங்களில் அவயவங்களைக் கொண்டிருந்தார்கள். பல மகளிர், இல்லங்களில் மிக்க சந்தோஷத்துடன் இருந்ததைக் கண்டார். அவர்கள் மிகக் கவர்ச்சியாக இருந்தார்கள். மனதிற்குப் பிடித்த அன்பான கணவனை அடைந்து, மிகவும் மனப்பிரீதியுடன் இருந்தார்கள்.

சந்திரனைப் போன்ற ஒளிர் முகங்களையும், அழகாக வளைந்திருந்த கண் புருவங்களையும் ஆபரண மாலைகளையும், மின்னலைப் போன்று மின்னிய ஆரங்களையும் வரிசை, வரிசையாக ஹனுமன் பார்த்தார். ஸீதை சீரும், சிறப்புடன் பிறந்தவள். நன்னெறியில் நிலைத்து நின்ற உயர் அரச பரம்பரையில் தோன்றியவள். பூத்துக் குலுங்கும் கொடியைப் போன்ற மெல்லியலாள். தானே மனமுவந்து பிறப்பெடுத்தவள். இப்படிப்பட்ட நலன்களைக் கொண்ட ஸீதையை மாத்திரம் ஹனுமன் காணவில்லை. ஸீதை பண்டைப் பண்பாட்டு நெறியில் (ஸனாதனதர்மம்) ஊன்றியவள். ராமனையே தனது மனக்கண்ணால் பார்ப்பவள். காதல் வயப்பட்டவள். கணவனின் மனதில் மங்கள நாயகியாக உட்புகுந்தவள். உத்தம ஸ்த்ரீகள் அனைவரிலும் மிக, மிக உயர்ந்தவள்.

ராமனைப் பிரிந்த சோகத்தினால் வருத்தப்பட்டவள். பெருகிப் பெருகி வரும் கண்ணீரால் குரல் தழுதழுத்துப் போயிருந்தவள். முன்பு, விலையுயர்ந்த தங்க ஆபரணங்களை கழுத்தில் அணிந்திருந்தவள். அழகான கண்ணிமைகளைப் படைத்தவள். சிவந்த, அழகான கழுத்தைக் கொண்டவள். கானகத்தில் துள்ளி நடனமாடும் மயிலைப் போன்றவள். இப்பொழுது மங்கிப்போன நிலவொளியை ஒத்திருந்தாள். புழுதிபடிந்த பொன்மாலை போன்று பொலிவிழந்திருந்தாள். புண்பட்ட காயத்தில் அம்பு புகுந்தது போன்ற துடி துடித்த நிலையில் இருந்தாள். காற்றினால் சிதறுண்ட மேகத்திரளைப் போன்றிருந்தாள். ராமன் இனிதாகப் பேசக் கூடியவர்களுள் ச்ரேஷ்டமானவர். மனிதர்களின் தலைவர். அவருடைய தர்மபத்னியான ஸீதையைப் பார்க்க முடியாத வானரன் மதி மழுங்கியவன் போல் நீண்ட நேரம் துக்கம் மேலிட்டு நிலைகுன்றி இருந்தார்.

5-ஆவது ஸர்க்கம் முடிவுற்றது.

6-ஆவது ஸர்க்கம்

ராவணன் மாளிகையில் புகுதல்

விருப்பப்படி உருவம் எடுத்துக் கொள்ளக்கூடிய ஹனுமன் மிகவும் ஏமாற்றமடைந்திருந்தார். மறுபடியும் வேகத்துடன் கூடினவனாய் லங்கையின் மாடமாளிகைகளில் ஸஞ்சாரம் செய்தார். சீர்களனைத்தும் பெற்றிருந்த அவர் அரக்க வேந்தனின் இல்லத்தை வந்தடைந்தார். அது சூரியனுக்கு இணையாக ஒளி பொருந்திய மதில்சுவர்களால் சூழப்பட்டிருந்தது. ஒரு பெரிய கானகத்தை சிங்கங்கள் காப்பதைப் போல் அந்த இல்லம் பயங்கரமான ராக்ஷஸர்களால் பாதுகாக்கப்பட்டிருந்தது. வானர ச்ரேஷ்டன் அந்த இல்லத்தை உற்றுப்பார்த்துக் கொண்டு விளங்கினார். அந்த க்ருஹத்தில் நுழைவு வாயில்கள் வெள்ளியினால் ஆச்சரியமான விதத்தில் கட்டப் பட்டிருந்தன. தங்கத்தால் அலங்கரிக்கப் பட்டிருந்தன. அந்த இல்லத்தின் முற்றங்கள் அதிசயமாக இருந்தன. வாயில்களும் அழகாக சூழ்ந்திருந்தன. அங்கே யானைப்பாகர்கள் யானைகளின்மீது அமர்ந் திருந்தார்கள். களைப்படையாத வீரர்கள் இருந்தார்கள். கட்டுக்கடங்காத வேகத்தில் செல்லக் கூடிய குதிரைகள் தேர்களில் கட்டப்பட்டிருந்தன.

தேர்களின் கவசங்கள் சிங்கம், புலி ஆகியவற்றின் தோலால் ஆனவை. தந்தம், தங்கம், வெள்ளி ஆகியவற்றைக் கொண்டு நிர்மாணிக்கப்பட்டவை. விசித்திரமான ஆரவார ஒலிகளுடன் ஸஞ்சரிக்கக்கூடியவை. இப்படிப்பட்ட ரதங்கள் எப்பொழுதும் அங்கே ஸஞ்சாரம் செய்து கொண்டிருந்தன. அந்த இல்லம் பற்பல ரத்னங்களினால் அலங்கரிக்கப்பட்டிருந்தது. ஆஸனங்கள், பாத்திரங்கள் முதலானவை மிக விலை உயர்ந்தவை. "மஹாரதர்கள்" என்ற அடைமொழியுடன் கூடிய போர் வீரர்கள் அங்கு குடிகொண்டிருந்தார்கள்.

அந்த இல்லத்தில் எல்லாவிடங்களிலும் நிறைந்திருந்த பிராணிகள், பக்ஷிகள் ஆகியவை மிக கம்பீரமாகவும் பார்க்க மிக அழகாகவும் இருந்தன. அவை வகை, வகையாய், பல ஆயிரக்கணக்கிலும் இருந்தன. மிகவும் கண்டிப்பான கட்டுப்பாடு கொண்ட எல்லைப் பாதுகாப்புப் படையினர்கள் சுற்றிலும் பாதுகாத்து வந்தனர். இவை ஒரு பக்கம் இருக்க ச்ரேஷ்டமான வர்களும், முக்கியம் வாய்ந்தவர்களுமான பெண்மணிகள் பலர் எல்லா பக்கங்களிலும் நிறைந்திருந்தனர்.

ராவணன் மாளிகையில் புகுதல்

81

அரக்க வேந்தனின் இல்லம் மகிழ்ச்சி மிக்க நாரீமணிகளைக் கொண்டிருந்தது. மிக உயர்ந்த ஆபரணங்கள் சலசலத்து ஒலிகள் எழுப்பின. சமுத்திரத்தின் அலைகள் எழுப்பும் நாதத்தை அவை ஒத்திருந்தன. அங்கே அரசாங்க சின்னங்களும் மிகச் சிறந்த பரிமள சந்தனம், அகில் முதலிய வாசனை திரவியங்களும் நிறைந்திருந்தன. பெருங்குடி மக்களால் நிறைந்திருந்த அந்த இல்லத்தைப் பார்க்குங்கால் ஒரு பெரிய கானகம் சிங்கங்களால் நிறைந்திருந்தது போல் இருந்தது. பேரிகைகள், மத்தளங்கள் எங்கும் ஒலித்துக் கொண்டிருந்தன. சங்க நாதம் கோஷித்துக் கொண்டிருந்தது. தினந்தோறும் பூசனைகள் நடைபெற்றன. பருவகாலங்களில் ஹோமங்கள் நடைபெற்றன. அரக்கர்களால் ஒரு ஆலயத்தைப் போல பூஜிக்கப்பட்டு வந்த அந்த இல்லம் ஆரவாரம் கொண்டிருக்கும் சமுத்திரத்தைப் போல கம்பீரமாக காட்சியளித்தது. விலையுயர்ந்த ரத்னக் கற்களாலும் ஏராளமான மணிக்கற்களாலும் இழைக்கப்பட்டிருந்த அற்புதமான சிறப்புகளைக் கொண்ட பேராற்றல்மிக்க ராவணனின் அரண்மனையைக் கண்ட மஹாகபி, "தேர்கள், குதிரைகள், யானைகள் முதலானவை நிறைந்த இந்த அரண்மனை, லங்கையின் ஆபரணமாகவே உருவெடுத்து விளங்குகிறது" என்று நினைத்துக் கொண்டார். ராவணனுடைய இல்லத்தின் அருகாமையிலும், அரக்கர்களுடைய வீடுகளிலும், பூங்காக்களிலும், மாளிகைகளிலும் ஒவ்வொன்றாக எந்தவித பயமுமின்றி உலவி, மிகப்பெரும் வேகம் கொண்ட ஹனுமன் ஒரு தாவு தாவி ப்ரஹஸ்தனுடைய வீட்டை அடைந்தார். அடுத்த தாவலில் மாவீரன் மஹாபார்ச்வனுடைய இல்லத்திற்கு வந்தார்.

அடுத்தது கும்பகர்ணனின் இல்லம். அது மேகமண்டலத்தைப் போன்றிருந்தது. அதே பிரகாரம் மஹாவானரன் விபீஷணன், மஹோதரன், விரூபாக்ஷன், வித்யுஜ்ஜிஹ்வன், வித்யுன்மாலி, வஜ்ரதம்ஷ்ட்ரன், சுகன், ஸாரணன், இந்த்ரஜித், ஜம்புமாலி, ஸுமாலி, ரச்மிகேது, ஸூர்ய சத்ரு, வஜ்ரகாயன், தூம்ராக்ஷன், ஸம்பாதி, வித்யுத்ரூபன், பீமன், கனன், விகனன், சுகநாஸன், வக்ரன், சடன், விகடன், ஹ்ரஸ்வ கர்ணன், தம்ஷ்ட்ரன், ரோமசன், யுத்தோன்மத்தன், மத்தன், த்வஜக்ரீவன், வித்யுஜ்ஜிஹ்வன், இந்த்ரஜிஹ்வன், ஹஸ்திமுகன், கராலன், பிசாசன், சோணிதாக்ஷன், இப்படியாக மாருதன் மைந்தன் ஹனுமன் வரிசை க்ரமமாக எல்லோர் இல்லங்களையும் கடந்து அங்கங்கே மிகச் சிறந்த இல்லங்களில் செல்வந்தர்களின் செல்வச் செழிப்பைப் பார்த்தார். எல்லா பக்கங்களிலும் இருந்த இந்த வீடுகள் அனைத்தையும் கடந்து, ராக்ஷஸராஜன் ராவணனுடைய அரண்மனையை அடைந்தார். அங்கே ராவணனுடைய மெய்க்காப்பாளர்கள், ஒருவருக்கொருவர் முறை வைத்துக் கொண்டு பாதுகாப்பு செய்வதைப் பார்த்தார். வானரவீரன் சென்று கொண்டே, பல கோரமான அரக்கிகளையும் பார்த்தார். அவர்கள் குரூரமான கண்களைப்

படைத்திருந்தார்கள். சிலர் கையில் சூலம், முத்கரம் முதலான ஆயுதங்கள் வைத்திருந்தார்கள். சிலர் வேல், தோமரம் முதலான ஆயுதங்களை ஏந்தியிருந்தார்கள்.

ராக்ஷஸராஜனுடைய இல்லத்தில் பல்வேறு சேனைகளைக் கண்டார். அரக்கர்கள் பெருத்த சரீரமுடையவர்களாக, பற்பல ஆயுதங்களை தயார் நிலையில் வைத்திருந்தார்கள். உயர்ந்த ஜாதியில் பிறந்த, அழகான யானைகள் பலபல வகைகளில் இருந்தன. சில சிவப்பாகவும், சில வெண்மையாகவும், சில கருப்பாகவும் சில பசுமை நிறத்திலும் இருந்தன. இவையாவும் மிக்க வேகமுடையவை. எதிரியின் யானையைத் தாக்கி வலுவிழக்கச் செய்து அல்லல் படுத்தக்கூடியவை; இடிமேகம் போன்று பிளிறல் ஓசையைக் கொண்டவை. போரில் எதிரிகளால் தாக்குப்பிடிக்க முடியாதவை. யானைகளுக்கே உரித்தான பல பயிற்சிகளில் தேர்ச்சியாக பயிற்சி செய்யப்பட்டவை. யுத்தகளங்களில் ஐராவதம் போன்று சாகசங்கள் செய்யக் கூடியவை. எதிரிகளின் சைன்யங்களை அழிக்கக்கூடியவை. இப்படிப்பட்ட யானைகளுக்கு மதம் பிடித்தால், மேகம் நீரை வர்ஷிப்பது போல், மலைகளிலிருந்து அருவிகள் பெருகுவது போல் மதஜலம் ஊற்றுப்பெருக்காக அவற்றிடமிருந்து பெருகி வழியும்.

ராக்ஷஸராஜன் ராவணனுடைய இல்லத்தில் தங்கத்தால் அலங்கரிக்கப் பட்ட ஆயிரக்கணக்கான சேனைகளையும் பற்பல வடிவங்களில் இருந்த சிவிகைகளையும் பார்த்தார். அவைகள் தங்க ஜரிகைகளைக் கொண்ட திரைச் சீலைகளால் மூடப்பட்டிருந்தன. அவை இளஞ்சூரியனைப் போல் பிரகாசமாய் மின்னின. கொடிகள் படரப்பட்டிருந்த விசித்திரமான உல்லாச வீடுகள், சித்திரங் களால் அலங்கரிக்கப்பட்ட அரங்கங்கள், பொழுதுபோக்கு விளையாட்டு களுக்கான இல்லங்கள் ஆகியவை மரங்களினால் மலைகளைப்போல் நிர்மாணிக்கப்பட்டிருந்ததையும் பெண்டிர்களுடன் தங்குவதற்கான அழகான காதல் இல்லங்கள், பகல் நேரத்தில் பொழுது போக்குவதற்கு உரித்தான பிரத்யேக இல்லங்கள் ஆகியவற்றையும் ஹனுமன் கண்டார். அரண்மனை ஒரு மந்திர பர்வதம் போல் காட்சியளித்தது. மயில்கள் பராமரிக்கப்பட்ட பல இடங்களைக் கொண்டிருந்தது. கொடிமரங்கள், பரவலாக நிறைந்திருந்தன. அந்த அரண்மனை எண்ணிலா ரத்னங்களால் நிறைந்திருந்தது. நவநிதிகளின் குவியல்கள் பரவியிருந்தன. புனிதர்கள் தங்கள் நல்வினைகளின் பயனாக அடையும் ஸ்வர்க்கத்தைப் போன்றிருந்தது. பூதகணங்களின் கடவுளான மஹேசுவரன் சிவனாரின் குடியிருப்பான கைலாசத்தைப் போன்றிருந்தது. அந்த க்ருஹம் ரத்னங்களின் ஒளியினால் தகதகத்தது. ராவணனுடைய பராக்ரமத்தாலும் அதன் ஒளி கூடியிருந்தது. மொத்தத்தில் ஆதவன் தனது கிரணங்களினால் ஒளிவீசிக் கொண்டிருப்பது போல் அந்த இல்லம் ஜ்வலித்தது. படுக்கைகள், ஆஸனங்கள், தூய்மையான பாத்திரம், பண்டங்கள் – இவை

யாவும் தங்கமயமாகவே இருந்ததை வானரத் தலைவன் பார்த்தார். மது, கள் ஆகியவற்றால் ஈரம் படிந்திருந்தது. ரத்னப் பேழைகள் அங்கங்கே சிதறிக் கிடந்தன. அங்கே ஒவ்வொன்றும் தனித் தனியாகவே ரம்மியமாக இருந்தன. மொத்தத்தில் அது குபேரனுடைய அரண்மனையைப் போன்றிருந்தது.

பலவகையான இனிய நாதங்கள் அங்கே ஒலித்தன. பெண்களின் கால் தண்டை, கொலுசு ஆகியவற்றின் சலசலப்பு ஒரு பக்கம். அவர்கள் அணிந்திருந்த ஒட்டியாணங்களின் சிறுமணிகளின் மெல்லிய ஒலிகள் ஒரு பக்கம், மிருதங்கம், கைத்தாளம் ஆகியவற்றின் பேரொலிகள் ஒரு பக்கம் என இவற்றின் நாதங்கள் ஒன்றுகூடி சத்தமாக இருந்தது. மாடங்களின் வரிசைகள் அங்கே நெருக்கமாயிருந்தன. நூற்றுக் கணக்கான பெண்மணிகள் கூடியிருந்தனர். நன்றாக அமைக்கப்பட்டிருந்த முற்றங்கள் அங்கே இருந்தன. இப்படிப்பட்ட சிறப்புமிக்க அரண்மனையில் ஹனுமன் நுழைந்தார்.

6-ஆவது ஸர்க்கம் முடிவுற்றது.

7–ஆவது ஸர்க்கம்

புஷ்பக விமானத்தை பார்த்தல்

பலிஷ்டன் ஹனுமன் மாடமாளிகைகளின் வரிசைகளைப் பார்த்தார். அவற்றின் தங்கச் சாளரங்கள் வைடூரியக்கற்கள் வைத்து பதிக்கப்பட்டிருந்தன. மாரிக்காலத்தில் திரள் திரளான மேகங்கள் எப்படி மின்னல்கள் மின்னியும், பறவைக்கணங்கள் ஒன்றுகூடியும் இருக்குமோ, அப்படி அந்த பெரிய மாளிகைகளின் வரிசைகள் இருந்தன. மாளிகைகளில் முற்றங்கள் பற்பல விதங்களில் இருந்தன. முக்கியமான கூடங்களில் சங்கு, ஆயுதம், வில் போன்றவை வைக்கப்பட்டிருந்தன. தாழ்வாரங்கள் மிகவும் கவர்ச்சியாக இருந்தன. மலைகள் போன்றிருந்த பிரம்மாண்டமான இல்லங்களில் சந்திரகாந்தக் கற்களால் பதிக்கப்பட்டிருந்த முற்றங்கள் இருந்தன. இவற்றை ஹனுமன் கண்ணுற்றார்.

இல்லங்கள் பொருட் செல்வங்கள் நிறைந்து விளங்கின. அந்த க்ருஹங்களை தேவர்கள், அசுரர்கள் முதலானோர் பாராட்டியிருக்கிறார்கள். எந்த விதமான குற்றம், குறைகளும் காண முடியாதவையாக இருந்தன. அந்த இல்லங்கள் யாவும் தன் சுயபலத்தைக் கொண்டு ஈட்டப்பட்டவை. இப்படிப்பட்ட சிறப்புகளைக் கொண்ட இல்லங்களை மாருதி கண்டார். அவை கடுமையான உழைப்பினால் சம்பாதிக்கப்பட்டவை, அசுரர்களின் சிற்பி மயனால் நேரிடையாக கட்டப்பட்டவை போன்றிருந்தன. பூலோகத்திலேயே லங்காதிபதியின் மாளிகைகள் அனைத்து சிறப்புகளைப் பெற்றிருந்ததை ஹனுமன் கண்ணுற்றார். பிறகு உயரே இருக்கும் மேகத்தைப் போன்றும், கவர்ச்சி கொண்டதும், தங்கத்தின் அழகான உருவ அமைப்பு கொண்டதும், தனக்கு இணையான எந்த உருவமும் இல்லாத தனிச்சிறப்பு கொண்டதும், ராக்ஷஸ ராஜனின் பராக்ரமத்திற்கு தகுதியான உருவ அமைப்பு கொண்டதும், க்ருஹங்களில் மிக, மிக சிரேஷ்டமானதும் ஆகிய புஷ்பகவிமானத்தை ஹனுமன் கண்டார்.

ஸ்வர்க்கமே தரையில் இறங்கி இருப்பதைப் போன்று பல, பல ரத்னங்கள் பதிக்கப்பட்டு ஒளி பொருந்தியிருந்தது. அதைப் பார்க்குங்கால் ஒரு மலையின் சிகரம் அநேக மரங்களின் மலர்களாலும் அவற்றின் மகரந்தத் தூளினாலும் பொழியப்பட்டது போன்றும், உத்தம ஸ்த்ரீகளின் தொடர்பினால்

ஒளிபொருந்தியது போன்றும், மேகம் மின்னல் கீற்றுகளால் பிரகாசிப்பது போல் தகதகத்தும், மிக சிரேஷ்டமான ராஜஹம்ஸங்களினால் தூக்கிச் செல்லப்பட்டது போன்றும், மொத்தத்தில் அது புண்யாத்மாக்கள் ஆகாயத்தில் உலாவும் தேவ விமானம் போன்றிருந்தது. அது விமானங்களில் தலைசிறந்து ஒரு ரத்னம் போன்றும் ஒரு மலையின் சிகரம் எப்படி பல தாதுக்களின் படிமங்களினால் வண்ணமயமாக இருக்குமோ அதைப் போன்றும், ஆகாயம் எப்படி சந்திரன், க்ரஹங்கள் ஆகியவற்றால் அழகாக காட்சி தருமோ அதைப் போன்றுமிருந்தது. மேகங்கள் ஒன்றோடொன்று பிணைத்து கோர்க்கப்பட்டது போல் வினோதமாக இருந்தது. அநேக ரத்னங்கள் பதிக்கப்பட்டு சித்தரிக்கப்பட்டிருந்தது. நிலமகள் மலைகளின் வரிசைகளால் பூரணத்துவத்தைப் பெற்றிருந்தாள். மரங்கள் நிறைந்த மலைகளும் மகரந்த துகள்கள் நிறைந்த மலர்கள் நிறைந்த மரங்களும் பூரணத்துவம் பெற்றிருந்தன.

அந்த புஷ்பக விமானத்தின் ஒளியினால் மாளிகைகள் வெண்மை யாக்கப்பட்டிருந்தன. தாமரைத் தடாகங்களில் மலர்கள் பூத்துக் குலுங்கியிருந்தன. தாமரைப் பூக்களில் மகரந்தத்தேன் நிறைந்திருந்தது. வனங்களும் வளம் பெற்று செல்வச் செழிப்புடன் வண்ணமயமாக இருந்தன. அந்த விமானம் "புஷ்பகம்" என்ற தனிச்சிறப்புப் பெயருடன் ஒளிவீசும் ரத்னக் கற்களினால் பிரகாசம் பெற்று உயர்ந்த விமான இல்லங்கள் யாவற்றிலும் தலைசிறந்திருந்தது. அதில் பல சித்திரங்கள், சிற்பங்கள் பொறிக்கப் பட்டிருந்தன. அவற்றின் சில காட்சிகள் இப்பொழுது வர்ணிக்கப் படுகின்றன. பறவைகளின் சித்திரங்கள் வைடூரியக் கற்களால் பொறிக்கப் பட்டிருந்தன. சில பட்சிகள் வெள்ளி, பவழம் ஆகியவற்றைக் கொண்டு சித்தரிக்கப்பட்டிருந்தன. பலப் பல பாம்புகளின் சித்திரங்களும் அங்கிருந்தன. உயர்ந்த ஜாதிக் குதிரைகள் அந்தந்த இனத்தை குறிப்பிடும் வகையில் அழகான அவயவங்களுடன் சித்தரிக்கப்பட்டிருந்தன. சில பட்சிகளின் சித்திரங்களில் பவழம், தங்கம் போன்றவற்றால் மலர் அலங்காரம் செய்யப்பட்ட இறக்கைகள் காணப்பட்டன. சிலசமயம், சில பட்சிகள் ஆகாயத்தில் குறும்புத்தனமாக இறக்கைகளை வளைத்து வளைத்து பறக்கும். அதைப் போன்று தத்ரூபமாக சித்திர, சிற்பங்கள் வடிக்கப்பட்டிருந்தன. சில பட்சிகளின் முகங்கள் அழகாகவும், இறக்கைகள் நேர்த்தியாகவும் சித்தரிக்கப்பட்டிருந்தன. அவற்றைப் பார்க்கும் போது, காமதேவனே அந்த பட்சிகளின் உருவில் இறக்கை கட்டிக் கொண்டு உலவுவது போல் தோன்றியது.

இன்னொரு இடத்தில் யானைகளின் சித்திரங்கள் இருந்தன. அவை தாமரைப் பொய்கைகளில் தாமாகவே இறங்கி விளையாட்டில் ஈடுபட்டிருந்தவை போன்றிருந்தன. மகரந்தத் தூள்களுடன் கூடிய நீலோத்பல புஷ்பங்களை

புஷ்பக விமானத்தை பார்த்தல்

ஏந்தியிருந்த அவற்றின் தும்பிக்கைகள் அழகாக இருந்தன. இன்னொரு பக்கம், ஸாக்ஷாத் மஹாலக்ஷ்மியின் உருவம் காணப்பட்டது. அதில் அந்த தேவி தாமரைத் தடாகத்தில் தாமரை மலரை கையில் ஏந்தி வீற்றிருப்பது போல் இருந்தது. இவ்வாறாக அந்த அழகான விமான க்ருஹத்தை சுற்றி வந்த ஹனுமன் வியப்பில் ஆழ்ந்தார். அந்த இல்லம் ஓர் அழகிய மலையின் எழிலைக் கொண்டிருந்தது. குளிர்காலத்தின் முடிவில் மரங்கள் பொந்துகளுடன் நறுமணத்துடன் அழகாக எழிலாக தோற்றமளிப்பது போல் அந்த புஷ்பக விமானமும் காட்சியளித்தது.

அனைவராலும் பாராட்டப்பட்டதும், ராவணனின் புஜபல பராக்ரமத்தால் பாதுகாக்கப்பட்டதுமான அந்த லங்காபுரியை ஹனுமன் எப்படியோ வந்தடைந்தார் என்பது உண்மைதான். ஆனால், ராமனின் அனந்த கல்யாண குணங்களால் ஈர்க்கப்பட்ட ஸீதையை, ஜனக குமாரியை, பூஜிக்கத் தகுந்த தெய்வமாக இருக்கப்பட்டவளை காணாததால் வானரன் மிகவும் துக்கமடைந்தார்.

ஹனுமன் ஒரு மஹாபுருஷன் தான். எல்லோராலும் பாராட்டப்பட்ட தன்மையைப் படைத்தவர் தான். ராமகைங்கர்யத்தில் தன்னை முழுமையாக ஈடுபடுத்திக் கொண்டவர் தான். நன்னெறியில் நின்றவர் தான். அழகான, தீக்ஷண்யமான கண்களைப் படைத்திருந்தவர் தான். ஆனாலும் லங்காபுரியில் எல்லா இடங்களையும் தேடித் திரிந்தும் ஜானகியைக் காணாமல் அவரது மனம் இப்பொழுது மிகவும் துக்கித்து வருந்தியது.

7-ஆவது ஸர்க்கம் முடிவுற்றது.

8-ஆவது ஸர்க்கம்

புஷ்பக விமான வர்ணனை

ராவண க்ருஹங்களுக்கு மத்தியில் ஒரு பெரிய விமானம் (வான-ரதம்) இருந்தது. அதுதான் புஷ்பகவிமானம். அதில் அநேகம் நவரத்னக் கற்கள் பதிக்கப்பட்டு அலங்காரம் செய்யப்பட்டிருந்தது. அதன் சாளரங்கள் உருக்கிவிட்ட தங்கத்தால் சமைக்கப்பட்டவை. அது எல்லையில்லாத, இணையற்ற எழிலைக் கொண்டிருந்தது. விசுவகர்மா இதனைப் படைத்த பிறகு "ஆஹா, இது வெகு அற்புதம்!" என்று தனக்குள் பாராட்டிக் கொண்டான். அது தெய்வீகத் தன்மை கொண்டதால், ஆகாயத்திலேயே நிலைபெற்றிருந்தது. அதாவது, பூமியில், தரையைத் தொடாது இருந்தது. சூரியதேவன் ஸஞ்சாரம் செய்யும் ஆகாயமார்க்கத்திற்கு கலங்கரை விளக்கம் போல ஒரு அடையாளக் குறியாக இருந்தது. அந்த வான-ரதத்தில் பெருமுயற்சி செய்யப்படாத எந்த அம்சமும் இல்லை. அதிலிருந்த அனைத்தும் விலையுயர்ந்த பொருள்களாக இருந்தன. அதன் சிறப்பு அம்சங்கள் தேவ லோகத்தில் கூட இருந்ததில்லை. அதன் ஒவ்வொரு வஸ்துவும் தனிச்சிறப்பு வாய்ந்ததாக இருந்தது.

கடும் தவத்தினாலும், பராக்ரம சக்தியாலும் அந்த புஷ்பக விமானம் குபேரனிடமிருந்து ஈட்டப்பட்டது. நினைத்த மாத்திரத்தில், நினைத்தபடி எந்த இடத்திற்கும் செல்லக்கூடிய தெய்வீக சக்தி கொண்ட அதில் விசேஷமான அமைப்புகளும், வேலைப்பாடுகளும் அநேகம் உண்டு. பார்க்கப் பார்க்க, அது அதிவினோதமானது. மனதிற்கு திருப்தி ஏற்படக்கூடிய அளவில் அதிவேகமாக செல்லக் கூடியது. இதை எதிரிகளால் தாக்க முடியாது. வாயு வேகத்திற்கு இணையான விரைவைக் கொண்டது. மஹா புருஷர்கள் அல்லது புண்ணியவான்கள் அல்லது பெரும் தனவான்கள் அல்லது கீர்த்திமான்கள் அல்லது என்றும் சுகமாகவே இருக்கும் தன்மை கொண்ட இந்திராதி தேவர்கள் – இவர்களுக்கே உரித்தான இல்லம் போன்றது. விதவிதமான சிகரங்களைக் கொண்டது. உச்சி முகுடங்கள் பலவற்றைக் கொண்டது. மனதிற்கு மிகவும் சந்தோஷத்தை கொடுக்கவல்லது. சரத்கால சந்திரனைப் போன்று மாசு, மறுவு அற்றது. மலை மீதிருக்கும் சிகரங்களைப் போல, அதுவும் பல அழகான சிகரங்களைப் படைத்திருந்தது. அந்த புஷ்பக விமானத்தின் அடியில் பல பூதகணங்களின் படிமங்கள் பொறிக்கப்பட்டிருந்தன. இந்த பூதகணங்கள் புஷ்பக விமானத்தை பல்லக்கை தூக்கிச் செல்வது போல் ஒரு பிரமையை ஏற்படுத்தும் வகையில் செதுக்கப்பட்டிருந்தன. அந்த பூதகணங்கள் காதுகளில்

குண்டலங்கள் அணிந்து இன்முகத்துடன் இருந்தார்கள். பெரும் தீனிக்காரர்கள். ஆகாயத்தில் ஸஞ்சரிப்பவர்கள். அரக்க சாதியைச் சேர்ந்தவர்கள். அவர்கள் தங்கள் கண்களை அகல விரித்து, குறுக்கும் நெடுக்கும் பார்வையைச் செலுத்துபவர்கள். அதி வேகத்தில் செல்லக்கூடிய திறமை கொண்டவர்கள். இப்படிப்பட்ட பூதகணங்களின் படிமங்கள் ஆயிரக்கணக்கில் பொறிக்கப்பட்டிருந்தன.

வஸந்த காலத்தில் பூக்கள் கொத்துக் கொத்தாகப் பூத்து எப்படி ஓர் அழகை ஏற்படுத்துமோ அதைப் போன்று இந்த புஷ்பக விமானமும் இருந்தது. வஸந்த ருதுவைக்காட்டிலும் மிக வசீகர உருவத்தைக் கொண்டது. இப்படிப்பட்ட மிகச் சிறப்பு வாய்ந்த இந்த புஷ்பக விமானத்தை வானர வீரச்ரேஷ்டன் ஹனுமன் பார்த்தார்.

8-ஆவது ஸர்க்கம் முடிவுற்றது.

9–ஆவது ஸர்க்கம்

அந்தப்புர வர்ணனை

சிறப்புமிக்க அந்த இல்லங்களின் மத்தியில், வாயு குமாரன் ஹனுமன் மிகச் சிறந்த ஒரு மாளிகையைப் பார்த்தார். அது மிக அகலமாகவும், நீளமாகவும் விஸ்தாரமாகவும் அரை யோஜனை தூரம் அகலமாகவும், ஒரு யோஜனை தூரம் நீளமாகவும் இருந்தது. அரக்க அரசனின் அந்த மாளிகை பல அடுக்கடுக்கான உப்பரிகைகள் நிறைந்ததாயிருந்தது. எதிரிகளை அழிக்கும் ஆற்றல் பெற்ற ஹனுமன், நீண்ட தடக்கண்களையுடைய ஸீதாதேவியை, விதேக ராஜன் மகளை தேடித்தேடி நாற்புறமும் அலைந்து திரிந்தார்.

ராவணனுடைய அரண்மனை அரக்கர்களின் மிகச்சிறந்த வாசஸ்தலமாக இருந்தது. சீர்களனைத்தும் பெற்றிருந்த ஹனுமன் அவற்றையெல்லாம் பார்த்துவிட்டு அரக்க அரசனின் மாளிகைக்கு வந்து சேர்ந்தார். அந்த அரண்மனையை பல யானைகள் காவல் காத்துக் கொண்டிருந்தன. அவற்றில் சில மூன்று தந்தங்களையும், சில நான்கு தந்தங்களையும் கொண்டிருந்தன. ஆயுதங்கள் ஏந்திய அரக்கர்கள் அதனைச் சுற்றி பரவலாக காவல் காத்திருந்தார்கள். ராவணனுடைய இல்லத்தில் அரக்க ஜாதியைச் சேர்ந்த பல மனைவிமார்கள் இருந்தார்கள். தவிரவும் படையெடுத்துச் சென்று எதிரிகளை வெற்றி கொண்டபோது பலாத்காரமாக கொண்டு வரப்பட்ட பல அரச குமாரிகளும் அங்கே, கன்னிமாடத்தில், ஆசை நாயகிகளாக நிறைந்திருந்தனர். முதலைகள், மகரமீன்கள், திமிங்கலங்கள், சுறாமீன்கள் மற்றும் பெரும் பாம்புகளுடன் நிறைந்திருக்கும், ஒரு கடல் பெருங்காற்றினால் கொந்தளித்தால் எப்படி இருக்குமோ அதைப் போன்று அந்த அந்தப்புரமும் இருந்தது.

குபேரனுடைய அரண்மனையில் இருந்த செல்வச்செழிப்பு, ஹரி என்ற குதிரையை (அல்லது ஐராவதத்தை) வாகனமாகக் கொண்ட தேவேந்திரன் அரண்மனையில் இருந்த ஐசுவரியம் – இவை யாவும் ராவணனுடைய அரண்மனையில் என்றென்றும் நீங்காத செல்வமாக இருந்தன. குபேர ராஜனிடமோ, யமதேவனிடமோ, வருண தேவனிடமோ என்ன செல்வச்செழிப்பு இருக்குமோ, அதற்கு நிகராகவோ, ஏன், அதற்கு மேலாகவும் இங்கே அரக்கனின் இல்லங்களில் இருந்தது. அந்த மாளிகையின் மத்தியில், இன்னொரு இல்லம் போன்றிருந்த புஷ்பக விமானத்தை வாயுகுமாரன் பார்த்தார். அது வெகு அழகாக நிர்மாணம் செய்யப்பட்டிருந்து. பல மத

யானைகள் அதனை நாற்புறமும் காவல் காத்து நிற்பதைப் போல பல படிமங்கள் நிறுவப்பட்டிருந்தன.

புஷ்பகம் என்ற புகழ்பெற்ற அந்த விமானம் எல்லா விதமான நவரத்னங்களாலும் அலங்கரிக்கப்பட்டது. (முதன் முதலில்) அது தேவலோகத்தில் விசுவகர்மாவினால் ப்ரஹ்ம தேவனுக்காக பிரத்யேகமாக செய்யப்பட்டது. குபேரன் தனது கடுமையான தவத்தின் பயனாக அந்த வான–ரதத்தை ப்ரஹ்மதேவனிடமிருந்து பரிசாக பெற்றான். பிற்பாடு ராக்ஷஸராஜன் ராவணன் குபேரனை தனது வீரத்தினால் வென்று அவனிடமிருந்து அதைக் கைப்பற்றினான். அந்த விமானத்தில் தங்கம், வெள்ளி முதலானவற்றைக் கொண்டு வடிக்கப்பட்ட செந்நாய்களின் படிமங்கள் பொருத்தப் பட்டிருந்தன. கைவேலைப்பாடுகளுடன் கூடின தூண்கள் அதில் இருந்தன. அந்த விமானம் ஒளிச் செல்வத்துடன் திகழ்ந்தது. அதில் உப்பரிகைகளும், மங்களக்ருஹ விதானங்களும் இருந்தன. அவை நாற்புறமும் அலங்கரிக்கப்பட்டிருந்தன. அவை மேரு மலையை போன்றும், மந்தர பர்வதத்தைப் போன்றும் நெடிதுயர்ந்து ஆகாய விதானத்தையே தொட்டு விடும் போன்று இருந்தன. அந்த புஷ்பக விமானம் நெருப்பைப் போன்றும், சூரியனைப் போன்றும் சுடர் விட்டு ஒளிர்ந்தது. அது விசுவகர்மாவினால் வெகு அழகாக நிர்மாணம் செய்யப்பட்டது. அதில் தங்கத்தால் ஆன படிக்கட்டுகள் இருந்தன. அழகான மேடைகளும் அதில் இருந்தன. அதில் இருந்த சாளரங்கள் தங்கத்தாலும், ஸ்படிகங்களாலும் அலங்கரிக்கப்பட்டிருந்தன. மேடைகள் இந்திர நீலக்கற்களாலும், மஹா நீலக்கற்களாலும் பதிக்கப்பட்டிருந்தன. அதன் தரை, சுவர்கள் (தளங்கள்) பவழங்களாலும், பல நிறங்களில் இருந்த விலையுயர்ந்த நவமணிக் கற்களாலும், தன்னிகரற்ற முத்துக்களாலும் ஒளிகூட்டப்பட்டன. அந்த விமானத்தில் நெருப்பைப் போன்று சிவப்பு நிறம் கொண்ட, செஞ்சந்தனத்தின் பரிமளம் பரவியிருந்ததால் விமானம், உச்சிவேளைச் சூரியனைப் போன்று தகதகத்தது.

விமானத்தில் மேல்விதானங்களும், சிறப்பாக அமைக்கப்பட்டிருந்த விதானங்களும் புஷ்பக விமானத்தை அழகுறச் செய்தன. அத்தகைய தேவலோக விமானத்தில் மஹாவானரன் ஹனுமன் ஏறினார். அதில் ஹனுமன் இருந்தபடியே பானங்கள், உண்டி வகைகள் ஆகியவற்றின் திவ்யமான வாசனையை நுகர்ந்தார். அது வாயுதேவனே தனது உருவத்தை எடுத்து வந்ததுபோல் இருந்தது.

ஒரு நெருங்கிய உறவினனை ஒருவன், "இங்கே வா, இங்கே, வா" என்று அன்புடன் கூப்பிட்டு அழைத்துச் செல்வது போல், அந்த மணமும் ராவணன் இருக்குமிடத்திற்கு "இங்கே வா, இங்கே வா" என்று கூறி பலசாலி ஹனுமனை அழைப்பது போல் இருந்தது. (முன் சுலோகத்தில் அந்த மணம் வாயுதேவனே

உருவெடுத்து வந்தது போல் இருந்தது என்ற கூற்று, இங்கே தொடர்படுத்திக் கொள்ளக்கூடியது.) அப்பொழுது அந்த மணம் வந்த இடத்தை நோக்கி சென்ற ஹனுமன் அங்கே ஓர் அழகிய, பெரிய கூடத்தைப் பார்த்தார். அது ராவணனுக்கு மிகவும் மனதிற்குப் பிடித்த ஓர் உத்தம ஜாதி காதல் மனைவி போல் இருந்தது. அதன் படிக்கட்டுகள் நவரத்னங்களைக் கொண்டு பதிப்பிக்கப்பட்டிருந்தன. அதன் ஜன்னல்கள் தங்கம், வெள்ளி ஆகியவற்றால் அமைக்கப்பட்டு திகழ்ந்தன. அதன் தரையில் ஸ்படிக கற்கள் பரப்பப்பட்டு தலவரிசை செய்யப்பட்டிருந்தது. கூடத்தில் அங்கங்கே தந்தத்தால் ஆன அழகுப் பொருள்கள் வைக்கப் பட்டிருந்தன. அந்த கூடம், நிறைய தூண்களால் அலங்காரமாக இருந்தது. தூண்கள் நவரத்னங்கள் பதிக்கப்பட்டு அழகுபடுத்தப்பட்டிருந்தன. அவை முத்துக்கள், பவழங்கள், தங்கம், வெள்ளி ஆகியவற்றாலும் அலங்கரிக்கப் பட்டிருந்தன.

தூண்கள் சமச்சீராகவும், (கோணல் இல்லாமல்) நேராகவும், உயரமாகவும் இருந்தன. அவை நாற்புறமும் அழகுபடுத்தப்பட்டிருந்தன. அந்த பெரிய தூண்களைப் பார்க்குங்கால் அவற்றையே சிறகாகக் கொண்டு புஷ்பக விமானம் விண்ணில் எழுவது போல் தோற்றமளித்தது. அந்த அரங்கத்தில் பெரிய ரத்னக்கம்பளம் விரிக்கப்பட்டிருந்தது. அதில் பூலோகத்தின் வரைபடம் வரையப்பட்டிருந்தது. பரந்த அகிலமே தேசங்களுடனும், கட்டிடங்களுடனும் அங்கே இருப்பது போல் தோற்றமளித்தது. மதக்களிப்பில் இருந்த பறவைகள் கூக்குரலிட்டுக் கொண்டிருந்தன. தெய்வீக பரிமளகந்தம் விரவியிருந்தது. அரக்கர் வேந்தன் அமர்ந்து கொள்வதற்கான விலையுயர்ந்த விரிப்புகள் இருந்தன.

அகில் புகையினால் நறுமணம் பரவியும், அன்னப் பறவையைப் போல் தூய வெண்மையாகவும், பூக்கள் தூவப்பட்டு வண்ண மயமாகவும், நினைத்தவற்றை அருளக்கூடிய கீர்த்தி பெற்ற காமதேனுவைப் போன்றும், மனதிற்கு மிக்க சந்தோஷத்தை உண்டு பண்ணுவதாகவும், வண்ண ஜாலங்கள் மனநிறைவை உண்டு பண்ணுவதாகவும், தெய்வீகமான ஸம்பத்தை தோற்றுவிப்பதாகவும் இருந்தது.

ராவணனின் பாதுகாப்பில் இருந்த அந்த கூடம், ஐந்து இந்திரியங்களுக்கும் உகந்ததான ஐந்து விஷய சுகங்களையும் அளித்து இன்பத்தை அள்ளித் தருவது போல் இருந்தது. அது ஒரு தாய் தனது மகவுக்கு பலவிதங்களிலும் பொருள்களைக் கொடுத்து அதனை களிப்படையச் செய்வது போல இருந்தது.

இவை யாவற்றையும் பார்த்துக் களித்த மாருதி தன் மனதுக்குள் "இது என்ன ஸ்வர்க்க லோகமா? வேறு ஏதாவது தேவலோகமா? அல்லது

தேவேந்திரனுடைய பட்டணமா? அல்லது அஷ்ட மஹாஸித்திகளின் ஒட்டுமொத்தமான தவப்பயனா?'' என்று நினைத்துக் கொண்டார்.

அங்கே, பொன்னைப் போன்று சுடர்கொண்ட தீபங்கள், த்யானத்தில் ஈடுபட்டிருப்பவனைப் போல், ஆடாமல் அசையாமல் நிதானமாய் ஒளிவீசிக் கொண்டிருந்தன. அவற்றைப் பார்க்கும் போது, சூதாட்டத்தில் கைதேர்ந்த பெரிய சூதாட்டக்காரனால் வெல்லப்பட்ட ஒரு சாமானிய சூதாடி, ஆடாமல், அசையாமல் ஸ்தம்பித்துப் போய் நிற்பதைப் போன்றிருந்தது. தீபங்களின் ஒளியாலும், ராவணனுடைய தேஜஸ்ஸினாலும், ஆபரணங்களின் ஒளிக்கதிர் வீச்சுகளாலும் அந்த புஷ்பக விமானமே தீப்பற்றி எரிகிறதோ என்று ஹனுமன் எண்ணினார். பிறகு கம்பள விரிப்புகளின் மீது அமர்ந்திருந்த ஆயிரக் கணக்கான உத்தம ஸ்த்ரீகளை ஹனுமன் பார்த்தார். அவர்கள் விதவிதமான நிறத்தில் இருந்த ஆடைகள், மாலைகள் மற்றும் விதவிதமான ஒப்பனைகளில் தங்களை அலங்கரித்துக் கொண்டிருந்தார்கள்.

குடிமயக்கத்தாலும், நித்திரையினாலும் ஆட்கொள்ளப்பட்டு நடு இரவில், கேளிக்கைகளில் ஈடுபட்டு சோர்ந்து, தன்னையறியாமல் தூக்கத்தில் துயில் கொண்டிருந்தார்கள். அப்பொழுது அவர்கள் ஆழ்ந்த நித்திரையில் இருந்தபோது அணிகளின் சலசலப்பு கூட கேட்கவில்லை. எல்லாம் நிசப்தமாக இருந்தது பார்ப்பதற்கு ஒரு தாமரைக்குளம், ஹம்ஸங்கள், வண்டுகள் ஆகியவற்றின் ஆரவார ஒலிகள் இல்லாமல் அமைதியாக இருந்ததைப் போன்றிருந்தது. அவர்களின் பற்களை வாய்கள் மூடிக் கொண்டிருந்தன. கண்களை இமைகள் மூடிக் கொண்டிருந்தன. அவர்களின் முகங்கள் தாமரையின் மணத்தைக் கொண்டிருந்தன. அழகான அந்த பெண்மணிகளின் இந்தக் கோலத்தை மாருதி கண்டார்.

தாமரைகள் விடியற்காலையில் மலர்ந்தும் இரவில் இதழ்கள் மூடிக் கொண்டும் இருப்பது போல், அந்த மங்கையர்களின் திருமுகங்களும் திகழ்ந்தன. அவர்களின் திருமுகங்களை அவை அலர்ந்த தாமரை மலர்கள் என்றே எண்ணி வண்டுகள் மயக்கமுற்று அடிக்கடி, இடைவிடாமல் தேடித் தேடி வந்தன. இவர்களின் திருமுகங்கள் எல்லா குண விசேஷங்களிலும் தாமரைகளுக்குச் சமமானவையே என்று மாருதி ஹனுமானத்துடன் எண்ணினார். நித்திரை செய்யும் பெண்மணிகளால் நிறைந்த ராவணனுடைய அந்த சயனக் கூடம், சரத்கால வானில் தாரகைகள் நிறைந்திருக்கும் நிர்மலமான ஆகாயத்தை ஒத்திருந்தது. அந்த நாரீமணிகளால் சூழப்பட்டிருந்த அரக்கர்வேந்தன், ஒளி பொருந்திய சந்திரன் தாரகைகளால் சூழப்பட்டிருந்ததை ஒத்திருந்தான்.

புண்ய சீலர்கள் வானத்தில் நக்ஷத்ரங்களாக மாறி, அவர்கள் ஈட்டியிருந்த புண்ணியம் தீர்ந்து போனதும், விண்ணிலிருந்து விழுந்து விடுவார்கள் என்று மக்கள் கூறுவார்கள். அவ்விதம் உதிர்ந்து விழுந்துவிட்ட தாரகைகள் தானோ இந்த மகளிர்கள் என்று எண்ணினார். அந்த மங்கையர்களின் நிறச்சிறப்பு, முகஒளி, நலம் பொருந்திய காந்தி ஆகியவை யாவும் பெரிய தாரகைகளைப் போலவே தெள்ளத் தெளிவாக ஒளிர்ந்தன. (ஆழ்ந்த துயில் கோலத்தில் இருந்த அந்த மங்கையர்களின் வர்ணனைகள் தொடர்கின்றன.) சிலருக்கு கூந்தல் கலைந்து, பெரிய மாலைகள் தளர்ந்து ஆபரணங்கள் சிதறியும் இருந்தன. சிலர் மது பானத்தினாலும், கேளிக்கைகளாலும் சோர்ந்து போய், நித்திரையினால் ஆட்கொள்ளப்பட்டு, நினைவிழந்து தூங்கியிருந்தார்கள்.

சிலருக்கு நெற்றித்திலகங்கள் அழிந்தும், சிலருக்கு மெட்டிகள் நழுவியிருந்தும், சிலரின் முத்து ஆரங்களும், மாலைகளும் அறுந்தும், சிலரின் ஆடைகள் நழுவியும், சிலருக்கு ஒட்டியாணக் கயிறு அறுந்தும் போயிருந்தது. பெண்குதிரைகள் சோர்வு நீங்க மணலில் புரண்டு, புரண்டு தரையில் படுத்திருப்பதைப் போல சிலர் புரண்டு படுத்திருந்தார்கள். சிலர் காதணிகளை நன்றாகவே அணிந்திருந்த நிலையில் இருந்தார்கள். சிலர் சூட்டிக் கொண்டிருந்த மலர்மாலைகள் அறுந்தும் கசங்கியும் இருந்தன. அதைப் பார்க்கையில், ஒரு பெரிய காட்டில், நன்றாக பூத்துக் குலுங்கியிருந்த மலர்க் கொடிகள் ஒரு பெரிய யானையினால் தகைத்து, நசுக்கப்பட்டிருந்ததைப் போல் இருந்தது. சிலர் அணிந்திருந்த முத்துமாலைகள் சந்திரனைப் போன்று ஒளி பொருந்தியும், மிகப் பெரிய அளவிலும், கொங்கைகளுக்கிடையில் ஒளிர்ந்தன. அவை துயில்கொண்டிருந்த ஹம்ஸ பக்ஷிகளை ஒத்திருந்தன. சிலர் வைடூரிய மாலைகள் அணிந்திருந்தனர். அவை மீன் கொத்தி பறவைகளைப் போன்றிருந்தன. சிலர் பொன் சரடுகள் அணிந்திருந்தனர். அவை சக்ரவாகப் பட்சிகளைப் போன்றிருந்தன.

ஆற்றங்கரைகளில் சிலசமயம் ஒரு காட்சி தென்படுவதுண்டு. அன்னங்களும் நீர்க்காகங்களும், சக்ரவாக பட்சிகளும் ஆற்றின் மணற்படுகைகளின் மீது கூட்டம் கூட்டமாக, வரிசை வரிசையாக வீற்றிருக்கும். அதைப் போன்று இந்த மகளிர் வரிசை ஓர் ஆற்றைப் போலவும் அவர்களின் பருத்த இடைகள் மணற்படுகைகளைப் போன்றும், அவர்கள் அணிந்திருந்த வண்ண வண்ணமான ஆபரணங்கள் அன்னம், நீர்க்காகம், சக்ரவாகம் போன்ற பட்சிகளைப் போன்றும் இருந்தன. இன்னொரு விதத்தில் துயிலிலிருந்த இந்த மங்கையர் குழாம் ஓர் ஆற்றுடன் ஒப்பீடு கொண்டிருந்தது. அவர்கள் அணிந்திருந்த சலங்கைச் சரங்களே பூமொட்டுகள். பொன் அணிகலன்களே தாமரைகள். அவர்களின் காதல் சேட்டைகளே முதலைகள். அவர்களுடைய கீர்த்தியே (தேககாந்தியே) ஆற்றின் கரைகள்.

சில பெண்களின் அங்கங்கள் வெகு மிருதுவாக இருந்ததால், அவர்கள் அணிகலன்களை கழட்டி வைத்திருந்தாலும் ஏற்கனவே அவர்கள் அணிகளை அணிந்திருந்த காரணத்தால் அங்கே சருமம் கருத்து வடுக்கள் வரிவரியாக இருந்தன. ஆனாலும் அந்த சுவடுகளே கூட அணிகளாகவே தெரிந்தன. அவ்விதமே அவர்கள் கழுத்தில் அணிந்திருந்த ஆபரணங்களின் உரசலால் ஏற்பட்ட சுவடுகள் கொங்கை நுனிகளிலும் படிந்திருந்தன. சில பெண்களின் ஆடை தலைப்பு நுனிகள், இதர பெண்களின் சுவாஸக் காற்றினால் படபடத்து அவர்களின் திருமுகங்களில் அடிக்கடி உரசிக் கொண்டேயிருந்தன. அழகிய நிறத்தில் இருந்த சக்களத்திகளின் திருமுகத்தின் கீழே (கழுத்துப்பட்டையில்), சில பெண்களின் மேலாடைகள், பல வண்ணங்களில் ஒளிவீசிக் கொண்டிருந்த விதானக் கொடிகளைப் போல அசைந்து அசைந்து விளங்கின.

நன்மங்கையர்களில் சிலர் மெது மெதுவாக மூச்சு விட்டுக் கொண்டிருந்தாலும் அந்த மெல்லிய சுவாஸக் காற்றினால் கூட அருகில் இருந்த ஒளிமிக்க மங்கையர்களின் காதணிகள் அசைந்தாடின. அந்த நங்கையர்களின் மூச்சுக்காற்று இயல்பாகவே மணமாகவும், இன்பமாகவும் இருந்தன. அதனுடன் கூடி சர்க்கராஸவமென்ற மதுவின் மணமும் கூடி ராவணனை உபசரித்தன.

ராவணனின் மனைவிமார்கள் சிலர் பக்கத்தில் துயின்று கொண்டிருந்த சக்களத்திகளை தூக்கக் கலக்கத்தில், ராவணன் என்று எண்ணி அவர்களின் முகங்களில் மீண்டும் மீண்டும் முத்தம் கொடுத்தார்கள். சில உத்தமஸ்த்ரீகள் ராவணனிடம் அளவு கடந்த காதல் கொண்டிருந்ததால், அவனுடைய இதர மனைவிமார்களிடமும் தங்களையறியாமலே பிரியமாகவே இருந்தனர்.

ஒருத்தி கைகள், தோள்கள் நிறைய அணிகளை அணிந்து அயர்ந்து தூங்கியிருந்தாள். அவளுடைய கைகளையே தலையணையாகக் கொண்டு அடுத்தவள் தூங்கினாள். இன்னும் சில அழகான மங்கையர் துணிகளையே சுருட்டி வைத்து தலையணையாக வைத்துத் தூங்கினார்கள். ஒருத்தி இன்னொருத்தியின் மார்பின்மேல் தலை வைத்துப் படுத்திருந்தாள். அந்த இன்னொருத்தி கைகளில் இன்னொருத்தி தலை வைத்துப் படுத்திருந்தாள். இன்னொருத்தி இன்னொருத்தியின் தொடை மீது தலைவைத்துப் படுத்திருந்தாள். அவளுடைய கைகளை தலையணையாக்கி இன்னொருத்தி தூங்கினாள்.

இவ்விதம் அவர்கள் ஒருவருக்கொருவருடைய தொடைகள், பக்கங்கள், இடுப்பு, புட்டம் ஆகியவற்றை தலையணையாக உபயோகித்து ஒருவருக் கொருவர் தங்கள் அங்கங்களை பிணைத்துக் கொண்டு தூங்கினார்கள். அவர்கள் யாவரும் மது மயக்கம், நட்புணர்ச்சி ஆகியவற்றிற்கு அடிமைப் பட்டிருந்தார்கள். அழகான இடைகளைக் கொண்டிருந்த அந்த நங்கையர்

ஒருவருக்கொருவருடைய அங்கங்களை பிணைத்துக் கொண்டு ஸ்பர்ச சுகத்தை அனுபவித்து இன்புற்றிருந்தார்கள். அவர்கள் எல்லோரும் ஒருவர் கைகளை இன்னொருவர் கைகளோடு கோர்த்துக் கொண்டு துயின்றார்கள். அந்தக் காட்சியைப் பார்க்கையில் நங்கையர் என்ற மலர்மாலை அவர்கள் கைகள் என்ற நூலைக் கொண்டு தொடுக்கப்பட்டு மதுவுண்டு மயங்கியிருந்த வண்டுகள் மொய்த்த ஒரு பூமாலையைப் போன்று இருந்தது.

வஸந்த ருதுவில் வைகாசி மாதத்தில் பூக்கள் கொடிகளில் மலர்ந்து காற்றடித்து அவை கீழே உதிர்ந்து விழுந்து அவை யாவும் மலர்க் கொத்துக்களாக ஒன்றோடொன்று சேர்த்து ஒரு மாலையாகத் தொடுக்கப் பட்டது போல் அந்த காட்சி இருந்தது. அந்த மங்கையரின் அணி ஒரு பூங்காவனம் போன்றிருந்தது. பூங்காவனத்தில் பூக்கள் குவியல் குவியல்களாக இருப்பது போல் இங்கே மங்கையரின் பூங்காவனமாக அது இருந்தது. இந்த மங்கையரின் பூங்கா வனத்தில் அவர்களுடைய தோள்களே பூக்குவியல்களைப் போல ஒன்றோடு ஒன்று இணைந்திருந்தன. அவர்களே ஒருவருக்கொருவர் மதுவண்டுகளாக இருந்தனர். அந்த யுவதிகள் யாவரும் தங்கள் தங்கள் அங்கங்களில் ஆபரணங்கள், ஆடைகள், மலர் மாலைகள் ஆகியவற்றை அந்தந்த உரிய இடங்களில்தான் அணிந்திருந்தார்கள். ஆனால் எந்த ஆபரணம் அல்லது ஆடை அல்லது மலர்மாலை யாருடையது என்று பிரித்துப் பார்க்க முடியவில்லை.

ராவணன் அப்பொழுது சுகமாக நன்றாக அயர்ந்து தூங்கிக் கொண்டிருந்தான். அப்பொழுது தங்கச்சுடர்களுடன் இருந்த தீபங்கள் ஆடாமல் அசையாமல் ஒளிர்ந்தன. அதைப் பார்க்கையில் அந்த தீபங்கள் இமை கொட்டாமல் ராவணனிடம் பயமில்லாமல் அவனுடைய மனைவிமார்களை கண்டுகளிப்பதைப்போல் தோன்றியது. அந்த அந்தப்புரத்தில் ராஜரிஷிகளின் பெண்கள், பித்ரு கணங்களின் மங்கையர், தைத்யர்கள் இனத்தைச் சேர்ந்த நங்கையர், கந்தவர்கள் இனத்தைச் சேர்ந்த யுவதிகள், ராட்சஸ இனத்தைச் சேர்ந்த கன்னிகள் ஆகியோர் இருந்தனர். அவர்கள் யாவரும் ராவணனிடம் காதல் வயப்பட்டுத்தான் வந்தவர்கள். அவர்கள் யாவரையும் எதிரிகளுடன் யுத்தம் செய்து ராவணன் அபகரித்து வந்திருந்தான். சிலர் ராவணனின் மேல் மோகம் கொண்டு, காதல் வசப்பட்டு வந்தவர்கள். அந்த அந்தப்புரத்தில் எந்த பெண்மணிகளும் வற்புறுத்தப்பட்டு கொண்டு வரப்பட்டவர்கள் இல்லை. ராவணனுடைய பராக்ரமத்திலும், அவனுடைய குணவிசேஷங்களிலும் மனம் வைத்துத்தான் அவர்கள் அவனை அடைந்தார்கள். அவர்களுள் யாரும் அவனிடம் காதல் கொள்ளாதவர்கள் இல்லை. அதே போன்று யாரும் முன்பே யாரையும் மணந்திருக்கவில்லை. ஜனககுமாரி ஸீதை மட்டும் தான் இதற்கு விலக்காக இருந்தவள். அந்த அந்தப்புர மங்கையரில் யாரும் இழிகுலத்தைச் சார்ந்தவள் இல்லை. யாரும் அழகில்லாதவள் இல்லை. யாரும் திறமையற்றவள்

இல்லை. யாரும் பணிவிடை செய்ய மறுப்பவள் இல்லை. யாரும் பலஹீனமானவள் இல்லை. எவளும் காதலனுக்கு விருப்பம் இல்லாதவள் இல்லை. இப்படிப்பட்ட தகுதியின்மை படைத்த யாரும் ராவணனுடைய மனைவியாக இல்லை.

அப்பொழுது வானரவீரன் ஹனுமனின் மனத்தில் இவ்வாறு எண்ணம் எழுந்தது. "இங்கே இருக்கும் ராவணனுடைய மனைவிமார்கள் அவனுடன் கூடி எவ்வளவு சந்தோஷமாக இருக்கிறார்கள்? இதைப் போன்றே ராகவனின் மனைவி ஸீதாதேவியையும் ராமனுடன் சந்தோஷமாக இருக்க, நல்ல புத்தி கொண்டு, ராவணன் வைத்திருந்தானானால் எவ்வளவு நன்றாக அவனுக்கு இருந்திருக்கும்?" மீண்டும் ஹனுமன் வருத்தத்துடன் எண்ணிக் கொண்டார். "ஸீதாதேவி நிச்சயம் இவர்கள் யாவரையும் காட்டிலும் சீலகுணங்களில் மிகச் சிறந்தவள். அதனால்தான் இந்த மஹாவீரன் லங்கேசுவரன் அவளிடம் இந்த அநாகரீகமான செயலைச் செய்திருக்கிறான். அந்தோ, கஷ்டம்!"

9-ஆவது ஸர்க்கம் முடிவுற்றது.

10–ஆவது ஸர்க்கம்

மந்தோதரியை காணுதல்

ஹனுமன் சுற்றிப்பார்த்து வருகையில் அங்கு ஓரிடத்தில் முக்கியமான ஸ்தானத்தில் ஒரு மஞ்சத்தைப் பார்த்தார். அது தேவலோகத்தில் உள்ள மஞ்சத்தைப் போன்றிருந்தது. ஸ்படிக மணிகளாலும், ரத்னங்களாலும் அலங்கரிக்கப்பட்டிருந்தது. தந்தங்கள், தங்கம் ஆகியவற்றால் சித்திர வேலைப்பாடுகள் செய்யப்பட்டு, வைடூரியங்களால் அழகுபடுத்தப்பட்டு, விலையுயர்ந்த விரிப்புகளோடு கூடினவைகளுமான சிறந்த ஆஸன பீடங்களோடு அந்த கட்டில் அமைந்திருந்தது. அங்கே ஒரு பக்கத்தில் வெண் கொற்றக் கொடியை ஹனுமன் பார்த்தார். மிகச் சிறந்த மாலைகளால் அழகுபடுத்தப்பட்டு சந்திரனைப் போன்று வெண்பொலிவுடன் இருந்தது. அங்கே மிகச் சிறந்த இன்னொரு ஆஸனமும் தங்கத்தால் வேலைப்பாடுகள் செய்யப்பட்டிருந்தது. சூரியனைப் போல் சுடர் பொருந்தியிருந்தது. அசோக மாலைகள் தொங்க விடப்பட்டு அலங்காரமாக இருந்தது.

வெண்சாமரங்களைக் கையில் ஏந்திய மகளிர் எல்லா பக்கங்களிலும் வீசிக் கொண்டிருந்தார்கள். பலவிதமான பரிமள கந்தங்களாலும், மிகச் சிறந்த அகில் சந்தன தூபங்களாலும் மணம் கமழச் செய்யப்பட்டிருந்தது. மிக உயர்ந்த பட்டு – கம்பள விரிப்புகள் விரிக்கப்பட்டு, ஆட்டுத்தோலால் அது உறைபோடப் பட்டிருந்தது. நறுமணம் கொண்ட மலர்மாலைகளால் நாற்புறமும் அழகுடன் மிளிர்ந்தது. அந்த மஞ்சத்தில் துயில் கொண்டிருந்த ராவணனை ஹனுமன் கண்டார். அவன் கார்மேகம் போல் கருநிறத்தில் இருந்தான். குண்டலங்கள் பளபளப்பாக ஜொலித்தன. கண்கள் சிவந்திருந்தன. நீண்ட தோள்களைப் படைத்திருந்த அவன் பொன்னாடை வஸ்திரத்தை அணிந்திருந்தான்.

நறுமணம் கமழும் செஞ்சந்தனம் பூசப்பட்டிருந்த உடலானது, மாரிக் காலத்தில் ஆகாயத்தில் மேகங்கள் மின்னல்களுடன் கூடி மாலை வேளையில் எப்படி சிவந்திருக்குமோ அதைப் போன்று ராவணன் காணப்பட்டான். அவன் அணிந்திருந்த சிறந்த ஆபரணங்கள் தேவ லோகத்தில் செய்யப்பட்டவை போன்றிருந்தன. இஷ்டபிரகாரம் தன் உருவத்தை மாற்றிக் கொள்ளும் தெய்வீக சக்தி உடைய அவன் அழகான வடிவுடன் இருந்தான். அவன் தூங்குவதைப் பார்த்தால், மரம் – செடி – கொடிகள்– புதர்கள் ஆகிய காடுகளுடன் கூடிய மந்தர பர்வதம் துயிலில் இருந்ததைப் போன்றிருந்தது.

இரவு காமக்கேளிக்கைகளில் ஈடுபட்டு ஓய்ந்து சோர்ந்திருந்த அவன் அரக்க குல மகளிருக்கு மிகப் பிரியமானவன். அரக்கர்களுக்கு சுகங்களை நல்குபவன். நன்றாக குடித்துவிட்டு ஓய்ந்திருந்தான்.

ஒரு நாகப்பாம்பைப் போல பெருமூச்சு விட்டுக் கொண்டிருந்த ராவணனை நெருங்கி வானரச்ரேஷ்டன் பயந்துவிட்டவன் போல் ஒரு பெரிய கலக்கத்தை அடைந்தார். பிறகு விலகிச் சென்று, ஒரு படிக்கட்டின் வழியாக வேறு ஒரு மேடையை அடைந்து, குடிபோதையில் மயங்கித் தூங்கியிருந்த அரக்க வேந்தனை மஹாகபி ஹனுமன் உற்றுப் பார்த்தார்.

யானைகளில் "கந்தஹஸ்த யானை" என்ற ஓர் இனம் உண்டு. அந்த யானைக்கு மதம் பிடித்தால் அதன் மதநீரின் வாசனையை நுகர்ந்ததும் மற்ற யானைகள் பயந்து ஓடிவிடும். அப்படிப்பட்ட ஒரு கந்தஹஸ்த யானை ப்ரஸ்ரவண மலைமீது தூங்கிக் கொண்டிருந்தால் எப்படி இருக்குமோ அப்படி அரக்க வேந்தன் தூங்கிக் கொண்டிருந்த மஞ்சமும் கம்பீரமாகத் தோற்றமளித்தது.

ஹனுமன் பெரும் சரீரம் படைத்திருந்த ராக்ஷஸனின் இரண்டு புஜங்களையும் பார்வையுற்றார். அவற்றில் தங்கத் தோள்வளைகள் இருந்தன. அவை பார்ப்பதற்கு தேவேந்திரனின் வெற்றிக் கொடிகள் கட்டிலில் படுக்க வைத்திருந்ததைப் போலிருந்தன. ஐராவத யானையின் கூரிய தந்தங்களின் முனைகளால் கீறப்பட்ட காயங்களின் வடுக்கள் அந்த தோள்களில் காணப் பட்டன. வஜ்ராயுதத்தினால் கீறப்பட்ட பருத்த புஜங்கள் அவை. மஹாவிஷ்ணுவின் சக்ராயுதம் தாக்கிய காயங்களின் வடுக்களைக் கொண்டவை. பருத்த, வலிமை பொருந்திய தோள்கள் சமச்சீராக இருந்தன. அழகான நகங்களுடன் நெருக்கமாக அமைந்த விரல்கள் கொண்ட உள்ளங்கை லட்சணமாக இருந்தன. அவை இரும்புத்தடிகளையொத்து உறுதி படைத்து திரண்டு உருண்டிருந்தன. யானைத் துதிக்கையைப் போன்றிருந்த அவை, அந்த அழகான சயனத்தில் நீட்டப்பட்டுக் கிடந்தது பார்ப்பதற்கு இரண்டு ஐந்து தலைநாகங்களைப் போன்றிருந்தன. அவை முயல் ரத்தம் போன்ற, குளிர்ச்சியான, வாசனை பொருந்திய, மிக உயர்ந்த சந்தனத்தால் பூசப்பட்டு அலங்கரிக்கப் பட்டிருந்தன.

உத்தம ஜாதிப்பெண்மணிகளால் அந்த புஜங்கள் பிடித்து விடப்பட்டவை. மிகச்சிறந்த பரிமள கந்தங்களால் மணக்கச் செய்யப்பட்டவை. யக்ஷர்கள், பன்னகர்கள், கந்தர்வர்கள், தேவர்கள், தானவர்கள் ஆகிய இனங்களைச் சேர்ந்த பகைவர்கள் அனைவரையும் கதறக் கதறச் செய்தவை இதே புஜங்கள் தான்! ராவணனுடைய இரண்டு கைகளும் படுக்கையில் நீண்டு படிந்து கிடந்திருந்தன. அவை மந்தர மலைகுகையில் தூங்கிக் கொண்டிருக்கும் சீற்றம் கொண்ட இரண்டு பாம்புகளைப் போன்றிருந்ததை வானரன் பார்த்தார்.

பரிபூரணமான அந்த தோள்களுடன் இருந்த ராக்ஷஸன், மந்தரமலை இரண்டு சிகரங்களுடன் திகழ்ந்திருந்ததைப் போன்றிருந்தான். அந்த சயனக்ருகத்தில் பல்வேறு வகையான வாசனைகள் மணத்துக் கொண்டிருந்தன. மா, புன்னை, மகிழம்பூ ஆகியவற்றின் மணம் ஒரு பக்கம். அறுசுவை உண்டிகளின் இனிய வாசனை ஒரு பக்கம். மதுவகைகளின் வாடை ஒரு பக்கமென பல வகையான வாசனைகள் ராக்ஷஸராஜனின் வாயிலிருந்து வெளிவந்து கொண்டிருந்தன. தூங்கிக் கொண்டிருந்த ராவணனின் மூச்சுக்காற்று அந்த சயனக்ருகத்தை நிரப்பிக் கொண்டிருந்தது போல் இருந்தது.

அவனுடைய தலை, முத்துக்கள், நவமணிகள் பதிக்கப்பட்ட பொன் கிரீடத்தினால் ஒளிபொருந்தி இருந்தது. அந்த மகுடம் சிறிது சரிந்திருந்தது. அவனுடைய முகம் குண்டலங்களினால் அழகாக ஒளிர்ந்திருந்தது. அவன் மார்பு பருத்தும் விசாலமாகவும், செஞ்சந்தனத்தால் பூசப்பட்டுமிருந்தது. முத்து மாலையினால் அலங்கரிக்கப்பட்டு சோபையுடன் விளங்கிற்று. அவன் கண்கள் சிவந்திருந்தன. உடுத்தியிருந்த வெண் பட்டாடை சற்றே விலகி இருந்தது. அதன்மேல் மஞ்சள் பட்டாடை உத்தரீய வஸ்த்ரமாக கூடியிருந்தது.

அவன் துயில் கொண்டிருந்த கோலத்தைப் பார்க்கையில் பலவித உதாரணங்கள் தோன்றுகின்றன. ஒரு பக்கம் ஓர் உளுந்து குவியலைப் போன்றிருந்தான். இன்னொரு பார்வையில் சீறிக் கொண்டிருக்கும் பாம்பைப் போன்றிருந்தான். இன்னொரு பார்வையில் கங்கையின் பெருவெள்ளத்தின் கரையில் தூங்கியிருந்த யானையைப் போன்றிருந்தான். அவனைச் சுற்றி தங்கச்சுடர் தீபங்கள் நான்கு திசைகளிலும் ஒளிபரப்பிக் கொண்டிருந்தன. அந்த ஒளியினால் அவன் அங்கங்கள் பிரகாசமாகத் தெரிந்தன. அது மேகக் கூட்டங்கள் மின்னல்களினால் ஒளி வீசியதைப் போல் இருந்தது. பெருமை வாய்ந்த அந்த அரக்க வேந்தன் அரண்மனையில் அவனுடைய அன்பு மனைவிமார்களை ஹனுமன் பார்த்தார். அவர்கள் அவன் காலடியில் சயனித்து இருந்தார்கள்.

வானரச்ரேஷ்டன் பார்த்த பெண்மணிகள் நிலவைப் போன்ற ஒளிர் முகத்தைக் கொண்டிருந்தார்கள். அழகான காதணிக் குண்டலங்களைப் பூண்டிருந்தனர். வாடாத மலர்களைக் கொண்டு தொடுத்த மாலைகளை ஆபரணமாகக் கொண்டிருந்தனர். நாட்டியம், ஸங்கீத வாத்யங்கள் ஆகியவற்றில் தேர்ச்சி பெற்ற சில நங்கையர், விலையுயர்ந்த ஆபரணங்களை அணிந்து கொண்டு ராக்ஷஸ ராஜனின் தோள்பக்கத்திலும், மடியிலும் தூங்கிக் கிடந்திருந்ததையும், யுவதிகளின் காதோரங்களில், வைரம், வைடூரியம் பதிக்கப்பட்ட குண்டலங்களையும், தோள்களில் தங்க வங்கிகளையும் வானரன் பார்த்தார். அந்த பெண்மணிகளின் மதிமுகங்களாலும், அழகான மென்மையான குண்டலங்களினாலும் அந்த சயனமஞ்சம் ஆகாயம் தாரகைக் கணங்களுடன்

கூடியிருந்ததைப் போல் ஒளிர்ந்தது. சிற்றிடைகளுடன் இருந்த அந்த மகளிர் காமக் கேளிக்கைகளினால் களைப்படைந்து அங்கங்கே இருந்த இடைவெளிகளில் தூங்கிக் கிடந்திருந்தார்கள்.

ஒருத்தி நாட்டியத்தில் தேர்ச்சி பெற்றவள். அவள் நல்ல நிறத்தில் இருந்தாள். அங்க அசைவுகளுடன் நளினமாக ஆடக் கூடியவள். அவள் அபிநயத்துடன் இருந்தபடியே தூங்கிப் போயிருந்தாள். வீணை வாசிப்பதில் ஈடுபட்ட இன்னொருத்தி வீணையை அணைத்துக் கொண்டே தூங்கியிருந்தாள். அதைப் பார்க்கையில் ஒரு பெரிய ஆற்றில் இருக்கும் தாமரை மலர்கள் ஒரு தெப்பமரத்தைச் சுற்றிக்கொண்டு இருப்பதைப் போல் இருந்தது.

கருமையான கண்களைப் படைத்திருந்த மற்றொருத்தி மட்டுகம் என்ற தாளவாத்யத்தை வாசிப்பவள். அவள் அந்த வாத்தியத்தை தனது கக்கத்தில் வைத்துக் கொண்டு தூங்கிப் போயிருந்தாள். அவளைப் பார்க்கையில் ஒரு பெண் தன் மகவை பாசத்துடன் அணைத்துக் கொண்டிருந்தது போல் இருந்தது. இன்னொருத்தி படஹம் என்ற கருவியை வாசிப்பவள். அழகான கொங்கைகளுடன், ஸர்வாங்க லாவண்யத்துடன் இருந்த அவள் தனது வாத்தியத்தை இறுக்கிக் கட்டிக் கொண்டு படுத்திருந்தாள். அதைப் பார்க்கையில் ஒரு காதல் நாயகி தனது காதலனை வெகுகாலம் கழித்து கூடி ஆசையுடன் அணைத்திருந்ததைப் போல் இருந்தது. இன்னொருத்தி புல்லாங்குழல் வாசிப்பவள். அவள் கண்கள் தாமரையைப் போல் அழகாய் இருந்தன. அவள் தனது புல்லாங்குழல் கருவியை அணைத்தபடியே தூங்குவதைப் பார்க்கையில் காதல் மிக்க ஓர் ஆசைநாயகி தனது காதலனை தனிமையில் சந்தித்து அணைத்திருந்தது போல் இருந்தது. இன்னொரு இளநங்கை நியமங்களோடு நடனமாடுபவள். அவள் ஏழுதந்தி வீணை ஒன்றை தனது நாயகனுடன் கூடியிருந்த காதலியைப் போல அணைத்துப் பிடித்துக் கொண்டு நித்திரையின் வசப்பட்டு ஆழ்ந்து தூங்கியிருந்தாள். இன்னொருத்தி மிருதங்கத்தை இறுக்கி அணைத்துக் கொண்டு அயர்ந்து தூங்கியிருந்தாள். அவள் மேனி பொன் நிறத்தில் இருந்தது. அங்கங்கள் செழுமையாகவும், மிருதுவாகவும், கவர்ச்சியாகவும் இருந்தன. கண்கள் மயக்கத்தில் சொறுகிப் போயிருந்தன. இன்னொருத்தி பணவ வாத்யத்தை தனது இரு புஜங்களின் பக்க இடுக்குகளில், வைத்துக் கொண்டு தூங்கியிருந்தாள். அவள் வயிறு சிறுத்து அழகாக இருந்தது. அவள் அங்கங்கள் எந்த குறைகளும் இல்லாமல் இருந்தன. காமக் கேளிக்கைகளினால் மிகவும் களைத்துப் போயிருந்தாள். டிண்டிமம் என்ற வாத்தியத்தில் ஈடுபாடு கொண்ட இன்னொருத்தி அந்த வாத்தியத்தை தழுவிக் கொண்டு தூங்கிப் போயிருந்தாள். அவளைப் பார்க்கையில் ஒரு மாது தனது இளம் வயது குழந்தையை கட்டி அணைத்திருந்தது போல் இருந்தது.

ஒரு பெண் ஆடம்பரம் என்ற வாத்தியத்தை இரு கைகளிலும் அழுத்திப் பிடித்துக் கொண்டு தூங்கியிருந்தாள். தாமரை இதழைப் போன்ற கண்களைக் கொண்ட அவள் மதுமயக்கத்தில் இருந்தாள். இன்னொரு நங்கை கலச வாத்தியத்தை கவிழ்த்து வைத்துக் கொண்டு ஒயிலாகத் தூங்கியிருந்தாள். வஸந்த காலத்தில் பலவித வண்ணப் பூக்களைக் கொண்டு தொடுத்த மாலையின் மீது தண்ணீர் தெளிக்கப்பட்டால் எப்படி புதுப்பொலிவு இருக்குமோ அப்படிப்பட்ட பொலிவுடன் இருந்தாள். இன்னொருத்தி தனது ஸ்தனங்களை இரண்டு கைகளாலும் பொத்திக் கொண்டு தூக்கத்திற்கு அடிமைப்பட்டு துயிலில் ஆழ்ந்திருந்தாள். அவள் கொங்கைகள் தங்கக் கலசங்கள் போன்றிருந்தன.

ஒருத்திக்கு கண்கள் தாமரை இதழ்களைப் போன்றும், திருமுகம் முழுமதியைப் போன்றும் பொலிவுற்றிருந்தது. அவள் காமநோயால் வருத்தப்பட்டு இன்னொரு பெண்ணை அணைத்துக் கொண்டு தூங்கியிருந்தாள். அந்த இன்னொரு பெண்ணின் பின்இடை அழகாக இருந்தது. இன்னும் பல பெண்கள் விதவிதமான வாத்யக் கருவிகளை தங்கள் கொங்கைகளில் இடுக்கி அணைத்துக் கொண்டு, காதலன் – காதலியர்களைப் போலத் தழுவி, தூங்கிப் போயிருந்தார்கள். இந்த மங்கையர் யாவரும் தூங்கிக் கொண்டிருந்த இடங்களுக்கு அப்பால் ஒரு தனியான இடத்தில், ஒரு தூய்மையான மஞ்சத்தில் தூங்கிக் கொண்டிருந்த ஒரு பெண்ணை வானரன் பார்த்தார். அவள் வெகு அழகாக இருந்தாள். மற்றப் பெண்மணிகளைக் காட்டிலும் முற்றிலும் மாறுபட்டு, தனிச் சிறப்புடன் விளங்கினாள்.

முத்துக்களாலும், நவரத்னங்களாலும் செய்யப்பட்ட ஆபரணங்களால் வெகு அழகாக அலங்கரிக்கப்பட்டிருந்த அவள் தனது காந்தி விசேஷத்தால் அந்த இல்லத்தையே அழகுபடுத்தியது போல் இருந்தது. பொன்மேனியளாக இருந்த அவள் அங்கங்கள் தங்கத்தைப் போன்று மினுமினுத்தன. அவள் ராவணனுக்கு மிகவும் பிரியமானவள். அந்தப்புரத்திற்கு அவளே தலைவி. அந்த சௌந்தர்ய ரூபவதி மந்தோதரி. அவள் துயிலில் இருந்ததை வானரன் பார்த்தார். நீண்ட தோள்கள் கொண்ட வாயுகுமாரன், அலங்காரமாக இருந்த அவளைப் பார்த்து, அவளுடைய உருவம், யௌவன ப்ராயம் ஆகியவற்றைக் கொண்டு அவள் ஸீதை என்று ஊகித்து, பேரானந்தக் களிப்புடன் கூடி சந்தோஷமடைந்தார். ஆனந்தப் பரவசத்தினால் ஹனுமனுக்கு என்ன செய்வது என்றே புரியவில்லை. தோள்களைத் தட்டிக் கொண்டார். வாலைப் பிடித்து வைத்துக்கொண்டு அதற்கு முத்தம் கொடுத்தார். ஆனந்த வெள்ளத்தில் திளைத்தார். கூத்தாடினார். பாடினார். இருப்புக் கொள்ளாமல் இங்கும் அங்கும் அலைந்தார். திடீரென தூண்களின் மீது தாவி ஏறினார். திடீரென தரையில்

மந்தோதரியை காணுதல்

தொப்பென்று விழுந்தார். மொத்தத்தில் அவர் தனது வானர இனத்தின் இயற்கையான குண விசேஷங்களையும், செயல்களையும் காட்டிக் கொண்டிருந்தார்.

10-ஆவது ஸர்க்கம் முடிவுற்றது.

11-ஆவது ஸர்க்கம்

பானசாலையில் தேடுதல்

வானரோத்தமன் அடுத்த கணம் அந்த எண்ணத்தை உதறித் தள்ளி, நிதான யோசனையுடன் இருக்கலானார். ஸீதையைப் பற்றி வேறுவிதமாக எண்ணத் தலைப்பட்டார். ராமனை விட்டுப்பிரிந்து இருக்கும் நங்கை நல்லாள் தூங்குவதற்கோ, விருந்துண்ணவோ, அலங்காரம் செய்து கொள்வதற்கோ, மது அருந்துவதற்கோ ஒருபோதும் தலைப்பட மாட்டாள். தேவர்களின் அரசனாக இருந்தாலும் எந்த அந்நிய புருஷனையும் அவள் சேரமாட்டாள். மேலும், ராமனுக்கு ஈடான புருஷன் மூன்று உலகத்திலும் இல்லையே! ஆகையால் இந்தப்பெண் வேறு யாராகவோ இருக்க வேண்டும் என்று தீர்மானித்த வானரன் மதுக்கூடத்தில் ஸஞ்சரித்தார். அங்கே சில மாதர்கள் கேளிக்கைகளினால் களைப்படைந்து போயிருந்தார்கள். வேறு சிலர் பாடிப்பாடி களைத்துச் சோர்ந்திருந்தார்கள். இன்னும் சிலர் நடனமாடி நடனமாடி களைத்துப் போயிருந்தார்கள். இன்னும் சிலர் மதுபானத்தால் போதை மேலிட்டிருந்தார்கள். முரசுகள், மத்தளங்கள், ஆஸனங்கள் ஆகியவற்றின் பக்கத்திலிருந்தபடியே பல பெண்கள் தூங்கிப் போயிருந்தார்கள். இன்னும் சிலர் கம்பள விரிப்புகளில் படுத்துத் தூங்கியிருந்தார்கள்.

ராவணனைச்சுற்றி ஆபரணங்களை நன்கு அணிந்திருந்த ஆயிரக் கணக்கான மங்கையர்கள் இருந்தார்கள். அவர்கள் நன்றாக அழகாக இருந்ததோடு, பேச்சிலும் வல்லவர்களாக இருந்தவர்கள். அவர்கள் ஸங்கீத சாஸ்திரத்தின் நுணுக்கங்களை பொருத்தமான விதத்தில் விவாதம் செய்ய வல்லவர்கள். அவர்கள் உரிய காலம், தேசம் ஆகியவற்றை உணர்ந்து அதற்குத் தக்கபடி பொருத்தமாகப் பேசத்தெரிந்தவர்கள். இப்படிப்பட்ட குண விசேஷங்களைப் பெற்றிருந்த நங்கைகளுடன் கூடியிருந்து, அகமும், புறமும் களிக்கும் காமக்கேளிக்கைகளில் ஈடுபட்டுத் தூங்கியிருந்த ராவணனை ஹனுமன் பார்த்தார்.

வேறோர் இடத்திலும் இப்படிப்பட்ட குணநலன்களைப் பெற்றிருந்த சிறந்த மங்கையர்கள் இருந்தனர். அவர்களும் நல்ல அழகு, பேச்சு, சாமர்த்தியம், இடம், பொருள், ஏவல் (காலம்) தெரிந்து அதற்குத் தக்கபடி பேசக் கூடியவர்கள். அவர்கள் மத்தியில் நீண்ட தோள்களைக் கொண்ட அரக்கர் வேந்தன் ராவணன், பசுமாட்டு மந்தையின் மத்தியில், உயர்ந்த பசுக்களின் இடையில் ஒரு

காளையைப் போல் விளங்கினான். அதைப் பார்க்குங்கால், ஒரு பெரிய யானை, பல பெண் யானைகளால் காட்டில் சூழ்ந்திருந்ததைப் போன்றிருந்தது. அந்த பேரரசன் அரக்கவேந்தனின் இல்லத்தில் மதுபானக் கூடத்தில் விரும்பியவைகள் அனைத்தும் கிடைக்கக் கூடியதாக இருந்ததையும் மான், எருமை, பன்றி ஆகியவற்றின் மாமிச வகைகள் தனித்தனியாக பிரித்து வைக்கப்பட்டிருந்ததை அவர் பார்த்தார். பெரிய பெரிய தங்க வட்டில்களில் மயில் கறி, கோழிக்கறி முதலானவைகள் அரைகுறையாக சாப்பிடப்பட்டு மிச்சங்கள் எறியப்பட்டிருந்ததையும், பன்றி, கழுகு, முள்ளம்பன்றி, மான், மயில் முதலானவற்றின் மாமிசங்கள் மோர் – உப்பு கலந்து நன்றாக பக்குவப்படுத்தப்பட்டு வைக்கப்பட்டிருந்ததையும் ஹனுமான் பார்த்தார்.

க்ரகரப்பட்சியின் மாமிஸம் பலவகையாக சமைக்கப்பட்டிருந்தது. சகோரப்பட்சியின் ஊண் உணவு பாதி, பாதியாகத்தான் சாப்பிடப் பட்டிருந்தது. எருமை, ஏகசல்யம் என்ற மீன், ஆடு ஆகியவற்றின் மாமிசங்கள் நன்றாக சமைக்கப்பட்டிருந்தன. உணவு வகைகள் விதவிதமாக இருந்தன. சில நாக்கால் நக்கிச் சாப்பிடக் கூடியவைகள், சில பாயஸம், ரஸம் போன்று அருந்தக் கூடியவைகள். சிலது அப்படியே மென்று சாப்பிடக் கூடியவைகள்.

அதேபோன்று பல உணவு வகைகள் உப்பு, புளி சேர்க்கப்பட்டு, ராகம்–ஷாடவம் என்ற மசாலாப் பொருள்களும் கூட்டப்பட்டு விதவிதமாக இருந்தன. உணவு பதார்த்தங்கள் இப்படி ஒரு பக்கம் இருக்க, இன்னொரு பக்கம், பெண்களின் விலையுயர்ந்த ஆபரணங்கள், முத்து ஆரங்கள், தண்டைகள், வளையல்கள் முதலானவைகள் தரையில் அலங்கோலமாக சிதறிக்கிடந்தன. மதுக்கலயங்களில் வகைவகையான பழங்கள் போடப் பட்டிருந்தன. பெண்களின் பூமாலைகள், மலர்கள் தரையில் சிதறிக் கிடந்தாலும் அந்த அலங்கோலமும் அழகாகத்தான் விளங்கிற்று. படுக்கைகளும், ஆஸனங்களும் நெருக்கமாக வைக்கப் பட்டிருந்தன. மதுபானக்கூடம் நெருப்பு இல்லாமலேயே ஒளிர்விட்டு பிரகாசிப்பது போல் இருந்தது.

கைதேர்ந்த சமையல்காரர்கள் விதவிதமான உணவு வகைகளைத் தயாரித்திருந்தார்கள். மாமிசங்கள் நன்றாக சமைக்கப்பட்டு வைக்கப்பட்டிருந்தன. அவைகள் யாவும் மதுபானக் கூடத்தில் தனித்தனியாக வைக்கப்பட்டிருந்தன. மதுவகைகள்தான் எத்தனை விதம்! சில வகைகள், கள் போன்று இயற்கையானவைகள். சில சாராயம் போன்று செயற்கையாகத் தயாரிக்கப் பட்டவைகள். அவைகள் சிறந்ததாகவும், சுத்தமாகவும், சர்க்கரை, பாகு, தேன், பூமகரந்தங்கள், பழங்கள் போன்ற வகைவகையான மூலப்பொருள்களிலிருந்து தயாரிக்கப்பட்டவைகள். ரக, ரகமான வாசனைப்பொடிகள் அங்கங்கே தனித்தனியே இறைந்து கிடந்தன. தரையில் விதவிதமாக தொடுக்கப்பட்டிருந்த மாலைகள் பரப்பப்பட்டிருந்தன.

தரையில் விதவிதமான மதுக்குடங்கள் நிறைய இருந்தன. அவற்றுள் சில வெள்ளியாலும், சில ஸ்படிகக்கற்களாலும், சில தங்கத்தாலும் செய்யப் பட்டவைகள். வெள்ளிக் கலயங்களிலும், தங்கக் கலையங்களிலும் மது பானங்கள் மிகுதியாகவே மிச்சமாக வைக்கப்பட்டிருந்ததை வானரன் பார்த்தார். தங்கக்குடங்களிலும், வெள்ளிக்குடங்களிலும், ரத்னமயமான குடங்களிலும் மதுபானங்கள் நிறைந்திருந்ததையும் சில இடங்களில் மது மிச்சம் வைக்கப்பட்டிருந்ததையும், சில இடங்களில் முழுவதுமாக குடிக்கப்பட்டிருந்த தையும், சில இடங்களில் குடிக்கப்படாமல் முழுவதுமே மிச்சமாக வைக்கப் பட்டிருந்ததையும் அவர் பார்த்தார். சில இடங்களில் விதவிதமான உணவு வகைகளையும், சில இடங்களில் கொஞ்சம் கொஞ்சமாக மிச்சமிருந்த பானங்களையும் சில இடங்களில் சாப்பிட்ட எச்சில் மிச்சங்களையும் பார்த்துக் கொண்டே சென்றார் வானரன். சில இடங்களில் குடங்கள் உடைந்திருந்தன. சில இடங்களில் குடங்கள் சாய்க்கப்பட்டிருந்தன. இன்னும் சில இடங்களில் மாலைகளும், காய் கிழங்குகளும், பழங்களும் சிதறிக்கிடந்தன.

வேறு ஓரிடத்தில் பெண்களின் படுக்கைகள் இருந்தன. அவைகள் தூய்மையாகவும் விதவிதமாகவும் இருந்தன. சில சிறந்த பெண்மணிகள் ஒருவரையொருவர் கட்டிக்கொண்டு துயின்றிருந்தார்கள். சிலர் தூங்கிக் கொண்டிருந்த மற்றவர்களின் வஸ்த்ரங்களைப் பிடித்துக்கொண்டு, அவற்றை போர்த்திக்கொண்டு ஆழ்ந்த உறக்கத்திலிருந்தார்கள். அவர்களுடைய சுவாஸக்காற்றினால் உடலைச் சுற்றி இருந்த ஆடைகளும், மாலைகளும், மென்காற்றினால் வீசப் பட்டவைகள்போல், மெல்ல மெல்ல அசைந்து கொண்டிருந்தன. குளிர்ச்சி பொருந்திய சந்தனம், மதுவின் ரஸத்தைக் கொண்ட கள், பலவகையான மாலைகள், விதவிதமான பரிமள தூபங்கள் என்று பலவகையான மணங்களை ஹனுமன் நுகர்ந்து சென்றார். மதுரஸங்கள், சந்தனம், அகில் மணப்புகை ஆகியவற்றின் இனிய மணம் புஷ்பக விமானத்தில் மூச்சுத் திணறும்படி பரவியிருந்தது. அரக்கனின் மாளிகையில் இருந்த மங்கைகள் பல, பல நிறங்களில் இருந்தார்கள். சிலர் கரும்பச்சை நிறத்திலும், சிலர் வெள்ளை நிறத்திலும், சிலர் கருப்பு வர்ணத்திலும், சிலர் பொன் நிறத்திலும் இருந்தார்கள். அவர்கள் துயில் வசப்பட்டிருந்ததாலும், காதல் கேளிக்கை களினால் களைத்திருந்ததாலும் அவர்கள் திருமுகங்கள் கண்மூடி இருந்ததால் தாமரை மலர்கள் மொக்காக கூம்பியிருந்ததைப் போன்றிருந்தன.

இவ்விதமாக, மஹாதேஜஸ்வியான வானரன் ராவணனின் அந்தப்புரத்தை ஒரு இடமும் விடாமல் சுற்றிப் பார்த்துவிட்டார். ஆனால் ஜானகியை மாத்திரம் பார்க்க முடியவில்லை. மஹாவானரன் அந்த மங்கைகள் அனைவரையும் பார்த்த பிறகு, அவருக்கு தான் நல்லொழுக்கத்தை மீறிவிட்டோமோ என்று ஒரு பெரிய பயம் ஏற்பட்டு விட்டது.

"மாற்றானுடைய மனைவிமார்களை, அதுவும் அவர்கள் தூங்கியிருந்த கோலத்தில், நான் பார்த்தது எனக்கு ஒரு பெரிய அறக்குற்றத்தை நிச்சயம் ஏற்படுத்தி விட்டது. ஆனால் ஒன்று – பிறன் மனைவிமார்களை நான் பார்க்க நேர்ந்தது, ஆசையினால் உந்தப்பட்டது அல்ல. நிர்ப்பந்த வசத்தினால்தான் நான் பிறன் மனைவிமார்களைப் பார்த்தேன்".

மனக்கட்டுப்பாடு படைத்த ஹனுமனுக்கு அடுத்த கணம் சிந்தனை வேறுவிதமாக இருந்தது. நிச்சயம் செய்திருந்த காரியத்தில் தீர்மானம் வைத்த ஒருவனுக்கு, அவனுடைய செயல் அந்த எண்ணத்திலேயே குறியாக இருக்கும்.

"ராவணனுடைய மனைவிமார்களை நான் பார்த்தேன் என்பது வாஸ்தவம்தான். ஆனால் எந்த மனச்சஞ்சலமும் இன்றிதான் அது நேர்ந்தது. அதனால் எனது மனது எந்த விகாரத்தையும் அடையவில்லை. எல்லா புலன்களின் செயல்பாடுகளிலும், நல்லவையோ தீயவையோ, அவற்றிற்கெல்லாம் மனமே காரணமாகும். அந்த மனம் என்னைப் பொருத்தவரையில் நல்லதாகவே அமைந்தது. வைதேகியை நான் எங்குதான் தேடமுடியும்? பெண்கள் மத்தியில் தானே பெண்கள் கலந்திருப்பார்கள்? அவர்கள் மத்தியில்தானே எப்படியும் தேடியாக வேண்டும்?

எந்த உயிரினமும் அந்தந்த உயிரினிடத்துடன்தான் சேர்ந்திருக்கும். அங்குதான் அதைத் தேடவேண்டும். ஒரு பெண் காணாமல் போனால் அவளை பெண்மான்களிடையேயா தேடமுடியும்? ஆகையால் இந்த அந்தப்புரம் முழுவதும் வெகுத்தூய்மையான மனத்துடன் தான் என்னால் தேடப்பட்டது. ஆனாலும் ஜானகி தென்படவில்லையே!"

வீரன் ஹனுமன் தேவர்கள் – கந்தர்வர்கள் – இனத்தைச் சேர்ந்த பெண்களைப் பார்த்தார். நாக கன்னிகைகளையும் பார்த்தார். ஆனால் ஜானகியை காண முடியவில்லையே.

திருச்செல்வன் மாருதி மறுபடியும் பெரும் முயற்சியை மேற்கொண்டு, மதுபானக் கூடத்தை விட்டு நீங்கி, தீவிரமாக ஸீதையைத் தேடுவதில் முனைந்தார்.

11-ஆவது ஸர்க்கம் முடிவுற்றது.

12-ஆவது ஸர்க்கம்

மாருதியின் மனவேதனை

மாருதி அந்த அரண்மனையில் மத்தியில் இருந்த கொடிபடர் இல்லங்கள், சித்திரக்கூடங்கள், இரவுகால சயனக்ருஹங்கள் ஆகிய எல்லாவற்றையும் ஸீதையைக் காணும் ஆவலில் சுற்றிப்பார்த்தார். ஆனால் அழகிய திருமுகம் கொண்ட ஸீதையை மாத்திரம் காண முடியவில்லை. பிறகு மஹாவானரன் ரகுநந்தனின் பிரிய மனைவியைப் பார்க்க முடியாமல் சிந்திக்கலானார். "ஸீதை இறந்திருப்பாளோ? அப்படியில்லையெனில் அந்த மைதிலி ஏன் இன்னமும் என் பார்வையில் கிடைக்கவில்லை? ஸீதை ஒரு பதிவிரதை, தனது ஒழுக்கத்தை எப்பாடுபட்டும் காப்பாற்றிக் கொள்வதில் தீவிரமானவள். நல்லோர்களின் வழி நின்றவள். அரக்கர் தலைவனோ மஹா துஷ்ட கர்மங்களைச் செய்பவன். அவன்தான் அவளை நிச்சயமாகக் கொன்றிருப்பான். ஒருக்கால், ஜனககுமாரி வேறுவிதமாக இறந்திருப்பாளோ? அரக்கப் பெண்கள் குரூரமானவர்கள், கோரமானவர்கள், களையற்றவர்கள், பெரிய முகங்கள் படைத்தவர்கள், நீண்ட, குரூரமான பார்வை கொண்டவர்கள். இப்படிப்பட்டவர்களைப் பார்த்த பயத்திலேயே ஜானகி இறந்திருப்பாளோ?

ஸீதையைப் பார்க்காமல், எனது திறமையை இழந்து, வெகு காலம் வானரர்களுடன் காலம் கடத்தி நேரத்தையும் வீணாக்கி, ஸுக்ரீவனின் அருகாமையில்தான் என்னால் செல்ல முடியுமா? அவன் வானரன், பலவான், கடுமையான தண்டனையை விதிப்பவன். அந்தப்புரம் முழுவதையும் தேடியாகிவிட்டது. ராவணனின் மனைவிமார்கள் அனைவரையும் பார்த்தாகி விட்டது. நங்கை நல்லாள் ஸீதை மாத்திரம் தென்படவில்லையே! எனது முயற்சி யாவும் வீணாகிப் போனதே! நான் திரும்பிச்சென்ற பிறகு வானரர்கள் ஒன்று கூடி என்னிடம், 'வீரனே, அங்கு சென்ற பிறகு நீ என்ன செய்தாய்? அனைத்தையும் எங்களுக்குக் கூறு என்று கேட்பார்களே, அப்பொழுது, ஜானகியைப் பார்க்காத நான் யாது கூறுவேன்?'

காலம் கடந்து விட்டதால் அவர்கள் உயிரை நிச்சயம் துறந்திருப்பார்கள். கடலின் அக்கரைக்குச் சென்ற பிறகு என்னைப் பார்த்து, பெரியவர் ஜாம்பவானும், அங்கதனும், கூடியிருக்கும் வானரர்களும் என்ன சொல்வார்களோ! இப்பொழுது இவற்றையெல்லாம் நான் ஏன் சிந்திக்க வேண்டும்? எடுத்துக்கொண்ட காரியத்தைத் தான் விடாமுயற்சியுடன் தொடர

வேண்டும். இப்பொழுது நான் மனம் தளர்ந்து போய், உற்சாகத்தை இழந்து விடக்கூடாது, உற்சாகம் தான் செல்வங்கள் அனைத்திற்கும் மூலகாரணம். உற்சாகம்தான் பேரானந்தம். உற்சாகம் தான் எல்லா காரியங்களிலும் மக்களை ஈடுபடுத்தக்கூடியது.

(குறிப்பு : 12-ஆவது ஸர்க்கத்திலுள்ள 10-ஆவது ஸ்லோகத்தின் இந்தப் பொருளானது, ஸுந்தரகாண்டத்தின் நவரத்னங்களில் ஒன்று. அங்காரகனுக்குப் பிரீதியான பவழத்திற்கு நிகரானது. இது ஹனுமன் மனிதர்களுக்கு போதனைசெய்த "ஹனுமத் கீதை" எனப் போற்றப்படுகிறது. பாராயணக் கிரமத்தில் இதை மூன்று தடவைகள் ஜபிப்பது சிலாக்கியமாகும்.)

எந்த மனிதன் எந்த காரியத்தைச் செய்தாலும் அந்த உற்சாகமே அதை வெற்றியாக முடித்துத்தரவல்லது. ஆகையால் மனம் தளராத உயரிய முயற்சியை நான் மேற்கொள்கிறேன். நான் இதுவரையில் எங்கெல்லாம் தேடவில்லையோ அங்கெல்லாம் சென்று தேடுதல் முயற்சியைத் தொடர்கிறேன். ராவணனுடைய காவலுக்குட்பட்ட எல்லா இடங்களையும், நான் பார்க்காத இடங்களையும் சுற்றிப் பார்க்கிறேன். மது அருந்தும் பானக்கூடங்கள், பூங்குடில்கள், சித்திரக் கூடங்கள், விளையாட்டு இல்லங்கள், பூங்காக்களோடு கூடிய குறுக்கு வீதிகள், விமான வாஹனங்கள் முதலானவைகளையும் எல்லாவற்றையும் சுற்றிப்பார்த்து தேடிவிட்டேன்." இவ்வாறெல்லாம் எண்ணி ஹனுமன் மறுபடியும் தேடுவதில் முனைந்தார். பூமிக்கடியில் கட்டப்பட்ட சுரங்க அறைகளையும், நாற்சந்தி மாடவீடுகளையும், வீட்டிற்குப் பின்புறம் கட்டப்பட்ட விடுதி இல்லங்களையும் தேடினார்.

மஹாவானரன் எல்லா இடங்களையும் சுற்றி சுற்றி ஸஞ்சாரம் செய்தார். சில இடங்களில் மேலே தாவியும் சில இடங்களில் கீழே குதித்தும் சில இடங்களில் நிதானமாக நின்றும், சில இடங்களில் நகர்ந்தும் மீண்டும் மீண்டும் தேடினார். சில இல்லங்களின் கதவுகளைத் திறந்து கொண்டும், சில இடங்களில் கதவுகளை மூடிவைத்து விட்டும் திரிந்தார். சில இல்லங்களில் உட்புகுந்தும், சில இல்லங்களிலிருந்து வெளிப்போந்தும், சில இடங்களில் தடுக்கி விழுந்தும், சில இடங்களில் விழுந்தபின் எழுந்தும் திரிந்தார். மஹா வானரன் எல்லா இடைவெளிகளையும் சுற்றித் திரிந்தார். ராவணனுடைய அந்தப்புரத்தில் வானரன் சென்று பார்க்காத இடம் நாலு அங்குல இடைவெளி கூட இருக்கவில்லை. கோட்டைக்குள் இருந்த உள்தெருக்கள், நாற்சந்தி, முச்சந்தி மேடைகள், சபா மண்டபங்கள், நடைவாவிகள், தாமரைப் பொய்கைகள் – இப்படி எல்லா இடங்களையும் அவர் தேடிப்பார்த்தார். அவர் பார்த்தவர்களில் பலர் அரக்கியர்கள்–பலவிதமான உருவங்கள் கொண்டவர்கள், விகாரமானவர்கள், குரூரமானவர்கள். உருவத்தில் இணையில்லாத

மாருதியின் மனவேதனை

பேரழகிகள் – தலை சிறந்த வித்யாதர ஸ்த்ரீகளைப் பார்க்க முடிந்தது. ராவணன் படையெடுத்து பலாத்காரமாய் கொணர்ந்திருந்த நாக கன்னிகைகள் நல்ல நிறம் கொண்டவர்களாகவும், முழு நிலவைப் போன்ற ஒளிர்முகத்தைக் கொண்டவர்களாகவும் இருந்தனர். இவர்களையெல்லாம் பார்த்த நீண்ட புஜங்களைக் கொண்ட ஹனுமானால் அங்கே அழகான இடையைப் படைத்த ஸீதையைப் பார்க்க முடியவில்லை!

அதனால் ஏக்கத்தில் துயரெய்தினார். வானர வீரர்கள் பெரும் முயற்சி எடுத்துக்கொண்டார்கள். தானும் ஸமுத்ரத்தை தாண்டி வந்தாகிவிட்டது. இவை எல்லாம் இப்பொழுது வீணாகிப்போயிற்றே என்று வாயுமைந்தன் புஷ்பக விமானத்திலிருந்து கீழிறங்கி கவலையில் ஆழ்ந்தார். அவரது மனம் துயரத்தில் வாடியது.

12-ஆவது ஸர்க்கம் முடிவுற்றது.

13–ஆவது ஸர்க்கம்

மாருதியின் மனச்சோர்வு

வானரச்ரேஷ்டன் ஹனுமன் மேகங்களுக்கிடையே ஊடுருவிப் பாயும் மின்னலைப்போல, புஷ்பக விமானத்தை விட்டு மதில் சுவரை வேகவேகமாக ஏறியடைந்தார். ராவணனுடைய இல்லத்தை சுற்றி சுற்றி அலைந்து திரிந்து ஸீதையைப் பார்க்க இயலாமல் தனக்குள் பேசிக் கொண்டார்.

"ராமனுக்கு பிரியத்தை ஏற்படுத்த வேண்டி நான் லங்காபுரியை நிறையவே சுற்றிப் பார்த்து விட்டேன். ஸகல ஸௌந்தர்யங் களையும் கொண்ட அவயவங்களைப் படைத்த விதேஹ குமாரியான ஸீதையைப் பார்க்க முடியவில்லையே! குட்டைகள் உட்பட குளங்கள், ஏரிகள், சிறு ஆறுகள், காட்டுப் பிரதேசங்கள், மலைப்பிரதேசங்கள், அரண்கள் யாவற்றையும் பூமி முழுவதிலும் தேடிப் பார்த்துவிட்டேன். ஆனால் என்னால் ஜானகியைப் பார்க்க முடியவில்லை. இந்த ராவணனுடைய இல்லத்தில் ஸீதை இருப்பதாக கழுகரசன் ஸம்பாதி சொன்னாரே, ஆனால் ஸீதையைக் காணவில்லையே! ஒருக்கால், பலாத்காரமாக கவர்ந்து வரப்பட்ட விதேஹ குமாரி, மிதிலாபுரி ராஜகுமாரி, ஜனகரின் செல்வி ஸீதை, வேறு வழியில்லாமல் ராவணனை ஏற்றுக் கொண்டிருப் பாளோ? ஆனால் அப்படி ஏற்பட்டிருக்காது. வேறு விதமாகவும் இருக்கலாம். அரக்கன் ஸீதையை அவசர அவசரமாக கடத்தி விண்ணில் பறந்து சென்ற போது, அவன் தன்னை ராமபாணம் துரத்துகிறதோ என்ற கிலியில் நடுங்கியிருப்பான். அப்பொழுது அதன் காரணமாக ஸீதை கடலில் விழுந்திருப்பாளோ?

ஸித்தர் கணங்கள் ஸஞ்சாரம் செய்கின்ற ஆகாய வீதியில் அவள் கடத்திச் செல்லப்பட்டபோது, பெருங்கடலைப் பார்த்த பீதியில் அந்த நல்லாளின் இதயம் நின்று போயிருக்குமோ? ராவணனுடைய வேகத்தினாலோ அல்லது அவனுடைய புஜங்களின் இறுக்குப்பிடியை தாங்க முடியாத காரணத்தாலோ, நீள் தடம் கண்ணினாள், கௌரவம் படைத்தவள், அந்த ஸீதைதான் உயிரை விட்டிருப்பாளோ? அல்லது, கடலின் மீது மேலும் மேலும் செல்லும்போது, ஜனக குமாரி நடுநடுங்கிப்போய் சமுத்திரத்தில் விழுந்திருப்பாளோ?

ராவணன் ஒரு கயவன். அவன் அவள் கற்புக்கு ஊறு விளைவிக்க தயங்க மாட்டான். தனது பதிவ்ரதத்தை காக்க வேண்டி அவள் பரிதாபமாக

எதிர்த்திருப்பாள். அப்பொழுது அவளுக்கு உதவிபுரிய யாரும் இருந்திருக்க மாட்டார்கள். அப்பொழுது கோபத்தில் ராவணன் அவளை விழுங்கி இருப்பானோ? இல்லாதுபோனால் இன்னொரு சம்பவமும் நிகழ்ந்திருக்கலாம். ஸீதை கரிய கண்களைப் படைத்த அழகி, சாதுவான குணம் படைத்தவள். அவளைக் கண்டு பொறாமை கொண்ட அரக்க வேந்தனின் துஷ்ட குணம் படைத்த மனைவிமார்களே அவளை விழுங்கியிருப்பார்களோ? இல்லாது போனால் ஸீதை வேறுவிதமாகவும் மரித்திருக்கலாம். ராமனுடைய பூர்ண சந்திரனைப் போன்ற பொலிவு முகத்தையும், தாமரை இதழ்களைப் போன்ற அழகு மிளிர் கண்களையும் அவன் திருமுகத்தையும் மனதில் தியானித்துக் கொண்டு அந்த நினைவிலேயே அந்த அபலை உயிர் நீத்திருப்பாளோ?

"அந்தோ, ராமா! லக்ஷ்மணா! அந்தோ, அயோத்தியே!" என்றெல்லாம் பலவாறாக புலம்பிக்கொண்டே மிதிலை ராஜகுமாரி, விதேஹ ராஜனின் செல்வி, ஸீதை உடலை நீத்திருப்பாளோ? ஒருக்கால், இப்பொழுது அவள் உயிருடன் இருக்கலாம். ஆனால் ராவணன் அவளை கூண்டில் கிளியை அடைப்பது போல் தனது இல்லத்தில் சிறைப்படுத்தி இருக்கலாம். இப்படியும் ஸீதை பரிதவித்துக் கொண்டிருக்கலாம். ஸீதை ஜனகமஹாராஜாவின் தவப்புதல்வி. அழகான இடையுடைய அவள் ராமனின் தர்மபத்தினி, கருநெய்தல் பூ போன்ற கண்களையுடைய அவள் எப்படி ராவணனின் வசத்தை ஒப்புக்கொள்வாள்?

ஸீதை எங்கேயோ மறைத்து வைக்கப்பட்டிருக்கலாம். அல்லது எப்படியோ காணாமல் போயிருக்கலாம். அல்லது உண்மையாகவே இறந்தும் இருக்கலாம். எது எப்படி இருந்தாலும் ராமனுக்குப் பிரியமான ஜனக குமாரியின் நிலையை எப்படி ராமனிடம் சொல்லத்தகும்? உண்மை நிலையைச் சொன்னாலும் குற்றம். சொல்லாமல் இருந்தாலும் குற்றம். முதலாவது துக்கத்தை விளைவிப்பது, இரண்டாவது உண்மையை மறைத்த குற்றம். இரண்டு விதத்திலும் தர்மசங்கடமாக இருப்பதாக எனக்குத் தோன்றுகிறதே! இப்பொழுது இருக்கும் நிலையில் தக்க சமயத்தை எதிர்பார்த்திருப்பதுதான் உசிதம்" இவ்வாறு எண்ணியவாறு ஹனுமன் மறுபடியும் சிந்திக்கலானார்.

"நான் ஸீதையைப் பார்க்காமல் வானர அரசனின் ராஜதானி கிஷ்கிந்தா புரிக்குத் திரும்பினால் எனக்கு என்ன மதிப்பு ஏற்படும்? சமுத்திரத்தை நான் கடந்து வந்ததும், லங்காபுரியில் நுழைந்ததும், அரக்கர்களைப் பார்த்ததும் அனைத்தும் வீணே! ஒருக்கால், நான் திரும்பிச் சென்றால், ஸுக்ரீவனும், ஒன்று கூடிய வானரர்களும், கிஷ்கிந்தைக்கு வந்திருக்கிற தசரத சக்ரவர்த்தி திருக்குமாரர்களும் என்னை என்ன சொல்வார்களோ?

திரும்பிச் சென்று காகுஸ்தன் ராமனிடம் "ஸீதையை என்னால் பார்க்க முடியவில்லை" என்ற துயரமான செய்தியைக் கூறினால், அதைக் கேட்ட உடனேயே ராமன் மரித்து விடுவார். நான் கூறிய அச்செய்தி காதால் கேட்க

வேதனையளிப்பதாகவும், துயரத்தை அளிப்பதாகவும், பயங்கரமாகவும், கொடூரமாகவும், கூர்மையாகவும், புலன்களை செயலாற்றச் செய்ய முடியாததாகவும், இருக்கும். ஸீதையைப் பற்றிய அந்த தீய செய்தியைக் கேட்டு ராமன் இறந்து விடுவார். துக்கத்தைத் தாள முடியாமல், இறக்கத் துணிந்த ராமனைப் பார்த்து பேரன்பு கொண்ட, அந்த மேதாவி லக்ஷ்மணனும் இறந்து விடுவான். சகோதரர்கள் இருவர்களும் இறந்த செய்தியைக் கேட்டுப் பரதன் இறப்பான். அதைத் தொடர்ந்து சத்ருக்னனும் இறந்து போவான். குமாரர்கள் அனைவரும் இறந்து விட்டதைக் கண்ட அவர்கள் தாய்மார்கள் இறந்து போவார்கள். கௌஸல்யாவோ, ஸுமித்ரையோ, கைகேயியோ ஒருவரும் நிச்சயம் மிஞ்ச மாட்டார்கள்.

வானரவேந்தன் ஸுக்ரீவன் செய்ந்நன்றி மறவாதவன், உண்மையை மீறாதவன். அவனும் ராமனின் மரணத்தைத் தொடர்ந்து உயிரை விட்டுவிடுவான். ஏற்கனவே வாலி இறந்த துக்கத்தினால் துயரின் பிடியில் இருக்கும் தாராதேவி, இப்பொழுது ஸுக்ரீவ ராஜனும் இறந்தபிறகு, உயிருடன் இருக்கமாட்டாள். தாய் – தந்தையர்கள் இறந்ததினாலும், ஸுக்ரீவன் மரணத்தின் காரணமான சோகத்தினாலும் ராஜகுமாரன் அங்கதன் எப்படி உயிரை வைத்துக் கொண்டிருப்பான்? தங்கள் தலைவன் மரணத்தினால் ஏற்பட்ட சோகத்தினால் துயரத்தில் ஆழ்த்தப்பட்ட வானரர்கள் தங்கள் தலைகளில் கைகளினாலும் முஷ்டிகளினாலும் அடித்துக் கொள்வார்கள்.

அன்பான வார்த்தைகளாலும், வெகுமானங்களினாலும், கௌரவங்களினாலும், புகழ்பெற்ற வானரராஜனால் களிப்படையச் செய்யப்பட்ட வானரர்கள் உயிரை விட்டுவிடுவார்கள். வானரவீரர்கள் முன்புபோல் ஒன்றுகூடி வனங்களிலோ, மலைகளிலோ, இல்லங்களிலோ, கேளிக்கைகளை அனுபவிக்க மாட்டார்கள். அவர்கள் யாவரும் ஒன்று சேர்ந்து, தங்கள் மனைவி மக்கள்களுடனும், அமைச்சர்களுடனும், தலைவன் இறந்த துக்கத்தினால் பீடிக்கப்பட்டு மலை உச்சிகளிலிருந்து கட்டாந்தரைப் பள்ளங்களில் கீழே விழுந்தோ, விஷத்தைக் குடித்தோ, கயிற்றினால் சுருக்குப்போட்டு தூக்கில் தொங்கியோ, அல்லது தீக்குளித்தோ, பட்டினி கிடந்தோ, அல்லது வாளினால் தலையை அறுத்துக்கொண்டோ மரணம் அடைவார்கள்.

ஆகையால், இந்த பின்விளைவுகள் யாவற்றையும் நினைத்துப் பார்க்கையில் நான் அங்கு சென்றால் கோரமான ஓலங்களைக் கேட்க வேண்டி வரும். அது மட்டுமில்லாமல் இக்ஷ்வாகு குலமே அழிந்துபோகும். வானரர்களின் அழிவும் ஏற்படும். ஆகையால், நான் இந்த இடத்தை விட்டு கிஷ்கிந்தா நகரத்திற்கு போகப் போவதே இல்லை. ஸீதையைப் பார்க்காமல் நான் ஸுக்ரீவனைப் பார்க்க இயலாது. நான் இங்கிருந்து அங்கு செல்லாமல் இங்கேயே தங்கியிருந்தால், தர்மிஷ்டர்களும், மஹாவீரர்களுமான ராம

லக்ஷ்மணர்கள் ஒரு நம்பிக்கையின் எதிர்பார்ப்பினாலாவது உயிரை வைத்துக் கொண்டிருப்பார்கள். திடமனம் படைத்த வானரர்களும் உயிருடன் இருப்பார்கள்.

ஜனக குமாரியைப் பார்க்காது போனால், நான் வான ப்ரஸ்தனாக ஆகி விடுகிறேன். அதன் நியமங்களின்படி கையில் கிடைத்ததைத்தான் உண்பது, வாயில் எவராவது கருணைமிக்க வழிப்போக்கர்கள் மூலம் இடப்பட்ட உணவைத்தான் உண்பது, குளிர், வெயில், மழை, பனி யாவற்றையும் பொருட்படுத்தாமல் மரத்தடியில் மட்டும் வாஸம் செய்வது ஆகிய நியமங்களை மேற்கொள்வேன். கிழங்கு – கனி வகைகள், குடிநீர் ஆகியவைகள் மிகுந்த கடற்கரையில் நெருப்பை வளர்த்து தீமூட்டி சிதை அமைத்து அதில் விழுந்து விடுகிறேன். அல்லது, நான் உண்ணாவிரதத்தை மேற்கொண்டு ப்ராயோபவேசம், ஆத்மத் தியானத்தில் ஆழ்ந்து விடுகிறேன். அப்பொழுது எனது சரீரத்தை மிருகங்களும், காக்கைகளும் உணவாக்கிக் கொள்ளட்டும். இந்த வழி மஹரிஷிகளால் கண்டறியப்பட்ட நிர்யாணம் உயிர்நீத்தல் முறை என்று எண்ணுகிறேன். அல்லது ஜானகியைப் பார்க்காத நான் நீரில் குதித்து மூழ்கிப்போய் சாவை எய்துகிறேன். இந்த நீண்ட இரவுதான் எனக்கு எத்தனைவிதமாக இருந்திருக்கிறது! தொடக்கத்தில் இது நல்லபடியாகத்தான் இருந்தது (ஸாகர–லங்கனம்). சுபமாகவும் இருந்தது (லங்காதேவி விஜயம்). கீர்த்திகள் ஒன்றன்பின் ஒன்றாக குவிந்தது. (ஸமுத்ரராஜன், மைனாக பர்வதன், தேவர்கள் முதலானோர் பாராட்டியது.) அழியாப் புகழையும் அளித்தது (ராமதூதன் என்ற சாதனை). ஆனால் இவை அனைத்தும் நான் ஸீதையைக் காணாததால் நொறுங்கிப்போய் விட்டனவே!

மரத்தின் அடியில் உட்கார்ந்து, நியம, நிஷ்டைகளுடன் ஒரு தவசியாகவாவது மாறிவிடுகிறேன். கருங்கண்ணி ஸீதையைப் பார்க்காமல் இந்த இடத்தை விட்டுப் புறப்பட்டுச் செல்லமாட்டேன். ஸீதையை காணாமல் நான் இங்கிருந்து சென்றால், அங்கதனும், மற்ற எல்லா வானரர்களும் அழிந்து போவார்கள். இப்பொழுது உயிர்வாழ்வதா, இறப்பதா என்ற பிரச்னையில் எதைத் தீர்மானிப்பது? இறப்பதினால் பல தோஷங்கள், தற்கொலை செய்துகொண்ட பாபம், அவசரப்பட்டு நல்ல காலம் வருவதை பொறுத்திருந்து காத்திருப்பதைக் கெடுத்துக் கொண்டது ஆகியவைகள். "உயிர் வாழ்ந்தால் சுபங்கள் நிச்சயம் ஏற்படும்" என்பது ஆன்றோர்களின் வாக்கு – ஒரு பழமொழி. இந்த காரணங்களினால் நான் உயிரை வைத்துக் கொள்வேன். உயிர் வாழ்ந்தால் நான் நிச்சயம் வெற்றியுடன் அவர்களைச் சந்திப்பேன்".

இவ்விதம் பலவிதமாக சிந்தனை செய்து மீண்டும் மீண்டும் துக்கத்தை தனது மனதைக் கொண்டு கட்டுப்படுத்திக் கொண்டார். அவரால் துக்கத்தின் எல்லையைத் தாண்டி வர முடியவில்லை. தைரியசாலியான வானரவீரன் அடுத்த கணம் தனது பராக்ரம புத்தியை மேற்கொண்டார். பத்து தலை

ராவணனை, அவன் பலசாலியாக இருந்தாலும் கொன்று விடுகிறேன். அப்படியாவது அபகரித்துச் செல்லப்பட்ட ஸீதைக்கு வெகுவாக வஞ்சம் தீர்த்துக் கொள்ளப்பட்டதாக இருக்கட்டும். அல்லது நான் அவனை கடலின் மீது மேலே இழுத்துச் சென்று, பலிகடாவை மகேசன் முன்பு நிறுத்துவதைப்போல், ராவணனை ராமன் முன்னிலையில் கொண்டு நிறுத்துகிறேன்.''

புகழ்படைத்தவளும் ராமனுடைய இல்லாளுமான ஸீதையைக் காண்கிற வரையில் நான் இந்த லங்காபுரியை மீண்டும் மீண்டும் சுற்றித் தேடுவேன். ஒருவேளை 'ஸம்பாதி கூறினானே என்ற நம்பிக்கையில்' ராமனை நான் இங்கு அழைத்து வந்து, பிறகு ராமன் இங்கு ஸீதையைக் காணவில்லை என்றால், அவர் கோபம் கொண்டு எல்லா வானரர்களையும் சுட்டெரித்து விடுவார். ஆகாரத்தைக் கட்டுப்படுத்தி, புலன்களையும் அடக்கிக் கொண்டு நான் இங்கேயே வாஸம் செய்கிறேன். என் நிமித்தமாக எல்லா வானரர்களும் அழியாமல் இருக்கட்டும். இங்கே எதிரில் பெரிய மரங்களைக் கொண்ட அசோக வனம் தென்படுகிறது. அங்கே நான் இப்பொழுது செல்கிறேன். அதை நான் இன்னும் தேடிப் பார்க்கவில்லை.

அரக்கர்களுக்கு துக்கம் மேலும் மேலும் ஏற்படுத்த வேண்டி நான் வஸுக்கள், ருத்ர கணங்கள் ஆதித்யர்கள், அச்வினீ குமாரர்கள், மருத்கணங்கள் எல்லோரையும் எனக்கு வெற்றி கிட்ட வேண்டி வணங்கிச் செல்கிறேன். நான் அரக்கர்கள் அனைவரையும் வென்று, இக்ஷ்வாகு வம்சத்திற்கே மகிழ்ச்சியை ஏற்படுத்திய ஸீதையை, தவம் இருக்கும் தவயோகிக்கு தெய்வம் சித்தியை அளிப்பதுபோல, ராமனுக்கு அளிக்கிறேன்.''

தேஜஸ்வி வாயுமைந்தன், ஹனுமான் சிறிது நேரம் சிந்தனை செய்துவிட்டு, கவலையினால் ஆட்கொள்ளப்பட்ட மனத்தினனாய் எழுந்து கொண்டார். பிறகு தன்வெற்றிக்காக மானஸிகமாக பிரார்த்தனை செய்து கொண்டார். "ராமனுக்கு நமஸ்காரம் லக்ஷ்மணனுக்கு வந்தனம். அந்த ஜானகீ தேவிக்கும் நமஸ்காரம். ருத்ரன், இந்திரன், அக்னி ஆகியோருக்கும் நமஸ்காரம். சந்திரன், சூரியன், மருத்கணங்கள் ஆகியோருக்கும் வணக்கங்கள்.''

குறிப்பு : 13–ஆவது ஸர்க்கத்திலுள்ள 63–ஆவது சுலோகத்திற்கான இந்தப் பொருளானது, ஸுந்தர காண்டத்தின் நவரத்னங்களில் ஒன்றான மரகதப் பச்சைக்கு (புதன் கிருஹத்திற்கு பிரீதியானது) ஒப்பாகும். இதனையே "ராமதாரக மந்த்ரம்'' என்று கூறுவர் ஆன்றோர். ஸுந்தர காண்டத்திற்கு அந்த பெயர் ஏற்பட்ட காரணங்களில் இதுவும் ஒன்றாகும் என்பது சிலரின் அபிப்பிராயம். இந்த பிரார்த்தனைக்குப் பிறகுதான் ஹனுமனுக்கு ஸீதையைக் காணும் பேறு கிடைத்தது என்பது சான்று. இந்தக் காரணங்களினாலேயே இதற்கு தனி மகத்துவம் உண்டு. ஆகையால் பாராயணம் செய்யும் போது இதை மூன்று முறை படிப்பது சிறந்ததாகும்.

மாருதி அவர்கள் யாவரையும் வணங்கி விட்டு, ஸுக்ரீவ னுக்கும் வந்தனம் செய்து கொண்டு, எல்லா திக்குகளையும் ஒரு கண்ணோட்டம் பார்த்து விட்டு அசோக வனத்தை நோக்கி ஏகினார். அவர் தேஹம் அங்கு செல்வதற்கு முன்பாகவே அவர் மனம் முந்திக் கொண்டு அங்கு சென்றுவிட்டது. அவர் சரீரத்தின் முயற்சியை அவர் மனதின் முயற்சி முந்திக் கொண்டு விட்டது என்பது பொருள். நலன்கள் அனைத்தையும் கொண்ட அசோகவனத்தை பார்த்த வாயு மைந்தன் வானரன், மேற்கொண்டு செய்ய வேண்டியதைச் சிந்தித்தார். "இந்த அசோகவனத்தின் மரங்கள் நெருக்கமாகவும் நிறைந்தும் இருக்கின்றன. நன்றாக செப்பனிடப்பட்டு பராமரிக்கப்பட்டிருக்கிறது. ஆகையால் இங்கே நிறைய அரக்கர்கள் நிச்சயம் இருப்பார்கள். இதை நான் கவனத்தில் வைத்துக் கொள்ள வேண்டும். மரங்களைப் பாதுகாக்க வேண்டி காப்பாளர்கள் திண்ணமாய் நியமிக்கப்பட்டு இருப்பார்கள். மேன்மை பொருந்திய, ஸர்வ வல்லமை படைத்த வாயு பகவான்கூட பலமாக இங்கே ஸஞ்சாரம் செய்யவில்லையே!

ராமனுக்கு கைங்கர்யம் செய்ய வேண்டியும் ராவணனுக்கு அழிவை ஏற்படுத்த வேண்டியும் நான் எனது உடலை சுருக்கி வைத்திருக்கிறேன். இந்த காரியத்தில் எனக்கு தேவர்களும், ரிஷிகணங்களும் வெற்றியை அருள்வார்களாக! ஸ்வயம்புவான பகவான் ப்ரம்மதேவனும், தேவர்களும், அக்னி தேவனும், வாயு பகவானும், வஜ்ராயுதம் தாங்கிய தேவேந்திரனும் எனக்கு வெற்றியைக் கிட்டச் செய்யட்டும்!

பாசக்கயிறு ஏந்திய வருணதேவனும், ஸோமராஜாவும், ஆதித்ய தேவனும், அவ்வாறே மஹாத்மாக்கள் அச்வினீ குமாரர்களும், மருத்கணம் அனைவரும், அனைத்து பூதகணங்களும், அந்த பூதகணங்களுக்கு அதிபதியான பூதநாதன் மகேசனும் மற்றும் வழியில் தென்படும் தெய்வங்களும், கண்ணுக்குப் புலப்படாத இதர தெய்வங்களும் எனக்கு வெற்றியை அளிக்கட்டும்.

நான் எப்பொழுது ஸீதா தேவியைக் காண்பேன்? எடுப்பான நாசியையும், வெண்மையான பற்களையும், மாசற்ற புன் சிரிப்பையும், தாமரை இதழைப் போன்ற கண்களையும், தெள்ளத்தெளிவான சந்திரனையொத்த திருமுகத்தையும் படைத்த ஸீதையின், போற்றத்தகுந்த அந்த தேவியின், திருமுகத்தை நான் எப்பொழுது காண்பேன்? ராவணன் ஒரு நீசன், பாபிஷ்டன், தீய செயல்களைச் செய்பவன், பயங்கரமான அலங்காரங்களையும் வேஷங்களையும் ஏற்றிருப்பவன், அந்தக் கயவன், பரிதாபத்திற்குரிய அபலைப்பெண்ணான ஸீதையை பலாத்காரமாக அடிமைப் படுத்தியிருக்கிறான். அந்த ஸீதையை என் கண் பார்வையில் எப்பொழுதுதான் கிடைக்கப் பெறுவேன்?"

13 - ஆவது ஸர்க்கம் முடிவுற்றது.

மாருதியின் மனச்சோர்வு

14–ஆவது ஸர்க்கம்

அசோகவனத்தில் தேடுதல்

மஹாதேஜஸ்வியான ஹனுமன் சற்றுநேரம் ஆழ்ந்த யோசனை செய்தபிறகு, மனதினால் ஸீதையை அடைந்து அந்த ராவணன் இல்லத்தை விட்டு நீங்கி மதில் சுவரின்மேல் தாவி ஏறி ஸீதையை நிச்சயம் காண்பேன் என்ற கற்பனையின் பூரிப்பில் அங்கங்கள் யாவும் மகிழ்ச்சி பொங்க, வஸந்த ருதுவின் தொடக்கத்தில், கிளைகளின் உச்சிகளில் மலர்கள் பூத்துக் குலுங்கிய வகைவகையான மரங்களையும் ஆச்சா மரங்கள், அழகான அசோக மரங்கள், நன்கு பூத்திருந்த செண்பகக் கொடிகள், நறுவிலி, நாககேஸரம், மா, புங்கை முதலான மரங்கள் இருந்தன. யாவற்றையும் ஹனுமன் பார்த்தார். அந்த பூங்காவில் மாமரங்கள் காடாகவே அடர்ந்திருந்தன. நூற்றுக் கணக்கான கொடிகள் படர்ந்திருந்தன. இப்படிப்பட்ட அசோக வனத்திற்கு ஹனுமன் நாணிலிருந்து விடுபட்ட பாணத்தைப்போல் வெகு சடுதியாக தாவி வந்து நுழைந்தார். அது வெகு அற்புதமாக இருந்தது. பக்ஷிகள் கூவிக் கொண்டிருந்தன. வெள்ளியைப் போன்றும் தங்கத்தைப் போன்றும் ஒளிர்ந்த மரங்கள் நாற்புறங்களிலும் பரவியிருந்தன.

பக்ஷிகள், மான்கள் கூட்டம் கூட்டமாக நிறைந்து இருந்தன. பலவித நிறங்களைக் கொண்டு அந்த பூங்காவனம், வண்ணமயமாக இருந்தது. உதய சூரியனைப்போல ஒளிபொருந்தியிருந்த இப்படிப்பட்ட அசோக வனத்தை ஹனுமான் பார்த்தார். அந்த பூங்காவில் விதவிதமான மரங்கள் வளர்ந்திருந்தன. அவைகளில் பூக்களும், பழங்களும் குலுங்கியிருந்தன. குயில்களும், மதுவுண்ட வண்டுகளும் எப்பொழுதும் நிறைந்திருந்தன. அந்தந்த பருவங்களில் மான்களும், பக்ஷிகளும் ஒன்றுகூடி மனிதர்களை மகிழ்வித்தன. அந்த பூங்காவில் மயில்கள் மதர்ப்பாக, ஒயிலாக இருந்தன. வகைவகையான பக்ஷிகள் கூட்டம் கூட்டமாக அங்கே குடியிருந்தன.

குற்றம் ஏதுமில்லாத, சிறந்த நிறமுள்ள, ராஜகுமாரி ஸீதையைத் தேடிக்கொண்டு ஹனுமன் அசோகவனம் வந்தடைந்தார். அப்பொழுது வானரன் நன்றாக தூங்கிக் கொண்டிருந்த பறவைகளை விழிப்புறச் செய்தார். அப்பொழுது பறவைகளின் கூட்டங்கள் மேலே பறந்தபோது அவற்றின் சிறகுகளினால் உரசப்பட்ட ஆச்சா மரங்கள் வண்ண, வண்ணமயமாக பூக்களை மழைபொழிவதுபோல் சொரிந்தன.

வாயுமைந்தன் ஹனுமான் மலர்மாரிகளால் சொரியப்பட்டு அசோக வனத்தினிடையே ஒரு மலர்க்குன்றாகவே திகழ்ந்தார். மரக்கூட்டங்களிடையே அங்குமிங்கும் தாவிக்கொண்டிருந்த வானரனைப் பார்த்து எல்லா பிராணிகளும் இவன்தான் வஸந்த ருதுதேவனோ என்று எண்ணின. அப்பொழுது வெவ்வேறு வகையான மலர்கள் தரையில் உதிர்ந்து விழுந்தன. அப்பொழுது அந்த பூமி பூ அலங்காரத்துடன் கூடிய ஒரு நங்கை போன்றிருந்தது. வேகம் கொண்ட வானரனால் பலமாக அசைக்கப்பட்ட மரங்கள் வண்ண வண்ணமான மலர்களை உதிர்த்தன. மரங்களின் இலைகள், கிளைகள், காய்கள் ஆகியவைகளும் உதிர்ந்து போயின. மொட்டையான மரங்கள் பார்ப்பதற்கு சூதாட்டத்தில் தோற்றுப்போய் ஆடை, ஆபரணங்களை இழந்து வெற்றுடம்புடன் இருக்கும் ஒரு சூதாடியைப் போலிருந்தன. அந்த மரங்கள், பறவைக் கூட்டங்கள் அற்று, அடிமரங்கள் மட்டும் மிஞ்சியிருந்தன. கிளைகள், இலைகள் முதலியன இல்லாததால் பட்சிகளுக்கு அவைகள் நெருங்கத் தகாதவைகளாக ஆகிவிட்டன.

ஹனுமனின் வாலினாலும், கைகளினாலும், கால்களினாலும், தகைக்கப்பட்ட பெரிய மரங்களைக் கொண்ட அந்த அசோக வனம் என்ற மங்கை, கூந்தல்கள் கலைந்து, பரிமள வண்ணப் பூச்சுகள் அழிந்து, அதர பானத்தால் வெளுத்துப் போன பல், உதடு ஆகியவற்றுடன் கூடி நகங்களாலும், பற்களாலும் கீறப்பட்ட காயங்களையுடைய ஒரு நங்கையைப் போல இருந்தாள். வானரன் பெரிய கொடிகளின் தண்டுவடங்களை அறுத்துத் தகைத்த போது, மழைகாலத்தில் மேகக்கூட்டங்களை பெருங்காற்று சிதறிக் கலைத்தது போல் இருந்தது. சுற்றிப்பார்த்துச் சென்று கொண்டிருந்த வானரன் அங்கே வெள்ளித் தரைகளையும், தங்கத் தரைகளையும், ரத்னக் கற்கள் பதிக்கப்பட்ட தரைகளையும் பார்த்தார். வானரன் பல பல வடிவங்களில் இருந்த நீர்நிலைகளைப் பார்த்தார். அவைகள் பரிசுத்தமான நீரால் நிறைந்திருந்தும், அங்கங்கே விலையுயர்ந்த ரத்னக்கல் படிக்கட்டுகளுடனும் இருந்தன. அவைகளின் அடித்தளம் ஸ்படிகக்கற்களினால் அமைந்திருந்தது. அதன் மேல் முத்துக்களும், பவழங்களும் மணற் பரப்பாக அமைந்திருந்தன. கரைகளில் மரங்கள் பொன்மயமாக இருந்து அழகு கூட்டின.

தாமரைகளும், நீலோத்பலங்களும் அடர்ந்திருந்தன. சக்ரவாகப் பக்ஷிகள் கூவிக்கொண்டிருந்தன. நீர்க் கோழிகள் ஒலி எழுப்பிக் கொண்டிருந்தன. ஹம்ஸங்கள், ஸாரஸங்கள் ஆகிய பறவைகளின் இனிய நாதமும் ஒலித்தது. மரங்களோடு கூடின ஆறுகளுடனும், சுற்றிலும் கால்வாய் களோடும் தடாகங்கள் இருந்தன. அவற்றின் நீர் தூய்மையாகவும் அமுதம் போன்றும் இருந்தன. அந்த நீர்நிலைகளில் நூற்றுக்கணக்கான கொடிகள் படர்ந்திருந்தன. ஸந்தானக மரங்கள் அடர்ந்ததும் இடையிடையே அலரி

பூச்செடிகள் வைக்கப்பட்டிருப்பதும், அடர்ந்த புதர்களால் சூழப்பட்டதுமான சோலைகளைக் கண்டார். அந்த அசோகவனத்தில் நெடிதுயர்ந்த சிகரத்துடன் கூடிய ஒரு குன்று இருந்தது. அது மேகத்தைப்போன்றிருந்தது. அதன் உச்சி அற்புதமாகவும், மற்ற கொடிமுடிகள் சுற்றிலும் காணப்பட்டன. அந்த மலையில் கற்களால் கட்டப்பட்ட வீடுகள் இருந்தன. அவற்றைச்சுற்றி பலவிதமான மரங்கள் இருந்தன. இப்படிப்பட்ட அழகான மலையை வானரவீரன் பார்த்தார். அந்த மலையிலிருந்து ஒரு ஆறு அருவியாக கீழே ஓடிவந்து கொண்டிருந்தது.

அதைப்பார்க்கையில் ஒரு காதலி தனது காதலன் மடியிலிருந்து எழுந்து நடந்து சென்றதைப்போல் இருந்தது. அந்த ஆற்றில் சில மரங்களின் கிளை உச்சிகள் வளைந்து நீரைத் தொட்டுக் கொண்டு அழகாக காட்சி அளித்தன. அதைப் பார்க்கையில், கோபத்துடன் சென்று கொண்டிருந்த ஒரு மங்கையை அவளுடைய அன்புச் சுற்றத்தார்கள் தடுப்பதைப் போன்றிருந்தது.

ஆற்றில் சுழல்கள் இருந்ததால், நீரோட்டம் தடைப்பட்டு, நீர் மறுபடியும் திரும்பி வருவதை மஹாவானரன் பார்த்தார். அதைப் பார்க்கையில் கோபத்தில் கணவனை விட்டுச் சென்ற மனைவி ஸமாதானம் அடைந்து கணவனிடம் திரும்புவதைப் போன்றிருந்தது. அந்த குன்றின் சிறிது தூரத்தில், தாமரைப் பொய்கைகளை வானரவீரன், வாயுகுமாரன், ஹனுமன் பார்த்தார். அவைகளில் பக்ஷிகள் கூட்டம் கூட்டமாக இருந்தன. அருகில் ஒரு செயற்கைக் குளமும் இருந்தது. அதில் குளிர்ந்த நீர் நிரம்பியிருந்தது. அதன் படிக்கட்டுகள் ரத்னக் கற்களால் கட்டப்பட்டிருந்தன. அந்தக் குளத்தில் முத்துக்களே மணற் பரப்பாக இருந்தன. அதைச்சுற்றி பெரிய, பெரிய மாளிகைகளை விசுவகர்மா கட்டியிருந்தான். அவற்றில் பலவகையான மான்களின் கூட்டங்கள் இருந்தன. பல வண்ணமயமான பூங்காக்களுடன் அற்புதமாக அவைகள் இருந்தன.

நாற்புறங்களிலும் செயற்கைக்காடுகள் அழகாக சுற்றியிருந்தன. அதில் இருந்த மரங்கள் மலர்களையும், பழங்களையும் நிறைய கொண்டிருந்தன. அவைகள் நெருக்கமாகவும் விசித்திரமாகவும் இருந்தன. மேலும் அவைகள் நாற்புறமும் தீ கொழுந்து விட்டு எரிவதைப்போல் இருந்தன. புன்னாகம், ஏழிலைப்பாளை, சம்பகம், உத்தாலகம் ஆகிய மரங்கள் ஏராளமாக இருந்தன. அவைகள் நன்கு வளர்ந்து நிழற்குடைகள் போல் இருந்தன. எல்லாவற்றிற்கும் தங்க மேடைகள் அமைக்கப்பட்டிருந்தன. அங்கே ஒரு தங்கமயமான சிம்சுபா மரத்தை வானரன் ஹனுமான் பார்த்தார். அதில் பலகொடிகள் படர்ந்திருந்தன. இலைகளும் ஏராளமாக அடர்ந்திருந்தன. அதைச்சுற்றி தங்கமயமான மேடைகள் நிறைய இருந்தன. அவர் அதன் தரைப்பிரதேசங்களையும், பள்ளங்களையும், மேடுகளையும் பார்த்தார்.

மலையொத்த தங்கமயமான பல மரங்களையும் ஹனுமன் கண்டார். அந்த மரங்களின் ஒளியால், மேருபர்வதம் சூரியனால் ஒளிர்வது போல், வானரனும் பிரகாசமாகத் திகழ்ந்தார். அப்பொழுது "நான் தங்கமயமாக ஆகிவிட்டேன்" என்று வீரன் வானரன் எண்ணிக் கொண்டார். அந்த தங்கமயமான மரங்களையும், அவைகள் காற்றினால் அசைக்கப்பட்டபோது, அவற்றில் அலங்காரமாகக் கட்டப்பட்டிருந்த நூற்றுக்கணக்கான சிறு சிறு மணிகள் மென்மையான சலங்கை ஒலியை எழுப்பியதையும் பார்த்து ஹனுமன் வியப்படைந்தார். அந்த சிம்சுபா மரம், கிளைகளின் உச்சியில் அழகாக மலர்கள்

பூத்தும், முளைவிட்டுக் கொண்டிருந்த இளம் தளிர்களையுடையதாயும், இலைகள் செறிந்து அதனால் மறைக்கப்பட்டும் இருந்தது. நீண்ட புஜங்கள் கொண்ட மாருதி அதன் மீது ஏறி தனது மனதிற்குள் கற்பனை செய்து கொண்டார். “விதேஹ ராஜகுமாரி ஸீதை ராமனைப் பார்க்க ஆவல் கொண்டு, இங்குமங்கும், சோகத்தில் வருந்தி பார்த்துக் கொண்டிருப்பாள். நான் அவளை இங்கிருந்தபடியே யதேச்சையாக பார்ப்பேன். துராத்மா ராவணனுடைய இந்த அசோகவனம் நிச்சயம் அழகாகத்தான் இருக்கிறது. சம்பகம், சந்தனம், மகிழம்பூ முதலானவற்றால் அலங்காரமாக இருக்கிறது. இதோ, இங்கிருக்கும் தாமரைப் பொய்கை அழகாக இருக்கிறது. பக்ஷிகளின் கூட்டங்கள் நிறைய இதனைச் சூழ்ந்திருக்கின்றன. ராமனுடைய பட்டமஹிஷி ஜானகிதேவி இங்கு நிச்சயம் வருவாள். அந்த இளமங்கை ராமனுடைய பட்டத்தரசி. ராமனுக்கு மிகவும் பிரியமானவள். கற்புக்கரசி. ஜனகராஜனின் திருமகள். வனப் பிரதேசங்களில் உலாவி வருவதில் சாமர்த்தியம் கொண்டவள். அவள் நிச்சயம் இங்கு வருவாள். அவள் மானைப்போன்ற மிரள்விழிகள் கொண்டவள். இந்த வனத்திற்கு நன்றாக பரிச்சயம் வைத்திருப்பாள். போற்றுதற்குரிய அவள், ராமனைப்பற்றி சிந்தித்து சிந்தித்து இளைத்துப் போயிருப்பாள். அவள் நிச்சயம் இங்கு வருவாள்.

கவர்ச்சி கண்களைக் கொண்ட அந்த தேவி ராமன் நினைவான சோகத்தில் வாட்டப்பட்டிருப்பாள். எப்பொழுதும் வனவாச சுகத்தில் விருப்பம் கொண்டவள். வனப்பிரதேசங்களில் ஸஞ்சாரம் செய்யும் இயல்பு உடைய இங்கு வருவாள். ஏற்கனவே அவள் வனாந்திர பிராணிகளை எப்போதும் மிகவும் விரும்புபவள். அவள் ராமனுக்கு மிகப்பிரியமான மனைவி. ஜனக மஹாராஜாவின் தவப்புதல்வி. பதிவ்ரதா சிரோமணி. சிறந்த மேனி வண்ணத்தைக் கொண்ட அவள் புனிதமான ஜலத்தை உடைய இந்த நதிக்கு ஸந்த்யாவந்தன அனுஷ்டானத்திற்காக வருவாள்.

இந்த அசோக வனம் சுபமங்களமாக இருக்கிறது. பூ மண்டல நாயகனான ராமனுக்கு மிகவும் பிடித்த, மங்கள நாயகி ஸீதைக்கு மிகவும் உகந்தது. சந்திரனை ஒத்த ஒளிர்முகம் கொண்ட அந்த தேவி உயிருடன் இருந்தால், புனிதமான தீர்த்த ப்ரவாகம் கொண்ட இந்த நதிக்கு நிச்சயம் வருவாள்.”

இவ்வாறெல்லாம் மஹாபுருஷன் ஹனுமன் எண்ணமிட்டுக் கொண்டு அரசி ஸீதாதேவியை எதிர்பார்த்துக் கொண்டிருந்தார். நன்றாக பூத்திருந்த அந்த சிம்சுபா வ்ருக்ஷத்தில் இலைகளின் இடையில் மறைந்து கொண்டு, சுற்றிப் பார்த்துக் கொண்டு, யாவற்றையும் கவனித்தார்.

14 – ஆவது ஸர்க்கம் முடிவுற்றது.

15–ஆவது ஸர்க்கம்

ஸீதையை காணல்

ஹனுமன் அந்த சிம்சுபா வ்ருக்ஷத்தின் மீது அமர்ந்தபடியே, நாற்புறங்களிலும் பார்வையைச் செலுத்தி, ஸீதையைத் தேடிய வண்ணம், அசோகவனம் அனைத்தையும் பார்வையிட்டார். அசோக வனத்தில் ஸந்தானகம் என்ற தேவலோகத்து கல்பவ்ருக்ஷக் கொடிகள் இருந்தன. பல மரங்கள் அவற்றை அழகுபடுத்திய வண்ணம் இருந்தன. தெய்வீகமான மணமும் மலர்களின் வாஸனையும், தெய்வீகமான சுவை ரஸங்களும் பழங்களின் இனிய கனி ரஸங்களும் அசோக வனத்தில் இருந்தன. அது நாற்புறமும் அலங்கரிக்கப் பட்டிருந்தது. அந்த அசோகவனம் இந்திர லோகத்திலிருக்கும் "நந்தன" உத்யான வனத்திற்கு ஒப்பானதாக இருந்தது. அங்கு மான்களும், பக்ஷிகளும் நிறைந்திருந்தன. அதில் மாடங்களும், மாளிகைகளும் நெருக்கமாக இருந்தன. குயில் இனங்கள் இனிமையாக ஒலியெழுப்பின.

அதில் நடைவாவிகள் பொன்நிறமான நெய்தல் மலர்களாலும், தாமரைகளாலும் அழகாக மிளிர்ந்தன. அமர்ந்து கொள்ள ஆஸனங்களும், உட்கார, படுக்கை விரிப்புகளும், நிலவறைகளும் நிறைய இருந்தன. எல்லா பருவங்களுக்கும் உரித்தான அனைத்து மலர்களும் இருந்தன. அவற்றால் வனம் அழகாக இருந்தது. மரங்கள் யாவும் கனிகள் கொண்டிருந்தன. அசோக மரத்தின் மலர்ந்த பூக்களின் சீர்மையினால் ஸூர்யோதயத்தின் மாட்சிமையுடன் ஒளிர்ந்தது.

அசோக வனம் தீச்சுடரினால் ஜ்வலிப்பதைப் போன்றிருந்ததை அங்கு இருந்தபடியே மாருதி கண்ணுற்றார். பட்சிகள் கூட்டம் கூட்டமாக பறந்து வந்து மரங்களின் மீது தங்கியிருந்ததால், மரங்கள் யாவும் அடிக்கடி இலைகளே இல்லாதபடி வெறுமையாக ஆகிவிட்டது போல் இருந்தது. அசோக மரங்களின் உச்சிக்கிளைகளில் வண்ண வண்ண மயமான மலர்கள் மரத்தின் தலை ஆபரணங்கள் போல் இருந்தன. அவைகள் நூற்றுக்கணக்கில் தரையில் விழுந்து அடிமரம் முழுவதையும் சுற்றி மலர்க்குவியல்களாக இருந்தன. இத்தகைய காட்சிகளைக்கொண்ட அந்த அசோக மரங்கள் சோகத்தை விரட்டியடிப்பதாக இருந்தன.

மலர்ந்திருந்த கொன்றைப் பூக்களாலும், நன்கு பூத்திருந்த புரசம் பூக்களாலும், தரை நிறைந்திருந்தது. மலர்களின் பளுவைத் தாங்க முடியாமல்

மரங்களே வளைந்துபோய் தரையைத் தொடுவதுபோல் இருந்தது. இத்தகைய மரங்கள், பூக்கள் ஆகியவற்றின் ஒளிவெள்ளத்தால் அந்த இடமே தீப்பற்றி எரிவது போல் தகதகத்தது. புன்னை, ஏழிலைப்பாலை, சம்பகம், நறுவிலி முதலானவற்றின் ஏராளமான மரங்கள் அடி பருத்து, மலர்கள் பூத்துக்குலுங்கி விளங்கின.

ஆயிரக்கணக்கான அசோக மரங்கள், பூக்கள் தான் எத்தனை விதம்! சில தங்கத்தைப் போன்று பளபளப்பாக இருந்தன. சில தீச்சுடர்போல் தகதகத்தன. இன்னும் சில கண் மையைப் போன்று கருப்பாகவும், மினுமினுப்பாகவும் இருந்தன. அந்த அசோகவனம் பல்வேறு நந்தவனங்களின் சிறப்புகளைக் கொண்டிருந்தது. தேவேந்திரனுடைய உத்யானவனமான நந்தனத்தைப் போன்றிருந்தது இது. அலகாபுரியில் குபேரனுடைய பூங்காவனமான "சைத்ரரதத்தையும்" இந்த அசோகவனம் ஒத்திருந்தது. தேவலோகத்தின் மாட்சிமை பெற்றும், ரம்மியமாகவும், சீர்மை கொண்டிருந்ததாலும், மேற்கூறிய நந்தவனங்களைக் கூட மிஞ்சியதாக இது இருந்தது. இதன் எழில் கற்பனைக் கெட்டாததாகவும் இருந்தது.

அதில் பூத்திருந்த புஷ்பங்களை நக்ஷத்திர கணங்களாக கற்பனை செய்தால், அசோக வனமே ஒரு இரண்டாவது ஆகாச மண்டலமாகத் தெரியும். அந்த மலர்களை ரத்னங்களாக பாவித்தால், அசோகவனம் ஐந்தாவது ரத்னாகரமாக காட்சி தரும். அனைத்து பருவங்களிலும் பூக்கக் கூடிய மலர்கள் யாவும் அங்கு மண்டியிருந்தன. மகரந்தத்தேனும், நறுமணமும் கொண்ட மரங்கள் அங்கு ஏராளம். மான்களின் கூட்டங்களாலும், பட்சிகளாலும் அந்தப் பூங்காவனம் வித, விதமான ஒலிகளைக் கொண்டு ரம்மியமாகவும் அங்கு பரவியிருந்த நறுமணம் வித, விதமாகவும், மிகவும் பரிசுத்தமாகவும், மனதுக்கு இன்பத்தை ஊட்டுவதாகவும், மொத்தத்தில், நறுமணம் பொருந்திய, சிறப்பு மிக்க, கந்தமாதன பர்வதத்தின் இரண்டாவது ப்ரதிதானோ இது என்று தோன்றியது.

வானரச்ரேஷ்டன், அந்த அசோக வனத்தில், வெகு அருகாமையில் ஒரு தியான மண்டப ஆலயத்தின் கோபுர உச்சியைப் பார்த்தார். அந்த மண்டபத்தின் மத்தியில் ஆயிரக்கணக்கான தூண்கள் இருந்தன. கைலாச பர்வதத்தைப் போன்று வெண்மை வண்ணத்தில் அமைந்திருந்த மண்டபத்தின் படிக்கட்டுகள் பவழக் கற்களால் உருவாக்கப்பட்டிருந்தன. உருக்கிவிட்ட தங்கத்தால் செய்யப்பட்ட மேடைகள் அதில் அமைந்து இருந்தன.

செல்வச்சீருடன் திகழ்ந்த அந்த மண்டபம் கண்களைக் கொள்ளை கொண்டு விடும் போல் இருந்தன. வெகு உயரமாக இருந்ததால், தரைப் புழுதிகள் படியாமல் தூய்மையாக இருந்தது. அதன் உயரம் எவ்வளவு என்றால்

சீதையை காணல்

அது ஆகாயத்தைத் தொட்டுவிடும் அளவுக்கு இருந்தது. அப்பொழுது வெகு ஆவலுடன் எதிர்பார்த்திருந்த தருணம் ஹனுமனுக்கு வந்துவிட்டது. ஸீதையை இறுதியாக அவர் கண்டுவிட்டார். அவர் கண்ட ஸீதையை வால்மீகி பல சுலோகங்களில் அடுக்கடுக்காக வர்ணிக்கிறார். அவளைச் சூழ்ந்து அரக்கியர்கள் இருந்தார்கள். அவள் உடுத்தியிருந்த ஆடை அழுக்கேறி யிருந்தது. பட்டினி கிடந்ததால் உடல் இளைத்திருந்தது. அவள் அடிக்கடி பெருமூச்சுவிட்டுக் கொண்டிருந்தாள். அவள் இருந்த கோலம் மிக பரிதாபகரமாக இருந்தது. வளர்பிறையின் ஆரம்பத்தில் சந்திரனின் பிறை எப்படி சன்னமாக, மெலிந்து இருக்குமோ அதைப்போன்று அந்தத் தூயவள் இருந்ததை ஹனுமன் கண்டார். அவள் அழகான உருவத்துடனும், மனதிற்கினிய காந்தியுடனும் இருந்தாலும், அவளை நிதானமாகப் பார்த்து அவள் தான் ஸீதை என்று ஊகித்தறிய வேண்டியிருந்தது. அக்னியின் ஜ்வாலை புகை மண்டலத்தால் எப்படி சூழப்பட்டிருக்குமோ, அதைப்போன்று அவள் காந்தி மங்கியிருந்தது. அவள் ஒரே ஒரு ஆடையைத்தான் உடுத்தியிருந்தாள். அது பட்டாடைதான் என்றாலும், புழுதி படிந்து மஞ்சளாக மங்கிப் போயிருந்தது. அவள் மேனி மேலும் புழுதிபடிந்திருந்தது. ஆபரண அலங்காரங்கள் எதுவும் இல்லை. அவளைப் பார்க்கையில் தாமரைகள் அற்று வெறுமையாக இருக்கும் ஒரு தாமரைப் பொய்கையைப்போல் இருந்தது. அவள் பெண்மைக்கு உரித்தான நாணம் கொண்டவள்; துக்கத்தினால் வாட்டப்பட்டிருந்தவள்; வாடிய முகம் கொண்டவள்; பரிதாபத்திற்கு உரியவள்; அங்காரக க்ரஹத்தால் பீடிக்கப்பட்ட ரோஹிணீ நக்ஷத்திரத்தைப் போல அவல நிலையில் இருந்த அவள் கண்களில் கண்ணீர் பெருகிக்கொண்டு கண்கள் முழுவதும் பரவியிருந்தது. அவலமான நிலையில் இருந்தாள். உணவு உட்கொள்ளாததால் உடல் இளைத்துப் போயிருந்தாள். சோகத்திலேயே சிந்தனை ஆழ்ந்திருந்ததால் பரிதாபமாக இருந்தாள். எப்பொழுதும் துக்கம் ஒன்றே கதி என்ற நிலையில் இருந்தாள்.

அன்பான மக்கள் எவரையும் அவள் பார்க்க முடியவில்லை. அரக்கியர்கள் கும்பலைத்தான் அவள் பார்க்க முடிந்தது. ஒரு பெண்மான் தன் இனத்திலிருந்து பிரிந்துபோய் அதனை நாய்கள் கூட்டமாக சூழ்ந்திருந்தால் எப்படி இருக்குமோ, அத்தகைய அவல நிலையில் அவள் இருந்தாள். அவள் கூந்தல் முப்புரி ஜடையாக பின்னப்படாமல், ஒற்றைப் பின்னலுடன் தான் இருந்தது. ஆனால் அது கருநாகம் போன்று கருத்து, வெகு நீளமாய் பிருஷ்டபாகம் வரையில் நீண்டிருந்தது. சரத்காலத்தில் காடுகள் பசுமையாக இல்லாமல் நிலத்தை எப்படி கருமையாகச் செய்யுமோ அந்த நிலத்தைப் போன்றிருந்தாள். அவள் எவ்வளவோ சுகமாக இருக்க வேண்டியவள். ஆனால் இப்பொழுது, விதிவசத்தால் துக்கத்தால் வாட்டப்பட்டிருக்கிறாள். ஏற்கனவே அவள் கஷ்டம் என்ன என்றே தெரியாதவளாகத்தான் இருந்தாள். நீண்டு அகன்ற கண்களைக் கொண்ட அந்த ஸீதையை, மிகவும் க்ஷீணித்து இளைத்திருந்தவளை, ஹனுமன் கண்டார்.

உடனே தக்க காரணங்களைக் கொண்டு அவள் ஸீதைதான் என்று ஊகித்துக் கொண்டார். இஷ்டபிரகாரம் உருவத்தை மாற்றிக் கொள்ளக்கூடிய அரக்கனால் அப்பொழுது அபகரித்துச் செல்லப்பட்டபோது இவள் எந்த உருவத்துடன் காணப்பட்டாளோ, அதே உருவத்துடன் இந்த மங்கை இங்கே காணப்படுகிறாள். ஸீதையின் திருமுகம் பூர்ணசந்திரனை ஒத்திருந்தது. அவளுடைய கண் இமைகள் அழகாக இருந்தன. அவளுடைய கொங்கைகள் வட்டமாகவும் அழகாகவும் இருந்தன. அவள் தனது தேஹகாந்தியினால் எல்லா திக்குகளையும் பிரகாசிக்கச் செய்தாள். அவள் கூந்தல் கருமையாக இருந்தது. உதடுகள் கொவ்வைப்பழம் போல் இருந்தன. அவளது இடை அழகாக இருந்தது. அவளுடைய அங்கங்கள் உறுதியாக இருந்தன. மன்மதனுடைய காதலி ரதியைப்போல் ஸீதையும் அழகாக இருந்தாள். தாமரைத் தளிரைப் போன்ற கண்களைப் படைத்திருந்தாள்.

முழுவட்ட நிலவை உலகம் அனைத்தும் விரும்புவதைப் போல, ஸீதையையும் அனைவரும் இஷ்டமாகக் கருதினர். நியமங்களை அனுஷ்டித்திருக்கும் தவசியைப்போல அவள் கட்டாந்தரையில் அழகான சரீரத்துடன் உட்கார்ந் திருந்தாள். அவள் மிகவும் பயந்திருந்தாள். நாககன்னிகையைப் போல அவள் பெருமூச்சு விட்டுக் கொண்டிருந்தாள். அடுக்கடுக்கான துக்கங்களினால் சோகம் பரவிய சரீரத்துடன் தீயின் ஜ்வாலை புகை மண்டலத்தினால் சூழப்பட்டிருந்ததுபோல் ஒளி குன்றி இருந்தாள். நீதிகளை எடுத்துக்கூறும் தர்ம சாஸ்திரத்தின் மீதே சந்தேகம் ஏற்பட்டால் எப்படி அந்த நிலை விசனத்திற்கு உரியதோ அப்படி அவள் இருந்தாள். திடீரென ஐஸ்வர்யம் இழக்கப்பட்டதைப் போன்ற நிலையில் இருந்தாள். நம்பிக்கை அழிக்கப்பட்டதை போன்றும், ஆசை தடைப்பட்டதைப் போன்றும், ஸித்தி கிட்டும் நிலையில் இடையூறுகள் ஏற்பட்டு கை நழுவிப் போவதைப்போன்றும், புத்தி கலங்கிப் போனதைப் போலவும், பொய்யான பழிச்சொல்லால் புகழ் திடீரென இழக்கப்படுவது போலவும் அவள் அவலநிலை இருந்தது.

ராமனை அடையமுடியாத தடைகளினால் துயரப்பட்டும், அரக்கன் கவர்ந்து சென்ற காரணத்தினால் மனக்கிலேசம் அடைந்தும், அபலையாக ஸீதை இருந்தாள். மானைப்போன்ற கண்களைக் கொண்ட அவள் நாற்புறமும் மிரள மிரள விழித்தாள். அவள் கண்களின் இமைகள் கருத்தும், வளைந்தும் இருந்தன. அவைகளில் கண்ணீர் பெருகி நிரம்பி தளும்பியிருந்தது. அமைதியில்லாத முகத்துடன் அவள் அடிக்கடி பெருமூச்செறிந்தாள். அவள் மேனியில் புழுதிபடிந்து அழுக்கேறியிருந்தது. இரக்கத்திற்குரிய தசையில் இருந்தாள். அலங்காரத்திற்கே உரியவளான அவள் எந்த அலங்காரமும் இன்றி இருந்தாள். சந்திரனின் நிலவொளி கருமேகங்களால் சூழப்பட்டிருந்ததைப் போன்றிருந்தாள்.

இப்படியெல்லாம் ஹனுமனின் புத்தி அவளை அடிக்கடி பார்த்து சந்தேகம் கொண்டது. வேதங்களை கற்றறிந்த கல்வி அவற்றை ஓதாமல் விட்டுவிட்டால் எப்படி மறந்து போய் கை நழுவிப் போய்விடுமோ, அப்படிப்பட்ட துயரநிலையில் ஸீதை இருந்தாள். அலங்காரங்கள் இல்லாமல் இருந்தாலும், அவளுடைய துக்கத்தைக் கொண்டு அவள் ஸீதைதான் என்று புரிந்து கொண்டார். செப்பம் இல்லாத மொழியினால் வார்த்தைகளுக்கு எப்படி பொருள் வேறுவிதமாக ஆகிவிடுமோ, அப்படி ஸீதையும் அடையாளம் புரியாத நிலையில் இருந்தாள்.

அகன்ற, நீண்ட கண்களைக் கொண்டவளும், மாசற்றவளுமான அந்த ராஜகுமாரியைப் பார்த்து ஹனுமன் தக்க காரணங்களைக் கொண்டு அவள் ஸீதைதான் என்று ஊகித்தறிந்து கொண்டார். ஹனுமன் புறப்படும்போது ராமன் அடையாளமாகத் தெரிவித்த, ஸீதை உடலில் அணிந்திருந்த, எந்த ஆபரணங்களைக் கூறினாரோ, அவைகள் இப்பொழுது மரக்கிளைகளை அலங் கரித்திருந்தன.

நன்றாக தட்டுவேலை செய்யப்பட்ட காதணிகளும், அழகான வேலைப்பாடுகளைக் கொண்ட தொங்கட்டான்களும், முத்து – பவழம் ஆகியவற்றைப் பதித்து செய்யப்பட்ட கைவளையல்களும் அங்கு இருந்தன. வெகுகாலமாக அணியப்பட்டிருந்ததால் அவைகள் சற்றுக் கருத்தும், அந்தந்த அங்கச் சுவடுகளைக் கொண்டிருந்தன.

“ராமன் கூறிய அடையாள ஆபரணங்கள் இவைகள்தாம் என்று நான் எண்ணுகிறேன். சித்ரகூட பர்வதத்தில் அங்கே எந்த ஆபரணங்கள் விடப் பட்டிருந்தனவோ அவைகளை இங்கே நான் காணவில்லை. அங்கே எந்த ஆபரணங்கள் விடப்படவில்லையோ கீழே போடப்படவில்லையோ அவைகள் இங்கே இருக்கும் அந்த ஆபரணங்களேதான், சந்தேகமில்லை. ரிஷ்ய முக பர்வதத்தில் வானரர்கள் இருந்தபோது ஸீதை ஒரு தூய்மையான மேல் அங்கியை நழுவ விட்டிருந்தாள். அது தங்கப் பட்டைபோல் மஞ்சள் நிறத்தில் இருந்தது. அந்த ஆடை மரக்கிளையின் மீது தொங்கியிருந்ததை வானரர்கள் பார்த்தார்கள். அப்பொழுது தரையில் விழுந்து கிடந்த விசித்திரமான ஆபரணங்கள் யாவும் இவளால் தான் கீழே போடப்பட்டிருக்க வேண்டும். அவைகள் ஒளிபொருந்தியும், சிறப்பாகவும் இருந்தன. இவள் இப்பொழுது உடுத்தியிருக்கும் வஸ்திரம் அதே நிறத்தில் இருக்கிறது. அதாவது வெகுநாட்களாக அணியப்பட்டிருப்பதால் அழுக்குபடிந்தும், மங்கிப்போயும் இருக்கிறது.

பொன்னிற மேனியாள் இவள் நிச்சயமாக ராமனுடைய அன்பு பட்டமஹிஷி. இவள் இழந்து போனாலும், இந்த நல்லாள், ராமனின் மனதைவிட்டு மறைந்து போனதில்லை. இரக்கம், அன்பு, சோகம், காதல் என்ற நான்கு உணர்ச்சிக்

கொந்தளிப்புகளால் எவள் பொருட்டு ராமன் வாட்டப்பட்டிருக்கிறாரோ, அந்த ஸீதை இவளேதான்! "ஒரு பெண் காணாமல் போய் விட்டாள் என்றதனால் இரக்கமும், தன்னை அண்டியிருந்தவள் என்ற காரணத்தால் அன்பும், கைப்பிடித்த மனைவியை இழந்துவிட்டேன் என்ற காரணத்தால் சோகமும், எனக்கு பிரியமானவள் என்ற காரணத்தால் காதலும் அந்த நான்கு உணர்ச்சிக் கொந்தளிப்புகள்" ராமனை வாட்டின.

இந்த தேவியினுடைய உருவமும், அங்க லாவண்யங்களும் எப்படி இருக்கின்றனவோ, அப்படியே ராமனுடைய உருவமும் லாவண்யமும். ராமனுடைய இந்த அம்சங்கள் எப்படியோ அதே விதத்தில் தான் கருவிழியாள் ஸீதையினுடையவைகளும். இந்த தேவியினுடைய மனது ராமனிடம் பதிந்திருக்கிறது. அதேவிதம் ராமனின் மனது இவளிடம் பதிந்திருக்கிறது. அதனால்தான் அந்த தர்மசீலன் ஒரு முகூர்த்த காலமாவது உயிரோடு இருக்கிறார். வாஸ்தவத்தில் ராமன் ஒரு கஷ்டமான காரியத்தைத்தான் செய்து வருகிறார். அதாவது, அந்த பிரபு இவளைவிட்டு விட்டு உடலில் உயிரை வைத்துக் கொண்டிருக்கிறாரே, சோகத்தினால் நொறுங்கிப் போகாமல் இருக்கிறாரே, அது எவ்வளவு பெரிய கஷ்டமான காரியம்." இவ்விதமாக, ஸீதையைப் பார்த்த வாயுகுமாரன் ஸந்தோஷமடைந்தார். உடனே தனது மனதினாலேயே ராமனை அடைந்தார். அந்த பிரபுவையும் போற்றினார்.

15-ஆவது ஸர்க்கம் முடிவுற்றது.

16–ஆவது ஸர்க்கம்

ஸீதைக்காக வருந்துதல்

வானரச்ரேஷ்டன் போற்றத்தக்க அந்த ஸீதையையும் நற்குணங்களினால் உலகத்தாரை மகிழ்விக்கும் ராமனையும் மனத்திற்குள் போற்றினார். பிறகு சிறிது நேரம் ஆழ்ந்து சிந்தித்து, ஸீதையின் நிலையைக்குறித்து வருந்தி, கண்ணீர் மல்கிய கண்களுடன் தேம்பி அழுதார்.

“இந்த ஸீதை பெரியோர்களிடம் பெரும் மரியாதை கொண்டவள். லக்ஷ்மணனுக்கும் மிகவும் போற்றுதலுக்கு உரியவள். இப்படிப்பட்ட ஸீதையும் கூட துக்கத்தினால் பாதிப்படைகிறாள் என்றால், விதி என்ற கெட்டகாலம் யாராலேயும் தவிர்க்க முடியாதது என்பது தெரிகிறது. வாஸ்தவத்தில் இவள் ஓரளவுக்கு மனோதிடத்துடன்தான் இருக்கிறாள். ஏனெனில் இவள் புத்திசாலிகளான ராமன், லக்ஷ்மணன் இருவர்களுடைய முயற்சி – பராக்ரமத்தை நன்கு அறிவாள். அதனால்தான் மாரிகாலத்தில் கூட கங்கா நதி கலக்க மடையாதது போல், இந்த தேவியும் அதிகமாக கலங்கவில்லை. நற்குணங்கள், வயது, நன்னடத்தை ஆகியவற்றாலும் வைதேகிக்கு தகுந்தவர் ராமரே, கரிய கண்களைப் படைத்த இவளும் ராமனுக்கு மிகத் தகுதியானவளே!” அந்த ஸீதை உருக்கிவிட்ட தங்கத்தைப்போல் ஒளி பொருந்தியிருந்தாள். உலகத்தாருக்கு மிகவும் பிரியமான மஹாலக்ஷ்மியைப் போன்றிருந்தாள். ஹனுமன் உடனேயே மனதினால் ராமனை அடைந்து, தன் மனதுக்குள் பேசிக் கொண்டார். “அகன்ற கண்களைப் படைத்த இந்த ஸீதையின் நிமித்தமாகவே பராக்ரமத்தில் ராவணனுக்கு இணையான மஹா பலிஷ்டனான வாலி கொல்லப்பட்டான். அரக்கன் கபந்தனும் மாய்க்கப்பட்டான். போரில் பயங்கரமான வீரத்தையுடைய அரக்கன் விராதன் வதம் செய்யப் பட்டான். சம்பராஸுரனை மஹேந்திரன் வென்று அவனைக் கொன்றதைப் போல விராதனும் ராமனால் கொல்லப்பட்டான். ஜனஸ்தானத்தில் பயங்கரமாக செயல்பட்ட ராக்ஷஸர்கள், பதினான்காயிரம் பேர்கள், தீச்சுடர் போன்ற பாணங்களினால் அழிக்கப்பட்டனர். போர்வித்தையை நன்றாக அறிந்த ராமனால் போரில் கரன் கொல்லப்பட்டான். அவ்விதமே த்ரிசிரஸ்ஸும் கொல்லப்பட்டான். பெரும் வீரம் கொண்ட தூஷணனும் வதம் செய்யப்பட்டான். வானர ஸாம்ராஜ்யம் உலகத்தார்களால் பாராட்டப்பட்டது. வாலியினால் ரக்ஷிக்கப்பட்டது. அந்த ஐஸ்வரியத்தை அடைவது மிக துர்லபம். ஆனால்

ஸுக்ரீவன் அதை அடைந்தான். அதற்கு இந்த ஸீதை தான் ஒரு நிமித்த காரணமாய் இருந்தாள். அகன்ற கண்களைப் படைத்த இந்த ஸீதையின் நிமித்தமாகவே நான், செல்வங்கள் படைத்த நதிகளுக்கு அரசனான ஸாகரத்தை தாண்டி வந்தேன். இவள் காரணமாகவே நான் இந்த நகரம் முழுவதையும் சுற்றிப்பார்த்தேன். இவளை அடைவதற்காக, கடல்கள் சூழ்ந்த இந்த பூமண்டலத்தையும், ஜகத்தையும் ராமன் தலைகுப்புறப் புரட்டிப் போட்டானானால், அது மிகவும் சரியானதே என்று நான் எண்ணுவேன்.

மூன்று உலகத்தையும் அரசாளக்கூடிய ராஜ்யம் ஒரு பக்கம்; ஜனகபுத்ரி ஸீதை இன்னொரு பக்கம். இந்த இரண்டில் எதை ராமன் விரும்புவான் என்று எண்ணினால் அது நிச்சயம் ஸீதையாகத்தான் இருக்கும். ஏனென்றால் மூன்று உலக ஸாம்ராஜ்யம் அனைத்தும் ஸீதையின் ஒரு வீசம் பங்குக்குக் கூட நிகராகாது. இந்த ஸீதை, தர்மிஷ்டரான, மிதிலாதிபதியான, மஹாத்மா, ஜனக மஹாராஜாவினுடைய புதல்வி, கணவனிடம் தீவிர பக்தி கொண்டவள். ஜனகமஹாராஜா யாகசாலையை கலப்பையினால் உழுதபோது, இவள் பூமியிலிருந்து தோண்டி எடுக்கப்பட்டவள். அப்பொழுது இவள் மேனியில் படிந்த மணல் துகள்கள், தாமரையின் மகரந்தத் தூள்கள் போல் புனிதமானவைகளாக இருந்தன.

தசரத மஹா சக்ரவர்த்தி கீர்த்தி மிக்கவர். பராக்ரமம் கொண்டவர். நற்பண்புகள் அனைத்தும் பெற்று பெரும் மதிப்புக்கு உரியவர். யுத்தங்களில் பின்வாங்காதவர். இவள் அந்த தசரத மஹாராஜாவின் மூத்த நாட்டுப்பெண். ராமன் அனைத்து தர்மங்களையும் அறிந்தவர். செய்நன்றி மறவாதவர். தன்னை நன்கு உணர்ந்து கொண்டவர். இவள் அந்த ராமனுடைய அன்பு மனைவி. இப்பொழுது துரதிருஷ்டவசமாக அரக்கர்களிடம் வசப்பட்டிருக்கிறாள்.

கணவன் மீது வைத்த ப்ரேமையின் தீவிரத்தால் ஆட்கொள்ளப்பட்டு எல்லா அரச போகங்களையும் உதறித்தள்ளி விட்டு, கஷ்டங்கள் அனைத்தையும் பொருட்படுத்தாமல் ஜனஸஞ்சாரமற்ற காட்டினுள் புகுந்தாள். கணவனுக்கு செய்யும் பணிவிடைகளில் நாட்டம் கொண்டவள். பழம், கிழங்கு முதலியவற்றில் திருப்தி கொண்டவள். இல்லத்தில் எவ்வளவு சந்தோஷமாக இருந்தாளோ அதே சந்தோஷத்துடன் காட்டிலும் இருந்தாள். இந்த ஸீதை பொன்னைப் போன்ற மேனி படைத்தவள். எப்பொழுதும் புன்சிரிப்போடு இனிமையாக பேசக்கூடியவள். கஷ்டங்களை அனுபவிப்பதற்கு சிறிதும் தகாதவள். ஆனால் இப்பொழுது இந்த வேதனையை சகித்துக் கொண்டிருக்கிறாள்.

ஒழுக்க நெறிகொண்ட இவளை ராகவன் பார்ப்பதற்கு ஆவலாக இருக்கிறார். ஆனால் இவள் இப்பொழுது ராவணனால் துன்புறுத்தப் பட்டிருக்கிறாள். தாகம் கொண்டவன் தண்ணீர்ப் பந்தலை ஆவலுடன்

எதிர்பார்ப்பதைப்போல ராமன் இவளை அடைய அத்தனை ஏக்கத்துடன் இருக்கிறார். இவளை மறுபடியும் அடைந்தால் ராகவன் சந்தோஷமடைவார். இழந்த ராஜ்யத்தை ஒரு அரசன் மறுபடியும் அடைந்தால் எவ்வளவு சந்தோஷம் இருக்குமோ, அந்த விதத்தில் ராமனும் களிப்பெய்துவார். இந்த ஸீதை சுகமளிக்கும் போகங்கள் யாவற்றையும் துறந்திருக்கிறாள். உறவினர்கள் எவரும் இவளுடன் இல்லை. அப்படியிருந்தும் ராமனை அடைய வேண்டும் என்ற ஆசை ஒன்றினால் தான் இவள் தனது உடலை உயிருடன் வைத்திருக்கிறாள். இவள் எதிரில் அரக்கியர்கள் சூழ்ந்திருக்கிறார்கள். ஆனால் அவர்கள் இவளுடைய பார்வையில் இல்லை. பூக்கள் நிறைய மலர்ந்தும், பழங்கள் நிறைய கனிந்தும் இருக்கும் மரங்கள் இவள் எதிரில்தான் இருக்கின்றன. ஆனால் இவள் பார்வையில் அவைகள் படவில்லை. ஆனால் இவள் ஒன்றை மட்டும், ஒரே மனதுடன் பார்த்துக் கொண்டுதான் இருக்கிறாள். அது ராமன்தான். அவனைத்தான் இவள் தொடர்ந்து பார்த்துக் கொண்டிருக்கிறாள்.

ஒரு மனைவிக்கு உண்மையான ஆபரணம் அவள் கணவன் தான். அதுதான் மற்ற அணிகலன்களைவிட மேன்மையானது. ஆனால் இந்த ஸீதை, எல்லா அணி அலங்காரங்களுக்கும் முழுத் தகுதி படைத்தவள். அந்த கணவன் என்ற ஆபரணம் இல்லாமல் இங்கு இப்பொழுது இருக்கிறாள். ப்ரபு ராமன் இவள் இல்லாமல் ஒரு அசாத்தியமான காரியத்தைத்தான் செய்து வருகிறார். இவள் இல்லாமல், துக்கத்தினால் நொறுங்கிப் போகாமல் இன்னும் உடலில் உயிரைத் தாங்கிக் கொண்டிருக்கிறாரே! இவளைப் பிரிந்திருக்க அசாத்தியமான மனஉறுதி இருந்தால்தான் முடியும் என்பது கருத்து.

இந்த ஸீதைதான் எவ்வளவு அழகானவள்! இவள் கருமையான கூந்தலைப் பெற்றிருக்கிறாள். இவள் கண்கள் தாமரையை ஒத்திருக்கின்றன. இவள் எப்பேர்பட்ட சுகபோகங்களில் இருக்க வேண்டியவள்? இப்படிப்பட்ட பேரழகி துக்கத்தில் இருப்பதைப் பார்த்து என் மனமேகூட அவதிப்படுகிறது. இவள் பூமாதேவியைப்போன்று பொறுமை காப்பவள். தாமரையைப் போன்ற அழகிய கண்களைப் பெற்றவள். தண்டகாரண்யத்தில் ராமனும், லக்ஷ்மணனும் இவளை ஜாக்கிரதையாக பாதுகாத்து வந்தார்கள். அப்படிப்பட்டவள், இப்பொழுது, இங்கே, மரத்தின் அடியில், குரூரமான பார்வைகள் கொண்ட அரக்கியர்களால் காவல் காக்கப்பட்டு வருகிறாளே! அந்தோ, பரிதாபம்!

ஜனகமஹாராஜாவின் தவப்புதல்வி இப்பொழுது பரிதாபமான ஒரு நிலையை அடைந்து விட்டாளே! பனி பொழிந்து தாமரை சோபையை இழந்தது போல, இவள் ஒளியிழந்திருக்கிறாள். அடுக்கடுக்கான கஷ்டங்களினால் இவள் துன்புற்றிருக்கிறாள். தன் காதல் நாயகனை விட்டுப்பிரிந்த சக்ரவாகப் பேடையைப் போல் இருக்கிறாள்.

நன்றாக பூத்துக் குலுங்கி, அந்த மலர்களின் பாரம் தாங்க முடியாமல் வளைந்திருக்கும் கிளைகளையுடைய அசோக மரங்களும் ஸீதைக்கு துக்கத்தைத்தான் ஏற்படுத்துகின்றன. ஸகல உயிர்களுக்கும் ஆனந்தத்தைக் கொடுக்கும் சந்திரனும், குளிர்ச்சியை தருவதற்கு பதிலாக சூரியனைப் போல் நெருப்பை வாரி தெளிப்பதுபோல் ஸீதைக்கு இருக்கிறது.

இவ்வாறு பல விஷயங்களை வானரன் நன்றாக ஆலோசித்து இவள் ஸீதைதான் என்று தனது மனதை உறுதிப்படுத்திக் கொண்டார். பலிஷ்டனும், வானரர்களுள் சிரேஷ்டமானவனும், அசாத்திய வேகத்தைக் கொண்டவனுமான ஹனுமன் அந்த மரத்தில் ஒண்டிக்கொண்டு அங்கேயே உட்கார்ந்திருந்தார்.

16-ஆவது ஸர்க்கம் முடிவுற்றது.

17–ஆவது ஸர்க்கம்

ராக்ஷஸிகளை காணுதல்

கொத்தாகப் பூத்திருந்த ஆம்பல் மலர்களையொத்த வண்ணம் கொண்ட, இயல்பாகவே தூய்மையான சந்திரன், நிர்மலமான வானத்தில் எழுந்தருளினான். அது நீலநிற நீர்ப்பரப்பின் மீது அன்னபக்ஷி மிதந்து வருவது போல் இருந்தது.

சந்திரனும் ராமகைங்கர்யத்தை உத்தேசித்து ஹனுமனுக்கு ஸஹாயம் செய்ய நினைத்தான் போலும்! ஆகையால் நிர்மலமான ஒளி கொண்ட அவன் தனது குளிர்ச்சி பொருந்திய கிரணங்களால் வாயு குமாரனை ஸேவித்தான். அப்பொழுது ஹனுமன் முழுமதியைப்போன்ற திருமுகம் கொண்ட ஸீதா தேவியைக் கண்ணுற்றார். பளு தாங்க முடியாமல் ஒரு தோணி நீரில் அமிழ்ந்து விடும் நிலையைப் போல், அவள் சோகத்தின் பளுவினால் வருந்தினாள்.

விதேஹ ராஜகுமாரியைப் பார்த்த வாயுமைந்தன் ஹனுமான், அருகிலேயே கோரமான பார்வைகளுடன் இருந்த அரக்கியர்களை கண்டார். அவர்கள் ஒவ்வொருவரும் ஒவ்வொரு விதமாக இருந்தனர். ஒருத்திக்கு ஒற்றைக்கண்; ஒருத்திக்கு ஒற்றைக்காது. ஒருத்தியின் காதுகள் மூடி இருந்தன; ஒருத்திக்கு காதுகளே இல்லை; ஒருத்திக்கு யானைக்காது; ஒருத்திக்கு மூச்சுவிடும் மூக்கு தலையில் புகைபோக்கி போல இருந்தது.

ஒருத்திக்கு பருத்த சரீரமும், தலையும் மற்றொருத்திக்கு கழுத்து சிறுத்து, நீண்டு கொக்கைப் போல இருந்தது; ஒருத்திக்கு பரட்டைத் தலை; ஒருத்திக்கு தலையில் மயிர்களே இல்லை ஒருத்திக்கு மயிர்கள் நீண்டும், அடர்ந்தும் இருந்தது. அவள் அதனையே ஒரு கம்பளிப் போர்வை போன்று உடுத்தியிருந்தாள். ஒருத்திக்கு காதுகள், நெற்றி தொங்கியிருந்தன; ஒருத்திக்கு வயிறு, மார்புகள் தொங்கியிருந்தன. ஒருத்திக்கு உதடு தொங்கி யிருந்தது; ஒருத்திக்கு முகவாய்க்கட்டையில் உதடு இருந்தது. ஒருத்திக்கு வாய் தொங்கியிருந்தது; ஒருத்திக்கு முழங்கால்கள் தொங்கியிருந்தன.

ஒருத்தி குட்டை; ஒருத்தி நெட்டை; ஒருத்தி கூனி; ஒருத்திக்கு உடல் அஷ்டகோணல்; ஒருத்தி சித்திரக்குள்ளி; ஒருத்தி பார்க்கவே கோரரூபம்; ஒருத்திக்கு வாய் மடிந்திருந்தது; ஒருத்திக்கு கடுவன் பூனையைப்போல மஞ்சள் கண்கள்; ஒருத்திக்கு முகம் முழுவதுமே படுவிகாரம். பலர் விகாரமானவர்கள்;

பலருக்கு மஞ்சள் நிறக்கண்கள், பலருக்கு உடல் கருப்பு: பலர் மிகவும் கோபம் படைத்தவர்கள்; பலர் சண்டைக்காரிகள், பலர் கன்னங்கரேலென்றிருந்த இரும்பு சூலம், சம்மட்டி, தடிகள் ஆகியவற்றை ஆயுதங்களாக வைத்திருந்தனர்.

பலருக்கு விதவிதமான மிருகங்களுக்கு இருப்பதைப் போல் முகங்கள் இருந்தன. பன்றி, மான், புலி, எருமைக்கடா, செம்மறிஆடு, நரி – இப்படிப்பட்ட விலங்குகளின் முகங்கள், பலருக்கு யானை, ஒட்டகம், குதிரை ஆகிய மிருகங்களுக்கு இருப்பதைப்போன்ற கால்கள், சிலருக்கு தலையே வயிற்றுக்குள் அமுங்கி புதைந்து இருந்தது.

சிலருக்கு ஒற்றைக்கை, ஒற்றைக்கால்; சிலருக்கு கழுதைக் காதுகள்; சிலருக்கு குதிரைக் காதுகள், வேறு சிலருக்கு பசு, யானை, குரங்கு முதலான பிராணிகளின் காதுகள். சிலருக்கு மூக்கே இல்லை; சிலருக்கு மூக்கு மிக நீளம்; சிலருக்கு மூக்கு திரும்பியிருந்தது. சிலரின் மூக்கு படு அவலட்சணம்; சிலருக்கு யானைத் துதிக்கை போன்ற மூக்கு; சிலருக்கு மூக்கு நெற்றியில் இருந்தது. சிலருக்கு யானைக்கால்கள், சிலருக்கு பசு மாட்டுக் கால்கள், சிலருக்கு மிகப்பெரிய கால்கள், சிலருக்கு கால்களில் முடி வளர்ந்திருந்தது; சிலருக்கு தலை, கழுத்து பிரம்மாண்டமாக இருந்தன. அதே விதம் சிலருக்கு வயிறு, மார்புகள் பிரம்மாண்டம். சிலருக்கு வாய், கண்கள், பிரம்மாண்டம்; சிலருக்கு நாக்கு வெகுநீளம், சிலருக்கு நகங்கள் வெகுநீளம், ஆட்டுக்கடா, யானை, பசுமாடு, முள்ளம்பன்றி போன்ற விலங்குகளின் முகங்கள் சிலருக்கு இருந்தன. சிலருக்கு குதிரை, ஒட்டகம், கழுதை போன்ற முகங்கள்; மொத்தத்தில் அரக்கியர்கள் அனைவரும் கோரமான முகம் படைத்தவர்கள். சிலர் கையில் சூலம், சம்மட்டி போன்றவைகளை கையில் ஏந்திக்கொண்டு கடும் கோபத்துடன் இருந்தார்கள். பெரும் சண்டைக்காரிகள்;

விகாரமானவர்கள்; செம்மட்டை ஏறிய கேசங்கள்; அருவருப்பான முகங்கள்; எப்பொழுதும் கள்ளைக் குடித்துக் கொண்டிருந்தார்கள். எப்பொழுதும் மாமிஸம், சாராயம் ஆகியவற்றில் விருப்பம் கொண்டவர்கள். ரத்தத்தை பிரியமாக குடிப்பவர்கள். பலருக்கு மாமிஸம், ரத்தம் முதலானவைகள் உடலிலேயே ஒட்டிக் கொண்டும், ஈஷிக் கொண்டும் இருந்தன. வானரன் இப்படிப்பட்ட அரக்கிகளைப் பார்த்தார். மரத்தின் அடிபாகத்தைச் சுற்றி உட்கார்ந்திருந்த அவர்களைப் பார்த்தாலே பயத்தினாலும் அருவருப்பினாலும் மயிர்க்கூச்சல் ஏற்படும்.

அந்த மரத்தின் கீழே, குறைகள் ஏதும் இல்லாத அந்த தேவியை, செல்வ குணங்கள் படைத்த ஹனுமன் கண்ணுற்றார். அவள் ஒளியற்றும், சோகத்தால் வாட்டப்பட்டும், புழுதிபடிந்த கூந்தல்களோடும் இருந்தாள். அவளைப் பார்க்கையில் புண்ணியங்கள் தீர்ந்துபோய் பூமியில் விழுந்து விட்ட ஒரு

ராசூளிகளை காணுதல்

தாரகையைப் போன்றிருந்தாள். அவள் நல்லொழுக்கம் என்பதையே தனது செல்வமாகக் கொண்டிருந்தாள். தனது கணவனைப் பார்க்கும் பாக்கியம் இல்லாத துரதிர்ஷ்டத்தில் இருந்தாள்; சிறந்த ஆபரணங்கள் யாதும் இல்லாது இருந்தாள். ஆனால் அவளிடம் மிகச்சிறந்த ஆபரணமாக இப்பொழுது இருந்ததெல்லாம் அவளுடைய பதிபக்தி ஒன்றுதான்.

அரக்கர் வேந்தனால் மிகவும் துன்புறுத்தப்பட்டு இருந்தாள். ஆறுதல் கூற எந்த உறவினரும் பக்கத்தில் இல்லாதிருந்தாள். ஒரு பெண்யானை தனது கூட்டத்தை விட்டுப்பிரிந்து, ஒரு சிங்கத்திடம் அகப்பட்டுக்கொண்டு அதனால் ஹிம்ஸிக்கப்படுவதைப் போல இருந்தாள்.

மாரிகாலம் போனபிறகு சரத்ருது வந்தபோது பிறைச்சந்திரன் மேகங்களால் மறைக்கப்பட்டதைப்போல் சோபையிழந்து இருந்தாள். நல்லதோர் வீணை, தந்திகள் மீட்டப்படாமல், உபயோகப்படுத்தப்படாமல், புழுதியில் கிடத்தப்பட்டிருந்ததைப் போல் இருந்தாள். இந்த ஸீதை தனது கணவனின் பராமரிப்பில் இருக்க வேண்டியவள். அரக்கியர்களின் காவலில் இருக்கத் தகாதவள். அசோக வனத்தின் மத்தியில் துன்பக்கடலில் மூழ்கியிருந்தாள். துஷ்டக்ரஹங்களால் பீடிக்கப்பட்ட ரோஹிணீ நக்ஷத்திரத்தைப் போன்றும், மலர்கள் உதிர்ந்துபோய் வெறுமையாய் இருந்த பூங்கொடியைப் போன்றும் இருந்த அரக்கியர்களால் சூழப்பட்ட தேவியை ஹனுமன் பார்த்தார்.

அவள் சரீரத்தில் புழுதி, அழுக்கு படிந்திருந்தன. எந்தவித அணிகலன்களும் அணிந்திருக்கவில்லை. அப்பொழுது அவளைப் பார்க்கையில் ஒரு தாமரைக்கொடி சேற்றால் ஈஷிக்கொண்டிருந்ததைப்போல், ஒளி விளங்கியும் விளங்காமலும் இருந்தது. அவள் உடுத்தியிருந்த வஸ்திரம் அழுக்குப் படிந்தும், கிழிந்து போயும் இருந்தது. மான்குட்டியின் கண்களைப் போன்ற கண்களைப் படைத்திருந்த அந்த நங்கையை வானரன் ஹனுமன் பார்த்தார். அவள் முகம் வாடியிருந்தது; ஆனால் அவள் கணவனின் தேஜஸ்ஸினால் நம்பிக்கையற்று இருக்கவில்லை. அவள் தனது கற்பினாலேயே ரக்ஷிக்கப்பட்டிருந்தாள். இந்த நிலையிலும் அவள் கண்கள் கருமையாக அழகாகத்தான் இருந்தன. ஆனால் அவைகள் குட்டிமானின் கண்களைப்போல மிரண்டு போயிருந்தன. இப்படிப்பட்ட நிலையில் இருந்த ஸீதையை ஹனுமன் பார்த்தார்.

ஒரு பெண்மானைப்போல அவள் மிரண்டு போய் மிரள, மிரள சுற்றிலும் பார்த்திருந்தாள். அவள் தனது உஷ்ணமான பெருமூச்சுகளினால் தளிர்களோடு இருந்த மரங்களை பொசுக்கி விடுபவள் போல் இருந்தாள். சோகங்களின் ஒட்டு மொத்தக் குவியலைப்போல் இருந்தாள். அவளுடைய துக்கங்கள் கடலின் அலைகளைப் போன்று அடுக்கடுக்காக வந்து கொண்டிருந்தன. அவள்

பூமாதேவியைப்போன்று பொறுமை காத்து இருந்தாள். ஆபரணங்கள் எதுவும் இல்லாமலே இயற்கைச் சோபையுடன் இருந்தாள். இப்படிப்பட்ட அவலமான நிலையில் இருந்தாலும், ஸீதையை எவ்வளவோ கஷ்டப்பட்டு, கடைசியாக பார்க்கும்படியான பாக்கியம் தனக்கு கிட்டியதே என்று மாருதி பெரும் மகிழ்ச்சி அடைந்தார்.

மதுவைப் போன்று போதை மயக்கத்தை ஏற்படுத்தக்கூடிய கவர்ச்சியான கண்களைப் படைத்திருந்த ஸீதையைப் பார்த்து ஹனுமன் ஆனந்த பாஷ்பத்தை சொரிந்தார். உடனேயே மானஸீகமாக அந்த வீரன், ராமனுக்கும், லக்ஷ்மணனுக்கும் வந்தனம் செலுத்தி, ஸீதையைப் பார்த்த ஸந்தோஷத்துடன் இருந்தார். அடுத்து வரும் நிகழ்ச்சிகளைக் கவனிக்கும் பொருட்டு மரக்கிளைகளின் இடையில் மறைந்திருந்தார்.

17-ஆவது ஸர்க்கம் முடிவுற்றது.

18–ஆவது ஸர்க்கம்

ராவணன் வருகை

மேற்கூறியவாறு வைதேகியைத் தேடிக்கொண்டு மரங்கள் யாவும் மலர்ந்திருந்த அசோகவனம் வந்து அங்கே நன்றாகப் பார்த்துக் கொண்டிருந்த ஹனுமனுக்கு இரவின் பாக்கி நேரம் சிறிதுதான் இருந்தது. அந்த பின்னிரவு நேரத்தில், ப்ரஹ்மரக்ஷஸ் என்ற இனத்தைச் சேர்ந்த பிராம்மண ராக்ஷஸர்களின் வேதகோஷங்களை ஹனுமன் கேட்டார். அவர்கள் வேதங்கள் ஆறு வேதாங்கங்கள் யாவற்றையும் நன்கு கற்றறிந்தவர்கள். பல சிறப்பான யாகங்களைச் செய்தவர்கள். அதே சமயம், மங்கள வாத்யங்களாலும், காதுக்கினிய நாதங்களாலும், தடந்தோள் வீரன், தசக்ரீவன், மஹாபலவான் ராவணன் தூக்கத்திலிருந்து விழித்துக்கொண்டான்.

வீரம்கொண்ட அரக்க வேந்தன் உரிய காலத்தில் துயிலெழுந்தான். அப்பொழுது அவன் அணிந்திருந்த மாலைகள், ஆடைகள் நழுவியிருந்தன. உடனேயே ஸீதையின் நினைவால் மிகவும் காம வசப்பட்டு, காதல் உணர்வினால் வருத்தப்பட்டிருந்தான். அரக்கனால் அந்த ஆசையை தனக்குள் அடக்கி வைத்துக்கொள்ள முடியவில்லை. அவன் எல்லா ஆபரணங்களையும் அணிந்து கொண்டு, இணையில்லாத ஆடம்பரங்களுடன் அசோக வனத்திற்கு வந்தான். அசோக வனத்தின் அநேகம் மரங்களில் எல்லா மலர்களும் மலர்ந்து, பழங்களும் கனிந்திருந்தன. எல்லா மலர்களோடும் இருந்த தாமரைப் பொய்கைகள் அதனைச் சூழ்ந்திருந்தன. பறவைகள் எப்பொழுதும் மதக்களிப்புடன் இருந்தன. பறவைகள் மிக அற்புதமாக இருந்ததால் அசோகவனம் அவற்றால் விசித்திரமாகவே இருந்தது.

வனத்தில் பார்க்க அழகாக இருந்த பலவகையான செந்நாய்கள் வளர்க்கப்பட்டு வந்தன. ரத்னங்கள் பதிக்கப்பட்ட தங்கத் தோரணங்களைக் கொண்டிருந்த வீதிகளைப் பார்த்துக் கொண்டே ராவணன் அசோகவனம் வந்தான். எல்லாவித பிராணி வர்க்கங்களைக் கொண்டிருந்ததும், தரையில் விழுந்த பழங்களைக் கொண்டிருந்ததும், நெருக்கமான மரவரிசைகளைக் கொண்டதுமான அசோகவனத்திற்குள் ராவணன் பிரவேசித்தான். தேவேந்திரன் தேவ–கந்தர்வ–மங்கையர்கள் சூழ்ந்து வருவதைப் போன்று புலஸ்தியர் மகன், ராவணன் நடந்து வருகையில் நூற்றுக்கணக்கான நங்கைகள் அவனைத் தொடர்ந்து வந்தார்கள். அங்கு சில மங்கையர்கள்

தங்கப்பிடி போட்ட தீவர்த்திகளைப் பிடித்திருந்தார்கள். சிலர் கைகளில் சாமரங்கள் இருந்தன. இன்னும் சிலர் பனைமர ஓலை விசிறிகளை ஏந்தியிருந்தார்கள். சிலர் தங்கக் கூஜாக்களில் குடிநீர் எடுத்துக் கொண்டு முன்னே சென்றார்கள். சிலர் கத்திகளையும், பிரத்யேக ஆஸனங்களையும் தாங்கிக் கொண்டு பின் வந்தார்கள். சாதுர்யம் படைத்த ஓர் இளநங்கை அச்சமயம் மது நிறைந்திருந்த ரத்னக் குடுவையைத் தனது வலது கரத்தில் ஏந்தியிருந்தாள்.

ராஜஹம்ஸத்தைப் போன்றிருந்த, முழு மதி போன்ற ஒளியைக் கொண்டிருந்த, தங்கத்தண்டினால் ஆன வெண்கொற்றக் கொடியை இன்னொரு மங்கை ஏந்திக் கொண்டு பின் நடந்தாள். ராவணனுடைய உத்தம பத்தினிகள் பலர் வீரக் கணவனைப் பின்தொடர்ந்து வந்தார்கள். அவர்களின் கண்கள் நித்திரையினாலும், மதுமயக்கத்தாலும் சொருகி இருந்தன. அவர்கள் அவனைப் பின்தொடர்ந்து சென்றதைப் பார்க்கையில் மேகத்தை மின்னல் கொடி தொடர்ந்ததுபோல் இருந்தது. அவர்கள் அணிந்திருந்த ஆரங்கள், கைவளையல்கள் தாறுமாறாக இருந்தன. அவர்களின் முகப்பூச்சு அலங்காரம் அழிந்து போயிருந்தது. அவர்களின் முகங்களில் வியர்வை அரும்பி இருந்தது. கலைந்து அவிழ்ந்திருந்த கூந்தலில் சூட்டியிருந்த மலர்கள் வியர்வையில் நனைந்து போயிருந்தன. அவர்கள் ராவணனுடைய பிரியமான பார்யைகள், அவர்கள் அவனிடம் மதிப்பும், காதலும் கொண்டிருந்தனர். அவர்களின் கண்கள் மதுவைப்போன்று போதையை ஊட்டுபவைகளாக இருந்தன. அனைவரும் அரக்க வேந்தன் நடந்து சென்றபோது, அவனைப் பின்தொடர்ந்தார்கள். அவர்களுடைய பர்த்தாவான மஹாபலவான் ராவணன், ஸீதையின் மேல் கொண்டிருந்த மோகத்தால் தன்நிலை குலைந்திருந்தான். ஸீதையின் மீது கொண்டிருந்த ஆசை எண்ணங்களால் மதிமயங்கி, போதைத் தடுமாற்றத்துடன் கூடிய நடையோடு சென்றான்.

அப்பொழுது வாயுகுமாரன் வானரன் உத்தமப் பெண்டிர்களின் இடைஒட்டியாண ஒலிகளையும், மெட்டிகளின் ஒலிகளையும் காதால் கேட்டார். இணையில்லாத பராக்ரமும், நினைத்துப் பார்க்க முடியாத பலம், வீர்யம் ஆகியவைகளும் பெற்றிருந்த ராவணனை, வானரன் ஹனுமான் பார்த்தார். அநேக தீவட்டிகள் அவன் முன்னால் தூக்கிப் பிடிக்கப்பட்டு நாற்புறமும் அவன் மீது ஒளி வீசப்பட்டது. அந்த தீவட்டிகள் வாசனை திரவியங்கள் கலந்த தைலத்தினால் எரிந்து கொண்டிருந்தன. அவன் காமம், அஹங்காரம், மதம் முதலியவற்றோடு கூடியிருந்தான். அவன் கண்கள் வளைந்தும் சிவப்பாகவும் இருந்தன. வில், அம்புகளை விட்டுவிட்டு மன்மதனே நேரிடையில் வருவதுபோல் அவன் இருந்தான். அவன் உடுத்தியிருந்த மேலாடை வஸ்த்ரம் தூய்மையாகவும், கடைந்தெடுத்த மோரின் நுரை போன்று வெண்மையாகவும்

இருந்தது. அது அவன் தோள்வளையலில் சிக்கியிருந்தது. நழுவியிருந்த அந்த மேல் வஸ்த்ரத்தை அலட்சியமாக இழுத்து தோளில் போட்டுக் கொண்டான்.

ஹனுமன் மரக்கிளையில் பதுங்கிக்கொண்டு, அடர்த்தியான இலைகள், மலர்கள் ஆகியவற்றில் மறைந்துகொண்டு, சமீபத்தில் நெருங்கி வந்து கொண்டிருந்த ராவணனையும், அழகு, யௌவனம் நிறைந்த ராவணனுடைய உத்தம பார்யைகளையும் உற்று நோக்கினார். அந்த அழகிகளினால் சூழப்பட்ட அந்த கீர்த்திமிக்க அரசன், மான்கள், பட்சிகள் ஆகிய பிராணிகள் நிறைந்திருந்த மகளிர் பூங்காவுக்குள் நுழைந்தான். அவன் ராக்ஷஸர்களின் அரசன், விச்ரவஸ் முனிவரின் புதல்வன். அவன் இப்பொழுது குடிமயக்கத்தில் இருந்தான். விசித்திரமான ஆபரணங்களை அணிந்திருந்த காதுகள் முளைக் குச்சியைப் போன்று விறைத்திருந்த மஹா பலிஷ்டனான ராவணனை ஹனுமன் பார்த்தார். சந்திரனைச் சுற்றி தாரகைகள் சூழ்ந்திருந்ததைப் போல அவனைச் சுற்றி சிறந்த மங்கையர்கள் இருந்தார்கள்.

மஹாதேஜஸ்வியான, மஹாவானரன், பராக்ரமம் பொருந்திய ராவணனைப் பார்த்து, "நான் நகர் மத்தியில், அரண்மனையில், நீண்ட கைகளுடன் கூடி சிறிது நேரம் முன்பு தூங்கிக் கொண்டிருந்ததைப் பார்த்தேனே, அதே ராவணன் இவன்தான்" என்று எண்ணிய வாயுகுமாரன், கீழ்க்கிளைக்கு இறங்கி உட்கார்ந்து கொண்டார்.

ஹனுமன் சிறந்த தேஜஸ்ஸைக் கொண்டவர்தான். ஆனாலும் அவருடைய தேஜஸ்ஸை ராவணனின் தேஜஸ் தூக்கியெறிந்து விட்டது. அப்பொழுது ஹனுமான் அடர்த்தியான இலைகளுக்கு நடுவில் மறைந்து கொண்டார். அழகான இடையையும், நெருக்கமான கொங்கைகளையும், கருமையான கூந்தல்களையும், கருமையான கண்களையும் படைத்திருந்த ஸீதையைக் காண ராவணன் நெருங்கி வந்தான்.

18 - ஆவது ஸர்க்கம் முடிவுற்றது.

19–ஆவது ஸர்க்கம்

ஸீதையின் அவல நிலை

அந்த சமயத்தில் குற்றம் ஏதுமில்லாத மிதிலா ராஜகுமாரி ஸீதை ராவணனைப் பார்த்தாள். அவன் அழகான உருவத்துடனும், யௌவனத்துடனும் இருந்தான். மிகச்சிறந்த ஆபரணங்களினால் அலங்காரம் செய்து கொண்டிருந்தான். அரக்கர் வேந்தனான ராவணனைப் பார்த்த மாத்திரத்திலேயே மேன்மையான அங்கங்களைப் படைத்திருந்த ஸீதை, பெருங்காற்றில் வாழை மரம் அசைவதைப் போல, நடுநடுங்கினாள். அகன்ற கண்களைப் படைத்த, சிறந்த மேனி வண்ணம் கொண்ட ஸீதை தனது தொடைகளினால் வயிற்றையும் கைகளினால் நகில்களையும் மறைத்தவாறே உட்கார்ந்து கொண்டு அழத்தொடங்கினாள்.

அரக்கியர்கள் கூட்டத்தால் காவல் வைக்கப்பட்டிருந்த ஸீதையை, பத்துத்தலை ராவணன் கடலில் மூழ்கிக் கொண்டிருந்த கப்பலைப் போல், துக்கத்தில் வருந்திக் கொண்டிருப்பதைப் பார்த்தான். அவள் விரிப்பு ஏதும் இல்லாத கட்டாந்தரையில் உட்கார்ந்திருந்தாள். தீவிரமான அனுஷ்டானத்தை கடைப்பிடித்திருந்தாள். அவளைப் பார்க்கையில் ஒரு காட்டு மரத்தின் கிளை வெட்டப்பட்டு தரையில் விழுந்து கிடந்தது போல் இருந்தது. அவள் எவ்வளவோ ஆபரணங்களினால் அலங்கரிக்கத்தக்கவள். ஆனால் இப்பொழுது அலங்காரம் ஏதும் இன்றி இருந்தாள். இப்பொழுது அவளுக்கு அலங்காரம் என்று சொல்லக் கூடியது அவளது மேனி மீது படிந்திருந்த அழுக்குப் படலம் ஒன்றுதான். அவளைப் பார்க்கையில், தாமரைக்கொடி, சேற்றினால் பூசப்பட்டதைப் போல் ஒரு பக்கம் சோபித்தும், இன்னொரு பக்கம் சோபிக்காததுமாய் காட்சியளித்தது.

அப்பொழுது அவள் ராம சிந்தனையில் ஆழ்ந்திருந்தாள். அவள் தனது எண்ணங்களையே குதிரைகளாகக் கொண்டும், மனத்தை ஒரு ரதமாகக் கொண்டும், கீர்த்திமிக்க, ராஜசிங்கம் ராமனுடைய அருகாமையை அடைந்து கொண்டிருந்ததைப் போல் இருந்தாள். அவள் மிகவும் வெறித்த மனமுடன் கண்ணீர் பெருக்கிக் கொண்டு தன்னந்தனிமையில் இருந்தாள். சிந்தனையும், சோகமும்தான் அவளது போக்கிடமாக இருந்தன. அவளது துக்கம் என்றைக்குத்தான் முடிவுக்கு வருமோ எவருக்கும் தெரியாது. ஆனாலும் அந்த அழகிய நல்லாள் ராமன் ஒருவனையே சார்ந்திருந்தாள்.

நாகராஜனின் மனைவியை ஒரு மாந்திரீகன் மந்திரத்தால் கட்டுப் படுத்தினால் அவள் எப்படி சுருண்டு விட்டிருப்பாளோ அந்த நிலையிலும் ரோஹிணீ நக்ஷத்திரத்தை கேதுக்ரஹம் புகை மண்டலத்தால் தவிக்கச் செய்ததைப் போன்றும் ஸீதை இருந்தாள். தர்மானுஷ்டானங்கள், ஆசாரம், நன்னடத்தை, பண்பு ஆகியவற்றை கொண்டிருந்த ஒரு உயர் குலத்தில் பிறந்த ஒரு பெண்மணி தாழ்ந்த குலத்தில் விவாகம் செய்யப்பட்டால், எப்படி இருக்குமோ, அப்படிப்பட்ட அவல நிலையில் இருந்தாள்.

அபாண்டமான பழிச்சொல்லால் புகழ் அதள பாதாளத்தில் விழுந்து விட்டதைப்போல் ஸீதை இருந்தாள். தொடர்ந்து வேதபடனம் இல்லாது போனால், வேதவித்யை நினைவில் இருந்து க்ஷீணித்துப் போகும். அந்த நிலையைப் போன்றும் சேர்த்து வைத்த பெரும் புகழ் திடீரென மறைந்து போனதைப் போன்ற நிலையிலும் அவள் இருந்தாள். ஓர் உறுதியான நம்பிக்கை அவமதிக்கப்பட்டதைப் போன்ற நிலையிலும், ஞாபக சக்தி குன்றிப் போனதைப் போலும், ஆசைகள் தவிடுபொடியாக நொறுங்கிப் போனதைப்போலும் இருந்தாள்.

வருமானம் அழிந்து போனதைப் போலவும், ஒரு கட்டளை மீறப்பட்டதைப் போன்றும், உத்பாதக் காலத்தில் திசைகள் தீப்பற்றி எரிவதைப் போன்றும், பூஜைக்கு வைத்திருந்த புனிதப் பொருள்கள் திருடுப் போனதைப் போலவும் இருந்த நிலைகளில் ஸீதை இருந்தாள். ஒரு தாமரைப் பொய்கை பாழாய்ப் போனதைப் போன்றும், வீரர்கள் அழிந்து போன சைன்யத்தைப் போலவும், வெளிச்சம் இருட்டினால் மறைக்கப்பட்டதைப் போலவும், வற்றிப்போய்விட்ட ஆற்றைப் போலவும் ஸீதை அவலமாக இருந்தாள்.

புனிதமான யாகமேடை அசுத்தங்களால் மாசுபடுத்தப்பட்டதைப் போலும், அக்னி ஜ்வாலை அணைந்துவிட்டதைப் போலும், ராஹுவினால் கிரகணம் பிடிக்கப்பட்ட சந்திரனைக் கொண்ட பௌர்ணமி இரவைப் போலும், ஸீதையின் துயரமான நிலை இருந்தது. ஓர் அழகான தாமரைப் பொய்கை இருந்தது. அதில் ஒரு சமயத்தில் இலைகள், தாமரைகள் முதலானவை பிடுங்கப்பட்டு எறியப் பட்டன. அங்கு இருந்த பறவை இனங்கள் அச்சுறுத்தப்பட்டு விரட்டப்பட்டன. யானைகளின் துதிக்கைகளினால் அதில் இருந்த புஷ்பங்கள், கொடிகள் பிடுங்கி எறியப்பட்டன. அதில் இருந்த நீரும் கலங்கியிருந்தது. இப்படிப்பட்ட க்ஷீணமான நிலையில் ஒரு தாமரைப் பொய்கை இருந்தால் எப்படி இருக்குமோ அந்த துயரமான நிலையில் ஸீதை இருந்தாள். அவள் கணவனின் பிரிவினால் ஏற்பட்ட துயரத்தால் கஷ்டத்திற்கு உட்படுத்தப்பட்டிருந்தாள். ஒரு நதியின் நீர் வெளியேற்றப்பட்டு அது வற்றிப்போய் இருந்ததைப் போல் இருந்தாள். மங்கள ஸ்நானம் இல்லாமல் இருந்து வந்ததால் க்ருஷ்ண பக்ஷத்தின் இரவைப்

போன்றிருந்தாள். அவள் ஓர் இளங்குமரி. அழகான அங்க அவயங்களைக் கொண்டவள். நவரத்னங்களால் இழைக்கப்பட்ட ஓர் உயர்தர மாளிகையில் இருக்க வேண்டியவள். ஆனால் அவள் இப்பொழுது இருந்த நிலை, தாமரைத் தண்டு பிடுங்கப்பட்டு உடனேயே வெய்யிலில் போடப்பட்டு வெப்பத்தினால் வாட்டப்பட்டிருந்ததைப் போல இருந்தது.

யானைக்கூட்டத்திற்கு தலைவனாக ஓர் ஆண் யானை இருந்தது. அந்த யானை அரசனின் மனைவியாக இருந்த பெண் யானையை வேடுவர்கள் ஆண் யானையிடமிருந்து பிரித்து அதை ஒரு கம்பத்தில் கட்டிப்போட்டார்கள். அந்தப் பெண்யானை மிகுந்த துயரத்துடன் பெருமூச்சு விட்டுக் கொண்டிருந்தது. ஸீதையின் இப்போதைய அவலநிலை, இப்படிப்பட்ட நிலையில் இருந்த பெண்யானையை ஒத்திருந்தது. ஸீதையின் கூந்தல் எந்தவித செயற்கை ஒப்பனைகளும் இல்லாமலேயே இயற்கையாகவே பளபளப்பாக இருந்தது. அது இப்பொழுது நீண்ட ஒரு ஜடைப் பின்னலுடன்தான் இருந்தது. அதைப் பார்க்கையில் சரத்காலம் வந்தவுடன் காடுகள் நீர் இல்லாமல் கருகிப்போய் எப்படி பூமித்தளத்தை அழகு குன்றச் செய்யுமோ அதைப் போன்று ஸீதையின் கூந்தலும் சோபை இழந்து காணப்பட்டது. பட்டினியினாலும், துயர்வேதனை யினாலும், ஆழ்ந்த சிந்தனை களினாலும் பயத்தினாலும் ஸீதையின் உடல் வளம் குன்றிப் போயிருந்தது. மிகவும் இளைத்து, வெகுச் சிறிது அளவே உணவை உட்கொண்டு தவமே தனது இப்போதைய செல்வம் என்றிருந்தாள். அவள் இருகைகளையும் கூப்பிக்கொண்டு தனது இஷ்ட தேவதையை, தசக்ரீவன் ராவணன் ராமனிடம் தோற்று அவமானப்பட வேண்டும் என்ற எண்ணத்துடன் துயருடன் வேண்டியிருந்ததைப் போல் தோன்றினாள். அவள் சுற்றுமுற்றும் பார்த்த வண்ணம் யாராவது தனக்கு உதவ வருவார்களா என்று அழுது கொண்டி ருந்தாள். அவளிடம் நிந்தனைக்குரிய எந்த அம்சமும் இல்லை. அவள் கண்புருவங்கள் அழகாக அமைந்திருந்தன. கண்கள் செவ்வரி படர்ந்து, வெண்மையாகவும் நீண்டும் இருந்தன. அவள் ராமனையே தீவிரமாக நினைத்து, பதிவ்ரதா தர்மத்தை அனுஷ்டித்து வந்தாள். இப்படிப்பட்ட மைதிலியை ராவணன் ஆசை வார்த்தைகளால் தன்பக்கம் கவர முயற்சித்தான். அந்தோ, அவன் தன் மரணத்திற்காகவே அந்த முயற்சியை மேற்கொண்டான் போலும்!

19-ஆவது ஸர்க்கம் முடிவுற்றது.

20-ஆவது ஸர்க்கம்

ராவணனின் இச்சகப்பேச்சு

வருந்திய நிலையிலும், மகிழ்ச்சியற்றும், தவநெறியில் நின்றும் இருந்த அந்த கற்புக்கரசி ஸீதையிடம் ராவணன் தனது எண்ணங்களை இனிய வார்த்தைகளினால் வெளிப்படுத்தினான்.

"யானைத் துதிக்கையைப்போன்று சீரான அழகிய தொடைகளைக் கொண்டவளே! என்னைப் பார்த்தவுடன் நீ உனது நகில்களையும், வயிற்றையும் மறைத்துக் கொள்கிறாய். பயத்தின் காரணமாக நீ உன்னை எனக்குக் காண்பிக்காமல் இருக்க வேண்டும் என்று விரும்புகிறாய் போலும்! அகன்ற கண்களையுடைய அழகியே! நான் உன்னை விரும்புகிறேன். எனக்கு பிரியமானவளே! எனக்கு உரிய பெரிய மதிப்பைக்கொடு! நீ எல்லா அங்க லாவண்யங்களையும், சீலகுணங்களையும் பெற்றிருக்கிறாய்! ஆகையால் உலகம் அனைத்திற்கும் மனோகரமாய் இருக்கிறாய். இங்கே என்னைத்தவிர, வேறு மனிதர்களோ, அரக்கர்களோ விரும்பியபடி உருவத்தை ஏற்கக் கூடியவர்கள் எவரும் இல்லை. ஸீதையே! என்னிடம் உனக்கு ஏற்பட்ட பயம் நீங்கட்டும்!

பயந்த சுபாவம் கொண்டவளே! பிறன் மனைவியர்களை கவர்ந்து வருவதோ, பலாத்காரம் செய்வதோ, அவர்களுடன் கூடியிருப்பதோ, அரக்கர்களின் ஸ்வதர்மம் (அறநெறிச்செயல்). இதில் எந்த ஸந்தேஹமும் இல்லை. அப்படியிருந்தும், மைதிலியே! நீ என்னை விரும்பாத வரையில் உன்னைத் தொடக்கூட மாட்டேன். அதனால் என்ன? காமதேவன் வேண்டிய மட்டும், என் உடலை, பாடாய்ப் படுத்தட்டும்! தேவியே! இங்கே உனக்கு எந்த பயமும் இல்லை. என் அன்பே! என்னிடத்தில் நம்பிக்கை கொள்! என்னிடம் உன் உண்மையான அன்பைச் செலுத்து. இப்பொழுது இருப்பதுபோல், துக்கத்தைப் பாராட்டிக் கொண்டிராதே! ஒற்றைப் பின்னலுடன் இருப்பது, கட்டாந்தரையில் படுப்பது, சோகத்தில் ஆழ்ந்திருப்பது, கிழிந்த, அழுக்கடைந்த ஆடைகளை உடுத்துவது, வேண்டாத வேளைகளில் பட்டினி கிடப்பது – இவை யாவும் உனக்கு ஏற்றவைகள் அல்ல!

விதவிதமான மாலைகள், சந்தனங்கள், பரிமள தூபங்கள், விதவிதமான ஆடைகள், பளிச்சிடும் ஆபரணங்கள், விலையுயர்ந்த மதுபான வகைகள்,

படுக்கைகள், ஆஸனங்கள், தவிர ஸங்கீதம், நாட்டியம் வாத்யம் இவை யாவற்றையும் என்னை ஏற்று அடைவாயாக, மைதிலியே! பெண்மணிகள் யாவருக்குமே நீயே ஒரு ரத்தினம்! நீ இவ்விதம் இராதே! உன் உடம்பில் ஆபரணங்களை அணிந்துகொள். அழகான சிற்பச்சிலை போன்றவளே! என்னை அடைந்த பிறகு நீ ஆடை ஆபரணங்கள் இல்லாமல் ஏழ்மையில் எப்படி இருக்கலாம்? அழகியே! உன்னிடம் கூடியிருக்கும் இந்த பருவயௌவனம் கடந்து கொண்டே போய்க் கொண்டிருக்கிறது. அது போய் விட்டால் திரும்பி வராது. ஆற்றுநீர் வெள்ளத்தைப்போல! அழகான உருவங்களைப் படைக்கும் அந்த ப்ரம்மதேவன் உன்னைப் படைத்த பிறகு ஓய்ந்து விட்டான் என்று நினைக்கிறேன். அழகான கண்களைக் கொண்டவளே! உனக்கு ஈடான அழகி உலகத்தில் வேறு எவரும் இல்லை.

வைதேஹி! அழகு, யௌவனம் ஆகியவற்றைப் பெற்றிருக்கும் உன்னைப் பார்த்த பிறகு, எவன் தான் ஈர்க்கப் படாமல் அப்பால் செல்வான்? அது, ஸாக்ஷாத் ப்ரம்மதேவனாக இருந்தாலும் கூட! குளிர்மதி போன்ற வதனம் பெற்றவளே! அழகான இடையைக் கொண்டவளே! நான் உன் உடலின் எந்த அவயவத்தைப் பார்த்தாலும், எனது கண்கள் அங்கங்கேயே நிலைத்துப் போய் விடுகிறதே! மைதிலி! என் மனைவியாக நீ ஆகிவிடு! இந்த மனத் தடுமாற்றத்தை விட்டுவிடு! என் மனைவிகளாக இருக்கும் உத்தமஸ்த்ரீகள் அனைவருக்கும் தலைமை தாங்கி என்னுடைய பட்டமஹிஷியாக இரு! பயந்த சுபாவம் கொண்டவளே! உலகத்தில் உயர்ந்த ரத்தினங்கள் என்ன என்ன உண்டோ, மற்றும் நான் படையெடுத்து கவர்ந்து கொண்டு வந்த உயர்ந்த பொருள்கள் என்ன என்ன உண்டோ, அவை அனைத்தையும், தவிர என் ராஜ்ஜியத்தையும் ஏன், என்னையே கூட உன் காலடியில் சமர்ப்பிக்கிறேன்.

நளினமான சேஷ்டைகளைக் கொண்டவளே! அநேகம், அநேகம் நகரங்களைக் கொண்ட இந்த பூமண்டலம் அனைத்தையும் வென்று கொணர்ந்து, உன் பொருட்டு, உன் தந்தை ஜனக மஹாராஜாவுக்கு அளிக்கிறேன். இந்த உலகத்தில் எனக்கு எதிராக பலம் படைத்தவன் எவனும் எனக்கு தென்படவில்லை! எனது மஹா பராக்ரமத்தை நீ காண்பாயாக! போர்களில் எனக்கு எதிராக நிற்கக்கூடியவன் எவரும் இல்லை என்றபடி எனது வீரத்தையும் நீ அறிந்து கொள்வாயாக! தேவர்கள், அஸுரர்கள் என்னுடன் போரிட்டு எவ்வளவோ தடவைகள் தோல்வியடைந்து, என்னால் அவர்களது அரசக் கொற்றக்கொடி மரங்கள் வீழ்த்தப்பட்டு, என்னுடன் எதிர்நின்று போரிட முடியாமல் சக்தி இழந்து போனார்கள். இப்பொழுது, நீ மிகச் சிறந்த அலங்காரங்களை, உன் விருப்பப்படி செய்து கொள். பளபளப்பான ஆபரணங்களை உன் உடலில் அணிந்து கொள். அலங்காரங்களுடன் அழகாக இருக்கும் உன் உருவத்தை நான் நன்றாக பார்க்கிறேன்.

அழகான திருமுகம் கொண்டவளே! நன்றாக அலங்காரம், ஒப்பனை செய்து கொண்டு, தாராளமாக எல்லா சுகபோகங்களையும் அனுபவிப்பாயாக! பயந்த குணம் படைத்தவளே! உன் இஷ்டபிரகாரம் மது அருந்து, சந்தோஷமாய் இரு! உன் இஷ்ட பிரகாரம் நிலங்களையும், செல்வங்களையும் தானம் செய். தடை ஏதுமில்லாமல் என்னுடன் சந்தோஷமாய் இரு. தைரியமாக எது வேண்டுமானாலும் கட்டளை இடு. என் தயவோடு களிப்புடன் இருக்கும் உன்னுடன் கூடி உன்னுடைய உறவினர்களும் இன்பமாக இருக்கட்டும்!

மங்களகரமானவளே! என்னுடைய ஐசுவரியத்தையும், கீர்த்தியையும் நீ பார்! சௌபாக்யங்கள் நிறைந்தவளே! மரவுரியோடு இருக்கும் ராமனுடன் நீ என்ன பண்ணப் போகிறாய்? ராமன் வெற்றி எதுவும் இல்லாமல் ஐசுவரியம் எதுவும் இல்லாமல் காட்டில் வசித்து வருகிறான். கடுமையான நியமங்களை ஏற்றிருக்கிறான். கட்டாந்தரையில் படுக்கிறான். வாஸ்தவத்தில் அவன் இப்பொழுது உயிருடன் இருக்கிறானா என்பதே என் ஸந்தேஹம். மழைக்காலத்தில் கருமேகங்கள் சந்திரனைச் சுற்றி மறைத்திருக்கும். அப்பொழுது கொக்குகளும் கூட்டம் கூட்டமாக கரிய மேகங்களுக்கு எதிரிலேயே ஆகாயத்தை வியாபித்திருக்கும். அப்பொழுது எப்படி சந்திரனைப் பார்க்க முடியாதோ, அவ்விதம் ராமனும் உன்னைப் பார்க்கக்கூட முடியாது. வைதேஹி! நீ இதனைத் தெரிந்து கொள்.

இந்திரன் அபகரித்துச் சென்ற தன் மனைவி கீர்த்தியை ஹிரண்யகசிபு மீண்டும் கிடைக்கப் பெற்றான் என்பது வரலாறு. ஆனால், ராகவன் அதே மாதிரி என் கையிலிருந்து உன்னை மீண்டும் பெறமுடியாது. எழில் கொஞ்சும் புன்னகை படைத்தவளே! அழகான பற்களைக் கொண்டவளே! அழகு மிளிரும் கண்களை உடையவளே! நளினமான நடை, உடை பாவனைகளைக் கொண்டவளே! அச்சம் கொண்டவளே! கருடன் பாம்பை கவர்ந்து செல்வதுபோல், நீயும் என் மனதை கவர்ந்து இழுத்துவிட்டாய்! (கருடனால் பாம்புக்கு சாவு நிச்சயம் என்பது போல், ஸீதையினால் ராவணனுக்கு மரணம் நிச்சயம் என்ற ஸூசகம் அவன் வாயினாலேயே வந்து விட்டது)! கிழிந்துபோன ஆடையை உடுத்தி, உடல் மெலிந்து, அலங்காரம் எதுவும் இன்றி இருந்தாலும் உன்னைப் பார்த்த பிறகு, எனக்கு என் மனைவிகளிடம் பிரீதி ஏற்படவில்லை. ஜானகி! அனைத்து குணவிசேஷங்களையும் உடைய என்னுடைய அரண்மனை அந்தப்புரத்தில் இருக்கும் அத்தனை பெண்மணிகளுக்கும் நீயே ஒரு பொக்கிஷமாக இரு.

கருமையான கூந்தலையுடையவளே! மூன்று உலகத்திலேயும் மிகச்சிறந்த பெண்மணிகள் என் வசம் இருக்கிறார்கள். அவர்கள் யாவரும், அப்ஸரஸ்ஸுகள் மஹாலக்ஷ்மியை சேவிப்பதுபோல், உனக்கு சேவகம் செய்வார்கள். எழிலார்ந்த புருவங்களைக் கொண்டவளே! அழகிய இடையை உடையவளே! குபேரனிடம்

என்ன என்ன ரத்னங்கள் உண்டோ, மற்றும் என்ன என்ன பொக்கிஷங்கள் உண்டோ அவை யாவற்றையும், மற்றும் அகில உலகங்களையும் நான் உன் வசம் அளிக்கிறேன். அவையாவற்றையும், என்னையும் சேர்த்து, வேண்டுமளவு நன்றாக அனுபவித்திரு.

தேவி! ராமன் எனக்கு எந்த விதத்தில் நிகரானவன்? தவத்திலா, பராக்ரமத்திலா, வெற்றியிலா, ஐசுவரியத்திலா, தேஜஸ்ஸிலா, அல்லது கீர்த்தியிலா? எந்த விதத்திலும் அவன் எனக்கு இணையாக மாட்டான். நளினமான லீலைகளுக்கு உரியவளே! நான் உனக்கு ஐசுவரியங்கள் அனைத்தையும், இந்த பூமண்டலத்தையும் அர்ப்பணிக்கிறேன். நீ நன்றாக அருந்து! விளையாட்டுக் களிப்பில் இரு! சந்தோஷமாக இரு! சுகபோகங்கள் அனைத்தையும் அனுபவி! என்னுடன் கூட சுகமாக விளையாடிக் கொண்டிரு! உன்னுடன் கூடி உன்னுடைய உறவினர்களும் ஒன்றுகூடி களிப்பாக இருக்கட்டும்! அச்சம் கொண்டவளே! கடற்கரைகளில் காடுகள் அழகாக இருக்கும். மரங்கள் அடர்த்தியாக இருக்கும். மலர்கள் பூத்துக் குலுங்கும். அவற்றில் வண்டுகள் ரீங்காரம் இட்டுக் கொண்டிருக்கும். தூய்மையான தங்கத்தில் செய்த ஆரங்களையும், அணிகலன்களையும் அணிந்து நீ உன்னை நன்றாக அலங்கரித்துக் கொள்வாயாக! நாம் இருவரும் அந்த அழகிய காடுகளிலும், கடற்கரைகளிலும் ஆனந்தமாக ஓடி, விளையாடலாம்!

20-ஆவது ஸர்க்கம் முடிவுற்றது.

21-ஆவது ஸர்க்கம்

ஸீதை ராவணனை திரஸ்கரித்தல்

அந்த கொடூரமான அரக்கனின் வார்த்தைகளைக் கேட்டு ஸீதை துயரமெய்தினாள். ஈனமான குரலில், பரிதாபமான விதத்தில், துக்கத்தால் வருந்தி, கண்ணீர் மல்க, மெதுவாகவே உடம்பு நடுங்க பதில் கூறினாள். மேன்மைகள் யாவும் படைத்திருந்த, தவநெறியில் நின்றிருந்த அந்த கற்புக்கரசி தனது கணவன் ஒருவனையே சிந்தித்திருந்தாள். அந்த துயரத்திலும் கள்ளம், கபடமற்ற புன்சிரிப்புடன் இருந்த அவள், தனக்கும் ராவணனுக்கும் இடையில் ஒரு துரும்பை வைத்து விடை கூறினாள்.

"என்னிடமிருந்து உன் மனத்தை திருப்பிக் கொள். உன் மக்களிடமே மனதைச் செலுத்து. நீ என்னை வேண்டிப் பெறுவது தகாத காரியம். பாபம் செய்தவன் சிறந்த சித்தி நிலையான மோக்ஷத்தை விரும்புவதற்கு அது ஒப்பாகும். ஒரு புகழ் படைத்த சிறந்த வம்சத்தில் பிறந்தவள் நான். இன்னொரு சிறந்த வம்சத்தில் வாழ்க்கைப்பட்டவள். ஒரு கணவனையே அடைந்தவள். இப்படிப்பட்ட பின்னணியில் வந்த நான் நிந்திக்கத்தக்க எந்த காரியத்தையும் செய்யக் கூடாதவள்."

இவ்வாறு கூறி மாட்சிமை கொண்ட வைதேஹி ராவணனுக்கு புறம் காட்டி, அவன் தன்னைப் பார்க்காத வண்ணம் தன் முகத்தைத் திருப்பிக் கொண்டு மறுபடியும் கூறலானாள்.

"நான் உனக்கு விதிமுறைப்படி மணம் செய்விக்கப்பட்ட மனைவி அல்ல. நான் உனக்கு மதிப்பிற்குரிய மாற்றான் மனைவி. நீ நல்லபடியாக நல்ல அறங்களைப் பின்பற்று. நல்லோர்களின் நன்னடத்தையை நன்றாக கடைப்பிடித்திரு. அரக்கனே! நீ எப்படி உன் மனைவிமார்களை மற்றவர்கள் காப்பாற்றிப் போற்ற வேண்டும் என்று எதிர்பார்ப்பாயோ, அதே விதம் நீயும் மற்றவர்களின் மனைவிமார்களை காப்பாற்றிப் போற்ற வேண்டும். உன்னையே தனக்கு உதாரணமாக எடுத்துக் கொண்டு, நீ உன்னுடைய மனைவிமார்களிடமே இன்பம் கொள்வாயாக. தனது மனைவிமார்களிடம் திருப்தி கொள்ளாமல், சபல புத்தியுடன் இருக்கும் ஒரு சஞ்சல புத்திக்காரனை, அவன் இயல்பாகவே எவ்வளவு அறிவாளியாக இருந்தாலும், பிறன்

மனைவிமார்கள் அழிவுப் பாதைக்கு இழுத்துச் செல்வார்கள். இங்கே நல்லோர்களே இல்லையா? அல்லது அவர்கள் கூறும் புத்திமதியைத்தான் நீ கேட்கவில்லையா? அதனால் தான் உன் புத்தி, நன்னடத்தைக்குப் புறம்பாக விபரீதமாக இருக்கிறது. அல்லது உனக்கு அறிவாளிகள் நல்லதைத்தான் கூறியிருப்பார்கள். நீயும் ஒரு ஒப்புக்கு பொய்யான அடக்கத்தைக் காட்டி அவர்கள் கூறியதைக் கேட்டிருப்பாய். ஆனால் நீ அவர்கள் கூறியதை ஏற்றிருக்கமாட்டாய். அதன் விளைவு அரக்கர்கள் யாவரும் அழிந்து போவதில்தான் முடியும்.

அறவழி நின்றோர்களின் புத்திமதிகளைக் கேளாத எதேச்சாதிகாரி யானவனை, அதர்மத்தில் ஈடுபட்டவனை, ஒரு அரசனாகப் பெற்றதனால், வளம் செழித்த தேசங்களும், நகரங்களும் அழிகின்றன. அதே விதம், ரத்னமயமான பொக்கிஷங்களைப் பெற்றிருக்கிற இந்த லங்காபட்டணம் உன்னை கொடுங்கோல் அரசனாகப் பெற்றதனால், உன் ஒருவனுடைய குற்றத்தினால் சீக்கிரமே அழியப்போகிறது.

ராவணா! எதிர்கால விளைவுகளைத் தெரிந்துகொள்ளாத கொடியவன் ஒருவனால் துன்புறுத்தப்பட்ட உயிர்வாழ் இனங்கள் அனைத்தும் அந்த பாபிஷ்டன் அழியும்போது ஸந்தோஷம் அடைகிறார்கள். உன்னால் துன்புறுத்தப்பட்ட எல்லா ஜனங்களும் பாபங்களைச் செய்த உன்னைப் பார்த்து, 'தெய்வ ஸங்கல்பத்தினால் இந்த கொடியவன் துக்கத்தை அடைந்திருக்கிறான்' என்று கூறி மகிழ்ச்சி அடைவார்கள். ஐசுவரியங்களையும், பணத்தையும் கொண்டு எனக்கு ஆசைகாட்டி என்னை ஏமாற்றிவிடலாம் என்று நீ நினைக்காதே! எப்படி சூரியனிடமிருந்து ஒளியைப் பிரிக்க முடியாதோ, அப்படி என்னை ராமனிடமிருந்து பிரிக்க முடியாது. நான் ராமனுடன் ஒன்றிப்போனவள்.

உலக நாயகனான அந்த ராமனுடைய புனிதமான புஜங்களின் மீது தலை சாய்த்துக்கொண்ட நான், வேறு மாற்றான் ஒருவனுடைய புஜங்களை நாடுவேனா? விரதங்கள், அனுஷ்டானங்கள் கொண்ட ஓர் ஆத்ம ஞானியான வேதியனுக்கே வித்யை சொந்தமாகும். அதே போன்று நான் அந்த பூமி நாயகனான ராமனுக்கே வேத நெறிகளின்படி முறைப்படி மணம் செய்விக்கப் பட்ட பார்யை ஆவேன். ராவணா! இப்பொழுதும் காலம் கடந்து போகவில்லை. உன்னை நல்லவனாகவே நான் கருதுகிறேன்! இப்பொழுதாவது ஒரு நல்ல காரியத்தைச் செய்து, நீ நல்லவனாகவே இரு! துயரத்தில் இருக்கும் என்னை ராமனுடன் சேர்த்து வைத்துவிடு. வழிதவறிப்போன ஒரு பெண்காட்டு யானையை அதன் கணவனான யானையரசனுடன் சேர்த்து வைத்ததற்கு அது ஒப்பாகும். நீ வாழ்வதற்கு பூமியில் ஓர் இடம் வேண்டும் என்று நினைத்தால்,

மிகவும் கோரமான மரணத்தைத் தவிர்க்க வேண்டும் என்று நீ விரும்பினால், நீ ராமனுடன் முறையான நட்பை நாடு. அவர் மனிதர்களுக்குள் ஒரு காளை போன்றவர். தர்மிஷ்டர், சரண் அடைந்தவர்களை அன்புடன் ஏற்றுக்கொள்பவர் என்று எல்லோருக்கும் அறிமுகம் ஆனவர். நீ உயிருடன் இருக்க விரும்பினால் அவருடன் நட்பை ஏற்படுத்திக் கொள். ராமன் தன்னிடம் தஞ்சமடைந்தவர்களிடம் அன்பு கொண்டவர். ஆகையால் நீ நான் சொன்னபடி செய்து அவரை சமாதானப்படுத்து. உன்னை தூய்மைப்படுத்திக் கொண்டு என்னையும் அவரிடம் ஒப்படைப்பதின் மூலம் உனக்கு நல்லது உண்டாகும். வேறு விதமாக நடந்து கொண்டாயானால் நீ மரணத்தை அடைவாய். தேவேந்திரனால் ஏவிவிடப்பட்ட வஜ்ராயுதம் உன்னைக் கொல்லாமல் விட்டாலும் விடலாம்; யமதேவன் கூட உன்னை அணுகாமல் வெகுகாலம் விட்டு வைத்து விடலாம்; ஆனால் உலகநாதன் ராகவன் கோபம் கொண்டால் உன்னைப் போன்ற கொடியவனை விட்டு விடமாட்டார்.

ராமனுடைய வில்லின் டங்கார நாதத்தை, பேரொலியாக நீ சீக்கிரம் கேட்கப்போகிறாய். அது தேவேந்திரனால் ஏவி விடப்பட்ட வஜ்ராயுதத்தின் இடி முழக்கம் கர்ஜிப்பதுப் போல் இருக்கும். இங்கே வெகு சீக்கிரம் ராமன், லக்ஷ்மணன் இருவருடைய பெயர் அடையாளம் கொண்ட பாணங்கள் மாரிபோல் பொழியப் போகின்றன. அவை மிகவும் கூராகவும், நாக ஸர்ப்பங்கள் போன்று தீயைக் கக்கிக் கொண்டிருக்கும். அவை இந்த நகரில் சரமாரியாக விழுந்து இடைவெளியேயில்லாமல், கழுகுகளின் இறக்கைகளைக் கட்டிக்கொண்டு, எல்லா பக்கங்களிலும் அரக்கர்களை கொல்லப்போகின்றன. ராமன் என்ற மிகப்பெரிய கருடன், அரக்கவேந்தன் என்ற பெரிய நாகத்தை கொன்று வேகமாக மேலுலகத்திற்கு அனுப்பப் போகிறது. அது கருடன் பாம்புகளைக் கொன்று குவிப்பது போல் பயங்கரமாக இருக்கும்.

முன்னொரு காலத்தில் மஹாவிஷ்ணு த்ரிவிக்ரம அவதாரம் எடுத்து அஸுரர்களிடமிருந்து ஏற்கனவே கவர்ந்து செல்லப்பட்ட ஒளிமிக்க ஐசுவரியங்கள் அனைத்தையும் மீட்டதைப் போல, சத்ருக்களை அடக்கிவிடும் சக்திபடைத்த என் கணவன் ராமன் சீக்கிரமாகவே என்னை உன்னிடமிருந்து மீட்டுக் கொள்ளப் போகிறார். ஜனஸ்தானத்தில் அரக்கர்களின் சைன்யம் அழிக்கப்பட்டு அது ஒரு பிணக்காடாக இருந்த போது, நீ அரக்கனாக இருந்தும் கையாலாகாதவனாக இருந்தாய். ஒரு இழிவான காரியத்தைச் செய்தாய். நீசனே! மனித சிங்கம் போன்ற அந்த இரண்டு ஸஹோதரர்களும் வெளியே சென்றிருந்தபோது, ஆசிரமத்தில் அவர்கள் இல்லாததைக் கண்டு அங்கு நுழைந்து நீ என்னை அபகரித்து வந்தாய்!

ராமலக்ஷ்மணர்களின் காற்று வாடையை நுகர்ந்தால் கூட நீ என்னைக் கவர்ந்திருக்க முடியாது. அப்படியிருக்க, நீ அவர்கள் பார்வையில் நிற்கக்கூட முடியாது. இரண்டு புலிகளின் இடையில் ஒரு நாய் நிற்க முடியாததைப் போல! வ்ருத்ராஸுரன் ஒரு கையுடன், இரண்டு கைகளோடு இருந்த தேவேந்திரனுடன் போரிட்டு மாய்ந்தான் அல்லவா? அதைப் போன்று அவர்கள் இருவருடன் நீ போரிட்டால், நீ வெற்றியைப் பறிப்பது நிச்சயம் இல்லை! சீக்கிரமே, எனது பிராணநாதன் ராமன் லக்ஷ்மணனுடன் இங்கு வரத்தான் போகிறார். குட்டையில் சிறிதே இருக்கும் நீரை சூரிய கிரணங்கள் வற்றச் செய்து விடுவது போல், அவர்களுடைய பாணங்களும் உன் உயிரை எடுத்துக் கொண்டு விடப்போகின்றன! உன்னைக் காலன் நெருங்கி விட்டான். குபேரனுடைய பர்வதமான கைலாச கிரிக்குச் சென்றாலும் சரி, வருண ராஜாவின் ஸபையில் சென்றாலும் சரி, நீ தசரத குமாரன் ராமனிடமிருந்து நிச்சயம் தப்பித்துவிட முடியாது. உளுத்துப்போன ஒரு பெரியமரம் இடியிலிருந்து தப்பிக்க முடியுமா?"

21-ஆவது ஸர்க்கம் முடிவுற்றது.

22-ஆவது ஸர்க்கம்

ராவணன் கெடு வைத்தல்

ஸீதையின் இந்த கடுமையான வார்த்தைகளைக் கேட்ட, ராக்ஷஸராஜன், இனிமையான பார்வையைக் கொண்ட ஸீதையைப் பார்த்து சுடுவார்த்தைகளால், "உலகத்தில் நாம் காணும் ஒரு வினோதமான உண்மை ஒன்று உண்டு. எவ்வளவுக்கெவ்வளவு ஒரு மனிதன் தனது காதலியை திருப்தி செய்கிறானோ, அத்தனைக்கத்தனை அவன் அந்த பெண்ணிடம் அடிமை ஆகிவிடுகிறான். அதேவிதம் எந்த அளவுக்கு அவன் அவளிடம் பிரியமாக பேசுகிறானோ, அந்த அளவுக்கு அவன் அவளால் அலட்சியப்படுத்தப் படுகிறான். தவறான பாதைகளில் ஓடும் தேர்க்குதிரைகளை ஒரு தேர்ந்த ஸாரதி கட்டுப்படுத்துவது போல, உன் மேல் நான் கொண்டுள்ள காதல் என் மனத்தில் எழுந்த கோபத்தை அடக்கி வைத்து விடுகிறது. மனிதர்களின் காதல் விபரீதமானது! எவரிடம் ஒருவனுக்கு ஆசை ஏற்படுகிறதோ, அவரிடம் அவனுக்கு பரிவு, நட்பு உணர்ச்சிகள் ஏற்படுகின்றனவே!

அழகான முகத்தைக் கொண்டவளே! இந்தக் காரணத்தினால்தான் நான் உன்னைக் கொல்லாமல் இருக்கிறேன். கபட முனிவர் வேடம் தரித்திருக்கும் ராமனிடம் பாசம் கொண்டுள்ள நீ வாஸ்தவத்தில், கொல்லப்பட வேண்டியவள், அவமானம் செய்யப்பட வேண்டியவள். மைதிலி! என்னைப் பார்த்து எத்தனை எத்தனை வார்த்தைகள் கடுமையாகப் பேசிவிட்டாய்? அந்த வார்த்தைகள் ஒவ்வொன்றுக்கும் உனக்கு கடுமையான மரணதண்டனைதான் விதிக்க வேண்டும்" என்று கூறிய ராக்ஷஸாதிபன் ராவணன், கோபத்தினால் படபடப்பு கொண்டு ஸீதையைப் பார்த்து மேலும் கூறினான்.

"நான் உனக்கு இரண்டு மாதங்கள் கெடுவாக வைத்திருக்கிறேன். அழகிய நிறம் கொண்டவளே! அதன் பிறகாவது நீ எனது படுக்கையில் ஏறவேண்டும்! இரண்டு மாதங்கள் கழிந்த பிறகும் நீ என்னை கணவனாக ஏற்றுக் கொள்ளவில்லையானால் எனது சமையல்காரர்கள் உன்னை எனது காலை உணவுக்காக சமைத்துப்போட மடைப்பள்ளிக்கு எடுத்துச் சென்று விடுவார்கள்."

ராக்ஷஸராஜனால் அவ்வாறு ஜானகி அச்சுறுத்தப்பட்டதைப் பார்த்த, அகன்ற கண்களைப் படைத்திருந்த தேவ–கந்தர்வ–இனஸ்த்ரீகள் மிகவும்

துக்கமடைந்தார்கள். சிலர் உதட்டின் ஸமிக்ஞைகளாலும் சிலர் முகத்தின் அல்லது வாயின் அசைவுகளாலும், இன்னும் சிலர் கண்ஜாடைகளாலும் ஸீதையை ஆசுவாஸப்படுத்தினார்கள்.

அவர்களால் தைரியம் ஊட்டப்பட்ட ஸீதை அரக்கவேந்தன் ராவணனைப் பார்த்துக் கூறினாள். அந்த வார்த்தைகள் ஸீதை தனது கற்புநெறியின் மீது வைத்திருந்த அசாத்திய நம்பிக்கை, பலம் ஆகியவற்றின் இறுமாப்பை கொண்டிருந்தாலும், அவை ராவணனுக்கு கூறிய ஹிதோபதேசமாக அமைந்தன.

“வாஸ்தவத்தில் உன் க்ஷேமத்தில் அக்கறை கொண்டவர்கள் எவரும் இல்லைதான் போலிருக்கிறது. அப்படி எவரேனும் இருந்தால் அவர்கள் இப்படிப்பட்ட இழிவான செயலிலிருந்து உன்னை தடுத்திருப்பார்கள். இந்திரனுடைய தர்ம பத்தினியான இந்திராணியை, விரும்புவதைப்போல, தர்மாத்மா ராமனுடைய தர்மபத்தினியான என்னை விரும்புபவன் உன்னைத் தவிர மூன்று உலகங்களிலும் வேறு எவனும் இருக்க மாட்டான். அரக்க நீசனே! அளப்பரிய வீரம் கொண்ட ராமனின் மனைவியான என்னைப் பார்த்து என்ன என்ன தகாத வார்த்தைகள் கூறினாயோ, அவற்றின் பாபத்தை அனுபவிக்காமல் நீ எங்கே போய்விடுவாய்? ஒரு காட்டில் ஒரு மதயானையும் ஒரு சிறு முயலும் போரில் சந்தித்தால் எப்படி இருக்கும்? ராமன் மதயானை போன்றவர், நீ அற்ப முயலைப் போன்றவன். அந்த முயலின் மரணகதிதான் உனக்கு ஏற்படப் போகிறது. இக்ஷ்வாகு வம்சத்திலகமான ராமனை இகழ்ந்து பேசுவதற்கு உனக்கு கூச்சம் ஏற்படவில்லையா? நீ அவருடைய கண் பார்வையில் இன்னும் படவில்லை. பெண்களிடம் நாகரீகமாகப் பழகத் தெரியாத நீசனே! காட்டுப் பூனைகளைப் போல கருப்பும் மஞ்சளுமாகவும், குரூரமாகவும், விகாரமாகவும் என்னை வெறித்துப் பார்க்கும் இந்த உன்னுடைய இரண்டு கண்கள், இன்னும் ஏன் தான் பிடுங்கப்பட்டு தரையில் விழவில்லையோ? அந்த தர்மசீலன் ராமனுடைய தர்ம பத்தினி, அதுவும் தசரத மஹாசக்ரவர்த்தியின் நாட்டுப் பெண், என்னைப் பார்த்து பேசிய உன் நாவு அழுகி ஏன்தான் அறுந்து விழவில்லையோ?

பத்துத்தலை ராவணனே! சாம்பலாக பொசுக்கிவிட வேண்டிய உன்னை நான் இப்பொழுதே என்னுடைய பதிவிரத தவத்தினால் சாம்பலாக பொசுக்கி விடுவேன்! ஆனால் அதை நான் இப்பொழுது செய்யாது இருக்க இரண்டு காரணங்கள் உண்டு. ஒன்று, நான் ராமனுடைய ஹனுமதியைப் பெறவில்லை. இரண்டாவது, தவநெறியைப் பாதுகாத்து வருவதால், சாபம் கொடுத்து என் தபோ பலத்தை குறைத்துக் கொள்ள விரும்பவில்லை. அந்த ராமன் பரந்த உள்ளம் கொண்டவர். அவரிடமிருந்து நீ என்னை அபகரித்து விட முடியாது. ஆனால் நீ என்னை அபகரித்துக் கொண்டுவிட்டேன் என்று நினைத்துக்

கொண்டால், அது விதியின் ஒரு நாடகம். உன் மரணத்திற்காகவே நிச்சயம் விதி திட்டமிட்டிருக்கிறது. எந்த ஸந்தேஹமுமில்லை. நீ உன்னை ஒரு சூரன் என்றும், குபேரனுடைய ஸஹோதரன் என்றும், பெரும் சேனை உன்னிடம் இருக்கிறது என்றும் பீற்றிக் கொண்டாயே, அப்படியானால் ராமனை கபடமாக வெளியேறச் செய்து, திருட்டுத்தனமாக, அவர் மனைவியை அபகரித்து வந்தது ஏன்? பெரும் சைன்யத்துடன் சென்று ராமனை போரில் வென்றிருந்தால், அது ஒரு சூரனுக்கு பொருத்தமாகும்.''

ஸீதையின் இந்த வார்த்தைகளைக் கேட்டு அரக்கவேந்தன் ராவணன் கொடூரமான கண்களை உருட்டிச் சுழற்றி ஜானகியை உற்று நோக்கினான். அப்பொழுது அவனது தோற்றம் பயங்கரமாக இருந்தது. கருத்த மேகம் போல் இருந்த அவன் தலைகளும் புஜங்களும் மிகப் பெரிதாக இருந்தன. அவன் பலமும், நடையும் சிங்கத்தை ஒத்திருந்தன. அவனிடம் அனைத்து சம்பத்துகளும் இருந்தன. அதனால் என்ன பயன்? அவன் நாக்கின் நுனியும், கண்களும் தீப்பொறிகளாக இருந்தன. அவன் அசைந்து கொண்டிருக்கும் மகுடத்துடன், உயரமான தோற்றம் கொண்டு, விதவிதமான மாலைகளையும், சந்தனப் பூச்சுகளையும் கொண்டிருந்தான். சிவப்பான மாலை, வஸ்த்ரங்கள் அணிந்திருந்தான். தங்கத் தோள்வளைகளை பூட்டிக்கொண்டிருந்தான். அவன் இடுப்பில் கட்டப்பட்டிருந்த அரைஞானில் பெரிய, பெரிய இந்திர நீலக்கற்கள் பதிக்கப்பட்டு இருந்தது. அதைப் பார்க்கையில், பாற்கடலில் அமுதம் கடைவதற்காக, மந்திர பர்வதத்தைச் சுற்றி, வாஸுகி அரவினால் கயிறாக கட்டி வைத்தது போல் இருந்தது. அப்பொழுது ராக்ஷஸராஜன் முழுமையாக நீண்டிருந்த இரண்டு புஜங்களுடன் இருந்ததைப் பார்க்கையில், மந்தர பர்வதம் இரண்டு சிகரங்களுடன் விளங்கியிருந்ததைப் போன்றிருந்தது.

அவன் காதுகளில் இளம் சூரியனைப்போன்று செந்நிறம் கொண்டிருந்த குண்டலங்கள் அலங்காரமாக இருந்தன. அதைப் பார்க்கையில் ஒரு மலை மீதிருந்த இரண்டு அசோக மரங்களின் உச்சிகளில் சிவப்பான தளிர்களும், மலர்களும் கொத்தாக இருந்ததைப் போன்றிருந்தது. அவன் கல்ப விருக்ஷத்தைப் போன்றும் வஸந்த ருதுவே உருவம் எடுத்து வந்ததைப் போன்றும் இருந்தான். ஆனாலும், மயானத்தில் இருக்கும் சமாதி மண்டபத்தைப் போல, அத்தனை அலங்காரத்தின் மத்தியிலும் பயங்கரமாகத்தான் இருந்தான். கோபத்தினால் சிவந்துபோன கண்களுடன் வைதேஹியை உறுத்துப் பார்த்து, நாகப்பாம்பைப்போல சீறிக்கொண்டு கூறினான்.

''ராமன் சாமர்த்தியம் இல்லாதவன்; பொருளும் இல்லாதவன். நீ அவனைத்தான் அனுசரணையுடன் போற்றுகிறாய். விடியற் காலை இருட்டை சூரியன் தனது ஒளியால் அழித்துவிடுவதைப் போல, நான் இப்பொழுதே

உன்னை அழித்து விடுகிறேன்.'' இவ்வாறு மைதிலியிடம் கூறிய சத்துருக்களைக் கதறச் செய்யும் ராஜா ராவணன், கோரமான உருவங்களைக் கொண்ட அரக்கியர்கள் அனைவருக்கும் கட்டளையிட்டான்.

ஒற்றைக்கண் படைத்தவள்; ஒற்றைக்காது உள்ளவள்; மூடியோடு கூடிய காது கொண்டவள்; பசுமாட்டுக் காதுகளைக் கொண்டவள்; குதிரைக்காதுகள் உடையவள்; தொங்கும் காதுகளைக் கொண்டவள்; காதுகளே இல்லாதவள்; யானையின் கால்கள் கொண்டவள்; குதிரைக்கால்களுடன் இருந்தவள்; மாட்டுக் கால்களைக் கொண்டவள்; கால்களில் குடுமி போன்ற மயிர்களைக் கொண்டவள்; ஒரு காலை மாத்திரம் கொண்டவள்; மிகப்பெரிய கால்களோடு இருந்தவள்; கால்களே இல்லாதவள்; மிகப்பெரிய தலை, கழுத்து கொண்டவள்; மிகப்பெரிய கொங்கைகள், வயிறு படைத்தவள், மிகப்பெரிய வாய் கண்கள் படைத்தவள்; நீளமான நாக்கு கொண்டவள்; நாக்கே இல்லாதவள்; மூக்கே இல்லாதவள்; சிங்கத்தின் முகத்தில் இருந்தவள்; மாட்டு முகத்தோடு இருந்தவள்; பன்றி முகத்தைக் கொண்டவள் ஆகிய இந்த அரக்கியர்களுக்கு ராவணன் கட்டளையிட்டான்.

“நீங்கள் அரக்கியர்கள் தனியாகவோ ஒன்றுகூடியோ இந்த ஸீதை எவ்விதமாவது என் வசத்திற்கு உட்படும்படி சீக்கிரம், ஏதாவது செய்ய வேண்டும். பிரதிகூலமாகவோ அல்லது அனுகூலமாகவோ பேசி, அல்லது ஸாம, தான, பேதங்கள் என்ற உத்திகளைக் கையாண்டோ தேவைப்பட்டால் தண்டம் என்ற உபாயத்தை கைக்கொண்டோ வைதேஹியை என் பக்கம் மனம் மாறச் செய்யுங்கள்.'' இவ்வாறு அரக்க அரசன் அரக்கியர்களுக்கு கட்டளையிட்டு, காதல்–கோபம் ஆகிய உணர்ச்சிகள் மனத்தில் கொந்தளிக்க ஜானகியை மீண்டும் மீண்டும் அதட்டினான். அப்பொழுது உடனே “தான்யமாலினி'' என்ற அரக்கி ராவணனிடம் நெருங்கி வந்து அவனை ஆலிங்கனம் செய்து கொண்டு தசக்ரீவனைப் பார்த்துக் கூறினாள்:

“மஹாராஜாவே! என்னுடன் நீங்கள் இன்பமாய் இருங்கள்! இந்த ஸீதையினால் உமக்கு என்ன பிரயோஜனம்? இவள் சோகை பிடித்து நிறம் குன்றி விட்டாள். அரக்கர் வேந்தனே! இவள் ஓர் அற்பமான மானுடசாதிப் பெண்தான்! மஹாராஜா! நீங்கள் உங்கள் புஜபல பராக்ரமத்தால் எவ்வளவோ தேவலோகத்துக்கு நிகரான சுகபோக ஐஸ்வரியங்களை சம்பாதித்திருக்கிறீர். அவற்றை அனுபவிக்க பிரம்மதேவன் இவளுக்கு விதித்திருக்கவில்லை என்பது நிச்சயம்! விருப்பமில்லாத ஒரு பெண்ணை விரும்புவதால் உடல்தான் தாபம் அடைகிறது. மாறாக, இச்சை கொண்ட ஒருத்தியை விரும்புவதால் உண்மையான மனப்பிரீதி ஏற்படுகிறது.''

இவ்வாறு கூறி அந்த அரக்கி பலிஷ்டனான ராவணனை அப்புறப்படுத்தி இழுத்துச் சென்றாள். இந்த சாகசத்தைக் கண்டு சிரித்த மேகத்தைப் போன்று கருமையான அரக்கன் அவ்விடத்திலிருந்து திரும்பிச் சென்றான். அந்த தசக்ரீவன் புறப்பட்டுச் சென்றபோது பூமியையே அவன் அதிரும்படி செய்வதுபோல் இருந்தது. ஒளிரும் சூரியனைப்போல் ஒளி வண்ணத்துடன் இருந்த தனது அரண்மனையில் அவன் நுழைந்தான். தேவகன்னிகைகள், கந்தர்வப்பெண்கள், நாக கன்னிகைகள் ஆகியோரும் தசக்ரீவனைச் சூழ்ந்து கொண்டு அந்த பெரிய அரண்மனையில் நுழைந்தனர்.

தர்மநெறியில் ஊன்றியிருந்த மைதிலியை ராவணன் அச்சுறுத்தி நடுங்கச்செய்து, பிறகு ஸீதையை விட்டுச்சென்று காதலால் மோகிக்கப்பட்டு, ஒளிர்பொருந்திய தன்னுடைய அந்த அரண்மனையில் புகுந்தான்.

22-ஆவது ஸர்க்கம் முடிவுற்றது.

23–ஆவது ஸர்க்கம்

அரக்கிகளின் தூண்டுதல்

இவ்வாறு மைதிலியைப் பார்த்து பேசின பிறகு, எதிரிகளைக் கதறச் செய்யும் வீரம் உடைய ராஜா ராவணன், அரக்கியர்கள் அனைவருக்கும் கட்டளையிட்டுவிட்டு புறப்பட்டு தனது அந்தப்புரத்திற்கு மீண்டும் வந்தான். அதன் பிறகு, பயங்கரமான உருவங்களைக் கொண்ட அந்த அரக்கியர்கள் அனைவரும் ஸீதையிடம் ஓடிவந்து அவளைச் சூழ்ந்து கொண்டார்கள். கோபத்தின் உச்சியில் இருந்த அவர்கள் அந்த விதேஹ ராஜகுமாரியைப் பார்த்து மிகக் கடுமையாக பேசினார்கள்.

“ராவணன் எப்பேர்ப்பட்ட மஹாபுருஷர்? புலஸ்த்ய வம்சத்தைச் சேர்ந்தவர். பத்து தலைகள் கொண்டவர். சிரேஷ்டமானவர். ஸீதையே! அவருக்கு மனைவியாக இருப்பதை நீ ஏன் பெரிதாக எண்ணவில்லை?”

பிறகு “ஏகஜடா” என்ற பெயர் கொண்ட ஓர் அரக்கி ஸீதையைக் கூப்பிட்டு, அவள் கைப்பிடியளவேயுள்ள சிறிய வயிற்றுடன் இருந்ததை அனுதாபிக்காமல், கோபத்தினால் கண் சிவந்து வார்த்தைகளைக் கூறினாள்:

“பிரஜாபதிகள் அறுவர். அவர்களுள் நான்காவது பிரஜாபதி புலஸ்த்யர் என்ற பெயரில் புகழ்பெற்றவர். அவர் பிரம்மதேவனின் மனத்திலிருந்து தோன்றிய புத்திரர். அந்த புலஸ்த்யருடைய மானஸிக புத்திரர் விச்ரவஸ் என்ற பெயர் கொண்டவர். அவர் ஒரு தேஜஸ்வி. பிரஜாபதியான பிரம்மதேவனுக்கு இணையானவர். விசாலமான கண்களைக் கொண்டவளே! அவருடைய புதல்வர் தான் இந்த ராவணன். இவர் சத்ருக்களைக் கதறச் செய்யும் வீரம் கொண்டவர். அப்படிப்பட்ட ராக்ஷஸர்களின் அரசருக்கு மனைவியாக ஆவதற்கு நீ தகுதியானவள். அழகான அவயவங்களைக் கொண்ட ஸீதையே! நான் கூறும் சொல்லை நீ ஏன் மதிக்காமல் இருக்கிறாய்?”

பிறகு பூனைக் கண்களைப் போன்ற கண்களைக் கொண்டிருந்த “ஹரிஜடா” என்ற பெயர் கொண்ட ராக்ஷஸி கண்களை உருட்டி கோபத்துடன் பேசினாள்:

“ராக்ஷஸர்களின் அரசராக இருக்கும் ராவணன் முப்பத்து முக்கோடி தேவர்களை, தேவேந்திரனையும் சேர்த்து வென்றவர். அவருக்கு நீ இல்லத்தரசியாக ஆவதுதான் உசிதம்” என்றாள்.

அதன் பிறகு "பிரகஸா" என்ற பெயர் கொண்ட அரக்கி, சினம் தலைக்கு ஏற, அதட்டலுடன் கொடூரமான வார்த்தைகளைக் கூறினாள்:

"ராவணன் பராக்ரமம் பொங்கியிருப்பவர். பெரிய சூரர். போர்களில் பின்வாங்காதவர். மஹாபலிஷ்டர். வீரியம் கொண்டவர். அவருடைய பார்யையாக இருப்பதற்கு நீ ஏன் விரும்பாமல் இருக்கிறாய்? பெரும்பலம் கொண்ட அரசர், மதிப்பில் மிகச்சிறந்த தனது மஹிஷியையும், மற்றும் ஏனைய மனைவிமார்களையும் விட்டுவிட்டு உன்னையே நாடுகிறார். நீ எவ்வளவு பெரிய பாக்கியசாலி! ஆயிரக்கணக்கான நங்கைகளைக் கொண்ட, செல்வம் நிறைந்த எல்லாவிதமான விலையுயர்ந்த ரத்னங்களால் திகழ்ந்த, தனது அந்தப்புரத்தை முற்றும் புறக்கணித்து, ராவணன் உன்னை அடைய விரும்புகிறார்."

பிறகு "விகடா" என்ற பெயர் கொண்ட ராக்ஷஸி, "எந்த ராவணன் தேவர்களையும், நாகர்கள்– கந்தர்வர்கள்–தானவர்கள் ஆகியோர்களையும் பல தடவைகள் போரில் வென்றாரோ, அந்த ராவணன் உன்னை நாடி வந்திருக்கிறார். எல்லா செல்வங்களையும் கொண்டிருக்கும் ராவணனுக்கு, மஹாபுருஷருக்கு நீ ஏன் இன்று மனைவியாக விரும்பாமல் இருக்கிறாய்? நீ சிறுபுத்தி கொண்டவள்!" என்றாள்.

பிறகு "துர்முகி" என்ற அரக்கி கூறினாள்: "ராவணனைக் கண்டு சூரியனே அச்சத்துடன் வெப்பம் தணிந்து இருக்கிறான். வாயுதேவன் பயத்தால் பெருங்காற்றாக வீசுவதில்லை. கருமை யான கண்களைப் படைத்தவளே! நீ ஏன் அவருக்கு இணக்கமாய் இருக்க மறுக்கிறாய்? அவர் விரும்பினால் மரங்கள், பயத்துடன் பூமாரிகளைக் கொட்டும், அழகிய புருவங்களைக் கொண்டவளே! அவர் விரும்பும்போது மலைகள் பயத்துடன் நீரைச்சொரியும், அதே விதம் அவர் விரும்பும் போது மேகங்கள் நீரைப் பொழியும். அழகிய மடந்தையே! ராவணன் அரக்கர்களுக்கெல்லாம் அரசர். அரசர்களுக்கெல்லாம் அரசர். அவருக்கு மனைவியாவதற்கு உன் புத்தியை ஏன் செலுத்தவில்லை? நன்று! நாங்கள் உள்ளது உள்ளபடிதான் கூறினோம். ஒளி பொருந்தியவளே! அழகிய மடந்தையே! நாங்கள் உனக்கு நன்மைதான் கூறினோம். அழகான புன்முறுவல் பூத்தவளே! எங்கள் அறிவுரையை ஏற்பாயாக! இல்லாது போனால் நீ உயிருடன் இருக்க மாட்டாய்" என்றாள்.

23-ஆவது ஸர்க்கம் முடிவுற்றது.

24-ஆவது ஸர்க்கம்

அரக்கிகளின் பயமுறுத்தல்

பிறகு விகாரமான முகத்தைக் கொண்டவர்களும், கொடூரமானவர்களுமான அந்த அரக்கிகள் அனைவரும் ஸீதையைப் பார்த்து, "அனைத்து உயிரினங்களின் மனம் கவரக் கூடிய ஸௌந்தர்யவதியே! ஸீதையே! விலையுயர்ந்த படுக்கைகளைக் கொண்ட அந்தப்புரத்தில் வாஸம் செய்ய ஏன் உடன்பட மறுக்கிறாய்? ஒரு மானுடப் பெண் ஆனதால் நீ மானுடனுக்கு மனைவியாக இருப்பதையே மேலாக நினைக்கிறாய். நீ ராமனிடமிருந்து உன் மனதை விலக்கிக்கொள். இனிமேலும் நீ ஒரு போதும் அவனுக்கு மனைவியாக இருக்கப் போவதில்லை. அவன் ராஜ்யம் இழந்தவன். வெற்றிகள் கை கூடாதவன். நொடித்துப் போனவன். எந்த குற்றமும் இல்லாத நீ அவனை விரும்புவது உசிதம் இல்லை. ராவணன் ராக்ஷஸர்களுக்கு அரசர். மூன்று உலகத்திய செல்வங்கள் அனைத்தையும் அவர் அனுபவிக்கிறார். அவரை கணவனாகப் பெற்று இஷ்டப்பிரகாரம் உலவி வா!" என்று அன்பில்லாத வார்த்தைகளைப் பேசினார்கள்.

தாமரையையொத்த அழகான கண்களையுடைய ஸீதை அரக்கியர்களின் வார்த்தைகளைக் கேட்டு, இரண்டு கண்களிலிருந்தும் கண்ணீர் மல்க, இந்த வார்த்தைகளைக் கூறினாள்: "நீங்கள் எல்லோரும் கூடி இவ்வாறு பேசுகிறீர்களே, அது உலகத்தார் நிந்திக்கக் கூடியது என்றும் எனக்கு தீங்கு விளைவிக்கக் கூடியது என்றும் உங்கள் மனதில் தோன்றவில்லையா? ஒரு மானுடப் பெண் அரக்கனுக்கு மனைவியாக ஆவது பொருத்தம் இல்லை. என்னை நீங்கள் நன்றாகவே விழுங்கி உண்ணுங்கள்! உங்கள் வார்த்தைகளை ஏற்கவே மாட்டேன்! ஏழையோ, நாடு இழந்தவரோ, எவர் என் கணவரோ அவரேதான் எனக்குப் பெருமைக்கு உரியவர். எவ்விதம் ஸுவர்ச்சலாதேவி ஸூர்யதேவனை நேசிக்கிறாளோ, நானும் அவ்விதமே ராமனை நேசிக்கிறேன்.

சிறந்த பாக்கியவதியான இந்திராணி எப்படி தேவேந்திரனை அண்டியிருக்கிறாளோ, அருந்ததி வஸிஷ்டமுனிவரையும் ரோஹிணீ சந்திரனையும், லோபாமுத்ரா அகஸ்த்ய முனிவரையும், ஸுகன்யா ச்யவன மஹரிஷியையும், ஸாவித்ரி ஸத்யவானையும், ஸ்ரீமதி கபில முனிவரையும், மதயந்தீ ஸௌதாஸரையும், கேசினீ ஸகர மஹாராஜாவையும், பீமராஜனின் புதல்வி தமயந்தி நிடத தேசத்தரசன் நளமஹாராஜாவையும் கணவனாகத்

தொடர்ந்து எவ்விதம் பின்பற்றினார்களோ அதேவிதம் நானும் இக்ஷ்வாகு குலத் தோன்றலான ராமனையே சார்ந்துள்ள பதிவிரதை."

ராவணனின் ஏவலாளிகளான அந்த அரக்கியர்கள் ஸீதையின் பேச்சைக் கேட்டு, கோபம் தலைக்கேறியவர்களாய் ஸீதையை கடுமையான வார்த்தைகளால் ஏசினார்கள். சிம்சுபா மரத்தில் மறைந்திருந்த வானரன் ஹனுமான், ஸீதையிடம் அதட்டி பயமுறுத்திக் கொண்டிருந்த அரக்கிகளின் பேச்சை மௌனமாகக் கேட்டுக் கொண்டிருந்தார். அவர்கள் ஸீதையிடம் ஓடிவந்து சுற்றிலும் சூழ்ந்து கொண்டு, அவள் நடுங்கிப் போகுமாறு, தொங்கிக் கொண்டிருந்த, சிவப்பாய் பளபளத்த தங்கள் உதடுகளை நாக்கின் நுனியால் நக்கி நொட்டை விட்டார்கள்.

கோடரிகளைத் தூக்கிக் கொண்டு, மிகுந்த கோபத்துடன், "ராக்ஷஸர்களின் அரசன் ராவணனுக்கு மனைவியாக இருக்க இவள் லாயக்கில்லாதவள்" என்று கூறி அதட்டலுடன் அச்சுறுத்தவும், அழகிய முகத்தை உடைய ஸீதை கண்ணீரைத் துடைத்துக் கொண்டு அந்த சிம்சுபா மரத்திற்கு வந்தாள். அங்கும் அரக்கியர்கள் ஸீதையை சூழ்ந்து கொண்டார்கள். அகன்ற கண்களை படைத்த அவள் சோகத்தில் மூழ்கி நின்றிருந்தாள். மெலிந்திருந்த அவள் முகம் வாடி பரிதாபமாக இருந்தாள். கிழிந்து போன வஸ்திரத்தை அணிந்திருந்தாள். அவளை அரக்கியர்கள் நாற்புறமும் சூழ்ந்து கொண்டு அதட்டி, உருட்டி அச்சுறுத்தினார்கள்.

அரக்கியர்களில் ஒருத்தி, "வினதா" என்று பெயர். பயங்கரமான பார்வையையும், உருவத்தையும் கொண்டவள். வயிறு ஒட்டி இருந்த அவள் கோபத்தில் முகம் கடுகடுத்து கூறினாள்: "ஸீதையே! இதுவரையில் உன் கணவனிடம் உனக்கு உள்ள நட்பைக் கூறின வரையில் சரி, அத்துடன் நிறுத்திக் கொள். எந்த விஷயத்திலும் அளவுக்கு மிஞ்சினால் துன்பத்தில்தான் கொண்டு விடும். நீ மானுடர்களின் விதிமுறையைக் கடைப் பிடித்து வந்தது எனக்கு சந்தோஷம்தான். உனக்கு எல்லா மங்களங்களும் உண்டாகட்டும். மைதிலி! உனக்கு நன்மை பயக்கக் கூடிய என் அறிவுரையையும் கேட்டுக் கொள்! ராவணன் எல்லா அரக்கர்களுக்கும் வேந்தர், பராக்ரமசாலி; அழகானவர்; தேவர்களின் அரசன் இந்திரனைப் போன்றவர்; சாமர்த்தியசாலி; தியாக உணர்வு கொண்டவர்; எல்லோரிடமும் பிரியமான பார்வையைக் கொண்டவர். இப்படிப்பட்ட ராவணனை நீ கணவராக அடைவாயாக! அற்பமான மானுடன் ராமனை விட்டுவிட்டு ராவணனை நாடுவாயாக! விதேஹ நாட்டு ராஜகுமாரியே! தேவலோகத்தின் பரிமளப் பூச்சுகளைப் பூசிக்கொள்; தேவலோகத்திய அணிகலன்களை அணிந்து அலங்காரம் செய்து கொள். அழகியவளே! அக்னிதேவனுக்கு எப்படி ஸ்வாஹா தேவியோ, தேவேந்திரனுக்கு

எப்படி இந்திராணியோ, அவ்விதம் நீயும் இன்று முதல் அகில புவனங்களுக்கும் அரசாணியாக இரு. விதேஹ நாட்டு இளவரசியே! ராமன் ஏதுமில்லாத ஓர் அற்பன், வாழ்வு முடிந்து போனவன், அந்த ராமனால் உனக்கு என்ன பயன்? நாங்கள் கூறிய இந்த அறிவுரையை நீ ஏற்காவிட்டால், இந்த நொடியிலேயே நாங்கள் அனைவரும் சேர்ந்து உன்னை விழுங்கி உண்டு விடுவோம்."

"விகடா" என்ற பெயரில் கொங்கைகள் தொங்கிப் போன இன்னொரு அரக்கி சினம் கொண்டு, முஷ்டியைக் காண்பித்து, கர்ஜனையுடன் ஸீதையைப் பார்த்துக் கூறினாள்:

"மைதிலி! மிகவும் மோசமான துர்புத்தி கொண்டவளே! நீ எவ்வளவோ அன்பற்ற வார்த்தைகளைக் கூறிவிட்டாய். அன்பினாலும், மிருதுவான ஸ்வபாவத்தினாலும் நாங்கள் அவற்றை இது வரையில் பொறுத்துக் கொண்டோம். இப்பொழுது உள்ள நிலைக்கு உகந்தவாறு நாங்கள் உனக்கு அறிவுரை கூறினோம். அதை நீ ஏற்க மறுக்கிறாய். மிதிலாபுரி இளவரசியே! சமுத்திரத்தின் அக்கரைக்கு நீ கொண்டு வரப்பட்டிருக்கிறாய். அன்னியர்கள் யாரும் இதை அடைய முடியாது. கடுமையான காவல் கொண்ட ராவணனுடைய அந்தப்புரத்தில் நுழைந்திருக்கிறாய். அவனுடைய அரண்மனையில் சிறைப்படுத்தப்பட்டிருக்கிறாய். எங்களாலும் பலமாக காவல் காக்கப்பட்டு வருகிறாய். ஆகையால் தேவேந்திரனாக இருந்தாலும் அவனாலும் உன்னைக் காப்பாற்ற முடியாது.

மைதிலி! நான் உனக்கு நல்லதைத்தான் சொல்கிறேன். அதன்படி நட. கண்ணீர் உகுத்தது போதும். வீணான துக்கத்தை விட்டுத்தள்ளு. ஸீதையே! ப்ரீதியையும் ஆனந்தத்தையும் அனுபவி. என்றென்றும் துன்பத்தில் உழன்று கொண்டிருப்பதை தவிர். அரக்கர் வேந்தருடன் யதேஷ்டமாக களிப்புற்றிரு. பயந்த சுபாவம் கொண்டவளே! பெண்களுக்கு யௌவனம் எப்பொழுதும் நிலைத்திருக்காது என்பது உனக்குத் தெரியும் அல்லவா? அந்த யௌவனம் உன்னைவிட்டு கடந்து போய் விடுவதற்கு முன் நீ சுகங்களை அனுபவி. கள்வெறியூட்டும் போதைக் கண்கள் கொண்டவளே! அழகான பூங்காக்கள், மலைகள், கானகங்கள் ஆகியவற்றில் அரக்கர் வேந்தனுடன் உலாவி வா.

சுந்தரியே! எல்லா ராக்ஷஸர்களுக்கும் மஹாராஜாவான, ராவணனை உனது பர்த்தாவாக ஏற்றுக்கொள். ஏழாயிரம் பெண்மணிகள் உனக்கு அடிமைகளாக இருப்பார்கள். நான் சொன்னபடி நீ செய்யாவிட்டால் உன் இதயத்தைப் பிளந்து உன்னைத் தின்று விடுவேன், நினைவில் கொள்! மைதிலி!" என்றாள். பிறகு "சண்டோதரி" என்ற பெயர் கொண்ட அரக்கி, சினத்தால், நிலைகுலைந்து, பெரிய சூலம் ஒன்றை சுழற்றிக் கொண்டே கூறினாள்:

"ராவணனால் அபகரித்துக் கொண்டு வரப்பட்ட இவளைப் பார்த்ததி லிருந்து ஒரு பெரிய மசக்கை ஆசை எனக்கு ஏற்பட்டுவிட்டது. இவள் கண்கள் மானின் கண்களைப் போல மருண்டிருக்கின்றன. பயத்தினால் இவள் கொங்கைகள் நடுங்கி குலுங்குகின்றன. வயிற்றின் வலது பக்க மாமிசம் (யக்ருத்), வயிற்றின் இடது பக்க மாமிசம் (ப்லீஹம்), வயிற்றின் மேல் பக்க மாமிசம் (உத்பீடம்), பிறகு நரம்புகள் ரத்தக் குழாய்களோடு கூடிய இதய மாமிசம், குடல்கள், தலை இவை யாவற்றையும் சாப்பிட வேண்டும் என்பது என் எண்ணம்." பிறகு "ப்ரகஸா" என்ற அரக்கி, "இந்த தீயவளின் கழுத்தை நெறித்துத் திருகிப் போடுவோம். ஏன் சும்மா இருக்கிறீர்கள்? பிறகு இந்த மானிடப்பெண் இறந்து போய்விட்டாள் என்று அரசனிடம் கூறுவோம். அவரும் "நன்று, நீங்கள் தயக்கம் கொள்ள வேண்டாம். அவளைச் சாப்பிட்டுக் கொள்ளுங்கள் என்றுதான் கூறுவார்" என்றாள்.

பிறகு "அஜாமுகி" என்ற அரக்கி, "இவளை அறுத்துப் போட்டு, மாமிசப் பிண்டங்களை சரியாக துண்டுபோடுங்கள். பிறகு நாம் எல்லோரும் பங்கு போட்டுக் கொள்வோம். வீண் சண்டை எனக்குப் பிடிக்காது. கள்ளைக் கொண்டு வாருங்கள். சீக்கிரம் விதவிதமான ஊறுகாய்களையும் கொண்டு வாருங்கள்" என்றாள்.

பிறகு "சூர்பனகா" என்ற ராக்ஷஸி, "அஜாமுகி சொன்னாளே, அதுதான் எனக்கும் பிடித்தது. எல்லா கவலைகளையும் போக்கும் கள்ளைச் சீக்கிரம் கொண்டு வாருங்கள்! மனித மாமிசத்தை ருசி பார்த்து சாப்பிட்டு விட்டு நிகும்பிலையில் நாட்டியம் ஆடுவோம்" என்றாள்.

தேவலோகத்திய மகள் போன்ற ஸீதை இவ்வாறு மிகக் கொடிய அரக்கியர்களால் அச்சுறுத்தப்பட்டு, தைரியம் இழந்து, அழத் தொடங்கினாள்.

24-ஆவது ஸர்க்கம் முடிவுற்றது.

25-ஆவது ஸர்க்கம்

ஸீதையின் மனச்சோர்வு

கோரமான அரக்கியர்கள் இவ்வாறு கடுமையாகவும், பயங்கரமாகவும் நிறைய பேசியதைக் கேட்ட ஜனகபுத்ரி தேம்பி அழுதாள். நல்ல உள்ளம் கொண்ட அந்த வைதேஹி, மிகவும் பயந்து போய் கண்ணீர் மல்க, குரல் தழுதழுக்க கூறினாள்:

"ஒரு மனித இனப் பெண் ஒரு ராக்ஷஸ இனத்தவனுக்கு மனைவி ஆக முடியாது. என்னை நீங்கள் நன்றாக விழுங்கி உணவாக்கிக் கொள்ளுங்கள். உங்கள் பேச்சை கேட்க மாட்டேன்."

தேவலோகத்து மகள் போன்ற ஸீதை அரக்கியர்களின் மத்தியில் அகப்பட்டுக் கொண்டு நிம்மதியை இழந்தாள். மிகவும் வேதனைப்பட்டாள். ராவணனாலும் அச்சுறுத்தப்பட்டிருந்த ஸீதை மிகவும் நடுங்கி உடல் குறுகி நொறுங்கிப் போய்விட்டாள். அவளுடைய நிலை, காட்டில் கூட்டத்திலிருந்து பிரிந்து போன பெண்மானை செந்நாய்கள் சூழ்ந்து கொண்டதைப் போல இருந்தது. அவள், நன்றாக பூத்திருந்த அசோக மரத்தின் பெரிய கிளை ஒன்றைப் பிடித்துக் கொண்டு, உடைந்து போன உள்ளத்துடன் சோகமாக கணவனை நினைத்துக் கொண்டாள். அவள் கண்களிலிருந்து கண்ணீர் பெருகி வழிந்து அவளது அகன்ற மார்பகங்களை நனைத்தன. கவலையுடன் சிந்தித்துக் கொண்டிருந்த அவளால் துக்கத்தின் எல்லையை காண முடியவில்லை.

அவள் நடுநடுங்கிக்கொண்டே, புயல்காற்றில் வாழைமரம் சாய்வதைப் போல, சாய்ந்து விழுந்தாள். அரக்கியர்களிடம் மிகவும் பயந்து, சோகம் தோய்ந்த முகத்துடன் இருந்த ஸீதையின் உடல் நடுங்கியபோது அவளுடைய நீண்ட அடர்த்தியான கூந்தல் அசைந்தாடியது. அது கருநாகம் அசைவது போல் இருந்தது. துக்கம் தாங்க முடியாமல், சோகத்தால் அவள் உள்ளம் மிகவும் கிலேசம் அடைந்தது. பெருமூச்சு விட்டாள். கஷ்டம் தாளாமல் கண்ணீர் உகுத்தாள். புலம்பினாள்.

"ஹா, ராமா! ஹா லக்ஷ்மணா! ஹா, என் மாமியார் கௌஸல்யா தேவியே! ஹா ஸுமித்ரா தேவியே!" – இவ்வாறெல்லாம் துக்கம் தாளாமல் அந்த மடந்தை புலம்பினாள்.

"ஓர் ஆணுக்கோ, அல்லது பெண்ணுக்கோ விதிக்கப்பட்ட காலம் அல்லாத காலத்தில் மரணம் துர்லபம் ஆயிற்றே! இந்த உலகியல் வழக்கு உண்மைதான் என்று கல்விமான்களும் கூறுகிறார்களே! இங்கே நான் குரூரமான அரக்கியர்களால் துன்புறுத்தப்படுகிறேன். ராமனும் இல்லாமல், இந்த துக்கத்தில் இன்னமும் உயிர் வாழ்ந்து கொண்டிருக்கிறேனே! நான் மிகவும் புண்ணியம் குன்றியவள். ஒரு பாவி, நான்! நாதியற்று சாகப்போகிறேன். சமுத்திரத்தில் ஒரு கப்பல் பளுவும் தாங்க முடியாமல், பெருங்காற்றிலும் அகப்பட்டுக் கொண்டதைப் போல, நான் தத்தளிக்கிறேன்.

அரக்கியர்களின் மத்தியில் சிக்கிக் கொண்டு, கணவனைப் பார்க்க முடியாமல், ஆற்று வெள்ளம் கரையை உடைப்பது போல், நானும் சோகத்தால் உடைபட்டுப் போயிருக்கிறேன். எனது பிராணநாதன் ராமன் தாமரை இதழைப் போன்ற கண்ணழகர், சிங்கத்தின் வீரநடையுடன் நடப்பவர்; செய்நன்றி மறவாதவர்; அன்பாகப் பேசுபவர்; அவரை புண்யவான்கள் கண்டு களிக்கிறார்கள். முற்றும் உணர்ந்த ராமனை விட்டுப் பிரிந்த நான் எப்படியாகிலும் இறக்கத்தான் போகிறேன். கொடிய விஷத்தை உண்டுவிட்ட பிறகு உயிர் பிழைப்பது கடினமல்லவா? முன்ஜன்மத்தில் நான் எப்படிப்பட்ட பெரிய பாபம் செய்தேனோ? அதனால்தான் இப்படிப்பட்ட கொடிய துக்கத்தை அடைந்திருக்கிறேன். அரக்கியர்களால் காவல் காக்கப்பட்டிருக்கும் என்னால் ராமனை அடைய முடியாது. மிகப் பெரிய துயரத்துடன் இருக்கும் நான் உயிரை விட்டுவிட விரும்புகிறேன். அந்தோ! நான் யாது செய்வேன்! நினைத்தவுடன் என்னால் உயிரைவிட முடியவில்லையே! சீ, சீ, என்ன இந்த மானுட வாழ்வு! என்ன இந்த அடிமைத்தனம்.!"

25-ஆவது ஸர்க்கம் முடிவுற்றது.

26-ஆவது ஸர்க்கம்

உயிர்விடத் துணிதல்

அந்த இளம் பெண் ஜானகி இவ்வாறெல்லாம் புலம்பிக் கொண்டு, கண்ணீர் முகம் முழுவதும் நிறைந்து வழிய, தலையைத் தொங்க போட்டுக் கொண்டு, கதறி அழுது புலம்பினாள். பெண் குதிரை தரையில் விழுந்து, விழுந்து புரள்வதைப் போல் ஸீதையும் துக்கம் தாள முடியாமல் பித்துப் பிடித்தவளைப் போலும், மதம் பிடித்தவளைப் போலும், புத்தி கலங்கி விட்டவளைப் போலும் ஆகிவிட்டாள்.

"ராமன் சற்று கவனக் குறைவாக இருந்தபோது அரக்கன், ராவணன் தன் இச்சைப்படி உருவத்தை மாற்றிக் கொண்டு வந்து, கதறி, கதறி அழுத என்னை ஏமாற்றி பலாத்காரமாக கவர்ந்து கொண்டு வந்துவிட்டான். இப்பொழுது அரக்கியர்களின் காவலில் இருக்கிறேன். மிகவும் கொடூரமாக அச்சுறுத்தப் படுகிறேன். கவலையில் சோர்ந்திருக்கிறேன்; மிகவும் துயரத்தால் நொந்து போயிருக்கிறேன். நான் வாழ விரும்பவில்லை. அதனால் எனக்கு எந்த பயனும் இல்லை. பணத்தாலோ, அணிகளாலோ எனக்கு எந்த பிரயோஜனமும் இல்லை. பெரும் போர்வீரனான ராமன் இல்லாமல், அரக்கியர்கள் மத்தியில் வாழும் எனக்கு, இவை யாவும் வீணே! இத்தனை துயரத்திலும் எனது இதயம் ஏன் வெடித்துப் போகவில்லை? அது, என்ன, பாறாங்கல்லால் ஆனதா? எனக்கு மூப்பு, மரணம் ஏதும் இல்லாத உடம்பா? சீ, சீ, நான் மரியாதை கெட்டவள்! கற்புக்கரசி அல்லாதவள்! ராமன் இல்லாமல் இன்னமும் நான் உயிர் வாழ்கிறேனே! இது என்ன, பாழாய்ப் போன வாழ்வு! இதைக் காப்பாற்றிக் கொள்ளத்தான் வேண்டுமா? கடலின் கரைகள் வரை எட்டியிருக்கும் பூமண்டலத்தின் அரசன் ராமன். அன்பாகப் பேசுபவர். அப்படிப்பட்ட எனது காதலன் இல்லாமல் எனக்கு என்ன வாழ்வில் அக்கறை? சுகத்தில் தான், எனக்கு என்ன அக்கறை? எனது உடல் கிழிக்கப்படட்டும்! அல்லது உண்ணப்படட்டும்! இந்த உடலை நீத்து விடுகிறேன். என் காதலன் இல்லாமல் வெகு காலம் இந்த துக்கத்தை என்னால் தாங்கிக் கொள்ள முடியாது. அரக்கனை எனது இடது காலினால் கூட தொடமாட்டேன். அப்படியிருக்க, கேடுகெட்ட அந்த ராவணனை விரும்புவேன் என்ற பேச்சுக்கே இடம் இல்லை!

இந்த ராவணன் தன்னையும் அறிந்து கொண்டதில்லை. தன் குலத்தையும் அறிந்து கொண்டதில்லை. நான் அவனை நிராகரிக்கிறேன் என்பதையும்

தெரிந்து கொள்ளவில்லை. அவன் குரூரஸ்பாவத்துடன் என்னை அடைய விரும்புகிறான். என்னை வெட்டினாலும் சரி, பிளந்தாலும் சரி, சுக்கல் சுக்கலாக துண்டித்தாலும் சரி, அல்லது எரிகிற நெருப்பினால் பொசுக்கினாலும் சரி, நான் ராவணனை ஏற்க மாட்டேன். நீங்கள் ஏன் வெகு நேரமாய் புலம்புகிறீர்கள்? ராகவன் அறிவாளி, செய்நன்றி மறவாதவர், கருணையுள்ளம் கொண்டவர் என்று புகழ் பெற்றவராயிற்றே! ஆனால், என்னுடைய துரதிர்ஷ்டத்தினால், அந்த நல்லவர் தயையில்லாதவராக ஆகிவிட்டார் போலும்! ஜனஸ்தானத்தில் பதினான்காயிரம் அரக்கர்களை தன்னந் தனியாக கொன்றாரே, அந்த ராமன் என்னை நாடி ஏன் இன்னும் வரவில்லை? மிகச் சிறிதளவே வீரம் கொண்ட இந்த ராவணனால் நான் சிறைப் படுத்தப்பட்டிருக்கிறேன். என் கணவன், ராவணனை யுத்தத்தில் கொன்று விட திறமை கொண்டவர்.

தண்டகாரண்யத்தில் அரக்கர் சிரேஷ்டன் விராதனை கொன்றாரே, அந்த ராமன் இன்னும் ஏன் என்னிடம் வரவில்லை?

சமுத்திரத்தின் மத்தியில் இருக்கும் இந்த லங்கா நகரம் எளிதில் அடைய முடியாதது வாஸ்தவம்தான். ஆனால் ராம பாணங்களுக்கு தடையாக இருக்கும் சக்தி எதுவும் இங்கு இருக்க முடியாதே. ராமன் உறுதியான பராக்ரமம் கொண்டவராயிற்றே! அரக்கனால் அபகரிக்கப்பட்ட என்னை மீட்க என்னிடம் பிரியம் வைத்துள்ள அந்த ராமன் இன்னும் ஏன் வரவில்லை? லக்ஷ்மணனின் அண்ணனான ராமனுக்கு நான் இங்கு இருப்பது தெரியாது என்று நினைக்கிறேன். அல்லது தெரிந்திருந்தும், அந்த தேஜஸ்வீ இந்த அநியாயத்தைப் பொறுத்துக் கொள்வாரா? நான் அபகரிக்கப்பட்டு கடத்தப்பட்டு விட்டேன் என்று ராமனிடம் சொல்லக்கூடியவர் கழுகு அரசன் ஜடாயு ஒருவர் தான் இருந்தார். அவரையும் போரில் ராவணன் கொன்று விட்டானே! கழுகு அரசன் ஜடாயு வயோதிகராக இருந்த போதிலும் என்னைக் காப்பதற்காக ராவணனுடன் த்வந்தயுத்தம் செய்து மகத்தான காரியத்தைச் செய்தார். நான் இங்கு இருக்கிறேன் என்ற தகவல் தெரிந்தால், அந்த ராகவன் கோபம் கொண்டு பாணங்களினால் உலகத்தில் ராக்ஷஸப் பூண்டே இல்லாமல் செய்து விடுவார்.

லங்காபட்டணத்தையே பொடிப்பொடியாக்கி விடுவார். சமுத்திரத்தையே வற்றச் செய்து விடுவார். நீசன் ராவணனுடைய புகழையும் அவன் பெயரையும் கூட அழித்துவிடுவார். அப்பொழுது ஒவ்வொரு வீட்டிலும் அரக்கியர்கள் தங்களின் கணவன்மார்களை இழந்து, நான் இப்பொழுது எப்படி அழுது கொண்டிருக்கிறேனோ அதேவிதம் அந்தந்த வீடுகளிலும் அரக்கியர்களின் அழுகை ஓலம் கேட்கும். இது நிச்சயம். சந்தேகம் இல்லை. அரக்கர்களின் இந்த லங்காபட்டணத்தை ராமனும், லக்ஷ்மணனும் தேடிக் கண்டுபிடிப்பார்கள். அவர்கள் கண்ணில் மட்டும் எதிரி தென்பட்டு விட்டால், ஒரு முகூர்த்த காலம் கூட அவன் உயிருடன் இருக்க மாட்டான். கூடிய சீக்கிரமே இந்த லங்கையில் பிணக்குவியல்கள் எரிக்கப்பட்டு அதன் புகை வீதிகள் எங்கிலும் பரவியிருக்கும். கழுகுகள் கூட்டம் கூட்டமாக வட்டமிட்டுக் கொண்டிருக்கும். இந்த லங்கா பட்டணமே ஒரு சுடுகாடாகவே ஆகிவிடும். வெகு சீக்கிரமே எனது இந்த எண்ணம் ஈடேறப்போகிறது. இந்த நகரமே யாரும் அணுகுவதற்கு தகுதியில்லாமல் போய்விடும். உங்கள் எல்லோருக்கும் கேடு வரப் போகிறது. இப்பொழுதே லங்காபுரியில் பல கெட்ட சகுனங்கள் தென்படுகின்றன. வெகு சீக்கிரமே இது ஒளியிழந்து விடப் போகிறது.

அரக்கர்களிடையே மகாநீசனான பாபி, ராவணன் இறந்தவுடன், கணவனை இழந்த ஒரு விதவையைப் போல இந்த லங்காபுரி வளம் இழந்து, காணச் சகிக்க முடியாததாக ஆகி விடப்போகிறது. இப்பொழுது இந்த லங்காநகரம் விழாக்களைக் கொண்டாடி கோலாகலமாக இருக்கிறது. ஆனால்

சீக்கிரமே இது அரசனையும் இழந்து குடிமக்களாகிய அரக்கர்களையும் இழந்து, ஓர் இளம்பெண் கணவனை இழந்து கைம்பெண்ணாக ஆவதைப் போல் ஆகிவிடப் போகிறது. வீட்டுக்கு வீடு அரக்கர் பெண்களின் அழுகுரலை, ஒப்பாரி ஓலத்தை வெகு சீக்கிரமே நான் கேட்கப் போகிறேன். செவ்வரிக் கண்ணனான என் ராமன் ஒரு சூரன். நான் இங்கே ராவணனுடைய அரண்மனையில் இருக்கிறேன் என்பது அவருக்குத் தெரிந்தால், இந்த லங்கா பட்டணம் முழுவதையுமே தனது ராமபாணங்களால் சுட்டெரித்து விடுவார். அப்பொழுது இந்த நகரம் இருள் சூழ்ந்திருக்கும். பொலிவு இழந்திருக்கும். அரக்க வீரர்கள் எவரும் உயிருடன் இருக்க மாட்டார்கள். இந்த துஷ்டன், நீசன், ராவணன் எனக்கு கெடு வைத்திருந்த காலம் நெருங்கி விடும் போல் இருக்கிறதே! அந்த வேளையும் வந்து விட்டதோ? அந்த துஷ்டன் எனக்கு விதித்த மரண தண்டனை மாறிப் போக வழி இல்லையே! பாபங்களையே செய்யும் இயல்புடைய அரக்கர்கள் எந்த காரியங்கள் செய்யக் கூடாது என்பதை அறிய மாட்டார்களே!

அதர்மத்தினால் இப்பொழுது பெரிய கேடுகாலம் வரப்போகிறது. மாமிசத்தை உண்ணும் இந்த அரக்கர்கள் தர்மத்தை அறியார்கள். காலை உணவுக்காக அரக்கன் என்னை நிச்சயம் சமைத்துப் போடச்சொல்லிவிடுவான். பார்க்க மிகவும் அழகாக இருக்கும் என் ராமன் எனக்கு உதவ முடியாமல் இருக்கையில் நான் என்ன செய்யப் போகிறேன்? செவ்வரி படைத்த ராமனைப் பார்க்க முடியாமல் நான் மிகவும் வேதனைப்படுகிறேன். இங்கே எவராவது எனக்கு விஷத்தை கொடுத்தால் மிக நன்றாக இருக்கும். அப்பொழுது அந்த விஷத்தை உண்டு, மரணத்தை எட்டி நான் யமதர்ம தேவனைப் பார்ப்பேன். ஆனால் அப்பொழுது எனது கணவர் என்னுடன் இருக்க மாட்டார். லக்ஷ்மணனின் மூத்தவன் ராமன் நான் உயிருடன்தான் இருக்கிறேன் என்பதை அறிந்திருக்க மாட்டார். நான் உயிருடன் இருக்கிறேன் என்று தெரிந்தும், ராம லக்ஷ்மணர்கள் இருவரும் இந்த பூமண்டலத்தில் என்னைத் தேடாமல் இருப்பார்களா? ஒருவேளை, லக்ஷ்மணனின் மூத்தவன் ராமன், அந்த சூரன், என்னைப் பிரிந்த சோகத்தினால் பூலோகத்தில் தனது சரீரத்தைத் துறந்து, தேவலோகத்திற்குச் சென்று விட்டாரோ? அப்படியானால், அங்கே தேவர்களும், கந்தர்வர்களும், சித்தர்களும், ரிஷி ச்ரேஷ்டர்களும் பாக்கியவான்கள். ஏனெனில் அவர்கள் எனது ராமனை, தாமரை போன்ற கண்களையுடைய சுந்தர புருஷனை பார்ப்பார்கள். ஒருக்கால், அந்த ராமன் தான, தர்மத்திலேயே நாட்டம் கொண்டதினால் என்னை மறந்து விட்டாரோ?

ராமன் ஒரு ராஜரிஷி. பரமாத்மஸ்வரூபன். ஆகையால் என்னால் அவருக்கு ஆகவேண்டியது எதுவும் இல்லை. அன்பு என்பது ஒருவரை ஒருவர் பார்க்கும் வரையில்தான். பார்வையிலிருந்து ஒருவர் அகன்றால், நட்பும் அகன்று விடும்.

செய்நன்றி மறந்தவர்களே அன்பை அழிப்பார்கள். ஆனால் ராமன் அன்பை அழித்திருக்க மாட்டார். அல்லது என்னிடத்தில்தான் நல்ல குணங்களே இல்லாமல் போய் விட்டதோ? அல்லது எனக்குத்தான் பாக்கியங்கள் அழிந்து விட்டனவோ? எனக்கு மிக முக்கியமானவரான ராமன் இல்லாமல் பெண்ணான நான் அழிந்து கொண்டிருக்கிறேன். அந்த மஹாத்மா இல்லாமல் உயிர் வாழ்வதை விட இறந்து போவதே மேல். குற்றம் ஏதுமில்லாத நடத்தை கொண்டவனும், சத்ருக்களை அழிக்கும் ஆற்றல் படைத்தவருமான அந்த ராமன் இல்லாமல் நான் உயிர் வாழ்வதில் எந்த பயனும் இல்லை. அல்லது மனிதச்ரேஷ்டர்களான அந்த ஸஹோதரர்கள் இருவரும் விரக்தியடைந்து, ஆயுதங்களை விட்டெறிந்துவிட்டு, கிழங்கு – பழங்களை உண்டு வானப்ரஸ்தர்களாக ஆகிவிட்டிருப்பார்களோ? அல்லது, துஷ்டன், அரக்கவரசன், ராவணனால், சூரர்களான அவர்கள் இருவரும் வஞ்சனையாகக் கொல்லப்பட்டிருப்பார்களோ? ஆகையால், இப்படியெல்லாம் காலம் கடந்து போன பிறகு நான் எப்படியாகிலும் இறந்து போகவே விரும்புகிறேன்.

இத்தனை துக்கத்தில் இருந்த போதும் எனக்கு மரணம் விதிக்கப்படவில்லையே! எல்லா குற்றங்களையும் நீத்த முனிவர்கள் மஹாத்மாக்கள், தன்யபுருஷர்கள் – அவர்கள் தங்களை தாங்களே வென்று கொண்டவர்கள் அவர்கள் பெரும் பாக்கியவான்கள். அவர்களுக்கு வேண்டப்பட்டவை, வேண்டப்படாதவை என்ற எந்த பாகுபாடும் கிடையாது. விரும்பப்பட்டவற்றால் துக்கம் ஏற்படுவதில்லை. அதே சமயம் விரும்பப்படாதவற்றால் அதிகம் பயம் ஏற்படுகிறது. ஆனால் மஹாத்மாக்களான ஞானிகள் இந்த இரண்டு விஷயங்களிலிருந்தும் தொடர்பு நீங்கினவர்கள். அப்படிப்பட்ட ஞானியர்களுக்கு நமஸ்காரம். முற்றும் அறிந்த ராமனிடமிருந்து, அன்புக்குப் பாத்திரமான வரிடமிருந்து, நான் பிரிந்து இருக்கிறேன். பாபி ராவணன் வசத்தில் சிக்கியிருக்கிறேன். ஆகையால் நான் என் உயிரை விட்டுவிடப் போகிறேன்.

இந்த வரிகள், நவரத்னப் பொக்கிஷமான ஸுந்தர காண்டத்தில் புஷ்பராகம் என்ற, குரு பகவானுக்கு பிரீதிகரமான ரத்னத்திற்கு ஒப்பாகும். இதில் பகவத்கீதையின் ஸாராம்சமே அடங்கியிருக்கிறது. இதனை, ஜானகி தேவி தனக்குத் தானே சொல்லிக் கொண்ட கீதோபதேசமாகக் கருதலாம். இந்த முக்கியத்துவம் காரணமாக, இந்த வரிகளை மூன்று தடவை, பாராயணக்ரமத்தில், படனம் செய்வது சிலாக்கியமானது.

26-ஆவது ஸர்க்கம் முடிவுற்றது.

27–ஆவது ஸர்க்கம்

திரிஜடையின் கனவு

இவ்வாறு ஸீதையால் கூறப்பட்ட அரக்கியர்கள் கோபத்தினால் நிலைகுலைந்து போனார்கள். சிலர் வெகுவேகமாக ஸீதை பேசிய விவரங்களை ராவணனிடம் கூறுவதற்கு விரைந்து சென்றார்கள்.

பிறகு, கோரமான உருவம் கொண்ட அரக்கியர்கள் ஸீதையிடம் சென்று, “அடியே, ஸீதை! மரியாதை கெட்டவளே! ஒரு பாப காரியத்தை செய்யத் தீர்மானம் கொண்டவளே! அரக்கியர்களான நாங்கள் உன் மாமிசத்தை ஆனந்தமாக உண்ணப் போகிறோம்” என்று கேடு விளைவிக்கக்கூடிய அதே கடுமையான விஷயத்தை மீண்டும் கூறிக் கொண்டிருக்கும்போது, துயிலிலிருந்து விழித்துக் கொண்ட வயதில் முதிர்ந்த த்ரிஜடா என்ற அரக்கி அவர்களைப் பார்த்து, “நாகரீகம் அற்றவர்களே! நீங்கள் உங்களையே விழுங்கிக் கொள்ளுங்கள். ஸீதையை உண்ண வேண்டாம். இந்த ஸீதையின் பெருமைகளைத் தெரிந்து கொள்ளுங்கள். இவள் ஜனக மஹாராஜாவின் பிரியமான புத்திரி. தசரத மஹாசக்ரவர்த்தியின் பிரியமான நாட்டுப்பெண். நான் இப்பொழுது கண்ட கனவு பயங்கரமானது. மயிர்க்கூச்சல் செய்யக் கூடியது. அது என்ன வென்றால் அரக்கர்கள் அழிந்து போவதாயும், இவளுடைய கணவன் வெற்றியை அடைவதாகவும் நான் சொப்பனம் கண்டேன்.”

த்ரிஜடை இவ்வாறு கூறியதும், சினத்தின் உச்சியில் இருந்த அரக்கியர்கள் அனைவரும் அச்சத்துடன் த்ரிஜடையைப் பார்த்து, “இந்த இரவு நேரத்தில் நீ என்ன சொப்பனம் கண்டாய்? அதன் விவரம் என்ன? எல்லாவற்றையும் கூறு” என்றவுடன் த்ரிஜடா, தான் அந்த பின்னிரவு நேரத்தில் கண்ட சொப்பனத்தின் விவரங்களைக் கூறினாள்:

“ராமனும், லக்ஷ்மணனும் ஆகாயத்தில் உலவிக் கொண்டிருந்த ஒரு பல்லக்கில் வருகிறார்கள். அது யானை தந்தங்களால் செய்யப்பட்டிருந்த, தெய்வீகம் பொருந்திய சிவிகை. அதனை ஆயிரக்கணக்கான ஹம்ஸபக்ஷிகள் தாங்கிக் கொண்டிருந்தன. ராமன் வெள்ளை நிற வஸ்த்ரங்களையும், மாலைகளையும் அணிந்து லக்ஷ்மணனுடன் கூடி தானாகவே அந்த பல்லக்கில் ஏறி அமர்ந்து வருகிறார். அந்தக் கனவில் நான் ஸீதையையும் கண்டேன். அவள்

வெண்ணிற ஆடையை உடுத்தியிருந்தாள். அவள் ஒரு வெண்மையான ஒரு மலை மீது வீற்றிருந்தாள். அந்த மலை சமுத்திரத்தால் சூழப்பட்டிருந்தது. ஸூர்யனுடன் எப்படி ப்ரபாதேவி உடனுறைந்திருக்கிறாளோ, அந்த பிரகாரமே ஸீதையும் ராமனுடன் கூடியிருந்தாள். ராமன், லக்ஷ்மணனுடன் கூடி நான்கு தந்தங்களைக் கொண்ட, மலையையொத்த, ஒரு யானையின் மீது பொலிவுடன் ஏறியமர்ந்திருந்ததைப் பார்த்தேன். பிறகு, இயல்பான தங்கள் தேஜஸ்ஸினால் ஒளி பொருந்தியிருந்த அந்த மானுடவீரர்கள் வெண்மையான மாலைகள், உடைகள் ஆகியவற்றுடன் கூடி ஸீதையை நோக்கி வந்தடைந்தார்கள். அந்த யானை ஆகாயத்தில் நின்றிருந்தது. மலையுச்சியின் மீதிருந்த ஸீதையை, அவள் கணவன் ராமன் கைகொடுத்து தூக்கி யானையின் முதுகில் அமர்த்திக் கொண்டார்.

பிறகு இன்னொரு வினோதமான காட்சியில் தாமரைக் கண்ணழகியான ஸீதை தன் கணவன் மடியிலிருந்து எழுந்து, சந்திர, சூரியர்களை தன் கைகளினால் தொட்டுப் பார்த்துக் கொண்டிருந்தாள். அகன்ற கண்களுடன் கூடிய ஸீதையுடன் அந்த இரண்டு ராஜகுமாரர்களும் யானையின் மீது வீற்றிருக்க, அந்த பெரிய யானை லங்காபுரியின் மீது நின்றிருந்தது. இன்னொரு காட்சியில் ஒரு தேர், வெண்மையான எட்டு காளைகளுடன் பூட்டப்பட்டிருந்தது. அதில் அமர்ந்து காகுத்ஸ்தன் ராமன் ஸீதையுடன் தானாகவே இவ்விடம் வந்தார். இன்னொரு காட்சியில் வெண்மையான மாலைகளையணிந்து, வெண்மையான ஆடைகள் உடுத்திய ராமன், ஸூர்யனைப் போன்று ஒளிபொருந்திய தெய்வீக புஷ்பக விமானத்தில் ஏறிக்கொண்டு லக்ஷ்மணனுடன் சேர்ந்திருந்தார். மனிதர்களுள் சிரேஷ்டரான அந்த ராமன் வடக்கு திசையை நோக்கி பயணமானார்.

இவ்வாறு நான் ராமனை மஹாவிஷ்ணுவுக்கு ஈடான பராக்ரமம் கொண்டவராக சொப்பனத்தில் கண்டேன். அந்த ராகவன் அப்பொழுது தனது தம்பி லக்ஷ்மணனுடனும், மனைவி ஸீதையுடனும் கூடியிருந்தார். பாவம் செய்தவர்கள் ஸ்வர்க்கலோகத்தை அடைய முடியாதல்லவா? அதைப்போன்று மஹாதேஜஸ்வி ராமனை தேவர்களாலோ, அரக்கர்களாலோ அல்லது மற்ற எவராலோ வெல்ல முடியாது. இந்த திவ்யமான காட்சிக்கு மாறாக வேறொரு கோரமான காட்சியையும் கண்டேன். ராவணன் உடல் முழுவதும் எண்ணையை பூசிக்கொண்டு சிவப்பு வஸ்திரம் உடுத்தி, அரளி மாலையை அணிந்து கொண்டு கள் குடித்து போதையுடன் தெய்வீகமான புஷ்பக விமானத்திலிருந்து மொட்டை அடிக்கப்பட்டு கீழே தரையில் விழுந்து கிடந்தான். கருப்பு ஆடையில் இருந்த அவனை ஒரு ஸ்த்ரீ இழுத்துச் சென்றதைப் பார்த்தேன். பிறகு அவன் கோவேறு கழுதைகளைப் பூட்டியிருந்த ரதத்தின் மீது இருந்தான். அப்பொழுது அவன் சிவப்பு மாலை அணிந்திருந்தான். உடல் முழுவதும் சிவப்பு பூச்சுடன் இருந்தது.

ஸுந்தர காண்டம்

அவன் எண்ணெயைக் குடித்துக் கொண்டு, சித்தம் சிதைந்து, புலன்கள் கலங்கி ஆடிக்கொண்டும், சிரித்துக் கொண்டும் பித்தனைப் போன்றிருந்தான். பிறகு அவன் கழுதையின் மீது அமர்ந்து தெற்கு திசையை நோக்கி வேகமாகப் புறப்பட்டுச் சென்றான். ராக்ஷஸராஜன் ராவணன் மறுபடியும் இந்த கோலத்தில் காணப்பட்டான். பிறகு அவன் பீதியடைந்து கழுதை மீதிருந்து தலைகுப்புற தரையில் விழுந்தான். உடனே எழுந்து கலங்கிப் போய் போதையில் மனம் சிதறியிருந்தான்.

அவன் பித்துப்பிடித்தவன் போல் இருந்தான். நிர்வாணமாக ஆடைகளற்று இருந்தான். பல கெட்ட வார்த்தைகளைச் சொல்லி பிதற்றிக் கொண்டிருந்தான். சகிக்க முடியாத துர்நாற்றத்துடன், கண்ணங்கரேல் என்றிருந்த, கோரமான நரகத்திற்கு ஒப்பான, மலம் நிறைந்த சேற்றில், விழுந்து அதில் முக்கி மூழ்கிக் கிடந்த தசக்ரீவன் ராவணனை, உடலெங்கும் அழுக்கடைந்த சிவப்பு உடையுடன் இருந்த கருப்பு நிறமுள்ள ஒரு பெண் அவன் கழுத்தில் கயிற்றைப் போட்டு கட்டி, தெற்கு திசையை நோக்கி இழுத்துச் சென்றாள். இதே கோலத்தில் அரக்கன் கும்பகர்ணனையும் நான் பார்த்தேன். ராவணனுடைய புத்திரர்கள் அனைவரும் மொட்டையடித்துக் கொண்டு, உடம்பு முழுவதும் எண்ணெய் பூசிக் கொண்டு இருந்தார்கள். ராவணன் பன்றியின் மீதும், இந்திரஜித் முதலையின் மீதும், ஒட்டகத்தின் மீது கும்பகர்ணனும் அமர்ந்து சவாரி செய்து கொண்டு தென்திசையை நோக்கி புறப்பட்டுச் சென்றார்கள். விபீஷணன் ஒருவன் மாத்திரம் வெண்கொற்றக் குடையுடன் காணப்பட்டான். அவன் வெண்மையான மாலைகள் அணிந்து வெண்மையான ஆடைகள் உடுத்தி, வெண்மையான சந்தனத்தைப் பூசிக் கொண்டு இருந்தான். சங்கு, முரசு முதலான மங்கள வாத்யங்களும், நாட்டியம், ஸங்கீதம் போன்ற நிகழ்ச்சிகள் செய்யும் குழாமும் அங்கு காணப்பட்டது.

அங்கே, விபீஷணன் ஒரு திவ்யமான யானையின் மீது ஏறி அமர்ந்திருந்தான். அந்த யானை மலைபோன்று பெரிய வடிவத்துடன் இருந்தது. அதன் பிளிறல் இடிமுழக்கத்தைப் போன்றிருந்தது. அதற்கு நான்கு தந்தங்கள் இருந்தன. அவனைச் சுற்றி நான்கு மந்திரிகளின் குழாம் சூழ்ந்திருந்தது. அவர்களுடன் விபீஷணன் ஆகாயத்தில் வீற்றிருந்தான். ஸங்கீதம், மங்கள வாத்யங்கள் ஆகியவற்றோடு அந்த குழாம் கூடியிருந்தது. இந்த லங்கா பட்டணத்தின் நகரவாசி அரக்கர்கள் அனைவரும் குடித்துக் கொண்டிருந்தார்கள். சிவப்பு மாலைகளை அணிந்து கொண்டும் சிவப்பு நிற ஆடைகளை உடுத்தியும் இருந்தார்கள். முன்பு குதிரைப் படைகள், தேர்ப் படைகள், யானைப்படைகள் ஆகியவற்றுடன் அழகாக இருந்த லங்கா நகரம், ராவணனால் நன்றாக பாதுகாக்கப்பட்டு வந்த இந்த நகரம், கோபுரங்கள் –

தோரணங்கள் யாவும் இடிந்து போய் சமுத்திரத்தில் விழுந்து கிடந்ததைப் பார்த்தேன்.

இந்த லங்காபட்டணம், ராமனுடைய தூதனாக வந்த மிகுந்த வேகம் கொண்ட ஒரு வானரத்தால், தீயிடப்பட்டதையும் பார்த்தேன். அரக்கப் பெண்கள் எண்ணெயைப் பருகி, ஆடிக்கொண்டும், சிரித்துக்கொண்டும் கூச்சல் போட்டுக் கொண்டும், சாம்பல் மூட்டமாக இருந்த லங்காநகரத்தில் நுழைந்தார்கள். கும்பகர்ணன் முதலான இந்த அனைத்து ராக்ஷஸத் தலைவர்களும், சிவந்த ஆடைகளுடன் மாட்டுச் சாணிக்குட்டைகளில் மூழ்கினார்கள். அரக்கிகளே! தூர, விலகிச் செல்லுங்கள். நீங்கள் அழிந்து போவீர்கள்! ராகவன் ஸீதையை அடைந்து விட்டார்.

ஸீதை ராமனுடன் காட்டிற்கு பின் தொடர்ந்து வந்தவள். ஆகையால் ராமனுக்கு அவளிடம் பாசமும், பெருமதிப்பும் உண்டு. அரக்கர்கள் அனைவருடன் சேர்ந்து கொண்டு, ஸீதையை நாம் அச்சுறுத்தியதையும், மிரட்டியதையும் கேட்டால் ராமன் நம்மை மன்னிக்கமாட்டார். ஆகையால் கடுமையான வார்த்தைகளைப் பேசியது போதும், இத்தோடு நிறுத்திக் கொண்டு அன்பான வார்த்தைகளையே கூறுவோம். நாம் ஸீதையை வேண்டிக் கொள்வோம். இதுதான் நல்லது என்பது என்னுடைய விருப்பம்.

சோகத்தில் இருக்கும் இந்த ஸீதை விஷயமாக நான் இப்படிப்பட்ட சொப்பனத்தைக் கண்டேன். எல்லா வகைப்பட்ட துக்கங்களிலிருந்தும் ஸீதை விடுதலை பெற்று, மிகச் சிரேஷ்டமான இன்பத்தை அடையப் போகிறாள். நாம் இதுவரையில் மிரட்டியிருந்தாலும், ஸீதையை நாம் வேண்டிக் கொள்வோம். அரக்கிகளே! மேலும், சொல்வதற்கு என்ன இருக்கிறது? அரக்கர்களுக்கு ராமனிடமிருந்துதான் கோரமான பயம் ஏற்பட்டிருக்கிறது. மிதிலா நகர ராஜகுமாரி, ஜனக மஹாராஜாவின் அன்புப் புதல்வி ஸீதை, நாம் வணக்கம் கூறினாலே மிகவும் மகிழ்ந்து போய் அருள்புரிவாள். அரக்கியர்களான நாம் எல்லோரையும் பெரிய பயத்திலிருந்து காப்பாற்றுவதற்கு இவள் ஒருத்திதான் தகுதியானவள். அகன்ற கண்களைக் கொண்ட இந்த ஸீதையிடம் எந்த குற்றத்தையும் நான் காணவில்லை. இவளுடைய அவயவயங்களில் குற்றமுள்ள எந்த லக்ஷணமும், சிறிதளவு கூட காணப்படவில்லை. இவளுக்கு வந்திருக்கும் இந்த சோகம் நிழலைப் போன்றதுதான் என்று நான் எண்ணுகிறேன். அது சீக்கிரம் அகன்று விடும் என்பது எனது அபிப்பிராயம். நான் இந்த தேவி ஆகாயத்தில் வீற்றிருந்ததைக் கண்டேன். ஆகையால் இவளுக்கு எந்த துக்கமும் ஏற்படாது. நான் பார்த்த இந்த காட்சியின் மூலம் ஸீதைக்கு அவளது எண்ணம் ஈடேறப் போகிற வெற்றி அவளை எட்டிவிட்டது என்பதை நான் உணர்கிறேன்.

ராக்ஷஸேந்திரனான ராவணனின் மரணமும், ராமனுடைய வெற்றியும் நிச்சயம். இந்த மிகப் பிரியமான செய்தியை ஸீதை கேட்கப் போகிறாள் என்பதனை நிமித்தங்கள் தெரிவிக்கின்றன. தாமரை இதழைப் போன்ற இவளுடைய நீண்ட கண் துடிப்பதை பார்க்க முடிகிறது. பரிவு உள்ளம் கொண்ட இவளுடைய இடது கண் துடிக்கிறது. இவளது முகமும் பிரசன்னமாக இருக்கிறது. காரணம் ஏதும் இல்லாமலே வைதேஹியின் ஒரு கை துடிக்கிறது. யானையின் துதிக்கையையொத்த இவளது உத்தமமான இடது தொடையும் துடிக்கிறது. அது அவ்வாறு துடிப்பதின் மூலம் ராமன் அவள் முன்னிலையில் வந்து விட்டார் என்பதை ஸூசகப்படுத்துகிறது."

அப்பொழுது அந்த மரத்தின் கிளை மீதிருந்த ஒரு பட்சி, குதூகலத்துடன் குரல் எழுப்பிற்று. அது மீண்டும் மீண்டும் அமைதியை வரவேற்பது போல் இருந்தது. அது மிகச் சிறந்த இன்பம் வந்து விட்டது என்பதைக் கூறுவது போல் இருந்தது. அது மீண்டும் மீண்டும் குரல் கொடுத்ததைப் பார்த்தால், யாரோ ஒருவர் அந்த பட்சியைத் தூண்டி, நல்ல செய்தியை மகிழ்ச்சி பொங்கச் சொல்லச் சொல்வது போல் இருந்தது. இயல்பாக நாணமுடைய அந்த மடந்தை, ஸீதை அப்பொழுது, கணவனின் வெற்றிச் செய்தியைக் கேட்டு ஆனந்தப்பட்டாள். அப்பொழுது அவள் அரக்கியர்களைப் பார்த்து, "நீங்கள் கூறியது உண்மையாக நிறைவேறினால் நான் உங்களுக்கு தஞ்சம் அளிக்கிறேன்" என்று கூறினாள்.

27-ஆவது ஸர்க்கம் முடிவுற்றது.

28-ஆவது ஸர்க்கம்

தூக்கிலிட்டுக் கொள்ள முயற்சித்தல்

ராக்ஷஸ வேந்தனான ராவணனுடைய கடுமையான வார்த்தைகளை, நிஷ்டுரமாக பேசப்பட்டவற்றைக் கேட்டு ஸீதை, ஒரு சிறு பெண் யானைக் கன்று சிங்கத்தால் தாக்கப்பட்டால் எப்படி துடிக்குமோ, அப்படி துடித்தாள். அவள் இயல்பாகவே பயந்த சுபாவம் கொண்டவள். இப்பொழுது அரக்கிகளின் மத்தியில் அகப்பட்டுக் கொண்டிருக்கிறாள். ராவணனாலும் கடுமையான வார்த்தைகளால் மிகவும் அச்சுறுத்தப்பட்டிருந்தாள். ஜனஸஞ்சாரமேயில்லாத ஒரு வனாந்திரபிரதேசத்தில் விடப்பட்டிருந்த ஒரு சிறுமியின் நிலையில் இருந்த ஸீதை மிகவும் அழுதாள்.

"ஆனால் நான் இறக்க வேண்டிய காலம் இன்னும் வரவில்லை போல் இருக்கிறது. உரிய காலம் வராமல் மரணம் ஏற்படாது என்று பெரியோர்கள் கூறுவார்கள். அந்த உலகியல் வழக்கு உண்மைதான் போலிருக்கிறது. அதனால் தான், இவ்வளவு தூரம் தூற்றப்பட்ட பாவியான நான், ஒரு நொடியிலேயே உயிரை விடாமல், இன்னும் உயிர்வாழ்ந்து கொண்டிருக்கிறேன். என் இதயத்தில் சந்தோஷம் துளியும் இல்லை. மாறாக பல துயர்களாலும் நிரம்பியிருக்கிறது. அப்படிப்பட்ட இதயம் ஏன் சுக்கல் சுக்கலாக வெடித்துச் சிதறிப் போகவில்லை! அது என்ன அவ்வளவு உறுதியா? ஒரு மலையின் சிகரம் கூட இடிவிழுந்தால் சிதறிப்போய் விடுகிறது. இதற்கு அழிவே இல்லை என்பது நிச்சயம். இந்த கஷ்டத்தைப் பொறுப்பதைக் காட்டிலும் ஏன் உயிரை விட்டுவிடக் கூடாது. ஏனெனில், கொடூரமான பார்வை கொண்ட ராவணனால் நான் கொல்லப் படத்தான் போகிறேன். அவன் கையால் சாவதை விட தற்கொலை செய்வது மேல். மரணத்தை தவிர்க்க வேண்டுமானால் ராவணனுக்கு இணங்க வேண்டும். ஆனால் நான் ராவணனிடம் என் மனதை பறிகொடுக்கமாட்டேன். வேதியனல்லாத ஒருவனுக்கு ஒரு வேதியன் மந்த்ரத்தை தாரை வார்த்துக் கொடுப்பானா? உலகநாதனான என் நாயகன், ராமன் இன்னும் வரவில்லையே! இந்தப் பாவி ராக்ஷஸேந்திரன் என்னைக் கொல்லத்தான் போகிறான். கர்ப்பத்தில் இருக்கும் சிசுவை மருத்துவன் கத்தியினால் வெட்டியெடுப்பதைப் போல, இவனும் கூரிய ஆயுதங்களால் என் உடல் அங்கங்களை துண்டு துண்டாக வெட்டத்தான் போகிறான்!

இவன் எனக்கு இரண்டு மாதங்கள் கெடு கொடுத்திருக்கிறான். துக்கத்தில் வருந்தி கொண்டிருக்கும் எனக்கு அது வெகுகாலம் போன்று, கழிந்து கொண்டிருக்கிறது. ஒரு கள்வனை அரசாங்க குற்றத்திற்காக மரணதண்டனை விதித்து, அவன் சிறையில் அடைக்கப்பட்டிருந்தால், அந்த குற்றவாளிக்கு அந்த இரவு ஒரு யுகமாக நீடித்திருப்பதைப் போன்றிருக்கும். அதைப் போன்றே என் நிலையும் இப்பொழுது உள்ளது. ஹே ராமா! ஹே லக்ஷ்மணா! ஹே ஸுமித்ரை! ஹே, ராமனின் தாய்மார்களே! ஹே, என் அன்னையே! துர்ப்பாக்கியவதியாகிய நான் ஆபத்தில் சிக்கியுள்ளேன்! புயல்காற்றில் கப்பல் சமுத்திரத்தில் முழுகுவதைப் போல் நான் துயரில் மூழ்கியிருக்கிறேன். ராஜகுமாரர்கள் ராமலக்ஷ்மணர்கள் இருவரும் வேகமாகச் செல்லக் கூடியவர்கள். அவர்களை மான் உருவத்தில் வந்த ஒரு பிராணி, இரண்டு கம்பீரமான சிங்கங்களை இடி தாக்கி கொன்றதைப் போல, கொன்று விட்டதோ! இவை எல்லாவற்றிற்கும் நானேதான் காரணம். உண்மையில் அந்த காலதேவன்தான் மான் உருவத்தில் வந்து, துர்ப்பாக்கியவதியான என்னை அப்பொழுது ஆசைகாட்டி மோசம் செய்துவிட்டது! அதனால் தான் நான் ஆர்யபுத்திரர்களான ராமனையும் லக்ஷ்மணனையும் அனுப்பி வைத்தேன் போலும்!

ஹே ராமா! ஸத்யம் ஒன்றே கொள்கையாகக் கொண்டவரே! நீண்ட புஜங்களைக் கொண்டவரே! ஹே, பரிபூர்ண சந்திரனைப் போன்ற திருமுகம் கொண்டவரே! உயிர் உலகம் அனைத்திற்கும் பிரியமானவரும், ஹிதமுமானவரே, அரக்கர்களால் நான் கொல்லப்படப் போகிறேன் என்பது உமக்குத் தெரியாதே! கணவரைத் தவிர வேறு எவரும் எனக்கு கடவுள் இல்லை என்றிருந்தேனே! பொறுமைகாத்து வந்தேனே! கட்டாந்தரையில் படுத்து வந்தேனே! தர்மத்தின் நியமங்களைக் கடைப் பிடித்து வந்தேனே! கற்புநெறியை உறுதியுடன் காப்பாற்றி வந்தேனே! இவை அனைத்தும் எனக்கு, செய்நன்றி மறந்த மனிதர்களுக்கு செய்த உதவிகள் போன்று யாவும் பயனற்றுப் போய்விட்டனவே! நான் கடைப்பிடித்து வந்த அறநெறி வீணாகப் போயிற்றே! ஒருவனுக்கு ஒருவன் தான் கணவன் என்ற கொள்கையும் வீணாகப் போயிற்றே! நான் இப்பொழுது இளைத்துப் போய் விட்டேன். களையிழந்து போய்விட்டேன். நொந்து போய் விட்டேன். நான் உங்களை பார்க்க முடியவில்லை. மறுபடியும் உம்முடன் கூடியிருப்பேனா என்ற எதிர்பார்ப்பும் போய்விட்டது. தந்தையின் கட்டளையை உறுதியுடன் காப்பாற்றிவிட்டு, தான் மேற்கொண்ட ப்ரதிஜ்ஞையையும் நிறைவேற்றிவிட்டு, காட்டிலிருந்து திரும்பி நீர் நாடு திரும்பியிருக்கலாம். அப்பொழுது என்னை மறந்து கண்ணழகிகள் பெண்கள் பலருடன் கூடி மகிழ்ந்து எந்த பயமுமில்லாமல் சந்தோஷமாக இருக்கிறீரோ? ஆனால், என்னுடைய நிலைமையைப் பார்த்தீரா, ராமா! நான் உன்னிடத்திலே

சுந்தர காண்டம்

மோகம் கொண்டு, வெகுகாலமாக மரணத்தின் பால் எண்ணத்தை வைத்துக் கொண்டு, தவநெறிகளை வீணாக கைப்பற்றிக் கொண்டு, துர்ப்பாக்கியவதியாக, அந்தோ, நான் உயிரை விடப்போகிறேனே! அப்படிப்பட்ட நான் சீக்கிரம் என் உயிரைத் துறந்துவிடுகிறேன். விஷத்தைக்குடித்தோ, கூர்மையான ஆயுதத்தால் குத்திக் கொண்டோ நான் இறந்து விடுகிறேன். அரக்கனுடைய மாளிகையில் விஷத்தையோ, கூரிய ஆயுதத்தையோ கொடுப்பார் யாரும் இல்லையே!

இவ்வாறு பலவாறாக அந்த ஸீதாதேவி புலம்பி, ராமனையே முழுமையாக ஸ்மரணம் செய்து கொண்டு, வாடிய முகத்துடன், நடுங்கிக் கொண்டே, பூத்துக்குலுங்கிய அந்த உயரமான மரத்தை அடைந்தாள். துக்கத்தினால் வறுத்து எடுக்கப்பட்ட அந்த ஸீதை, பலவாறாக சிந்தனை செய்து, கூந்தல் முடிச்சை கையில் பிடித்துக் கொண்டு, ''இந்த கூந்தல் பின்னலைக் கொண்டு சுறுக்குப் போட்டுக் கொண்டு நான் யமதேவன் இருக்குமிடத்திற்கு செல்லப் போகிறேன்'' என்று தீர்மானம் செய்தாள்.

மிருதுவான சகல அங்கங்களையும் கொண்டிருந்த அவள் மரத்தின் கிளையை அடைந்து, அதனைப் பிடித்து, ராமனையும், லக்ஷ்மணனையும், தன்னுடைய வம்சத்தையும் நினைத்துக் கொண்டாள். அப்பொழுது, சுபமான அங்கங்களைக் கொண்டிருந்த ஸீதைக்கு பல நல்ல சகுனங்கள் தென்பட்டன. அவை நிச்சயம் சோகத்தை காட்டுவதாக இல்லை. மாறாக தைரியத்தை ஊட்டுவிக்கக் கூடியதாக இருந்தன. அவை யாவும் உலகத்தில் நன்றாக அறியப் பட்டிருந்தவை. அந்த சுபஸூசகங்களை அவள் ஏற்கனவே கண்டிருந்தாள். அவை ஏற்கனவே கைகூடக் கூடியவை என்று நிருபணமானவையே.

28-ஆவது ஸர்க்கம் முடிவுற்றது.

29-ஆவது ஸர்க்கம்

சுபசகுனங்கள்

வேதனையுடன் கூடி, சந்தோஷமிழந்து, மனம் நொந்து இருந்த மாசற்ற அந்த நிலையில் இருந்த ஸீதையிடத்து, மங்களகரமான ஸூசகங்கள் வந்து சேர்ந்தன. செல்வங்கள் நிறைய பெற்றவனை நாடி சேவகர்கள் வந்து சேர்வதைப் போல அது இருந்தது. அவளுடைய ஒரு கண், அதாவது இடது கண் துடித்தது. அழகான கூந்தலுடைய ஸீதையின் கண் வளைந்த இமைகளையும், வரிசையான ரோமங்களையும் கொண்டிருந்தது. கண்ணின் வெளிர்பாகம் அகன்றிருந்தது. அதனுள்ளே விழி கருத்திருந்தது. ஒரு செந்தாமரையின் மீது ஒரு மீன் விழுந்தால், அது துடித்து அசைவது போல், ஸீதையின் கண்ணும் துடித்தது. அவளுடைய புஜங்கள் அழகாகப் பொருந்தியவை. அவை பருத்து, உருண்டு திரண்டிருந்தன. விலையுயர்ந்த காரகில், சந்தனம் போன்ற வாசனைப் பூச்சுக்கு மிகவும் தகுதியானவை. இதற்கு மேல் சிறப்பான புஜங்கள் எவருக்கும் இல்லை என்று சொல்லும்படியாக இருந்தன. அவை தன் காதலனான ராமனால் வெகுகாலம் அணைத்துத் தழுவப்பட்டவை. அப்படிப்பட்ட புஜங்களில் இடது புஜம் உடனேயே துடித்தது. அவளுடைய தொடைகள் யானையின் துதிக்கைக்கு ஒப்பானவை. அவைகள் பருமனாகவும் ஒன்றுக்கொன்று இணையாகவும், அழகான அமைப்பைக் கொண்டவையாகவும் இருந்தன. அப்படிப்பட்ட தொடைகளில் இடது தொடை மறுபடியும் மறுபடியும் துடித்தது. "ராமன் உன் முன்னால் வந்து நின்று விட்டான்" என்று சொல்வதுபோல் அந்த துடிப்பு இருந்தது.

தூய்மையான கண்களைப் படைத்திருந்த ஸீதையின் ஆடை சிறிது நழுவி விலகியது. அழகான தேஹம் கொண்டிருந்த ஸீதையின் அந்த ஆடை மங்களகரமாக இருந்தது. மற்றும் தங்கத்திற்கு ஈடான நிறத்தில் இருந்தது. வெகுநாட்களாக துவைக்கப்படாமலிருந்ததால் சிறிது தூசி படிந்திருந்தது. வெண்மையான ஹிமாலய சிகரங்களை ஒத்த பற்களைக் கொண்ட ஸீதையின் ஆடை, அவள் நின்று கொண்டிருந்த போது சற்று நழுவி விலகியது. இந்த நிமித்தங்களினாலும் இதைப் போன்ற இன்னும் இதர சில ஸூசகங்களினாலும், அழகானப் புருவங்களைக் கொண்ட ஸீதை அறிவுறுத்தப்பட்டாள். முன்பே கூட இப்படிப்பட்ட ஸூசகங்கள் நன்றாகவே அவளுக்கு சித்தித்திருந்தன. கடும் வெய்யிலினாலும், பெருங்காற்றினாலும் சுண்டிப்போய்விட்ட ஒரு விதை, மழை பொழிந்தால் எப்படி செழிப்புடன் வளர்ச்சி பெறுமோ, அதைப் போன்று ஸீதையும்

மகிழ்ச்சியெய்தினாள். அவள் முகத்தில் உதடுகள் கோவைப்பழம் போன்று சிவந்திருந்தன. புருவங்கள் அழகாக இருந்தன. கூந்தல் நுனிவரை புருவமயிர்கள் பரவியிருந்தன. அவள் வெண்பற்கள் புன்சிரிப்புடன் துலங்கின. இவ்வளவு சௌந்தர்யங்கள் கொண்ட அவளது திருமுகம், ராஹுவிடமிருந்து மீண்ட சந்திரனைப் போன்றிருந்தது. அப்பொழுது அவளது சோகம் அவளை நீங்கி விலகியது. சோர்வு அகன்றிருந்தாள். தாபம் அடங்கியவள் ஆனாள். மகிழ்ச்சியினால் மனம் பொங்கி இருந்தது. அப்பொழுது, குளிர் மதியம் உதயமான வளர்பிறை இரவைப் போன்று, பெருந்தகையாளின் திருவதனமும் பொலிவுடன் விளங்கியது.

29-ஆவது ஸர்க்கம் முடிவுற்றது.

30-ஆவது ஸர்க்கம்

ஸீதைக்கு ஆறுதல் கூற யோசித்தல்

அரக்கியர்கள் ஸீதையை மிரட்டியது, திரிஜடையின் சொப்பன வ்ருத்தாந்தம் ஆகிய யாவற்றையும், உள்ளது உள்ளபடி ஹனுமான் நிதானமாக கேட்டுக் கொண்டார். தேவலோகத்துப் பூங்காவனமான நந்தவனத்தில் இருந்த ஒரு தேவமாதைப் போன்று இருந்த ஸீதாதேவியை அவர் கண்டார். அப்பொழுது வானரன் பலவாறாக சிந்தனை செய்தார்.

"வானரர்களில் எத்தனையோ பேர்கள், ஆயிரக்கணக்கானவர்கள், பதினாயிரம் கணக்கானவர்கள் ஸீதையை எல்லா திசைகளில் தேடிக் கொண்டிருக்கிறார்கள். நான் அவளைக் கண்டுபிடித்துவிட்டேன். அனுபவசாலி யான ஒரு ஒற்றன் சத்துருவின் சக்தியை புலன் ஆராய்ந்து கொள்ள வேண்டும். அவன் ரஹஸ்யமாக ஸஞ்சாரம் செய்ய வேண்டும். இவற்றை நான் கடைப்பிடித்து இந்த லங்கா பட்டணத்தை நன்றாகச் சுற்றிப் பார்த்து விட்டேன். அரக்கர்களின் விசேஷத் தன்மைகளைத் தெரிந்து கொண்டேன். அரக்கர் வேந்தனான ராவணனுடைய பலம், சக்தி, ஆற்றல் ஆகியவற்றையும் தெரிந்து கொண்டேன். அளப்பரிய பிரபாவம் கொண்டவரும், எல்லா உயிர்களிடமும் கருணையுள்ளம் கொண்டவருமான ராமனின் பார்யை இவள். இவள் தன் கணவனைப் பார்க்க ஏக்கத்துடன் இருக்கிறாள். நான் இவளுக்கு ஆறுதல் மொழி கூறவேண்டியது அவசியம்.

முழுநிலவைப்போன்ற திருமுகத்தைக் கொண்ட இந்த ஸீதை, இதற்கு முன் இப்படிப்பட்ட துக்கத்தை அனுபவித்ததில்லை. இப்பொழுது சோகத்தால் கஷ்டப்படுகிறாள். அந்த சோகம் எப்பொழுது முடியுமோ என்பதையும் அறியாள். ஆகையால் நான் இவளுக்கு ஆறுதல்மொழி கூறுகிறேன். சோகத்தினால் இந்த ஸீதாதேவியின் மனது மிகவும் பாதிக்கப்பட்டிருக்கிறது. இந்த நிலையில் உள்ள இவளுக்கு ஆறுதல் மொழி கூறாமல் நான் திரும்பிச் சென்றால் அது குற்றமுள்ளதாக ஆகிவிடும். புகழ்மிக்க இந்த அரசகுமாரி ஜானகிதேவி, தன்னைக் காப்பாற்ற ஏற்பாடுகள் செய்யப்பட்டிருப்பதை அறியாமல் உயிரை விட்டு விடுவாள்.

மேலும், நீண்ட புஜங்களைக்கொண்ட, முழுமதி போன்ற வதனத்தை உடைய, ஸீதையைக் காண ஏக்கம்கொண்ட, ராமனுக்கும் நான் ஆறுதல் மொழி

கூறவேண்டும். இங்கே அரக்கியர்கள் இருக்கிறார்களே, அவர்கள் முன்னிலையில் பேசுவது உசிதம் இல்லையே! என்ன செய்வது என்று புரியாத சங்கடத்தில் நான் இருக்கிறேனே! மேலும் இரவு முடிவதற்கு இன்னும் கொஞ்சம் நேரம்தான் இருக்கிறது. அதற்குள் நான் இவளை ஆறுதல்கூறி தேற்றாவிட்டால் இவள் நிச்சயம் உயிர்துறந்து விடுவாள். சந்தேகமில்லை. நளினமான இடையைக் கொண்ட ஸீதையிடம் எதுவும் பேசாமல் திரும்பிச் சென்றால், ஸீதை என்னிடம் என்ன பேசினாள் என்று ராமன் கேட்கும் கேள்விக்கு நான் என்ன பதில் கூறுவேன்?

ஸீதையின் தூதுமொழியில்லாமல், நான் அவசரப்பட்டு அங்கு சென்றால், காகுத்ஸ்தன் ராமனுக்கு கோபம் வந்துவிடும். சுட்டெரிக்கும் பார்வையினா லேயே என்னை அவர் எரித்து விடுவார். ராமகாரியத்திற்காக எனது தலைவன் ஸுக்ரீவனைத் தூண்டி, ஸைன்யத்தைத் திரட்டிக் கொண்டு இங்கு வந்தால், அதுவும் வ்யர்த்தமாகித்தான் போய்விடும். அரக்கியர்கள் அருகில் இல்லாத சமயமாகப்பார்த்து அந்த இடைவெளி நேரத்தில் ஸீதையைப் பார்த்துப் பேசி ஆறுதல் கூறுகிறேன். சோகத்தினால் மிகவும் நொந்து போயிருக்கும் இவளை மெதுவாகப் பேசி சமாதானப்படுத்துகிறேன். நான் சிறிய வடிவுடன் இருக்கிறேன். அதுவும் குரங்காகவும் இருக்கிறேன். ஆகையால் குரங்கு மொழியில் பேசுவது கூடாது. மானுடரைப் போல ஸம்ஸ்க்ருத மொழியில் நான் பேசுகிறேன்.

வேதியர்கள் இலக்கணச்சுத்தமாக பேசுவது வழக்கம். அப்படி நான் பேசினால், என்னை ஸீதை வேதியனாக நினைத்து, ராவணன் தான் மாறுவேடத்தில் வந்திருப்பதாக நினைத்து என்னைக் கண்டு பயந்து போய்விடுவாள். நான் வானர ரூபத்தில் வேறு இருப்பதால் எப்படிப் பேசினால் உசிதமாக இருக்கும்? ஆனாலும் நான் மானுடமொழியில் பேசுவது தான் அவசியம். அப்பொழுதுதான் அதன் பொருள் புரிபடும். நான்தான் இவளை சமாதானப்படுத்த வேண்டும். வேறு எவராலும் அது முடியாது. இவள் எந்த குற்றமும் இல்லாத தூயவள். அவ்வாறு நான் பேசத்துணிந்தால் வேறு ஒரு விபரீதமும் ஏற்பட வாய்ப்பு உண்டு. என்னுடைய உருவத்தைப் பார்த்து ஸீதை பயந்து போய்விடுவாள். ஏற்கனவே அவள் அரக்கியர்களால் அச்சுறுத்தப்பட்டு பயத்தில் இருப்பவள். அவளுக்கு மறுபடியும் பயம் ஏற்பட்டு விடும்.

நல்ல மனம் படைத்த, நீண்ட அகன்ற கண்களைக் கொண்ட அவள், இஷ்டப்படி மாற்று உருவம் ஏற்றிருக்கும் ராவணனேதான் நான் என்று எண்ணி கிலிபிடித்து அலறுவாள். ஸீதை இவ்வாறு கூச்சல் போட்டவுடன், அரக்கியர்களின் கூட்டம் உடனே, எல்லா ஆயுதங்களையும் ஏந்திக்கொண்டு, யமனைப் போன்று கோரமான உருவத்துடன் ஒன்றுகூடி ஓடிவருவார்கள். பிறகு

அவர்கள் அனைவரும் கோரமான உருவங்களுடன் என்னை நாற்புறமும் சூழ்ந்து கொண்டு, முடிந்தவரையில், என்னைப்பிடித்து கட்டிப்போடுவதற்கோ அல்லது கொல்லவோ கூட முயற்சிப்பார்கள். பெரிய உருவத்துடன் உயரமான மரங்களின் கிளைகள், சிறுகிளைகள், அடிமரங்கள் ஆகியவற்றைப் பிடுங்கி அங்குமிங்கும் ஓடுவதை பார்த்து அந்த அகோர உருவம் கொண்ட அரக்கிகள் பயத்துடன், என்னை சந்தேகிப்பார்கள்.

பிறகு அவர்கள் அரக்கர்களை அழைக்க கூப்பாடு போடுவார்கள். அரக்கர் வேந்தனின் அரண்மனையில் இருக்கும் அரக்கர்கள் ராக்ஷஸேந்திரன் ராவணனால் ஏவப்படுவார்கள். அவர்கள் சினம்கொண்டு, சூலம், வேல், கத்தி போன்ற பலவிதமான ஆயுதங்களை கைகளில் ஏந்திக்கொண்டு வேகமாக என்னுடன் போருக்கு வருவார்கள். ரோஷம் கொண்ட அவர்களால் நான் சூழப்பட்டாலும், அவர்கள் பலத்தை நான் நிச்சயம் அழித்துவிடுவேன். ஆனாலும் களைப்பினால் நான் கடலின் எதிர்கரைக்குச் செல்லமுடியாது போய்விடுவேன். உடனே அவர்கள் பலரும் மிக வேகமாக என்மீது பாய்ந்து வந்து என்னைப்பிடித்து விடுவார்கள். அப்பொழுது நான் பிடிபட்டுப் போவதோடு, இந்த ஸீதைக்கும் எந்த பயனும் இல்லாமல் போய்விடுவேன்.

அரக்கர்கள் ஹிம்ஸை செய்வதில் விருப்பம் கொண்டவர்களாகையால் இந்த ஜானகியை ஹிம்ஸைப் படுத்துவார்கள். பிறகு ராமன், ஸுக்ரீவன் ஆகியோர்களின் காரியம் குட்டிச் சுவராகிவிடும். ஜானகி ஒரு ரஹஸ்யமான இடத்தில் பாதுகாப்பில் வைக்கப்பட்டிருக்கிறாள். இந்த பிரதேசத்திற்கு வருவதற்கு வழி தெரியாது. இந்த பிரதேசம் அரக்கர்களால் தடுக்கப்பட்டு வைக்கப்பட்டிருக்கிறது. மேலும் கடலாலும் சூழப்பட்டிருக்கிறது. என்னை அரக்கர்கள் போரில் கொன்றாலும் சரி அல்லது சிறைப் படுத்தினாலும் சரி, ராமனுடைய காரியத்தை நிறைவேற்றுவதற்கு வேறு எவரும் உதவி செய்ய முடியாது. நான் கொல்லப்பட்டுப் போனால், எவ்வளவு ஆலோசித்தும், நூறு யோஜனை தூரத்தில் உள்ள இந்த பெருங்கடலை தாண்டக் கூடியவர் எவரும் எனக்குத் தென்படவில்லை. நான் ஆயிரக்கணக்கான ராக்ஷஸர்களை கொன்று போட்டு விட திறமை கொண்டவன், வாஸ்தவம் தான். ஆனால் பெருங்கடலின் எதிர்கரைக்கு திரும்பிச் செல்ல சக்தியற்றிருப்பேன்.

யுத்தம் என்றால் வெற்றி – தோல்வி உறுதியானவை அல்ல. அது சந்தேகத்திற்குரிய சம்பவம்தான். ஓர் அறிவாளியாக இருக்கப்பட்டவன், ஆலோசனை செய்யாமல், சந்தேகமான காரியத்தில் துணிந்து புகமாட்டான். நான் ஸீதையோடு பேசாவிட்டால், அவள் உயிரை நீத்துவிடும் அபாயம் இருக்கிறது. விவேகமில்லாத தூதனாக இருந்தால், கிட்டத்தட்ட கைகூடின காரியங்கள் கூட, இடம் – காலம் முதலானவை அனுகூலம் இல்லாமல் போய்,

ஸூர்யோதயம் தோன்றியதும் இருள் மறைந்து போவது போல், அழிந்து போய்விடும். அப்பொழுது நல்லது – கெட்டது ஆகியவற்றை தீர்மானம் செய்து கொண்ட புத்திகூட சோபிக்காமல் போய்விடும். தங்களை எல்லாம் தெரிந்த

அறிவாளிகள் என்று ஜம்பமாக பேசிக் கொள்ளும் அரைகுறை மேதாவி தூதர்கள் காரியங்களை கெடுத்துக் கொண்டு விடுவார்கள். எடுத்துக் கொண்ட காரியம் வீணாகிப் போகாமல் இருக்க என்ன செய்வது? மூடத்தனம் ஏற்படாமல் இருக்க என்ன வழி? கடலைத் தாண்டிய முயற்சி வீணாகிப் போகாமல் இருக்க என்ன செய்யலாம்? "நான் எப்படிப் பேச வேண்டும்? அவற்றை அவள் திடுக்கிட்டுப் போகாமல் காதுகொடுத்து கேட்க வேண்டுமே!" இவ்வாறெல்லாம் மதியூகி ஹனுமான் சிந்தனை செய்து ஒரு தீர்மானத்திற்கு வந்தார்.

"எப்பேர்ப்பட்ட கடின காரியமானாலும் அதை சுலபமாக முடிக்கக் கூடியவர் ராமன். ஸீதை அந்த ராமனையே தனது உற்ற உறவினனாக எண்ணி சிந்தித்துக் கொண்டிருப்பாள். அப்படிப்பட்ட தனக்கு வேண்டப்பட்ட கணவனின் விஷயமான வார்த்தைகளைக் கேட்டால், அவள் பதட்டப்படாமல் கேட்பாள். இக்ஷ்வாகு வம்ச அரசர்களுக்குள் ராமன் தலைசிறந்தவர். எல்லோராலும் நன்றாக அறியப்பட்டவர். அப்படிப்பட்ட ராமன் விஷயமான வார்த்தைகள் மங்களகரமாகவும், அறநெறி கொண்டதாகவும் இருக்கும். அப்படிப்பட்ட பேச்சை நான் ஸீதைக்கு காணிக்கையாக சமர்ப்பிக்கிறேன். இனிமையான எல்லா விஷயங்களையும் கூறி நான் அவளை கேட்க வைப்பேன். அவள் அவற்றை நம்பும் வகையில் நான் எனது காரியத்தை செய்து முடிப்பேன்."

சிறந்த சிந்தனையாளனான ஹனுமான் இவ்வாறு பலவிதமாக சிந்தனை செய்து, உலகநாயகனான ராமனின் மனைவியைப் பார்த்த வண்ணம், மரக்கிளைகளின் இடையே அமர்ந்தபடி இருந்து கொண்டு, இனிமையான, ஸத்யமான வார்த்தைகளைக் கூறினார்.

30-ஆவது ஸர்க்கம் முடிவுற்றது.

31–ஆவது ஸர்க்கம்

ஸ்ரீராமர் கதையை ஹனுமான் கூறுதல்

இவ்வாறு பலவாறாக சிந்தனை செய்து விட்டு, மகாவானரன் ஹனுமன் விதேஹ ராஜகுமாரி ஸீதைக்கு மாத்திரம், காதில் விழும்படி இனிமையான வார்த்தைகளை மெதுவான குரலில் சொன்னார்.

“தசரதர், தசரதர் என்ற ஓர் அரசர் இருந்தார். அவரிடம் ஏராளமான ரதங்கள், யானைகள், குதிரைகள் அடங்கிய பெரிய சைன்யங்கள் இருந்தன. அவர் புனிதமான சீலகுணங்களைக் கொண்டவர். பேரும் புகழும் கொண்டவர். சிறந்த நேர்மையாளர். பெரும் கீர்த்தி படைத்தவர். ராஜரிஷிகளுக்கெல்லாம் மிகச்சிறந்த குணசீலர். தவத்தினால் மஹரிஷிகளுக்கு இணையானவர். சக்ரவர்த்திகளின் குலத்தில் உதித்தவர். பராக்ரமத்தில் தேவேந்திரனுக்கு சமமானவர். அஹிம்ஸைக் கொள்கையில் நாட்டம் உடையவர். பெரும் தகையாளர். தயாளகுணம் படைத்தவர். என்றைக்கும் நிலைத்து நிற்கும்படியான, உண்மையான பராக்ரமத்தைக் கொண்டவர். இக்ஷ்வாகு வம்சத்தோர்களுள் தலைசிறந்தவர். பெரும் செல்வங்களைப் படைத்தவர். செல்வங்களையும் தழைக்கச் செய்தவர். ராஜலக்ஷணங்கள் அனைத்தையும் கொண்டிருந்தவர். மன்னர்களுக்குள் காளை போன்று கம்பீரம் வாய்ந்தவர். நான்கு திக்குகளின் எல்லைகள் வரை, புவனம் முழுவதிலும் பேர்போனவர். சுகமாக வாழ்க்கை நடத்தியவர். அதேசமயம், எல்லோருக்கும் சுகங்களை அளித்தவர். அவருடைய பிரியமான மூத்த மகன் ராமன் என்ற சிறப்பான பெயரை உடையவர். சந்திரனை ஒத்த ஒளிர்முகம் கொண்டவர். வில்லாளிகள் அனைவரிலும் தலைசிறந்தவர். அவர் தன்னுடைய நடத்தையை செவ்வனே பாதுகாத்து வந்ததோடு தன்னுடைய மக்கள் அனைவருக்கும் உயிரினம் அனைத்திற்கும் பாதுகாவலனாக இருந்தார். தர்மங்கள் அனைத்திற்கும் பாதுகாப்பாளர். சத்ருக்களை தாபம் அடையச் செய்பவர்.

ஸத்யசீலரான அவருடைய வயோதிக தந்தையின் கட்டளைக்கிணங்க, அந்த வீரன் ராமன், மனைவியோடும், தம்பியோடும் காட்டிற்கு வனவாசியாக அனுப்பப்பட்டார். அங்கே பெரிய காட்டில் ராமன் அலைந்து வேட்டையாடும் வேளையில், இஷ்டபிரகாரம் உருவங்களை எடுத்துக்கொள்ளும் மாயங்கள் தெரிந்த பல பலிஷ்ட ராக்ஷஸர்கள் ராமனால் கொல்லப்பட்டனர். ராமன்

ஜனஸ்தானத்தில் பல அரக்கர்களைக் கொன்றதையும், கர, தூஷணர்கள் என்ற அரக்கர்கள் கொல்லப்பட்டதையும் கேட்ட ராவணன் கோபம் கொண்டான். அதன் பேரில் அவன் மாயமான் ஒன்றின் மூலமாக காட்டில் ராமனை ஏமாற்றி, ஜானகி தேவியை கவர்ந்து சென்றான். மாசற்ற அந்த ஸீதாதேவியை ராமன் தேடி அலைந்தபோது, வனத்தில் ஸுக்ரீவன் என்ற வானரனை நண்பனாக அடைந்தார்.

சத்ருக்களை எளிதில் வெற்றி கொள்ளும் வல்லமை படைத்த ராமன், மகாபலசாலி, வாலியைக் கொன்று, அந்த வானர ராஜ்யத்தை ஸுக்ரீவனுக்கு அளித்தார். இஷ்டபிரகாரம் உருவங்களை எடுத்துக் கொள்ளும் தெய்வ சக்தி கொண்ட வானரர்களை ஸுக்ரீவன், ஆயிரக்கணக்கில் அனுப்பி, அந்த தேவியைத் தேடி வரும்படி எல்லா திசைகளுக்கும் அனுப்பினான். நான் ஸம்பாதியின் செய்தியைக் கேட்டு நூறு யோஜனை தூரம் உள்ள இந்த பெருங்கடலை வேகவேகமாக, இந்த கண்ணழகி ஸீதாதேவியின் நிமித்தமாக தாண்டி வந்தேன். ராகவனிடமிருந்து அந்த ஸீதாதேவியைப் பற்றிய விவரங்களை – அவள் உருவம், வர்ணம், காந்தி, உறுதி ஆகியவை எப்படிப் பட்டவை என்ற விவரங்களை எவ்வாறு கேட்டறிந்தேனோ, அதே தேவியை நான் அநேகமாக அடைந்து விட்டேன்." இவ்வாறு வார்த்தைகளைக் கூறி வானரச்ரேஷ்டன் நிறுத்திக் கொண்டார்.

ஜானகியும் அதனைக் கேட்டு பெரும் வியப்பில் ஆழ்ந்தாள். அழகான கூந்தலைக் கொண்டவள், சுருள் சுருளான தலைமுடிகளைக் கொண்டவள், பயந்த சுபாவம் கொண்டவள், அந்த ஸீதை, கூந்தலால் முறுக்கப்பட்டிருந்த முகத்தை நிமிர்த்தி சிம்சுபா வ்ருக்ஷத்தை சுற்றிப் பார்த்தாள். ஸீதை வானரனுடைய வார்த்தைகளைக் கேட்டாள். எல்லா திக்குகளையும், மூலைகளையும் துழாவிப் பார்த்தாள். அவள் தனது சித்தம் முழுவதுமாக ராமனையே நினைத்துக் கொண்டிருந்தாள். வானரனின் அந்த சொற்களைக் கேட்டு பரமானந்தம் எய்தினாள். அவள் குறுக்கும் நெடுக்குமாகவும், மேலேயும் கீழேயும் துழாவிப் பார்த்தபோது, நினைப்பரிய புத்திகூர்மை கொண்டவனும், வாயு குமாரனும், உதய பர்வதத்தின் மீதிருக்கும் ஸூர்யன் போன்றிருந்தவனும், வானரராஜனின் மந்திரியுமான ஹனுமானைப் பார்த்தாள்.

31-ஆவது ஸர்க்கம் முடிவுற்றது.

32-ஆவது ஸர்க்கம்

ஸீதை ஹனுமாரைக் காணுதல்

அப்பொழுது இடுப்பில் வெள்ளை வஸ்த்ரம் உடுத்திக் கொண்டு, மின்னல் கொடிகளின் கூட்டத்தைப் போன்று மஞ்சள் நிறமாக கிளைகளின் இடைவெளிகளில் மறைந்திருந்த ஆஞ்ஜனேயனைப் பார்த்து ஸீதை மனம் நடுக்கமுற்றாள். அங்கே அவள் பார்த்த ஹனுமான் அடக்கமான ஸ்வபாவத்தைக் கொண்டவராகவும், இனிமையான பேச்சுக்களைக் கொண்டவ ராகவும், மலர்ந்த அசோக மலர்க் கொத்துகளுக்கு இணையான காந்தி கொண்டவராகவும், உருக்கி விட்ட தங்கத்தைப் போன்ற கண்களை உடையவராகவும் தென்பட்டார். மைதிலி பெரும் வியப்பில் ஆழ்ந்தாள். பிறகு சிந்திக்கலானாள்.

“ஹே! இந்த குரங்கின் உருவம் பயங்கரமாக யாரும் நெருங்கமுடியாதபடி இருக்கிறதே!” இதைக் காணக் கூடாது என்று நினைத்து அவள் மறுபடியும் மயங்கிப் போனாள். பிறகு, பயத்தினால் மனம் கலங்கி, மிகவும் பரிதாபகரமாகப் புலம்பினாள். அந்த சௌந்தர்யவதி ஸீதாதேவி, மிகவும் சோகத்தால் வருத்தப்பட்டு “ஹே ராமா! ராமா! ஹே லக்ஷ்மணா!” என்று ஈனஸ்வரத்தில், மெல்லிய குரலில் பலவாறு அழுது புலம்பினாள்.

மைதிலி வானரச்ரேஷ்டனை மீண்டும் பார்த்தாள். அவர் பணிவுடன் அமர்ந்திருந்தார். நங்கை நல்லாள் இது ஒரு கனவோ என்று சிந்தனை செய்தாள். ஹனுமனை மீண்டும் உற்றுப் பார்த்தாள். வானரனின் கன்னம் குழிந்து பெரிதாக இருந்தது. அவர் சொல்படி நடப்பவர். அவர் வானரராஜன் ஸுக்ரீவனின் மந்திரி. புத்திமான்களில் அவர் தலை சிறந்தவர். அவள் அவரைப் பார்த்து, பார்த்து நினைவு இழந்தாள். ஸீதை உயிர்நீத்தவளைப் போலவே ஆகிவிட்டாள். வெகுநேரம் கழித்து அவள் பிரக்ஞை வரப்பெற்றாள். பிறகு அந்த கண்ணழகி சிந்திக்கலானாள்.

“இன்று கனவில் இந்த விகாரமான குரங்கைப் பார்த்து விட்டேனே! சாஸ்திரங்கள் யாவற்றிலும் குரங்கைப் பார்ப்பது நிஷித்தம் என்று கூறப்பட்டிருக்கிறதே! ராமனுக்கு, லக்ஷ்மணனுக்கு, என் பிதா, ஜனக மஹாராஜா அனைவருக்கும் மங்களங்கள் உண்டாகட்டும்! ஆனால், இது கனவாக இருக்க முடியாது. ஏனெனில் எனக்கு தூக்கமே வருவதில்லையே! சோகமும், துக்கமும்

என்னை பீடித்து என்னை உறங்கவிடுவதில்லையே! பூர்ண சந்திரனைப் போன்ற திருமுகம் படைத்த ராமன் இல்லாமல் எனக்கு எங்கே சுகம்? "ராமா ராமா" என்று ராமனையே எனது புத்தியில் இடையறாது சிந்திப்பதாலும், வாயினால் உச்சரிப்பதாலும் அவரை பின்தொடர்ந்த வரலாறுகளையேதான் நான் கேட்கிறேன். அந்த நினைப்பில்தான் நான் எதையும் பார்க்கிறேன், கேட்கிறேன்.

நான் அவர் மீது தீராத மையல் கொண்டுள்ள காரணத்தால், அந்த காதல் உணர்ச்சியால் பீடிக்கப்பட்டு அவர் நினைவே என் மனம் முழுவதும் வியாபிக்கப்பட்டு, நான் சிந்தனை செய்வதெல்லாம், பார்ப்பதெல்லாம், கேட்பதெல்லாம் அந்த ராமனாகவே இருக்கிறது. எனது மனத்தின் ஒரு கற்பனை அல்லது பிரமை தான் என்று நினைக்கிறேன். ஆனாலும், என் புத்தியைக் கொண்டு ஆலோசனை செய்வதில், இது கற்பனை அல்ல என்று ஊகித்தறிகிறேன். ஆனால் இந்த நிகழ்வு வேறு என்ன காரணமாக இருக்கும்? மிகத் தெளிவான உருவத்துடன்தான் இந்த வானரன் என்னுடன் பேசுகிறான்.

சொற்களின் ஆளுமைக்கு அதிபதியான ப்ருஹஸ்பதி பகவானுக்கு நமஸ்காரம்! விராட் புருஷனின் வாயாக இருக்கும் தேவேந்திரனுக்கு நமஸ்காரம்! ஸரஸ்வதி தேவியின் கணவரான ப்ரஹ்மதேவனுக்கு நமஸ்காரம். நாவின் இயக்கத்திற்கு அதிதேவனான அக்னி பகவானுக்கு நமஸ்காரம். என் முன்னிலையில் இந்த வானரன் கூறிய அனைத்து சொற்களும் உண்மையாகவே இருக்கட்டும்! மாறுபட்டதாக இருக்க வேண்டாம்!"

32-ஆவது ஸர்க்கம் முடிவுற்றது.

33-ஆவது ஸர்க்கம்

ஹனுமார் ஸீதை உரையாடல்

பவழம் போன்ற சிவந்த முகத்தினனான மாருதி, பணிவுடன் கூடிய திருக்கோலத்துடன், வருந்திய மனத்துடன், அந்த மரத்திலிருந்து கீழிறங்கி, ஸீதையின் அருகில் வந்து தலை மீது கைகளைக் குவித்து வணங்கி, அந்த ஸீதையைப் பார்த்து இனிமையான வார்த்தைகளுடன் பேசத் தொடங்கினார்.

"மாசற்ற பெண்ணே! தாமரைப்பூ இதழைப் போன்ற அழகான கண்களைப் படைத்தவளே! நைந்துபோன பட்டாடையை உடுத்தியிருப்பவளே! மரத்தின் கிளையைப் பிடித்துக் கொண்டு நிற்கும் தாங்கள் யார்? தாமரை இலைகளில் இருந்து நீர்த்திவலைகள் சொட்டுவதைப் போல, தங்கள் இரு கண்களிலிருந்தும் சோகமான கண்ணீர் பெருகி வழிகிறதே, ஏன்? மங்களமானவளே! தேவர்களிலோ, அசுரர்களிலோ, நாக-கந்தர்வ- ராக்ஷஸர்களிலோ, யக்ஷர்களிலோ, கின்னரர்களிலோ நீர் எந்த இனத்தைச் சேர்ந்த பெண்மணி? சிறந்த அங்க லாவண்யங்களைக் கொண்டவளே! அழகான வதனம் பெற்றவளே! ருத்ரர்களிலோ, மருத்கணங்களிலோ, வஸுக்களிலோ நீர் எந்த இனத்தைச் சேர்ந்தவள்? நீர் ஒரு தேவதையாக எனக்கு விளங்குகிறீர். எல்லா நல்ல குணங்களையும் பெற்ற, சிரேஷ்டமான, ஜ்யோதிர் கணங்களில் மிகச்சிறந்த ரோஹிணித் தாரகையா நீர்? சந்திரதேவனை விட்டுப் பிரிந்து தேவலோகத்திலிருந்து இங்கு கீழ் இறங்கி வந்திருக்கிறீரா? மங்களஸ்வரூபம் கொண்டவளே! மாசற்ற கண்களுடன் காட்சி தரும் நீர் யார்?

வஸிஷ்டரின் தர்மபத்தினியான, கல்யாண குணங்களைக் கொண்ட அருந்ததி தேவியா தாங்கள்? கருமையான கண்களோடு இருக்கும் பெண்ணே! அப்படியானால் சினத்தினாலோ அல்லது மனஸ்தாபத்தினாலோ கணவன் மீது கோபம் கொண்டு இங்கு வந்திருக்கிறீரோ? மெல்லிடையாளே! தங்கள் மகன், தந்தை, அண்ணன்-தம்பி, கணவன் யார்? எந்த லோகத்திலிருந்து இந்த பூலோகம் வந்து தாங்கள் வருந்துகிறீர்கள்? தாங்கள் அழுவதின் காரணமாகவும், பெருமூச்சு விடுவதாலும், தரையில் ஊன்றியிருப்பதாலும் தாங்கள் தேவலோகத்தைச் சார்ந்தவர் அல்ல என்று நினைக்கிறேன். மற்றும் ராஜலக்ஷணங்கள் அமைந்திருப்பதனால் ஒரு ராஜ குலத்தைச் சார்ந்தவர் தாங்கள் என்று எண்ணுகிறேன். தங்கள் அவயவங்களின் அமைப்புகளையும்,

ரேகைகள் முதலான ஸாமுத்ரிகா லக்ஷணங்களையும் பார்க்கும் போது தாங்கள் ஓர் அரசரின் பட்ட மஹிஷி அல்லது ஓர் அரசகுமாரி என்றே நான் எண்ணுகிறேன். ஜனஸ்தானத்திலிருந்து பலாத்காரமாக ராவணனால் தாங்கள் அபகரித்துக்கொண்டு வரப்பட்டவராகின், தாங்கள் ஸீதா தேவியாக இருப்பீர்கள். தங்களுக்கு க்ஷேமம் உண்டாகட்டும். நான் கேட்டதற்கு விடையளியுங்கள். தங்களின் இரக்கத்திற்குரிய நிலையையும், அசாதாரணமான மனித உருவையும், தவநெறியுடன் இருக்கும் இந்த கோலத்தையும் பார்க்கும்போது தாங்கள் ராமனுடைய பட்டமஹிஷியாகத்தான் இருக்க வேண்டும். இது நிச்சயம்.''

அந்த விதேஹராஜகுமாரி ராமனைப் பற்றிய பேச்சுகளால் சந்தோஷமடைந்து, மரத்தடியில் இருந்த ஹனுமானைப் பார்த்து சொன்னாள். ''பூலோகத்தில் அரச சிரேஷ்டர்களுக்குள் தலைசிறந்தவரான தசரதர் எல்லோருக்கும் அறிமுகம் ஆனவர். அவர் சத்ருக்களின் சேனைகளை தவிடுபொடி செய்தவர். அந்த தசரத மஹா சக்ரவர்த்தியின் நாட்டுப்பெண்தான் நான். மஹாத்மா, விதேஹ தேச அரசர், ஜனக மஹாராஜாவின் புதல்வி நான். ஸீதை என்பது என் பெயர். அறிவாளி ராமனின் தர்மபத்தினி. நான் ராமனுடைய அரண்மனையில் மனித போகங்கள் அனைத்தையும் அனுபவித்துக் கொண்டு, எல்லா ஆசைகளும் நிறைவேற்றிக் கொண்டு பன்னிரெண்டு ஆண்டுகள் வசித்து வந்தேன். பிறகு பதின்மூன்றாம் ஆண்டு வந்தபோது, இக்ஷ்வாகு வம்சத்தின் அன்புத் தலைமகனான ராமனுக்கு ராஜ்யத்தை அளித்து பட்டாபிஷேகம் செய்வதற்கு புரோகிதருடன் சேர்ந்து ஏற்பாடு செய்தார். ராமனுடைய பட்டாபிஷேக ஏற்பாடுகள் செய்யப்பட்டு வந்தபோது, கைகேயி என்ற ராணி தனது கணவர் தசரதரிடம், ''ராமனுக்கு மகுடாபிஷேகம் செய்தால், நான் இன்று முதல் உணவு உண்ண மாட்டேன். நீர் அருந்தமாட்டேன். இதுவே எனது வாழ்க்கையின் முடிவாக இருக்கும். அரசசிரேஷ்டரே! நீர் முன்பு பிரியமுடன் எனக்கு கொடுத்த வாக்கை பொய்யாக்கக்கூடாது. ராமன் காட்டிற்குச் செல்ல வேண்டும்'' என்றாள்.

ஸத்யத்தையே பேசுபவரான அந்த அரசர் அந்த வரத்தை ஞாபகப்படுத்திக் கொண்டு, கைகேயின் குரூரமான, அன்பில்லாத வார்த்தையைக் கேட்டு மனம் கலங்கினார். அரசர் வயோதிகராக இருந்தவர்; ஸத்யம் என்ற அற நெறியில் ஊன்றியிருந்தவர். புகழ் படைத்த தனது மூத்த மகனை, அழுது கொண்டே அரசுரிமையை கெஞ்சிக் கேட்டார். தந்தையின் சொல்லைக் கேட்ட, திருவளர்ச்செல்வன் ராமன், அதனை மகுடாபிஷேகத்தைக் காட்டிலும் தனக்கு பிரியமானதாக நினைத்தார். தந்தை சொல்லை மனப்பூர்வமாக முன்னதாகவே ஏற்று, பிறகு தனது சொற்கள் மூலமாகவும் ஏற்றுக் கொண்டார். ராமன் பிறருக்கு கொடுப்பாரே தவிர பிறரிடமிருந்து எதையும் வாங்க மாட்டார்.

பிரியமில்லாத சொல்லை எவரிடமும் சொல்லமாட்டார். உயிர் போவதாக இருந்தாலும் ராமன் ஸத்யத்தையே தனது பெருமைக்குரிய பராக்ரமமாக எண்ணுபவர். கீர்த்திமை வாய்ந்த அந்த ராமன் விலையுயர்ந்த மேலாடைகளைக் களைந்து, ராஜ்யத்தையும் மனப்பூர்வமாக துறந்தார். அப்பொழுது என்னை தனது தாயாரிடம் ஒப்படைத்தார். நான் அவருக்கு முன்பாகவே, விரைவுடன், வனவாஸம் செய்ய நிச்சயம் செய்தவளாக புறப்படுவதற்கு தயாராகவே இருந்தேன். அவர் இல்லாமல் எனக்கு ஸ்வர்க்கத்தில் கூட வசிக்க இஷ்டம் இல்லை.

ஸுமித்ரையின் மைந்தன், நண்பர்களுக்கு இனியவன், பெரும் பாக்கியசாலி – லக்ஷ்மணன் அண்ணனைப் பின்தொடர்ந்து கானகம் செல்ல, முன்பாகவே மரவுரிகளை உடுத்திக் கொண்டு தயாராகிவிட்டான். பிறகு நாங்கள் அனைவரும் எங்கள் பிரபுவின் கட்டளையை சிரமேற்கொண்டு, விரத நியமங்களில் உறுதி கொண்டு கானகம் புகுந்தோம். அதனை நாங்கள் அதற்கு முன் பார்த்ததில்லை. அந்த வனம் கம்பீரமாக காட்சியளித்தது. நாங்கள் தண்டகாரண்யத்தில் வனவாஸம் செய்து வந்தபோது, எல்லையற்ற பராக்ரமம் கொண்ட ராமனின் பார்யையான என்னை துஷ்டன், அரக்கன், ராவணன் அபகரித்தான். அவன் எனக்கு இன்னும் இரண்டு மாதங்களே உயிர் வாழ கெடுவாக அனுமதித்திருக்கிறான். இரண்டு மாதங்கள் கழிந்த பிறகு நான் உயிரைத் துறந்து விடுவேன்.

33-ஆவது ஸர்க்கம் முடிவுற்றது.

34–ஆவது ஸர்க்கம்

ஸ்ரீராமலக்ஷ்மணர்களின் க்ஷேம வ்ருத்தாந்தம்

சோகத்தின் மேல் சோகமாக துன்பத்தால் வருந்திய ஸீதையின் வார்த்தைகளைக் கேட்டு, வானரத்தலைவன் ஹனுமான் அவளுக்கு ஆறுதல் மொழியாக பதில் கூறினார்.

“நான் ராமனின் கட்டளையின் பேரில் அவருடைய தூதுவனாக வந்திருக்கிறேன். தேவியே! விதேஹராஜ குமாரியே! ராமன் க்ஷேமமாக இருக்கிறார். தங்களுக்கும் குசலப்ரச்னம் கூறச் சொன்னார். தேவி! எவர் ப்ரஹ்மாஸ்திரத்தை அறிந்தவரோ, எவர் வேதங்கள் அனைத்தையும் கற்றவரோ, எவர் வேதங்களை நன்கு கற்றறிந்தவர்களின் மத்தியில் மிகச் சிரேஷ்டமானவரோ, அந்த ராமன், தசரதர் மைந்தன், தங்கள் நலனை விசாரிக்கச் சொன்னார். தங்கள் கணவனை பின்தொடர்ந்து வரும், மஹா தேஜஸ்வி லக்ஷ்மணன், ராமனுக்குப் பிரியமானவன், சோகத்தால் வாட்டப்பட்டு, தங்களுக்கு தன் சிரஸ்ஸினால் வணங்கி, நமஸ்காரம் கூறினான்.”

அந்த ஸீதாதேவி, மானுட சிரேஷ்டர்கள் இருவரின் க்ஷேம சமாசாரத்தைக் கேட்டு, சந்தோஷத்தில் உடல் முழுவதும் புளகாங்கிதம் அடைந்து, ஹனுமானைப் பார்த்து, “நூறு வருஷங்கள் ஆனாலும் கூட ஒரு மனிதனுக்கு, அவன் உயிருடன் இருந்தால், ஆனந்தம் ஏற்படும் என்ற ஒரு சுபகரமான, உலகியல் பழமொழி உண்மைதான் என்று எனக்கு தெளிவாகிறது” என்று கூறினாள்.

ஹனுமன் அவளை சந்தித்ததன் பேரில் அவளுக்கு அற்புதமான ஆனந்தம் ஏற்பட்டது. பரஸ்பர நம்பிக்கையுடன் ஒருவருக்கொருவர் சம்பாஷணை செய்தனர். சோகத்தினால் வாட்டப்பட்டிருந்த அந்த ஸீதையின் சொற்களைக் கேட்டு, வானரத்தலைவன் ஹனுமான் அவள் அருகாமையில் நெருங்கி வந்தார். ஹனுமான் அவள் பக்கம் அருகில் நெருங்கி வர, வர ஸீதைக்கு அவர் ராவணன் தானோ என்ற சந்தேகம் வந்து விட்டது.

“அந்தோ! கஷ்டம். நான் என் மனதில் உள்ளதை உள்ளபடி கூறிவிட்டேனே! நான் தப்பு செய்து விட்டேன். வேறு உருவம் கொண்டு அதே ராவணன் தான் இங்கே வந்திருக்கிறான்.” சோகத்தால் பீடிக்கப்பட்ட அவள் அந்த அசோக

மரத்தின் கிளையை விட்டு விட்டு, அங்கேயே தரையில், தனது அங்கங்களை நன்றாக மறைத்துக் கொண்டு, உட்கார்ந்து விட்டாள். துக்கத்தினால் வருத்தப்பட்டு, பயத்தினாலும் மனத்தடுமாற்றம் அடைந்து இருக்கும் அந்த ஜனககுமாரியைப் பார்த்து நீண்ட புஜங்களைக் கொண்ட ஹனுமானும் அவளை வணங்கி நின்றார். பயத்தில் நடுங்கிப் போயிருந்த அவள் மறுபடியும் அவரை ஏறெடுத்துப் பார்க்கவில்லை. சந்திரனை ஒத்த ஒளிர்முகம் படைத்த ஸீதை, தன்னை வணங்கி நின்ற வானரனைப் பார்த்து, நீண்ட பெருமூச்சுடன், இனிமையான குரலில் கூறினாள்.

"மாயாவியான நீ உன் மாயையைக் கொண்டு எனக்கு மறுபடியும் துயரம் ஏற்படுத்தினால் அது நன்று அல்ல. உனது சுய உருவத்தை விட்டு, துறவி உருவம் தாங்கி ஜனஸ்தானத்தில் நான் உன்னைப் பார்த்தேனே, அதே ராவணன் தான் நீ! அரக்கனே! இஷ்டபிரகாரம் உருவம் எடுக்கும் மாயம் தெரிந்தவனே! நான் ஏற்கனவே பட்டினி கிடந்து உடல் மெலிந்து வருத்தத்தில் வாட்டப்பட்டு இருக்கிறேன். என்னை மறுபடியும் இப்படி வாட்டி எடுப்பது அழகல்ல. மாறாக நான் சந்தேகப்பட்டபடி இல்லாது, வேறாக இருக்குமானால், உன்னைப் பார்த்ததில் என் மனத்திற்கு மிகவும் பிரீதி உண்டாகி இருக்கிறது. நீ ராமனுடைய தூதனாக வந்திருப்பாயானால், உனக்கு மங்களம் உண்டாகட்டும்! வானர சிரேஷ்டனே! எனக்கு பிரியமான ராம சரிதத்தை நீ எனக்கு கூறு! என் அன்பிற்கு பாத்திரமான எனது ராமனின் குணாதிசயங்களைக் கூறு, வானரனே! ஆற்றங்கரையை ஆற்று வெள்ளம் கரைத்து செல்லுமே, அதைப் போன்று நீயும் எனது மனதை கரைத்து விட்டாய். இனியனே! வெகு நாட்களுக்குப் பிறகு ஸ்வப்னத்தில் ராமனால் அனுப்பப்பட்ட ஒரு குரங்கையாவது பார்க்கிறேனே! அந்த கனவு கூட வெகுகாலம் பிரிந்திருந்த எனக்கு சுகமாகத்தான் இருக்கிறது! கனவிலாவது நான் வீரன் ராமனையும் லக்ஷ்மணனையும் பார்ப்பேனாகில் நொடித்துப் போகாமல் இருப்பேனே! ஆனால் கனவுகூட அல்லவா எனக்கு சத்துருவாக இருக்கிறது! ஆனால் இது கனவாக இருக்கும் என்று நான் எண்ணவில்லை. ஏனெனில் கனவில் குரங்கைப் பார்த்தால் நல்ல காலம் ஏற்படாது. ஆனால் எனக்கு நலம் பெறும் வேளை வந்துவிட்டது.

இல்லாது போனால் இது ஒரு சித்தப் பிரமையாக இருக்குமோ? அல்லது "காற்று, கருப்பு" என்று சொல்லப்படும் துர்தேவதைகளின் சேஷ்டையா? அல்லது பைத்தியத்தின் ஒருவிதமான விபரீதமா? அல்லது இது வெறும் ஒரு கானல் நீரா? இல்லாது போனால், இது சித்தப் பைத்திய நிலையாக இருக்காது. ஏனெனில் சித்தப் பைத்தியத்தின் அறிகுறி மதியிழத்தலாகும். ஆனால் நான் என்னையும், இந்த வானரனையும் தெள்ளத் தெளிவாகப் பார்த்து உணர்கிறேனே!"

இவ்வாறு பலவாறு ஸீதை தனது ஊகங்களின் வலுத்தன்மைகளையும் வலுவற்றத் தன்மைகளையும் சீர்தூக்கி ஆராய்ந்தாள். முடிவில், அரக்கர்கள் இஷ்டப்படி உருவத்தை ஏற்கும் மாயம் கொண்டவர்கள் என்ற காரணத்தால் அவன் அரக்க வேந்தன்தான் என்று ஒருவாறு தீர்மானத்திற்கு வந்த அந்த சிற்றிடையாள் ஸீதை, வானரனைப் பார்த்து மேலும் எதுவும் பேசவில்லை. ஸீதையின் இந்த எண்ணத்தைப் புரிந்து கொண்ட வாயு மைந்தன், ஹனுமான் செவிக்கு இனிய வார்த்தைகளால் அப்பொழுது அவளை ஆனந்தமடையச் செய்தார். "ராமன் ஸூர்ய தேவனைப் போன்று காந்தி உடைய ஒரு தேஜஸ்வி, சந்திரனைப் போன்று உலகத்தாருக்கு இன்பமளிப்பவர். அவர் புவனம் அனைத்திற்கும் அரசர், குபேர ராஜாவைப் போன்ற ஒரு தேவன். மஹாவிஷ்ணுவுக்கு ஈடு இணையான பராக்ரமம் கொண்ட கீர்த்திமான், ஸத்தியத்தையே பேசுபவர், இனிமையானச் சொற்களைக் கூறுபவர். வாக்விலாஸத்திற்கு அதிபதியான ப்ருஹஸ்பதி பகவானைப் போன்றவர்.

அவர் ஒரு வடிவழகர். சௌபாக்கியங்கள் அனைத்தும் பெறப்பெற்றவர். செல்வச்சீமான். மன்மதனே உருவெடுத்து வந்தவர் போன்றவர். இடம் – காலம் முதலானவற்றை அறிந்து அதற்குத் தகுந்த கோபம் உடையவர். எதிரிகளை தாக்கி வீழ்த்துபவர். உலகத்திலேயே மிக உத்தமமான புருஷர். போர்வீரர்களின் தலைசிறந்த பதவியான "மஹாரதன்" என்ற பதவிக்கு உரித்தானவர். அந்த மஹாபுருஷருடைய தோள்களின் நிழலில்தான் இந்த உலகம் நிம்மதியான வாழ்க்கை நடத்தி வருகிறது. அந்த ராமனை ஒரு மாயமானை வைத்து வஞ்சகமாக ஆசிரமத்திலிருந்து வெளியேறச் செய்து யாரும் இல்லாத சமயத்தில் அந்த ராவணன் தங்களை அபகரித்து வந்தானல்லவா, அதன் விளைவு என்ன என்பதை நீங்கள் பார்க்கப் போகிறீர்கள். அந்த வீரன் ராமன் சீக்கிரத்திலேயே தீப்பொறிகளைப் போன்று சுடர்விட்டுப் பிரகாசிக்கும், கோபத்துடன் ஏவப்பட்ட பாணங்களால், போரில் அந்த ராவணனை கொல்லப் போகிறார். அந்த ராமனால் நான் தங்கள் சமூகத்திற்கு தூதனாக அனுப்பப்பட்டு இங்கு வந்துள்ளேன். உம்முடைய பிரிவினால் ராமன் துக்கத்தில் வாடுகிறார். அவர் உம்மை க்ஷேமம் விசாரிக்கச் சொன்னார். மஹாதேஜஸ்வி, ஸுமித்திரையின் தவப்புதல்வன், ஆஜானு பாஹு லக்ஷ்மணனும் தங்களை வணங்கி நலம் விசாரிக்கச் சொன்னான். தேவி! ராமனுடைய நண்பர், ஸுக்ரீவன் என்று பெயர், வானரர். வானர வீரர்களின் அரசர், அவரும் உம்மை குசலப் பிரச்னம் செய்தார். அனுதினமும் ஸுக்ரீவனோடும் லக்ஷ்மணனோடும் கூடி ராமன் தங்களையே நினைத்துக் கொண்டிருக்கிறார். அரக்கியர்களின் வசத்தில் தாங்கள் பாதுகாப்புடன் உயிருடன் இருந்து வருகிறீர்களே, விதேஹ குமாரியே, அதுவே ஒரு பெரிய அதிர்ஷ்டம். வெகுசீக்கிரமே, தாங்கள் கோடானுகோடி வானரர்களின் மத்தியில் ராமனையும், பலவான்

லக்ஷ்மணனையும் அளப்பரிய பராக்ரமம் கொண்ட ஸுக்ரீவனையும் பார்க்கப் போகிறீர்கள். நான் ஸுக்ரீவனின் மந்திரி; ஹனுமான் என்பதாக பெயர். வானரன், பெருங்கடலைத் தாண்டி லங்கா நகரில் புகுந்து இருக்கிறேன். துராத்மா ராவணனின் தலை மீது என் காலை வைத்து, பராக்ரமத்தை மேற்கொண்டு, உம்மைப் பார்ப்பதற்காக நான் வந்திருக்கிறேன். தாங்கள் நினைப்பது போல் நான் அப்படிப்பட்ட ராவணன் இல்லை. தேவியே! இந்த சந்தேகத்தை கைவிடுங்கள்; நான் சொல்வதை நம்புங்கள்."

34-ஆவது ஸர்க்கம் முடிவுற்றது.

35–ஆவது ஸர்க்கம்

ஸ்ரீராமலக்ஷ்மணர்களின் அங்கலக்ஷணம்

வானர வீரன் ஹனுமனிடமிருந்து அந்த ராமகாதையைக் கேட்டு, விதேஹ ராஜகுமாரி, இனிமையான குரலில் அன்பான மொழிகளைக் கூறினாள். “ராமனுடன் உனக்கு எங்கே தொடர்பு ஏற்பட்டது? லக்ஷ்மணனைப் பற்றி உனக்குத் தெரிந்த விவரங்கள் என்ன? வானரர்களுக்கும் மனிதர்களுக்கும் எப்படி கூட்டு உடன்படிக்கை ஏற்பட்டது? வானரனே! ராமனுடைய அங்க அடையாளங்கள் என்ன? லக்ஷ்மணனுக்கும் அவை எப்படி? அவற்றை எனக்கு நன்றாக எடுத்துக் கூறுவாயாக! அவற்றை கேட்டால் என்னை துக்கம் அணுகாது. அந்த ராமனுடைய உடல் கட்டு அமைப்பு எப்படி? அவர் உருவம் எப்படி? அவருடைய தொடைகள், புஜங்கள் எப்படி இருக்கும்? லக்ஷ்மணனுக்கும் அவை எப்படி அமைந்திருக்கும்? அவற்றை நீ எனக்குச் சொல்லு”

இவ்வாறு விதேஹ ராஜகுமாரியால் கூறப்பட்ட வாயுகுமாரன், ஹனுமான் உள்ளது உள்ளபடி ராமனை விவரிக்க முற்பட்டார். “வைதேஹி! என்னை புரிந்து கொண்டு, கணவரின் உடல்வாகு, உடல்கட்டு அமைப்புகளையும், லக்ஷ்மணனுடையவைகளையும் பற்றி என்னைக் கூறுமாறு கேட்டீர்களே, தாமரைத்தளிர் போன்ற கண்களைக் கொண்டவரே! அது நான் செய்த பாக்கியம்! அகன்ற கண்களைக் கொண்ட மாதே! ராமனுடைய அடையாளங்கள் என்னென்ன உண்டோ, அதே விதம் லக்ஷ்மணனுடைய அடையாளங்கள் என்னென்ன உண்டோ, அவையாவற்றையும், நான் கண்டிருந்தபடி கூறுகிறேன், அவற்றைக் கேட்பீராக!

ஜனக மஹாராஜாவின் தவப்புதல்வியே! ராமன் தாமரைத் தளிரைப் போன்ற அழகான கண்களைக் கொண்டவர். அனைத்து உயிரினங்களையும் ஈர்த்துக் கொள்ளும் கவர்ச்சியான வடிவம் கொண்டவர்; அழகான உருவம், தயாள குணம் போன்ற நற்பண்புகள் ஆகியவற்றுடன் கூடியே பிறந்தவர்.

குறிப்பு : 35–ஆவது ஸர்க்கத்திலுள்ள 9–ஆவது சுலோகத்தின் இந்த பொருளானது ஸுந்தரகாண்டத்தில் நவரத்னங்களாகப் பெறப்பட்ட நவமணிகளுள், “வைரக்கல்”லுக்கு ஒப்பானதாகும். இது சுக்ரனுக்கு உகந்த வைரமணியைப் போல் ஒளிர்விட்டுப் பிரகாசிக்கும் தனிச்சிறப்பு கொண்டதாகும்.

ராமன்–ஸீதை–ஹனுமன் மூவரோடும் தொடர்பு கொண்ட அபூர்வமான சுலோகம். இதன் சிறப்பின் காரணமாக, பாராயணம் செய்வோர் இந்த சுலோகத்தை மூன்று தடவைகள் படனம் செய்வது சாலச்சிறந்ததாகும்.

அவர் ஸூர்யபகவானுக்கு ஈடான தேஜஸ்ஸைக் கொண்டவர், பொறுமை காப்பதில் பூமாதேவிக்கு நிகரானவர், புத்தியறிவில் ப்ருஹஸ்பதி பகவானுக்கு இணையானவர்; கீர்த்திமைக்கு தேவேந்திரனுக்கு சமமானவர். உயிரினங்கள் வாழும் இந்த புவனத்திற்கே அவர் காப்பாளர்; தன்னைச் சார்ந்த அனைவருக்கும் அவர் பாதுகாவலர், தன்னுடைய சீலம், அறம் ஆகியவற்றிற்கும் பாதுகாப்பாளர், அவர் எதிரிகளை வாட்டியெடுக்கும் வல்லமை கொண்டவர். நங்கை நல்லாளே! இவ்வுலகில் நான்கு வர்ணங்களைச் சார்ந்த அனைத்து இனத்தார்களுக்கும் அவர் ரக்ஷகர். உலகத்தாருக்கு கட்டுப்பாடுகளின் வரையறைகளை வகுத்துக் கொடுத்து, அவற்றை தாமே கடைப்பிடித்ததோடு, மற்றவர்களையும் அவற்றைக் கடைப்பிடிக்கச் செய்பவர். காந்தி பொருந்தியவர். எல்லோராலும் வணங்கப்பட்டவர். எப்பொழுதும் ப்ரஹ்மசர்யம் என்ற புலனடக்கத்தைக் கொண்டவர். நல்லோர்களுக்கு உதவி புரியும் வகை தெரிந்தவர். செயல்பாடுகளின் நடப்புநிலைகளை அறிந்தவர். அரசியல் புலமையில் நன்கு தேர்ச்சி பெற்றவர். ப்ராஹ்மணர்களை பூஜிப்பவர்; கல்வி கேள்விகளை நன்கு கற்றறிந்தவர்; சீல குணங்கள் நிரம்பப் பெற்றவர்; பணிவு, அடக்கம் ஆகியவற்றைக் கொண்டவர். சத்ருக்களுக்கு தாபத்தை உண்டு பண்ணுபவர். யஜுர் வேதத்தை நன்கு அத்யயனம் செய்தவர்; வேதங்கள் அனைத்தும் அறிந்த பண்டிதர்களால் பெரிதும் பாராட்டப்பட்டவர். தனுர்வேதம் என்ற போர்ப்பயிற்சிகளிலும் வேதங்களிலும், வேதாங்கங்களிலும் ஆழ்ந்த புலமை உடையவர்.

ராமன் அகன்ற தோள்களை கொண்டவர். நீண்ட கைகளைக் கொண்டவர். வெண்சங்கைப் போன்ற அழகான, மழமழப்பான கழுத்தை உடையவர். அவர் திருமுகம் மங்களகரமானதாக இருக்கும் ; தோள் எலும்புகள் நன்றாக மறைந் திருந்தபடி சதைப்பற்றான கழுத்து – தோள் இணைப்புகளைக் கொண்டவர்; அவர் கண்கள் அழகான சிவந்த நிறத்தில் இருக்கும். தேவியே! குடிமக்கள் அனைவரும் அவர் பெயரைக் கேட்டு அதனால் பிரசித்தமடைந்தவர். அவர் குரல் துந்துபி வாத்யத்தைப் போன்று கம்பீரமான நாதம் உடையது. அவருடைய மேனி வண்ணம் பளபளப்பானது; சிறந்த பராக்ரமசாலி. கோணல் – மாணல் இல்லாத நேரான சரீரம் கொண்டவர்; அவருடைய அவயவங்கள் சமச்சீரான அமைப்புகளைக் கொண்டவை. அழகான கரிய நிறத்தைச் சார்ந்தவர்.

த்ரிஸ்திர: மூன்று அவயங்களை உறுதியாகக் கொண்டவர். அதாவது கைப்பிடி, மணிக்கட்டு, மார்பு மூன்றும் உறுதியான பாகங்கள்.

த்ரிப்ரலம்ப: மூன்று உறுப்புகளை நீளமாகக் கொண்டவர். அதாவது – புருவங்கள், புஜங்கள், விருஷணங்கள்.

த்ரிஸம: மூன்று அவயவங்கள் ஏற்றத்தாழ்வு இல்லாது, சமமாக உடையவர்–தலைமயிர், முழங்கால்கள், விருஷணங்கள்

த்ரிஷு உந்நத: மூன்று அவயவங்கள் உயர்ந்த ஸ்தானத்தில் கொண்டவர் – வயிறு, தொப்புள், மார்பு

த்ரிதாம்ர: மூன்று அவயவங்கள் சிவந்திருக்கும்– கடைக்கண், உள்ளங்கை, உள்ளங்கால்கள்.

த்ரிஷு ஸ்நிக்த: மூன்று உறுப்புகள் மழமழப்பானவை – பாதரேகைகள், தலைமயிர்கள், லிங்கம்

த்ரிஷு கம்பீர : மூன்று அங்கங்கள் கம்பீரமானவை – குரல், தேஹபலம், நாபி.

த்ரிவலீமான் : கழுத்து, வயிறு ஆகியவற்றில் மூன்று ரேகைகள் கொண்டவர்.

த்ரி அவநத: மூன்று உறுப்புகள் உள்ளடங்கியதாகக் கொண்டவர் – மார்பகம், மார்பகக்காம்புகள், பாத ரேகைகள்.

சதுர்வ்யங்க்ய : நான்கு அங்கங்களை சரியான பரிமாணத்தில் உடையவர் – கழுத்து, பாதங்கள், பின்னங்கால்கள், முதுகு.

த்ரிசீ'ர்ஷவான்: சிரஸ்ஸில் மூன்று சுழிகளைக் கொண்டவர்.

சதுஷ்கல: கட்டை விரல்களின் அடியில் நான்கு ரேகைகளைக் கொண்டவர் – நான்கு ரேகைகள் நான்கு வேதங்களைக் குறிக்கும்.

சதுர் லேக : நான்கு ரேகைகளைக் கொண்டவர். நெற்றியில் நான்கு ரேகைகள் மற்றும், உள்ளங்கால்கள், உள்ளங்கைகளில் வஜ்ரம், த்வஜம், சங்கம், அங்குசம் என்ற ரேகைகளைக் கொண்டவர் என்றும் பொருள்.

சதுஷ்கிஷ்கு : நான்கு முழநீளம் உயரமுடையவர். நான்கு முழங்கள் எட்டு சாண்கள் ("எண் சாண் உடம்புக்கு சிரஸே பிரதானம்") = ஆறு அடிகள் 72 அங்குலங்கள். ஆறு அடிகள் உயரமாக இருப்பவர்கள் அபூர்வம்.

சது:ஸம: – நான்கு அங்கங்கள் சமமானவையாகக் கொண்டவர் – புஜங்கள், முழங்கால்கள், தொடைகள், கன்னங்கள்.

சதுர்தச'ஸம: பதினான்கு அவயவங்களை ஏற்றத்தாழ்வில்லாமல், சமச்சீராகக் கொண்டவர் – அவையாவன – புருவங்கள், நாசித்துவாரங்கள்,

கண்கள், காதுகள், உதடுகள், முலைக்காம்புகள், முழங்கைகள், மணிக்கட்டுகள், முழங்கால்கள், விருஷணங்கள், இடுப்பு, கைகள், கால்கள், பின் பாகங்கள்.

சதுர்தம்ஷ்ட்ர: இரண்டு பல்வரிசைகள் சீராகவும், மழமழப்பாகவும் இருப்பதுடன் நான்கு கடைவாய்ப்பற்கள் (தம்ஷ்ட்ர: – கோரைப்பற்கள் – அதாவது இங்கு, கடைவாய்ப் பற்கள்) அழகானவை.

சதுர்கதி: நான்கு விதமான அதாவது யானை, சிங்கம், புலி, காளை ஆகிய பிராணிகளின் கம்பீர நடையழகைக் கொண்டவர்.

மஹோஷ்டஹனுநாஸ: வேங்கைப்பூ, கோவைப்பழம் போன்ற சிவந்த உதடுகளையும் சதைப்பற்றான கன்னங்களையும், உயர்ந்து – நிமிர்ந்த நாசியையும் கொண்டவர்.

பஞ்சஸ்நிக்த: ஐந்து உறுப்புகள் மிருதுவானதாகக் கொண்டவர். அவைகள் தலைமயிர், கண்கள், பற்கள், தோல், உள்ளங்கால்கள்.

அஷ்டவம்ச'வான்: எட்டு உறுப்புகள் நீளமாகக் கொண்டவர். அவையாவன : இரண்டு கைகள், இரண்டு கைகளின் விரல்கள், இரண்டு தொடைகள், இரண்டு முழங்காலின் ஆடு சதைகள்.

தச'பத்ம : பத்து உறுப்புகள் தாமரையைப் போல் சிவப்பான வண்ணத்தில் உடையவர் – அவைகள் முகம், வாய், கண்கள், நாக்கு, உதடு, தாடை, ஸ்தனம், நகம், கை, கால்.

தச'ப்ருஹத்: பத்து அவயவங்கள் கம்பீரமாகவும் விசாலமாகவும் கொண்டவர். அவைகளாவன – மார்பு, தலை, முகம், கழுத்து, புஜங்கள், தோள்கள், நாபி, இடை, பின்புறம், த்வனி.

த்ரிபிர் வ்யாப்த: மூன்று விஷயங்களில் கீர்த்திமை பெற்றவர். அவை – ஆற்றல், புகழ், செல்வம்.

த்விசு'க்லவான்: இரண்டு அவயவங்கள் வெண்மையானவை – கண்கள், பற்கள்.

ஷடுந்நத : ஆறு அங்கங்கள் உயர்ந்திருப்பவை – கஷ்கம் (அக்குள்), வயிறு, தோள்கள், மார்பு, மூக்கு, முகம் ஆகியவை.

நவதனு : ஒன்பது உறுப்புகள் நுட்பமானவை. அவையாவன–தலைமயிர்கள், மீசை, நகங்கள், ரோமங்கள், தோல், கட்டை விரல்கள் இரண்டு, புத்தி, பார்வை

த்ரிபிர் வ்யாப்னோதி – மூன்று காலங்களிலும் கர்மானுஷ்டானம் செய்பவர்: அல்லது மூன்று புருஷார்த்தங்களையும் அனுசரிப்பவர் – தர்மம், அர்த்தம், காமம்.

அவர் ஸத்யமும், தர்மமும் தலையாய சீலங்கள் என்று அவற்றை உயர்வாகக் கருதியவர். செல்வங்கள் அனைத்தும் நிறையப் பெற்றவர். பொருளைச் சம்பாதிப்பதிலும் அதனை உரிய வகையில் தானம் செய்வதிலும் ஈடுபாடு கொண்டவர். எந்தக் காரியம் செய்தாலும், தகுந்த இடம், காலம் ஆகியவற்றை பகுத்தறிந்து செயல்படுபவர். எல்லா ஜனங்களிடமும் அன்பாகப் பேசுபவர்.

அவருடைய தம்பி லக்ஷ்மணன், ஸுமித்ரா தேவி பெற்றறெடுத்த தவப்புதல்வர். ஆனால் அவர் பெரும்பாலும் ராமனுடன் கௌஸல்யா தேவியினால் வளர்க்கப்பட்டதால் அவர் இரு தாய்களைக் கொண்ட சிறப்புப் பெற்றவர். (த்வைமாதுர:). வெல்ல முடியாத பராக்கிரமம் கொண்டவர். அன்பிலும், அழகிலும், சீலகுணங்களிலும் அவர் ராமனைப் போன்றவர். அந்த திருவளர்ச்செல்வன் பொன்னிறம் கொண்டவர். புகழ்மிக்க ராமனோவெனில் கருநிறம் கொண்டவர். தங்களைத் தேடிக் கண்டுபிடிக்கும் ஆர்வத்திலிருந்த அந்த புருஷச்ரேஷ்டர்கள் இருவரும் புவனம் முழுவதிலும் தேடிக் கொண்டு வருகையில் எங்களைச் சந்தித்தார்கள். அண்ணனால் ராஜ்யத்திலிருந்து விரட்டப்பட்டிருந்த வானரத்தலைவன் ஸுக்ரீவனைப் பார்த்தார்கள். நிறைய மரங்கள் அடர்ந்திருந்த, ருஷ்ய மூக பர்வதத்தின் பின் பிரதேசத்தில், தனது தமையனின்பால் பயத்துடன் இருந்த, அன்பான பார்வைகளைக் கொண்ட ஸுக்ரீவனைப் பார்த்தார்கள்.

ராஜ்யத்திலிருந்து அண்ணனால் விரட்டப்பட்ட ஸத்யத்தைக் கடைப்பிடித்திருந்த வானரராஜன் ஸுக்ரீவனுக்கு சேவை செய்து கொண்டிருந்தோம். அப்பொழுது அந்த இருவரும் மரவுரி தரித்துக் கொண்டு, சிறந்த வில்களையும் கையில் ஏந்திக் கொண்டு ருஷ்ய மூக பர்வதத்தின் அந்த ரம்மியமான பிரதேசத்திற்கு வந்தார்கள். அவர்களைப் பார்த்த வானரவீரன் ஸுக்ரீவன் பயம் மேலிட, அந்த மலையின் சிகரத்தை நோக்கி தாவிச் சென்று பதுங்கிக் கொண்டார். பிறகு என்னையே அவர்களின் பக்கம் செல்லுமாறு அவசர அவசரமாக அனுப்பினார். ஸுக்ரீவன் சொன்னபடி, அழகு – லக்ஷணங்கள் பொருந்திய, புருஷச்ரேஷ்டர்கள், இருவரையும் கைகூப்பி வணங்கி அவர்களை அணுகினேன். நடந்த விருத்தாந்தங்களை உள்ளது உள்ளபடி நான் அவர்களிடம் கூறினேன். அவர்கள் மகிழ்ச்சியடைந்தார்கள். பிறகு அந்த புருஷச்ரேஷ்டர்கள் இருவரையும் என் முதுகில் ஏற்றிக் கொண்டு ஸுக்ரீவன் இருந்த இடத்திற்கு அழைத்து வந்தேன். பிறகு மஹாபுருஷன் ஸுக்ரீவனுக்கு நான் அவ்விருவரைப் பற்றிய உண்மைகளை விளக்கி, அறிமுகப்படுத்தினேன். பிறகு அவர்கள் ஒருவருக்கொருவர் பேசிக்கொண்டு மிக்க மகிழ்ச்சி அடைந்தார்கள். வானரேந்திரன் ஸுக்ரீவனும், நரேந்திரன் ராமனும் களிப்படைந்தார்கள். நடந்த விருத்தாந்தங்களை அறிந்து ஒருவருக் கொருவர் ஆறுதல் கூறிக் கொண்டார்கள்.

ஸுக்ரீவன் மனைவி ருமா விஷயமாக பெரும்பலவானான தன் அண்ணன் வாலியினால், ஸுக்ரீவன் விரட்டப்பட்டான் என்பதைக் கேட்ட ராமன் ஸுக்ரீவனுக்கு ஆறுதல் கூறினார். வீண்போகாத செயல்பாடுகளைக் கொண்ட ராமன், தங்களை இழந்த சோகத்தில் இருப்பதாக லக்ஷ்மணன், வானர அரசனான, ஸுக்ரீவனுக்குத் தெரியப்படுத்தினான். லக்ஷ்மணன் கூறிய அந்த செய்தியைக் கேட்டு வானர அரசன் ஸுக்ரீவன் ஒளிகுன்றினார். ராஹுவினால் கிரஹணம் பிடிக்கப்பட்ட சூரியன் ஒளியிழந்ததைப் போல அவர் முகமும் சோகத்தினால் இருண்டு போயிற்று. அரக்கனால் அபகரித்துச் செல்லப்பட்ட போது, தங்கள் மேனியை அலங்கரித்திருந்த ஆபரணங்களை, குவியல்களாக தரையில் வீசினீர்கள் அல்லவா?

அவை யாவற்றையும் சேகரித்து வானரத்தலைவர்கள், மகிழ்ச்சியுடன் ராமனிடம் கொணர்ந்து வந்து காட்டினார்கள். ஆனால் தாங்கள் சென்ற இடம் அவர்களுக்குத் தெரியாது. அந்த அணிகலன்கள் அனைத்தையும் ராமனிடம் காண்பித்தோம். நானும் தனியாக திரட்டியிருந்த அணிகலன்களையும் கொண்டு போய் காண்பித்தேன். அவை தாங்கள் தரையில் வீசியபோது, டங்—டங் என்று ஒலியை எழுப்பியிருந்தன. அவற்றைப் பார்த்ததும் ராமன் தன்வசம் இழந்தார். ஒரு தேவனைப் போன்று ஒளிபொருந்திய அந்த நாயகன் ராமன், பார்த்துப் பரவசமூட்டக்கூடிய உங்கள் நகைகளை, தனது மடி மீது வைத்துக் கொண்டு பலவிதமாக புலம்பினார். ராமன் ஒரு தடவை அவற்றைப் பார்த்தார். பிறகு அழுதார். மறுபடியும் பார்த்தார், மறுபடியும் அழுதார். இப்படி பார்ப்பதும் அழுவதுமாகவே பலதடவைகள் இருந்தன. அந்த நகைகள் தசரதராஜ குமாரனின் சோகத் தீயை மேலும் மேலும் கொழுந்து விட்டு எரியச் செய்தன. பிறகு அந்த மஹாபுருஷர் துக்கம் தாளாமல் தரையில் வெகுநேரம் விழுந்து கிடந்தார். பிறகு நான் பலவாறாக ஆறுதல் மொழிகள் சொல்லிச் சொல்லி, மிகச்சிரமப்பட்டு அவரை மீண்டும் எழச் செய்தேன். அந்த விலையுயர்ந்த ஆபரணங்களை லக்ஷ்மணனுடன் கூடிய ராகவன் அவற்றை ஸுக்ரீவனிடம் ஒப்படைத்தார்.

கௌரவத்திற்குரியவளே! உம்மைப் பார்க்காத துக்கத்தில் ராகவன் பரிதவிக்கிறார். தீக்கனல்களால் கொழுந்துவிட்டு எரியும் எரிமலையைப் போல, ராகவன் பெரும் சோகத் தீயினால் வாட்டப்பட்டிருக்கிறார். தூக்கமின்மையும், சோகமும், கவலையும் தங்கள் நிமித்தமாக, மஹாபுருஷர் ராகவனை, தீச்சட்டியை தீக் கனல்கள் கொளுத்துவது போல் சுட்டெரிக்கின்றன. ஒரு பெரிய பூகம்பத்தினால் ஒரு பெரிய மலையே கிடுகிடுத்துப் போவது போல், உம்மைப் பார்க்காத சோகத்தினால் ராகவன் நிலைதடுமாறிப் போகிறார். ராஜகுமாரியே! அழகான வனங்கள், நதிகள், நீர்வீழ்ச்சிகள் – இவற்றில் உலாவி வரும்போது, உம்மைப் பார்க்காத சோகத்தினால், அவர் மகிழ்ச்சியடைவதில்லை.

ஜனக குமாரியே! மானிடர்களுள் ஒரு வேங்கைப் புலியைப் போன்ற ராகவன் ராவணனை, அவனுடைய உற்றார் – உறவினர்கள் ஆகியோருடன் கொன்று உம்மை வெகு சீக்கிரமே அடையப் போகிறார். ராமனும் ஸுக்ரீவனும் ஒப்பந்தம் செய்து கொண்டார்கள். அதாவது ராமன் வாலியைக் கொல்வதாகவும், ஸுக்ரீவன் உங்கள் இருப்பிடத்தை தேடுவதாகவும் அவர்கள் உடன்படிக்கை செய்து கொண்டனர். பிறகு வானர அரசன் ஸுக்ரீவன் அந்த ராஜகுமாரர்கள் இருவரோடும் சேர்ந்து கொண்டு கிஷ்கிந்தையை அடைந்தனர். அங்கு ராமன் யுத்தத்தில் வாலியை வீழ்த்தினார். ஸுக்ரீவனை வானரங்கள், கரடிகள் ஆகியோரின் ஜனஸமூஹத்திற்கு அரசனாக நியமித்தார். தேவியே! ராமனுக்கும் ஸுக்ரீவனுக்கும் இப்படித்தான் கூட்டு ஏற்பட்டது. அவர்கள் இருவரின் தூதுவனாக வந்திருக்கும் நான் ஹனுமான் என்று அறிந்து கொள்ளுங்கள். தனது ராஜ்யத்தைப் பெற்ற ஸுக்ரீவன் எல்லா வானரத் தலைவர்களையும் ஒன்று திரட்டி தங்கள் நிமித்தம், அந்த மஹாபலவான்களை பத்து திக்குகளுக்கும் அனுப்பினார். மஹா பராக்ரமசாலியான, வானர அரசன், ஸுக்ரீவனால் கட்டளையிடப்பட்டு, பெரிய பெரிய மலைகளையொத்த அவர்கள் பூமண்டலத்தின் எல்லா பாகங்களுக்கும் புறப்பட்டு சுற்றித் திரிகிறோம்.

வாலியின் புத்திரனுக்கு அங்கதன் என்று பெயர். அவன் வெற்றிச்செல்வன். மஹாபலசாலி. அந்த வானரவீரன் மூன்றில் ஒரு பங்கு சேனையுடன் புறப்பட்டார். நாங்கள் அனைவரும் விந்தியபர்வதத்தின் பிரதேசத்தில் வழியைத் தவற விட்டு, மிகவும் வருத்தத்தில் ஆழ்ந்து போனோம். இரவு – பகலாக பல நாட்கள் சென்றுவிட்டன. எங்கள் காரியம் நிறைவேறாததால் ஏமாற்றத்தாலும், கெடுகாலம் கடந்து விட்டதாலும், வானர அரசன் ஸுக்ரீவனிடம் இருந்த பயத்தாலும் நுழைய முடியாத அடர்ந்த காடுகளையும், மலைகள், மலையருவிகள் ஆகியவற்றையும் சுற்றித் திரிந்து, தேவியின் இருப்பிடத்தைக் கண்டுபிடிக்க முடியாததாலும் நாங்கள் உயிர் விட்டுவிடத் தீர்மானித்தோம். அதன்படி நாங்கள் அந்த மலைமுகட்டின் மீது கூடி பிராயோபவேசம் செய்ய முற்பட்டோம். இதைப் பார்த்த அங்கதன் பெரிதும் துயரக்கடலில் மூழ்கி புலம்பத் தொடங்கினான். தாங்கள் காணாமல் போனது, வாலி இறந்து போனது, நாங்கள் பிராயோபவேசம் செய்யத் துணிந்தது, ஜடாயுவின் மரணம் ஆகியவற்றைக் கூறிக் கொண்டு அங்கதன் புலம்பிக் கொண்டு இருந்தபோது, அங்கு ஒரு பலம் பொருந்திய, பெரிய பறவை, எங்கள் காரியத்தை வெற்றி பெறச் செய்வதற்காகவே வந்ததுபோல், அங்கே வந்து சேர்ந்தது. அந்த கழுகு, ஜடாயுவின் ஸஹோதரன், ஸம்பாதி என்ற கழுகரசன். தனது ஸஹோதரன் ஜடாயுவின் மரணத்தைக் கேட்டு சினத்துடன் அங்கு வந்து "எனது தம்பி ஜடாயு யாரால் கொல்லப்பட்டான்? எங்கே அவன் வீழ்த்தப்பட்டான்? வானரச்ரேஷ்டர்களே!

நீங்கள் இந்த விவரங்களை எனக்குக் கூறவேண்டும் என்று விரும்புகிறேன்'' என்று கேட்டான். அப்பொழுது ஜனஸ்தானத்தில், தங்கள் நிமித்தமாக, பயங்கரமான உருவம் கொண்ட ராக்ஷஸனால் ஜடாயு மிகக் கொடூரமாய் கொல்லப்பட்ட விவரங்களை, அங்கதன் நடந்தபடி கூறினான்.

அருணதேவனின் மைந்தனான ஸம்பாதி ஜடாயுவின் மரணத்தைக் கேட்டு மிகவும் துக்கம் அடைந்தான். ஸௌந்தர்யவதியே! அவன் தாங்கள் ராவணனின் அரண்மனையில் இருப்பதாக கூறினான். ஸம்பாதியின் அந்த வார்த்தையைக் கேட்டு எல்லோருக்கும் மகிழ்ச்சி பொங்கியது. பிறகு அங்கதன் முதலான நாங்கள் அனைவரும் மறுபடியும் புறப்பட்டோம். தங்களைப் பார்க்கும் ஆவலில் வானரர்கள் அனைவரும் உத்ஸாஹம் கொண்டு, மகிழ்ச்சியுடனும், மனயெழிச்சியுடனும் கூடி, விந்த்யபர்வதத்திலிருந்து புறப்பட்டு கடலின் வடக்கு கரைக்கு வந்து சேர்ந்தோம். அங்கதனை முன்னிட்டுக் கொண்டு எல்லோரும் அலைகள் பாயும் கடற்கரைக்கு வந்து சேர்ந்தோம். தங்களைக் காண மிகவும் ஆர்வத்துடன் இருந்த எங்களுக்கு மறுபடியும் கடலைப் பார்த்ததால் பயமும், கவலையும் ஏற்பட்டது. ஸமுத்திரத்தைப் பார்த்து வானர ஸைன்யம் பயத்தினால் வெலவெலத்துப்போயிற்று. அவர்களுடைய தீவிரமான பயத்தைப் போக்கி, நான் ஸமுத்திரத்தின் மீது நூறு யோஜனை தூரம் தாண்டி வந்தேன்.

ராக்ஷஸர்கள் நிறைந்திருக்கும் லங்காபுரியில் நான் இரவில் நுழைந்து வந்தேன். ராவணனையும் பார்த்தேன். சோகத்தினால் சூழ்ந்திருக்கும் தங்களையும் கண்டேன். மாசு அற்ற தேவி! இவை யாவும் நடந்தது நடந்தபடி யதார்த்தமாய் நான் கூறிவிட்டேன். தேவியே! நான் தசரத புத்திரரின் தூதன். என்னுடன் பேசுங்கள். நான் ராமனின் பொருட்டு காரியத்தை மேற்கொண்டவன். தங்கள் நிமித்தமாகவே நான் இங்கு வந்துள்ளேன். நான் ஸுக்ரீவன் மந்திரி. வாயுதேவனின் குமாரன். தேவியே! என்னைப் பற்றிய இந்த விவரங்களைத் தெரிந்து கொள்ளுங்கள். ஆயுதம் ஏந்திய வீரர்களுள் தலைசிறந்த தங்கள் கணவர், காகுத்ஸ்தன் க்ஷேமமாக இருக்கிறார். நல்ல லக்ஷணங்களோடு கூடின லக்ஷ்மணனும் தனது தமையனாரின் சேவையில் ஈடுபட்டிருக்கிறான்.

ஸுக்ரீவன் கட்டளையின் பேரில் நான் ஒருவன்தான் இங்கு வந்திருக்கிறேன். நான் இஷ்ட பிரகாரம் வடிவு எடுத்துக் கொள்ளக் கூடியவன். எவருடைய உதவியும் இல்லாமல் உலாவி வந்த நான், தங்கள் இருப்பிடத்தை தேடிக்கொண்டு, தென் திசையை நாடி வந்திருக்கிறேன். தங்களின் இழப்பை எண்ணி வருந்திக் கொண்டிருக்கும் வானரஸைன்யத்தின் சோகத்தை, தங்களை அடைந்த விஷயத்தைக் கூறி, போக்குவேன். அது நான் செய்த பாக்கியம்! அதிர்ஷ்ட வசமாக நான் ஸமுத்திரத்தை தாண்டி வந்தது வீண் போகவில்லை. தேவியே! தங்களைக் கண்டதினால் நான் கீர்த்தியைப் பெறப்

போகிறேன். அது நான் செய்த பாக்கியம்! மஹாவீரன் ராகவன் ராக்ஷஸ ராஜனை, ராவணனை, அவனுடைய உற்றார் உறவினர்களுடன் வதம் செய்து தங்களை கூடிய சீக்கிரமே அடையப்போகிறார்.

இப்பொழுது என்னைப் பற்றிய விவரங்கள் – தாய், தந்தையர்கள், பிறப்பு – ஆகியவற்றைக் கூறுகிறேன். விதேஹ ராஜகுமாரியே! மலைகளுள் மால்யவான் என்ற ஒரு மலை மிகச் சிறந்தது. அதில் கேஸரீ என்ற வானரன் இருந்தார். பெரும் வானர வீரனான அவர் என் தந்தை. தேவர்களும், ரிஷிகளும் கட்டளையிட்டதின் பேரில் ஸமுத்திரத்தின் கரையில் இருந்த அந்த புனிதமான கோகர்ண க்ஷேத்ரத்தில் "சம்பஸாதனன்" என்ற அரக்கனைக் கொன்றார். அந்த வானரரின் மனைவியிடத்தில் வாயுதேவன் மூலமாக நான் பிறந்தேன். மிதிலாதிபதி திருமகளே! என் பெயர் ஹனுமான் என்பதாகும். ஓர் அற்புதமான எனது செயலால் எனக்கு அந்தப் பெயர் ஏற்பட்டது. (தனது பால்ய வ்ருத்தாந்தத்தையும் ஹனுமான் ஸீதைக்குக் கூறியிருப்பார் என்று நாம் ஊகித்துக் கொள்ள வேண்டும். தான் பிறந்தவுடன், ஸூர்யனை நோக்கி அது ஒரு பழம் என்று பாய்ந்தது, தேவேந்திரன் ஹனுமனை வஜ்ராயுதத்தால் தாக்கி வீழ்த்தி, மலைபாறையின் மீது விழுந்து, கன்னங்கள் குழிவடைந்து, அதன் காரணமாக "ஹனுமான்" (சிறப்பான கன்னங்களை உடையவன்) என்ற காரணப் பெயர் உலகப் பிரசித்தமாயிற்று என்ற விவரங்களை ஹனுமான் ஸீதைக்கு கூறியிருப்பார் என்று நாம் ஊகித்துக் கொள்ளலாம்.)

விதேஹ ராஜகுமாரியே! தங்களுக்கு நம்பிக்கை ஏற்பட வேண்டும் என்பதற்காக நான் தங்கள் கணவரின் குணாதிசயங் களைக் கூறினேன். தேவியே! குற்றமற்றவளே! ராகவன் வெகு சீக்கிரம் உங்களை இங்கிருந்து நிச்சயம் அழைத்துச் செல்வார்." சோகத்தினால் வருத்தப்பட்டிருந்த ஸீதை, இவ்வாறு சரியான காரணங்களைக் கொண்டும், குறிப்புகளைக் கொண்டும் அவரை ராமதூதன்தான் என்றும் தெரிந்து கொண்டாள். அப்பொழுது ஜானகி எல்லையில்லாத ஆனந்தத்தை அடைந்து மகிழ்ச்சியில் ஆழ்ந்தாள். வளைந்த புருவங்களைக் கொண்டிருந்த அவள் கண்களிலிருந்து ஆனந்தக் கண்ணீரைச் சொரிந்தாள்.

செவ்வரி படர்ந்த தூய கண்களைக் கொண்டிருந்த அவளது திருமுகம், சோபையுடன் மிளிர்ந்தது. நீண்ட கண்களைக் கொண்ட ஸீதையின் திருமுகம், ராஹுக்ரஹணம் நீங்கிய சந்திரனைப் போன்று ஒளிவீசி பிரகாசித்தது. முடிவில் அவள் ஹனுமானென்ற வானரனை தெள்ளத் தெளிவாக, யதார்த்தமாக அறிந்து கொண்டாள். தான் சந்தேகித்தப்படி மாற்றுருவம் கொண்ட மாய ராவணன் அல்ல என்றும் தெளிந்தாள். பிறகு ஹனுமான் அழகான திருமுகத்தைக் கொண்ட அவளைப் பார்த்து மேலும் கூறினார்.

“மைதிலி! இவை யாவற்றையும் நான் உள்ளது உள்ளபடி கூறிவிட்டேன். நம்பிக்கை கொள்ளுங்கள். நான் இப்பொழுது என்ன செய்ய வேண்டும்? தங்கள் விருப்பம் என்ன? நான் திரும்பிச் செல்ல வேண்டும்.”

ஹனுமான் மறுபடியும் ஸீதைக்கு தனது ஜனன வ்ருத்தாந்தத்தைக் கூறுகிறார். “மகரிஷிகள் கேட்டுக் கொண்டதின் பேரில் வானரச்ரேஷ்டன் கேஸரீ போரில் சம்பஸாதனனைக் கொல்வதற்குச் சென்றிருந்த போது, நான் வாயுதேவன் மூலமாக என் தாய் அஞ்ஜனா தேவியிடம் பிறந்தேன். மைதிலியே! வல்லமையில் நான் வாயுதேவனுக்கு நிகரானவன்.”

35-ஆவது ஸர்க்கம் முடிவுற்றது.

36–ஆவது ஸர்க்கம்

கணையாழி கொடுத்தல்

மஹாதேஜஸ்வி, வாயுகுமாரன், ஹனுமான் மறுபடியும் ஸீதைக்கு இன்னும் நம்பிக்கையையூட்ட பணிவன்புடன் அவளிடம், “தேவியே! பெரும் பேறுடையீர்! நான் வானரன் தான். ஆனால் அறிவாளி ராமனின் தூதுவன். ராமனின் பெயர் பொறிக்கப்பட்ட இந்த கணையாழியைப் பாருங்கள். பெருந்தகையோன் ராமன் என்னிடம் இதைக் கொடுத்தார். தங்களுக்கு நம்பிக்கை ஊட்டுவதற்காக நான் இதனை கொணர்ந்திருக்கிறேன். தாங்கள் அமைதி பெறுவீராக! தங்களுக்கு க்ஷேமங்கள் உண்டாவதாக! இக்கணத்திலிருந்து துக்கம் என்ற வினைப்பயன் தங்களுக்கு குன்றத் தொடங்கிவிட்டது” என்றார்.

ஸீதை அதை எடுத்துக் கொண்டு, கணவரின் அந்த கைவிரல் அணிகலனை உற்றுப் பார்த்தாள். ஜானகி தன் கணவரையே அடைந்து விட்டது போல் உவகை அடைந்தாள். செவ்வரி படர்ந்த, தூய, நீள் கண்களைக் கொண்ட அவளது அழகான திருமுகம், ராஹு க்ரஹணத்திலிருந்து விடுபட்ட சந்திர மண்டலத்தைப்போல, பிரஸன்னமாகி பூரிப்பு பொங்கியதாக ஆகிற்று.

இளம்பிராயத்தினளான ஸீதை அப்பொழுது வெட்கம் அடைந்தாள். கணவனின் தூது மொழியைக் கேட்டு மகிழ்ச்சியடைந்த அவள், ஹனுமனிடம் மிக்க பிரீதி கொண்டு, உவகையுடன் மஹாவானரனைப் புகழ்ந்தாள். “நீ பராக்ரமசாலி! கெட்டிக்காரன்! அறிவாளி! வானர ச்ரேஷ்டனே! நீ தன்னந் தனியாக இந்த அரக்கர் தேசத்தை ஊடுருவியிருக்கிறாய். இந்த கடல் நூறு யோஜனை தூரம் நீளமுள்ளது. முதலைகள் முதலான பயங்கரமான நீர்வாழ் பிராணிகளைக் கொண்ட ஒரு ஸாகரம். போற்றுதற்குரிய பராக்ரமத்தினால் நீ இதனை அனாயாசமாகத் தாண்டி, ஒரு பசுமாட்டுக் குளம்படி தூரமாகச் செய்து கொண்டு விட்டாய்! வானரச்ரேஷ்டனே! நான் உன்னை ஒரு சாதாரணமான குரங்காக எண்ணவில்லை. உனக்கு பயம் என்பதே இல்லை. ராவணனிடம் கூட நீ கலக்கமடைய மாட்டாய். என்னுடன் ஸம்பாஷனை நடத்த நீ தகுதியுடையவன். ஏனெனில் எல்லாம் தெரிந்த ராமனால் நீ அனுப்பப்பட்டிருக்கிறாய்.

ராமன் என்னிடம் தூதுவன் ஒருவரை அனுப்புகிறார் என்றால், அவருடைய ஆற்றலை சோதனை செய்யாமல் அனுப்ப மாட்டார். அதுவும் முக்கியமாக எனது அருகாமைக்கு. தர்மஸ்வரூபி, ஸத்யஸந்தன், ராமன் தெய்வானுகூல வசத்தால் க்ஷேமமாக இருக்கிறார். ஸுமித்திரையின் மகிழ்ச்சியைப் பொங்கச் செய்யும்,

அந்த மஹா தேஜஸ்வியான லக்ஷ்மணனும் நலமாக இருக்கிறான். காகுத்ஸ்தன் நலமாக இருக்கிறார் என்றால், அவர் பிரளய கால அக்னிப்போல பொங்கி எழுந்து, கடல்கள் சூழ்ந்த இந்த பூமண்டலத்தை தனது கோபாக்னியால் ஏன் இன்னும் எரிக்கவில்லை? வாஸ்தவத்தில், அவ்விருவரும் தேவர்களையே அடக்கி ஆட்கொள்ளும் திறமை கொண்டவர்கள்தான்! எனது துக்கங் களுக்குத்தான் இன்னும் விடிவுகாலம் வரவில்லை என்று எண்ணுகிறேன்.

ராமன் மனக்கலக்கம் அடையாமல் இருக்கிறாரா? பரிதவித்துப் போகாமல் இருக்கிறாரா? மேற்கொண்டு செய்ய வேண்டிய காரியங்களை அந்த உத்தமபுருஷன் செய்து வருகிறாரா? அவர் நொந்து போகாமல் இருக்கிறாரா! தடுமாற்றம் இல்லாமல் இருக்கிறாரா! காரியங்களில் மதிமயக்கம் அடையாமல் இருக்கிறாரா? அரசரின் திருக்குமாரர் ஒரு மனிதன் செய்ய வேண்டிய கடமைகளைச் செய்கிறாரா? நண்பர்களிடம் இரண்டு விதமான உபாயங்களையும் (ஸாம–தானம்) பகைவர்களிடம் மூன்று விதமான உபாயங்களையும் (தான–பேத–தண்டம்) வெற்றி அடைவதற்காக மேற்கொள்ள வேண்டும். பகைவர்களைத் தவிக்கச் செய்யும் ஆற்றல் படைத்த ராமன், இதனை தனது நண்பர்களிடமும், பகைவர்களிடமும் கடைப்பிடிக்கிறாரா? அவர் நண்பர்களை அடைகிறாரா? நண்பர்களும் அவரை நாடி வருகிறார்களா? அவர் நண்பர்களின் க்ஷேமலாபங்களில் அக்கறை கொள்கிறாரா? அவருடைய நண்பர்களும் அவரிடம் மரியாதையுடன் நடந்து கொள்கிறார்களா?

அரச குமாரன் ராமன் தேவர்களின் அருளை வேண்டி பிரார்த்தனை செய்கிறாரா? மனித முயற்சி, தெய்வானுகூலம் – இரண்டையும் ஏற்றுக் கொண்டு செயல்படுகிறாரா? நான் பிரிந்து போய்விட்டதால் ராகவன் எனது நட்பை மறக்காமல் இருக்கிறாரா? ராகவன் இந்த துக்கத்திலிருந்து என்னை விடுவிப்பாரா? ராமன் சுகங்களை மட்டுமே அனுபவிக்க வேண்டியவர். கஷ்டத்தை அனுபவிக்க வேண்டியவர் அல்லர். அவர் அளவுக்கதிகமான துக்கத்தை அடைந்து துவளாமல் இருக்கிறாரா?

தனது தாய் கௌஸல்யையும், சிறிய அன்னை ஸுமித்ரையும், பரதனும் க்ஷேமமாக இருக்கிறார்களா என்று அவர்களுடைய நலன்களை அடிக்கடி கேட்டுத் தெரிந்து கொள்கிறாரா? ராகவன் என் பொருட்டு கௌரவம் பாராட்ட வேண்டியவர். சோகத்தோடு இருக்கும் அந்த ராமன், இதர விஷயங்களினால் மனம் சிதறிப் போகாமல், என்னை இந்த துக்கத்திலிருந்து கரையேற்றுவாரா? பரதன் வசம் அக்ஷௌஹிணிக் கணக்கில் சேனைகள் இருக்கின்றன. அவை மந்திரிகளின் ஆலோசனைகள் பேரில் நன்கு பராமரிக்கப்பட்டு இருக்கின்றன. அவை பயங்கரமாக செயல்புரியக் கூடியவை. அண்ணன் மீது அன்பு கொண்ட பரதன் அந்த சேனையை என் பொருட்டு அனுப்புவானா?

(குறிப்பு : ஒரு அக்ஷெளஹிணி என்பது கீழ்க்கண்ட படைபலத்தைக் கொண்ட பிரிவாகும். 21,870 தேர்கள், 21,870 யானைகள், 65,410 குதிரைகள், 1,09,350 காலாட்படை வீரர்கள்)

வானர அரசன், திருச்செல்வன் ஸுக்ரீவன் வசம் வானர வீரர்களின் அணிகள் இருக்கின்றன. அவர்களுக்கு பற்களும், நகங்களுமே ஆயுதங்கள். அப்படிப்பட்ட படைகளுடன் ஸுக்ரீவன் என்பொருட்டு வருவாரா? ஸுமித்ரையின் மகிழ்ச்சியை வளரச் செய்பவன் லக்ஷ்மணன். அவன் ஒரு மாவீரன். அஸ்திரங்களைப் பிரயோகம் செய்வதில் வல்லவன். அந்த லக்ஷ்மணன் அரக்கர்களை பாணவர்ஷம் செய்து அழிப்பானா? வெகு சீக்கிரமாக, ரௌத்ரம் கொண்ட ராமனால், உற்றார் – உறவினர்களுடன் போரில் கொல்லப்பட்ட ராவணனைப் பார்ப்பேனா? ராமனுடைய திருமுகம் பொன்னைப்போன்று ஒளிர்வண்ணம் உடையது. தாமரைக்கு இணையான மணம் – நிறம் கொண்டது அவரது திருவதனம். என்னைவிட்டுப் பிரிந்த சோகத்தினால், நீர் இல்லாமல், சுடு வெய்யிலினால் தாமரை மலர் வாடிப் போவது போல், அவர் திருவதனமும் சோகத்தால் சுண்டிப் போயிருக்குமே!

தர்மத்தைக் காக்க வேண்டும் என்ற காரணத்திற்காக ராமன் அரசைத் துறந்தார். என்னையும் நடைபயணமாக காட்டிற்கு அழைத்துச் சென்றார். அப்பொழுதெல்லாம் அவர் மனதில் கஷ்டமோ, பயமோ, சோகமோ இருக்கவில்லை. அப்படிப்பட்ட ராமன் இப்பொழுது இதயத்தில் தைரியத்தைக் கைக்கொண்டிருக்கிறாரா? என் ராமனுக்கு தனது தாயோ, தந்தையோ அல்லது வேறு எவரோ, கூட என்னைக் காட்டிலுமோ அல்லது இணையாகவோ அன்புக்கு உரியவர் இல்லை. எது வரையில் என் அன்பர் ராமன் நடவடிக்கை எடுக்கிறார் என்ற தகவலை நான் கேட்கிறேனோ, அதுவரையில்தான் நான் உயிர்வாழ விரும்புகிறேன்."

இவ்வாறு ஸீதாதேவி, ஆழ்ந்த கருத்துகள் பொதிந்த வார்த்தைகளை, வானர வீரனிடம் இனிமையாகக் கூறி நிறுத்திக்கொண்டாள். மீண்டும், ஹனுமனிடமிருந்து ராமனைப் பற்றிய விவரங்களை, அன்புகனிந்த வார்த்தைகளை எதிர்பார்த்திருந்தாள்.

பயங்கரமான வீரம் கொண்ட மாருதி, ஸீதையின் பேச்சைக் கேட்டு, தன் சிரஸ்ஸின்மீது கைகளைக் கூப்பிக் கொண்டு மேலும் கூறத் தொடங்கினார்:

"தாமரைக்கண்ணன் ராமன், நீங்கள் இங்கு இருப்பதை இன்னும் அறிந்தவர் இல்லை. அதனால்தான், தேவேந்திரன் இந்திராணியை மீட்டுக் கொண்டது போல், தங்களை மீட்டுக் கொண்டு அழைத்துச் செல்லவில்லை. என்னிடமிருந்து தகவலைக் கேட்ட மாத்திரத்திலேயே ராகவன் வானரர்கள் –

கரடிகள் கூட்டம் கூட்டமாக இருக்கும் பெரிய சைன்யத்தை திரட்டிக்கொண்டு இங்கு சீக்கிரம் வருவார். காகுத்ஸ்தன் தனது அம்புமாரிகளால், எதற்குமே கலங்காத சமுத்திரத்தையே ஒடுங்கச்செய்து, இங்கு வந்து லங்கா நகரத்தையே ராக்ஷஸர்களே இல்லாமல் நிர்மூலம் செய்யப் போகிறார். அங்கு, இடையில், யமதேவனோ, தேவர்களோ, அசுரர்களோ, எவரேனும் குறுக்கே நின்றால் ராமன் அவர்களையும் அழித்து விடுவார்.

பெருமாட்டியே! உம்மைக் காணாததால் ராமன் சோகத்தில் மூழ்கியிருக்கிறார். சிங்கத்தால் அல்லல்படும் யானையைப் போல் அவர் சுகம் காணுவதில்லை. வானரர்களுக்கு மலயம், விந்த்யம், மேரு, மந்திரம், தர்துரம் போன்ற மலைப்பிராந்தியங்களும், கிழங்குகளும் கனிகளும் இன்றியமையாத வைகள். அவை அனைத்தின் மீது இப்பொழுது நான் ஆணையிட்டுக் கூறுகிறேன். தேவியே, கேளுங்கள். அழகான கண்களோடும், கொவ்வைப் பழம் போன்ற உதடுகளோடும், அழகான குண்டலங்களோடும், பூர்ண சந்திரன் உதயமானதைப் போன்ற பொலிவோடும், திகழும் ராமனுடைய திருமுகத்தை சீக்கிரம் காணப்போகிறீர்கள்! நீங்கள் வெகுசீக்கிரம் ராமனை ப்ரஸ்ரவண மலையின் மீது காண்பீர்கள்! வைதேஹி! தேவலோகத்தில் உச்சியின் மீது வீற்றிருக்கும் தேவேந்திரனைப் போன்று ராமனையும் தாங்கள் சீக்கிரம் காண்பீர்கள்! ராகவன் புலால் உண்ணுவதில்லை. மதுவும் அருந்துவதில்லை. காட்டில் காய், கனி, கிழங்குகள் – அதுவும் வானப்ரஸ்தர்களுக்கு விதிக்கப்பட்டவை மாத்திரம் – அதுவும் பகலின் ஐந்தாவது வேளையில் (இரவுக்கு சற்று முன்) உண்கிறார். தினமும் இதே முறையைக் கடைபிடிக்கிறார். உம்முடைய நினைவே அவர் மனதில் எப்பொழுதும் வியாபித்திருப்பதால், தனது உடலிலிருந்து ஈக்கள், கொசுக்கள், புழுக்கள், பூச்சிகள், ஊர்ந்து செல்லும் ஜந்துக்கள் ஆகிய எவற்றையும் அப்புறப் படுத்துவதில்லை.

எப்பொழுதும் தங்கள் நினைவிலேயே மூழ்கிவிடுகிறார். எப்பொழுதும் சோகத்திலேயே உழல்கிறார். தங்கள் மீது கொண்டிருக்கும் தீவிர காதல் காரணமாக அவர் வேறு எதையும் சிந்திப்பதில்லை. அவர் பொதுவாக தூங்குவதே இல்லை. அப்படியே அந்த உத்தமபுருஷன் எப்போதாவது சற்று கண் அயர்ந்தாலும் கனவில் தங்களைக் கண்டு "ஸீதே!" என்று ஒரு இனிமையான கூக்குரலை எழுப்பி கண்விழித்துக் கொண்டு விடுகிறார். ஏதாவது, மனதிற்குப் பிடித்த ஒரு பழத்தையோ பூவையோ அல்லது வேறு பொருளையோ பார்த்தால் "என் அன்பே! ஆருயிரே!" என்று பல தடவைகள் புலம்பி, பெருமூச்சு விட்டுக் கொண்டு, உங்களுடன் கற்பனையில் பேசுகிறார். தேவியே! அவர் தினமும் பரிதவித்துக் கொண்டிருக்கிறார். உம்மையே "ஸீதே, ஸீதே" என்று அழைத்துக் கொண்டு, தன்வசம் இழந்து பேசிக் கொள்கிறார். அந்த மஹாபுருஷர், ஒரு ராஜ

குமாரன் காட்டுவாசிகளின் நியமங்களை ஏற்றிருக்கிறார். உம்மை அடைவதற்காகவே முயற்சிகளை மேற்கொண்டிருக்கிறார்."

ராமனின் விருத்தாந்தங்களைக் கேட்ட ஸீதை தனது துயரை நீக்கினாள். அவளுடைய சோகம் ராமனுடைய சோகத்திற்கு இணையானது. சரத் காலத்தின் தொடக்கத்தில் சந்திரபிம்பத்தை இரவுகளில் மேகங்கள் சிறிது மறைத்தும் சிறிது மறைக்காமலும் இருக்கும். அதைப்போன்று ஸீதையின் திருமுகமும் ஒளிர்ந்தும், ஒளிராமலும் இருந்தது. (அதாவது, ராமன் க்ஷேமமாக இருக்கிறார் என்பதைக் கேட்டு மகிழ்ச்சி. அதே சமயம், பிரிவின் சோகத்தினால் அவர் வருந்துகிறார் என்று கேட்டு துயரம்.)

36-ஆவது ஸர்க்கம் முடிவுற்றது.

37–ஆவது ஸர்க்கம்

ஹனுமானின் விஸ்வரூபம்

பூர்ணசந்திரனைப் போன்ற பொலிவான திருமுகத்தைக் கொண்ட ஸீதை ஹனுமனின் பேச்சைக் கேட்டு, அவரிடம் பதில் கூறினாள். அவள் வார்த்தைகளில் அறமும், பொருளும் செறிந்திருந்தன.

‘‘வானரனே! ராமன் வேறு எதையும் நினைவு கொள்ளாமல் என்னையே நினைத்துக் கொண்டிருக்கிறார் என்று நீ சொல்லிய சொல் அமிர்தமாய் இருக்கிறது. ஆனால் அதே சமயம் அவர் சோகத்தின் வயப்பட்டி ருக்கிறார் என்ற தகவல் விஷமாக இருக்கிறது. மனிதர்களுக்கு ஒரு சமயம் ஏராளமான ஐசுவரியங்கள் கிட்டுகின்றன. ஒரு சமயம் மிகக்கொடுமையான துயரங்களும் ஏற்படுகின்றன. இவ்விரண்டிலும் காலதேவன் என்ற விதி மனிதனை கயிற்றைப் போட்டு பிணைத்து இழுப்பது போல் இருக்கிறது. வானரோத்தமனே! உயிருடன் வாழ்ந்து கொண்டிருக்கும் எவராலும் விதியின் பாதிப்பை தவிர்க்க முடியாது போலும்! உதாரணத்திற்கு கஷ்டங்களினால் மனக்கிலேசம் அடைந்திருக்கும் லக்ஷ்மணனையும், என்னையும், ராமனையும் பார்! படகு கவிழ்ந்து, அழிந்து கடலில் நீந்தி, நீந்தி, சோர்வுற்றுத் தத்தளிக்கும் ஒருவனைப் போல் ராகவன் இருக்கிறார். அவர் இந்த சோகக் கடலைக் கடந்து கரைக்கு எப்பொழுது போய்ச் சேருவார்?

ராக்ஷஸர்களை அழித்து, ராவணனையும் கொன்று, லங்காநகரை நிர்மூலம் செய்துவிட்டு என் கணவர் என்னை எப்பொழுது பார்ப்பார்? அவரை சீக்கிரம் செயல்படுமாறு நீ அவரிடம் கூற வேண்டும். நான் அபகரிக்கப்பட்டு இங்கு வந்து ஒரு வருட காலம் முடியப் போகிறது. அது முடியும் வரையில்தான் என் ஜீவித தசை. அது முடிவதற்குள் ராமன் சீக்கிரம் செயல்பட வேண்டும். வானரனே! இப்பொழுது பத்தாவது மாதம் நடந்து கொண்டிருக்கிறது. இன்னும் இரண்டு மாதங்கள் தான் எஞ்சியிருக்கின்றன. துஷ்டாத்மா ராவணன் இந்த காலகெடுவை எனக்கு நிர்ணயித்திருக்கிறான். ராவணனுடைய ஸஹோதரன் விபீஷணன் என்னை திருப்பி அனுப்பிவிடும்படி எவ்வளவோ முயற்சிகள் எடுத்து, வெகுநயமாக ராவணனிடம் எடுத்துக் கூறினான். ஆனால் ராவணன் அந்த புத்திமதியை மதிக்கவில்லை. என்னைத் திருப்பி அனுப்புவதற்கு ராவணனுக்கு இஷ்டம் இல்லை. காலதேவனின் பிடிக்குள் அகப்பட்டிருக்கும் ராவணனை மரணக் கடவுள் போரில் தேடிக் கொண்டிருக்கிறான்.

வானரனே! விபீஷணனின் மூத்தமகள் அனலா என்று பெயர். தனது தாயினால் ஸ்வயமாகவே அனுப்பப்பட்ட அவள் எனக்கு இந்த தகவல்களைக் கூறினாள். வானரச்ரேஷ்டனே! எனது கணவர் சீக்கிரம் என்னை அடைந்து விடுவார் என்று நான் நம்புகிறேன். ஏனெனில் எனது அந்தராத்மா பரிசுத்தமானது. அந்த ராமனிடம் எவ்வளவோ நல்ல குணங்கள் இருக்கின்றன. உற்சாகம், வீரம், பலம், அன்பு, செய்நன்றி மறவாமை, பராக்ரமம், சக்தி – இவை அனைத்தும் ராமனிடம் குடிகொண்டிருக்கின்றன. ஜனஸ்தானத்தில், தம்பியின் உதவியில்லாமலேயே அவர் பதினான்காயிரம் ராக்ஷஸர்களை கொன்று வீழ்த்தினார். அப்படிப்பட்ட அவரை எந்த எதிரியும் கலங்கச் செய்ய முடியாது. அந்த நரோத்தமரை, கஷ்டங்களினால் அசைத்து விட முடியாது. நான் அவருடைய மகிமையை, இந்திராணி இந்திரனின் மகிமையை அறிந்ததுபோல், அறிவேன். வானரனே! சூரன், ராமன் என்ற சூரியனிடமிருந்து பாணங்கள் என்ற கிரணங்கள் புறப்பட்டு, அரக்க சத்ருக்கள் என்ற நீரை முற்றுமே மிச்சமில்லாமல் வற்றச் செய்யப் போகின்றன.'' இவ்வாறு, ராமனுக்காக வருந்தி, சோகத்தினால் துன்புற்றிருந்த ஸீதை கண்களில் நீர் மல்க, வாய்விட்டு கூறிய வார்த்தைகளைக் கேட்டு வானரன் பதில் கூறினார்.

"என் வார்த்தைகளைக் கேட்ட மாத்திரத்திலேயே ராகவன், வானரங்கள் – கரடிகள் ஆகியோர்களை ஏராளமாகக் கொண்டிருக்கும், பெரும்படையை திரட்டிக்கொண்டு, வெகுசீக்கிரமே இங்கு வரப் போகிறார். இல்லாதுபோனால், நான் இப்பொழுதே தங்களை இந்த துயரத்திலிருந்து விடுவிக்கிறேன். சிறந்த திருமுகம் கொண்டவரே! எனது முதுகில் ஏறிக் கொள்ளுங்கள். நான் தங்களை கடலை தாண்டி விடுகிறேன். ராவணனையும் சேர்த்து லங்கா நகரையே தூக்கிச் சென்று விட என்னிடம் சக்தி இருக்கிறது. மைதிலியே! அக்னிதேவன் ஹவிர்ப்பாகங்களை இந்திரனிடம் சேர்ப்பிப்பதைப் போல, நான் தங்களை ப்ரஸ்ரவணகிரியில் இருக்கும் ராகவனிடம் இன்றே சேர்ப்பித்து விடுகிறேன். தைத்யர்களை வதம் செய்வதற்கு மஹாவிஷ்ணு தயாராக இருந்ததைப் போல, முயற்சிகளை மேற்கொண்டிருக்கும் ராமனை, லக்ஷ்மணனுடன் கூடி இருப்பவரை இன்றே, பார்ப்பீர். விதேஹ ராஜகுமாரியே!

ஐராவதத்தின் மஸ்தகத்தின் மீது வீற்றிருக்கும் தேவேந்திரனைப் போல இருக்கும் ராமனை, தங்களைக் காணத் துடித்துக் கொண்டிருக்கும் அந்த பலவானை, ஆச்ரமத்தில் வீற்றிருக்கும் அவரை இன்றே தாங்கள் பார்ப்பீர்கள். மங்களரூபியே! தேவியே! என் முதுகில் ஏறிக் கொள்ளுங்கள்! தயங்க வேண்டாம்! தாங்கள் சம்மதத்தை சொல்லிக் கொண்டிருக்கும்போதே ரோஹிணி தேவி சந்திரதேவனுடன் இணைவதைப் போல தாங்களும் ராமனுடன் இணைந்துவிடுவீர்கள்! எனது முதுகில் ஏறிக் கொள்ளுங்கள்! பெருங்கடலை தாங்கள் கடப்பீர்கள்! நங்கையே! தங்களை இங்கிருந்து நான்

அழைத்துச் சென்று கொண்டிருக்கும்போது, லங்காநகரத்து மக்கள் அனைவரும் ஒன்றுகூடி திரண்டு வந்தாலும், அவர்கள் என்னை பின் தொடர முடியாது. வைதேஹியே! நான் இங்கு எப்படி வந்தேனோ அதே விதத்தில் நான் தங்களையும் அழைத்துக் கொண்டு ஆகாயமார்க்கமாக திரும்பிச் செல்வேன். நீங்களே அதனை பார்ப்பீர்கள்!"

வானரச்ரேஷ்டனின் இந்த அற்புதமான பேச்சைக் கேட்டதும் மைதிலி மிகவும் ஆனந்தத்தையும் ஆச்சரியத்தையும் அடைந்தாள். அங்கங்கள் பூரித்தவண்ணம் ஹனுமானைப் பார்த்து, "ஹனுமானே! நீ எப்படி அத்தனை தூரமுள்ள பாதையை என்னைச் சுமந்து கடப்பாய்? இதனால் உனது வானர இனத்தின் இயல்பை காட்டிவிட்டாய்!" என்று நான் எண்ணுகிறேன். வானரச்ரேஷ்டனே! சிறிய உருவம் கொண்ட நீ, மானிட அரசர் என் கணவரின் அருகாமைக்கு எப்படி அழைத்துச் செல்ல விரும்புகிறாய்?" என்று கேட்டாள்.

வாயுகுமாரன், ஸீதையின் வார்த்தைகளைக் கேட்டு சிந்திக்கலானார். உற்சாகச் செல்வத்துடன் கூடியிருந்த அவர் தனக்கு முதல் முதலாக ஓர் அவமானம் ஏற்பட்டு விட்டதை உணர்ந்தார். கருமையான விழிகளைக் கொண்ட இந்த ஸீதை எனது பலத்தையும் ஆற்றலையும் அறிந்ததில்லை. நான் இஷ்ட பிரகாரம் உருவத்தை ஏற்கும் தெய்வீக சக்தி படைத்தவன் என்பதை வைதேஹி பார்க்கட்டும் என்று நினைத்து எதிரிகளை மாய்க்கும் வல்லமை கொண்ட அவர், தனது சுயரூபத்தைக் காண்பித்தார். அந்த மரத்திலிருந்து கீழே இறங்கி, ஸீதைக்கு நம்பிக்கை ஊட்டும் நிமித்தமாக தனது சரீரத்தை வளர்த்துக் கொள்ள ஆரம்பித்தார். அப்பொழுது அவரது உடல் மேருபர்வதம் போலவும், மந்தர பர்வதம் போலவும் இருந்தது. கொழுந்து விட்டு எரியும் அக்னி தேவனைப் போல ஒளிமயமாய்த் திகழ்ந்தார். வானரச்ரேஷ்டன் இப்படிப்பட்ட உருவத்துடன் ஸீதையின் முன்னிலையில் நின்றிருந்தார்.

வானரன் மலையைப் போன்று மிகப் பெரிய வடிவில் இருந்தார். மஹா பலவானான அவர் முகம் சிவந்திருந்தது. அவர் பற்களும், நகங்களும் வஜ்ராயுதம் போல் உறுதி படைத்திருந்தன. அவர் உருவம் பயங்கரமாக இருந்தது. அவர் அப்பொழுது ஸீதையைப் பார்த்துக் கூறினார்:

"மலைகள் – காடுகள் அனைத்தோடும், மாளிகைகள், மதில்கள், தோரண வாயில்கள் ஆகியவற்றோடும், அரசனோடும், இந்த லங்கா நகரையே தூக்கிச் சென்று விடும் ஆற்றல் என்னிடம் இருக்கிறது. ஆகையால், தேவியே! எனது கோரிக்கையை புறக்கணிக்காதீர்கள்! நீங்கள் உங்கள் புத்தியை நிச்சயப்படுத்திக் கொள்ளுங்கள்! வைதேஹியே! தங்களைப் பார்க்கும் ஆவலில் இருக்கும் ராகவனையும் லக்ஷ்மணனையும் துயர் நீங்கச் செய்யுங்கள்!"

பர்வதம் போன்றிருந்த ஹனுமனை, வாயுதேவனின் சொந்த வயிற்றுப் பிள்ளையைப் பார்த்து தாமரை இதழ் போன்ற அழகிய நீண்ட கண்களைக் கொண்ட ஜனககுமாரி கூறினாள்: "வானரச்ரேஷ்டனே! உன்னுடைய பலத்தையும், சக்தியையும் வாயுதேவனைப் போன்ற உனது வேகத்தையும், அக்னி தேவனைப்போன்ற உனது அற்புத தேஜஸ்ஸையும் நான் அறிந்து கொண்டேன். வானரச்ரேஷ்டனே! கடக்க முடியாத இந்த ஸமுத்திரத்தின் கரைக்கு, வருவதற்கு உன்னைத் தவிர, வேறு எந்த சாமானியனாலும் இயலாது. என்னை அழைத்துச் செல்வதற்கும் உன்னிடம் ஆற்றல் இருக்கிறது என்பதைத் தெரிந்து கொண்டேன். ஆனாலும், மஹாபுருஷன் ராமனுடைய காரியம், சீக்கிரம் வெற்றிபெற, நாம் ஆராய்ந்துதான் செயல்பட வேண்டும் என்பது அவசியமாகும். வானரச்ரேஷ்டனே! பெருமை வாய்ந்தவனே! நான் உன்னுடன் செல்வது என்பது உசிதமில்லை. ஏனெனில் வாயு தேவனின் வேகத்தோடு செல்லும் உன்னுடைய விரைவு என்னை மயக்கமுறச் செய்து விடும். இது ஒரு காரணம். இரண்டாவது காரணம் ஸமுத்திரத்தின் மேல் வெகு, வெகு உயரத்தில் நீ வேகமாக செல்லும்போது, உனது முதுகிலிருந்து, பயந்து போய் நான் கீழே விழுந்து விடுவேன். ஸமுத்திரத்தில் திமிங்கிலங்கள் – முதலைகள் – சுறாமீன்கள் ஆகியவைகள் நிறைய இருக்கும். நான் கடலில் விழுந்தால், என்னால் ஒன்றும் செய்ய முடியாது. நீர்வாழ் பிராணிகளுக்கு ஒரு சிறந்த உணவாகத்தான் ஆக வேண்டும். மூன்றாவது காரணம். சத்துருக்களை அழிக்கும் ஆற்றல் கொண்டவனே! நான் உன்னுடன் செல்வது என்பது என்னால் முடியாத காரியம். ஏனெனில், ஒரு பெண்ணைக் காக்கும் பணியில் ஈடுபட்டிருக்கும் உன்னிடம் கூட நிச்சயம் ஸந்தேஹம் மக்களுக்கு ஏற்படும். நான்காவது காரணம், என்னை நீ தூக்கிச் செல்வதைப் பார்த்து, பயங்கரமான வீரம் கொண்ட அரக்கர்கள், துஷ்டன் ராவணனால் கட்டளையிடப்பட்டு நம்மைப் பின்தொடர்ந்து வருவார்கள். சூலம் – உலக்கை முதலான ஆயுதங்களை கையில் ஏந்திக் கொண்டு அந்த வீரர்கள் உன்னைச் சூழ்ந்து கொள்வார்கள். என்னைக் காக்க வேண்டிய பணியில் இருக்கும், உனக்கு பிரச்சினைகள் ஏற்படும். ஆகாயத்தில் யுத்தம் நடக்கும். அரக்கர்கள் பல பேர்கள் இருப்பார்கள். எல்லோரிடமும் ஆயுதங்கள் இருக்கும். நீயோ தனி ஒருவனாக நிராயுதபாணியாக இருப்பாய். நீ பிரயாணத்தைத் தொடர வேண்டும். என்னையும் அதே சமயம் காப்பாற்ற வேண்டும். இவற்றை உன்னால் எவ்வாறு செய்ய முடியும்?

வானரச்ரேஷ்டனே! அரக்கர்கள் பயங்கரமானவர்கள், பெரிய உருவம் படைத்தவர்கள், மஹாபலிஷ்டர்கள். அவர்கள் யுத்தத்தில் எப்படியாவது உன்னை வென்று விடக்கூடும். அப்படி அவர்கள் உன்னை வெல்ல முடியாவிட்டாலும் கூட நீ யுத்தம் செய்யும்போது உன் கவனம் வேறு பக்கம் சென்றிருக்கும். அப்பொழுது நான் உன் முதுகிலிருந்து கீழே விழுந்துவிடக்கூடும். அப்பொழுது அந்த

ராக்ஷஸப் பாவிகள் என்னைச் சிறைப்பிடித்துச் சென்று விடுவார்கள். என்னை அவர்கள் அப்படி அபகரித்துச் சென்றாலும் செல்லலாம் அல்லது என்னைக் கொன்று போட்டும் விடலாம். யுத்தம் என்று ஒன்று வந்து விட்டால், வெற்றி – தோல்விகள் எவருக்கும் நிச்சயமில்லை அல்லவா? அவ்வாறு எந்த ஆபத்தும் எனக்கு ஏற்படாவிட்டாலும் கூட ராக்ஷஸர்களால் அச்சுறுத்தப்பட்ட நான், தானாகவே மரித்துப் போய் விடுவேன். வானரச்ரேஷ்டனே! நீ மேற்கொண்ட இத்தனை பிரயத்தனங்கள் அனைத்தும் வீணாகிப் போய் விடுமே!

ஐந்தாவது காரணம், ஒரு கால், எல்லா அரக்கர்களையும் கொன்றுவிட உனக்கு நிச்சயம் திறமை இருக்கலாம். அவ்விதம் அரக்கர்களை நீயே கொன்று விட்டால், அது ராமனுடைய புகழுக்கு இழுக்கல்லவா ஆகிவிடும்! ஆறாவது காரணம், அரக்கர்கள் என்னை கவர்ந்து சென்று ஒரு மறைவான இடத்தில் என்னை ஒளித்து வைத்து விடலாம். அப்பொழுது வானரர்களோ, ராமலக்ஷ்மணர்களோ என் இருப்பிடத்தை தெரிந்து கொள்ள முடியாது. நீ எனக்காக இவ்வளவு பெருமுயற்சி ஏற்றிருக்கிறாய். அது முடிவில் வீணாகிப் போய்விடும். உன்னுடன் ராமனே இங்கு வருவதுதான் சிரேஷ்டமானது.

ஏழாவது காரணம், மஹாத்மா ராமனுக்கும் அவருடைய ஸஹோதரர்களுக்கும், ஏன் அந்த ராஜவம்சத்திற்கே, நான் உயிருடன் இருப்பது தான் ஒரு நம்பிக்கையாக இருக்கும். ஆகையால், நான் இறந்துபோய் விட்டால் அவர்கள், இருவரும் ஆசைகள் நிறைவேறாதவர்களாய், என் பொருட்டு துக்கத்தின் தாபத்தைத் தாங்க முடியாமல், வானரர்கள் – கரடிகள் அனைவரோடும் சேர்ந்து பிராணனைப் பிடித்து வைத்துக் கொள்ள மாட்டார்கள்.

எட்டாவது காரணம், மிக முக்கியமான காரணம். வானர ச்ரேஷ்டனே! எனது கணவரின் மீது நான் கொண்ட தீவிரப் பற்றின் காரணமாக, வேறு எந்த ஆடவனின் உடலையும் நான் தீண்டமாட்டேன். ராவணன் என்னை பலாத்காரமாக கவர்ந்தபோது, அவன் வசத்தில் சிக்கிய நான் அவனுடைய உடலைத் தீண்ட வேண்டியிருந்தது. அது என்னை மீறிய ஒரு சம்பவம். அப்பொழுது நான் சுதந்திரம் அற்று இருந்தேன். எனக்கு அப்பொழுது நாதி இல்லை. கற்புக்கரசியாக இருந்தாலும் என் வசத்தில் என்னால் இருக்க முடியவில்லை. அந்த சந்தர்ப்பத்தில் நான் என்னதான் செய்திருக்க முடியும்? ராமன் பத்துத்தலை ராவணனை, அவனுடைய சுற்றத்துடன், இங்கே வந்து கொன்றுவிட்டு, இவ்விடமிருந்து என்னை மீட்டுச் சென்றால், அதுதான் அவருக்குப் பொருத்தமான செயலாக இருக்கும். யுத்தகளங்களில் த்வம்சம் செய்யக்கூடிய அந்த மஹா புருஷருடைய வீரசாகசங்களை நான் கேட்டிருக்கிறேன். ஏன், நான் நேரிலேயே பார்த்தும் இருக்கிறேன். தேவர்களோ, கந்தர்வர்களோ, நாகர்களோ, ராக்ஷஸர்களோ – எவருமே போரில் ராமனுடன்

சரிசமமாக நின்று போரிட முடியாது. அற்புதமான வில்லை ஏந்தியவரை, மஹாபலம் பொருந்தியவரை, தேவேந்திரனுக்கு இணையான பராக்ரமம் கொண்டவரை, லக்ஷ்மணனோடு கூடினவரை, அந்த ராகவனை போரில் பார்த்து விட்டு, எவரால்தான் அவர் எதிர்ப்பைத் தாங்கிக் கொள்ள முடியும்? அப்பொழுது அவர் காற்றோடு கூடி கொழுந்து விட்டு எரியும் அக்னிதேவனைப் போன்றிருப்பார்.

வானச்ரேஷ்டனே! லக்ஷ்மணனுடன் ராகவன் யுத்தகளத்தில் துவம்சம் செய்ய வந்து விட்டால், அவர் மதம் பிடித்த திக்கஜம் போன்றிருப்பார். பாணங்களையே கிரணங்களாகக் கொண்டிருக்கும் பிரளயகால சூரியனைப் போன்ற அவரை யுத்தத்தில் எதிர்த்து நின்று எவரால்தான் தாக்குபிடிக்க முடியும்? வானரோத்தமனே! எனது ராமனை, எனது கணவரை, லக்ஷ்மணனோடும், சேனைகளோடும் சீக்கிரம் இங்கு அழைத்து வா! ராமன் பொருட்டு நான் வெகுகாலமாக துயரத்தின் பளுதாங்க முடியாமல் நசுங்கிப் போயிருக்கிறேன். வானர வீரனே! என்னை மகிழ்ச்சியடையச் செய்!"

37-ஆவது ஸர்க்கம் முடிவுற்றது.

38–ஆவது ஸர்க்கம்

சூடாமணி கொடுத்தல்

அதன்பிறகு வானரச்ரேஷ்டன், ஸீதையின் அந்த வார்த்தைகளைக் கேட்டு மிகவும் சந்தோஷமடைந்தார். சொல்லின் செல்வனான அவர், ஸீதையைப் பார்த்து, "தேவியே! மங்கள வடிவு கொண்டவளே! தங்களின் பேச்சு மிக சரியானதே! பதிவ்ரதா ஸ்த்ரீகளின் பெண்மைக்கும், அடக்க ஸ்பாவத்திற்கும் உகந்ததே! நூறு யோஜனைகள் தூரம் கொண்ட, பரந்த, பெருங் கடலை என் மீது அமர்ந்து கடப்பது 'ஒரு பெண்ணாக இருப்பதால் தன்னால் அது முடியாதது' என்று தாங்கள் கூறினீர்களே, அது வாஸ்தவம் தான். ஜானகி! அடக்க குணம் கொண்ட தாங்கள் இன்னொரு காரணத்தைக் கூறினீர்களே, அதாவது, ராமனைத் தவிர வேறு எந்த ஆடவனையும் தீண்டமாட்டேன் என்று, அதுவும் பொருத்தம் தான். தேவி! அந்த மஹாபுருஷன், ராமனின் தர்ம பத்னிக்கு இந்த காரணம், ஏற்றதுதான். தங்களைத் தவிர வேறு எந்த பெண்தான் இப்படிப் பேச முடியும்? தங்களுடைய செயல்பாடுகள், என்னிடம் தாங்கள் பேசிய வார்த்தைகள் யாவற்றையும் காகுஸ்தன் ராமனிடம் நான் ஒன்று விடாமல் கூறுவேன், அவற்றை அவர் கேட்கத்தான் போகிறார். பல காரணங்களை உத்தேசித்தும், ராமனுக்கு பிரியமான ஒரு காரியத்தை செய்ய வேண்டும் என்ற ஆசையினாலும், அன்பு கனிந்த உள்ளத்தாலும் நான் தங்களிடம் இவ்வாறு கூறினேன். மற்றவர்களால் லங்கையில் பிரவேசம் செய்ய முடியாது என்ற காரணத்தினாலும், பெரிய கடலைத் தாண்டுவதும் மற்றவர்களால் முடியாது என்ற காரணத்தினாலும், என்னால் அது முடியும் என்ற காரணத்தினாலும், ராமனிடம் தங்களை இப்பொழுதே அழைத்துச் சென்று கொண்டு விட்டு விட வேண்டும் என்று ஆசைப்பட்டதாலும், அன்புப் பெருக்கினாலும், பக்தி பரவசத்தாலும் நான் அவ்வாறு கூறினேன், வேறு எந்த காரணமுமில்லை. மாசற்றவளே! என்னுடன் தாங்கள் வரமுடியாது என்று கூறுவதால், எனக்கு ஏதாவது அடையாளப் பொருளை அளியுங்கள். அதைக் கொண்டு ராமன் யாவற்றையும் அறிந்து கொள்வார்".

இவ்வாறு கூறிய ஹனுமானைப் பார்த்து, தேவலோக வனிதை போன்றிருந்த ஸீதை, கண்ணீர் மல்க, நாத்தழுதழுக்க மெதுவான குரலில் கூறினாள்:

"உனக்கு நான் ஒரு மிக முக்கியமான அடையாளச் செய்தியைக் கூறுகிறேன். அது எனக்கு மிகவும் பிடித்தமானது. நான் கூறுவதை எனது

தூதுமொழியாக நீ ராமனிடம் அப்படியே கூறு. அன்பரே! முன்பொரு சமயம் நிகழ்ந்த சம்பவத்தை உங்களுக்கு இப்பொழுது நினைவு கூறுகிறேன். சித்திரக்கூட பர்வதத்தின் தாழ்வரையின் வடகிழக்கு பிரதேசத்தில் நாம் ஆசிரமம் அமைத்துத் தங்கியிருந்தோம். அந்த பிரதேசத்தில் தவசிகள் ஆசிரமங்கள் அமைத்துக் கொண்டு வாழ்ந்து வந்தனர். அங்கே காய், கனிகள், கிழங்குகள், நீர் யாவும் ஏராளமாக நிறைந்திருந்தன. ஸித்த புருஷர்கள் நாடி வரும் அந்த இடம் மந்தாகினீ நதியின் அருகாமையில் இருந்தது. அங்கே நந்தவனங்கள் நெருக்கமாக அமைந்திருந்தன. அவற்றுள் மலர்கள் பூத்துக் குலுங்கி, நறுமணம் வீசிக் கொண்டிருக்கும். ஒரு சமயம் நான் அவ்விடங்களில் சுற்றித் திரிந்ததால் என் உடல் வியர்த்து விட்டது. அதனால் நான் களைப்பாற அமர்ந்தபோது தாங்கள் எனது மடியில் படுத்துக் கொண்டிருந்தீர்கள். அப்பொழுது அங்கு ஒரு காகம் வந்தது. அதற்கு மாமிசத்தில் இஷ்டம். அதனால் அது என்னை தனது அலகினால் கொத்தியது. ஒரு மண்கட்டியை எடுத்து வீசி அதை விரட்டினேன். ஆனால் அது என்னைக் கொத்திக் கொத்திச் சென்று பதுங்கிக் கொண்டிருந்தது. மாமிச உணவின் மேல் ஆசைப்பட்டு அதன் முயற்சியை நிறுத்துவதாய் இல்லை. நான் காகத்தின் மீது கோபம் கொண்டு மீண்டும் மீண்டும் அதை விரட்ட முயற்சித்தபோது எனது ஆடை நழுவ ஆரம்பித்தது. அப்பொழுது நான் எனது ஒட்டியாணக் கயிற்றை இறுக்கிக் கொண்டிருந்தேன். அந்தக் கோலத்தில் என்னை பார்த்த நீர் அப்பொழுது பரிகாசம் செய்தீர். எனக்கு கோபம் வந்தது. உடன் வெட்கமும் ஏற்பட்டது. மீண்டும் உணவு வேட்கை கொண்ட அந்த காகம், என்னை கொத்தியது. அப்பொழுது நான் உம்மிடம் வந்தேன். நீர் அப்பொழுது உட்கார்ந்திருந்தீர். நான் களைப்புடன் உமது மடியில் படுத்துக் கொண்டேன். கோபம் அடங்கவில்லை. இந்த வேடிக்கைகளைப் பார்த்து சிரித்துக் கொண்ட தாங்கள் என்னை சமாதானப்படுத்தினீர். காகத்தின் மீது மிகுந்த கோபத்திலிருந்ததால் என் முகத்தில் கண்ணீர் வழிந்து கொண்டிருந்தது. நான் மெதுவாக என் கண்களைத் துடைத்துக் கொண்டேன். அந்த கோலத்தில் இருந்த என்னை நீர் பார்த்தீர்."

(ஸுந்தர காண்டத்தின் 38–ஆவது ஸர்க்கத்திலுள்ள சுலோகங்கள் 12 முதல் 20 வரை, ராமனை முன்னிலைப் படுத்தி ஸீதை சொன்ன வாக்கியங்கள். அவற்றை ஹனுமன் அப்படியே ஸீதையின் வாய்மொழியாக ராமனிடம் சொல்ல வேண்டும் என்பது ஸீதையின் கருத்துரை. அவ்வாறே 21 வது சுலோகம் முதல் ஸீதை ஹனுமனை முன்னிலைப்படுத்தி நேரிடையாக கூறும் வாக்கியங்கள்). பிறகு நான் களைப்படைந்து ராமனுடைய மடியில் வெகுநேரம் படுத்துத் தூங்கிக் கொண்டு இருந்தேன். பிறகு பரதனின் தமையன் அவர் முறைக்கு என் மடியில் படுத்துத் தூங்கினார். அச்சமயம் அந்த காகம் அங்கே மறுபடியும் வந்தது. என் மார்பகத்தை கொத்திக் கீறிற்று. அது மீண்டும் மீண்டும் பாய்ந்து வந்து என்னை

வெகுவாகவே கொத்திக்கீறியது. அதனால் ரத்தம் பெருகி, ரத்தச் சொட்டுகள் ராமனை நனைத்து விட்டன. காகம் என்னை பலமாகவே துன்புறுத்தியதால் சத்துருக்களை வாட்டியெடுக்கும் திறன் கொண்டவர், திருவளர்ச்செல்வன், நன்றாக துயின்றிருந்தவர் – அந்த ராமனை எழுப்பினேன்.

தடந்தோள் வீரர் ராமன், மார்பகத்தில் புண்காயங்களுடன் இருந்த என்னைப் பார்த்து விஷப் பாம்பைப் போல சீறிச்சினந்து, ஒரு பெருமூச்சுடன், "யானைத் துதிக்கைப் போன்ற சீரான தொடைகளைக் கொண்ட அழகியே! உனது மார்பகங்களைப் புண்படுத்தியது யார்? சினத்துடன் சீறிக் கொண்டிருக்கும் ஐந்து தலை நாகத்துடன் எவன் விளையாடுகிறான்?" என்று கூறி சுற்று முற்றும் பார்த்த அவர், அந்த காகத்தை கண்டுவிட்டார். அது ரத்தம் தோய்ந்த, கூரிய நகங்களுடன் என்னையே நோக்கி நின்றிருந்தது. அந்த காகம், பறவைகளுள் மிகப்பெரியது, தேவேந்திரனின் மகன் ஜயந்தன் என்று தனது ஞானதிருஷ்டியில் தெரிந்து கொண்டார். ராமனைக் கண்டதும் வாயு வேகத்துடன் அந்த காக்கை பூமியில் வெகு சீக்கிரமாக மறைந்து, ஒளிந்து கொண்டு விட்டது. தடம்தோள் வீரன், புத்திமான் ராமன், கோபம் கண்களில் கொப்பளிக்க காக்கையின் மீது கடுமையான தீர்மானம் மேற்கொண்டார். உடனே, தனது தர்ப்பாஸனத்திலிருந்து ஒரு தர்ப்பையை உருவி எடுத்து, அதன்மீது ப்ரஹ்மாஸ்த்ர மந்த்ரத்தை ஜபித்து, அஸ்த்ரப்ரயோகம் செய்தார். ஊழித்தீ போல கொழுந்து விட்டு எரிந்து கொண்டிருந்த அந்த தர்ப்பையை காக்கையின் மீது ஏவினார். பிறகு அந்த தர்ப்பை ப்ரஹ்மாஸ்த்ரமாக அந்த காக்கையை ஆகாயத்தில் துரத்திப் பின்சென்றது. காகம் பலவாறு போக்குக் காட்டி தப்பிச்செல்ல முயற்சித்தது. தனது உயிரைக் காப்பாற்றிக் கொள்ள அது இந்த உலகம் அனைத்திலும் சுற்றி சுற்றி வந்தது. பிறகு தேவலோகத்தில் தனது தந்தையான இந்திரனாலும், தேவர்கள் அனைவராலும், மஹரிஷிகள் எல்லோராலும் கைவிடப்பட்டு, மூன்று உலகங்களையும் ஓடிச்சுற்றியும் முடியாமல் முடிவில் ராமனையே அந்த காகம் தஞ்சம் அடைந்தது. அவன் தரையில் விழுந்து ராமனிடம் அடைக்கலம் வேண்டிக் கிடந்தான். சரணாகத வத்ஸலனான காகுத்ஸ்தன், மரண தண்டனைக்குரியவனான அவனை கருணையுள்ளம் கொண்டு உயிர் பிழைக்க விட்டார். களைப்புற்றும், மனம் வருந்தியும், வந்தடைந்திருந்த அவனிடம், "ப்ரஹ்மாஸ்த்ரம் வீண் போகக் கூடாது. அதற்குரிய பலியை நீயே கூறுவாயாக!" என்று கூறினார். அதற்கு, "உம்முடைய அஸ்த்ரம் எனது வலது கண்ணை துண்டிக்கட்டும்" என்றான். அவ்வாறே ப்ரஹ்மாஸ்த்ரம் அவன் வலது கண்ணைத் துண்டித்தது. அவன் தனது வலது கண்ணை ஈடாகக் கொடுத்து தனது உயிரைக் காப்பாற்றிக் கொண்டான். இந்த ஸம்பவம் முதற்கொண்டு, காக்கைகளுக்கு ஒரு கண்தான் செயல்படும் என்பது உலகப் பிரசித்தமாயிற்று. பிறகு அவன் ராமனை வணங்கி, தசரத

மஹாராராஜாவுக்கும் வணக்கம் தெரிவித்து விட்டு, அந்த வீரனிடமிருந்து விடைபெற்றுக் கொண்டு தனது இருப்பிடத்திற்குத் திரும்பிச் சென்றான்.

ஹனுமனே! நான் இப்பொழுது ராமனை முன்னிலைப்படுத்தி கூறும் வார்த்தைகளை அப்படியே எனது வாய்மொழியாக அவரிடம் கூறவேண்டும். ''அரசரே! என் பொருட்டு காக்கையின் மீதே ப்ரஹ்மாஸ்த்ரத்தை ஏவிய தாங்கள், உம்மிடமிருந்து என்னையே அபகரித்துச் சென்ற ராவணனை எப்படி பொறுத்துக் கொண்டிருக்கிறீர்? மானுடச்ரேஷ்டரே! என் மீது கருணை கொள்ளுங்கள்! என் பொருட்டு பெரும் ஊக்கம் மேற்கொள்ளுங்கள். நான் உங்களையே நாடியிருப்பவள்! தாங்கள் எனது நாதனாக இருக்கையில், நான் ஓர் அனாதை போன்றல்லவா காணப்படுகிறேன்! ''அன்பே எல்லாவற்றிலும் மிகச் சிறந்த அறம்'' என்று உம்மிடமிருந்தே நான் கேட்டிருக்கிறேன்! நீர் பெரும்வீரம் கொண்டவர்; மிகுந்த உற்சாகம் படைத்தவர்; மஹாபலசாலி; உமது ஆற்றல் எல்லை காண முடியாதது; எவராலும் உம்மை கலங்கச் செய்ய முடியாது; உமது கம்பீரம் பெருங்கடலைப் போன்று ஆழம் காண முடியாதது; கடல் சூழ்ந்த இந்த தரணிக்கு அரசர்; நீர் தேவேந்திரனுக்கு நிகரானவர். இவ்வாறெல்லாம் நான் உம்மைப் பற்றி அறிவேன். அவ்வாறே தாங்கள் போர் வீரர்களுள் தலைசிறந்தவர்; சத்தியத்தைக் கடைப்பிடிப்பவர்; பலம் பொருந்தியவர்; இப்படிப்பட்ட ரகுவம்ச திலகமான தாங்கள் அரக்கர்கள் மீது ஏன் அஸ்திரங்களை ஏவவில்லை?''

இவ்வாறு ராமனைப் பார்த்து பேசுமுகமாக கூறிய ஸீதை, ஹனுமனிடம் நேரிடையாக முறையிடுகிறாள். ''நாகர்களோ, கந்தர்வர்களோ, அசுரர்களோ, மருத்கணங்களோ, போரில் ராமனுடைய வேகத்திற்கு ஈடுகொடுத்து எதிர்த்து நின்று போரிட முடியாது. அந்த வீரபுருஷருக்கு என் மீது அக்கறை இருக்குமானால், கூரிய பாணங்களினால் ராக்ஷஸர்களை ஏன் கொன்று போடவில்லை? சத்ருக்களை வாட்டி எடுக்கும் ஆற்றல் படைத்த பலவான் லக்ஷ்மணனாவது அண்ணாவின் அனுமதியைப் பெற்று என்ன காரணத்தினால் என்னைக் காப்பாற்றவில்லை? அந்த இரண்டு மானிடப் புலிகளும், வாயுதேவன், அக்னி தேவன் ஆகியோருக்கு நிகரான தேஜஸ்ஸை உடையவர்கள். தேவர்களாலும் எதிர்த்து தாக்க முடியாதவர்கள் அப்படிப்பட்டவர்கள் ஏன் என் விஷயத்தில் அலட்சியமாக இருக்கிறார்கள்? நிச்சயமாய் நான் தான் ஏதோ பாபம் செய்திருக்கிறேன்! அதனால்தான் திறமைசாலிகளான, அந்த போர்வீரர்கள் இருவரும் என்னை கவனியாமல் இருக்கிறார்கள்.''

ஸீதையின் இந்த வார்த்தைகளை – பரிதாபகரமாக, கண்ணீருடன் கூறிய வார்த்தைகளை – கேட்ட ஹனுமான், தேஜஸ்வீ, வாயுகுமாரன் பதில் கூறினார். ''தேவியே! உமது துயரத்தை ராமன் இன்னும் அறிந்தார் இல்லை! இதை நான்

என் ஸத்யத்தின் மீது ஆணையிட்டுக் கூறுகிறேன்! ராமன் துக்கத்தினால் தாக்கப்பட்டிருக்கிறார், அதனைக் கண்டு லக்ஷ்மணனும் தவித்துப் போகிறான். எது எப்படியாயினும், நான் தங்களைப் பார்த்து விட்டேன். இனி தாங்கள் விசனப்படும் காலம் இல்லை. மாசற்றவரே! இந்த நொடியே தங்கள் துயரங்களுக்கு முடிவுகாலம் என்று கண்டு கொள்ளுங்கள். அந்த இரு அரசகுமாரர்களும் இரண்டு மானிடப்புலிகள்; மிக்க பலம் கொண்டவர்கள்; உம்மைக் காணத் துடித்துக் கொண்டிருக்கிறார்கள். அவர்கள் லங்காநகரை சாம்பலாக்கி விடப் போகிறார்கள். நீள்தடம் கண்ணினாய்! குரூரமான ராவணனை, அவனுடைய சுற்றத்தார்களுடன் போரில் கொன்றுவிட்டு, உம்மை தனது பட்டணத்திற்கு அழைத்துச் செல்லப் போகிறார். ராமனுக்கும், பலவான் லக்ஷ்மணனுக்கும், தேஜஸ்வீ சுக்ரீவனுக்கும், கூடியிருக்கும் வானரர்களுக்கும் தாங்கள் என்ன செய்தி தருகிறீர்கள்?"

இவ்வாறு ஹனுமான் அவளிடம் கூறியவுடன், தேவலோகத்து அணங்கைப் போன்ற ஸீதை, துயரத்தால் வாட்டப்பட்டிருந்தவள், வானரவீரன் ஹனுமானைப் பார்த்து கூறினாள்: "பரந்த உள்ளம் கொண்ட கௌஸல்யா தேவி எந்த அரசரை தனது தவப்புதல்வனாகப் பெற்றாரோ, அவரை என் சார்பில் நலம் விசாரி. என் சார்பில் சிரஸ்ஸினால் வணங்கு. ஸுமித்ராதேவி யாரை மகனாகப் பெற்று கீர்த்தி பெற்றாளோ, அந்த தவப்புதல்வன் லக்ஷ்மணனையும் நான் மிகவும் க்ஷேமசமாசாரம் விசாரித்ததாகக் கூறு. அவன் தன் அண்ணனுக்காக செய்த தியாகங்கள் மகத்தானவை. மாலைகள், நவரத்னங்கள், அன்பான, அழகான, மாதர்கள், மிகப் பரந்த இந்த புவியிலேயே பெறற்கரிய ஐஸ்வரியங்கள் – ஆகியவற்றையும் அவன் துறந்து வந்தவன். தந்தையையும், தாயையும் கௌரவித்து, வணங்கி, அறநெறியில் நின்ற அவன் ராமனுக்கு தொண்டு செய்வதற்காக, ஈடு – இணையில்லாத சுகங்களை துறந்து, தனது அண்ணன், காகுத்ஸ்தனை காப்பதற்காக அவரைப் பின் தொடர்ந்து வருகிறான். சிங்கத்தைப் போன்ற கம்பீரமான தோள்களைப் படைத்த தடம் தோள் வீரன் உயர்மனம் படைத்தவன். அன்பான பார்வை கொண்டவன். அவன் ராமனைத் தந்தையாகவும் என்னை தாயாகவும் நினைத்து எங்களை உபசரிப்பவன். அப்பொழுது என்னை ராவணன் கவர்ந்து சென்றது லக்ஷ்மணனுக்குத் தெரியாது. பெரியோர்களை உபசரிப்பவன், செல்வச்சீமான். திறமைசாலி. ஆனால் அதிகமாகப் பேசமாட்டான். அவனுக்கு தனது அண்ணன் ராஜகுமாரன் ராமன் மிகவும் பிரியமானவர். எனது மாமனாரைப் போன்று அவரிடம் பிரியமானவன். ராமனுக்கு தம்பி லக்ஷ்மணன் என்னைக் காட்டிலும் எப்பொழுதும் பிரியமானவன். அவனிடம் எந்தப் பொறுப்பைக் கொடுத்தாலும், அந்த வீரன் தாங்கிக் கொள்வான். அவனைப் பார்த்து, பார்த்து, ராமன் இறந்து போன தந்தையை மறந்திருப்பார். இவ்வளவு பெருமைகள் கொண்ட

சூடாமணி கொடுத்தல்

லக்ஷ்மணனை நான் வாயார, க்ஷேமம் விசாரித்ததாகக் கூறு. அவன் மிகவும் மிருதுவான ஸ்பாவம் கொண்டவன். எப்பொழுதும் தூய்மையானவன். திறமைசாலி. ராமனுக்கு பிரியமானவன். வானரச்ரேஷ்டனே! மிக நல்லவனான வானரனே! எனது துயரம் அழிய நீதான் முயற்சி மேற்கொள்ள வேண்டும். இந்த காரியத்தை சாதிப்பதற்கு நீயே தான் பொறுப்பு. உன் தூண்டுதலின் பேரில் ராமன் என் விஷயத்தில் பெருமுயற்சி மேற்கொள்வார். இன்னொரு விஷயத்தையும் எனது கணவர், வீரர் ராமரிடம் வலியுறுத்திச் சொல்ல வேண்டும்.

"தசரத ராஜனின் திருக்குமாரரே! நான் இன்னும் ஒரு மாதம் தான் எனது உயிரை வைத்துக் கொண்டிருப்பேன். ஒரு மாதம் கடந்து விட்டால் நான் உயிருடன் இருக்க மாட்டேன். இதுதான் உண்மையென்று நான் கூறுகிறேன். ஸ்வபாவமாகவே பாவச் செயல்களைச் செய்பவன் ராவணன். அவன் என்னை துன்புறுத்துகிறான். வீரரே, என்னை நீர்தான் காப்பாற்ற வேண்டும். பாதாள லோகத்தில் மறைந்து போன கௌசிகீ தேவியை மஹாவிஷ்ணு மீட்டு வெளிக்கொணர்ந்து வந்தது போல நீரும் என்னை மீட்டுச் செல்ல வேண்டும்."

இவ்வாறு ராம, லக்ஷ்மணர்களுக்கு செய்திகளைக் கூறிய பின் ஸீதை தனது வஸ்த்ரத்தில் முடிந்து வைத்திருந்த, தூய்மையான, தெய்வீகம் பொருந்திய சூடாமணியை, முடிச்சு அவிழ்த்து, "ராமனிடம் இதைக் கொடு" என்று கூறி ஹனுமானிடம் கொடுத்தாள்.

ஈடு இணையில்லாத அந்த உயர் ரத்னத்தை பெற்று, வானரவீரன், தனது சுட்டுவிரலில் பொருத்திக் கொள்ள முயன்றார். ஆனால் அது அவர் கைக்கு சரியாக வரவில்லை. ஹனுமனின் விரல் பருமனாக இருந்ததால், அதில் சூடாமணியை, மோதிரத்தைப் போன்று, பாதுகாப்பாக வைத்துக் கொள்ள முடியவில்லை. சூடாமணி தலைக் கூந்தலில் அணியும் திருகுப்பூவானதால் அதில் துவாரம் இருக்காது. ஆகையால் விரலில் பொருத்திக் கொள்ள வராது. அதனை மாருதி தனது வஸ்த்ரத்தில் பத்திரமாக முடிந்து கொண்டார்.

சூடாமணியைப் பெற்றுக் கொண்ட கபிச்ரேஷ்டன் ஸீதையை வணங்கி, அவளை வலம் வந்து, பவ்யமாக பக்கத்தில் வந்து நின்றார். ஸீதையைப் பார்த்ததினால் பேரானந்தம் கொண்ட அவர் தனது உள்ளத்தினால் ராமனை அடைந்தார். அவர் உடல் மட்டும் தான் அங்கு நின்றிருந்தது. மகிமை காரணமாக ஸீதை பாதுகாத்து வந்திருந்த மிக உயர்ந்த அந்த சூடாமணியைப் பெற்றுக் கொண்ட ஹனுமன் மிகவும் சந்தோஷம் அடைந்தார். அப்பொழுது அவரைப் பார்க்கையில் ஒரு சூறாவளிக் காற்றினால் பாதிப்பு நீங்கி நின்ற ஒரு மலையைப் போன்றிருந்தார். மனநிறைவோடு அவர் திரும்பிச் செல்ல பிரயாணப்பட்டார்.

38-ஆவது ஸர்க்கம் முடிவுற்றது.

39–ஆவது ஸர்க்கம்

ஸீதைக்கு ஆறுதல் மொழி

சூடாமணியைக் கொடுத்த பிறகு ஸீதை ஹனுமானைப் பார்த்துக் கூறினாள். "இந்த அடையாளம், அதைச் சார்ந்த எல்லா உண்மைகளும் ராமனுக்கு நன்றாகத் தெரியும். வீரர் ராமன் இந்த ரத்னத்தைப் பார்த்தவுடன் எனது தாய், நான், தசரத மஹாராஜா ஆகிய மூன்று பேர்களை நினைவு கூர்ந்து கொள்வார். வானரச்ரேஷ்டனே! ராமனை மீண்டும் ஊக்குவிப்பதில் நீ தூண்டுதலாக இருக்க வேண்டும். இப்பொழுது இந்த காரியம் தொடங்கப்பட்டு விட்டது. மேற்கொண்டு ஆவன செய்ய வேண்டியவற்றை நீ ஆலோசனை செய். வானரவீரனே! இந்த காரியத்தை செய்து முடிப்பதில் நீயே பொறுப்பாளி. ஆகையால் துயரங்களை அழிப்பதற்கு என்ன முயற்சி உண்டோ, அதை நீ ஆலோசனை செய். ஹனுமானே! எனது துயரங்களை அழிப்பதற்கான முயற்சிகளை நீ மேற்கொள்வாயாக!" பயங்கரமான பராக்ரமத்தைக் கொண்ட மாருதி "அப்படியே ஆகட்டும்" என்று உறுதி கூறி, தனது சிரஸ்ஸினால் வைதேஹியை வணங்கி, பிரயாணத்திற்கு தயாரானார்.

வானரன், வாயுகுமாரன், புறப்பட்டுவிட்டார் என்று அறிந்து, ஸீதாதேவி, கண்ணீர் மல்க, நாத்தழுதழுக்க, அவரிடம் கூறினாள்.

"ஒருவரோடு ஒருவர் இணை பிரியாது கூடியிருக்கும் ராம லக்ஷ்மணர்களை நான் க்ஷேமம் விசாரித்ததாகக் கூறு. வானரச்ரேஷ்டனே! மந்திரி பிரதானிகளுடன் கூடிய ஸுக்ரீவனையும், வயது முதிர்ந்த பெரியோர்களையும் மற்றும் எல்லா வானரர்களையும், தர்ம நெறிகளுடன் கூடிய க்ஷேம சமாசாரங்களை நான் விசாரித்ததாகச் சொல்லவும். அந்த தடந்தோள்வீரர் ராமன், எவ்வாறு என்னை இந்த துயரக் கடலிலிருந்து மீட்பாரோ, அவ்வாறு காரியங்களை நிறைவேற்றிக் கொடுப்பது உன் கடமை. புகழ்மிக்க அந்த ராமன் நான் உயிருடன் இருக்கும்போதே எனக்கு எப்படி மதிப்பு அளிப்பாரோ, அந்த விதத்தில், ஹனுமானே, நீ பேசி சாதித்துக் கொடுக்க வேண்டும். உனது வாக்கு சாதுர்யத்தினால் ஒரு புண்ணிய காரியத்தை சாதித்தவராக ஆவாய். தினம் தினம் நீ கூறும் உற்சாகப் பேச்சுகளைக் கேட்டு, தசரத புத்திரருக்கு என்னை அடைய வேண்டும் என்ற ஆர்வத்தில் அவருடைய பராக்ரமம் கூடிக் கொண்டிருக்கும். நான் தூதுமொழியாக உன் மூலம் ராமருக்கு கூறிய வார்த்தைகளைக் கேட்டவுடனேயே, அந்த வீரர் தனது வீர, தீர, பராக்ரம, சாகசங்களை முறைப்படி சாதிப்பதில் தனது புத்தியைச் செலுத்துவார்."

ஸீதையின் இந்த வார்த்தைகளைக் கேட்ட வாயுகுமாரன் ஹனுமான், தனது சிரஸ்ஸில் கைகளைக் கூப்பிக் கொண்டு அவளிடம் மேலும் கூறினார்: "வெகு சீக்கிரமே, காகுத்ஸ்தன் ராமன், வானர–கரடிப்படைத் தலைவர்களுடன் இங்கு வரப் போகிறார். அவர் எதிரிகளை யுத்தத்தில் வென்று உமது துயரத்தை நீக்கப் போகிறார். அவர் அம்புகளை ஏவத் தொடங்கிவிட்டால், மனிதர்களிலோ, தேவர்களிலோ, அசுரர்களிலோ, அவர் எதிரில் நின்று சமாளிக்கக்கூடியவர் எவரையுமே நான் பார்க்கவில்லை. முக்கியமாக உங்கள் நிமித்தமான போர் என்பதால் ஸூர்யதேவனோ, இந்திரனோ, ஸூர்யபுத்திரன் யமதேவனோ – எவராக இருந்தாலும் அவரை ராமன் போரில் சந்திக்க வல்லவர். அவர் கடல்களின் எல்லைகள் வரையில் இருக்கும் பூமண்டலத்தை ஆட்சிபுரியும் தகுதி கொண்டவர். ஜனகரின் அன்பு மகளே! ராமனுடைய வெற்றி, உம்மை நிமித்தமாகவே வைத்தே அமையும்." ஹனுமன் அவ்வாறு, நன்றாக, உண்மையாக, அழகாக தனது கணவன் மீது பேரன்புகொண்ட வார்த்தைகளை பேசியதைக் கேட்ட ஜானகி பெரிதும் மனம் மகிழ்ந்து அவரை பெரிதும் மதிப்பு வாய்ந்தவராகக் கருதி மேலும் கூறினாள்.

"சத்ருக்களை அடக்கும் ஆற்றல் படைத்த வீரனே! உனக்கு சம்மதமானால் நீ இங்கு ஏதாவது ஒரு மறைவான இடத்தில் ஒரு நாள் தங்கியிரு. ஓய்வெடுத்துக் கொண்டு நாளை நீ செல்லலாம். வானரனே! துர்ப்பாக்கியவதியான எனக்கு, நீ அருகாமையில் இருப்பதினால், என்னுடைய இந்த பெரிய துயரத்திற்கு சிறிது நேரமாவது விடுதலை இருக்கும். வானரச்ரேஷ்டனே! நீ போய்விட்டு திரும்பி வரும் வரையில் எனது உயிர் இருக்குமா என்பது சந்தேகம். ஏன், அது நிச்சயம் இருக்காது. உன்னைப் பார்க்காததால் ஏற்படும் துயரம் என்னை வாட்டியெடுக்கும். ஏற்கனவே இருக்கும் என் துயரத்துடன் இந்த துயரமும் சேர்ந்து என்னை வாட்டி வருத்தி விடும். நிற்க, வீரனே! என் முன் இன்னொரு ஸந்தேஹமும் நின்று கொண்டிருப்பது போல் இருக்கிறது. வானரத் தலைவனே! உனக்கு உதவியாக வானரர்களும் கரடிகளும் இருந்தாலும், எனக்கு இந்த ஸந்தேஹம் பெரிதாக இருக்கிறது. ஸமுத்திரம் மிகப் பெரியது. அதனைக் கடந்து வருவது மிகவும் சிரமம். அதனை வானரர்கள் – கரடிகள் சேனைகளும், அந்த ராஜகுமாரர்களும் எப்படித் தாண்டப் போகிறார்கள்? இந்த கடலைத் தாண்டுவதற்கு மூன்று பேர்களிடம் தான் சக்தி இருக்கிறது. அதாவது, கருடனோ, வாயுதேவனோ அல்லது நீயோதான் அந்த மூவர்.

வீரனே! இவ்விதம் இந்த காரியத்தை நிறைவேற்றுவதில் இவ்வளவு சிரமங்கள் இருக்கையில், நீ என்ன உபாயத்தைக் காண்கிறாய்? காரியங்களின் தன்மைகளை நீ நன்றாய் அறிந்தவன் அல்லவா? ஆனாலும் நீ ஒருவனாகவே இந்த காரியத்தை சாதிப்பதில் வல்லவன். உன்னுடைய பலத்தின் வளர்ச்சி புகழுக்கு உரியது. நீ எதிரிகளை அழிக்கக்கூடியவன். இருந்தாலும், அந்த ராமன், சேனைகள் அனைத்தையும் திரட்டிக் கொண்டு வந்து ராவணனை

போரில் வென்று, வெற்றி வீரனாக தனது நகருக்கு செல்வாராகில் அது புகழ் படைத்ததாக இருக்கும். சத்ருக்களை அழிப்பதில் வல்லவரான காகுத்ஸ்தன், தனது பாணங்களினால் லங்காபுரியை கலக்கமடையச் செய்து, என்னை அவர் அழைத்துச் சென்றால், அது அவருக்குப் பொருத்தமானதாகும். அந்த மஹாபுருஷருக்கு, அந்த போர்வீரருக்கு, அவர் பராக்ரமத்திற்கு எது ஏற்றதோ, அதை நீ செய்து முடிப்பாயாக!"

ஸீதை கூறிய வார்த்தைகள் பொருள் பதிந்திருந்தன, பல நல்ல அம்சங்களைக் கொண்டிருந்தன. காரண – காரியங்களுடன் கூடியிருந்தன. அவற்றைக் கேட்ட ஹனுமான் இன்னும் சொல்ல வேண்டிய சில வார்த்தைகளை ஸீதையிடம் கூறினார். "தேவியே! ஸுக்ரீவன், வானரர்கள் – கரடிகள் ஆகிய சேனைகளுக்கு அரசன். தாவிச் செல்லும் சக்தி படைத்தோர்களில் மிகச் சிறந்தவர். தேகபலம் பொருந்தியவர். தங்கள் விஷயத்தில் உறுதி கொண்டவர். வைதேஹியே! அவர் ஆயிரம் ஆயிரம் வானரர்களுடன், ஏன் கோடிக் கணக்கானவர்களுடன் சீக்கிரம் வரப்போகிறார், ராக்ஷஸர்களை நிர்மூலம் செய்யப் போகிறார். பராக்ரமம் கொண்டவர்கள், தேகபலம் திறமைபலம் கொண்டவர்கள், மனோவேகத்திற்கு ஈடான வேகம் கொண்ட யாவரும் ஸுக்ரீவனின் கட்டளையின் கீழ் உள்ளார்கள். அவர்களின் செல்லுகைக்கு கீழேயோ, மேலேயோ, குறுக்கேயோ எந்த தடையும் இருக்க முடியாது. அளப்பரிய ஆற்றல் கொண்ட அவர்கள் எந்த காரியங்களிலும், அவை எவ்வளவு பெரிதாக இருந்தாலும், சோர்ந்து போக மாட்டார்கள்.

வாயு வேகத்திற்கு இணையாக விரைந்து செல்லக் கூடியவர்கள், மிக்க உற்சாகம் கொண்ட அவர்கள் கடல்கள் – மலைகள் கொண்ட இந்த பரந்த பூமண்டலத்தை பல தடவைகள் வலம் வந்துள்ளார்கள். அங்கே இருக்கும் வானரர்கள் பலர் என்னைக் காட்டிலும் சிறந்தவர்கள். அல்லது எனக்கு இணையாகவாவது இருப்பார்கள். ஆனால் என்னைக் காட்டிலும் கீழ்மட்டத்தில் இருப்பவர் எவரும் ஸுக்ரீவன் எதிரில் இல்லை. அப்படிப்பட்ட நானே இங்கு வந்திருக்கிறேன். மஹாபலிஷ்டர்களான அவர்களைப் பற்றி கூறவும் வேண்டுமா? சிறந்தவர்கள் யாரும் தூதுவனாக அனுப்பப்படுவதில்லை. சாமானியர்களைத் தான் செய்தி சொல்ல அனுப்புவார்கள்.

தேவியே! ஆகையால், நீங்கள் விசனப்பட்டது போதும், அதனை நிறுத்திக் கொள்ளுங்கள்! உங்கள் சோகத்தை விரட்டியடியுங்கள்! அந்த வானரத் தலைவர்கள் ஒரே தாண்டலில் லங்கைக்கு வரப் போகிறார்கள்! மானிடச் சிங்கங்களான, மஹாபலம் பொருந்தியவர்களான, ராமலக்ஷ்மணர்கள் என் முதுகின் மீது ஏறிக் கொண்டு, சந்திரனும் சூரியனும் உதித்ததைப் போல தங்கள் அருகாமைக்கு வரப் போகிறார்கள். அந்த மானிட வீரர்கள் இருவரும், லங்காபுரிக்கு வந்து தங்கள் பாணங்களால் அழிக்கப் போகிறார்கள். மாதுசிரோமணியே! ரகுவம்சதிலகரான ராமன் ராவணனை அவனது

இனத்தாருடன் வதம் செய்து உம்மை அழைத்துக் கொண்டு தனது பட்டணமான அயோத்திக்குச் செல்லப் போகிறார். ஆகையால் தாங்கள் அமைதியாக இருங்கள்! உமக்கு மங்களங்கள் உண்டாவதாக! தாங்கள் உரிய காலம் வரை காத்திருங்கள்! வெகு விரைவிலேயே தாங்கள் சுடர்விட்டுப் பிரகாசிக்கும் அக்னிதேவனைப் போன்று ராமனை பார்க்கப் போகிறீர்கள். ராக்ஷஸவேந்தன், தனது புத்திரர்கள், மந்திரிகள், சுற்றத்தார்கள் அனைவரோடும் அழியப் போகிறான். அப்பொழுது தாங்கள் சந்திரனுடன் கூடிய ரோஹிணியைப் போன்று ராமனுடன் இணைவீர்கள். மைதிலியே! நீர் இந்த துயரத்தின் முடிவை சீக்கிரம் அடையப் போகிறீர்கள். ராமனால் ராவணனும் கொல்லப்படப் போவதை சீக்கிரமே தாங்கள் பார்ப்பீர்கள்."

இவ்வாறு ஸீதைக்கு ஆறுதல்மொழிகள் கூறிவிட்டு வாயு குமாரன், ஹனுமான், புறப்பட்டுச் செல்ல தீர்மானம் செய்து மறுபடியும் ஸீதையிடம் கூறினார். "வெகு விரைவிலேயே, சத்துருக்களை வென்ற உறுதியான உள்ளம் கொண்ட ராமனைப் பார்க்கப் போகிறீர்கள் லங்கா பட்டணத்தின் நுழைவாயிலில் நின்றிருக்கும், வில்லேந்திய லக்ஷ்மணனையும் பார்க்கப் போகிறீர்கள். ஒன்றுகூடி வந்திருக்கும் வானரர்களையும் தாங்கள் பார்ப்பீர்கள். அவர்கள் யானையரசனைப் போல் பெரிய வடிவுடன் இருப்பார்கள். அவர்களுக்கு நகங்களும், பற்களுமே ஆயுதங்கள். அவர்கள் சிங்கம், புலி போன்ற பராக்ரமத்தை உடையவர்கள். அவர்கள் மலைகளைப் போலும், மேகங்களைப்போலும் பெருத்த உருவங்களுடன் இருப்பார்கள். அந்த வானர ச்ரேஷ்டர்கள் லங்கையில் மலய பர்வதத்தின் சிகரங்களில் கூடி வீரகர்ஜனை செய்வார்கள். அந்த ஒலியையும் தாங்கள் கேட்கப் போகிறீர்கள். மாறனின், கொடூரமான அம்புகளால் ராமனின் இதயத்தின் உயிர்நிலை தாக்கப் பட்டிருப்பதால், அவர் சுகம் காண்பதில்லை. அவருடைய நிலை சிங்கத்தினால் துன்புறுத்தப்பட்ட யானையைப் போன்றிருக்கிறது.

தேவியே! நீர் அழக் கூடாது! சோகத்தினால் உங்கள் மனதில் எந்த கஷ்டமும் ஏற்படவேண்டாம். இந்திராணிக்கு இந்திரன் துணை இருப்பதுபோல், உமது கணவரையே நீர் உறுதுணையாகப் பெற்றிருக்கிறீர்? ராமனைக் காட்டிலும் சிறந்தவர் யாரேனும் உண்டா? லக்ஷ்மணனுக்கு இணையானவர் எவன் இருக்கிறான்? காற்றும், நெருப்பும் ஒன்று சேர்ந்தது போல், ஸஹோதரர்கள் இருவரும் கூடி உமது காப்பாளர்களாக இருக்கிறார்கள். தேவியே! அரக்கர்களின் கூட்டம் நிறைந்த, இந்த அதிபயங்கரமான தேசத்தில் நீர் வெகுகாலம் வசிக்க மாட்டீர்கள். உமது அன்பர் ராமனின் வருகை வெகு தொலைவில் இல்லை. நான் திரும்பிச் சென்று ராமனிடம் சேரும் காலம் வரையில் மாத்திரம் பொறுத்திருங்கள்."

39-ஆவது ஸர்க்கம் முடிவுற்றது.

40-ஆவது ஸர்க்கம்

ஹனுமார் விடை பெறுதல்

பெருமான் வாயுகுமாரனிடமிருந்து அந்த பேச்சைக் கேட்ட ஸீதை, தேவமங்கை போன்றவள், தன் நலனை உத்தேசித்து, மேலும் கூறலானாள்.

"வானரனே! என்னிடம் இனிமையான வார்த்தைகளைப் பேசிய உன்னைப் பார்த்து நான் மிகவும் மகிழ்ச்சியுற்றிருக்கிறேன். பூமியில் விதைத்த பயிர் பாதி வளர்ந்த பிறகு, நீர் இல்லாமல் வாடியிருக்கும் சமயத்தில் மழைபொழிந்தால், புவிமகள் எப்படி மகிழ்ச்சியடைவாளோ, அதேபோன்று சோகத்தில் வாடியிருந்த எனக்கு உன் வார்த்தைகள் புத்துணர்ச்சி ஊட்டுகின்றன. துயரத்தால் அல்லல் உற்றிருக்கும் என் உடல் அவயவங்களால், நான் அந்த உத்தமபுருஷர் ராமனை ஆசைதீர அணைத்துக் கொள்ள ஏங்குகிறேன். என் மீது கருணை கொண்டு, நீ அதை நிறைவேற்று.

வானரக்குழாத்தின் தலைவனே! என் பொருட்டு ஒரு காக்கையின் மீது கோபம் கொண்டு, ஒரு தர்ப்பையை ஏவி அதன் ஒரு கண்ணைப் பறித்த வ்ருத்தாந்தத்தை அடையாளமாக நீ ராமனிடம் கூறு. அந்தரங்கமான இன்னொரு அடையாளத்தையும் நான் உனக்கு இப்பொழுது கூறுகிறேன். அதை நினைவுபடுத்தும் வகையில் நான் கூறும் வாய்மொழிகளை ராமனிடம் கூறு. ஒரு சமயம் எனது நெற்றித் திலகம் அழிந்து போயிருந்தது. அதைக் கண்ட தாங்கள் மனச்சிலை என்ற பாறைக்கல்லை பொடித்து, குறும்புத்தனமாக என் கன்னத்தில் பொட்டு வைத்தீரே, அது உமக்கு நினைவு இருக்கிறதா? நீர் ஒரு வீரபுருஷர். தேவேந்திரன், வருணதேவன் ஆகியோருக்கு இணையானவர். அபகரித்துச் செல்லப்பட்டு அரக்கர்களின் மத்தியில் உமது ஸீதை உயிர்வாழ்ந்து கொண்டிருக்கிறாளே, அதை நீர் எப்படி பொறுத்துக் கொண்டிருக்கிறீர்? ஈடு இணையில்லாதவரே! தெய்வீகம் பொருந்திய இந்த சூடாமணியை நான் வெகு ஜாக்கிரதையாக பாதுகாத்து வைத்திருக்கிறேன். ஏனெனில், துயரம் மேலிடும் போதெல்லாம் நான் இதனை பார்ப்பேன். அப்பொழுது தங்களையே பார்த்த சந்தோஷத்தில் மகிழ்வேன். கடலில் தோன்றிய, இந்த செல்வம் திகழ் சூடாமணியை உமக்கு அனுப்பிவிட்டேன். இதற்குமேல், துக்கம் தாள முடியாத நான், உயிருடன் வாழ முடியாது.

அதிகோரமான அரக்கியர்களின் பேச்சுக்கள் என் இதயத்தைப் பிளக்கின்றன. அந்த துக்கங்களை என்னால் பொறுத்துக் கொள்ள

முடியவில்லை. ஆயினும் உமக்காக நான் அவற்றைத் தாங்கிக் கொள்கிறேன். சத்துருக்களை அழிக்கும் வல்லமை கொண்டவரே! ராஜகுமாரரே! நான் இன்னும் ஒரு மாதகாலம்தான் என் உயிரை வைத்திருப்பேன். ஒரு மாதத்திற்குமேல், உம்மை விட்டுப் பிரிந்து, உயிருடன் இருக்க மாட்டேன். இந்த ராக்ஷஸராஜன் குரூரமானவன், அவன் என் மீது வைக்கும் பார்வை நன்றாக இல்லை. இந்த நிலையில் தாங்கள் இன்னும் தாமதம் செய்கிறீர்கள் என்று கேட்டால், நான் ஒரு கணம் கூட உயிர் வாழ மாட்டேன்.''

வைதேஹி இவ்விதம் கண்ணீருடன் பரிதாபகரமாக பேசியதைக் கேட்ட, தேஜஸ்வி, வாயுமைந்தன், ஹனுமான் கூறினார். ''தேவியே! துயரில் நீர் வாடுவதை ராமன் அறியார். இப்பொழுது நான் உம்மீது ஆணையாகக் கூறுகிறேன். கேட்டுக் கொள்ளும்! ராமன் உம்பொருட்டு மிகவும் துயர்வசப் படுகிறார். அதைப் பார்த்த லக்ஷ்மணன் தவித்துப் போகிறான். எப்படியோ நான் உங்களைக் கண்டுவிட்டேன்! இனி, துயர்படும் வேளை இல்லை. நங்கையே! இந்தக் கணமே உங்கள் துயரம் யாவற்றிற்கும் முடிவுகட்டி விட்டதாக காண்பீர்கள்! அந்த ராஜகுமாரர்கள் இருவரும் மனிதர்களுள் வேங்கைப் புலியைப் போன்றவர்கள். சத்துருக்களை ஒழித்துக் கட்டுபவர்கள். உம்மைக் காண்பதற்கு ஏக்கத்துடன் இருக்கிறார்கள். லங்காபுரியை சாம்பலாக்கிவிடப் போகிறார்கள். நீள்தடம் கண்ணினாய்! குரூரமான ராவணனை, அவனுடைய சுற்றத்துடன், போரில் வதம் செய்து ராமலக்ஷ்மணர்கள் உம்மை அழைத்துச் சென்று தங்கள் நகரத்திற்கு கொண்டு சேர்க்கப் போகிறார்கள்.

''குற்றம் ஏதும் காண முடியாதவளே! ராமன் நன்றாக அறிந்து கொள்ளக்கூடிய மகிழ்ச்சி ஊட்டக்கூடிய, இன்னும் ஏதாவது அடையாளத்தை அளியுங்கள்!''

ஸீதை கூறினாள்: ''வீரனே! ஹனுமானே! மிகச் சிறந்த அடையாளத்தை நான் முன்பே கொடுத்து விட்டேனே! எனது கூந்தல் அலங்காரமான இந்த சூடாமணியைப் பார்த்தாலே, ராமனுக்கு உன் பேச்சில் நம்பிக்கை ஏற்பட்டு விடும்.''

திருவளர்ச்செல்வன், வானரச்ரேஷ்டன், அந்த உயர்ந்த ரத்னத்தைப் பெற்றுக் கொண்டு, தேவியை, சிரம் தாழ்த்தி வணங்கி, புறப்படுவதற்குத் தயாரானார். வானரவீரன் தாவிச் செல்வதற்கு ஊக்கத்தை மேற்கொண்டார். அதன் பொருட்டு, அதிவேகமாக, உடல் வளர்ந்துவிட்டார். அப்பொழுது ஜனககுமாரி அவரிடம் கூறினாள். அவள் முகத்தில் கண்ணீர் பெருகி இருந்தது. அவள் குரல் ஈன ஸ்வரத்தில் இருந்தது. அவள் பேச்சு கண்ணீர் பெருகி தழுதழுத்திருந்தது.

"ஹனுமானே! சிங்கம் போன்ற கம்பீரம் கொண்ட அந்த ஸஹோதரர்களை, ராமலக்ஷ்மணர்களை, ஸுக்ரீவனை, அவருடைய மந்திரிபிரதானிகளை மற்றும் அனைவரையும் நான் நலம் விசாரித்ததாகக் கூறு. அந்த தடம்தோள் வீரர், ராகவன் என்னை இந்த துயரக் கடலிலிருந்து எப்படி கரையேற்றுவாரோ, அப்படி நீ காரியங்களைச் சாதித்துக் கொடு. ராமனிடம் சென்ற நீ, என்னுடைய இந்த தீவிரமான துயர் தாக்கத்தைக் கூறு, இந்த அரக்கர்கள் என்னை மிரட்டுவதைக் கூறு, மற்றபடி, வானரவீரனே! நீ செல்லும் பாதையில் எல்லாமே உனக்கு மங்களகரமாக இருக்கட்டும்!"

வானரன் ஹனுமன் அரசகுமாரி, ஸீதையிடமிருந்து அறிந்து கொள்ள வேண்டிய அனைத்து விஷயங்களையும் தெரிந்து கொண்டுவிட்டார். அவர் வந்த காரியம் பூர்த்தியாகிவிட்டது. அவர் மனது மிகவும் குதூகலமாக இருந்தது. அவர் இன்னும் செய்ய வேண்டிய காரியத்தில் மிகுதியிருக்கிறது என்று தீர்மானம் செய்து கொண்டார். அவர் மானஸீகமாக வடக்கு திசையில் இருந்த ஸ்ரீராமபிரானை ஸ்மரித்துக் கொண்டார்.

40-ஆவது ஸர்க்கம் முடிவுற்றது.

41–ஆவது ஸர்க்கம்

அசோகவனத்தை அழித்தல்

இவ்வாறு வானரன் ஸீதையினால் சிலாக்கியமான வார்த்தைகளால் பாராட்டப்பட்டார். அவர் திரும்பிச்செல்ல எண்ணம் கொண்டதால் அந்த இடத்தை விட்டு நீங்கி தனிமையில் சிந்திக்கலானார்.

“எனது முக்கிய காரியமாக ஸீதையைக் கண்டுபிடிப்பது என்பது முடிந்து விட்டது. நான் இங்கு இன்னும் செய்ய வேண்டிய காரியங்கள் சிறிது பாக்கியிருக்கிறது. ஸாம, தான, பேதம் என்ற மூன்று உபாயங்களைத் தவிர்த்து வைத்து, நான்காவது உபாயத்தை கைக்கொள்வது தான் சிறந்தது என்று தோன்றுகிறது. அரக்கர்களிடம் ஸாமம் என்ற சமாதான உபாயம் எந்தவித பலனையும் தராது. இவர்களிடம் பணவசதி நிறைய இருப்பதால் தான உபாயம் பொருத்தப்படாது. பலசாலிகள் என்ற கர்வம் இவர்களிடத்தில் இருப்பதால் பேத உபாயம் காரியத்தை சாதிக்க உதவாது. நான்காவதான தண்ட உபாயம் ஒன்றுதான் சரி என்று தோன்றுகிறது. அது எனக்கு பிடித்தமானதாகவும் ஆகும். இங்கு பராக்ரமம் புரிவதை விட்டுவிட்டால், வேறு எதுவும் காரியத்தை நிச்சயத்துடன் செய்து முடிப்பதற்கு உபயோகப்படாது. போரில் நிறைய அரக்கர்கள் இறந்து போனால்தான் இவர்களது கொட்டம் ஒருவாறு அடங்கும்.

ஒரு காரியம் நம்மிடத்தில் ஒப்படைக்கப்பட்டால், அதனுடன் இன்னும் பல காரியங்களையும் எவன் சாதிக்கிறானோ, அவன் தான் செயல்திறன் கொண்டவன். ஆனால் ஒன்று, முதலில் எடுத்துக்கொண்ட காரியத்திற்கு பிற்பாடு எடுக்கும் காரியம் முரண்பாடாக இருக்கக் கூடாது. ஒரு சிறிய காரியமானாலும் ஒரே ஒரு வழியை மாத்திரம் நாடியிருப்பது உசிதமில்லை. எவன் பல உத்திகளையும் கையாளத் தெரிந்தவனோ, அவன்தான் சாமர்த்தியசாலி. இங்கேயே சிறிது நேரம் தங்கி, சத்ருவின் பலாபலன்களை உறுதி செய்து கொண்டு, மேலும் பகைவர்கள் – நம்மவர்கள் ஆகியோர்களின் போர்த்திறன் தாரதம்யங்களையும் தெரிந்து கொண்டு, நான் கிஷ்கிந்தைக்குச் சென்றால், அது என் எஜமானரின் கட்டளையை முழுமையாக செய்து முடித்ததாகும். நான் இன்று ராக்ஷஸர்களுக்கு என் பலாத்காரத்தை யுத்தத்தில் காண்பிக்க வேண்டும். அதற்கு சுலபமான வழி என்ன? யுத்தத்தில் எனது திறன்மிக்க

பலத்தைக் கண்டு ராவணன் என்னை பாராட்ட வேண்டும். அதன் பிறகு ராவணனையும், அவனது மந்திரி கணங்களையும், சேனைகளையும், உடன் துணை இருப்பவர்களையும் நான் போரில் எதிர்கொள்ள வேண்டும். அவனுடைய பலம் என்ன, அவன் எண்ணம் என்ன ஆகியவற்றையும் சுலபமாகத் தெரிந்து கொண்டு நான் திரும்பிச் செல்வேன். இதோ, இருக்கிறதே, கொடியவனது அசோகவனம், இது தேவ லோக நந்தவன உத்யானவனத்திற்கு ஒப்பாகும். விதவிதமான மரங்கள், கொடிகளைக் கொண்டு எல்லோர் கண்களையும், உள்ளங்களையும் கவரும் இந்த அசோகவனத்தை, காய்ந்து போன காட்டை காட்டுத்தீ பொசுக்கி அழிப்பதைப் போல, நான் த்வம்சம் செய்து அழித்து விடுகிறேன். இந்த பூங்காவனம் சின்னாபின்னம் ஆனதைக் கேட்டு தசானனுக்கு கோபம் ஏற்படும். பிறகு ராக்ஷஸ வேந்தன் பெரிய சைன்யத்தை, என்னைத் தாக்க கட்டளை யிடுவான். அதில் குதிரைப் படைகள், தேர்ப்படைகள், யானைப்படைகள், காலாட்படைகள் யாவும் இருக்கும். அவர்கள் திரிசூலம், காலாயஸம், பட்டிசம் போன்ற ஆயுதங்களை ஏந்தி சண்டைக்கு வருவார்கள். அப்பொழுது ஒரு பெரிய போர் மூளும். சண்டபிரசண்டமாக யுத்தம் செய்யும் போர் வீரர்கள், அரக்கர்கள் திரண்டு வந்து போரில் என்னுடன் மோதுவார்கள். ராவணனால் அனுப்பப்பட்ட அந்த சேனையை, அடக்க முடியாத பராக்ரமம் கொண்ட நான் நிர்மூலம் செய்து, வானரவேந்தன் அரண்மனைக்கு ஆனந்தமாக செல்வேன்."

வாயுகுமாரன் சண்டமாருதம் போன்று சினம்பொங்கி, பயங்கரமான தாக்குதலுடன், மிகப் பெரிய தொடைபலத்துடன், மரங்களை முறித்துப் போடத் துவங்கினார். மகளிர் பூங்காவான அசோகவனத்தில் உல்லாசப் பறவைகள் ஏராளமாகக் குடியிருந்தன. விதவிதமான மரங்கள், செடி, கொடிகள் இருந்தன. வீரஹனுமான் அந்த பூங்காவனத்தை சின்னாபின்னம் பண்ணினார். பூங்காவில் இருந்த மரங்கள் முறிந்து போய், ஒடிந்து வீழ்ந்தன. தடாகங்களின் கரைகள் தகர்க்கப்பட்டன. குன்றுகளின் சிகரங்கள் தவிடுபொடியாக நொறுக்கப்பட்டன. மொத்தத்தில் அந்த நந்தவனம் அலங்கோலமாக காட்சியளித்தது.

பறவையினங்கள் ஓலமாக கூக்குரல் எழுப்பின. தடாகங்கள் உடைக்கப்பட்டு நீர் கரைபுரண்டு ஓடியது. மரத்தளிர்கள் வாடிக்கருகி செந்நிறமாக ஆகிவிட்டன. செடிகள், கொடிகள் வாடி வதங்கி விட்டன. அந்த நந்தவனம் சோபையை இழந்தது. காட்டுத்தீயால் பொசுங்கி விட்டதைப் போல் காட்சியளித்தது. படர்க்கொடிகள் பற்றிக் கொள்ளும் மரங்கள் இல்லாமல், பீதியில் கலங்கிப் போன பெண்களைப் போல, சீர்குலைந்துப் போயின. கொடிமண்டபங்கள், அலங்கார இல்லங்கள் ஆகியவைகள் அழிந்துபோயின. மலைப்பாம்புகளும், விஷப்பாம்புகளும், கொடிய மிருகங்களும் கட்டவிழ்ந்து

அசோகவனத்தை அழித்தல்

உலவத் தொடங்கின. பாறாங்கற்களால் கட்டப்பட்ட இல்லங்கள் மற்றும் இதர சாதாரண கட்டிடங்கள் யாவும் நொறுங்கி அழிந்தன. அந்த பெரிய உத்யானவனமே உருக்குலைந்து போயிற்று. அசோக மரக்கொடிகள் நிறைந்திருந்த அந்த பூங்கா இப்பொழுது பரிதாபமாக காட்சியளிக்கும் கொடிகளைக் கொண்டதாக ஆகிவிட்டது. தசானனின் அந்தப்புர மகளிர்க்கான அந்த பூங்கா, வானரனின் பலத்தினால் சீர்குலைந்து போன பெண்டிர் பூங்காவாக ஆயிற்று.

மஹாவானரன் பெருந்தலைவனான அரசனுடைய மனதில் பெரும் கலக்கத்தை உண்டு பண்ணினார். வானரன் தன்னந்தனியாக, தான் ஒருவனாக அநேகம் பலசாலி வீரர்களுடன் யுத்தம் புரிய ஆசைப்பட்டார். வெற்றிச்செல்வம் திருமுகத்தில் துலங்க வானரன் தோரணவாயில் மீது அமர்ந்து இருந்தார்.

41-ஆவது ஸர்க்கம் முடிவுற்றது.

42–ஆவது ஸர்க்கம்

கிங்கரர்களின் படைகளை அழித்தல்

பிறகு, பட்சிகளின் கூக்குரல்களினாலும், மரங்கள் "சட, சட" வென்று முறிந்து விழுந்த ஒலிகளினாலும், லங்காபுரியில் வசித்த அனைத்து மக்களும் பயம் கொண்டு, கிலிபிடித்துப் போனார்கள். மிருகங்கள், பறவைகள் யாவும் கிலிபிடித்து நாலாபக்கங்களிலும் ஓடத்தலைப்பட்டன. அரக்கர்களுக்கும் கோரமான சகுனங்கள் ஏற்பட்டன. இரவு முடிந்ததும் தூங்கி விழித்துக் கொண்ட கோரமான உருவங்கள் கொண்ட அரக்கியர்கள் அந்த பூங்கா அழிக்கப்பட்டிருந்ததையும், அந்த வீரன் பெரிய வானரனையும் கண்டனர்.

பெருந்தோள்வலியன், பேராற்றல் கொண்டவன், மஹா பலிஷ்டன் ஹனுமான் அரக்கியர்களை அச்சுறுத்தும்படியான பெரிய உருவத்தை எடுத்துக் கொண்டார். பிறகு பெரிய உடலுடனும், பெரும் பலத்துடனும், மலை போன்றும் இருந்த வானரனைப் பார்த்து, அரக்கியர்கள் ஜனககுமாரியிடம், "அடியே! இவன் யார்? எவரைச் சார்ந்தவன்? எங்கிருந்து வந்திருக்கிறான்? எதற்காக இங்கு வந்திருக்கிறான்? நீ இவனுடன் பேசிக் கொண்டிருந்தாயே, அது என்ன? நீள் தடக்கண்ணினாய்! மங்கள ரூபிணியே! நீ எங்களிடம் கூறு! உனக்கு எந்த பயமும் வராது! கருங்கடைக்கண்ணினாய்! இவன் உன்னுடன் ஸம்பாஷணை செய்தானே, அது என்ன?" என்று கேட்டனர்.

அப்பொழுது, ஸர்வாங்கஸுந்தரியான அந்த நங்கை நல்லாள் ஸீதை, "அரக்கர்கள் பயங்கரமான உருவங்களை எடுக்க வல்லவர்கள். அவர்களின் செயல்களை என்னால் எப்படி புரிந்து கொள்ள முடியும்? இவனைப் பற்றி உங்களுக்குத்தான் நன்றாகத் தெரியும். இவன் யாரோ? இவன் என்ன செய்வானோ? உங்களுக்குத்தான் தெரியும். "பாம்பின் காலை பாம்பே அறியும்" அல்லவா? அதுதான் நிச்சயம். எனக்குக்கூட இவனிடம் பயம்தான். இவன் யாரோ? எனக்கு என்ன தெரியும்? இவன் இஷ்டப்படி உருவம் ஏற்கவல்ல ராக்ஷஸனாய்த்தான் இங்கு வந்திருக்கிறான்" என்ற வைதேஹியின் பதிலைக்கேட்ட ராக்ஷஸிகளில் சிலர் ஓடிவிட்டார்கள். சிலர் ஸ்தம்பித்துப்போய் நின்றனர். ராவணனிடம் முறையிடச் சென்ற சில குரூபி அரக்கியர்கள், பயங்கரமான உருவம் கொண்ட ஒரு வானரன் வந்திருப்பதை தெரிவிக்கத் தலைப்பட்டனர்.

“அரசரே! அசோகவனத்தின் நடுவில் ஒரு பயங்கரமான உருவத்துடன் ஒரு குரங்கு வந்திருக்கிறது. அது கட்டுக்கடங்காத பலத்துடன் இருக்கிறது. அது ஸீதையிடம் ஏதோ பேசிக் கொண்டு இருந்தது. நாங்கள் ஸீதையிடம் அந்த குரங்கைப்பற்றி எவ்வளவோ கேட்டுப்பார்த்தோம். மான் விழியாள், ஜானகி, ஸீதை எதையும் தெரிவிக்க மறுக்கிறாள். அவன் இந்திரனுடைய தூதுவனாக இருக்கலாம். அல்லது குபேரனுடைய தூதுவனாக இருக்கலாம் அல்லது ஸீதையைக் கண்டுபிடிக்க வேண்டும் என்று விரும்பிய ராமனால் அனுப்பப்பட்ட ஒற்றனாக இருக்கலாம். உம்முடைய அந்த அந்தப்புர நந்தவனம் எவ்வளவு அற்புதமானது! எவ்வளவு மனோகரமானது! எத்தனை விதமான மான்களும், பிராணிகளும் கூட்டம் கூட்டமாக நிறைந்திருக்கும்! அப்படிப்பட்ட நந்தவனத்தை அந்த வானரன் அழித்துவிட்டான். அவன் அசோக வனத்தையே துவம்சம் செய்துவிட்டான். ஆனால் ஜானகி, ஸீதை தங்கியிருந்த அந்த மரத்தை மாத்திரம் அழிக்கவில்லை. அவ்வாறு அது அந்த மரத்தை அழிக்காததின் மர்மம் என்ன? ஜானகியை காப்பாற்ற வேண்டும் என்பதற்காகவோ அல்லது களைப்பின் காரணமாகவோ அந்த நோக்கம் இருக்கலாம். அந்த மரத்தை மாத்திரம் பத்திரமாக வைத்திருக்கும் அந்த வானரத்துக்குக் களைப்பு எப்படி இருக்க முடியும்?

ஸீதை தானாகவே சென்று தங்கி இருந்தாளே அந்த சிம்சுபா வ்ருக்ஷம், அழகான துளிர்களுடனும் மலர்களோடும், நெடிது உயர்ந்து வளர்ந்திருக்குமே, அந்த மரத்தை மாத்திரம் அந்த வானரன் பத்திரமாக வைத்திருக்கிறான். அவன் ஸீதையிடம் பேசி இருக்கிறான். அந்த அசோக வனத்தை அழித்திருக்கிறான். அந்த உக்கிரமான உருவம் கொண்ட அந்த வானரனுக்கு உக்கிரமான தண்டனையை தாங்கள் வழங்க வேண்டும். அரக்கர் குல வேந்தனே! ஸீதை உம் மனத்தில் இடம் பிடித்திருக்கும் ஒரு சுந்தரி. அப்படிப்பட்டவளிடம் எவனாவது பேசத்துணிவானா? அவ்விதம் எவனாவது இருந்தால் இந்நேரம் அவனுடைய உயிர் போயிருக்குமே!” அரக்கர் வேந்தன் ராவணன் அரக்கியர்களின் பேச்சைக் கேட்டு மிகுந்த கோபம் கொண்டான். சினத்தினால் அவன் கண்கள் விரிந்து போய்விட்டன. ஓமத்தீயைப்போல தீயைக்கக்கி கொழுந்துவிட்டு எரிந்தன. சினத்துடன் இருந்த அவன் இரண்டு கண்களிலிருந்தும் கண்ணீர்த் திவலைகள் உருண்டு விழுந்தன. அதைப் பார்க்கையில் எரிந்து கொண்டிருக்கும் இரண்டு தீபங்களிலிருந்து சுடருடன் கூடிய எண்ணெய்த்துளிகள் தெறித்து விழுவதைப் போல இருந்தது.

ஆற்றல் மிகுந்த ராவணன், தனக்கு நிகரான அரக்கர்களை, “கிங்கரர்கள்” என்ற பெயர் கொண்டவர்களை, ஹனுமானைப் பிடித்துக்கொண்டு வரும்படி கட்டளையிட்டான்.

பெரும் வேகத்தைக் கொண்ட எண்பதினாயிரம் வீரர்களைக் கொண்ட அந்த கிங்கரர்களின் படை, அவர்கள் மாளிகையிலிருந்து புறப்பட்டுச் சென்றன. கூடம், முத்கரம் போன்ற கொடிய ஆயுதங்களை ஏந்தியிருந்த அவர்கள் வயிறுகள் பெருத்திருந்தன. பற்கள் கோரைப் பற்களைப்போன்று கூராக இருந்தன. உருவங்கள் கோரமாக இருந்தன. மஹாபலசாலிகளான அவர்கள் அனைவரும் போர் புரிவதற்காக துடித்துக்கொண்டிருப்பவர்கள். அனைவரும் எப்படியாவது ஹனுமானைப் பிடித்துக்கொண்டு வரும் நோக்கத்தில் உறுதி கொண்டவர்கள்.

தோரணவாயில் மீது அமர்ந்திருந்த வானரனை அடைந்து, வெகு வேகத்துடன் அவர்மீது பாய்ந்தார்கள். அதைப் பார்க்கையில் தீயை நோக்கி வெகுவேகமாக வலிய பறந்து விழும் விட்டில் பூச்சிகளைப் போல அவர்கள் இருந்தார்கள். அவர்கள் விசித்திரமான கதைகளைக் கொண்டும், தங்கப் பிடிப்பூண்போட்ட இரும்பு உலக்கைகளாலும், சூரியனைப்போல் சுடர் விட்ட அம்புகளாலும் வானரவீரனைத் தாக்கினார்கள். முத்கரம், பட்டிசம், சூலம், பிராஸம், தோமரம், வேல் முதலான ஆயுதங்களைத் தாங்கிக்கொண்டு ஹனுமனைச் சூழ்ந்து கொண்டு, வெகு விரைவாக அவர் முன் நின்றார்கள்.

வெற்றிச்செல்வன், ஒளிர்மிகு ஹனுமான், மலையையொத்த உருவத்துடன், தனது வாலைச் சொடுக்கி பூமியில் அடித்தார். பிறகு இடி முழக்கம் செய்தார். பெருத்த சரீரத்தை எடுத்துக் கொண்டு, தனது தோள்களை பலமாக தட்டினார். பிறகு தனது வீரகர்ஜனையால் லங்காநகரம் முழுவதும் பேரொலி பரவச் செய்தார். அவர் எழுப்பிய ஒலியாலும், அதனைப் பின்தொடர்ந்த இடி முழக்கத்தாலும் ஆகாயத்தில் பறந்து கொண்டிருந்த பட்சிகள் கதிகலங்கி கீழே சுருண்டு விழுந்தன. ஹனுமன் பின்வருமாறு வீரகோஷம் செய்தார்.

“மஹாபலவான் ராமனுக்கு வெற்றி. மஹாபலவான் லக்ஷ்மணனுக்கு வெற்றி. ராமனால் பாதுகாக்கப்பட்ட ஸுக்ரீவ ராஜாவுக்கு வெற்றி. நன்மைகள் யாவற்றையும் நல்கும், கோசல நாட்டு மன்னன் ராமனின் தொண்டன் நான். என் பெயர் ஹனுமான். வாயுதேவனின் குமாரன், சத்ருக்களின் சைன்யங்களை அழிப்பவன்.

குறிப்பு : இந்த வரிகள் ஸுந்தரகாண்ட ரத்னாகரத்தில் தோன்றிய இந்திர நீலமணிக்கல். நவரத்ன மந்த்ர மாலையில் ஒளிவீசும் நீலக்கல் இது. ஹனுமனின் முதல்முதலான வெற்றிகோஷம். இந்த சிறப்பின் காரணமாக இந்த வரிகளை பாராயணக்ரமத்தில் மூன்று தடவைகள் படனம் செய்வது சிலாக்கியம்.) (நீலக்கல் சனிபகவானுக்கு உகந்த ரத்னம்).

நான் ஆயிரக்கணக்கான கற்பாறைகளாலும் மரங்களாலும் தாக்குதல் செய்வேன். ஆயிரம் ராவணன்கள் ஒன்றுகூடி வந்தாலும் யுத்தத்தில் எனக்கு

ஈடுகொடுக்க முடியாது. லங்காநகரத்தை ஒரு கலக்கு கலக்கி விட்டு, ஸீதையைப் பார்த்து வணங்கி விட்டு, நான் வந்த காரியத்தை வெற்றியுடன் முடித்துக் கொண்டு திரும்பிச் செல்லப்போகிறேன். அதனை நீங்கள் வேடிக்கை பார்ப்பதைத் தவிர வேறு எதுவும் செய்து உங்களால் தடுக்க முடியாது."

இந்த வீரகோஷத்தைக் கேட்ட அவர்கள் பயந்துபோய் உயிர் பிழைப்போமா என்று சந்தேகம் அடைந்து விட்டார்கள். அந்திவேளை மேகத்தைப்போல் ஹனுமான் நெடிதுயர்ந்திருந்ததைப் பார்த்தார்கள். ஆயினும் அவர்கள் தங்கள் அரசனின் கட்டளையை நிறைவேற்றுவதில் உறுதிகொண்டு, அந்த அரக்கர்கள் ஆயிரக்கணக்கான, பயங்கரமான, விதவிதமான ஆயுதங்களினால் வானரனைத் தாக்கினார்கள். மஹாபலிஷ்டன் ஹனுமன் அனைத்து பக்கங்களிலும் அந்த வீரர்களால் சூழப்பட்டார். அப்பொழுது அவர் தோரண வாயிலின் மீது வைக்கப்பட்டிருந்த ஒரு பயங்கரமான இரும்பு உலக்கையைக் கைப்பற்றிக் கொண்டார். அந்த உலக்கையைக் கொண்டு அரக்கர்கள் அனைவரையும் அடித்து நொறுக்கி வீழ்த்தினார். உலக்கையைக் கையில் ஏந்தி அவர் தாவித் தாவிச் சென்றதைப் பார்க்கையில், கருடதேவன் ஒரு நீளமான, பெரிய பாம்பைப் பிடித்தபடி ஆகாயத்தில் உலவுவதைப் போல் இருந்தது. வாயு மைந்தன் ஹனுமான் கிங்கரர்கள் என்ற அரக்க வீரர்கள் அனைவரையும் கொன்று விட்டார். பிறகு, மேலும் யுத்தம் செய்ய ஆவல் கொண்டவனாய் அந்த தோரண வாயிலையே அடைந்து அதன்மீது அமர்ந்திருந்தார். அந்த யுத்தத்தில் தப்பிப் பிழைத்த சில அரக்கர்கள் அச்சத்துடன் ராவணனிடம் சென்று அனைத்து அரக்கர்கள், கிங்கரர்கள் அனைவரையும் ஹனுமன் கொன்று விட்டார் என்று தெரிவித்தார்கள். ராக்ஷஸர்களின் ஒரு பெரிய பலம் கொண்ட சைன்யம் அழிந்து போனதைக் கேட்டு ராவணன் கண்களை உருட்டி, உருட்டி தீவிழிகளால் நோக்கினான். பிறகு போரில் எளிதில் வெல்ல முடியாத வீரன், பராக்ரமத்தில் இணையற்றவன், ப்ரஹஸ்த புத்திரனை ஏவினான்.

42-ஆவது ஸர்க்கம் முடிவுற்றது.

43–ஆவது ஸர்க்கம்

ஸ்ரீ ராமஜயத்தை பிரகடனம் செய்தல்

"கிங்கரர்கள்" என்ற ராக்ஷஸர்களைக் கொன்றபிறகு ஹனுமான் சிந்தனை செய்தார். "அசோகவனத்தை நாசம் செய்தாகிவிட்டது. இதோ, இங்கிருக்கும் சைத்ய மண்டபத்தை (தேவாலய கோபுரம்) இன்னும் நான் அழிக்கவில்லை. ஆகையால், நான் இந்த மண்டபத்தையும் இப்படியே நொறுக்கிப் போடுகிறேன்". இவ்வாறு மனதில் எண்ணிக் கொண்டு ஹனுமான் தனது பலத்தைக் காண்பித்தார். தேவாலயத்தின் கோபுரம் மேரு மலையைப் போன்று உயரமாக இருந்தது. வானரச்ரேஷ்டன், வாயுகுமாரன், ஹனுமான் உயரமான மலையை யொத்திருந்த அந்த கோபுரத்தின் மீது தாவி ஏறிக் கொண்டார். அப்பொழுது மிகுந்த தேஜஸ்ஸுடன் கூடிய அவரைப் பார்க்கையில், சூரியனுக்குப் போட்டியாக இன்னொரு சூரியன் உதித்து விட்டதைப் போல் ஒளி வீசினார். லேசில் தகர்க்க முடியாத அந்த உயரமான சைத்ய மண்டபத்தை தவிடுபொடியாக ஹனுமான் நொறுக்கிப் போட்டார். வீரலக்ஷ்மியுடன் திகழ்ந்த அவர், "பாரியாத்ரம்" என்று சொல்லப்பட்ட பொன்மயமான குலபர்வதத்தைப் போன்றிருந்தார்.

வளமிக்க திறன்கொண்ட வாயுமைந்தன், மிகப்பெரிய உருவத்தை தாங்கி உரத்த குரலில் இடிமுழக்கம் செய்தார். லங்கை முழுவதும் பரவி அதிருமாறு பேரொலி எழுப்பி அவர் சவால்விட்டு அறைகூவல் விடுத்து முழக்கம் செய்தது எல்லோருடைய காதுகளையும் பிளந்து செவிடாக்கிவிடும் போல் இருந்தது. அந்த வீர கர்ஜனையைக் கேட்ட பறவைகள் சுருண்டு விழுந்தன. மண்ட பத்தில் காவலாளிகள் மூர்ச்சை போட்டு விழுந்தனர். "சகல அஸ்திரங்களையும் நன்கு அறிந்த ராமன் வெல்க! மஹாபலசாலி லக்ஷ்மணனும் வெல்க! ராமனால் ரக்ஷிக்கப்பட்ட ஸுக்ரீவராஜனும் வெல்க! எந்த காரியத்தையும் அனாயாசமாக செய்து முடிக்கும் திறமை கொண்ட, கோசல நாட்டு மன்னன், ராமனுடைய தொண்டன் நான். என் பெயர் ஹனுமான். நான் வாயுதேவனின் குமாரன். சத்ருக்களின் சேனைகளை அழிப்பவன். ஆயிரம் ராவணன்கள் என்னிடம் போரிட வந்தாலும், எனக்கு இணையாக சண்டையிட முடியாது. கற்பாறைகளையும், மரங்களையும் ஆயிரக்கணக்கில் எறிந்து அவற்றால் தாக்குதல் புரிவேன். இந்த லங்காபட்டணத்தை கதறச் செய்து விட்டு, மைதிலியைப் பார்த்து வணங்கிவிட்டு, எல்லா அரக்கர்களும் பிரமிப்புடன் பார்த்துக் கொண்டிருக்கையிலேயே, வந்த காரியத்தை முடித்துக் கொண்டு நான் செல்வேன்." இவ்வாறு நீண்ட புஜங்களை உடைய, வானரத்தலைவன் ஹனுமான் மண்டபத்திலிருந்தபடியே அரக்கர்களைப் பார்த்துக் கூறினார்.

பயங்கரமான கர்ஜனை செய்து அரக்கர்களுக்கு பீதியை உண்டு பண்ணினார். அந்த வீர முழக்கத்தைக் கேட்டு மண்டபத்தின் காவலாளிகள் நூற்றுக்கணக்காக ஹனுமனை நோக்கி ஓடி வந்தார்கள். அவர்கள் விதவிதமாக ஆயுதங்களையும், முக்கியமாக ஈட்டிகளையும், கத்திகளையும், கோடரிகளையும் கையில் ஏந்தி வந்தார்கள். பெருத்த உடல் படைத்த அவர்கள் ஆயுதங்களை ஹனுமனின் மீது ஏவிக்கொண்டு அவரைச் சூழ்ந்து கொண்டார்கள். விதவிதமான கதைகளாலும், தங்கப்பிடிகள் போட்ட இரும்பு உலக்கைகளாலும் சூரியனைப் போன்று ஒளிவீசிய அம்புகளாலும் வானரச்ரேஷ்டனைத் தாக்கினார்கள். அவரைச் சூழ்ந்து போர் வீரர்கள் தாக்குதல் செய்ததைப் பார்க்கையில், கங்கையின் பெரு வெள்ளத்தில் சுழன்று கொண்டிருக்கும் ஒரு பெரிய நீர்ச் சுழலைப்போல் ஹனுமன் இருந்தார். அப்பொழுது வாயுகுமாரன் கோபம்கொண்டு பயங்கர உருவத்தை எடுத்துக் கொண்டார்.

வாயுமைந்தன், ஹனுமான், தங்கத்தால் அலங்கரிக்கப்பட்டிருந்த அந்த மண்டபத்தின் பெரிய தூணைப் பிடுங்கி வேகமாக நூற்றுக்கணக்கான தடவைகள் சுழற்றி அடித்தார். அப்பொழுது தீப்பொறி கிளம்பி மண்டபம் தீப்பற்றி எரிந்து போயிற்று. அதைப் பார்த்துக் கொண்டே தேவேந்திரன் வஜ்ராயுதத்தால் அஸுரர்களை வதம் செய்ததைப்போன்று, நூற்றுக்கணக்கான அரக்கர்களை கொன்று போட்டார். அப்பொழுது வீரலக்ஷ்மியுடன் திகழ்ந்த ஹனுமான் ஆகாயத்தில் இருந்து கொண்டே கோஷம் செய்தார். “என்னைப் போன்ற பெரும் வீரர்கள் ஆயிரக்கணக்கில் அனுப்பப்பட்டிருக்கிறார்கள். ஸுக்ரீவனின் கட்டளையின் கீழ் இயங்கும் பலிஷ்ட வானர ச்ரேஷ்டர்களின் அணிகள் ஆயிரக்கணக்கில் அகிலம் முழுவதும் சுற்றிக் கொண்டிருக்கிறார்கள். என்னைப் போன்ற பெரிய வானரத் தலைவர்களும் உலவி வருகிறார்கள். அவர்களில் சிலருக்கு பத்து யானைகளின் பலம்; சிலருக்கு அதைப் போன்று இன்னும் பத்து மடங்கு யானைகளின் பலம்; இன்னும் சிலருக்கு ஆயிரம் யானைகளின் பலம்; இப்படி யானைகளின் பலத்துக்கு இணையான வீரியம் கொண்டவர்கள். சிலருடைய பலம் நீர்வீழ்ச்சிகளைப் போன்றிருக்கும். சிலருடைய பலம் சூறாவளிக் காற்றுக்கு ஈடாக இருக்கும். சிலருடைய பலம் அளவிட்டுச் சொல்லவே முடியாது. இப்படி எத்தனையோ வானரத்தளபதிகள் இருக்கிறார்கள். இந்த வானரவீரர்களுக்கு பற்களும், நகங்களுமே ஆயுதங்கள். அவர்கள் நூற்றுக்கணக்காகவும், ஆயிரக்கணக்காகவும், லக்ஷக்கணக்காகவும், கோடிக்கணக்காகவும் இருக்கிறார்கள். அவ்வளவு பெரும்படையுடன் ஸுக்ரீவன் உங்கள் அனைவரையும் வதம் செய்ய வரப்போகிறார். அப்பொழுது இந்த லங்காபுரி இருக்காது. நீங்கள் ஒருவரும் இருக்க மாட்டீர்கள். ராவணனும் இருக்க மாட்டான். மஹாபுருஷன், இக்ஷ்வாகு வம்சத்திலகன், ராமனுடன் நீங்கள் பகை கொண்டதன் விளைவுதான் இது.

43-ஆவது ஸர்க்கம் முடிவுற்றது.

44-ஆவது ஸர்க்கம்

ஜம்புமாலிவதம்

பிரஹஸ்தனுடைய மகனான ஜம்புமாலி பெரும் பலசாலி. பெரிய கோரைப் பற்களைக் கொண்டவன். ராவணனின் கட்டளையின் பேரில், அவன் வில்லேந்தி புறப்பட்டுச் சென்றான். அவன் சிவப்பு மாலைகளை அணிந்தும் சிவப்பு வஸ்திரத்தை உடுத்தி பூமாலை அணிந்திருந்தான். அவன் செவிகளில் அழகான குண்டலங்கள் மின்னின. சரீரம் பெரிதாக இருந்தது. கண்களை இங்கும் அங்கும் சுழற்றியபடி இருந்தான். மிகவும் கோபம் கொண்டவன். போரில் எளிதில் வெல்ல முடியாதவன். அவனுடைய வில் தேவேந்திரனின் வில்லுக்கு ஒப்பானது. அதனுடன் பேரொளியுடன் மின்னிய பாணங்கள் இருந்தன. அவன் அந்த வில்லை நாணேற்றி வேகமாக "டங்"கார சப்தம் எழுப்பினான். அது வஜ்ராயுதத்தின் இடி முழக்கத்தைப் போன்றிருந்தது. அவனுடைய பெரிய வில்லின் நாணொலி உடனே எட்டு திக்குகளிலும், ஆகாயத்திலும் ஊடுருவியது.

கோவேறு கழுதைகள் கட்டப்பட்டிருந்த ரதத்தில் ஏறிவந்த அவனைப் பார்த்து ஹனுமான் உற்சாக வேகத்துடன் மகிழ்ச்சியடைந்து, ஆரவாரம் செய்தார். தோரண வாயிலின் குறுக்குத் தூணின் உத்திரக்கட்டை மீது அமர்ந்திருந்த மஹாவானரன் ஹனுமான் மீது நீள் புஜங்களைக் கொண்ட ஜம்புமாலி கூரான பாணங்களால் தாக்கினான். பிறைச்சந்திரனைப் போன்ற கூர்முனை கொண்ட "அர்த்த சந்த்ரம்" என்ற அம்பு ஒன்றினால் ஹனுமனின் முகத்திலும், காது போன்ற கூர்முனை கொண்ட "கர்ணீ" என்ற பாணம் ஒன்றினால் தலையிலும், "நாராசம்" என்ற கொடிய அம்புகள் பத்தினால் இரண்டு தோள்களையும் தாக்கினான். அப்பொழுது ஹனுமனுடைய சிவந்த முகம் பாணங்களால் அடிக்கப்பட்டு, ஒளியுடன் அழகாகவே திகழ்ந்தது. அதைப் பார்க்கையில் சரத் காலத்தில் நன்றாக மலர்ந்திருந்த தாமரைப்பூவை சூரிய கிரணங்கள் மோதுவது போல் இருந்தது.

ஹனுமனின் திருமுகம் இயற்கையாகவே சிவப்பானது. பாணங்களால் அடிக்கப்பட்டதால் ரத்தத்துளிகள் பரவி, திருமுகம் இன்னும் சிவப்பு நிறத்துடன் மிளிர்ந்தது. அதைப் பார்க்கையில், ஆகாயத்தில் ஒரு பெரிய தாமரை மலர் மீது செஞ்சந்தனத் துளிகளை தெளித்தது போல் இருந்தது.

ராக்ஷஸனின் பாணங்களினால் அடிக்கப்பட்ட மஹாவானரன் மிகவும் வெகுண்டார். பக்கத்தில் அகலமான ஒரு பெரும் பாறாங்கல்லைப் பார்த்தார். உடனே அதைப் பெயர்த்தெடுத்து தன் பலம் கொண்ட மட்டும் வீசியெறிந்தார். ஆனால் கோபம் கொண்ட அரக்கன் அதனை பத்து பாணங்களினால் நொறுக்கி விட்டான். தன் முயற்சி வீணாகிப் போனதைப் பார்த்த சண்டப்ரசண்ட பராக்ரமம் கொண்ட வீரம்மிக்க ஹனுமான், மிகப் பெரிய சாலமரத்தை வேருடன் பிடுங்கி சுழற்றினார். அதைப் பார்த்த, மஹாபலவான் ஜம்புமாலி நிறைய பாணங்களை ஏவினான். நான்கு பாணங்களினால் சாலமரத்தையும், வானரனின் புஜங்களை ஐந்து பாணங்களினாலும், அவர் சிரஸ்ஸை ஒரு பாணத்தினாலும், அவர் மார்பை பத்து பாணங்களினாலும் தாக்கினான். உடல் எங்கும் அம்புகளால் அடிக்கப்பட்ட ஹனுமான், மிகவும் கோபம் கொண்டு, ஏற்கனவே தான் உபயோகித்த அதே இரும்பு உலக்கையை மீண்டும் எடுத்துக் கொண்டு வேகவேகமாக சுழற்றினார். பலத்தின் உச்சியில் இருந்த, மிகுந்த வேகம் கொண்ட ஹனுமான் அந்த இரும்பு உலக்கையை வெகு வேகமாக சுழற்றி ஜம்புமாலியின் பெருத்த மார்பின் மீது அடித்தார். அப்பொழுது ஜம்புமாலி சின்னாபின்னமாக நொறுங்கிப் போனான். அவனுடைய தலையைக் காணவில்லை. கைகளைக் காணவில்லை. கால்களைக் காணவில்லை. வில்லைக் காணவில்லை. ரதத்தைக் காணவில்லை. குதிரைகள், பாணங்கள் எதுவும் காணவில்லை. மஹாபலிஷ்டன் ஜம்புமாலி ஹனுமனால் வெகு சீக்கிரமாகவே கொல்லப்பட்டு விட்டான். அவனுடைய ஆபரணங்கள் யாவும் தூள், தூளாகி நொறுங்கிப் போய், பூமியில் மாண்டு கிடந்தான். ஜம்புமாலி இறந்து போய்விட்டான். மஹாபலசாலிகள் கிங்கரர்கள் மாண்டு போய் விட்டனர். இவற்றைக் கேட்ட ராவணன் மிகுந்த கோபம் அடைந்தான். அப்பொழுது சினத்தால் அவன் கண்கள் சிவந்து போய்விட்டன. மஹாபலிஷ்டன், ப்ரஹஸ்த புத்திரன், ஜம்புமாலி இறந்ததால் ராவணன், சினத்தினால் சிவந்து போய்விட்ட கண்களை உருட்டி உருட்டி விழித்து, மிகுந்த வீரம், பராக்ரமம் கொண்ட மந்திரிகுமாரர்களைப் பார்த்து கட்டளையிட்டான்.

44-ஆவது ஸர்க்கம் முடிவுற்றது.

45–ஆவது ஸர்க்கம்

ஏழு மந்திரி குமாரர்கள் வதம்

பிறகு ராக்ஷஸராஜனால் மந்திரிகுமாரர்கள் எழுவர் ஏவப்பட்டார்கள். ஏழுவிதமான ஜ்வாலைகளைக் கொண்ட அக்னிதேவனைப் போன்ற தேஜஸ்ஸைக் கொண்ட அவர்கள் எழுவரும் அந்த அரண்மனையிலிருந்து புறப்பட்டார்கள். அவர்களைச் சூழ்ந்து பெரும்படைகள் வந்தன. அவர்கள் வில்லையேந்திருந்தார்கள். மஹாபலசாலிகளான அவர்கள் அஸ்த்ரங்களைக் கற்றதுடன் அவற்றில் நல்ல பயிற்சியும் கொண்டவர்கள். உயர்தரமான போர்வீரர்கள். ஒருவருக்கொருவர் மிஞ்சவேண்டும் என்ற போட்டி மனப்பான்மை கொண்டவர்கள். அவர்கள் பெரிய, பெரிய ரதங்களில் ஏறி வந்தார்கள். அந்த ரதங்களில் தங்கச் சாளரங்கள் திரைகளால் மறைக்கப்பட்டிருந்தன. கொடி மரங்களும், கொடித் தோரணங்களும் இருந்தன. இடிமேகங்களைப் போன்று பேரொலி எழுப்பின. குதிரைகள் பூட்டப்பட்டிருந்தன. அவர்களுடைய வில்கள் உருக்கி விட்ட தங்கத்தால் அழகாக வடிக்கப்பட்டிருந்தன. அளப்பரிய பராக்ரமம் கொண்ட அவர்கள் தங்கள் வில்களின் நாண்களை இழுத்து, உற்சாகம் பொங்க, “டங்”கார நாதம் செய்தார்கள். அவைகளின் ஒலி, மின்னலுடன் கூடிய மேகங்களின் இடியொலியைப் போன்றிருந்தது. அவர்களுடைய தாய்மார்களும், உறவினர்களும், நண்பர்களும் கவலையால் கலவரமுற்றார்கள். ஏனெனில் அவர்கள் கிங்கரர்கள் மடிந்து போனதை அறிந்திருந்தார்கள்.

உருக்கிவிட்ட தங்கத்தால் செய்யப்பட்ட ஆபரணங்களை அணிந்திருந்த அவர்கள் ஒருவருக்கொருவர் முட்டிமோதி, முந்திக்கொண்டு தோரண வாயிலின் மீது அமர்ந்திருந்த ஹனுமானை நோக்கிப் பாய்ந்தார்கள். அவர்கள் ஹனுமானின் மீது அம்புகளை மாரியாகப் பொழிந்தார்கள். இடையிடையே ரதங்களின் பேரொலிகள் கர்ஜனை போன்று ஆரவாரம் செய்தன. அரக்கர்கள் மேகத் திரள்களைப்போன்று பாணங்களை மழையாகப் பொழிந்தனர். அந்த அம்பு மாரிகளால் சூழப்பட்டு ஹனுமனின் உடலே மறைந்துபோயிற்று. அதைப் பார்க்கையில் இமயமலை மழையினால் மறைந்து போனதைப்போல இருந்தது. பிறகு வானரன் வெகுவேகமாக ஆகாயத்தில் எழும்பி ஸஞ்சாரம் செய்து வீரர்களின் பாணங்களை பயனற்றதாகச் செய்தார். அவர்களின் ரதவேகமும் வீணாகிப் போயிற்று. வீரர்கள் அனைவரும் வில்களை ஏந்தி அவருடன் போர்

புரிந்தார்கள். ஹனுமன் அவர்களுடன் விளையாடிக் கொண்டு ஆகாயத்தில் ஸஞ்சரித்துக் கொண்டே ஒளிர்ந்தார். அப்பொழுது அவரைப் பார்க்கையில், ஆகாயத்தில் இந்திரனின் வில் (வானவில்) பிரகாசித்திருக்க வாயுதேவன் மேகங்களுடன் ஸஞ்சாரம் செய்வது போல் இருந்தது.

ஹனுமான் ஒரு பயங்கரமான கர்ஜனை செய்தார். அதைக் கேட்ட மாத்திரத்திலேயே அந்த பெரிய சேனை குலை நடுங்கியது. வீரத்துடன் ஹனுமான் அரக்கர்களின் மத்தியில் உட்புகுந்து வேகவேகமாக ஸஞ்சாரம் செய்தார். சிலரை தனது உள்ளங்கைகளை விரித்து ஓங்கி அறைந்து கொன்றார். சத்ருக்களை நிர்மூலம் செய்பவனான ஹனுமன் சிலரை தனது கால்களால் உதைத்தும், மிதித்தும் கொன்றார். சிலரை தனது கைமுஷ்டியினால் வீழ்த்தி மாய்த்தார். இன்னும் சிலரை தனது கூரிய நகங்களினால் கீறிப்போட்டார். சிலரை தனது மார்பில் வைத்து அமுக்கி நசுக்கிக் கொன்றார். சிலரை தனது தொடைகளினால் அமுக்கிப் பிழிந்துபோட்டு கொன்றார். இன்னும் சிலர் அவர் கர்ஜனையைக் கேட்டே கிலிபிடித்து அங்கேயே தரையில் சுருண்டு வீழ்ந்து மாண்டு போனார்கள். பல வீரர்கள் கொல்லப்பட்டு மாண்டு போனார்கள். பல வீரர்கள் தரையில் விழுந்து கிடந்தார்கள். சைன்யத்தில் மிச்சமிருந்தவர்கள் பத்து திக்குகளிலும் உயிருக்குப் பயந்து சிதறி ஓடினார்கள்.

யானைகள் ஓலத்துடன் பிளிறின. குதிரைகள் சுருண்டு தரையில் விழுந்தன. தேர்களின் ஆஸனத்தட்டுகள், கொடிகள், குடைகள் யாவும் சிதறி உடைந்தன. போர்க்களம் முழுவதும் உடைந்த ரதங்களால் சிதறிக் கிடந்திருந்தது. வழியெங்கிலும், ரத்த வெள்ளம் ஆறாக ஓடிக்கொண்டிருந்தது. இப்படிப்பட்ட ரத்த ஆறுகள் எங்கும் தென்பட்டன. பலவிதமான ஓலங்கள் லங்கை முழுவதிலும் கர்ணகடூரமாக ஒலித்தன. மஹாபலவான், சண்டப்ரசண்ட வானரன் அனுபவம் மிக்க அந்த அரக்கர்களை கொன்றார். இன்னும் பல ராக்ஷஸர்களோடு போர்புரிய ஆவல்கொண்டு அதே தோரணவாயிலை சென்றடைந்தார்.

45-ஆவது ஸர்க்கம் முடிவுற்றது.

46–ஆவது ஸர்க்கம்

ஐந்து சேனாபதிகள் வதம்

பெருமான் வானரனால் மந்திரிகுமாரர்கள் அனைவரும் கொல்லப் பட்டதைக் கேட்ட ராவணன் தனது உணர்ச்சிகளை மறைத்துக் கொண்டு ஒரு பெரிய தீர்மானத்தை மேற்கொண்டான்.

விரூபாக்ஷன், யூபாக்ஷன், துர்த்தரன், ப்ரகஸன், பாஸகர்ணன் என்று ஐந்து அரக்க சேனாபதிகள் அவனிடம் இருந்தார்கள். அவர்கள் அனைவரும் காரியங்களை சாதுர்யமாக சாதிப்பதில் நிபுணர்கள். அவர்கள் எல்லோரும் ஹனுமானைப் பிடிப்பதில் ஆர்வம் கொண்டவர்கள். யுத்தகளத்தில் காற்றின் வேகத்தோடு முன்னேறிச் செல்லக்கூடியவர்கள். ராவணன் அவர்களைப் பார்த்து கட்டளையிட்டான்.

“படைத்தளபதிகளாகிய நீங்கள் எல்லோரும் குதிரைப்படை, தேர்ப்படை, யானைப்படை, காலாட்படை அடங்கிய சதுரங்க சைன்யத்தை திரட்டிக் கொண்டு செல்லுங்கள். அந்தக் குரங்கு எப்படியாவது தண்டிக்கப்பட வேண்டும். அந்த குரங்கிடம் சென்ற நீங்கள் எச்சரிக்கையுடன் இருக்க வேண்டும். இடம், காலம் ஆகியவற்றிற்குத் தகுந்தபடி காரியத்தை முடித்துக்கொள்ள வேண்டும். அதனுடைய செயல்பாடுகளை ஆராயுங்கால் அது ஒரு சாமானியக் குரங்காக இருக்கும் என்று நான் எண்ணவில்லை. எல்லா விதத்திலும் அது மிக பலம் படைத்த ஒரு பெரிய பிராணியாகத்தான் இருக்க வேண்டும். ஒருக்கால், தேவேந்திரன் கடும் தவம் இருந்து நம்மைக் கொல்வதற்காக இப்படிப்பட்ட பிராணியை ஸ்ருஷ்டி செய்திருக்கிறானோ, என்னவோ?

நாகர்கள், யக்ஷர்கள், கந்தர்வர்கள், தேவர்கள், அசுரர்கள், மஹரிஷிகள் – ஆகிய எல்லோரையும் நான் உங்கள் அனைவரின் துணையுடன் வென்றிருக்கிறேன். அவர்கள் நமக்கு ஏதோ ஒரு வஞ்சனை செய்ய வேண்டும் என்று நினைத்திருப்பார்கள். அதுதான் காரணம். ஐயம் ஏதும் இல்லை. எப்படியாவது உங்கள் பலத்தை உபயோகித்து அந்தப் பிராணியை பிடித்து வாருங்கள். இது ஒரு குரங்குதானே என்று நீங்கள் அலட்சியமாக இருந்து விடாதீர்கள். இது வீர, தீர, பராக்ரமம் கொண்டது. மிகுந்த பராக்ரமங்கள் கொண்ட பல வானரர்களை நான் ஏற்கனவே பார்த்திருக்கிறேன். வாலி என்ன, ஸுக்ரீவன் என்ன, மஹாபலசாலி ஜாம்பவான் என்ன, சேனாபதி நீலன் என்ன, இன்னும் த்விவிதன் போன்ற இப்படி எத்தனையோ பேர்கள் என்ன – இவர்கள்

யாவரையும் நான் பார்த்திருக்கிறேன். அவர்களிடம் இப்படிப்பட்ட ஸஞ்சார லாவகமோ, பயங்கரமோ, வீரியமோ, பராக்ரமமோ, புத்திசாதுர்யமோ, பலமோ, உற்சாகமோ, உருவங்களை மாற்றிக் கொள்ளும் திறமையோ இருந்ததில்லை. மிகப்பெரிய ஒரு சக்தி இந்த குரங்கின் வடிவத்தை ஏற்று வந்திருக்கிறது என்று நாம் அறிய வேண்டும். ஆகையால் மிகப்பெரிய முயற்சியைக் கைக்கொண்டு இதனைப் பிடிக்க வேண்டும். இந்திரன், அசுரர்கள், தேவர்கள், மனிதர்கள் ஆகிய அனைவரையும் கொண்ட மூன்று உலகங்களும் ஒன்று திரண்டு வந்தாலும் யுத்த களத்தில் உங்களுடன் எதிர்நின்று யுத்தம் செய்ய சக்தியற்றவர்கள். ஆனாலும், வெற்றியை எதிர்பார்க்கும் ஒரு போர்வீரன், சாமர்த்தியமாக காரியங்கள் அறிந்து, தன்னை எப்படியாகிலும் காப்பாற்றிக் கொள்ளத்தான் வேண்டும். யுத்தத்தில் வெற்றி என்பது நிலையானது அல்ல.''

பெரும் தேகபலம் கொண்ட அவர்கள் அரசனின் கட்டளையை ஏற்றுக் கொண்டார்கள். அக்னியைப் போன்ற தேக காந்தியைப் படைத்த அவர்கள், வேகவேகமாக விரைந்தார்கள். ரதங்கள், மதம் கொண்ட யானைகள், வேகமாக ஓடக்கூடிய குதிரைகள் முதலான சேனைப்படைகள் சூழ்ந்து வர, கூர்மையான, பலவித ஆயுதங்களுடனும் அந்த தளபதிகள் சென்றார்கள். அந்த வீரர்கள் உதய ஸூர்யனைப் போன்று திகழ்ந்த மஹாவானரனைப் பார்த்தார்கள். அவருக்கு அவருடைய தேக காந்தியே ஸூர்ய கிரணங்களைப் போன்றிருந்தன. அவர் தோரணவாயிலின் மீது அமர்ந்திருந்தார். அவர் உற்சாகம், திறமை, பலம், புத்தி சாதுர்யம், வேகம், சரீரம், புஜங்கள் – யாவும் மிகப்பெரியவைகள். அவரைப் பார்த்தவுடனேயே அவர்கள் அந்தந்த திக்குகளில் அந்தந்த தோதான இடங்களில் இருந்து கொண்டு, அந்தந்த தகுதியான பயங்கரமான ஆயுதங்களினால் வானரனை எல்லா பக்கங்களிலும் தாக்கினார்கள்.

துர்த்தரன் ஐந்து பாணங்களைத் தொடுத்து ஏவினான். அவைகளின் முனைகள் கூராக தீட்டப்பட்டு பொன்னிறத்தில் மின்னின. அவைகள் நீலோத்பலம் என்ற கருநெய்தல் பூவின் நிறத்தில் இருந்தன. இப்படிப்பட்ட பாணங்களால் சிரஸ்ஸில் தாக்கப்பட்ட வானரன் ''கிரீச்'' என்று ஒரு பெரிய கூச்சலை எழுப்பி மேலே எழும்பினார். அந்த கூச்சல் பத்து திக்குகளிலும் எதிரொலித்தது. பிறகு மஹாபலசாலி, வீரன் துர்த்தரன் தனது ரதத்தில் இருந்து கொண்டு, வில்லின் நாணை ஏற்றி நூற்றுக்கணக்கான கூரான அம்புகளை ஏவினான். அம்புமாரிகளாக ஹனுமன் மீது பாணங்கள் வீழ்ந்தன. ஆனால் சரத்காலத்தின் முடிவில் பெரும் அளவில் நீரைப் பொழியும் மேகங்களை பெருங்காற்று சிதற அடித்து விடுவதைப் போல, வானரன் ஆகாயத்தில் இருந்தபடியே அந்த அம்பு மாரியை சிதற அடித்தார். பிறகு, துர்த்தரனால் காயப்படுத்தப்பட்ட வாயுகுமாரன் ஒரு பெருங்கூச்சல் போட்டார். அடுத்து வேகவேகமாக மறுபடியும் தனது உடலை வளர்த்துக் கொண்டார். வெகுதூரம்

உயரே எழும்பி, திடீரென துர்த்தரனின் தேர்மீது வேகவேகமாக விழுந்தார். அது மலையின் மீது இடித்தொடர் ஒட்டுமொத்தமாக விழுந்தது போல் இருந்தது. அப்பொழுது அந்த தேரின் ஏர்க்கால், நுகத்தடி முறிந்து போயின. எட்டு குதிரைகளும் சட்டினியாகிவிட்டன. துர்த்தரன் தேரிலிருந்து சரிந்து தரையில் உயிர் நீத்து வீழ்ந்ததை விரூபாக்ஷன் – யூபாக்ஷன் இருவரும் பார்த்தார்கள். அவர்களுக்கு கடும் ரோஷம் ஏற்பட்டது. எதிரிகளை அடக்கும் ஆற்றல் பெற்றவர்களும் லேசில் எதிர்க்க முடியாதவர்களுமான அந்த இருவரும் மேலே எழும்பினார்கள்.

நீண்ட புஜங்களைக் கொண்ட வானரன் நிர்மலமான ஆகாயத்தில் நின்றிருந்தபோதே அவ்விருவரும் இரும்புத்தடிகளினால் அவர் மார்பின் மீது அடித்தார்கள். அப்பொழுது மஹாபலம் கொண்ட மாருதி அவர்கள் இருவரின் வேகத்தையும் மிஞ்சி, கருடனின் பராக்ரமத்துக்கு ஈடான வேகத்துடன், தரையின் மீது மறுபடியும் குதித்தார். பிறகு ஒரு சாலமரத்தை அடைந்து, அதை வேருடன் பிடுங்கி அதனால் ஓங்கி அடித்து அந்த இரண்டு அரக்கர்களையும் கொன்றார். மிகுந்த வேகம் படைத்த வானரன் அந்த மூன்று அரக்கர்களையும் கொன்றதைப் பார்த்த ப்ரகஸன், பெரிய வேகத்துடன் வானரனை பலத்துடன் தாக்கினான்.

வீரியம்கொண்ட பாஸ்கர்ணனும் கோபம் கொண்டு சூலத்தை ஏந்தி, கீர்த்தி படைத்த வானரச்ரேஷ்டனை, அருகில் வந்தவுடன் ஒரு பக்கம் தாக்கினான். ப்ரகஸன் தனது கூரான பட்டாக் கத்தியினால் தாக்குதல் செய்தான். அதே சமயம் அரக்கன் பாஸ்கர்ணன் கபிச்ரேஷ்டனை சூலத்தினால் தாக்கினான். அவ்விருவராலும் தாக்கப்பட்ட வானரன் காயம் அடைந்து, உடல் முழுவதும் ரத்தம் பெருகினார். அப்பொழுது வானரனுக்கு மிகுந்த சினம் வந்தது. உதய ஸூர்யனைப் போன்று ஒளி வீசிய வானரச்ரேஷ்டன், ஹனுமான், மிருகங்கள், பாம்புகள், மரங்கள் ஆகியவற்றோடு இருந்த ஒரு மலையின் சிகரத்தைப் பெயர்த்து எடுத்து அதனால் அந்த இரண்டு அரக்கர்களையும் மாய்த்தார்.

இவ்வாறு அந்த ஐந்து சேனாபதிகளும் அழிக்கப்பட்ட பிறகு, வானரன், மிச்சமுள்ள அந்த படைகளையும் அழித்தார். குதிரைகளை குதிரைகளைக் கொண்டும், யானைகளை யானைகளைக் கொண்டும், காலாட்படை வீரர்களை காலாட் படைவீரர்களைக் கொண்டும், ரதங்களை ரதங்களைக் கொண்டும் வானரன் அழித்தார். அப்பொழுது அஸுரர்களை வென்று வீழ்த்திய தேவேந்திரனைப்போல திகழ்ந்தார். இவ்வாறு, இறந்துபோன யானைகளும், குதிரைகளும், அச்சு – இருசு போன்ற பாகங்கள் உடைந்துபோன பெரிய தேர்களும், இறந்து போன அரக்கர்களாலும் சிதறிக்கிடந்த அந்த ரணபூமி எல்லா பக்கங்களிலும் வழி அடைக்கப்பட்டுப் போயிற்று. இவ்வாறு யுத்த களத்தில் படைத்தளபதிகள் ஐவரையும் மற்றும் அவர்களுடன் வந்த

ஐந்து சேனாபதிகள் வதம்

சேனைப்படைகளையும் மற்றும் அவர்களுடைய வாகனங்களையும் மற்றும் காலாட்படை வீரர்களையும் அழித்துப்போட்ட பிறகு, வீரன் ஹனுமான் அதே தோரணவாயிலை அடைந்து சுகமாக இளைப்பாறினார். அப்பொழுது அவரது தோற்றம் பிரளயகாலத்தில் தோற்றமளித்த காலதேவனைப் போன்றிருந்தது.

46-ஆவது ஸர்க்கம் முடிவுற்றது.

47–ஆவது ஸர்க்கம்

அக்ஷகுமார வதம்

ஐந்து சேனாதிபதிகளையும், அவர்களுடைய வாகனங்களையும், அவர்களுடன் பின்சென்ற போர்வீரர்களையும் ஹனுமான் வதம் செய்துவிட்டார் என்ற செய்தியைக் கேட்ட மன்னன் ராவணன் தன் எதிரிலிருந்த அக்ஷகுமாரனை நோக்கினான். அவன் போரில் செருக்கும், துடிதுடிப்பும் கொண்டவன், வீரதீர பிரதாபங்களைக் கொண்டவன். தங்கத்தால் பல சித்திர வேலைப்பாடுகளைக் கொண்ட வில்லை ஏந்தியவன். ராவணன் அவனை நோக்கியவுடன் அந்த பார்வையினாலேயே யுத்தத்திற்கு தூண்டப்பட்டவன் ஆனான். அவன் உடனே அந்த சபையில் எழுந்தான். அப்பொழுது அவனைப் பார்க்கையில், அந்தண சிரேஷ்டர்கள் ஹோமத்தீயில் நெய்யை வார்த்தவுடன், அந்த தீ எப்படி கொழுந்துவிட்டு மேலே எழுமோ அதைப் போன்றிருந்தான்.

பிறகு அரக்க சிரேஷ்டன், வீரன் அக்ஷகுமாரன் பெரும் வானரனை நோக்கி ரதத்தில் ஏறி புறப்பட்டுச் சென்றான். அந்த தேர் இளம் சூரியனைப்போல ஒளியுடன் தகதகத்தது. உருக்கிவிட்ட பொன்னால் செய்யப்பட்ட சாளரங்களைக் கொண்டது. அந்த தேர் பல தவங்களை இயற்றி வரமாக பெறப்பட்டது. அதன் சன்னல்கள் உருக்கிவிட்ட தங்கத்தால் சித்திர வேலைப்பாடுகள் செய்யப் பட்டிருந்தன. அழகான கொடிமரத்துடனும் நவரத்னங்களுடன் கூடிய தோரணக் கொடிகளால் அலங்காரம் செய்யப்பட்டு, மனோ வேகத்துடன் பாய்ந்து செல்லக்கூடிய எட்டு குதிரைகளுடன் பூட்டப்பட்டது.

தேவர்கள், அசுரர்கள் எவராலும் அதனை நெருங்க முடியாது. தங்கு தடையின்றி சுதந்திரமாக செல்லக்கூடியது. சூரியனைப் போன்ற காந்தியைக் கொண்டது. எப்பொழுது வேண்டுமானாலும் ஆகாயத்தில் ஸஞ்சாரம் செய்யக்கூடிய தயார்நிலையில் இருந்தது. அதில் அம்புறாத் தூணிகளும், எட்டு போர்வாள்களும் தொங்கவிடப்பட்டிருந்தன. வேல் ஆயுதங்களும் தோமரம் என்ற ஆயுதங்களும் அதில் முறைப்படி வைக்கப்பட்டு தேவையான அனைத்து வஸ்துக்களையும் கொண்டு விளங்கியது. அதன் கயிறுகள் தங்கத்தால் செய்யப்பட்டு சூரியனைப் போன்றும் சந்திரனைப் போன்றும் ஒளிவீசின. சூரியனைப் போன்று ஒளியுடன் திகழ்ந்த தேரில் ஏறி, தேவர்களுக்கு ஈடான பராக்ரமம் கொண்ட அக்ஷகுமாரன் புறப்பட்டுச் சென்றான். அவனுடன் சேனைப்படைகள் அனைத்தும் உடன் சென்றன. குதிரைகள் – யானைகள்–

ரதங்கள் ஆகியவற்றின் ஆரவார ஒலிகள், மலைகளோடு கூடிய பூமண்டலத்தையும், ஆகாய மண்டலத்தையும் ஊடுறுவி எங்கும் வியாபித்திருந்தன. வானரன் அப்பொழுது தோரண வாயிலின் மீது ஒரு "சமர்த்தனாக" தோற்றம் அளித்துக் கொண்டு வீற்றிருந்தார். அந்த வானரனை நோக்கி அக்ஷகுமாரன் நெருங்கி வந்தான்.

சிங்கத்தைப் போன்ற பார்வை கொண்ட அக்ஷகுமாரன் ஹனுமானை நோக்கினான். பிரளயகாலத்தின் ஊழிக்காலத் தீயைப் போன்று காட்சியளித்த ஹனுமானைப் பார்த்து அக்ஷகுமாரன் வியப்படைந்து பரபரப்பானான். அவன் ஹனுமனைப் பார்த்த பார்வையில் மரியாதை கலந்திருந்தது. ராஜகுமாரன், பலசாலி, அக்ஷகுமாரன், பெருமான் வானரனின் வேகத்தையும், எதிரிகளிடம் காட்டும் பராக்ரமத்தையும், தன்னுடைய பலத்தையும் சீர்தூக்கி ஆராய்ந்து கொண்டான். பிறகு, பனிக்கால முடிவில் உதயமாகும் சூரியனைப் போல அவனும் வளர்ச்சி பெற்றான்.

வானரன் பராக்ரமம் கொண்டவர், உறுதியாக இருப்பவர், யுத்தத்தில் தடுத்து நிறுத்தப்பட முடியாதவர் – இப்படி வானரனைப் பற்றின எல்லா விவரங்களையும் கருத்திற் கொண்டு, அக்ஷகுமாரன் கோபம் ஏற்பட, மிகுந்த கவனத்துடன், மூன்று கூரிய பாணங்களை ஏவி ஹனுமானை போருக்குத் தூண்டினான். ஆனால் வானரன் களைப்பின் சுவடு ஏதும் இல்லாமல் இருந்தார். எதிரியை எப்படியும் வென்று விடுவேன் என்ற உறுதியுடனும், இறுமாப்புடனும் இருந்தார். இப்படிப்பட்ட வானரனைப் பார்த்த அக்ஷகுமரன், தன்னம்பிக்கையை உறுதிப்படுத்திக் கொண்டு, அம்புகளை ஒரு கையிலும், வில்லை ஒரு கையிலும் ஏந்திக் கொண்டு வானரனை உற்று நோக்கினான்.

அக்ஷகுமாரன் தங்கப்பதக்கங்களையும், பொன்தோள் வளைகளையும், அழகான குண்டலங்களையும் அணிந்திருந்தான். விரைவாக செயல்படுத்தக் கூடிய பராக்ரமம் கொண்ட அவன் வானரனை எதிர்கொண்டு சந்தித்தான். அவர்களுடைய மோதல் இணையற்றதாக இருந்தது. தேவர்களுக்கும் அசுரர் களுக்கும் கூட அது ஒரு பரபரப்பை ஏற்படுத்தியது. அப்பொழுது பூமி கிடுகிடுத்தது. சூரியன்கூட வெப்பம் குன்றிப் போய்விட்டான். காற்று கூட ஸ்தம்பித்துப் போய்விட்டது. மலை அதிர்ந்தது. வானரனுக்கும் அக்ஷகுமாரனுக்கும் ஏற்பட்ட போரின் விளைவாக, ஆகாயம் முழங்கிற்று. கடல் பொங்கியது. மனதை ஒருமுகப்படுத்தி, இலக்கின் மீது குறிவைத்து, அம்பைத் தொடுத்து விடுவதின் சூட்சுமங்களை நன்கு கற்றவன். அப்படிப்பட்ட அந்த வீரன் மூன்று பாணங்களை வானரனின் சிரஸ்ஸின் மீது ஏவினான். அந்த பாணங்கள் மிகக்கூர்மையான முனைகளைக் கொண்டிருந்தன. பின்புறம் பட்சிகளின் அலகுகள் கட்டப்பட்டிருந்தன. தங்கப்பூண்கள் பொருத்தப் பட்டிருந்தன. நஞ்சில் தோய்க்கப்பட்டிருந்தன. ஆகையால் அவை நச்சுப்

பாம்புகளைப் போன்றிருந்தன. ஒரே சமயத்தில் வானரனின் தலை மீது அந்த பாணங்கள் விழுந்து தாக்கியதால், உதிரம் பெருகி, அவர் உடல் முழுவதும் ரத்த வெள்ளத்தில் நனைந்து போயிற்று. அவர் கண்கள் சுழன்றன. ஆனாலும் அவர் புத்தம்புதிய ஸூர்யன் உதயமானதைப் போல பொலிவுடன் திகழ்ந்தார். ஸூர்யனைச் சுற்றி கிரணங்கள் இருப்பதைப் போன்று வானரனின் உடலைச் சுற்றி அம்புகள் ஒளிர்ந்தன.

போர்க்களத்தில் ஒரு பக்கம் நின்றிருந்தவர், ஸுக்ரீவராஜனின் தலைசிறந்த ஒரு மாமந்திரி. இன்னொரு பக்கம் நின்றிருந்தவன் ஒரு மாமன்னனின் அன்புக்குமாரன். தலைசிறந்த பல ஆயுதங்கள், விசித்திரமான வில் ஆகியவற்றோடு இருந்த அக்ஷகுமாரனை போர்க்களத்தில் பார்த்து வானரன் மகிழ்ச்சியுற்றார். யுத்தத்தை ஆவலுடன் எதிர்நோக்கி, உடல் பூரிப்படைந்தார். அப்பொழுது வானரனின் தோற்றம் உக்ரமாக இருந்தது. மந்தரபர்வதத்தின் உச்சியின் மீதிருந்த கதிரவனைப் போன்றிருந்தார். அவர் பொங்கிய சினத்துடன், பலத்தையும் வீரியத்தையும் கைக்கொண்டார். அனல் கக்கும் தனது தீச்சுடர்ப் பார்வைகளாலேயே அக்ஷகுமாரனையும், அவனுடைய படைகளையும் அவன் வாகனங்கள் யாவற்றையும் சுட்டெரித்தார். அரக்கன் அம்புகளைப் பொழியும் மேகம் போன்றிருந்தான். மேகம் வானவில்லுடன் இருப்பதைப்போல, அரக்கனும் அழகான வில்லுடன் இருந்தான். அதன் மூலம் அம்புமாரிகளைப் பொழிந்தான். மிக உயரமான மலையின் மீது மழைநீரை மேகங்கள் பொழிவதைப் போல, வானர வீரன் என்ற மலை மீது அம்பு மழையை அக்ஷகுமாரன் என்ற கார்மேகம் பொழிந்தது.

அக்ஷகுமாரனின் காந்தி, பலம், வீரம் ஆகியவை வளர்ந்து வந்தன. அவன் போர்க்களத்தில் பயங்கரமான வீரதீர பராக்ரமம் கொண்டவன் என்று தெரிந்து கொண்ட வானரன் மகிழ்ச்சியுடன் கர்ஜனை செய்தார். அவர்தான் இடிமேகத்தைப் போன்ற பராக்ரமம் கொண்டவராயிற்றே! அக்ஷகுமாரன் ஓர் இளைஞனின் இயல்பை பெற்றிருந்ததால், வீரத்தின் இறுமாப்பு அவனிடம் இருந்தது. அவன் கோபம் அதிகரித்தது. அவன் கண்கள் ரத்தத்தைப் போன்று சிவந்துவிட்டன. யாராலேயும் எதிர்த்துப் போரிட முடியாத வானரனை அவன் யுத்தத்தில் சந்தித்தான். வேடுவர்கள் யானையைப் பிடிப்பதற்காக பெரிய பள்ளம் தோண்டி அதனை சறுகுகளைப் போட்டு மூடி வைத்திருப்பார்கள். அதில் யானை வலிய வந்து விழுந்து பிடிபடும். வானரனை போர்க்களத்தில் சந்தித்த அக்ஷகுமாரன் அந்த யானையைப் போல் இருந்தான்.

அக்ஷகுமாரன் மாருதியை தனது அம்புகளால் பலமாக தாக்கினான். அப்பொழுது இடிமேகத்தைப் போன்று பேரொலி கொண்ட ஹனுமன் கூச்சல் எழுப்பினார். உடனேயே தனது கைகளையும், கால்களையும் உதறிக் கொண்டு, பார்ப்பதற்கு கோரமான உருவத்துடன் மேலே பாய்ந்து எழும்பினார் மாருதி.

அக்ஷகுமாரன் ஒரு பலசாலி, அரக்கர்களின் மத்தியில் தலைசிறந்த ஒரு வீரன். வீரபிரதாபம் கொண்டவன். தேர்ப்படை வீரர்களுள் மிகச் சிறந்தவன். அவன் ரதத்தில் இருந்தபடியே, மேலே எழும்பிய ஹனுமனை தாக்கினான்.

விண்ணில் வாயு வீசிக் கொண்டிருந்தது, அங்கே வாயு குமாரன் வாயுதேவனைப் போன்று மனோவேகத்துடன் அம்புகளின் இடைவெளிகளில் பாய்ந்து, பாய்ந்து, அம்புகள் தன் மீது படாதவண்ணம் தாக்குதல்களிலிருந்து லாவகமாக தப்பித்துக் கொண்டார். வானரன் போரில் சண்ட, பிரசண்ட பராக்ரமம் கொண்டிருந்தார்.

அக்ஷகுமாரன் பாணங்களை எறிந்து கொண்டிருந்தான். விதவிதமான அம்புகளால் விண்ணை பரப்பிக் கொண்டிருந்தான். போரில் பேரார்வம் கொண்டிருந்தான். அவன் வீரத்தைப் பார்த்த ஹனுமான் அக்ஷகுமாரனை பாராட்டும் வகையில் நோக்கினார். அதே சமயம் வாயுகுமாரன் கவலையும் கொண்டார். பெருமை வாய்ந்த வீர இளைஞனால் மார்பில் பாணங்களால் வானரன் அடிக்கப்பட்டார். நீண்ட கைகளை உடைய ஹனுமன் கர்ஜனை செய்தார். செயல்பாடுகளின் விசேஷங்கள், அவற்றின் நுணுக்கங்கள் ஆகியவற்றை நன்கு அறிந்திருந்த ஹனுமான் யுத்தகளத்தில் தனது பராக்ரமத்தை எப்படி செயல்படுத்துவது என்பதை சிந்தித்தார்.

“இவன் சிறுபிள்ளையாக இருந்தாலும் செயல்பாடுகளில் அப்படி இல்லை. பாலசூரியனைப் போல் ஒளிபொருந்தியிருக்கிறான். மஹாபலசாலியான இவன் மகத்தான செயல்களைச் செய்கிறான். யுத்தத்தில் கைக்கொள்ள வேண்டிய அனைத்து செயல்களிலும் சிறப்பாக விளங்கும் இவனைக் கொல்வதற்கு எனக்கு மனம் வரவில்லை. இவன் ஸந்தேஹமில்லாமல் ஒரு பெருமை வாய்ந்த மாமனிதன் தான். வீரத்திலும் மிகப்பெரியவன். நிதானத்துடன், காரியத்தில் ஒன்றிய மனத்துடன் இருக்கிறான். போரில் நேரிடும் துன்பங்களை மிக்க துணிவுடன் பொறுத்துக் கொள்கிறான். நிச்சயமாக, இவன் தனது செயல்களினாலும், குணாதிசயங் களாலும் நாகர்கள், யக்ஷர்கள், முனிவர்கள் ஆகிய அனைவர்களாலும் பாராட்டப்படுவான். பராக்ரமம், உற்சாகம் இவன் மனதில் வளர்ந்து கொண்டு போகிறது. என்னுடன் இவன் நேருக்கு நேர் நின்று என்னை உற்றுப் பார்க்கிறான். வெகுவேகமாக செயல்படும் இவனுடைய பராக்ரமம், தேவர்கள் – அஸுரர்கள் ஆகியோர்களின் சித்தங்களையும் நடுக்கம் கொள்ளச் செய்கிறது. இவனை இப்படியே, அலட்சியமாக விட்டுவிட்டால், இவன் கை ஓங்காமல் இருந்துவிடாது. போரில் இவனுடைய வீரம் மேலும் மேலும் வளர்ந்து கொண்டு போகிறது. இவனைக் கொல்வதுதான் சரி என்று எனக்கு தோன்றுகிறது. வளர்ந்து வரும் தீயை அலட்சியமாக விட்டுவிடக்கூடாது.”

இவ்வாறு எதிரியின் அசாத்திய வேகத்தைக் கருத்திற் கொண்டு, தான் என்ன செய்ய வேண்டும் என்பதையும் தீர்மானம் செய்து கொண்டு, வீரம்

கொண்ட, பெரும்பலம் படைத்த ஹனுமன் அந்த துஷ்டனைக் கொல்ல தீர்மானம் செய்து சுறுசுறுப்புடன் இயங்கினார். ஆகாயத்தில் ரதத்தை செலுத்தி அக்ஷகுமாரன் யுத்தம் செய்தான். ரதத்தில் எட்டு குதிரைகள் பூட்டப்பட்டிருந்தன. மிகவும் பழக்கப்பட்ட அவை அதிவேகமாக பாய்ந்து செல்லக்கூடியவை. எந்தப் பக்கமும் திரும்பிச் செல்லக்கூடியவை. எத்தனை பளுவையும் தாங்கி, இழுத்துச் செல்லக் கூடியவை. இப்படிப்பட்ட எட்டு குதிரைகளையும் வாயுகுமாரன், வானரவீரன் தன் உள்ளங்கைகளால் ஓங்கி அறைந்து ஆகாயத்திலேயே கொன்று போட்டார்.

பிறகு வானர ராஜனின் மந்திரியான ஹனுமன் அந்த பெரிய தேரை, தனது உள்ளங்கைகளால் ஓங்கி அறைந்து நொறுக்கினார். ரதத்தின் தேர்த்தட்டு உடைந்து போயிற்று. அச்சுகள் கழன்று முறிந்துபோயின. குதிரைகள் ஏற்கனவே அழிக்கப்பட்டுவிட்டன. இவ்விதம் உடைந்து போன அந்த பெரிய தேர் ஆகாயத்திலிருந்து தரையில் நொறுங்கி விழுந்தது. பிறகு தேர்ப்படைத் தளபதியான கொடுமையான அந்த வீரன் அக்ஷகுமாரன் உடைந்த அந்த தேரை விட்டுவிட்டு வில்லையும், வாளையும் ஏந்தியபடி சடக்கென விண்ணில் எழும்பியதைப் பார்க்கையில் ஒரு முனிவர் உக்ரமான தவத்தை மேற்கொண்டு, தனது சரீரத்தை விட்டு விட்டு தேவலோகம் எழுந்தருளியதைப் போன்றிருந்தது. அரக்கன் விண்ணில் ஸஞ்சரித்துக் கொண்டே போர் செய்தான். விண்வெளி என்பது கருடன், வாயுதேவன், ஸித்த புருஷர்கள் ஆகியோர்கள் ஸஞ்சரிக்கும் மார்க்கமாகும். வாயுதேவனுக்கு நிகரான வேகம் கொண்ட ஹனுமன் அவனை ஆகாயத்திலேயே எதிர்த்து நின்று, சமயம் பார்த்து அவனது இரண்டு கால்களையும் கெட்டியாகப் பிடித்துக் கொண்டார்.

வானரவீரன் போர்க்களத்தில் தனது பிதாவான வாயு தேவனுக்கு ஈடான பராக்ரமம் கொண்டவர். கருடன் பாம்பைக் கவ்வி அதை சுழற்றி, சுழற்றி அதனைக் கொல்வதைப் போல், ஹனுமன் அக்ஷகுமாரனின் இரண்டு கால்களையும் இறுகப் பற்றிக் கொண்டு அவனை சுழற்றி, சுழற்றி வேகமாக தரையில் வீசி எறிந்தார். அப்பொழுது அவனுடைய கைகள், கால்கள், இடுப்பு, கழுத்து யாவும் சிதைந்து போயின. அவன் உடல் ரத்தப்பெருக்கில் வழிந்தது. எலும்புகள் நொறுங்கிப்போயின. விழி பிதுங்கிப் போயின. அவனுடைய அங்கங்களின் பூட்டுகள் நொறுங்கிப் போயின. அவயவங்கள் யாவும் சிதறிப்போயின. இவ்வாறு வாயுகுமாரனால் கொல்லப்பட்ட அரக்கன் தரையில் மாண்டு வீழ்ந்தான். தரையில் விழுந்து கிடந்த அவனை பெரும் வானரன் துகைத்துப் பிசைந்தார். இதன் மூலம் ராக்ஷஸவேந்தனுக்கு பெரும் பயத்தை வானரன் உண்டாக்கினார். புவனமண்டலங்களில் ஸஞ்சாரம் செய்யும் மஹரிஷிகள், பெரும் தவசிகள், பூதகணங்கள், யக்ஷர்கள், நாகர்கள், இந்திராதி தேவர்கள் எல்லோரும் ஒன்றுகூடி வந்து அக்ஷகுமாரனைக் கொன்ற

அக்ஷகுமார வதம்

ஹனுமனை, வியப்பு மேலிட நோக்கினார்கள். அக்ஷகுமாரன் தேவேந்திரனின் திருக்குமாரனுக்கு நிகராக இருந்தவன். சிவந்த கண்களை பெற்றிருந்தவன். அப்படிப்பட்ட அக்ஷகுமாரனை வீரன் ஹனுமான் வதம் செய்து விட்டு அதே தோரண வாயிலுக்குச் சென்று அங்கு வீற்றிருந்தார். அப்பொழுது அவரைப் பார்க்கையில் பிரளயகாலத்தில் மக்களை அழிக்கும் தீவிரம் கொண்ட காலதேவனைப் போன்றிருந்தார்.

47-ஆவது ஸர்க்கம் முடிவுற்றது.

48–ஆவது ஸர்க்கம்

ப்ரஹ்மாஸ்திரத்தினால் ஹநுமார் கட்டுண்டல்

பிறகு, பெரிய ஆக்ருதிகொண்ட, ராக்ஷஸராஜன் ராவணன், அக்ஷகுமாரன் ஹநுமானால் கொல்லப்பட்டபோது, தனது மனதை ஒருவாறு தேற்றிக் கொண்டு இந்திரனுக்கு நிகரான இந்திரஜித்தைப் பார்த்து, சினம் கொப்பளிக்க கட்டளையிட்டான்.

“நீ எல்லா அஸ்திரங்களையும் கற்றறிந்தவன். சஸ்திரங்களை பிரயோகம் செய்யும் கலையில் தேர்ந்தவர்களில் தலைசிறந்தவன். தேவர்கள் – அஸுரர்கள் அனைவருக்கும் துன்பம் விளைவிப்பதில் வல்லவன். இந்திரனுடன் கூடின தேவர்கள் அனைவரின் மத்தியில் உனது வீரதீரச் செயல்கள் பிரசித்தமானவை. ப்ரஹ்மதேவனை ஆராதித்து பல அஸ்திரங்களை நீ பெற்றிருக்கிறாய். அஸுரர்களோ, மருத்கணங்களோ, தேவேந்திரனுடன் கூடி வந்தாலும், நீ உன்னுடைய போர்பலத்தை கைக்கொண்டால், யுத்தத்தில் உன் முன் நின்று சமர் புரிய முடியாது. உன்னுடன் போரில் யுத்தம் செய்து களைத்துப் போகாதவன் மூன்று உலகங்களிலும் எவனும் இல்லை. உன் தோள்வலியே உனக்கு பாதுகாப்பு. உன்னுடைய தபோபலமும் உனக்கு ரக்ஷையாக இருக்கிறது. இடம், காலம் இவற்றின் பாகுபாட்டு நுணுக்கங்களை நன்கு அறிந்து கொண்ட நீ ஒரு மிகச்சிறந்த அறிவாளி.

யுத்தகளங்களில் உன்னால் செய்ய முடியாததும், அதேபோல புத்திசாலித்தனமாக, விஷயங்களை ஆராய்ந்தறிவதிலும் உன்னால் முடியாத காரியம் என்று ஒன்றும் இல்லை. உன்னுடைய அஸ்திர பலத்தையும் தேஹபலத்தையும் தெரிந்து கொள்ளாதவன் இந்த மூன்று உலகங்களிலும் எவனும் இல்லை. போரில் உன்னுடைய பராக்ரமும், அஸ்திரபலமும் மற்றும் தபோபலமும் எனக்கு நிகரானவைகள். என்ன சங்கடங்கள் வந்தாலும், உன்னை பெற்றிருக்கும் நான் எந்த மனக்கவலையும் அடைவதில்லை. ஏனெனில் நீ காரியங்களை வெற்றியுடன் முடிப்பாய் என்று நான் நிச்சயம் நம்புபவன்.

கிங்கரர்கள் அனைவரும் கொல்லப்பட்டு விட்டார்கள். அரக்கன் ஜம்புமாலியும் கொல்லப்பட்டு விட்டான். வீரர்களான மந்திரி குமாரர்கள், ஐந்து படைத்தளபதிகளும் கூட வதம் செய்யப்பட்டு விட்டார்கள். குதிரைகள்,

யானைகள், ரதங்கள் ஆகியவற்றோடு கூடின பலம் கொண்ட படைகள் அழிந்து விட்டன. உன்னுடைய அன்புச் சகோதரன் அக்ஷகுமாரனும் மாய்க்கப்பட்டு விட்டான். சத்துருக்களை அழிக்கும் ஆற்றல் கொண்ட வீரனே! ஆனால் நான் உன்னிடம் கொண்டிருக்கும் நம்பிக்கை அவர்கள் எவரிடமும் நான் கொண்டிருக்கவில்லை. வானரனின் சாதுர்யமான பெரும் பலத்தையும், அவன் தன்மையையும், வீரத்தையும் கண்டு கொண்டு, உன்னுடைய திறமையையும் நன்றாக ஆலோசித்து, உன் திறமைக்கு ஏற்ற வகையில் தாக்குதலை தீவிரப்படுத்திக்கொள்.

அஸ்த்ரங்களைக் கற்றவர்களுள் தலைசிறந்த வீரனே! எதிரி உன் அருகாமையில் நெருங்கி வந்ததும், உன்னுடைய படைக்கு எந்தவித ஊறும் ஏற்படாதவண்ணம் நீ செயல்பட்டு சத்துருவை அடக்க வேண்டும். நீ உன்னுடைய பலத்தையும், மாற்றானுடைய பலத்தையும் சீர்தூக்கி ஆராய்ந்து, உன் செயலைத் தொடங்கு. வீரனே! இவன் கும்பல், கும்பலாக சேனைகளை துயரத்தில் ஆழ்த்துகிறான். ஆகையால் சேனைபலம் உன்னைக் காப்பாற்றாது. இவன் அசாத்தியமான பலம் கொண்டிருப்பதால் வஜ்ராயுதமும் இவனிடம் பயன்படாது. இவனுடைய வேகம் வாயுவுக்கு ஈடாக இருப்பதால் உன்னுடைய போர்வேகம் இவனிடம் எடுபடாது. இவன் அக்னிக்கு நிகராக இருப்பதால் இவனை ஆயுதங்களால் வீழ்த்த முடியாது. ஆகையால் இந்த விஷயங்களை நீ நன்றாக ஆலோசனை செய்து கொள்ள வேண்டும். உன்னுடைய செயல்பாட்டை தீர்மானம் செய்தவுடன், நீ உன் மனதை உறுதிப்படுத்திக் கொள்ள வேண்டும். உன்னுடைய தெய்வீகத்தன்மை வாய்ந்த வில்லின் சக்தியையும், அஸ்த்ரங்களின் சக்திகளையும் நினைவில் வைத்துக் கொண்டு, நீ யுத்தத்திற்குச் சென்று உனக்கு எந்தவித ஊறும் ஏற்படாத வண்ணம் காரியத்தை தொடங்குவாயாக. உன்னை நான் யுத்தத்திற்கு அனுப்புவது என்ற எனது எண்ணம் அவ்வளவாக உயர்ந்தது இல்லைதான். ஆனாலும் அரசியல் நெறிகளையும், க்ஷத்திரியனின் கடமைகளையும் கருத்திற் கொண்டு நான் இந்த முடிவு எடுத்திருக்கிறேன். எதிரிகளை அடங்கச் செய்பவனே! போர்க்களத்தில் தான் கற்ற எல்லாவித ஆயுத பிரயோகங்களையும் பிறருக்கு நிச்சயம் புரிய வைக்க வேண்டும். யுத்தத்தில் வெற்றியையும் விரும்ப வேண்டும்" என்றான்.

தேவர்களுக்கு இணையான பிரபாவம் கொண்ட இந்திரஜித், தந்தையின் அந்த சொற்களைக் கேட்டு, அவனை வலம் வந்து நமஸ்கரித்தான். குன்றாத பலம் கொண்ட அந்த வீரன் யுத்தத்திற்குச் செல்ல தீர்மானம் செய்தான். பிறகு இந்திரஜித்தைச் சார்ந்த அவனுடைய குழாம் அவனை வாழ்த்தியது. அவன் போரில் ஆர்வம் கொண்டு, உற்சாகத்தை மேற்கொண்டு, போருக்குப் புறப்பட்டுச் சென்றான். திருவளர்ச்செல்வனும், தேவேந்திரனுக்கு நிகரானவனும், தாமரைத் தளிரைப் போன்ற கண்களைக் கொண்டவனும், ராக்ஷஸராஜனின்

திருக்குமாரனும், பெரும் தேஜஸ்ஸைக் கொண்டவனுமான, இந்திரஜித் பருவ காலங்களில் கடல் அலைகள் பொங்குவது போல புறப்பட்டு ரதத்தில் ஏறிக் கொண்டான். அதில் நான்கு புலிகள் பூட்டப்பட்டிருந்தன. அந்த புலிகள் கருடன், வாயு ஆகியவற்றிற்கு ஈடான வேகத்தோடு ஓடக்கூடியவைகள். அவைகளின் கோரைப்பற்கள் வெண்மையாகவும், கூராகவும் இருந்தன. அந்த ரதம் தங்கு, தடை இல்லாத வேகத்தோடு ஓடக்கூடியது.

வில்லேந்திய வீரர்களுள் அவன் தலைசிறந்தவன். ஆயுதங்கள் பிரயோகம் செய்வதில் நிபுணன். அஸ்த்ரங்கள் கற்றவர்களுள் சிரேஷ்டமானவன். அவன் ரதத்தில் ஏறிக் கொண்டு ஹனுமான் எந்த இடத்தில் இருந்தாரோ அந்த இடத்தை நோக்கி விரைவாக சென்றான். அந்த தேரின் ஆரவார ஒலியையும் வில்லில் கட்டப்பட்ட நாணின் "டங்"கார சப்தத்தையும், கேட்ட இந்த வானர வீரன் அதிகமாகவே சந்தோஷம் அடைந்தார். போர்க்கலையில் கைதேர்ந்தவனான இந்திரஜித்தும் கூரிய நுனிகளைக் கொண்ட அம்புகளை எடுத்துக்கொண்டு ஹனுமானை நோக்கிச் சென்றான். யுத்தம் செய்வதில் மகிழ்ச்சி கொண்ட அவன் பாணங்களை கையில் எந்தி போருக்குச் சென்றபோது திக்குகள் அனைத்தும் ஒளிகுன்றி மங்கிப்போயின. கொடிய மிருகங்களும் பலவாறாக பயங்கர ஓலங்களை எழுப்பின.

நாகர்கள், யக்ஷர்கள், மஹரிஷிகள், விண்கோள்கள், ஸித்தர்கள் யாவரும் ஒன்று கூடி ஆகாயத்தையே மறைத்துக் கொண்டு வேடிக்கை பார்க்க கூடிவிட்டார்கள். பட்சி இனங்கள் மிக்க மகிழ்ச்சியுடன் பேரொலி எழுப்பின. ரதத்துடன் வந்து கொண்டிருக்கும் இந்திரஜித்தைப் பார்த்தவுடன் வானரன் பேரொலியுடன் கர்ஜித்து, மிகவும் வேகமாக வளர்ந்து கொண்டார்.

தெய்வத்தன்மை வாய்ந்த ரதத்தின் மீதிருந்த இந்திரஜித், அற்புதமான வில்லை ஏந்தியிருந்தான். நாணை இழுத்து அவன் எழுப்பிய டங்காரத்வனியின் ஒலி இடியின் ஒலியையும் மிஞ்சுவதாக இருந்தது. வானரனும் ராக்ஷஸ ராஜகுமாரனும் போர்க்களத்தில் ஒருவரையொருவர் சந்தித்தார்கள். இருவரும் தீவிரமான வேகம் கொண்டவர்கள். இருவரும் மஹாபலசாலிகள். இருவரும் போருக்கு அஞ்சாதவர்கள். இருவரும் ஒரு தேவனும், ஒரு அசுரனும் பகை கொண்டு ஆக்ரோஷமாக இருப்பதைப் போன்றிருந்தார்கள்.

இந்திரஜித் ஒரு மஹாரதன், வில்லையேந்திய ஒரு மாவீரன். போரில் பலராலும் பாராட்டப்பட்டவன். வானரன் அவனுடைய பாணங்களின் வீச்சுகளைப் பயனற்றதாக்கினார். உடலைப் பெருக்கி தனது தந்தையின் ஸஞ்சார வீதியான ஆகாயத்தில் அங்குமிங்கும் தாவினார். அப்பொழுது, சத்துருக்களை அழிக்கும் வல்லமை கொண்ட இந்திரஜித் அம்புகளை ஏவினான். அந்த அம்புகள் நீளமாகவும், கூரிய முனைகளைக் கொண்டதாகவும், பட்சி இறக்கைகள் வைத்து கட்டப்பட்டவைகளாகவும், தங்க வேலைப்பாடுகள் பொறிக்கப்பட்ட

அலகுப்பகுதிகளைக் கொண்டதாகவும், நன்றாக வளைக்கப்பட்டிருந்த பின்பக்கத்தைக் கொண்டவைகளாகவும், வஜ்ராயுதத்திற்கு ஈடான வேகம் கொண்டவைகளாகவும் இருந்தன. தேரின் ஓட்டத்தினால் ஏற்பட்ட ஒலி ஒரு பக்கம். மத்தளம், பேரிகை, தப்பட்டை ஆகிய போர் முரசுகளின் இரைச்சல் ஒரு பக்கம். வில்லின் நாண் பலமாக இழுக்கப்பட்டு விடப்பட்ட 'டங்' கார நாதம் ஒரு பக்கம் என்று இந்த ஒலிகள் யாவற்றையும் கேட்டு வானரன் மீண்டும் தாவினார்.

மஹாவானரன் அம்புகளின் இடைவெளிகளின் ஊடே விரைவாக ஸஞ்சரித்தார். ஆகையால், குறி வைத்து பாணங்களை ஏவுவதில் நிபுணனாக இந்திரஜித் இருந்தபோதிலும், வானரன் அவன் குறிகளை ஏமாற்றினார். திடீரென்று அவன் இலக்கிற்கு நேர்எதிராக நின்று அவனுடைய அம்புகள் அவரை நெருங்குவதற்கு முன்பாகவே வேகமாக ஆகாயத்தில் கிளம்பி நையாண்டி செய்வதுபோல் கைகளை விரித்துக் காட்டுவார். அந்த இரண்டு வீரர்களும் வேகத்துடன் செயல்படக் கூடியவர்கள். போர்க்களக் கலைகளில் கைதேர்ந்தவர்கள். அவர்கள் புரிந்த யுத்தம் உயிரினங்கள் யாவரையும் கவர்வதாக இருந்தது. ராக்ஷஸனால் ஹனுமானை வெல்வதற்கான சூட்சுமத்தை அறிய முடியவில்லை. போற்றத்தக்க இந்திரஜித்தை வெல்வதற்கான சூட்சுமம் ஹனுமானுக்கும் தெரியவில்லை. தேவர்களுக்கு இணையான பராக்ரமம் கொண்ட இருவரும் ஒருவருக்கொருவர் சளைத்தவர்களாக இல்லை.

இந்திரஜித்தின் குறி தப்பிப்போய்க் கொண்டிருந்தது. அவன் ஏவிய பாணங்கள் யாவும் வீணாகிப் போய் கீழே விழுந்தன. பெருமை வாய்ந்த அவன் மிகவும் கவலை கொண்டான். மனத்தை ஒருமுகப்படுத்திக் கொண்டு தனது நோக்கத்தின் மீது கவனத்தை ஈடுபடுத்தினான். பிறகு வானரசிரேஷ்டன் விஷயத்தில் ராக்ஷஸ ராஜகுமாரன் ஒரு தீர்மானத்திற்கு வந்தான். வானரனை கொல்ல முடியாது என்று தெரிந்து கொண்டான். எப்படியாவது அவரைக் கட்டிப்போட்டு பிடிக்க வேண்டும் என்று எண்ணிய மஹாதேஜஸ்வியும் அஸ்திரங்களை நன்கு கற்றறிந்தவர்களில் தலைசிறந்த மாவீரனும், நீண்ட கைகளைக் கொண்டவனுமான இந்திரஜித் ஒரு தீர்மானத்திற்கு வந்தான். வானர ச்ரேஷ்டன் மீது ப்ரஹ்மாஸ்திரத்தை தொடுத்து அஸ்திரத்தினால் கட்டிப் போட்டான். இதனால் வாயுமைந்தன் செயலற்று தரையில் கீழே விழுந்தார்.

“தான் ப்ரஹ்மாஸ்த்திரத்தால் கட்டப்பட்டிருக்கிறேன் என்றும், ப்ரஹ்மதேவனைக் குறித்ததான மந்திரங்களினால் அந்த ப்ரஹ்மாஸ்த்ரம் மந்த்ர சக்தி ஏற்றப்பட்டிருக்கிறது என்றும், ப்ரஹ்மதேவனின் பிரபாவத்தினால் தனது பலம் தீவிரம் இழந்துவிட்டது என்றும், உணர்ந்து கொண்ட வானர வீரன், அதே சமயம் தனக்கு ப்ரஹ்மதேவன் அனுக்ரகம் செய்து தனக்கு வரங்கள் கொடுத்திருந்ததையும் நினைவு கொண்டார்.

“உலகத் தந்தையான ப்ரஹ்மதேவனின் பிரபாவம் காரணமாக இந்த கட்டிலிருந்து என்னை விடுவித்துக்கொள்ள எனக்கு ஆற்றல் கிடையாது. ஆகையால், ப்ரஹ்ம தேவனின் இந்த அஸ்த்ரத்தின் கட்டிற்கு நான் தற்சமயம் உட்படத்தான் வேண்டும்” என்று தீர்மானித்தார் ஹனுமன்.

அஸ்த்ரத்தின் வீரியம், தனக்கு ப்ரஹ்மதேவன் வழங்கியுள்ள ஆசிகள், அந்த கட்டிலிருந்து விடுதலை பெறும் சக்தி ஆகிய எல்லா விஷயங்களையும் நன்றாக ஆராய்ந்து சிந்தனை செய்து, ப்ரஹ்மதேவனின் கட்டளைக்கு தன்னை (மந்திர சக்திக்கு) உட்படுத்திக்கொண்டார். அஸ்த்ரத்தினால் கட்டப் பட்டிருந்தாலும் எனக்கு எந்த பயமும் இல்லை. ஏனெனில் ப்ரஹ்மதேவன், தேவேந்திரன், வாயுதேவன் ஆகியோர்கள் எனக்கு பாதுகாப்பு அளித்திருக்கிறார்கள். அரக்கர்களிடம் பிடிபட்டிருப்பது ஒரு விதத்தில் எனக்கு ஒரு பெரிய அனுகூலம்தான். ஏனெனில் எனக்கு ராக்ஷஸ ராஜனுடன் பேசுவதற்கு ஒரு ஸந்தர்ப்பம் கிடைக்கும். ஆகையால் எதிரிகள் என்னை பிடித்துக் கொண்டு செல்லட்டும்.”

எதிரிகளை நிர்மூலம் செய்யக்கூடிய ஹனுமன் இவ்வாறு தீர்மானம் செய்து கொண்டார். அவர் எப்பொழுதும் ஆராய்ந்து யோசனை செய்தபிறகுதான் எந்த காரியத்தையும் செய்வார். இப்பொழுது அவர் எந்த செயல்பாடுகளிலும் ஈடுபடாமல் அசைவற்று இருந்தார். ஆனால் எதிரிகள் அவரை பலாத்காரமாக பிடித்துக்கட்டி அடிமைப்படுத்தினார்கள். அவ்வப்போது அவரை அவர்கள் திட்டியபோது அவர் கர்ஜனை செய்தார்.

சத்துருக்களை அடக்கும் ஆற்றல் படைத்த ஹனுமான் அப்பொழுது செயலற்றிருப்பதைப் பார்த்து சணல் கயிறுகளாலும், மரப்பட்டை நார்களாலும், ஒன்று சேர்த்து அவரைச் சுற்றி கட்டிப் போட்டார்கள். தான் கட்டப்பட்டிருப் பதையும், பலாத்காரமாக அடிமைப்படுத்தப்பட்டிருப்பதையும் ஹனுமன் வரவேற்றார். “என்னைப் பார்க்க வேண்டும்” என்ற ஆவல் கொண்டு ராக்ஷஸ ராஜன் முயற்சி மேற்கொள்வான் என்று ஹனுமன் நிச்சயம் செய்து கொண்டார். அப்பொழுது, வீர வானரன் அஸ்த்ரத்தின் கட்டிலிருந்து விடுபட்டுப் போனார். மந்திர சக்தி கொண்ட அஸ்த்ர பந்தம் தனக்கு மேல் வேறு எந்த கட்டையும் ஏற்காது. அப்பொழுது, வீரன் இந்திரஜித் கவலை கொண்டான். “நார்களாலும், கயிறுகளாலும் கட்டப்பட்டதால் இந்த வானரவீரன் அஸ்த்திரத்தினிடமிருந்து விடுபட்டு போய்விட்டான். எந்த அஸ்த்ரமும் தனக்கு மேல் எந்த கட்டையும் அனுமதிப்பதில்லை”.

“ஐயோ! ஒரு பெரிய தப்பு நடந்து விட்டதே! ராக்ஷஸர்கள் மந்த்ரங்களின் செயல்பாடுகளைத் தெரிந்து கொள்ளவில்லையே! இந்த அஸ்த்ரம் வீணாகிப் போனபிறகு இதனை மறுபடியும் பிரயோகம் செய்ய முடியாதே! இனிமேல் நாம்

வெல்வதும், உயிருடன் தப்புவதும் ஸந்தேஹம் தான்!" என்று நினைத்துக் கொண்டிருந்தபோது அஸ்த்ரம் தன்னை விட்டு நீங்கிவிட்டது என்றும் தான் விடுபட்டுப் போய்விட்டோம் என்றும் ஹனுமான் தெரிந்து கொண்டாலும் அதனை வெளிக்காட்டிக் கொள்ளவில்லை. ஆதலால், கொடிய ராக்ஷஸர்கள்

கட்டி, இழுத்து, அவரை தடிகளாலும், முஷ்டிகளாலும் அடித்துத் தாக்கி துன்புறுத்தினார்கள். பிறகு வானரனை ராக்ஷஸ ராஜனின் இருப்பிடத்திற்கு இழுத்துச் சென்றார்கள்.

வானரன் அஸ்திரத்திலிருந்து விடுபட்டுவிட்டார் என்று இந்திரஜித்திற்குத் தெரியும். ஆனாலும் அவர் நார்களாலும், கயிறுகளாலும், கட்டப்பட்டிருந்ததால், இந்திரஜித் மஹாபலம் கொண்ட வானரவீரனை, பரிவாரங்களுடன் வீற்றிருந்த அரசனுக்கு காண்பித்தான்.

வானர ச்ரேஷ்டன் ஒரு மதயானை கட்டில் இருந்ததைப் போன்றிருந்தார். அவரை ராக்ஷஸர்கள், ராக்ஷஸராஜன் ராவணன் முன்னிலையில் கொண்டு நிறுத்தி தெரிவித்தார்கள். அப்பொழுது அங்கு வீரர்கள் தங்களுக்குள் பேசிக் கொண்டார்கள். "இவன் யார்? யாரைச் சேர்ந்தவன்? எங்கிருந்து வந்திருக்கிறான்? இவனுக்கு இங்கு என்ன வேலை? இவனுக்கு ஆதரவு கொடுப்பவன் யார்? இவனைக் கொன்று விடுவோம். இவனை தீயிட்டு எரித்து விடுவோம். அல்லது இவனை உணவாகச் சாப்பிட்டு விடுவோம்." இவ்வாறெல்லாம் சினம் கொண்ட அரக்கர்கள் ஒருவருக்கொருவர் கூறிக்கொண்டார்கள். வீதிகளைக்கடந்து, மிக உயர்ந்த நவரத்னங்களினால் அலங்கரிக்கப்பட்ட அரசனின் அந்த மாளிகையை அடைந்து, அங்கே ராக்ஷஸராஜனையும் அவன் காலடியில் வீற்றிருந்த வயது முதிர்ந்த ஆலோசகர்களையும், மஹாத்மா ஹனுமான் அப்பொழுது பார்த்தார்.

குரூரமான உருவங்களைக் கொண்ட அரக்கர்களால் அங்கும் இங்கும் கட்டி இழுக்கப்பட்டிருந்த வானரவீரனை, பெரும் தேஜஸ்ஸுடன் இருந்த ராவணன் பார்த்தான். தேஜஸ், பலம் ஆகியவற்றோடு கூடி, ஒளிவீசும் கதிரவனைப் போல் இருந்த ராக்ஷஸராஜனை, வானரசிரேஷ்டனும் பார்த்தார். பத்து தலைகள் கொண்ட ராவணன் வானரனைப் பார்த்தான். அப்பொழுது அவனது சிவந்த கண்கள் கோபத்துடன் சுற்று முற்றும் சுழன்றன. அங்கே, உயர்ந்த குலம், பண்பு ஆகியவற்றோடு இருந்த முதியவர்களை, சபையில் வீற்றிருந்தவர்களை, மந்திரி பிரதானிகளை வானரனைப் பற்றி விசாரிக்கும்படி கட்டளையிட்டான்.

வானரனை அவர்கள் முறைப்படியாக, "நீ வந்த நோக்கம் என்ன? அதற்கு காரணமாக இருந்தது யார்? ஆகியவற்றை முதலில் கூறு" என்று கேட்டார்கள். அதற்கு ஹனுமன் பதில் கூறினார். "வானர அரசன் ஸுக்ரீவனிடமிருந்து நான் ஒரு தூதனாக வந்திருக்கிறேன்."

48-ஆவது ஸர்க்கம் முடிவுற்றது.

49–ஆவது ஸர்க்கம்

ராவணன் பெருமையை காணுதல்

அப்பொழுது ஹனுமானின் மனதில் ஒரு பக்கம் வியப்பு, இன்னொரு பக்கம் கோபம். அவர் பயங்கரமான பராக்ரமம் கொண்டவராகையால் ராவணன் யுத்தகளத்திற்கு வந்திருந்தால் தன் கைவரிசையைக் காட்டியிருப்பார். அப்பொழுது அவனைப் பிடித்து ராமனின் முன்னிலையில் அவனை குற்றவாளியாக நிறுத்தியிருப்பார். ஆனால் இப்பொழுது, ராவணன் தன்னை குற்றவாளியாக நிறுத்தி தன்னையே அவன் விசாரணை செய்ய கட்டளையிட்டு விட்டான். இப்படிப்பட்ட ராவணனின் செயலினால் ஹனுமானுக்கு வியப்பு ஏற்பட்டது. அதே சமயம் ஸீதையைக் கவர்ந்து, ராமனுக்கு அவன் துரோகம் செய்திருந்ததால் ராவணன் மீது கோபம் ஏற்பட்டது. ஆகையால் ஹனுமான் கோபத்தினால் சிவந்த கண்களினால் ராவணனை உற்று நோக்கினார். அவன் பெரும் ஒளி பொருந்திய கிரீடத்துடன் இருந்தான். அந்த கிரீடம் மிக உயர்ந்த, பளபளப்பான தங்கத்தால் செய்யப்பட்டிருந்தது. அதனால் அது ஒளியுடன் பிரகாசித்தது. அந்த கிரீடத்தில் முத்துச்சரங்கள் சுற்றிலும் இணைக்கப்பட்டு இழைக்கப்பட்டிருந்தன. அவன் உடலை அற்புதமான தங்க ஆபரணங்கள் அலங்கரித்திருந்தன. அவைகளில் வைரக்கற்களும், மிக உயர்ந்த நவரத்னங்களும் அங்கங்கே சேர்த்து பதிக்கப்பட்டிருந்தன. மனதினால் கற்பனை செய்யப்பட்ட பிரகாரம் அவைகள் வடிக்கப்பட்டது போன்றிருந்தன. அவன் இடுப்பில் மிக உயர்ந்த பட்டாடை உடுத்தியிருந்தான். உடலில் செஞ்சந்தனம் பூசப்பட்டிருந்தது. வாஸனைத் திரவியங்களின் பூச்சுகள் விதவிதமாகவும், பல வண்ணங்களிலும், பத்தி பத்தியாக அவன் உடலில் பூசப்பட்டிருந்தன.

ரத்தம் போல் சிவந்திருந்த அவன் கண்கள் சுற்றுமுற்றும் சுழன்று கொண்டிருந்தன. அவைகள் அழகாக இருந்தாலும், காண்போருக்கு அச்சம் அளிப்பதாகவும் இருந்தன. அவன் பற்கள் கூராகவும், பெரிதாகவும், பளபளப்பாகவும், உதடுகள் தொங்கியுமிருந்தன. அவன் தனது பத்து தலைகளுடன், மிகுந்த காந்தியுடன் விளங்கினான். அவனைப் பார்க்கையில் அநேகம் துஷ்ட மிருகங்களுடனும் நிறைந்திருந்த சிகரங்களுடனும் இருந்த மந்தர பர்வதம் போன்றிருந்தது. அவன் மையை திரட்டி வைத்தது போல் கருமை

நிறத்தில் இருந்தான். ஆனால் அவன் மார்பில் பூர்ணசந்திரனை ஒத்த வெண்மையுடன் இருந்த முத்து மாலைகள் அலங்கரித்திருந்தன. அதைப் பார்க்கையில் கருமேகங்களின் பின்னணியில் இருந்த கொக்குகளின் வரிசைகளைப் போன்றிருந்தது. அவனுடைய புஜங்கள் உயர்ந்த சந்தனங்கள் பூசப்பட்டு, தோள் வளையல்களும் கட்டப்பட்டிருந்தன. கைகளில் கனமான கங்கணங்கள் ஒளிவீசிக்கொண்டு இருந்தன. ஐந்து விரல்களுடன் இருந்த கைகள் ஐந்து தலை நாகங்களைப் போன்றிருந்தன. அவன் உயரமான ஸிம்ஹாஸனத்தில் வசதியாக உட்கார்ந்திருந்தான். அந்த அரியணை மிக

உயர்ந்த ஸ்படிகங்களாலும், ரத்னங்களாலும் ஒன்றிணைந்து அழகாக வண்ண வண்ணமாக அலங்கரிக்கப்பட்டிருந்தது. அவனைச் சுற்றிலும் அழகான பெண்கள், நன்றாக அலங்காரங்கள் செய்து கொண்டு, கைகளில் சாமர, விசிறிகளை வைத்துக்கொண்டு எல்லா பக்கங்களிலும் அவனுக்கு பணிவிடைகள் செய்து கொண்டிருந்தார்கள். மந்திரி பிரதானிகளும், துர்தரன், ப்ரஹஸ்தன், மஹாபார்ச்வன், நிகும்பன் எனப்பட்ட மந்த்ராலோசனை விஷயங்களை நன்கு கற்றறிந்த அந்த நான்கு மந்திரிகள் அருகருகில் உட்கார்ந்திருந்தார்கள். அவர்கள் வலிமை காரணமாக இறுமாப்பு கொண்டவர்கள். இந்த நான்கு மந்திரிகள் ராவணனை சூழ்ந்திருப்பதைப் பார்க்கையில், பூமண்டலத்தை நான்கு சமுத்திரங்கள் சூழ்ந்திருப்பதை ஒத்திருந்தது. மந்த்ராலோசனை தத்துவங்களை நன்கு அறிந்த இன்னும் பல மந்திரிகளும், நற்புத்தி கொண்ட இன்னும் பல ஆலோசகர்களும், இந்திரனைச் சூழ்ந்திருந்த தேவர்களைப் போன்றிருந்தார்கள். அவர்கள் அனைவரும் ராவணனை சேவித்திருந்தார்கள்.

மேருபர்வதத்தின் சிகரத்தின் மீது, நீருண்ட மேகம் இருந்ததைப் போன்று, மிகுந்த தேஜஸ்ஸுடன் கூடியிருந்த ராக்ஷஸ மன்னனை ஹனுமான் பார்த்தார். பயங்கரமான பராக்ரமம் கொண்ட அரக்கர்களால் துன்புறுத்தப்பட்டிருந்த போதிலும், ஹனுமான், பெரும் வியப்பு எய்தி, தேஜஸோடு திகழ்ந்த ராக்ஷஸ அரசனைப் பார்த்து, அவனுடைய தேஜஸ்ஸினால் கவரப்பட்டு, தன் மனதுக்குள் எண்ணினார். "ஆஹா! என்ன உருவம்! ஆஹா, என்ன தைரியம்! ஆஹா, என்ன பலம்! ஆஹா, என்ன காந்தி! ஆஹா, இந்த ராக்ஷஸராஜன்தான் அத்தனை லக்ஷணங்களுடன் கூடி இருக்கிறானே! இவனிடத்தில் அதர்மம் மட்டும் ஆக்ரமிக்காமல் இருந்தால், இந்த அரக்க மன்னன், இந்திரனுடன் கூடிய தேவலோகத்திற்கே கூட காவலனாக இருந்திருப்பானே! ஆனால் இவனுடைய செயல்கள் குரூரமானவைகள், கொடுமையானவைகள், உலகத்தார் வெறுக்கக் கூடியவைகள். அதனால்தான் தேவர்கள் – அசுரர்கள் உட்பட்ட இந்த அகில உலகங்களும் இவனைக் கண்டு நடுங்குகின்றன. இவனுக்கு கோபம் வந்து விட்டால், உலகத்தையே சமுத்திரத்தில் மூழ்கடித்து ஒரே ஜலபிரளயமாகவே செய்து விடக் கூடிய சக்தி இவனிடம் உண்டு." இவ்வாறு பலவிதமாக அறிவாளி வானரன் எண்ணினார். ராக்ஷஸராஜனுடைய அளவில்லாத தேஜஸ்ஸையும், பேராண்மையையும் கண்ட ஹனுமானுக்கு இவ்வாறு எண்ணத் தோன்றியது.

49-ஆவது ஸர்க்கம் முடிவுற்றது.

50-ஆவது ஸர்க்கம்

ப்ரஹஸ்தன் கேள்வி

நீண்ட புஜங்களைக் கொண்ட ராவணன் உலகங்களையெல்லாம் கதறச் செய்தவன். அவன் முன்னிலையில் மஞ்சள் கண்களோடு இருந்த ஹனுமான் நின்றிருந்தார். அவரை ராவணன் மிகப்பெரும் சினத்துடன் உற்றுப் பார்த்தான். தேஜஸ்ஸோடு நின்றிருந்த வானரசிரேஷ்டனைப் பார்த்ததும் ராவணனின் மனதை பல சந்தேகங்கள் வாட்டியெடுத்தன. அவன் தனக்குள் சிந்தித்தான். "இவன் யார்? நந்தி பகவான்தான் நேரிடையாக இங்கு வந்திருக்கிறாரோ? முன்பு ஒரு சமயம், கைலாச பர்வதத்தை நான் உலுக்கியசைத்த போது அவர் எனக்கு சாபமிட்டிருக்கிறார். அவர் தான் இப்பொழுது வானரன் உருவில் இங்கு இப்படி வந்திருக்கிறாரோ? அல்லது ஒரு வேளை பாணாஸுரன்தான் வந்திருக்கிறானோ?" பிறகு மன்னன் ராவணன், சினத்தால் கண்கள் சிவந்திருக்க, மந்திரிசிரேஷ்டன் ப்ரஹஸ்தனைப் பார்த்துக் கூறினான். அவன் கூறிய வார்த்தைகள் அந்த சந்தர்ப்பத்திற்கு ஏற்றவாறும், விஸ்தாரமாகவும், பொருள் பொதிந்ததாகவும் இருந்தன.

"இந்த துஷ்டனிடம் கேள்! இவன் எங்கிருந்து வந்திருக்கிறான்? இவன் வந்திருக்கும் நோக்கம் என்ன? பூங்காவனத்தை இவன் அழித்தற்கு காரணம் என்ன? அரக்கியர்களையும் இவன் பயமுறுத்தியதின் காரணம் என்ன? என்னுடைய லங்காபுரி யாராலும் அணுகமுடியாதது. இங்கு இந்த லங்காபுரிக்கு இவன் வந்த நோக்கம் என்ன? யுத்தம் வேறு செய்தானே, அதனால் இவனுக்கு ஆகவேண்டியது என்ன? இந்த துர்புத்திக்காரனிடம் இவை அனைத்தையும் கேள்!"

ராவணனின் வார்த்தைகளைக் கேட்ட ப்ரஹஸ்தன் ஹனுமானிடம் கூறினான். "நீ உன்னை ஆசுவாசப்படுத்திக் கொள்! வானரனே, உனக்கு நல்லதே நடக்கும்! நீ பயப்பட வேண்டாம். உன்னை இந்த ராவணனின் அரண்மனைக்கு இந்திரன் அனுப்பியிருக்கிறானா? உண்மையைச் சொல்லிவிடு. வானரனே! நீ எதற்கும் பயப்படவேண்டாம். உன்னை விடுதலை செய்து விடுகிறோம். அல்லது குபேரனோ, யமனோ, வருணனோ உன்னை ஒற்றனாக அனுப்பினார்களா? அவர்களுக்காக இந்த ஒற்றன் உருவம் எடுத்துக்கொண்டு எங்கள் பட்டணத்திற்குள் நுழைந்திருக்கிறாயா? அல்லது எங்களை வெற்றி கொள்ள வேண்டும் என்று விரும்பி, விஷ்ணுவே உன்னை

தூதனாக அனுப்பினாரா? வானரனே! நீ உருவத்தில்தான் குரங்காய் இருக்கிறாய். ஆனால் உன் ஆற்றல் குரங்கினிடம் இருக்க முடியாதது. இப்பொழுது உண்மையைக்கூறு. பிறகு, உனக்கு விடுதலை கிடைக்கும். ஆனால் பொய் மாத்திரம் கூறினால் நீ உயிருடன் பிழைப்பது துர்லபம். எதுவானாலும் நீ இந்த ராவணன் இருப்பிடத்திற்கு எதைக் காரணமாகக் கொண்டு வந்திருக்கிறாய்? சொல்!''

இவ்வாறு கூறப்பட்ட வானரச்ரேஷ்டன் அப்பொழுது ராக்ஷஸ வேந்தனைப் பார்த்துக் கூறினார். ''நான் இந்திரனையோ, யமனையோ, வருணனையோ சார்ந்தவன் இல்லை. குபேரனுடன் எனக்கு நட்பு ஏதுவுமில்லை. விஷ்ணுவும் என்னைத் தூண்டி அனுப்பவில்லை. நான் உண்மையாகவே வானர ஜாதியைச் சேர்ந்தவன்தான். நான் இங்கு குரங்காகவேதான் வந்திருக்கிறேன். ராக்ஷஸராஜனைப் பார்க்க நான் விரும்பினேன். அவரைப் பார்ப்பது சுலபமான காரியம் இல்லாததால் நான் அரக்க வேந்தனின் பூங்காவை நாசம் செய்தேன். அதன் காரணம் அரசனைப் பார்ப்பதற்காகத்தான். அப்பொழுது பலசாலியான அரக்கர்கள் போர்புரிய வேண்டும் என்று விருப்பம் கொண்டு என்னிடம் வந்தார்கள். அவர்கள் போரிட்டதால் என் உடலைக் காப்பாற்றிக் கொள்ள நானும் எதிர்யுத்தம் செய்ய வேண்டியதாயிற்று.

அஸ்திரங்களாலோ, கயிறுகளாலோ, என்னை தேவர்கள், அசுரர்கள் கூட கட்டிவிட முடியாது. நான் இந்த வரத்தை ப்ரஹ்ம தேவனிடமிருந்தே பெற்றிருக்கிறேன். அரசனைப் பார்க்க வேண்டும் என்ற காரணத்திற்காகத்தான் நான் அஸ்திரத்திற்கு உடன்பட்டேன். நான் இப்பொழுது அஸ்திரத்திலிருந்து விடுபட்டுப் போய்விட்டேன். ராக்ஷஸர்கள் தான் என்னை துன்புறுத்துகிறார்கள். அரசாங்க காரியம் ஒன்றின் காரணமாக நான் உம்மிடத்திற்கு வந்திருக்கிறேன். அளவில்லா பேராண்மைகள் கொண்ட ராமனுடைய தூதனாக நான் வந்திருக்கிறேன் என்பதை தெரிவிக்கிறேன். ப்ரபுவே! நான் இப்பொழுது நலம் தரும் சில வார்த்தைகளைக் கூறுகிறேன். கேளும்.''

50-ஆவது ஸர்க்கம் முடிவுற்றது.

51–ஆவது ஸர்க்கம்

ஹனுமாரின் உபதேசம்

பலவீர்ய பராக்ரமங்கள் கொண்ட வானரச்ரேஷ்டன் மஹாபலம் பொருந்திய, தசானனைப் பார்த்து, சிறிதும் பதட்டப்படாமல், சில வார்த்தைகளைக் கூறினார். அந்த சொற்கள் பொருள் பொதிந்தனவாக இருந்தன. “நான் ஸுக்ரீவனின் தூது மொழியைச் சொல்வதற்காக உமது மாளிகைக்கு வந்திருக்கிறேன். ராக்ஷஸராஜனே! உங்களுடைய ஸஹோதர மன்னன், வானர ராஜன் உம்மை க்ஷேமம் விசாரிக்கச் சொன்னார். பெருமை வாய்ந்த ஸுக்ரீவன், உமக்கு உடன்பிறவாச் சகோதரனைப் போன்றவர், உமக்கு சொல்லி அனுப்பிய செய்தியைக் கேளும். அந்த சொற்கள் அறம் – பொருள் இணைந்தது. இஹபர நலன்களை அளிக்க வல்லது. தசரத மஹாராஜா என்பவர் மிகப் பிரஸித்தமானவர். ரதங்கள் – யானைகள் – குதிரைகள் முதலான பெரிய படைகளைக் கொண்டவர். அவர் உலகத்திற்கே ஒரு தந்தை போன்ற உறவினர். தேவேந்திரனுக்கு இணையான கீர்த்தி படைத்தவர். அவருடைய மூத்தமகன், தடந்தோள் வீரன் எல்லோருக்கும் பிரியமான தலைவர். தந்தையின் கட்டளையின் பேரில் அவர் தண்டகாரண்யத்தில் பிரவேசம் செய்தார். அவருக்கு “ராமன்” என்று பிரசித்தமான பெயர். அவர் லக்ஷ்மணன் என்ற தம்பியுடனும், ஸீதை என்ற மனைவியுடனும் உடன் இருந்தவர். அவர் மஹாதேஜஸ்வீ. அறநெறியின் வழிகளைச் சார்ந்தவர். அவருடைய பார்யை, ஸீதை கானகத்தில் காணாமல் போய்விட்டாள். அவள் ஒரு பதிவிரதா சிரோமணி விதேஹ நாட்டின் மன்னன் மஹாத்மா ஜனக மஹாராஜாவின் புதல்வி.

அரசகுமாரன் அந்த ராமன், தம்பியுடன் சேர்ந்து, அந்த தேவியைத் தேடிக் கொண்டு ரிஷ்யமூக பர்வதத்திற்கு வந்தார். அங்கு ஸுக்ரீவனுடன் நட்பில் இணைந்தார். அப்பொழுது, ஸீதையைத் தேடிக்கண்டுபிடிப்பதாக ஸுக்ரீவன் பிரதிக்ஞை செய்தார். அதன் பொருட்டு ராஜகுமாரன் ராமன் வாலியை போரில் வதம் செய்து அவருக்கு வானர ஸாம்ராஜ்யத்தை அருளினார். வானரங்கள் – கரடிகள் ஆகிய இனத்தோர்களின் அரசராக ஸுக்ரீவன் அரசில் அமர்த்தப்பட்டார். உமக்குத்தான் வாலியை நன்றாக முன்பே தெரியுமே! (ராவணன் வாலியிடம் தோற்றதை நினைவுபடுத்துவதாக தொனி) அந்த வானரச்ரேஷ்டன் வாலியை, வானரனை, ராமன் போரில், ஒரே பாணத்தால் கொன்று விட்டார்.

ஸுக்ரீவன், தான் கொடுத்த வாக்கைக் காப்பாற்றுவதில் உறுதி கொண்டவர். ஆகையால் அவர் இப்பொழுது ஸீதையைத் தேடிக் கண்டுபிடிப்பதில் தீவிரமாக இருக்கிறார். அதன் பொருட்டு வானர மன்னன் எல்லா திக்குகளுக்கும் வானரர்களை அனுப்பியிருக்கிறார். அந்த வானரர்கள், நூற்றுக்கணக்காகவும், பதினாயிரக் கணக்காகவும், எல்லா திக்குகளிலும், ஏன், ஆகாய வெளியில், மேலேயும், கீழேயும் கூட தேடிக் கொண்டிருக்கிறார்கள். அங்கே இருக்கும் வானர வீரர்கள் சிலர் கருடபகவானுக்கு இணையானவர்கள். சிலர் வாயுதேவனுக்கு சமமானவர்கள். அவர்கள் செல்லுகைக்கு எவரும் எந்த தடையும் செய்ய முடியாது. அவர்கள் மிகுந்த வேகம் கொண்டவர்கள், மஹாபலிஷ்டர்கள்.

அவர்களில் ஒருவன் தான் நான். ஹனுமான், என்பது என்னுடைய பெயர். வாயுதேவனின் சொந்த வயிற்றுப்பிள்ளை. ஸீதையைத்தேடி கண்டு பிடிப்பதற்காக நூறுயோஜனை தூரம் உள்ள கடலைத்தாண்டி நான் இங்கு வந்திருக்கிறேன். சுற்றிச்சுற்றித் தேடினபோது, நான் ஜனகரின் திருமகளை தங்கள் மாளிகையில் (அசோக வனத்தில்) கண்டேன். தங்களுக்கு தர்மநெறிகளின் தத்துவங்கள் யாவும் நன்றாக தெரியும். கடும் தவம் இருந்து வரன்களைப் பெற்றவர். மிகச் சிறந்த அறிவாளியே! மாற்றான் மனைவியை அபகரித்து வைத்திருப்பது தங்களுக்கு தகாதது.

தர்மத்திற்கு விரோதமான விஷயங்களில், பல அபாயங்களை ஏற்படுத்தும் செயல்களில், வேரோடு அழித்துவிடும் விளைவுகளை ஏற்படுத்தும் காரியங்களில் தங்களைப் போன்ற அறிவாளிகள் ஈடுபட மாட்டார்கள். ராமனுக்கு கோபம் ஏற்பட்டு, லக்ஷ்மணனுக்கு அவர் கட்டளையிட்டால், அதன்படி அவன் பாணங்களைத் தொடுத்தால், அந்த அம்புகளுக்கு முன்னால் தேவர்கள் – அசுரர்கள் கூட எதிர் நிற்கமுடியாது. மன்னரே! ராகவனுக்கு துரோகம் செய்து விட்டு, மூன்று உலகங்களிலும், எவனாக ஆகட்டும், அவன் சுகமாக இருந்துவிட முடியாது. ஆகையால் முக்காலத்திற்கும் நலம் செய்யக்கூடிய ஒரு வார்த்தையைச் சொல்கிறேன். அதைக் கருத்தில் கொள்ளுங்கள். அந்த வார்த்தை தர்மத்திற்கும், பொருளுக்கும் உகந்ததாகும். "மானுட மன்னன் ராமனிடம் ஜானகியை திரும்பவும் ஒப்படைத்து விடவும்." நான் ஸீதையைத் தேடிக் கண்டு பிடித்துவிட்டேன். இதுவே ஒரு துர்லபமான, அரிய சாதனை. இதன் பிறகு மேற் கொண்டு செய்ய வேண்டிய எஞ்சிய பணியை ராமனே தீர்மானம் செய்வார்.

துயரத்தில் ஆழ்ந்திருந்த ஸீதையை நான் உனது இல்லத்தில் கண்டேன். அவள் உனக்கு ஒரு ஐந்து தலை விஷப்பாம்பு என்று நீ அறிந்து கொள்ளவில்லை. நீ அவளை சுலபமாக ஸ்வீகரித்துக் கொண்டு விடலாம் என்று

எண்ணாதே! தேவர்களோ, அசுரர்களோ கூட அவளை ஸ்வீகரித்துக் கொண்டு விடமுடியாது. விஷத்துடன் கலந்த உணவை சாப்பிட்டவன் தனது புஷ்டி பலத்தைக்கொண்டு அந்த கொடிய விஷத்தை ஜீரணித்துக் கொண்டு விட முடியுமா? உன்னுடைய தவத்தின் பிரபாவத்தினால் தார்மீகமான பல பேறுகளை அடைந்திருக்கிறாய். அவற்றையும், உனது உயிர் என்ற பேற்றையும் நீ அழித்துக்கொள்வது நியாயமன்று. அசுரர்களோ, தேவர்களோ உன்னைக் கொன்றுவிட முடியாது என்று உனது தவத்தின் பயனாக வரம் பெற்றிருப்பதாக நீ எண்ணலாம். ஆனால் அதில் ஒரு பெரிய பிரச்சினை இருக்கிறது என்பதைத் தெரிந்து கொள். ஸுக்ரீவன் ஒரு தேவன் அல்லன், ஒரு அசுரன் அல்லன், ஒரு அரக்கனும் அல்லன். தானவனோ, கந்தர்வனோ, யக்ஷனோ, நாகனோ – எதுவும் அவன் அல்லன். ஸுக்ரீவன் ஒரு வானர அரசன்தான். ராமனோ ஒரு மானுடன் தான். நீ கேட்ட வரன்களில் மிருகங்களும், மனிதர்களும் விட்டுப்போய் விட்டதால், அவர்களிடமிருந்து உனக்கு மரணபயம் உண்டு என்பதைப் புரிந்து கொள்.

மன்னவா! ஆகையால் நீர் எப்படி உமது பிராணனை காப்பாற்றிக் கொள்ளப் போகிறீர்? தர்மத்தினால் ஈட்டிய பயன் அதர்மத்தினால் ஈட்டிய விளைவுடன் ஒன்று கூடாது. அவைகள் அதனதன் விளைவைத்தான் சார்ந்து கொள்ளும். தாங்கள் இப்பொழுது அடைந்திருப்பது யாவும் தர்மத்தின் பேறுகள்தான், சந்தேகமில்லை. ஆனால் தாங்கள் செய்த அதர்மத்தின் பலனை வெகுசீக்கிரமே அடையப் போகிறீர்கள். ஜனஸ்தானத்தின் கர, தூஷண மற்றும் பதினான்காயிரம் அரக்கர்களின் மரண விருத்தாந்தத்தையும், வாலியின் மரண விருத்தாந்தத்தையும், ராமனும் ஸுக்ரீவனும் நண்பர்களாக இருக்கிறார்கள் என்பதையும் புரிந்துகொண்டு, உமக்கு நலன் எது என்பதனை அறிந்து கொள்ளுங்கள். குதிரை – தேர் – யானை ஆகிய பெரும்படைகளோடு கூடின இந்த லங்கா பட்டணத்தை நான் ஒருவனாகவே அழித்துவிடும் சக்தி என்னிடம் இருக்கிறது. ஆனால் ராமன் அவ்வாறு தீர்மானம் செய்யவில்லை.

ஸீதையை எவர்கள் அபகரித்துச் சென்றார்களோ, அந்த சத்துருக்களை தானே நிர்மூலனம் செய்யப் போவதாக ராமன் வானரர்கள் – கரடிகள் வீரர்களின் முன்னிலையில் சபதம் எடுத்திருக்கிறார். ராமனுக்கு துரோகம் செய்து விட்டு, தேவேந்திரனாகக் கூட இருந்தாலும், அவன் சுகமாக வாழ்ந்து விடமுடியாது. அப்படியிருக்க உம்மைப்போன்ற சாமானியப்பட்டவனைப் பற்றி சொல்லத் தேவையில்லை.

நீர் ஸீதை என்று எந்த பெண்ணை நினைத்துக் கொண்டிருக்கிறீரோ, எவள் உமது வசத்தில் இருக்கிறாளோ, அவள் ஸமஸ்த லங்காபுரியையே அழிக்கப் போகும் பிரளயகால ராத்ரி என்று அறிந்து கொள்ளுங்கள். ஸீதையின் உருவத்தில் யமதேவனின் பாசக்கயிறு இருக்கிறது. அதை நீங்களாகவே

தோளில் போட்டுக் கொண்டிருக்கிறீர்கள். இப்பொழுதாவது உமது க்ஷேமத்தை எண்ணிப் பார்த்துக் கொள்ளுங்கள். ராமனுடைய கோபம் இந்த நகரை தாக்கியிருக்கிறது. ஸீதையினுடைய கற்புத்தீ, இந்த நகரத்தை, மாளிகைகள் – கோபுரங்கள்– கட்டிடங்கள் ஆகிய யாவற்றையும் சேர்த்து தீக்கு இரையாக்கி கொழுந்து விட்டு எரிக்கப்போவதைப் பார்ப்பீர்கள். உம்முடைய நண்பர்கள், மந்திரிகள், உறவினர்கள், சகோதரர்கள், பிள்ளைகள் மற்றும் உம்முடைய நலம் விரும்பிகள் ஆகியோர்களையும், அரசபோகங்களையும், மனைவிமார்களையும் மற்றும் இந்த லங்காபட்டணத்தையும் அழிவுப்பாதைக்கு இட்டுச் செல்லாதீர்கள்.

ராக்ஷஸர்களின் மன்னவரே! என் பேச்சைக் கேளுங்கள்! நான் கூறுவது நிஜம். ஏனெனில் நான் எஜமானர்கள் கூறியதை அப்படியே கூறும் ஒரு தூதுவன். ராமனின் தொண்டன். இன்னும் விசேஷமாக ஒரு வானரன். அதாவது மனித இனத்தையோ, அரக்க இனத்தையோ சாராதவனாதலால் நான் பக்ஷபாதமற்றவன். அனைத்து ஜீவராசிகளோடு, சராசர பிரபஞ்சமாகிய ஸமஸ்த லோகங்களை அறவே ஸம்ஹாரம் செய்துவிட்டு, அவற்றையே மீண்டும் அப்படியே ஸ்ருஷ்டி செய்யவும், பெரும்புகழ் படைத்த ராமன் வல்லமை படைத்தவர். வித்யாதரர்கள், மானுட வேந்தர்கள், யக்ஷர்கள், ராக்ஷஸர்கள் ஆகியோரின் இனத்தவர்கள், வித்யாதரர்கள், அனைத்து கந்தர்வர்கள் – நாகர்கள், ஸித்தர்கள், கின்னரர்கள், பக்ஷிகணங்கள் முதலான ஸமஸ்த ஜீவராசிகளும் ஒரு காலத்திலும் விஷ்ணுவுக்கு ஈடான பராக்ரமம் கொண்ட ராமனோடு எதிர்த்து நின்று போரிட வல்லமையற்றவர்கள். மன்னர்களுக்கு சிங்கம் போன்றவரும், ஸமஸ்த லோகங்களையும் ஆட்சிகொண்ட தலைவனும் ஆகிய ராமனுக்கு இப்படிப்பட்ட விரோதமான காரியத்தை செய்துவிட்டு நீர், உமது உயிரைக் காத்துக்கொள்வது வெகு துர்லபம். தேவர்கள், தைத்யர்கள், ராக்ஷஸ மன்னர்கள், கந்தர்வர்கள், வித்யாதரர்கள், நாகர்கள், யக்ஷர்கள் ஆகிய அனைவரும் ஒன்று கூடினால் கூட, மூன்று லோகங்களுக்கும் நாயகனான ராமனுக்கு எதிராக நின்று போரிடமுடியாது. ராமனால் வதத்திற்கு இலக்கான ஒருவனை, "தான்தோன்றி – நான்முகன்" என்று போற்றப்படும் ப்ரஹ்ம தேவனாகட்டும், "முக்கண்ணன் – திரிபுர ஸம்ஹாரி" என்று போற்றப்படும் ருத்ரனாகட்டும், "தேவர்களின் மாமன்னன்" – மாட்சிமை பொருந்திய தேவேந்திரன்" என்று போற்றப்படும் இந்திர தேவனாகட்டும் எவருமே காப்பாற்ற முடியாது".

இவ்வாறு வானரன் செம்மையாகவும், தாழ்மை உணர்ச்சி இல்லாமலும், இணையற்றதாகவும் இருந்த சொற்களை கூறியதைக் கேட்டு தனக்கு வெறுப்பு உண்டாக்கியதால், தசானன் ராவணன், விழிகளை உருட்டி, மஹாவானரனுக்கு மரணதண்டனையை கட்டளையிட்டான்.

51-ஆவது ஸர்க்கம் முடிவுற்றது.

52-ஆவது ஸர்க்கம்

விபீஷணன் தூதனைக் கொல்வதைத் தடுத்தல்

பெருமைகள் படைத்திருந்த வானரனின் அந்த அறிவுரையைக் கேட்டு, கோபத்தால் தன்நிலை இழந்து ராவணன் 'அவரை வதம் செய்யுங்கள்' என்று கட்டளையிட்டான். துஷ்டன் ராவணன் இவ்வாறு ஹனுமனுக்கு மரண தண்டனையைக் கட்டளையிட்டபோது, அதனை விபீஷணன் ஏற்கவில்லை. ஏனெனில் ஹனுமன், தான் ஒரு தூதனாகத்தான் வந்திருப்பதாகத் தெரிவித்திருந்தார்.

ராக்ஷஸ மன்னனோ கடும்கோபத்தில் இருக்கிறான். காரிய விவகாரங்கள் இந்த விளைவுவரை வந்துவிட்டன. இப்பொழுது இந்த நிலையில் என்ன செய்வது? – இவ்வாறு, நிலவரங்களைப் புரிந்து கொண்ட விபீஷணன், காரியங்களை செவ்வனே செயல்புரிவதில் வல்லவன், சிந்தனை செய்து, பிறகு ஒரு வழியாக ஒரு தீர்மானத்திற்கு வந்தான். சத்துருக்கள் யாவரையும் வென்றவன், மரியாதைக்கு உரியவன், தனது அண்ணன் – ராவணனைப் பார்த்து, சொல்லின் செல்வன் விபீஷணன், மிகமிக நலன்களை அளிக்கக் கூடிய நல்லுரையைக் கூறினான்.

"ராக்ஷஸவேந்தே! கோபம் தணியுங்கள்! அமைதி பெறுங்கள்! நான் சொல்லும் சில வார்த்தைகளைக் கேளுங்கள்! நன்மை தீமைகளை தெரிந்து ஆன்றோர்களாகவும், நல்லோர்களாகவும் இருக்கும், மாநிலவேந்தர்கள் தூதனாக வந்த ஒருவனை வதம் செய்யமாட்டார்கள். வீரனே! இந்த வானரனைக் கொல்வது அரசியல் நீதிக்கு எதிரானது. உலகியல் வழக்கத்தில் நிந்தனைக்குரியது. இது உம்மைப் போன்றோருக்கு பொருத்தமில்லாதது. நீர் அறநெறிகளை நன்கு அறிந்தவர்; செய்பொருள் தெரிந்தவர்; அரசியல் விவகாரங்களில் தேர்ந்தவர்; உயிரினங்களின் நல்லது – கெட்டது யாவற்றையும் அறிந்தவர்; கார்யார்த்தங்களை நன்கு உணர்ந்தவர். தங்களைப் போன்ற அறிவாளிகளே, கோபத்தின் பால் வசப்பட்டால், அப்பொழுது சாஸ்திரங்களைக் கற்றறிந்த கல்வி வீண் விரயமாகி விடுமல்லவா? சத்ருக்களை அழிக்கும் வல்லமை கொண்டவரே! அரக்கர்களின் மன்னரே! எவராலும் எதிர்க்க முடியாதவரே! தாங்கள் அமைதி காத்துக் கொள்ளுங்கள்! நியாயம் எது, நியாயம்

அல்லாதது எது ஆகியவற்றை பரிசீலித்து தூதனுக்கு தண்டனை வழங்குங்கள்!" விபீஷணனின் மொழிகளைக் கேட்ட, ராக்ஷஸ அரசன், (தணியாத) கடுங்கோபத்துடன், பதில் கூறினான். "சத்ருக்களை அழிக்கும் ஆற்றல் பெற்றவனே! பாபிகளைக் கொல்வதில் எந்த பாபமும் கிடையாது. இவன் குற்றங்களை இழைத்த ஒரு பாவியானதால், இந்த வானரனைக் கொல்கிறேன்."

தர்மத்தை வேரோடு கிள்ளியெடுக்கக் கூடியதும், மிகக்கடும் சினத்தோடு கூடியதும், பண்பாடற்றதும் ஆகிய பதிலைக்கேட்டு, விபீஷணன், புத்திமான்களுள் தலைசிறந்தவன், மிகச்சிறந்த அறிவுரைகளைக் கொண்ட வார்த்தைகளைக் கூறினான். "தயவு செய்யுங்கள்! லங்கேசுவரனே! ராக்ஷஸ மன்னனே! அரசனே! அறம் – பொருள் ஆகிய புருஷார்த்தங்களுடன் கூடின எனது வார்த்தையைக் கேளுங்கள். எந்த காலத்திலும், எந்த இடத்திலும், தூதர்களைக் கொல்லக் கூடாது என்று ஆன்றோர்கள் கூறுகிறார்கள். இவன் நமக்கு மிகப்பெரிய சத்ருதான், சந்தேகமில்லை. நமக்கு அளவில்லாத, ஒரு வெறுப்பை ஏற்படுத்தி யிருக்கிறான். ஆனாலும், நல்லோர்கள் தூதனைக் கொல்லக்கூடாது என்று கூறியிருக்கிறார்கள். வேண்டுமானால் தூதனுக்கு பலவிதமான தண்டனைகள் கொடுக்கலாம் என்று சாஸ்திரங்களில் காணப்பட்டிருக்கின்றன. அங்கங்களை சிதைத்தல் அல்லது விகாரப்படுத்துதல், கசையடி கொடுத்தல், மொட்டை அடித்தல், "இவன் ஒரு குற்றவாளி" என்று பிரகடனம் செய்யும் வகையில் உடலில் முத்திரைகள் பதிப்பது – இவற்றை தூதனுக்கு வழங்கக்கூடிய தண்டனைகளாகக் கூறுகிறார்கள். ஆனால் தூதனுக்கு மரண தண்டனை அளிப்பது என்பது நாம் எங்கேயும் கேட்டது கிடையாது. அறம்–பொருள் ஆகியவற்றின் நெறிகளால் பண்பட்ட அறிவைக் கொண்டவர்களும், உயர்ந்தது தாழ்ந்தது ஆகியவற்றின் தாரதம்யங்களை சீர்தூக்கிப் பார்த்து தீர்மானம் செய்பவர்களும் ஆகிய தங்களைப் போன்ற பராக்கிரமசாலிகள் கோபத்தின் ஆளுமைக்கு அடிமைப்படுவார்களா? மாறாக அந்த சினத்தை அடக்குவார்கள் அல்லவா?

தர்மங்களை எடுத்துக்கூறுவதிலும், உலகியல் நடப்புகளிலும், சாஸ்திரங்களைக் கற்று நுண்ணறிவைக் கைப்பற்றுவதிலும், உமக்கு இணையானவர் எவரேனும் உண்டா? வீரனே! தேவர்கள், அசுரர்கள் ஆகியோர்கள் அனைவருக்குள்ளும் நீர் தலை சிறந்தவர். நீர் ஒரு சூரன், வீரன், அரக்கர்களின் மாமன்னன். தேவர்களாலோ, அசுரர்களாலோ எவராலும் வெல்லப்பட முடியாதவர். மிகப்பலம் பொருந்திய தேவர்கள் – தைத்யர்களின் இனத்தார்கள், மானுட வேந்தர்கள் ஆகிய அனைவரும் உம்மால் யுத்தங்களில் பலதடவைகள் வெல்லப்பட்டிருக்கிறார்கள். தேவர்கள் – தைத்யர்கள் ஆகியோர்களுக்கு சத்ருவும், சூரனும், வீரனும், எவராலும் வெல்லப்படாதவனும் ஆகிய உம்மைப் போன்றவருக்கு, எந்த முட்டாளும், மனக்கிலேசம் ஏற்படுத்த துணிய மாட்டான். அப்படி, எவனாவது இருந்தால், அவன் எப்பொழுதோ, முன்பாகவே கொல்லப்பட்டிருப்பான். இந்த வானரனைக் கொல்வதினால் நமக்கு எந்த பயனும் இருப்பதாக எனக்குத் தெரியவில்லை. எவர்கள் இந்த வானரனை அனுப்பினார்களோ, அவர்களுக்கு தண்டனை வழங்கப்படட்டும். இவன் நல்லவனாக இருக்கட்டும் அல்லது கெட்டவனாக இருக்கட்டும்,

எப்படியானாலும் இவன் பிறரால் அனுப்பப்பட்டவன். இவன் பிறர் கூறியனுப்பிய செய்தியைத்தான் கூறுகிறான். இவன் பிறருக்கு அடிமையானவன். ஆகையால் இந்த தூதனைக் கொல்வது நியாயமாகாது.

மன்னா! இவனைக் கொன்று விட்டால், ஆகாயத்தில் தாவி பெரும் கடலின் எதிர் கரைக்கு செல்லக் கூடியவன் வேறு எவரும் எனக்குத் தென்படவில்லை. எதிரிகளை வெல்லும் வல்லமை கொண்டவரே! இவனுடைய வதத்தில் நாம் முயற்சி மேற்கொள்ள வேண்டாம். உங்களுடைய முயற்சியை இந்திரனுடன் கூடிய தேவர்களிடத்தில் காண்பிப்பதுதான் உசிதம். யுத்தம் என்றால் உமக்கு பிரியமான விஷயமாயிற்றே! அந்த துஷ்டர்கள் இருவரையும் – ராஜகுமாரர்கள் ராம லக்ஷ்மணர்கள் இருவரையும் – நீர் யுத்தத்திற்கு வரும்படி செய்ய வேண்டும். அதற்கு வெகுதூரப்பாதை தடையாக இருக்கிறது. அந்த முயற்சியை மேற்கொள்வதற்கு, இவன்தான் சரியான ஆள். இவன் இறந்து விட்டால் வேறு தூதன் எவனும் எனக்கு தென்படவில்லை.

மனத்தை மகிழச்செய்பவரே! அரக்கர்கள் பராக்ரமம், உத்ஸாஹம், மனோதைரியம் கொண்டவர்களாக இருக்கிறார்கள். உம்மை தேவர்களும் அசுரர்களும் கூட வெல்ல முடியாது. அரக்கர்களுக்கு யுத்தம் செய்வதற்கு தானாகவே, வலுவில் வந்திருக்கும் இந்த சந்தர்ப்பத்தை நீர் வீணடிக்க கூடாது. உம்முடைய படைவீரர்கள் அனைவரும் உம்முடைய நலம் விரும்பிகள், சூரர்கள், அக்கறையுடன் செயல்படக் கூடியவர்கள். சிறந்த குணங்களோடு கூடின உயர்குலத்தில் பிறந்தவர்கள். மனோதைரியம் கொண்டவர்கள். ஆயுதம் ஏந்தியவர்களுக்குள் மிகச் சிறந்தவர்கள். கவனிப்புடன் நன்கு பராமரிக்கப் பட்டவர்கள். இப்படிப்பட்டவர்கள் கோடானுகோடியாக உம் எதிரில் இருக்கிறார்கள். உமது சைன்யத்தின் ஒரு சிறு பகுதி, உம்முடைய கட்டளையைத் தாங்கி புறப்பட்டுச் செல்லட்டும். அவர்கள் அந்த இரு ராஜகுமாரர்களையும் யுத்தத்தில் வென்று, எதிரிகளிடம் நமது மகிமையை நிலை நாட்டட்டும்.''

தம்பி விபீஷணனின் வார்த்தைகள் சிறப்பாகவும், விரும்பத்தக்கதாகவும் இருந்ததால், தேவலோகத்தின் எதிரி, மஹா பலசாலி, ராக்ஷஸராஜசிரேஷ்டன், அரக்கர்கள் அனைவருக்கும் தலைவன், ராவணன் முழுமனதுடன் அவற்றை ஏற்றான். தன் மனதில் எழுந்த கோபத்தை கட்டுப்படுத்தி, விபீஷணன் கூறிய ஆலோசனையைப் பாராட்டி, பெருமைகள் வாய்ந்த ராக்ஷஸத் தலைவன், போராளிகளில் மிகச்சிறந்த விபீஷணனைப் பார்த்துக் கூறினான்.

52-ஆவது ஸர்க்கம் முடிவுற்றது.

53-ஆவது ஸர்க்கம்

ஹனுமார் வாலில் தீ வைத்தல்

பெருமைகள் வாய்ந்த விபீஷணனின் அச்சொற்களைக் கேட்ட பத்துத்தலை ராவணன், அந்த இடம், காலம் ஆகியவற்றிற்கு உகந்த பதிலை சகோதரனிடம் கூறினான். "நீ நன்றாய்ச் சொன்னாய்! தூதுவர்களைக் கொல்லக் கூடாதுதான்! மரணத்தைத் தவிர வேறு ஏதாவது தண்டனையை இவனுக்கு அளிக்கத்தான் வேண்டும். குரங்குகளுக்கு வால்தான் மிகப் பிரியமான அணிகலன் அல்லவா? ஆகையால் இவனது வாலை சீக்கிரம் தீயிட்டுப் பொசுக்குங்கள். தீயிடப்பட்ட வாலோடு இவன் செல்லட்டும். அங்கத்தின் அழகு குலைக்கப்பட்டு பரிதாபமாய் வருந்தும் இவனை, இவனுடைய உற்றார் – உறவினர், சுற்றத்தார்கள், நண்பர்கள் யாவரும் பார்க்கட்டும். தீப்பிடிக்கப்பட்ட வாலோடு இவனை அரக்கர்கள் நகரம் முழுவதிலும் உள்ள முச்சந்திகள் – நாற்சந்திகள் ஆகிய எல்லா இடங்களுக்கும் அழைத்துச் செல்லட்டும்" என்று கட்டளையிட்டான்.

கோபத்தினால் கொதித்துப்போயிருந்த அரக்கர்கள் அந்த சொற்களைக் கேட்டு, வானரனின் வாலை கந்தல் பருத்தித் துணிகளைக்கொண்டு சுற்றிக் கட்டினார்கள். வாலைச்சுற்றிக் கட்டியபோது மஹாவானரன் உடல் வளர்ந்தார். காட்டில் தீக்கு இரையாக காய்ந்த கட்டைகள் கிடைத்தால் எப்படி அந்த தீ வளர்ந்து விடுமோ, அதைப் போன்று வானரன் வளர்ந்தார். அரக்கர்கள் பிறகு எண்ணெயை ஊற்றி, அதில் தீ வைத்துக் கொளுத்தினார்கள். அப்பொழுது ஹனுமனுக்கு மிகுந்த கோபம் ஏற்பட்டது. அவர் இளம் சூரியனைப்போல் இருந்தார். தீப்பிடித்திருந்த தனது வாலினால் ராக்ஷஸர்களைத் தாக்கி வீழ்த்தினார்.

ஹனுமானுடைய வால் தீப்பிடித்து எரிந்து கொண்டிருந்ததைப் பார்த்த அரக்கர்கள், பெண்டிர்கள், சிறுவர்கள் – வயோதிகர்கள் உள்பட, அனைவரும் மகிழ்ச்சி கொண்டார்கள். குரூரமான அரக்கர்கள் அனைவரும் ஒன்றுகூடி தன்னைக் கட்டிப் போட்டிருப்பதைப் பார்த்த வானரவீரன் அந்த சந்தர்ப்பத்திற்கு ஏற்றதான ஒரு முடிவை தீர்மானித்துக் கொண்டார்.

"நான் கட்டப்பட்டிருந்தாலும் இந்த அரக்கர்கள் அனைவரும் எனக்கு எம்மாத்திரம்? எழுந்து இந்த கட்டுகளை அறுத்து இவர்கள் அனைவரையும்

ஹனுமார் வாலில் தீ வைத்தல்

நான் மறுபடியும் கொன்று போட்டுவிடுவேன். தங்கள் எஜமானனின் திருப்திக்காக, எஜமானனின் கட்டளைப்படி இந்த துஷ்டர்கள் என்னைக் கட்டியிருக்கிறார்கள். நான் இவர்களுக்கு இழைத்த எத்தனையோ கேடுகளுக்கு, இது ஒன்றும் சரிக்கு சரி ஆகாது. நான் எல்லா அரக்கர்களையும் யுத்தத்தில் தாக்குவதற்கு சக்தி கொண்டவன். ஆனாலும் ராமனுடைய பிரீதிக்காக நான் இப்படிப்பட்ட கஷ்டங்களை பொறுத்திருக்கிறேன். எனக்கு இதனால் ஒரு அனுகூலம் உண்டு. லங்காபட்டணத்தை மீண்டும் ஒரு தடவை சுற்றிப் பார்த்தால் தேவலாம் என்று எண்ணியிருந்தேன். கோட்டை–கொத்தளங் களுக்கு பலமான பாதுகாப்புகள் போடப்பட்டிருந்ததால், இரவின்போது நான் நன்றாக பார்க்க முடியவில்லை. ஆகையால் பகலில் நான் இந்த லங்கா பட்டணத்தை அவசியம் பார்க்க வேண்டும். என்னை கட்டியும் போட்டு, வாலில் நெருப்பையும் வைத்து என்னை வேண்டிய மட்டும் அரக்கர்கள் துன்புறுத்தட்டும். அதனால் எனக்கு மனதில் எந்த வலியும் இல்லை.''

மஹாபலசாலியான மஹாவானரன் தனது சக்தியை வெளிக் காட்டாமல் மறைத்து வைத்திருந்தார். அரக்கர்கள் குதூகலத்துடன் கபிசிரேஷ்டனை இழுத்துச் சென்றனர். கொடிய செயல்களைக் கொண்ட அந்த ராக்ஷஸர்கள் சங்குகளை முழங்கிக் கொண்டும், பேரிகைகளை அடித்துக் கொண்டும், மற்றும் தங்கள் செய்கைகளால் கோஷங்கள் எழுப்பிக் கொண்டும் ஹனுமனை நகர் முழுவதும் சுற்றி சுற்றி இழுத்துச் சென்றார்கள். சத்துருக்களை அடக்க வல்ல ஹனுமான் ராக்ஷஸர்களின் மாநகரை, அரக்கர்கள் சூழ்ந்து பின்தொடர, சுகமாக சுற்றி வந்தார். அப்பொழுது மஹாவானரன் விசித்திரமான விமான மாளிகைகளையும், தரைச்சுரங்கங்களையும், நன்றாக வகுக்கப்பட்டிருந்த சதுக்கங்களையும் பார்த்தார்.

ராஜவீதிகள், வீடுகளின் இணைவரிசைகள், உலாவியல் இடங்கள், வீதிகள், தெருக்கள் சிறுகுடில்கள், மேகத்தை முட்டும் பெரிய இல்லங்கள் – யாவற்றையும் வாயுகுமாரன், வானரன் பார்த்தார். நாற்சந்திகள், நாற்கால் மண்டபங்கள், ராஜபாட்டை – ஆகிய எல்லா இடங்களிலும் வானரனை ''இவன் ஒற்றன்'' என்று கூறி ராக்ஷஸர்கள் கோஷமிட்டார்கள்.

வாலில் நெருப்பு வைத்து கொளுத்தப்பட்ட ஹனுமானைப் பார்க்க ஆவல்கொண்டு பெண்டிர்கள், சிறுவர்கள், வயோதிகர்கள் அனைவரும் ஆங்காங்கே வெளியே வந்தார்கள். அந்த ஹனுமானின் வாலின் நுனி தீப்பிடித்து எரிந்து கொண்டிருந்தபோது குரூரமான கண்களைக் கொண்ட அரக்கியர்கள் ஸீதா பிராட்டியிடம் துயரத்தைக் கொடுக்கவல்ல அந்த செய்தியைக் கூறினார்கள்.

''ஸீதே! சிவந்த முகத்துடன் ஒரு வானரன் உன்னுடன் பேசிக் கொண்டிருந்தானே, அவனை வாலில் தீயிட்டுக் கொளுத்தி இதோ அழைத்துச்

செல்கிறார்கள்.'' அந்த செய்தியைக் கேட்டதும் நீள்தடம் கண்ணினாள் வைதேஹி தூய்மையான மனதுடன் தன் உயிரையே பறிகொடுத்ததைப் போல சோகத்தில் துடித்தாள். உடனே அக்னிதேவனை உபாசித்து, மஹாவானரனுக்கு க்ஷேமம் ஏற்பட வேண்டும் என்று வேண்டிக் கொண்டாள். நான் எனது பர்த்தாவுக்கு பணிவிடைகள் செய்தது உண்மையானால், நான் தவம் நோற்றது உண்மை யானால், நான் ஒரு பதிவிரதை என்பது உண்மையானால், ஹனுமானுக்கு நீர் குளிர்ச்சியாக இரும்.

குறிப்பு : ஸுந்தர காண்டத்தில் காணப்படும் ஒப்பற்ற ஒன்பது ரத்னங்களுள், "கோமேதகம்" போன்ற மிக உயர்ந்த ஸ்தானத்தை, **53–**ஆவது ஸர்க்கத்திலுள்ள **27–**ஆவது சுலோகத்தின் இந்த பொருளானது ஏற்றிருக்கிறது. மனம் உருக, ஸீதை பிரார்த்தனை செய்தது, அவள் தன் கற்பு நெறியின் மீது ஆணையிட்டு, அக்னிபகவானை வேண்டியது, அந்த பிரார்த்தனைக்கு அக்னி பகவான் உட்பட்டது ஆகிய விஷயங்கள் இதில் அடங்கியிருக்கின்றன. இந்த சிறப்புகளின் காரணமாக, பாராயணக் கிரமத்தில் இதை மூன்று தடவைகள் படனம் செய்வது உத்தமம். (கோமேதகம் ராஹுக்ரகத்திற்கு பிரீதியான ரத்தினம்)

அந்த புத்திமான் ராமனுக்கு என் மீது இரக்கம் உண்டு என்பது உண்மையானால், எனக்கு நல்ல பாக்கியம் சிறிதளவாவது எஞ்சியிருக்கும் என்பது உண்மையானால், நீர் ஹனுமானுக்கு குளிர்ச்சியாக ஆகிவிடுவீர்! அந்த தர்மசீலன், ராமன், நான் நல்லொழுக்கத்துடன் இருக்கிறேன் என்றும், அவரை அடைய வேண்டும் என்ற வேட்கையுடன் இருக்கிறேன் என்றும் அறிந்து கொண்டிருப்பார் என்பது உண்மையானால், அக்னிதேவனே! நீர் ஹனுமானுக்கு குளிர்ச்சியை அருளும்! கௌரவம் மிக்க அந்த ஸுக்ரீவன், ஸத்யத்தைக் காப்பதில் உறுதிகொண்டவனாக என்னை இந்த துயரக் கடலிலிருந்து காப்பாற்றி கரைசேர்ப்பிப்பான் என்பது உண்மையானால், அக்னி பகவானே, நீர் ஹனுமானுக்கு குளிர்ச்சியாக ஆகிவிடும்!''

அப்பொழுது, கொழுந்துவிட்டு எரியும் பிரகாசத்துடனும், சுடர் தட்டாமலும், ஜ்வாலை வலப்புறமாக சுழன்றும் அக்னிதேவன் ஜ்வலித்தார். அது, வானரனுக்கு க்ஷேமம் என்று அக்னிதேவன், இளம் மான் கன்றைப் போன்ற கண்களைக் கொண்ட ஸீதாதேவிக்கு கூறுவதுபோல் இருந்தது. ஹனுமானுடைய தந்தையான வாயுதேவனும், ஸீதாதேவியின் கவலையைப் போக்கி அவளுக்கு நிம்மதி அளிக்கும் வண்ணம், ஹனுமானின் வாலின் நெருப்போடு இருந்தாலும், பனிக்காற்றைப் போல் குளிர்ச்சியாக இருந்தார். அப்பொழுது, வால் தீப்பிடித்து எரியும்போது வானரன் சிந்தனை செய்தார்.

"சுற்றிலும் நன்றாக எரிந்து கொண்டிருக்கும் இந்த தீ ஏன் என்னை சுடவில்லை? ஜ்வாலை பெரிதாகவும் இருக்கிறது. அப்படியும் எனக்கு சூடு, வலி எதையும் இந்த தீ ஏற்படுத்தவில்லை, மாறாக, சந்தனம், பனிக்கட்டி போன்ற குளிர்பொருள்களை ஒன்று சேர்த்து கலவையாக என் வாலில் கட்டி வைத்திருப்பதைப்போல் இருக்கிறது. ஒருவேளை, இதில் அதிசயம் ஒன்றுமில்லை என்று கூட எண்ணலாம். ஏனெனில் நான் ஸமுத்திரத்தின் மீது பறந்து வந்தபோது ராமனுடைய திவ்ய பிரபாவத்தைப் பார்த்தேனே, அதை விடவா இது ஆச்சரியம்? அப்பொழுது ஸமுத்ரராஜனுக்கும், அறிவாளியான மைனாக பர்வதனுக்கும் ராமன் பொருட்டு அப்படிப்பட்ட ஒரு பரபரப்பு இருந்தது என்றால், அக்னிதேவன் என்னதான் செய்யமாட்டார்? ஸீதையினுடைய அன்பான அருளினாலும், ராமனுடைய திவ்ய பிரபாவத்தினாலும், எனது தந்தையிடம் உள்ள நட்பினாலும் அக்னிதேவன் என்னைச் சுடவில்லை." பிறகு, ஒருகணம் வானர சிரேஷ்டன் சிந்தனை செய்து வெகுவேகமாக மேலே எழுந்து ஒரு கர்ஜனையும் செய்தார்.

திருவளர்ச்செல்வன் ஆஞ்ஜனேயன், வாயுகுமாரன் மலையின் சிகரத்திற்கு ஒப்பான உயரத்துடன் இருந்த நகரின் வாயில்புறத்தை அடைந்தார். அங்கே அரக்கர்களின் ஜனசந்தடி அதிகம் இல்லாமல் வெறிச்சென்று இருந்தது. அப்பொழுது ஹனுமன் மலையைப்போல தனது உருவத்தைப் பெருக்கினார். அடுத்த கணம் தன்னை மிகச் சிறிய உருவத்திற்கு மாற்றிக் கொண்டார். பிறகு கட்டுகளை அறுத்து உடைத்தெறிந்தார். மறுபடியும் ஒரு மலைபோன்ற ஒரு பெரிய வடிவை எடுத்துக் கொண்டார். சுற்று முற்றும் அவர் பார்க்கையில், கதவோடு இணைக்கப்பட்டிருந்த இரும்புத்தாழ்ப்பாள் தென்பட்டது.

நீண்ட புஜங்களைக் கொண்ட மாருதி கரிய இரும்பினால் செய்யப்பட்ட அந்த தாழ்ப்பாளை கையில் பிடித்துக்கொண்டு அங்கிருந்த காவலாளிகள் அனைவரையும் அடித்து நொறுக்கினார். சண்ட பிரசண்ட வீரம் படைத்த ஹனுமான் போர்க்களத்தில் அவர்களைக் கொன்று போட்டுவிட்டு மறுபடியும் லங்காபுரியை ஒரு நோட்டம் பார்த்தார். அப்பொழுது அவர் வாலில் இருந்த நெருப்பு சுருள் சுருளாக ஜ்வாலை விட்டு எரிந்தது. அப்பொழுது அவர், கிரணங்களோடு கூடின சூரியனைப்போன்று திகழ்ந்தார்.

53-ஆவது ஸர்க்கம் முடிவுற்றது.

54–ஆவது ஸர்க்கம்

இலங்கை எரிதல்

வானரன் லங்கை முழுவதையும் ஒரு நோட்டம் பார்த்தார். இப்பொழுது அவர் லங்கை வந்த எண்ணம் ஈடேறியிருந்தது. அவர் உற்சாகம் வளர்ச்சியடைந்தது. பாக்கி செய்ய வேண்டிய காரியம் என்ன என்று யோசனை செய்தார். “இப்பொழுது நான் இங்கு செய்ய வேண்டிய காரியம் இன்னும் என்ன மிஞ்சியிருக்கிறது? அதன் மூலம் இந்த அரக்கர்களுக்கு மறுபடியும் துயரைக் கொடுக்கக்கூடியதாக இருக்க வேண்டும். அசோகவனத்தை அழித்தாகி விட்டது. பிரபலமான அரக்கர்கள் கொல்லப்பட்டு விட்டார்கள். சைன்யத்தின் ஒரு பகுதி அழிக்கப்பட்டு விட்டது. இப்பொழுது மிஞ்சியிருப்பது இந்த கோட்டையை தகர்ப்பதுதான். இந்த கோட்டையை அழித்துவிட்டால் எனது சிரமத்திற்கு ஒரு சுகமான ஓய்வு கிடைக்கும். இந்த சிறிய காரியத்தை செய்து விட்டால் எனது சிரமத்திற்கு ஒரு பலன் ஏற்படும். என்னுடைய வாலில் எரிந்து கொண்டிருக்கிறாரே, அக்னிதேவன், அவருக்கு இந்த உயர்ந்த மாளிகைகளை உணவாக அளித்து அவரைத் திருப்தி செய்வதுதான் நியாயமாகும்.”

பிறகு மின்னலடிக்கும் மேகத்தைப்போல, மஹாவானரன், கொழுந்துவிட்டு எரியும் வாலுடன் லங்காபட்டணத்தின் மாளிகைகளின் உச்சிகளில் ஸஞ்சாரம் செய்தார். வானரன், எந்த பயமுமின்றி, அங்கும் இங்கும் சுற்றிப் பார்த்துக் கொண்டு அரக்கர்களின் வீட்டுக்கு வீடு தாவி, பூங்காக்களையும் பார்த்துக் கொண்டு, பெரிய மாளிகைகளுக்கும் சென்று கொண்டிருந்தார். பெரும்வேகம் கொண்ட ஹனுமான், வாயுதேவனுக்கு நிகரான பலம் கொண்டவர், பிரஹஸ்தனுடைய இல்லத்தில் ஏறிக் குதித்து அங்கே நெருப்பை வைத்தார். பிறகு வீரன், ஹனுமான் இன்னொரு வீட்டிற்கு சென்று, அதாவது மஹாபார்ச்வனுடைய வீட்டில் ஏறிக்குதித்து, ஊழிக்காலத் தீயைப் போன்று கொழுந்துவிட்டு எரிந்த நெருப்பை வைத்தார். அதேவிதம் மஹாகபி வஜ்ரதம்ஷ்ட்ரனுடைய இல்லத்திற்குத் தாவினார். பிறகு அந்த தேஜஸ்வி வானரன் சுகனுடைய இல்லத்திற்கும், அறிவாளி ஸாரணனுடைய வீட்டிற்கும், அதன் பிறகு அந்த வானரத்தலைவன் இந்த்ரஜித்தின் இல்லத்திற்கும் தாவிச்சென்று தீயிட்டு எரித்தார்.

பிறகு ஜம்புமாலி, ஸுமாலி ஆகியோருடைய வீடுகளையும் தீயிட்டார். ரச்மிகேது, ஸூர்யசத்ரு, ஹ்ரஸ்வகர்ணன், தம்ஷ்ட்ரன், ரோமசன்,

யுத்தோன்மத்தன், மத்தன், த்வஜக்ரீவன், வித்யுஜ்ஜிஹ்வன், கோரன், ஹஸ்திமுகன், கராளன், விசாலன், சோணிதாக்ஷன், கும்பகர்ணன், மகராக்ஷன், யஜ்ஞசத்ரு, ப்ரஹ்மசத்ரு, நராந்தகன், கும்பன், நிகும்பன் ஆகிய எல்லா அரக்கர்களின் மாளிகைகளையும், வரிசைக்ரமமாக, கடந்து வந்து, மஹாதேஜஸ்வி ச்ரேஷ்டன் தீயிட்டுக் கொளுத்தினார். விபீஷணனின் மாளிகையை மாத்திரம் தவிர்த்துவிட்டார். அவைகள் யாவும் கிரயம் மிக்க மாளிகைகள். பெரும் புகழ் கொண்டவன், மஹாவானரன், அந்த செல்வந்தர்களின் மாளிகைகளில் இருந்த சீர், செல்வம் ஆகிய யாவற்றையும் தீக்கு இரையாக்கினார். எல்லோருடைய இல்லங்களையும் கடந்து வந்து வீரன், செல்வத்திரு ஹனுமன் ராக்ஷஸராஜன் ராவணனுடைய இல்லத்திற்கு வந்தடைந்தார். அவனுடைய அந்த இல்லம் எல்லாவற்றிற்கும் தலைசிறந்ததாக இருந்தது. விதவிதமான நவரத்னங்கள் பதிக்கப்பட்டு அலங்காரமாக இருந்தது. மேருபர்வதம், மந்தரபர்வதம் போன்று மகோன்னதமாக இருந்தது. அனைத்து மங்களகரமான வஸ்துக்கள் நிறைந்து சோபையுடன் இருந்தது.

வாலில் வைக்கப்பட்டிருந்த, கொழுந்து விட்டு எரிந்த நெருப்பை அந்த இல்லத்தின் மீது வைத்து, வீரன் ஹனுமான், ப்ரளயகால இடிமேகம் போன்று முழங்கினார். அப்பொழுது நெருப்புடன் காற்றும் கூடிக்கொண்டதால் நெருப்பு வேகமாக பரவியும், பலத்துடன் தீவிரமாக தகித்துக் கொண்டும் பிரளயகால, ஊழித்தீயைப்போல் மேலும், மேலும் கொழுந்து விட்டு எரிந்தது. வளர்ந்து பெருகிய தீயை வாயுதேவன் எல்லா வீடுகளுக்கும் பரப்பினான். அக்னி தேவனும், வாயுதேவனின் சகாயத்துடன் பெரும் வேகத்தோடு கூடியிருந்தான். அந்த மாளிகைகளில் சாளரங்கள், தங்கத்தால் செய்யப்பட்டு, முத்து, மாணிக்கங்கள் பதிக்கப்பட்டிருந்தன. விலையுயர்ந்த நவரத்னங்களோடும் அந்த இல்லங்களில் இருந்தவைகள் அனைத்தும் இப்பொழுது தீயில் பொசுங்கி, நொறுங்கி விழுந்தன.

மாளிகைகளின் விதானங்கள் உடைந்து, சிதறி தரையில் விழுந்தன. அதைப் பார்க்கையில் ஸித்தபுருஷர்கள், தங்கள் புண்ணியம் தீர்ந்துபோன பிறகு, விண்ணிலிருந்து விமானங்களுடன் தரையில் வீழ்வதைப்போல் இருந்தது. அரக்கர்கள் தங்கள் வீடுகளைக் காப்பாற்றுவதில் ஈடுபட்டு, சிதறி ஓடியபோது, பெருங்கூச்சல் ஆரவாரம் எழுந்தது. அவர்கள் உற்சாகம் இழந்து போனார்கள். அவர்கள் ஈட்டிய பொருள்கள் – சம்பத்துகள் அனைத்தையும் இழந்து விட்டனர். "ஐயோ! அக்னிதேவன் தான் இந்த குரங்கின் வடிவில் வந்திருக்கிறான்" என்று கூறி அலறினார்கள்.

சில பெண்டிர்கள் தங்கள் சேய்களுக்கு தாய்ப்பால் ஊட்டிக் கொண்டிருந்தனர். அந்தக் கோலத்திலேயே அலறிக் கொண்டு அவர்கள் கீழே

விழுந்தார்கள். சில பெண்கள் உடல் முழுவதும் தீப்பற்றிக்கொண்டு, தலைவிரி கோலமாய், உப்பரிகைகளிலிருந்து கீழே விழுந்தார்கள். அதைப் பார்க்கையில் மேகங்கள் மின்னல் கீற்றுகளுடன் கீழிறங்கியதைப்போல் இருந்தது. அப்பொழுது பல இல்லங்களிலிருந்து, வெள்ளி, உலோகம் முதலான விதவிதமான தாதுக்கள் உருகி, பெருக்கெடுத்து ஓடின. அவற்றுடன் வைரம், பவழம், வைடூர்யம், முத்து முதலான ரத்னக்கற்களும் கூடியிருந்தன. இவை யாவற்றையும் வானரன் பார்த்தார். அக்னிதேவனுக்கு எவ்வளவுதான் கட்டைகள், சருகுகள் அளித்தாலும் அவனுக்கு திருப்தி ஏற்படாது. அதேபோன்று ராக்ஷஸ பிரமுகர்கள் எவ்வளவு பேர்கள் இறந்தாலும் ஹனுமான் திருப்தியடையவில்லை.

ராக்ஷஸர்கள் எத்தனை பேர்கள் கொல்லப்பட்டாலும், அக்னி தேவனுக்கும் திருப்தி இல்லை. பூமாதேவிக்கும் திருப்தி இல்லை. அதேவிதம் அரக்கர்கள் எவ்வளவு பேர்கள் கொல்லப்பட்டாலும், ஹனுமானுக்கும் திருப்தி இல்லை. பூமாதேவிக்கும் திருப்தி இல்லை. நெருப்பின் ஜ்வாலைகள் பல இடங்களிலும் பல்வேறு வண்ணங்களுடன் ஒளிவீசின. புரசம்பூ போன்றும், இலவம்பூ போன்றும், குங்குமம் போன்றும் அவைகள் இருந்தன. வேகத்தோடு கூடின வானரன், மஹாபுருஷன், ஹனுமான் லங்காநகரம் முழுவதையும் த்ரிபுரங்களை ருத்ரதேவன் எரித்ததைப்போல தீயிட்டுக் கொளுத்தினார்.

வேகமாக ஹனுமானால் வைக்கப்பட்ட அந்த தீ லங்கா பட்டணத்தின் மலைச்சிகரம் வரை சென்றுவிட்டது. அங்கு அக்னிதேவன் பயங்கரமான பராக்ரமத்துடன் மேலெழுந்தான். தீ நாக்குகளை வளையம் வளையமாக சுடரொளி பரப்பினான். காற்றுடன் கூடிய நெருப்பு விண்ணை முட்டும் அளவுக்கு உயரே எழுந்து வளர்ந்தது. அதனுடைய வேகம் ஊழிக்காலத் தீக்கு ஒப்பானதாக இருந்தது. புகையில்லாமல் அரக்கர்களின் இல்லங்களில் கனன்ற அக்னி, ஹோமத்தீயைப் போல இருந்தது. அதற்கு அரக்கர்களின் சரீரங்களே நெய்--ஆகுதியாக இருந்தன. அந்த பெருந்தீ கோடிக்கணக்கான சூரியன்களுக்கு ஒப்பான பிரகாசத்துடன் ஒளிவீசிற்று. லங்காபட்டணம் முழுவதையும் சூழ்ந்துகொண்டு தீ நின்றிருந்தது. அப்பொழுது சட,சட,பட,பட என்று எழுந்த பல, பல இடிபோன்ற பேரொலிகளுடன், அண்ட பூகோளத்தையே பிளந்து கொண்டிருப்பது போன்று அந்த பெருந்தீ சுடர்விட்டு ஒளிர்ந்தது.

ஆகாயம் வரையிலும் தீ பரவி, மிகப்பெரிய அளவில் வளர்ந்து விட்டது. அதன் ஜ்வாலைகள் கொடூரமாக இருந்தன. அதன் நிறம் புரசம்பூவின் வண்ணத்தை ஒத்திருந்தது. தீயணைந்து புகை மண்டலங்கள், மேகங்களை மறைத்தன. அப்பொழுது மேகங்கள் கருநெய்தல்பூ வண்ணத்தில் ஒளிர்ந்தன. அப்பொழுது மக்கள் ஒருவருக்கொருவர், "இவன் வஜ்ராயுதம் ஏந்திய,

தேவர்களின் அரசன் மஹேந்திரனோ? யமதேவனோ? வருண தேவனோ? வாயு தேவனோ? ருத்ரனோ? அக்னியோ? ஸூர்யனோ? குபேரனோ? ஸோமனோ? ஆனால் இவன் வானரன் இல்லை. இவன் ஸாக்ஷாத் காலதேவனேதான்.

ப்ரஹ்மதேவன் அகில உலகங்களுக்கும் பாட்டனார் ஸ்தானத்தில் உள்ளவர். எல்லோரையும் ஸ்ருஷ்டி செய்து தாங்குபவர். நான்கு முகங்கள் கொண்டவர். அவருடைய கோபம்தான் ராக்ஷஸர்களைக் கொல்வதற்காக குரங்கு உருவம் தாங்கி இங்கு வந்திருக்கிறதோ? மஹாவிஷ்ணுவை அனந்தன்–எல்லையில்லாதவர், அவ்யக்தன்–புரிந்து கொள்ள முடியாதவர், அசிந்த்யன்–கற்பனை பண்ண முடியாதவர், ஏகன்–தனக்கு நிகராக வேறொருவன் இல்லாதவர் என்றும் அவரிடம் மாயாசக்தி உள்ளது என்றும் கூறுவர். அந்த மஹாவிஷ்ணுவின் பெரும் தேஜஸ்தான் அரக்கர்களைக் கொல்வதற்காக குரங்கின் மாய உருவத்தை ஏற்று, இங்கு எழுந்தருளியிருக்கிறதோ?''

இவ்வாறு ராக்ஷஸப் பிரமுகர்கள் கூட்டம் கூட்டமாக அனைவரும் ஒன்று கூடி தங்களுக்குள் பேசிக்கொண்டார்கள். அனைத்து உயிரினங்களுடனும், அனைத்து இல்லங்களுடனும், அனைத்து மரம்,செடி, கொடி, தாவரங்கள் ஆகியவற்றுடனும் எரிந்து போன நகரத்தை பார்த்தவுடனேயே அவர்கள் இவ்வாறு பேசிக் கொண்டார்கள்.

ராக்ஷஸர்கள், குதிரைகள், தேர்கள், யானைகள், பட்சி இனங்கள், பிராணி வர்க்கங்கள், மரங்கள் ஆகிய அனைவற்றோடு கூடின லங்காபட்டணம் ஒரு நொடியில் தீக்கிரையாயிற்று. அப்பொழுது அந்த நகரமே, பெரும் கூச்சலுடன் ஓலமிட்டுக்கொண்டு, பரிதாபகரமாக அழுதது.

"ஐயோ, அப்பா! ஐயோ, மகனே! ஐயோ, என் கணவரே! ஐயோ, என் நண்பா! ஐயோ, சீர்–சிறப்போடு கூடிய என் வாழ்க்கை நாசமாய்ப்போயிற்றே! நான் செய்த புண்ணியங்கள் எல்லாம் வீணாய் போயினவே!'' – இவ்வாறெல்லாம் அரக்கர்கள் பலவறாக புலம்பினார்கள். அவர்களின் அரற்றல் ஒலி கோரமாகவும், பயங்கரமாகவும் இருந்தது.

லங்காபுரி தீயின் சுடர்ஜ்வாலைகளால் சூழப்பட்டிருந்தது. வீரர்கள் இறந்து போய்விட்டார்கள். பல போர்வீரர்கள் உயிருக்குத்தப்பி ஓடிவிட்டார்கள். இவைகள் யாவும் ஹனுமானின் தீவிரமான கோபத்தின் விளைவுகள். லங்கா பட்டணத்தையே ஒரு சாபக்கேடு அழித்துப்போட்டு விட்டதைப் போலிருந்தது. லங்கா நகரத்தில் அரக்கர்கள் குழப்பம், பீதி, சோகம் ஆகியவற்றோடு இருந்தார்கள். கொழுந்துவிட்டு எரிந்த நெருப்பு அங்கங்கே பல அடையாளங்களை விட்டுச் சென்றிருந்தது. ப்ரஹ்மதேவனின் கோபத்திற்கு இலக்கான பூமண்டலத்தைப் போல காட்சி தந்த அந்த லங்காபட்டணத்தை உயர்ந்த மனம் கொண்ட ஹனுமான் பார்த்தார்.

மிகச்சிறப்பான உயர்ந்த மரங்கள் அடர்ந்திருந்த அசோக வனத்தை சின்னாபின்னம் செய்தாகிவிட்டது. பெருமை வாய்ந்த அரக்கர்கள் பலரை போரில் கொன்றாகிவிட்டது. மிகச் சிறந்த விலையுயர்ந்த கட்டிடங்களை வரிசை, வரிசையாக தீயிட்டுக் கொளுத்தியாகி விட்டது. இவ்வாறு பல சாதனைகள் புரிந்த வாயுகுமாரன், வானர ராஜசிங்கம் ஹனுமான் வீற்றிருந்தார். அப்பொழுது அவர் வால் தீ ஜ்வாலையை வட்ட வட்டமாக சுழற்றியது. அப்பொழுது அவரைப் பார்க்கையில் சுடர்க்கிரணங்களுடன் ஒளிரும் கதிரவன் போன்று திகழ்ந்தார். அவர் எத்தனையோ ராக்ஷஸர்களைக் கொன்றார். அநேகம் மரங்களோடு கூடியிருந்த அசோகவனத்தை அழித்துவிட்டார். அரக்கர்களின் இல்லங்களில் தீயை வைத்துக் கொளுத்தினார். அந்த மஹாபுருஷன் ராமபிரானை மனத்தில் நினைத்துக் கொண்டார்.

வானரவீரர்களுள் பிரதானமானவன்; மஹாபலசாலி; வாயு தேவனைப் போன்ற வேகம் கொண்டவன்; பெரிய அறிவாளி; மிகச் சிரேஷ்டமானவன், வாயு குமாரன் – இப்படிப்பட்ட ஆஞ்ஜனேயனை தேவகணங்கள் போற்றினார்கள். அந்த மஹாதேஜஸ்வீ அசோகவனத்தை அழித்தார்; அரக்கர்களை போரில் கொன்றார்; அழகான லங்கா பட்டணத்தை தீக்கிரையாக்கினார் – இப்படிப்பட்ட மஹாவானரன் சிறப்புடன் திகழ்ந்தார். அப்பொழுது அங்கே கூடிய தேவர்கள், கந்தர்வர்கள், ஸித்தர்கள், மஹரிஷிகள், – அனைவரும் லங்காபட்டணம் தீயில் எரிந்து போனதைப் பார்த்து பெரும் வியப்பு அடைந்தார்கள்.

வானரச்ரேஷ்டன், மஹாவானரன், ஹனுமானைப் பார்த்து அனைத்து உயிர்வர்க்கங்களும் இவன் பிரளயகால அக்னிதேவன் என்று எண்ணி நடுங்கினார்கள். தேவர்கள், முனிசிரேஷ்டர்கள், கந்தர்வர்கள், வித்யாதரர்கள், நாகர்கள் மற்றும் பெரிய, பூதகணங்கள் – அனைவரும் அங்கு நிகரில்லாத பெரும் சந்தோஷத்தை அடைந்தார்கள்.

54-ஆவது ஸர்க்கம் முடிவுற்றது.

55–ஆவது ஸர்க்கம்

ஹனுமாரின் கவலை

அப்பொழுது, லங்காநகரம் முழுவதையும் தீக்கிரையாக்கி விட்ட பிறகு, மஹாபலிஷ்டன், வானரச்ரேஷ்டன் வாலில் இருந்த நெருப்பை ஸமுத்திரத்தில் அணைத்தார். லங்கை தீப்பற்றி எரிந்து கொண்டிருந்தது. அரக்கர்களின் கும்பல்கள் பீதியடைந்து போயின. பட்டணமே த்வம்சம் செய்யப்பட்டு விட்டது. அப்படிப்பட்ட லங்கையைப் பார்த்து வானரன் எண்ணமிட்டார். அப்பொழுது அவர் மனதில் ஒரு பெரிய கவலை தோன்றியது. அதனால் தன்னிடமே அவருக்கு வெறுப்பும் ஏற்பட்டது. அவர் சிந்தித்தார் – "லங்கையை தீயிட்டு கொளுத்தும் வேளையில், நான் எப்பேர்ப்பட்ட காரியத்தை செய்து விட்டேன்!

சிறந்த மனிதர்கள்தான் பாராட்டுக்கு உரியவர்கள். அந்த மஹா புருஷர்கள் தங்கள் மனதில் எழும் கோபத்தை, தீயை நீரைக்கொண்டு அடக்குவதுபோல, பகுத்தறிவைக்கொண்டு அடக்குகிறார்கள். கோபம் வந்த மனிதன் என்ன பாபம்தான் செய்யமாட்டான்? பெரியோர்களையும் கொல்வான். நல்லோர்களையும் சுடுசொற்களால் தூற்றவும் செய்வான். எதைப் பேசலாம், எதைப் பேசக் கூடாது என்ற பகுத்தறிவை ஒருபோதும் அறியமாட்டான். செய்யக் கூடாதது, பேசக்கூடாதது என்று எந்த இடத்திலும் எந்த விவேகமும் இருக்காது. பாம்பு நலிந்து போய்விட்ட தன் சட்டையை உரித்து அப்புறப் படுத்துவது போல, எவன் தன் மனதில் உதித்த கோபத்தை பொறுமை மூலம் உதறித் தள்ளுகிறானோ அவன் தான் மனிதன் என்று கூறப்படுகிறான்.

ஐயோ! தூ! தூ! என் துர்புத்தியை என்னவென்று சொல்வது? நான் வெட்கம் கெட்டவன், அதமமான ஒரு பாபிஷ்டன். ஸீதையின் உயிரைப் பற்றி சிறிதும் சிந்தனை செய்யாமல் நெருப்பை வைத்தேனே! என் எஜமானனுக்கு நான் துரோகம் செய்து விட்டேனே! லங்கை எரிந்து போயிற்று என்றால் அதில் இருந்த போற்றற்குரிய ஜானகிதேவியும் கூட எரிந்துதான் போயிருப்பாள். எனது ஸ்வாமியின் காரியத்தை மறந்துவிட்டு நான் அவளை தீயில் கொளுத்தி விட்டேனே! எதற்காக நான் மகத்தான ஒரு காரியத்தை தொடங்கினேன் என்பதனையே மறந்து விட்டேனே! அந்த காரியம் அடியோடு இப்பொழுது நாசம் செய்யப்பட்டுவிட்டதே! லங்கையை எரிக்கும் எண்ணத்தில் இருந்த நான் ஸீதையைக் காப்பாற்றத் தவறி விட்டேனே! சந்தேகமில்லாமல் நான் எடுத்துக் கொண்ட காரியத்தை ஏறத்தாழ முற்றிலும் முடித்து விட்டேன். ஒரே ஒரு சிறிய

காரியம் தான் பாக்கி இருந்தது. அதாவது ராமனிடம் செய்தியைத் தெரிவிப்பது ஒன்றுதான். ஆனால் கோபத்திற்கு அடிமைப்பட்டு, காரியத்தின் ஆணிவேரையே அழித்துவிட்டேனே!

லங்கை முழுவதுமே எரிந்து கிடக்கிறதே! அதில் ஒரு இடமும் எரியாமல் இருப்பதாகத் தெரியவில்லையே! நிச்சயம் ஜானகி தேவியும் இறந்துதான் போயிருப்பாள். எனது முட்டாள்தனத்தால் நான் எனது காரியத்தை அழித்து விட்டேன் என்றிருக்கும்போது, நான் இங்கேயே எனது உயிரைத் தியாகம் செய்வதுதான் உசிதம் என்று எண்ணுகிறேன். நான் தீயில் விழுந்து மாய்ந்து போகட்டுமா? அல்லது "படபாக்னி" என்ற கடல்தீயில் விழுந்து விடட்டுமா? அல்லது கடலில் விழுந்து கடல் வாழ்பிராணிகளுக்கு என் உடலை இரையாக அளிக்கட்டுமா? நான் உயிரை வைத்துக் கொண்டு எப்படிதான் வானரராஜன் ஸுக்ரீவனையோ, அல்லது அந்த இரு புருஷச்ரேஷ்டர்களையோ இப்படி காரியம் முழுவதையும் குட்டிச்சுவராக்கி விட்டு, நேரில் பார்க்க திறம் கொள்வேன்?

மூன்று உலகங்களிலும் குரங்குகளுக்கு ஸ்திர புத்தி கிடையாது என்ற விஷயம் எல்லோருக்கும் தெரிந்ததுதான் என்றாலும் நான் எனது கோபம் என்ற கேட்டினால் அந்த உண்மையை காட்டிக் கொண்டு விட்டேனே! தூ! தூ! இந்த ரஜோகுணம் மிகவும் நிந்தனைக்குரியது! இது கட்டுக்கடங்காதது. ஸ்திர புத்தியைப் போக்கக்கூடியது. எனக்கு சக்தி இருந்தும், அந்த ரஜோகுண பாவத்தின் பாதிப்பினால் நான் ஸீதையைக் காப்பாற்றாமல் போனேன்!

ஸீதை இறந்துவிட்டால், ராம லக்ஷ்மணர்கள் இருவரும் இறப்பார்கள். அவர்கள் மரித்தபிறகு ஸுக்ரீவனும், உறவினர் களுடன் கூட இறந்து போவான். இந்த செய்தியைக் கேட்டவுடனேயே, அண்ணன் மீது அதீத பிரேமை கொண்டிருக்கும், தர்மபுருஷன் பரதன், சத்ருக்னனுடனும் உயிரோடு எப்படி இருப்பான்? இக்ஷ்வாகு வம்சத்தில் ஒரு தர்மிஷ்டன் அழிந்தபிறகு, மக்கள் அனைவரும் சோகத்தின் தாபத்தில் துன்பப்படுவார்களே! இவ்விதம் நான் பாக்கியங்கள் இல்லாதவனாகி விட்டேனே! நான் இதுவரையில் அறம், பொருள் விஷயமாக ஈட்டியிருந்த அனைத்து புண்ணியத் தொகுதியை இழந்து விட்டேனே! கோபம் என்ற கேடு என்னை சூழ்ந்து கொண்டுவிட்டதே! மக்கள் யாவரையும் கொன்றவன் நான் என்பது தெளிவாகி விட்டதே!"

இவ்விதமாக கவலைப்பட்டுக் கொண்டிருந்த ஹனுமானுக்கு சுப சகுனங்கள் தென்படலாயின. இவைகள் ஏற்கனவே நேரிடையாக அவருக்கு தோன்றினவைகள்தான். ஆகையால், ஹனுமன் மறுபடியும் எண்ணலானார்.

"மாறாக, நான் நினைத்தது தவறாக இருக்கலாம். அழகான அவயவங்களைக் கொண்ட அந்த ஸீதை தன்னுடைய அமானுஷ்ய சக்தியினாலேயே காப்பாற்றப் பட்டிருக்கலாம். மங்கள குணங்களைக் கொண்ட

அந்த நங்கை நல்லாள் அழிந்திருக்க முடியாது. கற்புக்கனலாக சுடரொளி கொண்ட அவளிடம் தீச்சுடர் செயல்பட முடியாது. தர்மாத்மா ராமனின் பத்தினி அவள். அளவில்லாத தேஜஸ்ஸை கொண்டவர் ராமன். மேலும் ஸீதையின் நல்லொழுக்கமே அவளுக்கு ரகைஷயாக இருந்து அவளை காப்பாற்றியிருக்கும். அப்படிப்பட்டவளை அக்னிதேவன் தீண்டக்கூட முடியாது. ஏன், ராமனுடைய பிரபாவத்தினாலும், வைதேஹியின் புண்ணியத்தினாலும், எல்லாவற்றையும் சுட்டெரிக்கும் இந்த அக்னி என்னையே சுடவில்லையே!

பரத, சத்ருக்ன, லக்ஷ்மணர்கள் என்ற மூன்று சகோதரர்களுக்கும் அவளே தெய்வம். ராமனுக்கும் மனதுக்கு மிகப் பிரியமானவள். அப்படிப்பட்டவள் எப்படி

அழிந்திருக்க முடியும்? அக்னிதேவனின் ஸ்வபாவமே எல்லாவற்றையும், எந்த இடத்திலும் சுட்டெரிப்பதுதான். அந்த அக்னிதேவன், மாட்சிமை கொண்டவன், குறைந்து போகாதவன், அப்படிப்பட்டவன் என் வாலையே சுடவில்லையே! அப்படியிருக்க, அவன் எப்படி அந்த வணங்கத்தகு நல்லாளை எரிப்பான்?''

இவ்வாறெல்லாம் எண்ணிய ஹனுமான், ''சமுத்திரத்தின் நடுவில் மைனாகபர்வதன் தோன்றினானே, அதைவிட ஒரு வியப்பான காரியமா இது?'' என்று அப்பொழுது நினைத்துக் கொண்டார்.

தனது தவவலிமையினாலும், ஸத்யத்தைக் கடைப்பிடித்த நெறியினாலும், கணவனிடம் சஞ்சலமில்லாத பக்தி கொண்ட சக்தியினாலும் அந்த ஸீதை, மாறாக அக்னிதேவனையே கூட சுட்டெரித்து விடுவாள். அப்படிப்பட்டவளை அக்னி எரித்திருக்க முடியாது.''

இவ்வாறெல்லாம் ஸீதாதேவியின் தர்மநெறி பரிபாலனத்தைப் பற்றி சிந்தனை செய்து கொண்டிருக்கும்போது, ஹனுமான் மஹாத்மாக்களான சாரணபுருஷர்களின் பேச்சைக் கேட்டார்.

''ஆஹா! யாராலும் செய்ய முடியாத காரியத்தை ஹனுமான் செய்திருக்கிறாரே! பார்த்தீர்களா? ராக்ஷஸர்களின் இல்லங்களில் மிகவும் பயங்கரமான தீயை வைத்திருக்கிறாரே! அரக்கர்கள், பெண்கள், சிறுவர்கள், பெரியவர்கள் எல்லோரும் கலவரமடைந்து புலம்புகிறார்கள். மக்களின் கூக்குரல்கள் பேரிரைச்சலுடன் மலைகளின் குகைகளில் எதிரொலிக்கின்றன. மாடமாளிகைகள், கூட கோபுரங்கள் ஆகியவற்றோடு கூடிய லங்கை நகரம் முழுவதுமே எரிந்து போயிற்று. ஸீதை மாத்திரம் எரிந்து போகவில்லை, என்பது நமக்கு வியப்பாகவும், அற்புதமாகவும் இருக்கிறது!''

இவ்வாறு பேச்சுகளை ஹனுமான் கேட்டார். அந்த வார்த்தைகள் அவருக்கு அமுதமாக இனித்தன. அந்த சந்தர்ப்பத்தில் அவருக்கு மனதில் மகிழ்ச்சி ஏற்பட்டது. கண்ணால் பார்த்த பல சுபசகுனங்களினாலும், அழுத்தமான பல காரணங்களினாலும், ரிஷிகளின் வார்த்தைகளினாலும், ஹனுமான் மனமகிழ்ச்சியை அடைந்தார். வானரன் தனது லட்சியத்தை நிறைவேற்றிக் கொண்டு விட்டார். அரசகுமாரி ஸீதையும் சௌக்கியமாக இருக்கிறாள் என்பதையும் தெரிந்து கொண்டு விட்டார். மறுபடியும் ஸீதையை நேரில் பார்த்து விட்டு, திரும்பிச்செல்ல தீர்மானம் செய்தார்.

55-ஆவது ஸர்க்கம் முடிவுற்றது.

56–ஆவது ஸர்க்கம்

இலங்கையிலிருந்து கிளம்புதல்

பிறகு சிம்சுபா மரத்தடியில் வீற்றிருந்த ஸீதையைப் பார்த்து நமஸ்கரித்து, "நான் செய்த பாக்கியத்தினால், தாங்கள் க்ஷேமமாக இருப்பதைப் பார்க்கிறேன்" என்று கூறி புறப்பட்டுவிட்ட ஹனுமானை மீண்டும் மீண்டும் ஸீதை நோக்கினாள். பிறகு தன் கணவன் மீது கொண்டிருந்த பிரேமையின் காரணமாக அவரிடம் கூறினாள். "அன்பனே! சத்ருக்களை அடக்குபவனே! நீ சம்மதித்தால், ஒரு நாள் மறைவான ஓர் இடத்தில் தங்கி களைப்பாறி விட்டு நாளை நீ செல்லலாம். வானரனே! துர்ப்பாக்கியவதியான எனக்கு, உன் இருப்பினால், அளவு கடந்த என் துக்கத்திற்கு சிறிது நேரமாவது விமோசனம் கிடைக்கும். வானரச்ரேஷ்டனே! வானரோத்தமனே! நீ சென்று விட்டால், நான் உன்னை மறுபடியும் பார்ப்பேனோ, அல்லது நான் தான் உயிருடன் இருப்பேனோ, எதுவும் தெரியாது. எந்த நம்பிக்கையும் இல்லை. துக்கத்தின் மேல் துக்கமாக ஏற்பட்டு என் மனம் துன்பம் தாள முடியாமல் வருந்துகிறது. உன்னைப் பார்க்காது போனால் என்னை துக்கம் மறுபடியும் வாட்டப் போகிறது. வீரனே! என் முன் ஒரு சந்தேகம் நீங்காமல் நின்று கொண்டிருக்கிறது. அதாவது, பெரிய வானரங்களும், கரடிகளும் ஸஹாயத்திற்கு இருந்தாலும், ராமன் பலசாலியாக இருந்தாலும் அவரால் இங்கு வர முடியுமா?

கடக்க முடியாத இந்த ஸமுத்திரத்தை அவர் எப்படி கடந்து வருவார்? வானரங்கள் கரடிகள் கொண்ட சைன்யங்களும் எப்படி கடலைத்தாண்டி வரமுடியும்? அந்த இரண்டு ராஜகுமாரர்களும் எப்படி வருவார்கள்? எனக்குத் தெரிந்தவரை மூன்று பேருக்குத்தான் கடலைத் தாண்டி வரும் சக்தி இருக்கிறது. ஒன்று நீ, இரண்டாவது கருடன், மூன்றாவது வாயுதேவன். காரிய நிர்ப்பந்தங்கள் இந்த நிலையில் சமாளிக்க முடியாமல் இருக்கிறது. நீ இதற்கு என்ன பதில் கூறுவாய்? நீ காரியங்களில் கெட்டிக்காரன். எதிரிகளைக் கொல்லும் ஆற்றல் கொண்டவன்! இந்த காரியத்தை சாதித்து முடிப்பதற்கு நீ ஒருவனே போதும் தான். உன்னுடைய பலத்தின் வளர்ச்சி மிகவும் கீர்த்தி படைத்தது. சத்ருக்களை வருத்தமடையச் செய்யும் திறமை கொண்ட ராமன், லங்காபட்டணத்தை நன்றாக கலங்கடித்து விட்டு, என்னை அழைத்துச் சென்றால், அது அவர் பெருமைக்கு ஏற்றதாகும். ஆகையால், போர்க்களத்தில்

சூராதிசூரனான, அந்த மஹா புருஷனின் பராக்ரமத்திற்கு உகந்த வகையில் நீ காரியங்களை நிறைவேற்றிக் கொடு.''

ஸீதை கூறிய வார்த்தைகள் பொருள் பொதிந்திருந்தன. அடக்கத்தோடு, காரண, காரியங்களோடு கூடியிருந்தன. ஹனுமான் அந்த பேச்சைக்கேட்டு அதற்கு பதில் கூறினார்.

``தேவியே! ஸுக்ரீவன், வானரர்கள் – கரடிகள் ஆகியோர் அடங்கிய சைன்யங்களுக்கு அதிபதி. தாவிப் பாயும் ஆற்றல் கொண்டவர்களுள் சிரேஷ்டமானவர். வலுமிக்க ஆற்றல் படைத்தவர். உம்முடைய விஷயத்தில் உறுதியான தீர்மானம் கொண்டவர். விதேஹ நாட்டு அரச குமாரியே! வானர அரசன், ஸுக்ரீவன் ஆயிரக்கணக்கான, ஏன், கோடிக்கணக்கான வானரர்களோடு சேர்ந்துகொண்டு வெகுசீக்கிரம் வருவார். மானுட சிரேஷ்டர்களான, ராமலக்ஷ்மணர்களும், ஒன்றுகூடி இங்கே வந்து இந்த லங்காபட்டணத்தை பாணங்களால் அழிக்கப் போகிறார்கள். உமக்கு மங்களம் உண்டாவதாக! ரகுநந்தனன் வெகு விரைவில் ராக்ஷஸனை அவன் இனத்தாரோடு சேர்த்து வதம் செய்து உம்மை அழைத்துச் செல்வார். அந்த காலம் வரும் வரையில் பொறுமையாக காத்திருங்கள். ராவணன் போரில் வெகுவிரைவில் கொல்லப்படப் போவதை தாங்கள் பார்ப்பீர்கள். புத்திரர்கள், மந்திரிகள், உறவினர்கள் ஆகிய அனைவர்களோடும் ராக்ஷஸ மன்னன் கொல்லப்படும்போது, ரோஹிணீதேவி சந்திரதேவனுடன் இணைந்தது போல, தாங்களும் ராமனுடன் இணைவீர்கள். வானரர்கள் – கரடிகள் ஆகிய இனங்களின் சிரேஷ்டமான வீரர்களுடன் காகுத்ஸ்தன் ராமன், சீக்கிரம் இங்கு வரப்போகிறார். எதிரிகளை போரில் வென்று தங்கள் சோகத்தை நீக்கப் போகிறார்.''

இவ்வாறு விதேஹ ராஜகுமாரி ஸீதையை ஆறுதல் மொழி கூறி அமைதிப்படுத்தி விட்டு, ஹனுமான் திரும்பிச் செல்ல தீர்மானம் செய்து ஸீதையை வணங்கினார். பிரபலமான அரக்கர்களைக் கொன்று விட்டு, தன் பெயரை எல்லோரும் கேட்கும்படி செய்து விட்டு, ஸீதையைப் பார்த்து ஆறுதல் மொழிகள் கூறிவிட்டு, தனது பெரிய பலத்தையும் காட்டி லங்கா நகரத்தை ஒரு கலக்கு கலக்கி, ராவணனை ஏமாற்றி, தனது கொடூரமான பலத்தையும் காண்பித்து விட்டு, ஸீதையைப் வணங்கி விட்டு, மறுபடியும் கடல் வழியாக திரும்பிச் செல்ல தீர்மானம் கொண்டார்.

சத்ருக்களை துவம்சம் செய்த வானரவீரன், தனது பிரபு, ராமனைப் பார்க்க ஆவல் கொண்டு, சிறந்த மலையான அரிஷ்ட பர்வதத்தின் மேல் ஏறினார். மலையின் மீது மிக உயரமான ``பத்மகம்'' என்ற மரங்கள் அலங்காரமாக வளர்ந்திருந்தன. வரிசையான காடுகள் கருநிறத்தில் இருந்தன. சிகரங்களின்

மீது படிந்திருந்த மேகங்களின் வரிசை மலைக்கு மேல் அங்கவஸ்திரம் போன்றிருந்தது.

அங்கங்கே படிந்திருந்த தாதுக்கள், மலையின் கண்கள் போன்றிருந்தன. அவைகள் அங்கங்கே வெளிப்பாடாகத் தெரிந்தபோது, நலம்தரும் சூரிய கிரணங்கள் அந்த கண்களை அன்புடன் தடவிக் கொடுத்து விழிக்கச் செய்ததைப் போன்றிருந்தன. சுற்றிலும் நீரோடைகளின் சலசலப்பு ஒலிகள் கேட்டன. அதைப் பார்க்கையில் மலைத்தேவன் கம்பீரமான குரலில் வேதங்களை அத்யயனம் செய்வதுபோல் இருந்தது. அங்கங்கே நீர் அருவிகளின் ஓசைகள் தெளிவற்றதாகக் கேட்டன. அதைக் கேட்கையில் அவன் கானம் செய்வதுபோலவும், நெடிதுயர்ந்து வளர்ந்திருந்த தேவதாரு விருக்ஷங்களைப் பார்க்கையில், தனது இரண்டு புஜங்களையும் உயரே தூக்கிப்பிடித்துக் கொண்டிருந்தது போலவும், சுற்றிலும் இருந்த நீர்வீழ்ச்சிகளின் ஆரவாரங்களைக் கேட்கையில் அவன் எவரையோ, உரக்க திட்டிக் கொண்டிருப்பது போலவும், சரத் ருதுவில் மாத்திரம் பூத்துக் காய்க்கும், கருமையாக இருக்கும் மரங்கள் காற்றில் ஆடியசைந்தபோது, அவன் குளிரில் நடுங்குவதுபோலவும், பெருங்காற்று வீசியதால் காடுகளிலிருந்த மூங்கில் மரங்களின் வெடித்துச் சிதறிய துவாரங்களின் வழியாக காற்று வீசுகையில், அவன் புல்லாங்குழல் வாத்தியத்தை இசைத்ததுபோலவும், கொடிய விஷப்பாம்புகள் கோபத்துடன் சீறுவதைப் பார்க்கையில் பெருமூச்சு விடுவதைப் போலவும், குகைகள் பனிமூட்டங்களால் மூடியிருப்பதைப் பார்க்கையில் அவன் தியானத்தில் ஈடுபட்டிருப்பதைப் போலவும், மேகங்கள் சுற்றிலும் மலையடிவாரங்களில் சஞ்சரிக்கும் போது, அவன் அந்த மேகங்களைக் காலாகக் கொண்டு நடந்து வருவதைப் போலவும், சிகரங்களைச் சுற்றி மேகங்கள் வானளாவி சூழ்ந்திருப்பதைப் பார்க்கையில் மலைத்தேவன் கொட்டாவி விடுவதைப் போலவும் தோற்றமளித்தது. நிறைய கொடிமுடிகளும், குகைகளும், அழகாக நிறைந்திருந்த மலையில் ஆச்சா மரங்கள், பனை மரங்கள், குதிரைக் காது இலை மரங்கள், மூங்கில் மரங்களும், பந்தலைப் போன்ற படர்ந்த கொடிகள் விதானம் போன்று பூக்கள் பூத்துக் குலுங்கியும் மலையை அழகுபடுத்தின. பல்வேறு வகையான மிருகங்கள் வசித்துவரும் மலையில் கனிமதாதுக்கள் உருகி ஆறாகப் பெருகி மலையை அழகுபடுத்தின.

நிறைய நீர்வீழ்ச்சிகளும், கற்பாறைகளும் ஆங்காங்கே குவியல், குவியல்களாக சிதறிக்கிடந்தன. மகரிஷிகள், யக்ஷர்கள், கந்தர்வர்கள், கின்னரர்கள், நாகர்கள் முதலான இனத்தவர்கள் வாசம் செய்த அந்த மலையில் கொடிகள், மரங்கள் ஏராளமாக இருந்தன. மலைக்குகைகளில் சிங்கங்களும், புலிகளின் கூட்டங்களும் நிறைய இருந்தன. சுவையான கிழங்கு, கனி வகைகள் கிடைத்தன. இப்படிப்பட்ட அருமை, பெருமைகளைக் கொண்ட அந்த மலைமீது,

வானர சிரேஷ்டன் ஏறினார். வெகு சீக்கிரமாக ராமனைப் பார்க்கும் ஆவலால் உந்தப்பட்டு, பொங்கும் மகிழ்ச்சியுடன் அழகான மலைச்சிகரங்களின் மீது கால்களை பதித்து ஏறியபோது, அவரது உள்ளங்கால்களின் பளுதாங்க முடியாமல், பாறைகள் சத்தத்துடன் நொறுங்கி, பொடிப் பொடியாகிப் போயின.

உடனே அந்த வானரன் உடலைப் பெருக்கி, ஸமுத்திரத்தின் தென் கரையிலிருந்து வடக்கு கரையை அடைவதற்கு தெய்வங்களைப் பிரார்த்தித்துக் கொண்டு, மீன்கள் – பாம்புகள் முதலான ஜலஜந்துகள் வசித்து வந்த பயங்கரமான சமுத்திரத்தைப் பார்த்து, வாயுதேவனின் சொந்தத் திருமகனான வானரவீரன், வாயுதேவனைப் போன்று தானும் ஆகாசத்தின் வழியாக அதிவிரைவில் தெற்கு திசையிலிருந்து வடக்கு திசைக்கு சென்றடைய இருந்தார்.

அந்த பெருமை வாய்ந்த மலை வானரரின் காலடிகளால் தகைக்கப்பட்ட பொழுது பேரொலி எழுந்தது. சிகரங்கள் ஆட்டம் கண்டு, மரங்கள் சரிந்து விழ, அனைத்து பிராணி வர்க்கங்களுடன் அந்த மலை பாதாளம் வரையில் அமிழ்ந்து போயிற்று. ஆஞ்ஜனேயன் விண்ணில் எழுந்து பாய்ந்தபோது, அவருடைய அசாத்திய வேகத்தைத் தாளமுடியாமல், பூத்துக்குலுங்கிய பல மரங்கள், பேரிடி விழுந்து சரிந்து விழுவதைப்போல, தரையில் சாய்ந்து வீழ்ந்தன.

மலைக்குகைகளில் பலம்கொண்ட சிங்கங்கள் நசுக்கப்பட்டு, விண்ணைப் பிளக்கும் அலறல் தொனிகளை எழுப்ப அந்த பேரொலிகள் எங்கும் கேட்டன. பர்வதத்தில் வாசம் செய்து வந்த வித்யாதரர்கள் வெளிப் போந்தார்கள். அப்பொழுது அவர்களின் பெண்மணிகள் ஆடைகள் நழுவி அலங்கோலமாக ஆனார்கள். அணிந்திருந்த அணிகலன்கள் தாறுமாறாக கலைந்து போயின. அனைவரும் வேக வேகமாக மலையிலிருந்து விண்ணுக்கு எழுந்தார்கள். மிகப்பெரிய உடலுடன், மிக்க பலம் கொண்டவைகளாகவும், பெரும் விஷம் படைத்தவைகளாகவும், ஒளிவீசும் நாக்குகளைக் கொண்டவைகளாவும் இருந்த மலைவாழ் பாம்புகளின் தலை, கழுத்து போன்ற அவயவங்கள் நசுங்கிப்போயின.

கின்னரர்கள், நாகர்கள், கந்தர்வர்கள், யக்ஷர்கள், வித்யாதரர்கள் ஆகிய அனைத்து இனத்தவர்களும் நொறுங்கிவிட்ட மலையை விட்டு நீங்கி, விண்ணுக்கு வந்தார்கள். பலசாலியான வானரனால் அழுத்தப்பட்ட பத்து யோஜனைகள் அகலமும் முப்பது யோஜனை உயரமும் கொண்ட அந்த பெருமை வாய்ந்த மலை, மரங்கள் – சிகரங்கள் ஆகியவற்றோடு நொறுங்கி தரையோடு தரையாக பாதாளத்தில் அழுந்திப் போயிற்று. சளசளப்போடு அலைகள் மோதும் கடற்கரைகளைக் கொண்ட அந்த பயங்கரமான சமுத்திரத்தை விளையாட்டாகவே தாண்டுவதற்கு வானரன் உயரே எழுந்தார்.

56-ஆவது ஸர்க்கம் முடிவுற்றது.

57–ஆவது ஸர்க்கம்

வடகரையை அடைதல்

ஆகாயமே ஒரு ஸமுத்திரம். சந்திரனே இதில் பூக்கும் அழகான குமுத மலர். சூரியனே இதன் நலம் பொருந்திய நீர்க்கோழி. பூசம், திருவோணம் ஆகிய நக்ஷத்திரங்களே அன்னப்பட்சிகள். மேகங்களே இதன் பாசிப்படலமும், புல்வெளிகளும். புனர்வசு நக்ஷத்திரமே ஒரு பெரிய மீன். அங்காரக க்ரஹமே ஒரு பெரிய முதலை. ஐராவதமே இதன் ஒரு பெரிய தீவு. ஸ்வாதீ நக்ஷத்திரமே இதன் ஒரு ஹம்ஸபக்ஷி. இந்த ஆகாயம் என்ற கடலுக்கு காற்றின் அலை வரிசைகளே நீரலைகள். சந்திரனின் குளிர்நிலவே இதன் நீர்ப்பரப்பு. நாகர்கள், யக்ஷர்கள், கந்தவர்கள் ஆகியோரின் இனங்களே இதில் பூத்த தாமரை, கருநெய்தல் மலர்கள்.

கடக்க முடியாத இந்த ஆகாயக் கடலை, ஒரு கப்பல் கடலில் மிதந்து செல்வது போல், வாயுதேவனைப் போன்று வேகத்துடன் களைப்பு ஏதுமின்றி, நீந்துவதுபோல் ஆகாயத்தில் பறந்து சென்றார். அவர் ஆகாயத்தையே விழுங்கி விடுவார் போன்றும், சந்திர மண்டலத்தை உரசிச் செல்பவர் போன்றும், நக்ஷத்திரங்களோடும், சூரிய மண்டலத்தோடும் இருந்த விண்வெளியையே அபகரித்துச் செல்வதைப் போன்றும், மேகத்திரள்களை தர, தரவென்று இழுத்துச் செல்பவர் போன்றும் பெருமை பொருந்திய ஹனுமான், காணப்பட்டார். வெண்மையாகவும், சிவப்பாகவும், நீலமாகவும், மஞ்சளாகவும், பச்சை கலந்த சிவப்பாகவும் விளங்கும் அடர்த்தியான மேகத்திரள்களிடையே சில சமயம் உட்புகுந்தும் சில சமயம் வெளிப்போந்தும் அவர் புகுந்து புறப்பட்டு வருகையில், அவர் தரித்திருந்த வெண்மையான ஆடையால் அடிக்கடி இப்படி மறைந்தும், தென்பட்டும் செல்லும் சந்திரனைப் போன்றிருந்தார்.

இன்னொரு சமயம் ஆகாயத்தில் பறந்து செல்லும் கருடனைப் போன்று திகழ்ந்தார். அவர் அடிக்கடி மேகக் கூட்டங்களைக் கிழித்துக் கொண்டு வெளிப்போந்த வண்ணம் இருந்தார். இடி முழக்கம் போன்ற பெரும் குரல் படைத்த ஹனுமான் பேரொலி எழுப்பிக் கொண்டு சென்று கொண்டிருந்தார். எப்பேர்ப்பட்ட சாதனைகளை லங்காபுரியில் செய்து வந்திருக்கிறார்! மிகப்பிரபலமான அரக்கர்களைக் கொன்றும், தனது பெயரை எல்லோரும் நினைவு வைத்துக் கொள்ளும்படி பிரகடனம் செய்தும், லங்காபுரியை கலங்கச் செய்தும், ராவணனை ஒரு கலக்கு கலக்கியும், கோரமான பெரிய

சைன்யத்தையே அழித்தும், எல்லாவற்றிற்கும் முத்தாய்ப்பாக, இறுதியில் வைதேஹியையும் மறுபடி பார்த்துவிட்டு தற்போது கடலின் மத்தியில் அனாயாசமாக நாணிலிருந்து புறப்பட்ட பாணத்தைப் போன்று, வெகுவேகமாக வந்து கொண்டிருந்தார். இந்த அவசரத்தின் இடையிலும், வழியில் குலபர்வதமான மைனாக மலையையும் தனது வெற்றியை ஸூசகப்படுத்தும் விதமாக, அன்புடன் தொட்டுத் தடவிக் கொடுத்துச் சென்றார்.

மேகத்திரளைப் போன்றிருந்த பெரும் பர்வதமான மஹேந்திர மலையை அதன் வெகு சமீபத்தில் நெருங்கிக் கொண்டிருந்தபோது, இடிமேகம் போன்ற பெரிய குரலைக் கொண்டிருந்த வானரன், ஒரு பேரொலியை எழுப்பி வீர கர்ஜனை செய்தார். அந்த பேரொலி பத்து திக்குகளிலும் பரவி நிரம்பியது. நண்பர்களைப் பார்க்க ஆவலுடன் இருந்த வானரவீரன் அந்த பிரதேசத்தை நெருங்கி வந்தவுடன் உற்சாகத்தின் அடையாளமாக தனது வாலைச் சுழற்றினார்.

கருடன் ஸஞ்சாரம் செய்யும் ஆகாய வெளியில் அவருடைய வீரகோஷம் பேரொலி எழுப்பிய போது, சூரிய மண்டலத்தோடு கூடின விண்வெளியே பிளந்து போய் விடும் போல் இருந்தது. அப்பொழுது மஹாபலிஷ்டர்கள், சூரர்கள், வானர வீரர்கள் கடலின் வடக்குக் கரையில், வாயுகுமாரனைப் பார்க்கும் பேரவாவில் முன்னரே கூடியிருந்தார்கள். பெரும் காற்றினால் அடித்துச் செல்லப்பட்ட மேகம் எப்படி இடி முழக்கம் செய்யுமோ, அப்படி இருந்த ஹனுமனின் வீரகர்ஜனையையும், அவர் தொடைகளின் வேகத்தையும் செவிமடுத்த, இதுவரையில் மிகவும் சோர்ந்த முகங்களுடன் இருந்த வானரர்கள் அனைவரும் தங்கள் நண்பனைக் காண மிக்க ஆசையுடன் இருந்தார்கள். வானரப்படையின் சிறந்த தலைவரான ஜாம்பவான் மகிழ்ச்சி பொங்கும் மனத்துடன் வானரர்கள் அனைவரையும் அழைத்து, "ஹனுமான் பலவிதத்திலும் காரியத்தை வெற்றியுடன் முடித்திருக்கிறான். ஐயம் ஏதும் இல்லை. காரியத்தை வெற்றியுடன் நிறைவேற்றாமலிருந்தால் அவனுடைய கோஷம் இந்த மாதிரியாக இருக்காது" என்று கூறினார்.

மஹாபுருஷனான ஹனுமனுடைய கை, தொடைகள் ஆகியவற்றின் வேகத்தைப் பார்த்தும், அவருடைய கோஷத்தைக் கேட்டும் வானரர்கள் பெருமகிழ்ச்சியுடன் இங்கும் அங்கும் தாவிக் குதித்தார்கள். அவர்கள் ஹனுமானைப் பார்க்க ஆவல் கொண்டு மிக்க மகிழ்ச்சியோடு, மரங்களின் உச்சிகளிலிருந்து வேறு மரங்களின் உச்சிகளுக்குப் பாய்ந்தார்கள். ஒரு மலைச் சிகரத்திலிருந்து இன்னொரு மலையின் சிகரத்துக்குத் தாவினார்கள். மரங்களின் உச்சிகளில் இருந்த கிளைகளை, பூத்திருந்த மலர்க் கொத்துக்களுடன் பிடுங்கி மற்றும் மரக்கிளைகளையும் கையில் வைத்துக்

கொண்டு வானரர்கள் அவற்றை ஆட்டி ஆட்டி, வரவேற்பு காண்பித்தார்கள். அதைப் பார்க்கையில் துணிக் கொடிகளை ஆட்டி ஆட்டிக் காண்பிப்பது போல் இருந்தது. மலைக் குகைகளில் புகுந்து வீசும் பெருங்காற்று எப்படி ஒரு பெரும் ஓசையை எழுப்புமோ, அந்த விதத்தில் வாயுமைந்தன், பலவான், ஹனுமான் கர்ஜனை கோஷம் செய்தார். திரண்ட மேகம் போன்றிருந்த மஹாவானரனைப் பார்த்து வானரர்கள் அனைவரும் கைகூப்பி நின்றிருந்தார்கள்.

அப்பொழுது, மலைபோன்றிருந்த வானரன், மரங்கள் அடர்ந்திருந்த மஹேந்திர பர்வதத்தின் உச்சியின் மீது அழகான மலை அருவியின் பக்கத்தில், மிகுந்த பூரிப்புடன் தொப்பென்று கீழிறங்கினார். அப்பொழுது அவர் பார்ப்பதற்கு சிறகுகள் வெட்டப்பட்டு கீழே விழுந்த ஒரு மலையைப் போன்றிருந்தார். வானரசிரேஷ்டர்கள் அனைவரும் உள்ளம் மகிழ்ந்து, பெருமைமிகு ஹனுமானைச் சூழ்ந்து கொண்டு அவருக்கு வணக்கம் செலுத்தினார்கள். அவர் உடல் நலத்துடன் திரும்பி வந்ததைக் கண்ட அவர்கள் முகங்கள் மகிழ்ச்சியால் மலர்ந்திருந்தன. வானரர்கள், வானரச்ரேஷ்டன் வாயுகுமாரனுக்கு, கிழங்குகள், கனிகள் முதலான அன்புக் காணிக்கைகளைக் கொண்டு வந்து கொடுத்து உபசரித்தார்கள்.

மஹாவானரன் ஹனுமான் ஜாம்பவான் போன்ற பெரியோர்களையும், வயோதிகர்களையும் ராஜகுமாரன் அங்கதனையும் வணங்கினார். ஜாம்பவான், அங்கதன் ஆகிய இருவரும், போற்றுதற்குரிய அவரை கௌரவித்தார்கள். வானரர்களும் அவருக்கு வாழ்த்துக்கள் கூறினார்கள். விக்கிரமசாலியான ஹனுமான் "கண்டேன் ஸீதையை" என்று சுருக்கமாகக் கூறினார்.

அப்பொழுது ஹனுமான், வாலி மைந்தன் அங்கதனை கையினால் பற்றி அழைத்துக் கொண்டு மஹேந்திர பர்வதத்தின் ஒரு ரம்மியமான இடத்தில் உட்கார்ந்து கொண்டு மகிழ்ச்சியுடன் வானர வீரர்களைப் பார்த்துக் கூறினார்.

"நான் ஜனககுமாரி ஸீதையைக் கண்டேன். அவர் அசோக வனத்தில் வைக்கப்பட்டிருக்கிறார். கோரமான அரக்கியர்கள் அவரை பாதுகாத்து வருகிறார்கள். அவர் மகிழ்ச்சியற்றிருக்கிறார். இளம்பிராயத்தினள், ஒற்றைப் பின்னலுடன் தலைவாரிக் கொள்ளாமல் இருக்கிறார். பரிதாபமான நிலையில் ராமனைக் காண துடித்துக் கொண்டிருக்கிறார். அன்ன ஆகாரமின்றி உடல் சோர்ந்திருக்கிறார். கூந்தல் சிக்குப் பிடித்து சடை மாதிரி ஆகியிருக்கிறது. அழுக்குப் படிந்து மிகவும் மெலிந்திருக்கிறார்."

"ஸீதை கண்டுபிடிக்கப்பட்டு விட்டார்" என்ற மாபெரும் பொருள் பொதிந்த, அமுதம் போன்ற சொல்லை மாருதியிடமிருந்து கேட்ட எல்லா வானரர்களும் களிப்படைந்தார்கள். சிலர் சிங்கத்தைப் போன்று கர்ஜனை செய்தார்கள். சிலர் உரக்கக் கூவினார்கள். பலம் கொண்ட சிலர் காட்டு மிருகங்களைப் போல வீர

கர்ஜனை செய்தார்கள். சிலர் "கிலி, கிலி" என்று கிலுகிலுப்பையைப் போல சப்தம் எழுப்பினார்கள். சிலர் எதிர் கர்ஜனை செய்தார்கள். யானைகளையொத்த சில வானரர்கள் தங்கள் வால்களை உயரே (விறைப்பாக) தூக்கிப் பிடித்து வைத்திருந்தார்கள். சிலருக்கு வால்கள் உருண்டு, திரண்டு, நீண்டு இருந்தன. அந்த வால்களை தரையில் அடித்து, அடித்து ஆரவாரம் செய்தார்கள்.

இன்னும் சிலர், மலைச் சிகரங்களிலிருந்து பாய்ந்து ஓடிவந்து, யானையை ஒத்திருந்த அவரைத் தொட்டு, தொட்டு பரவசமடைந்தார்கள். பிறகு, அங்கதன் விஷயங்களைக் கூறிய ஹனுமானைப் பார்த்து அனைத்து வானர வீரர்களின் மத்தியில், மிகையில்லாத வார்த்தைகளை கூறினான்.

"வெகு விஸ்தாரமான ஸமுத்திரத்தைத் தாண்டிச் சென்று மறுபடியும் வெற்றியுடன் நீ திரும்பி வந்திருக்கிறாய். வானரனே! வலிமையிலோ, வீரத்திலோ உனக்கு நிகரானவன் எவனும் இல்லை. வானரோத்தமனே! நீ ஒருவன் தான் எங்கள் அனைவருக்கும் உயிர்ப்பிச்சை அளித்தவர். உன் தயவினால்தான் நாம் அனைவரும் நம் பணியை வெற்றிகரமாக முடித்துக் கொண்டு, ராமனிடம் போய்ச் சேரப் போகிறோம். ஆஹா! உன்னுடைய எஜமான விசுவாசம் தான் என்னே! ஆஹா! உன்னுடைய வீரம் தான் என்னே! ஆஹா! உன்னுடைய உறுதி தான் என்னே! கீர்த்தி மிக்க, ராமனின் தர்மபத்தினி, ஸீதாதேவியை நீ பார்த்து வந்த பாக்கியம் தான் என்னே! ஸீதையை விட்டுப் பிரிந்த சோகத்தை காகுத்ஸ்தன் ராமன் சீக்கிரமே விலக்கப் போகிறார். என்னே பாக்கியம்!"

பிறகு வானரர்கள் அனைவரும், ஹனுமானையும், ஜாம்பவானையும், அங்கதனையும் சுற்றிச் சூழ்ந்து கொண்டு மகிழ்ச்சி பொங்க அங்கங்கே பெரிய பாறைகளின் மீது அமர்ந்து கொண்டார்கள். அந்த வானரச்ரேஷ்டர்கள் அனைவரும் ஸமுத்திரத்தைத் தாண்டிய வரலாற்றைக் கேட்கவும், லங்கா புரியையும், ஸீதையையும், ராவணனையும் பார்த்து விட்டு வந்த விருத்தாந்தங் களைக் கேட்கவும் ஆவலாக இருந்தார்கள். அனைவரும் ஹனுமானின் திருமுகத்தை ஏறிட்டுப் பார்த்துக் கொண்டு, கைகளை கூப்பி, வணக்கத்துடன் இருந்தார்கள். அங்கே, திருவளர்ச்செல்வன் அங்கதன், அநேகம் வானரர்கள் சூழ வீற்றிருந்தான். அது பார்ப்பதற்கு தேவேந்திரன் தேவலோகத்தில் பணிவிடை செய்யும் பரிவார தேவர்கள் புடைசூழ அமர்ந்திருக்கும் திருக்கோலத்தை ஒத்திருந்தது. அப்பொழுது, அந்த மலைச்சிகரத்தின் மீது கீர்த்தியும், பெரும்புகழும் பெற்ற ஹனுமான் வீற்றிருக்க, அவருடன் தோள்வளைகளணிந்து அழகான தோற்றத்துடன் அங்கதனும் வீற்றிருக்க, அந்த உயர்ந்த மலைச்சிகரமே ஜெயலக்ஷ்மியுடன் கூடியிருந்து ஒளிமயமாகத் திகழ்ந்தது.

57-ஆவது ஸர்க்கம் முடிவுற்றது.

58–ஆவது ஸர்க்கம்

இலங்கையில் நடந்ததை கூறுதல்

அப்பொழுது மஹேந்திர பர்வதத்தின் உச்சியில் கூடியிருந்த ஹனுமான் முதலான அந்த மஹாபலசாலி வானரர்கள் பெரும் மகிழ்ச்சியை அடைந்தார்கள். மகிழ்ச்சி பொங்கியிருந்த ஜாம்பவான் களிப்புடன் இருந்த மஹாவானரன், வாயுமைந்தனை லங்கையில் நிகழ்ந்த நிகழ்ச்சிகளைக் கூறுமாறு கேட்டுக் கொண்டார்.

“பிராட்டியை நீ எப்படி பார்த்தாய்? அங்கே அவர் எப்படி இருக்கிறார்? கொடிய செயல்களைச் செய்பவனான, பத்துத் தலை ராவணன், அவரிடம் எப்படி நடந்து கொள்கிறான்? சிறந்த வானரனே! நீ இவற்றையெல்லாம் உள்ளது உள்ளபடி எங்களுக்குத் கூறவும். தேவியை எப்படி நீ தேடிக் கண்டு பிடித்தாய்? அவர் உனக்கு என்ன பதில் கூறினார்? விஷயங்களைக் கேட்ட பிறகு மேற்கொண்டு செய்ய வேண்டிய காரியங்களைத் தீர்மானிப்போம். நீ நிதானபுத்தி கொண்டவனாயிற்றே! சித்ரகூட பர்வதத்திற்கு சென்ற பிறகு நாம் என்ன விஷயங்களைக் கூறவேண்டும்? என்ன விஷயங்களை நம் மனதிலேயே நாம் பாதுகாத்து வைத்துக் கொள்ள வேண்டும்? அவற்றையும் நீ எங்களுக்குக் கூறு.” இவ்வாறு கூறப்பட்ட ஹனுமன் பதில் கூறத் தொடங்கினார். அப்பொழுது அவர் உடல் புளகாங்கித மடைந்திருந்தது. முதற்கண் அவர் ஸீதாதேவிக்கு தலை வணங்கி விட்டு பதில் கூறத் தொடங்கினார். “மஹேந்திர பர்வதத்தின் உச்சியிலிருந்து நான் விண்ணில் எழும்பியதைக் கண்டீர்கள் அல்லவா? அப்பொழுது நான் கடலின் தெற்குக் கரையை அடைய விரும்பி என் மனதை ஒருமுகப்படுத்திக் கொண்டு கடலின் மீது போய்க் கொண்டிருந்தபோது ஒரு கொடிய தடை ஏற்பட்டது போலாயிற்று. ஒரு பொன்மயமான மலைசிகரத்தைப் பார்த்தேன். அது, என்னவோ, தெய்வத்தன்மை வாய்ந்ததாகவும், கவர்ச்சிகரமாகவும் இருந்தது! ஆனால், அது என் பாதையை மறித்துக் கொண்டு நின்றிருந்தது. ஆகையால் நான் அந்த மலையை எனக்கு ஒரு தடங்கல் என்றேதான் எண்ணினேன்.

அதைப் பிளந்து போட்டுவிட வேண்டும் என்று என் மனதில் தீர்மானம் கொண்டு என் வாலினால் அந்த மலையை ஓங்கி அடித்தேன். அப்பொழுது அந்த பெரிய மலையின் சிகரம், சூரியனைப் போன்று ஒளிவீசிக் கொண்டிருந்த அந்த கொடிமுடி, ஆயிரக்கணக்கான சுக்கல்களாக சிதறியது. எனது செயல்

நோக்கத்தைப் புரிந்து கொண்ட அந்த மஹாபர்வதன், "மகனே!" என்று இனிமையான வார்த்தையால், மனம் குளிர, என்னை விளித்தான்.

"நான் உனக்கு ஒரு சிற்றப்பன் போன்றவன் என்று தெரிந்து கொள். உனது தந்தையான வாயுதேவனுக்கு உற்ற நண்பன். மைனாகம் என்று என் பெயர். நான் சமுத்திரத்தின் உள்ளே வசித்து வருகிறேன். மகனே! முன்னொரு காலத்தில் பெரிய மலைகள் இறக்கைகளைப் படைத்திருந்தன. அவைகள் இஷ்டப்பிரகாரம் புவியில் உலாவி வந்தன. அதனால் பல இடங்களில் மக்களுக்கு இடைஞ்சல்களை விளைவித்தன. மலைகளின் இந்த போக்கைக் கேட்ட, "பாகன்" என்ற அசுரனை மாய்த்த, மகிமை பொருந்திய தேவேந்திரன், அந்த மலைகளின் இறக்கைகளை தனது வஜ்ராயுதத்தால் ஆயிரக்கணக்காக சிதறும்படி வெட்டி வீழ்த்தினான். அப்பொழுது, பெருமைக்குரிய, உனது தந்தை, வாயுதேவனால் அவனிடமிருந்து காப்பாற்றப்பட்டு, பெரும் கடலின் உள்ளே மறைக்கப்பட்டேன். சத்ருக்களை அடக்கவல்லவனே! மேலும், ராமனுடைய ஸஹாயத்திற்கு நான் என்னை ஈடுபடுத்திக் கொள்ள வேண்டியது முறையாகும். ஏனெனில் மஹேந்திரனுக்கு ஒப்பான பராக்ரமம் கொண்ட ராமன், தர்மத்தை காத்து நிலை நிறுத்துவோர்களில் மிகச் சிறந்தவர் என்றது.

மகிமை வாய்ந்த அந்த மைனாக பர்வதனின் சொற்களைக் கேட்டு திருப்தியடைந்த நான், உடனே மேற்கொண்டுள்ள பணியைத் தெரிவிக்கவும், அந்த மகிமை பொருந்திய மைனாக பர்வதன் எனக்கு விடை கொடுத்தனுப்பினான். மானுட உருவத்தில் வந்திருந்த அந்த மஹா பர்வதன், தனது மலை வடிவத்துடன் பெரும் கடலில் மூழ்கி மறைந்து போனான். பிறகு, இன்னும் அதிகமாக வேகத்தை மேற்கொண்டு, மீதமுள்ள எனது வழியைக் கடக்க தலைப்பட்டேன். வெகு நேரம் வரையில் நான் வழியில் அவ்வாறு சென்று கொண்டிருந்தேன். அதன்பிறகு, நாகர்களின் தாயான ஸூரஸாதேவியை சமுத்திரத்தின் நடுவில் நான் காண நேர்ந்தது. அந்த தேவி என்னிடம் கூறினாள்.

"வானரசிரேஷ்டனே! தேவர்கள் உன்னை எனக்கு உணவாகக் காண்பித்திருக்கிறார்கள். வெகுகாலம் கழித்து நீ கிடைக்கப்பட்டிருக்கிறாய். ஆகையால் நான் உன்னை உணவாக்கிக் கொள்ளப் போகிறேன்" என்று கூறியதும் எனது முகம் வெளிறிப்போய்விட்டது. கைகூப்பி அவள் முன் நின்று, "தசரதன் மைந்தன், திருச்செல்வன் ராமன் தண்டகா வனத்தில் பிரவேசித்தார். சத்ருக்களை வாட்டியெடுக்கும் வலிமை பொருந்திய அவருடன் தம்பி லக்ஷ்மணனும், (மனைவி) ஸீதையும் உடன் வந்தார்கள். அப்பொழுது அவருடைய மனைவி ஸீதையை துஷ்டன் ராவணன் அபகரித்துச் சென்றதால், ராமனின் கட்டளையின் பேரில் நான் அந்த ஸீதையின் இருப்பிடத்திற்கு

தூதுவனாகச் சென்று கொண்டிருக்கிறேன். நீ அவருடைய தேசத்தில் வசித்து வரும் ஒரு பிரஜை அல்லவா? ஆகையால் நீயும் அந்த ராமனுக்கு உதவி புரிய வேண்டும்.

இதற்கு நீ இணங்காது போனால் நான் உனக்கு ஒரு உறுதி அளிக்கிறேன். ஸீதையைப் பார்த்து விட்டு, மறுபடியும், பிறர் துயர்களை நீக்கும் சீலம் கொண்ட ராமனையும் பார்த்து விட்டு நான் உன் வாயில் வந்து விழுந்துவிடுகிறேன். இது ஸத்யம். நான் உனக்கு வாக்குறுதி அளிக்கிறேன்.'' இவ்வாறு நான் கூறியதும், இஷ்டபிரகாரம் உருவம் எடுக்கக் கூடிய மாயசக்தி கொண்ட ஸுரஸா, "எவரும் என்னிடமிருந்து தப்பிச் செல்ல முடியாது. இது நான் பெற்றுள்ள வரம்'' என்று கூறியதும் நான் நொடிப்பொழுதில் என்னை பத்துயோசனை அளவு நீளமும் அதன் பாதி அளவு அகலமும் கொண்ட பரிமாணத்துடன் ஆக்கிக் கொண்டேன். அப்பொழுது எனது பரிமாணத்தைக் காட்டிலும் பெரியதாக அவள் வாயை திறந்து வைத்துக் கொண்டாள். அவ்வாறு அவளது வாய் பெரிதாகி விட்டதைப் பார்த்த நான் அந்தக் கணமே, நான் கட்டைவிரல் பரிமாணத்திற்கு என்னை சுருக்கிக் கொண்டு, அவள் வாயில் நொடிப் பொழுதில் உட்புகுந்து அடுத்த கணம் வெளியே வந்து விட்டேன். பிறகு ஸுரஸா தேவி தனது சுயஉருவத்தை எடுத்துக் கொண்டு, என்னைப் பார்த்து, "இனிய அன்பனே! வானர சிரேஷ்டனே! இஷ்டபிரகாரம் சென்று உன் காரியத்தை வெற்றியுடன் நீ முடிப்பாயாக!''

மஹாபுருஷன் ராமனுடன் ஸீதையை சேர்த்து வை. நீண்ட புஜங்களைக் கொண்டவனே! வானரனே! நான் உன்னைக் கண்டு மகிழ்ச்சியடைகிறேன். நீ ஆனந்தமாய் இரு!'' என்று வாழ்த்தினாள். அப்பொழுது ஜீவராசிகள் அனைவரும் "நன்று! நன்று!'' என்று கூறி என்னைப் பாராட்டினார்கள். பிறகு, நான் பரந்த, விண்வெளியில் கருடனைப் போன்று பறந்து சென்றேன். அப்போது யாரோ எனது நிழலைப் பற்றி இழுப்பதுபோல் தோன்றியது. ஆனால் என் கண்ணில் எதுவும் புலப்படவில்லை. எனது வேகமோ திடீரென குறைந்து போயிற்று. பத்து திக்குகளிலும் சுற்றிப் பார்த்தேன். வேகம் தடைபடுவதற்கான காரணம் என்ன என்று கவலையுடன் சிந்தித்திருந்த நான் என் பார்வையை கீழ்ப்பக்கமாக செலுத்தினேன். அப்பொழுது, நீரின் மீது படுத்துக் கொண்டிருந்த ஒரு பயங்கரமான அரக்கியை நான் பார்த்தேன்.

பயங்கரமாக இருந்த அவள் என்னைப் பார்த்து சிரித்து, உரத்த குரலில் கூறினாள். அவள் பேச்சு அழுத்தமாகவும், பதட்டமின்றியும், அமங்களகரமாகவும் இருந்தது.

"பெரிய உடலுடன் இருப்பவனே! நீ எங்கே போகிறாய்? பசியுடன் இருக்கும் எனக்கு நீ விருப்பமானவன். நான் வெகுகாலமாக பட்டினியுடன் இருக்கிறேன்.

எனக்கு நீ ஆகாரமாக ஆகி என் உடலுக்கு பிரீதியைத் தருவாயாக" என்றவுடன் நான் "அப்படியே ஆகட்டும்!" என்று கூறி அவள் கூறியதை ஏற்றுக் கொண்டேன். அவள் வாயைக்காட்டிலும் பெரியதாக எனது உடலை பெருக்கிக் கொண்டேன். அவளும் என்னை விழுங்கி உண்பதற்கேற்ப தன் வாயை மிகப் பயங்கரமாக பெருக்கிக்கொண்டாள். அவளுக்கு என்னைப் பற்றித் தெரியாது. என் ஏமாற்று வேலையையும் அறிய மாட்டாள். நான் அப்பொழுது கண் இமைக்கும் நேரத்தில் என் உடலை சுருக்கிக்கொண்டு, அவள் வாயினுள் உட்புகுந்து அவள் இதயத்தைக் கிழித்துக் கொண்டு விண்வெளிக்குத் தாவினேன். அப்பொழுது அவள் கைகளைப் பரப்பிக்கொண்டு கோரமாக உயிர்பிரிந்து கடலில் வீழ்ந்தாள். மலைபோன்ற பெருத்த உடலுடன் இருந்த அவளுடைய இதயம் என்னால் கீறப்பட்டு இருந்தது. அப்பொழுது ஆகாயத்தில் உலவிக்கொண்டிருந்த ஸித்தர்களும் சாரணர்களும், "ஸிம்ஹிகா என்ற அரக்கி மிக பயங்கரமானவள். இவளை ஹனுமான் நொடியில் கொன்றுவிட்டார்" என்று பேசிக் கொண்டிருந்ததைக் கேட்டேன்.

பிறகு, அவசரமாகச் செய்ய வேண்டிய என் கடமையை நினைவுபடுத்திக் கொண்டு, மறுபடியும் எனது நீண்ட பயண மார்க்கத்தை மேற்கொண்டு போய்க் கொண்டிருக்கையில் தூரத்தே மரங்களால் சூழப்பட்ட கடற்கரைப் பிரதேசத்தைக் கண்டேன். அதுதான் சமுத்திரத்தின் தென்திசைக்கரை. அங்கேதான் லங்காபுரி இருக்கிறது. சூரியன் அஸ்தமனம் ஆனபிறகு பயங்கரமான பராக்ரமங்கள் கொண்ட அரக்கர்கள் எவருக்கும் தெரியாமல் நான் அரக்கர்களின் வாஸஸ்தலமான அந்த லங்காபுரியில் பிரவேசம் செய்யும்போதே, ஒரு பெண் என் முன்னால் எதிர்ப்பட்டாள். அவளுடைய குரல் ஊழிக்கால இடிமேகத்தின் முழக்கம் போல் இருந்தது. அவள் என்னைப் பார்த்து பேய்ச் சிரிப்புடன் அட்டகாசத்தை வெளிப்படுத்தினாள். அவள் கூந்தல் தீச்சுடரைப் போல் செம்மட்டையாய் இருந்தது. என்னை அவள் கொல்ல பிரயத்தனம் செய்தாள். மிகக் கொடூரமாக இருந்த அவளை நான் எனது இடதுகை முஷ்டியினால் தாக்கி வென்று பிரதோஷ காலமான முன்னிரவில் உள்ளே நுழைந்த அந்த சமயம் பீதியடைந்த அவள் என்னிடம், "வீரனே! நான்தான் இந்த நகரத்தின் காவல்தெய்வம் லங்காதேவி. நீ என்னை உன் பராக்ரமத்தால் வென்றுவிட்டாய். ஆகையால் இதன் மூலம், ஸூசகமாக நீ அனைத்து அரக்கர்களையும் வென்று விட்டாய்" என்று கூறினாள்.

பிறகு நான், ராவணனின் அரண்மனை அந்தப்புரம் சென்று இரவு முழுவதும் அங்கே ஜனககுமாரியை தேடித்தேடி அலைந்தேன். ஆனால் சிற்றிடையாள் ஸீதையைக் காண முடியவில்லை. ராவணனுடைய இல்லத்தில் ஸீதையைக் காணாமல், நான் சோகக்கடலில் ஆழ்ந்திருந்தபோது, எதிரில் ஒரு சிறப்பான நந்தவனத்தைப் பார்த்தேன். அதைச்சுற்றி மிகச்சிறந்த தங்கத்தால்

கட்டப்பட்ட ஒரு மதில் சுவர் இருந்தது. நான் அந்த மதில் சுவர் மீது ஏறி பார்த்தபோது, ஏராளமான மரங்களுடன் இருந்த, ஒரு அசோகவனம் தெரிந்தது. அதன் நடுவில் ஒரு பெரிய சிம்சுபா மரம் இருந்தது. அதன் மீது ஏறி பார்த்தபோது ஒரு தங்கமயமான வாழைத்தோட்டம் தென்பட்டது. அப்பொழுது அந்த சிம்சுபா வ்ருக்ஷத்தின் சமீபத்தில் நான் அந்த உத்தமிப்பெண், ஸீதையைக் கண்டேன். தாமரை இதழ் போன்ற கண்களைக் கொண்டிருந்த அவள் கருத்திருந்தாள். பட்டினியால் உடல் மெலிந்து, ஒரே ஒரு ஆடையை மாத்திரம் உடுத்தியிருந்தாள். தலைமுடி புழுதிபடிந்திருந்தது. துக்கத்தால் வாட்டப்பட்டு, அவள் அங்கங்கள் நலிந்து போயிருந்தன. கணவனின் நலத்தையே நாடியிருந்த அவளைச் சுற்றி குரூபமான, குரூரமான அரக்கியர்கள் சூழ்ந்திருந்தார்கள். அவர்கள் அனைவரும் மாமிசம், குருதி ஆகியவற்றை உண்பவர்கள், அந்த நிலையில் ஸீதையைப் பார்த்தபோது, ஒரு பெண் மான் புலிகளால் சூழ்ந்திருந்ததைப் போன்றிருந்தது.

அரக்கியர்களின் மத்தியில் அவள் அடிக்கடி மிரட்டப்படுவதைப் பார்த்தேன். அவள் ஒற்றைப்பின்னல் கூந்தலுடன் பரிதாபமாக காட்சியளித்தாள். கட்டாந்தரையில்தான் படுத்தாள். அவள் மேனிநிறம் மாறிப் போயிருந்தது. பனிக்காலம் வந்தவுடன் தாமரை சோபை இழந்து விடுவதைப்போல அவள் இருந்தாள். அவள் ராவணனை மிகவும் வெறுத்திருந்தாள். உயிரை விட்டு விடுவதற்கு தயாராகி விட்டிருந்தாள். எப்படியோ, நான் அந்த மான் விழியாளை, கீர்த்திமிக்க அந்தப் பெண்மணியை, ராமனின் தர்ம பத்தினியை, அந்த நிலையில் நான் பார்த்தேன். அந்த சிம்சுபா வ்ருக்ஷத்திலேயே என்ன நடக்கிறது என்று பார்த்துக் கொண்டு காத்திருந்தேன். அப்பொழுது நான் ராவணனின் இல்லத்தில் மிக கம்பீரமான பேரொலியையும் ஆரவாரத்தையும் கேட்டேன். இடையிடையே ஒட்டியாணம், சிலம்பு ஆகியவற்றின் ஒலியையும் கேட்டேன். அப்பொழுது நான் மிகவும் கலவரமடைந்தேன். அந்த சிம்சுபா மரத்தில் ஒரு பட்சியைப் போல இலைகளின் அடர்த்தியில் என் உருவத்தை மறைந்து இருந்தேன்.

ஸீதை இருந்த அந்த இடத்திற்கு மஹா பலிஷ்டன் ராவணனும், ராவணனுடைய மனைவிமார்களும் வந்து சேர்ந்தார்கள். அப்பொழுது அந்த உத்தமி ஸீதா தேவி, ராக்ஷஸராஜனைப் பார்த்து தனது தொடைகளை இறுக்கிக்கொண்டு, பருத்த நகில்களையும் கைகளால் அழுத்தி மறைத்துக் கொண்டாள். மிகவும் பயந்து கலவரமுற்றிருந்தாள். இங்கும் அங்கும் மிரள, மிரள பார்த்தாள். தனக்கு பாதுகாப்பு எதுவும் இல்லை என்று கண்டு கொண்டாள். அவள் உடல் நடுங்கிக்கொண்டிருந்தது. அவள் பரிதவிக்கத்தக்க நிலையில் இருந்தாள்.

மிகவும் துக்கத்தில் இருந்த ஸீதையைப் பார்த்து தசக்ரீவன் ராவணன், தன் தலையை குனிந்தபடி, "அழகியே! எனக்கு மதிப்பு கொடு ! கர்வம் கொண்டவளே! திமிர் பிடித்து என்னை நீ மகிழ்ச்சிப் படுத்தவில்லையானால், இரண்டு மாதங்கள் கழிந்தபிறகு, ஸீதையே! நான் உனது ரத்தத்தை உறிஞ்சுவேன்!" என்றான்.

துஷ்டன் ராவணனின் இந்த சொற்களைக் கேட்ட ஸீதை, மிகவும் சினம்கொண்டு, மிகச் சிறப்பான விதத்தில் பதில் கூறினாள்.

"அரக்கர்களிலேயே மகாமட்டமானவனே! அளவில்லா பராக்ரமம் கொண்ட ராமனின் தர்ம பத்தினி நான். ராமன் இக்ஷ்வாகு வம்சத்தில் தோன்றிய தலைவன். நான் தசரத மஹாசக்ரவர்த்தியின் நாட்டுப்பெண். இவ்வளவு சிறப்புகளைக் கொண்ட என்னைப் பார்த்து பேசிய உன் நாவு எப்படி கீழே விழாது இருக்கிறது? பண்பற்றவனே! உனக்கு என்ன வீரம் இருக்கிறது? பாபியே! எனது கணவன் இல்லாத சமயத்தில் என்னைத் திருடி வந்திருக்கிறாய்! அந்த மஹாபுருஷனின் பார்வையில் நீ படவில்லை. அப்படிப்பட்ட நீ அந்த ராமனுக்கு பணியாளனாக இருக்கக்கூட தகுதியில்லாதவன். ராமன் எவராலும் வெல்ல முடியாதவர்; உண்மையையே பேசுபவர்; போரில் வீரத்திற்காக, எல்லோராலும் பாராட்டப்பட்டவர்."

இவ்வாறு கடுமையான வார்த்தைகளால் கூறப்பட்ட தசானனன், பிணச்சுடலை மீது எரியும் தீயைப்போல, கோபக் கனலினால், கொழுந்துவிட்டு எரியும் சுடரொளியானான். அவன் கண்களை உருட்டி உருட்டி ஸீதையை உறுத்துப் பார்த்தான். இடது கைவிரல்களை மடக்கி முஷ்டியைத் தூக்கிக் கொண்டு மைதிலியை கொன்றுவிட முனைந்தான். அப்பொழுது பெண்டிர்கள் கூக்குரலிட்டனர். துஷ்டன் ராவணனின் மனைவிமார்களில் சிறந்தவள் மந்தோதரி என்பவள். அவள் மகளிர்களின் மத்தியிலிருந்து ஓடிவந்து அவனைத் தடுத்தாள். (குறிப்பு : ஸர்க்கம் – 32ல் அவள் பெயர் "தான்யமாலினி" என்று குறிப்பிடப்பட்டிருக்கிறது. இந்த முரண்பாட்டிற்கு வியாக்யான கர்த்தாக்கள் ஒவ்வொரு மாதிரியான விளக்கம் கொடுத்திருக்கிறார்கள். சிலர் மந்தோதரியின் இன்னொரு பெயர் தான்யமாலினி என்றும்,சிலர் மந்தோதரி, தான்யமாலினி இருவருமே ராவணனைத் தடுத்தார்கள் என்று கொள்ள வேண்டும் என்றும் விளக்கம் கொடுத்திருக்கிறார்கள். "ரைட் ஆனரபிள்" – ஸ்ரீநிவாஸ சாஸ்திரியாரின் விளக்கம் வேறு மாதிரியானது. ஹனுமானுக்கு பல சமயங்களில் ஞாபக மறதி ஏற்படுவது உண்டு என்றும், இந்த முரண்பாடு அதற்கு ஒரு உதாரணம் என்றும் கூறியிருக்கிறார்.)

காதல் வயப்பட்டிருந்த அவனிடம் அவள் இனிமையாக, "மஹேந்திரனுக்கு இணையான பராக்ரமம் கொண்டவரே! ஸீதையினால் உமக்கு ஆகவேண்டியது

என்ன? பிரபுவே! தேவர்கள், கந்தர்வர்கள், யக்ஷர்கள் ஆகிய பெண்கள் பலர் இங்கே இருக்கிறோம். இந்த பெண்களுடன் நீங்கள் சுகித்திருக்கலாமே! இந்த ஸீதையை வைத்துக்கொண்டு என்ன செய்யப் போகிறீர்கள்?'' என்று கூறினாள்.

மஹாபலிஷ்டனான, அந்த அரக்கனை, எல்லா மங்கையர்களும் ஒன்றுகூடி உடனே சமாதானப்படுத்தி தங்கள் இல்லத்திற்கு அழைத்துச் சென்றார்கள். பத்துத்தலை ராவணன் சென்றபிறகு, அந்த குரூபிகள், அரக்கியர்கள் எல்லோரும் ஸீதையைக் கடுமையான, குரூரமான வார்த்தைகளால் தூற்றினார்கள்.

ஜானகி அவர்கள் கூறிய அனைத்துச் சொற்களையும் புல்லுக்குச் சமானமாக கருதி அசட்டை செய்து இருந்தாள். அவர்கள் அவளை உருட்டி, மிரட்டிக் கூறிய அனைத்துச் சொற்களும் ஸீதையிடம் பயனற்றுப்போயின. மாமிசத்தையே உண்ணும் அந்த அரக்கியர்கள், தங்கள் கர்ஜனைக் கூச்சல்கள், செயல்கள் யாவும் வீணாகிப் போனதைக் கண்டு, ராவணனிடம் சென்று ஸீதையின் மகத்தான மன உறுதியைக் கூறினார்கள். நம்பிக்கையிழந்து, சோர்ந்துபோன அவர்கள் அனைவரும் ஸீதையைச் சூழ்ந்து கொண்டு, நித்திரையில் ஆழ்ந்து போனார்கள். அவர்கள் தூங்கியிருந்தபோது, கணவன் நலத்தையே நாடியிருந்த ஸீதை பரிதாபமாய் அழுது புலம்பியிருந்தாள். துக்கம் தாளமுடியாமல் சோர்ந்துபோய் துயரப்பட்டிருந்தாள்.

அரக்கியர்களின் மத்தியில், திரிஜடா என்பவள் எழுந்து, ''துஷ்டைகளே! உங்களுக்குப் பசித்தால் நீங்கள் உங்களையே சாப்பிட்டுக் கொள்ளுங்கள்! ஸீதை அழிந்து போகமாட்டாள். இவள் ஜனக மஹாராஜாவின் புதல்வி. பதிவ்ரதை, தசரத மஹாராஜாவின் நாட்டுப்பெண். நான் இப்பொழுது ஒரு கனவு கண்டேன். அது பயங்கரமாக இருந்தது. மயிர்க்கூச்சலை உண்டு பண்ணக்கூடியது. அரக்கர்கள் அழிந்து போவதையும் இவளுடைய கணவன் வெற்றி பெறுவதையும் நான் கனாவில் கண்டேன். ராமனிடமிருந்து அரக்கியர்களின் கும்பலை காப்பாற்ற இவள் நமக்கு தேவை. நாம் ஸீதையை உயிர்பிச்சை அளிக்க வேண்டுவோம். இதுதான் உசிதம் என்று எனக்குத் தோன்றுகிறது. இவள் எல்லா துயரங்களினின்றும் நீங்கிப் போய்விட்டாள். மேன்மையான சுகத்தை இவள் அடையப் போகிறாள். ஜனகராஜாவின் புதல்வி, ஸீதை, தன்னை வணங்கியவர்களிடம் கருணையுள்ளம் கொண்டவள்'' என்று சொன்னதைக் கேட்டு குழந்தை உள்ளம் கொண்டவளும், கணவனின் வெற்றியைக் கேட்டு மகிழ்பவளுமான ஸீதை அப்பொழுது அவர்களைப் பார்த்துக் கூறினாள்: ''இந்த கனவு உண்மையானால் நான் உங்களுக்கு தஞ்சம் அளிக்கிறேன்.''

ஸீதையின் அப்படிப்பட்ட கொடுமையான நிலைமையைப் பார்த்து நான் துயரத்தால் ஆட்கொள்ளப்பட்டேன். சிந்தனையில் ஆழ்ந்து போனேன். என் மனதில் அமைதி இல்லை. அப்பொழுது நான் ஸீதையுடன் எப்படி பேச வேண்டும் என்ற உபாயத்தைப்பற்றி தீர்மானம் செய்து கொண்டேன். இக்ஷ்வாகு வம்சத்தரசர்களை முன் வைத்து நான் ராமனின் விருத்தாந்தத்தைக் கூறினேன். ராஜரிஷிகளின் இனத்தை பாராட்டிக் கூறிய என் வார்த்தைகளைக் கேட்டு, பிராட்டி ஆனந்தக் கண்ணீரால் கண்கள் மறைக்கப்பட்டு என்னை நோக்கி, "நீ யார்? யாரால் அனுப்பப்பட்டிருக்கிறாய்? வானரசிரேஷ்டனே! நீ இங்கு எப்படி வந்தாய்? உனக்கு ராமனிடம் என்ன அன்பு? அவரிடம் உனக்கு எப்படி தொடர்பு ஏற்பட்டது? இவைகளைக்கூறு" என்றாள்.

அவளுடைய அந்த கேள்வியைக் கேட்டு நான் பதில் கூறினேன். "தேவியே! தங்கள் கணவன் ராமனுக்கு உற்ற நண்பன் ஸுக்ரீவன் எனப்படுபவர். அவர் வானரர்களின் அரசன். மஹாபலசாலி. பயங்கரமான வீரம் படைத்தவர். பராக்ரமசாலி. இங்கு வந்திருக்கும் என்னை ஹனுமான் என்று தெரிந்து கொள்ளுங்கள். நான் அந்த ஸுக்ரீவனின் சேவகன். யாவர்க்கும் நலன்பயக்கும் காரியங்களைச் செய்யும் ராமன், தங்கள் கணவர், என்னை உம்பொருட்டு அனுப்பியிருக்கிறார். கீர்த்திபெற்றவளே! திருநிறைச்செல்வன், மானுட மாவீரன், தசரதகுமாரன், ராமன் அவராகவே, உம்மிடம் அடையாளமாய்க் காண்பிப்பதற்காக இந்த கணையாழியை என்னிடம் கொடுத்தனுப்பினார். ஆகையால் தாங்கள் எனக்கு என்ன கட்டளையிடுகிறீர்கள்! தேவியே! இப்பொழுது, நான் என்ன செய்யவேண்டும்? நான் இப்பொழுதே தங்களை ராம-லக்ஷ்மணர்களின் பக்கத்திற்கு அழைத்துச் செல்கிறேன். நீங்கள் என்ன சொல்கிறீர்கள்?" என்று கேட்டவுடன், ஜனககுமாரி என்னிடம், "ராவணனைக் கொன்று ராகவன் என்னை அழைத்துச் செல்லட்டும்" என்றாள்.

பிறகு, குற்றம் ஏதும் இல்லாத, கௌரவம் படைத்த தேவியை நான் தலைவணங்கி, ராமனுக்கு மனமகிழ்ச்சியைக் கொடுக்கக் கூடிய அடையாளப் பொருளை வேண்டினேன்.

அப்பொழுது ஸீதை, "மிகச்சிறந்த இந்த சூடாமணியை வாங்கிக்கொள். இதைப் பார்த்து தடம் தோள் வீரன், ராமன் உன்னை மிகவும் பாராட்டுவார்" என்று கூறிய அந்த உத்தமி அற்புதமான சூடாமணியை என்னிடம் கொடுத்தாள். மிக்க வருத்தத்துடன் என்னுடன் பேசி, நான் திரும்பிச்செல்ல அனுமதி கொடுத்தாள். பிறகு, மனச்சாந்தியுடன் இருந்த நான், அந்த ராஜகுமாரியை வணங்கி, வலம் வந்து, இங்கு திரும்பி வருவதற்கு ஆவல் கொண்ட மனத்துடன் இருந்தேன். அவள் மனதில் மறுபடியும் ஏதோ நினைத்துக் கொண்டு, என்னிடம் மறுபடியும், "ஹனுமானே! ராமனிடம் என்னைப் பற்றிய

எல்லா விவரங்களையும் கூறு. அவற்றைக் கேட்டவுடனேயே அந்த வீரர்கள் இருவரும், ஸுக்ரீவன் துணையுடன் இங்கு வரவேண்டும். அதற்கு வேண்டியதை நீ செய்ய வேண்டும். எனக்கு இன்னும் இரண்டு மாதங்கள் தான் உயிர்க்கெடு இருக்கிறது. ஆகையால், அவர்கள் இங்கு உடனே வராது போனால், என்னை ராமன் பார்க்க மாட்டார். நான் நாதியின்றி மரித்துப் போயிருப்பேன்" என்ற பரிதாபமான வார்த்தைகளைக் கேட்டு எனக்கு கோபம் வளர்ந்து விட்டது. பிறகு மேற்கொண்டு நான் செய்ய வேண்டிய மிச்சசொச்ச காரியங்களை தீர்மானித்துக் கொண்டேன். எனது உடல் மலையைப்போன்று மிகப்பெரிதாக வளர்ந்தது. போர் செய்ய வேண்டும் என்று விரும்பி நான் அந்த உத்யானவனத்தை அழிக்க முற்பட்டேன்.

அந்த நந்தவனப்பிரதேசம் சின்னாபின்னமாக்கப்பட்டது. மிருகங்கள், பட்சிகள் பீதியடைந்து ஓடத் துவங்கின. விகாரமான முகங்களைக் கொண்ட அரக்கியர்கள், தூக்கத்திலிருந்து விழித்துக்கொண்டு என்னைக் கண்டவுடன் பீதியடைந்து எல்லோரும் ஒன்றுகூடி, ராவணனிடம் சென்று, "அரசனே! மஹாபலம் கொண்டவரே! யாராலும் உள்ளே நுழையமுடியாத, உமது இந்த உத்யானவனத்தை, துஷ்டத்தனம் கொண்ட ஒரு குரங்கு சீரழித்துவிட்டது. அதற்கு உமது பராக்ரமம் என்ன என்பது தெரியாது. மன்னாதிமன்னா! உமக்கு வெறுப்பு தரும் காரியத்தைச் செய்த, அந்த புத்திகெட்ட குரங்கிற்கு உடனேயே மரண தண்டனையை கட்டளையிடுங்கள். அப்பொழுதுதான் அது உயிர்நீங்கி இல்லாமல் போகும்" என்றனர்.

அதைக்கேட்ட அரக்கர்வேந்தன் ராவணன், கிங்கரர்கள் என்று பெயர் கொண்ட எளிதில் வெல்ல முடியாத அரக்கர்களை, தன் மனத்திற்கு இசைந்தவர்களை ஏவினான். அவர்கள் மொத்தம் எண்பதினாயிரம் பேர்கள். சூலம், முத்கரம் முதலான ஆயுதங்களை கையில் ஏந்திக்கொண்டு வந்தார்கள். அவர்களை ஒரு இரும்புத்தடியினால் அடித்து நொறுக்கி கொன்றேன். அவர்களில் உயிர்பிழைத்து மிஞ்சின சில வீரர்கள் வெகு வேகமாக ஓடி, ராவணனிடம் சென்று அந்த பெரிய சைனியம் அழிக்கப்பட்டு விட்டது என்று கூறினார்கள். இதனிடையில், நான் அங்கே இருந்த தேவாலய கோபுரத்தின் மீது ஏறினேன். அங்கே இருந்த நூற்றுக்கணக்கான அரக்கர்களை தூண் கம்பத்தினால் அடித்துக்கொன்றேன். லங்கா பட்டணத்திற்கு ஒரு நெற்றித் திலகம் போல் திகழ்ந்த அந்த தேவாலயத்தை நான் அழித்து விட்டேன்.

பிறகு, ராவணன் ஜம்புமாலி என்ற வீரனை கட்டளையிட்டு அனுப்பினான். மந்திரி பிரஹஸ்தனின் மகனான அவன் பயங்கரமான, கோரமான உருவங்களைக் கொண்ட அரக்கர்கள் அநேகம் பேர்களுடன் வந்தான். பலம் கொண்டவனும், போரில் மிகத் திறமைசாலியான, அவனையும், அவனுடன்

வந்தவர்களையும், மிகக்கோரமான இரும்புத்தடியைக்கொண்டு கொன்றேன். அதைக்கேட்ட ராக்ஷஸராஜன், ராவணன் மந்திரி குமாரர்களை அனுப்பினான். மஹாபலம் கொண்ட அவர்கள் காலாட்படை வீரர்களுடன் வந்தார்கள். அந்த இரும்புத்தடியைக் கொண்டே நான் அத்தனை பேர்களையும் யமலோகத்திற்கு அனுப்பினேன். மிகுந்த பராக்ரமம் கொண்ட மந்திரிகுமாரர்கள் அனைவரும் போரில் மாண்டு போனார்கள் என்று கேட்ட ராவணன் படைத் தளபதி வீரர்கள் ஐவரை அனுப்பினான். அவர்கள் அனைவரையும், அவர்கள் கொண்டு வந்த படையையும் சேர்த்து கொன்று போட்டேன்.

பிறகு ராவணன் தனது மகன், அக்ஷகுமாரன் என்பவனை அனுப்பினான். மஹாபலவானான அவன் அநேகம் படை வீரர்களுடன் வந்தான். மந்தோதரியின் திருமகனும் போர்க்கலையில் தேர்ச்சி பெற்றவனுமான அவன் வெகுவேகமாக ஆகாயத்திற்கு எழுந்தான். கேடயம், கத்தி ஆகியவற்றோடு இருந்த அவனை, இரண்டு கால்களையும் பிடித்து, நூற்றுக்கணக்கான தடவைகள் சுழற்றி, சுழற்றி, துண்டு, துண்டுகளாக சிதறிப்போகும்படி செய்து கொன்றேன். இவ்வாறு, என்னிடம் வந்த அக்ஷகுமாரன் மடிந்து போனதைக் கேட்ட, தசானனன், தனது இரண்டாவது மகனான இந்திரஜித்தை மிகுந்த கோபத்துடன், அனுப்பினான். அவன் மஹாபலிஷ்டன். போரில் கட்டுக்கடங்கா தவன். அப்பொழுது நான் அவனுடைய சைனியம் அனைத்தையும், அரக்கர் சிரேஷ்டனான அவனையும் போரில் வலு இழக்கச்செய்து பெரும் மகிழ்ச்சியை அடைந்தேன். அவன் நீண்டபுஜங்களைக் கொண்டவன். மகாபலசாலி. அவனிடம் ராவணனுக்கு அசாத்திய நம்பிக்கை. வீரத்தின் இறுமாப்பு கொண்ட வீரர்களை ராவணனே தேர்ந்து எடுத்து அவனுடன் அனுப்பியிருந்தான். நான் அவனுடைய சைனியத்தை அழித்ததையும், என்னை யுத்தத்தில் தாங்கிக் கொள்ள முடியாது என்பதையும் அறிந்து, அவன் மிக்க வேகத்துடன், ப்ரஹ்மாஸ்த்ரத்தை என் மீது பிரயோகம் செய்து, அதனால் என்னைக் கட்டிப் போட்டு விட்டான்.

பிறகு, அங்கே இருந்த ராக்ஷஸர்கள் என்னை கயிறுகளையும் கொண்டு கட்டிப்போட்டு ராவணனுடைய முன்னிலைக்கு இழுத்துச் சென்றார்கள். நான் அப்பொழுது (நேரில்) அந்த துராத்மா ராவணனைப் பார்த்தேன். அவனுடன் பேசவும் செய்தேன். லங்கைக்கு வந்த காரணத்தையும், அரக்கர்களைக் கொன்ற காரணத்தையும் அவர்கள் என்னிடம் கேட்டார்கள். அப்பொழுது நான் அவைகள் அனைத்தும் ஸீதையின் பொருட்டே என்று சொல்லி வைத்தேன். பிறகு நான் ராவணனிடம், “பிரபுவே! நான் அந்த ஸீதையைக் காண்பதற்காக உமது இல்லத்திற்கு வந்தேன். நான் வாயுதேவனின் சொந்த பிள்ளை. நான் வானர இனத்தைச் சேர்ந்தவன். ஹனுமான் என்பதாக எனது பெயர். ஸுக்ரீவனின் மந்திரி. ராமனின் தூதுவன் என்று அறிந்து கொள்ளுங்கள்.

அவருடைய தூது செய்தியைச் சொல்ல உம்முடைய இந்த இடத்திற்கு வந்திருக்கிறேன். பெரும் பராக்ரமசாலி ஸுக்ரீவனும் உம்மை குசலபிரச்னம் செய்யச்சொன்னார். மேலும், அவர் தர்மம், அர்த்தம், காமம் ஆகிய புருஷார்த்தங்களோடு கூடியதும், நலன்களை அளிக்கக் கூடியதும், நெறிகளைக் கொண்டதுமான தமது செய்தியைக் கூறச் சொன்னார். அவர் சொல்லியனுப்பிய செய்தியாவது:

“மரங்கள் ஏராளமாக அடர்ந்திருக்கும் ரிஷ்யமூகபர்வதத்தில் நான் வாசம் செய்து கொண்டிருக்கும்போது, சிறந்த போர்வீரரான ராகவன் என்னுடைய நண்பர் ஆனார். அப்பொழுது அவர் என்னிடம், “என்னுடைய மனைவியை ஒரு ராக்ஷஸன் அபகரித்துச் சென்று விட்டான். அதற்கு நீ உன்னுடைய உதவியை, முழுமனத்துடன் அளிக்க வேண்டும்” என்றார்.

அப்பொழுது நான் அவரிடம், வாலியைக் கொல்ல வேண்டும். “அதன் பொருட்டு நீங்கள் எனக்கு உதவியாக ஒரு உடன்படிக்கை செய்து கொள்ள வேண்டும்” என்றும் நான் அவரிடம் கூறினேன். பிறகு என்ன நடந்தது என்பதை நான் உமக்கு இப்பொழுது கூறுகிறேன். வாலியினால் அரசாட்சி பிடுங்கப்பட்ட ஸுக்ரீவனுடன், எனது பிரபு, ராகவன், லக்ஷ்மணனுடன் சேர்ந்து, ஸுக்ரீவனுடன் அக்னிஸாக்ஷியாக நட்பு–ஒப்பந்தத்தைச் செய்து கொண்டார். பிறகு, ராமன் போரில் ஒரே ஒரு பாணத்தால் வாலியைக் கொன்று, ஸுக்ரீவனை, தாவிச்செல்லும் வானரர்களின் தலைவனாக, மாமன்னனாக ஆக்கினார். இப்பொழுது, மறுபடியும் ஸுக்ரீவனின் தூதுமொழியைத் தொடர்கிறேன். ஆகையால், அந்த ராமனுக்கு நாங்கள் எங்களுடைய முழுமையான உதவியை எல்லாவிதத்திலும் செய்யக் கடமைப்பட்டிருக்கிறோம். அதனால்தான் அவரால் முறைப்படி உமது முன்னிலைக்கு அனுப்பபட்டிருக்கிறேன். வானரவீர்கள் உன்னுடைய சைனியத்தை அழிப்பதற்கு தயாராக இருக்கிறார்கள். அதைத் தடுக்க வேண்டுமானால் சீக்கிரமே, ஸீதையை அழைத்துவா, அவளை ராமனிடம் ஒப்படைத்துவிடு. தொன்மை காலத்திலிருந்தே வானரர்களின் பிரபாவங்களைப் பற்றி அறியாதவர் எவரும் இருக்க முடியாது. யுத்தங்களில் உதவி புரிய அழைக்கப்பட்டு அவர்கள் தேவர்களுடைய இருப்பிடங்களுக்கே சென்றிருக்கிறார்கள். இவ்வாறு வானரமன்னன் ஸுக்ரீவன் உம்மிடம் சொல்லச் சொல்லி என்னிடம் கூறினார்.” இவ்வாறு நான் ராவணனிடம் கூறியதும், அவன் கனல்தெறிக்கும் கோபக்கண்களால் என்னை சுட்டெரித்துவிடுவது போல பார்த்தான்.

கொடூரமான செயல்களைச் செய்யும் அரக்கன், நான் கொல்லப் படவேண்டும் என்று கட்டளையிட்டான். துராத்மா ராவணனுக்கு என்னுடைய பிரபாவம் தெரிந்திருக்கவில்லை. அப்பொழுது அவனுடைய ஸஹோதரன்,

விபீஷணன் என்று பெயர், பெரும் புத்திமான், என் பொருட்டு ராக்ஷஸராஜனிடம் வேண்டிக்கொண்டான்.

"அரக்கர் வீரனே! இது நியாயமில்லை! இந்த எண்ணத்தைக் கைவிட்டு விடுங்கள். ராஜநீதிக்குப் புறம்பான வழியில் நீங்கள் செல்கிறீர்களே! தூதனுக்கு மரணதண்டனை விதிப்பது என்பது அரசியல் சாத்திரங்களில் காணப்பட வில்லையே! நலம்தரும் விஷயங்களைக் கூறும் தூதன் உண்மையை உள்ளது உள்ளபடி தெரிவிக்க வேண்டுமல்லவா? அளப்பரிய பராக்ரமம் கொண்டவரே! மிகப்பெரும் குற்றம் செய்திருந்தாலும் கூட தூதனுக்கு மரணதண்டனை சாத்திரங்களில் விதிக்கப்படவில்லை. அதற்குப் பதிலாக அங்கங்களை விகாரப்படுத்துதல் காணப்படுகிறது."

விபீஷணன் இவ்வாறு கூறியதும் ராவணன், "இவனுடைய வாலை தீயிட்டு எரித்து விடுங்கள்" என்று அந்த ராக்ஷஸர்களைப் பார்த்து கட்டளையிட்டான்.

அந்த வார்த்தைகளைக் கேட்டவுடன் தயாராக இருந்த அந்த கொடூரமான அரக்க வீரர்கள் எனது வாலைச் சுற்றிலும் சணல் கயிறுகளாலும் கந்தல் பருத்தித்துணிகளாலும் கட்டி எனது வாலைத் தீயிட்டார்கள். மேலும் விறகுக் கட்டைகள், கைமுட்டிகள் ஆகியவற்றால் என்னை அடித்துத் துன்புறுத்தி னார்கள். பல கயிறுகளால் கட்டப்பட்டிருந்தும், அரக்கர்களால் அடக்கி வைக்கப்பட்டிருந்தும், எனக்கு எந்த வலியும் தெரியவில்லை. ஏனெனில் நான் நகரத்தை பகலில் நன்றாக பார்க்க வேண்டும் என்ற ஆர்வத்தில் இருந்தேன். கட்டப்பட்டும், தீயிடப்பட்டும் இருந்த என்னை அந்த அரக்கர்கள் ராஜபாட்டை வழியாக நகரத்தின் வாயில் புறத்திற்கு இழுத்து வந்து கோஷமிட்டார்கள். அப்பொழுது நான் எனது உருவத்தை மிகப்பெரியதாக்கிக் கொண்டேன். மறுபடியும் சிறிதாக்கி நான் கட்டிலிருந்து என்னை விடுத்துக் கொண்டேன். பிறகு மறுபடியும் எனது இயல்புநிலைக்கு வந்தேன். ஒரு இரும்புத்தடியை கையில் எடுத்துக்கொண்டு அந்த அரக்கர்களை அடித்துக் கொன்றேன். பிறகு, வெகு வேகமாக அந்த நகரத்தின் நுழைவாயில் கோபுரத்திற்கு தாவிச்சென்றேன். நன்றாக கொழுந்து விட்டு எரிந்த எனது வாலைக் கொண்டு, கூடகோபுரங்கள் – மாட, மாளிகைகள் ஆகிய அனைத்துடன் கூடிய அந்த நகரை தீயிட்டுக் கொளுத்தினேன். அப்பொழுது எனக்கு எந்த பயமும் இல்லை. பிரஜைகள் அனைவரையும் ஊழிக்காலத் தீயைப்போன்று தீயிட்டுக் கொளுத்தினேன். அப்பொழுது திடீரென்று என் மனதில் ஒரு கவலை ஏற்பட்டது. எரிந்து போகாத எந்த ஒரு சிறிய பிரதேசமும் லங்கையில் எங்கும் தென்படவில்லையே! நகரம் அனைத்தும் சாம்பலாகிப் போயிற்றே!

லங்காபுரியை தீயிட்டு எரித்த நான் ஸீதையையும் கொளுத்தி விட்டேனே! இதில் சந்தேகமில்லை! ராமனுடைய மிகப்பெரிய ஒரு காரியம் என்னால்

வீணடிக்கப்பட்டு விட்டதே!" இவ்வாறெல்லாம் எண்ணி, கவலை அடைந்து, துயரில் ஆழ்ந்துபோனேன். அப்பொழுது சாரணர்கள் தங்களுக்குள் பேசிச் சென்றார்கள். "ஸீதை மாத்திரம் நெருப்பில் எரிந்து போகவில்லை, என்ன ஆச்சரியம்!" இவ்வாறு, தங்கள் வியப்பை வெளிப்படுத்தும், மங்களகரமான அவர்களது சொற்களை நான் கேட்டேன். அந்த அற்புதமான செய்தியைக் கேட்ட எனக்கு ஒன்று ஞாபகம் வந்தது. ஸீதை நிச்சயம் எரிந்து போயிருக்க மாட்டாள் என்பதற்கு பல சுபசகுனங்கள் எனக்குத் தென்பட்டிருந்தன. எனது வால் நெருப்புடன் இருந்த போது, என்னை அந்த நெருப்பு சுடவில்லை. எனது உள்மனமும் பிரசன்னமாக இருந்தது. காற்று நறுமணத்துடன் வீசியது. இந்த சுபஸூசகங்களினாலும், வேறு பல பிரத்யக்ஷமான காட்சிகளாலும், ஆழ்ந்து சிந்திக்கப்பட்ட பல காரணங்களினாலும், முனிவர்களின் அருள் வாக்குகளினாலும், இன்னும் பல நிரூபணமுள்ள பிரமாணங்களினாலும், என் மனது மகிழ்ச்சியாக இருந்தது. பிறகு நான் மறுபடியும் ஸீதையைப் பார்த்துவிட்டு அவளால் மறுபடியும் விடையளிக்கப்பட்டு, அதன்பிறகு அரிஷ்டபர்வதத்தை அடைந்து, உங்கள் எல்லோரையும் பார்க்க விழைந்து, மறுபடியும் திரும்பப் பிரயாணத்தை மேற்கொண்டேன். பிறகு, வாயுதேவன், சந்திரன், சூரியன் மற்றும் சித்தர்கள், கந்தர்வர்கள் ஆகியோர்கள் உலாவும் ஆகாசவீதியை அடைந்து, உங்கள் யாவரையும் இங்கு வந்து மறுபடியும் பார்க்கிறேன்.

ராமனுடைய பிரபாவத்தினாலும், உங்களுடைய ஒளிமயமான வாழ்த்துக்களாலும், ஸுக்ரீவன் பொருட்டு மேற்கொண்ட காரியம் என்ற காரணத்தினாலும், இவைகள் யாவையும் நான் செய்தேன். இவையாவும் நான் எப்படி அங்கு செயல்படுத்தினேனோ, அவற்றை உள்ளது உள்ளபடி கூறினேன். நான் செய்யாமல் விடப்பட்டிருந்த காரியம் ஏதாவது இருந்தால், அதை யாவற்றையும் நீங்கள் செய்து முடியுங்கள்."

58-ஆவது ஸர்க்கம் முடிவுற்றது.

59-ஆவது ஸர்க்கம்

மேற்கொண்டு செய்ய வேண்டியதை யோசித்தல்

இவை யாவற்றையும் கூறிய வாயுமைந்தன், ஹனுமான், மேலும் சில வார்த்தைகளைச் சொல்ல ஆரம்பித்தார்.

“ஸீதையின் பாதிவ்ரத்ய பலத்தை ஆச்ரயித்துத்தான் ராமனுடைய முயற்சி வெற்றியடைந்தது. ஸுக்ரீவனுடைய துடிப்பான ஆர்வமும் பயன்பெற்றது. என் மனம் அதனால் அவளிடம் பக்தி கொண்டிருக்கிறது. ராக்ஷஸராஜன் ராவணன் எல்லா விதத்திலும் மேலான வளர்ச்சி பெற்றிருக்கிறான். அவனுடைய தபோ பலத்தினால் அகில உலகங்களையும் அவன் தாங்கவும், தாங்குவான், கோபம் வந்தால் எரித்து விடவும் செய்வான். அவன் தபோ பலத்தின் காரணமாகத்தான் ஸீதையின் உடலைத் தீண்டியும் அவன் அழிந்துபோகவில்லை. ஆனாலும், ஸீதையின் கற்பின் சக்தி சாமானியமானதல்ல. ஸீதைக்கு கோபம் ஏற்பட்டு அதனால் அவள் உள்ளம் கலங்கினால், எதையும் பொசுக்கிவிடக் கூடிய சக்தி கொண்டவள். அந்த அளவுக்கு கையால் தீண்டப்பட்ட கொழுந்துவிட்டு எரியும் நெருப்பு கூட அழிவு செய்ய முடியாது.”

இவ்வாறு ஆஞ்ஜனேயன் ஜாம்பவான் முதலான பெரும் வானரர்களிடம் விஷயங்களைத் தெரிவித்தார். மேலும் ஹனுமன் தொடர்ந்து, “இவ்வாறெல்லாம் காரியங்கள் நடந்திருக்கின்றன. யாவற்றையும் நான் உங்களுக்குத் தெரிவித்து விட்டேன். ஆனாலும் ஸீதையையும் அழைத்துக் கொண்டு போய் அந்த ராஜகுமாரர்கள், ராம லக்ஷ்மணர்களைப் பார்ப்பது தான் உசிதம் என்று எண்ணுகிறேன். இது சாத்தியமா என்று நீங்கள் சந்தேகிக்க வேண்டாம். மஹாபலம் பொருந்திய ராவணனையும், ராக்ஷஸர்களின் இனத்தையும் லங்காபுரியையும் சேர்த்து நொடியில் அழித்துவிட நான் ஒருவனே போதும். அப்படியிருக்க, நீங்களும் எனக்குத் துணை நின்றால் சொல்லவும் வேண்டுமோ? அனைவரும் சூரர்கள், பலசாலிகள், மிக்க தேர்ச்சி பெற்றவர்கள், அஸ்த்ர சாஸ்த்ரங்களில் வல்லவர்கள், பாய்ந்து செல்லக் கூடியவர்கள், வீரர்கள், வெற்றியைக் குறிக்கோளாகக் கொண்டவர்கள். யுத்தம் என்று வந்தால் ராவணன் என்ன, அவனுடைய சைனியம், அவனுக்கு துணை நின்றவர்கள் அவனுடைய புதல்வர்கள், ஸஹோதரர்கள் அனைவரையும் சேர்த்து போரில்

கொன்று விடுவேன். ப்ரஹ்மாஸ்திரம் என்ன, ரௌத்ராஸ்திரம் என்ன, வாயுவாஸ்திரம் என்ன, வருணாஸ்திரம் என்ன, இன்னும் கண்ணுக்கே புலப்படாத எந்த அஸ்திரமானாலும், அந்த அஸ்த்ர, சஸ்த்ரங்கள் யாவற்றையும் நான் அழித்து விடுவேன். அரக்கர்களையும் கொன்று போடுவேன். உங்கள் வாழ்த்துக்களைப் பெற்ற என்னுடைய பராக்ரமம் அவனைத் தடுத்து நிறுத்தி வென்று விடும். நான் மலைகளைப் பெயர்த்து அவற்றை இணையில்லாத வகையில் மழையாக, இடைவெளியே இல்லாமல் எறிவேன். அந்த மலைமாரி, தேவர்களையும் போரில் அழித்து விடும். போயும், போயும் இந்த அரக்கர்கள் எம்மாத்திரம்!

அடுத்தபடியாக, நம் ஜாம்பவான் இருக்கிறாரே! கடல் அலைகள் பொங்கி கரையைத் தாண்டி கடந்து விடும். மந்தர பர்வதம் கூட ஆட்டம் கொண்டு விடலாம். ஆனால் ஜாம்பவானை எதிரி சைனியத்தால் அசைக்கக்கூட முடியாது. அங்கதனை எடுத்துக் கொள்வோம். கூட்டம் கூட்டமாக வரும் அத்தனை ராக்ஷஸர்களையும், ஏன், அவர்கள் "பாட்டன் – பூட்டன்" போன்ற பெரும் வீரர்களையும் அழிக்க வாலி மைந்தன், வானர வீரன் நமது ராஜகுமாரன் அங்கதன் ஒருவன் போதுமே! பனஸன், பெருமை படைத்த நீலன் ஆகியோரின் தொடை வேகத்திற்கு ஈடுகொடுக்க முடியாமல் மந்தர பர்வதமே சுக்கலாகச் சிதறிப் போகுமே! இந்த அரக்கர்கள் எம்மாத்திரம்? இரட்டையர்களான மைந்தன், த்விவிதன் ஆகியோர்களுடைய மகத்துவங்கள் பல, பலவாக உள்ளன. தேவர்கள், அஸுரர்கள், யக்ஷர்கள், நாகர்கள், பட்சிகள் – இவர்களில் எவனாவது ஒருவன் மைந்தனோடோ அல்லது த்விதனோடோ எதிரில் நின்று போரிடமுடியுமா? சொல்லுங்கள், பார்க்கலாம்! இவர்கள் இருவரும் அச்வினீ குமாரர்களின் மைந்தர்கள். பெரும் பாக்கியம் பெற்றவர்கள். தாவிப் பாய்ந்து செல்லும் இனத்தோர்களில் தலை சிறந்தவர்கள். இவர்களுடன் போர்முனையில் எதிரில் நின்று சண்டையிடக் கூடியவர்கள் என்று நான் ஒருவனையும் காணவில்லை.

பிரம்ம தேவனிடமிருந்து வரன்களைப் பெற்றிருக்கும் செருக்கினால் மிகவும் இறுமாப்பு கொண்டவர்கள். இவ்விருவரும் அமிர்தத்தை பருகியவர்கள். அனைத்து வானரர்களிலும் தலைசிறந்தவர்கள். அச்வினீ தேவர்களுக்கு கௌரவம் அளிப்பதற்காகவே, அகில புவனங்களுக்கும் பிதாமகரான ப்ரம்மதேவன், எவராலும் கொல்லப்பட்ட முடியாத, நிகரற்ற ஒரு வரத்தை முன்பு இவர்களுக்கு அளித்துள்ளார். ப்ரம்மதேவன் கொடுத்திருந்த சாகா வரத்தின் காரணமாக இறுமாப்பு கொண்ட இந்த இரு வானர வீரர்களும் ஒரு சமயத்தில், இவர்களை எதிர்த்து வந்த மிகப்பெரிய சைனியத்தையே கலக்கிவிட்டு, தேவர்களுக்குச் சொந்தமான அமிர்தத்தைப் பருகியிருக்கிறார்கள். இவர்களுக்கு கோபம் மிகுந்துவிட்டால், குதிரை, தேர், யானை – ஆகிய

மேற்கொண்டு செய்ய வேண்டியதை யோசித்தல்

படைகளோடு கூடிய லங்கா நகரத்தையே அழித்துவிடக் கூடியவர்கள். மற்ற வானரர்கள் அனைவரும் அப்பால் நின்று வேடிக்கை பார்த்தாலே போதும். நான் ஒருவனாகவே லங்கையை அழித்து, மறுபடியும் தீக்கிரையாக்கி சாம்பலாகப் பொசுக்கி, ராஜவீதிகள் எங்கிலும், நம்முடைய பெயர்களை எல்லோரும் கேட்கும்படி பிரகடனப்படுத்தினேன். அப்பொழுது நான், "மஹா பலசாலி ராமனுக்கு வெற்றி. மஹாபலிஷ்டன் லக்ஷ்மணனுக்கு வெற்றி! ராமனால் ரக்ஷிக்கப்பட்ட ஸுக்ரீவ ராஜாவுக்கு வெற்றி! நான் கோஸல நாட்டு மன்னன் ராமனுடைய தொண்டன். வாயுகுமாரன். என் பெயர் ஹனுமான் என்று இவ்வாறெல்லாம் ஜயகோஷம் செய்து நம்முடைய பெயர்களை எல்லோரும் செவிமடுத்துக் கேட்கும்படி செய்தேன்.

துஷ்டாத்மா ராவணனுடைய அசோகவனத்தின் மத்தியில், சிம்சுபா வ்ருக்ஷத்தின் அடியில் பதிவிரதை, ஸீதை பரிதாபமாக இருந்து வருகிறாள். அவளைச் சுற்றி அரக்கியர்கள் சூழ்ந்திருக்கிறார்கள். துயரத்தின் வெம்மை தாங்க முடியாது இளைத்திருக்கிறாள். அவளைப் பார்க்கையில் சந்திரனின் கலை, மேகங்களால் சூழப்பட்டு, ஒளி குன்றியதைப்போல் இருக்கிறது. கற்புக்கரசியான அவள் ராவணனை துளியும் நினைத்துப் பார்ப்பதில்லை. அழகான அங்கலக்ஷணங்கள் கொண்ட அந்த ஜானகி சிறைப்பட்டுக் கிடக்கிறாள். அந்த வைதேஹி ராமனிடத்திலேயே தன் முழுமனத்தையும் அர்ப்பணித்து, அவரிடமே பிரியம் கொண்டிருக்கிறாள். அவள் மங்களகரமானவள். இந்திராணி எப்படி இந்திரனையே சிந்தித்து இருக்கிறாளோ, அவ்விதமே ஸீதையும் ராமனைத் தவிர வேறு எவரையும் சிந்திக்காதவள். அவள் ஒரே ஒரு ஆடையைத்தான் உடுத்தி இருக்கிறாள். புழுதி படிந்திருக்கிறாள். சோகத்தின் வெம்மையினால் அவள் அங்கங்கள் வாட்டப்பட்டிருக்கின்றன. கணவனின் நலனில் மாத்திரம் நாட்டம் கொண்டிருக் கிறாள். அவள் அந்த மகளிர் பூங்காவில், ராக்ஷஸிகளின் மத்தியில் அந்த குரூபமான அரக்கியர்களால் அடிக்கடி மிரட்டப்பட்டு இருப்பதை நான் பார்த்தேன். ஒற்றைப் பின்னலுடன் தான் இருக்கிறாள். சோர்ந்திருக்கிறாள். கணவனின் ஸ்மரணையிலேயே ஒன்றியிருக்கிறாள். கட்டாந் தரையில் சயனிக்கிறாள். மேனி நிறம் மாறியிருக்கிறாள். பனிக்காலம் வந்தவுடன் தாமரை சோபையிழந்திருப்பதுபோல் அவள் ஒளி குன்றியிருக்கிறாள்.

ராவணனைப் புறக்கணித்து இருப்பதில் கருத்துடன் இருக்கிறாள். சாகவும் துணிந்திருக்கிறாள். மான் கன்றைப் போன்ற மிரட்சி கொண்ட கண்களைக் கொண்ட அவளுக்கு எப்படியோ, ஒருவிதமாக சிரமப்பட்டு நம்பிக்கை ஊட்டிவிட்டு வந்திருக்கிறேன். அப்பொழுது நான் அவளிடம் பேசி எல்லா விஷயங்களையும் எடுத்துக் கூறினேன். ராமன் ஸுக்ரீவன் இருவரின் நட்பைக் கேட்டு சந்தோஷம் அடைந்தாள்.

அவள் கடினமான நியமங்களைக் கடைப்பிடித்து இருக்கிறாள். நல்லொழுக்கத்தையே சிறப்பாக பின்பற்றியிருக்கிறாள். கணவனிடத்தில் உன்னதமான பக்தி கொண்டிருக்கிறாள். வாஸ்தவத்தில் அந்த உத்தமி தானாகவே, தனது கற்புக்கனல் சக்தியால் குற்றம் புரிந்த பத்துத்தலை ராவணனை கொல்லாமல் விட்டிருக்கிறாள் என்றால் அவன் வதத்திற்கு மஹாத்மா ராமனே ஒரு நிமத்த காரணமாக இருக்க வேண்டும் என்று எண்ணியதால்தான். அவள் இயல்பாகவே மெல்லிய சரீரம் கொண்டவள். ராமனுடைய பிரிவாற்றாமையால் இன்னமும் இளைத்துப் போயிருக்கிறாள். பிரதமை திதியன்று வேதாத்யயனம் செய்பவனுக்கு, அவன் கற்ற வித்தை குறைந்து போய் விடுவதைப்போல, அவள் உடல் மெலிந்திருக்கிறாள். நன்னலன்கள் அனைத்தும் கொண்ட ஸீதை துயரமே கதி என்றிருக்கிறாள். இப்பொழுது இந்த விஷயத்தில், மேற்கொண்டு என்ன செய்ய வேண்டுமோ அவற்றை நாம் செய்து முடிப்போம்.”

59-ஆவது ஸர்க்கம் முடிவுற்றது.

60–ஆவது ஸர்க்கம்

அங்கத–ஜாம்பவான் ஸம்பாஷணை

ஆஞ்ஜனேயனின் வார்த்தைகளைக் கேட்ட வாலி மைந்தன் அங்கதன், "முதலில் நம்மிடையே இருக்கும் மைந்தன் – த்விவிதன் என்ற இரட்டையர்களின் பிரபாவத்தைப் பற்றிக் கூறுகிறேன். கேளுங்கள். இவர்கள் அச்வினீ குமாரர்களின் திருப்புதல்வர்கள். மிகுந்த வேகம் கொண்டவர்கள். மஹாபலசாலிகள். பாய்ந்து தாவும் சக்திகொண்டவர்கள். பிரம்மதேவனிட மிருந்து வரன்களைப் பெற்றிருக்கும் செருக்கினால் மிகவும் இறுமாப்பு கொண்டவர்கள். அச்வினீ குமாரர்களை கௌரவப்படுத்தும் எண்ணத்தில், புவனங்களனைத்திற்கும் முதன்மையான பாட்டனாரான பிரம்மதேவன், இவர்களுக்கு எந்த வகையிலும் மரணம் ஏற்படாது என்ற ஒப்பற்ற வரத்தை முன்பு அளித்திருக்கிறார். ஒரு சந்தர்ப்பத்தில் இவர்களை எதிர்த்துப் போராடின) மிகப்பெரிய சைனியத்தை, பிரம்மதேவனின் வரம் பெற்றிருந்த பெருமையின் காரணமாக இறுமாப்பு கொண்டு, கலங்க அடித்து, இந்த மஹாபலிஷ்ட வீரர்கள் இருவரும் தேவர்களுக்குச் சொந்தமான அமிர்தத்தை பருகினார்கள். எல்லா வானரர்களும் ஒரு பக்கம் இருக்கட்டும்! குதிரைப் படை, தேர்ப்படை, யானைப் படை ஆகிய அனைத்துப் படைகளையும் சேர்த்து லங்கா பட்டணத்தையே அழிப்பதற்கு, சினம் கொண்ட இந்த இருவர்களே போதும்! ஏன், அரக்கர்களின் இனத்தையே பூண்டோடு அழித்து, லங்காபுரியையும் அழித்து மஹாபலவான் ராவணனையும் நொடியில் கொன்று விடுவதற்கு, நான் ஒருவனே கூட போதும்! அப்படியிருக்க, நீங்களும் துணைக்கு வந்தால் சொல்லவும் வேண்டுமா? நீங்கள் தான் எப்பேர்ப்பட்டவர்கள்! அனைவரும் வீரர்கள், பலசாலிகள், தேர்ச்சி பெற்றவர்கள், அஸ்த்ர – சஸ்த்ரங்கள் அனைத்திலும் வல்லவர்கள். தாவிப்பாயும் இயல்பு கொண்டவர்கள். சக்தி பொருந்தியவர்கள். எல்லோரும் வெற்றியைக் குறிக்கோளாகக் கொண்டவர்கள். வாயுகுமாரன் ஹனுமான் தனது (ஒருவன்) பலத்தைக் கொண்டே, லங்காபட்டணத்தை எரித்து விட்டார் என்று நாம் கேட்டோ மல்லவா? ஸீதையைக் கண்டு விட்டு, அவளை அழைத்துப்போகாமல், வானரர்களாகிய நாம் மஹாபுருஷன் ராகவனுடைய சமீபத்திற்குச் செல்வது உசிதமில்லை. கீர்த்திமிக்க பராக்ரமம் கொண்ட நீங்கள் அனைவரும்

இருக்கும்போது, "ஸீதையைப் பார்த்தோம், ஆனால் அவளை அழைத்து வரவில்லை" என்று அங்குபோய் தெரிவிப்பது உசிதமில்லை என்று நான் எண்ணுகிறேன். வானரசிரேஷ்டர்களே! பாய்ந்து தாவிச்செல்வதிலோ, அல்லது பராக்ரமத்திலோ நமக்கு நிகராக இருப்பவன் தேவர்களின் மத்தியிலோ, அஸுரர்களின் மத்தியிலோ, ஏன், எந்த உலகத்திலேயுமே இல்லையல்லவா? ஹனுமான் ஏற்கனவே ராக்ஷஸ வீரர்களைக் கொன்றிருக்கிறார். நமக்கு வேறு என்ன பாக்கி இருக்கிறது? ஸீதையை அழைத்துச் செல்வது ஒன்றுதான் பாக்கி. ஆகையால் ஸீதையை அழைத்துச் சென்று ராமலக்ஷ்மணர்களின் மத்தியில் ஜனக குமாரியை ஒப்படைப்போம். இந்த காரியத்தைச் சாதிப்பதற்கு வானரர்கள், வானர சிரேஷ்டர்கள் – அத்தனை பேர்களையும் கஷ்டப்படுத்த வேண்டாம். நாம் சிலரே லங்கை சென்று ராக்ஷஸத் தலைவர்களை கொன்று, ஸீதையையும் அழைத்துப் போய் ராமன், லக்ஷ்மணன், ஸுக்ரீவன் ஆகியோர்களைப் பார்ப்பதற்கு தகுதியாவோம்." இவ்வாறு அங்கதனால் கூறப்பட்ட வார்த்தைகளைக் கேட்ட தலைசிறந்தவரான ஜாம்பவான் மிகவும் சந்தோஷமடைந்தார். பிறகு, விஷயங்களை நன்கு அறிந்த அவர், பொருள் பொதிந்த வார்த்தைகளைக் கூறினார். "சிறந்த புத்திமானே! மஹாவானரனே! நீ கூறிய கருத்து சரியானதன்று.

ஸீதையைத் தேடிக் கண்டுபிடிக்க மட்டும்தான், நாம் உத்தமமான தெற்கு திசைக்குச் செல்ல கட்டளையிடப் பட்டோம். ஸீதையை அழைத்து வரும்படி வானர ராஜன் ஸுக்ரீவனோ, புத்திமான் ராமனோ நமக்கு கட்டளையிடவில்லை. நாமே ஸீதையை அழைத்துச்சென்றாலும், அதனை ராஜசிரேஷ்டன் ராமன் விரும்பமாட்டார். ஏனெனில் அது அவருடைய வம்சத்தின் பெருமைக்கு இழுக்கு விளைவிக்கும். அரசன் ராமன் வானரத்தலைவன் எல்லோர் முன்னிலையிலும், தானே எதிரிகளை வென்று ஸீதையை மீட்பதாக பிரதிக்ஞை செய்து விட்டு, அதை எப்படி பொய்யாக்க விரும்புவார்? நாம் செய்த காரியம் அனைத்தும் வீணாகிப் போய்விடும். அவருக்கு அதனால் சந்தோஷம் ஏற்படப்போவதில்லை. வானரசிரேஷ்டர்களே! நாம் நமது வீரத்தைக் காட்டியது பயனற்றுப்போகும். ஆகையால் ராமன், லக்ஷ்மணன், மஹாதேஜஸ்வி ஸுக்ரீவன் ஆகியோர் இருக்குமிடத்திற்கு நாம் அனைவரும் சென்று, நடந்த காரிய விருத்தாந்தங்களை அவர்களிடம் கூறுவோம்.

ராஜகுமாரனே! நீ அவசரபுத்தியினால் காணும் இந்த எண்ணம் சரியானதன்று. ராமனுடைய சித்தம் எப்படி அமைந்திருக்கிறதோ, அந்த வகையில் நாம் காரியத்தை வெற்றியுடன் முடிக்க வேண்டும்."

60 - ஆவது ஸர்க்கம் முடிவுற்றது.

61-ஆவது ஸர்க்கம்

மதுவனத்தை சிதைத்தல்

அப்பொழுது அங்கதன் முதலான பிரமுக வீரர்களும், மஹாவானரன் ஹனுமானும், மற்றும் ஏனைய வானரவீரர்களும் ஜாம்பவானுடைய சொல்லை ஏற்றுக் கொண்டார்கள். மகிழ்ச்சியுடன் இருந்த வானரர்கள் அனைவரும், வாயு குமாரன் ஹனுமானை முன்னிட்டுக்கொண்டு, மஹேந்திர பர்வத சிகரத்தை விட்டு நீங்கி ஆகாயத்திற்கு எம்பித் தாவினார்கள். அவர்கள் மேருபர்வதம் போன்றும் மந்தர பர்வதம் போன்றும், மதம் பிடித்த யானைகளைப் போன்றும் இருந்தார்கள். பெருத்த சரீரம் படைத்த அந்த மஹாபலசாலிகள் ஒரே சமயத்தில் தாவிப்பறந்து சென்ற போது ஆகாயத்தையே மறைத்து விடுவார்கள் போல் இருந்தது. அனைத்து உயிர் வாழ் இனத்தார்களாலும் கொண்டாடப்பட்ட வரும், மனோபலம் கொண்டவரும், உடல் வலிமிக்கவரும், பெரும்வேகம் கொண்டவருமான ஹனுமானை வானரர்கள் அனைவரும் தங்கள் பாராட்டுப் பார்வைகளாலேயே தூக்கிச் செல்வது போல் இருந்தார்கள்!

ராமனுடைய காரியத்தை வெற்றி பெறச்செய்வதிலும், அதனால் அவருக்கு பெரும்புகழை ஈட்டித் தருவதிலும் அவர்கள் மனதை ஒருமுகப்படுத்தியிருந் தார்கள். வெற்றியுடன் இருந்த அவர்கள் தங்கள் காரிய சித்தியினால் இறுமாப்புடன் தலைநிமிர்ந்திருந்தார்கள். சந்தோஷ சமாசாரத்தைத் தெரிவிக்க துடிப்புடன் இருந்தார்கள். போர்புரிய ஆசையுடன் இருந்தார்கள். சீர் உள்ளம் கொண்ட அனைவரும் ராமனுக்கு நன்றிக் கடன் செலுத்துவதில் உறுதியுள்ளத்துடன் இருந்தார்கள். அனைவரும் ஆகாயத்தில் தாவிக் கொண்டே பிரயாணம் செய்து, மதுவனம் என்ற நந்தவனத்திற்கு வந்தார்கள். அது தேவலோகத்திய "நந்தனம்" என்ற உத்யானவனத்திற்கு ஒப்பாக இருந்தது. மரங்கள், கொடிகள் யாவும் ஏராளமாக அங்கிருந்தன.

ஸுக்ரீவனுடைய அந்த பூங்காவனம் பாதுகாப்பாக பராமரிக்கப்பட்டது. உயிர் வாழ் இனத்தார் எவராலும் அதை ஆக்ரமிக்க முடியாது. அதே சமயம் உயிர்வாழ் இனத்தார்கள் அனைவரின் உள்ளங்களைக் கொள்ளை கொள்ளும் விதமாக அமைந்திருந்தது. அந்த பூங்காவை "ததிமுகன்" என்ற வானரன் ஸதா ஸர்வ காலமும் பாதுகாத்து வந்தான். அவன் ஒரு மஹாவீரன். பெருமைசீர் வானரமுதல்வன் ஸுக்ரீவனுடைய மாமன். வானரவீரர்கள், வானரராஜன் ஸுக்ரீவனின் அந்த மனம்கவர், பெரும் பூங்காவை அடைந்து, அதில் இருக்கும்

மதுவைக்குடிக்க பேராவல் கொண்டவர்களானார்கள். தேனைப்போன்ற பொன்நிறத்தில் இருந்த வானரர்கள் அந்த பேர்போன மதுவனத்தைப் பார்த்து, சந்தோஷ மிகுதியுடன் ராஜகுமாரன் அங்கதனிடம் மதுவை அருந்த அனுமதி யாசித்தார்கள். பிறகு குமாரன் அங்கதன் ஜாம்பவான் முதலான முதியோர்களையும், முக்கியஸ்தர்களையும் கலந்து ஆலோசித்து அவர்களுக்கு மதுவருந்த அனுமதி தந்தவுடன் அந்த காட்டுவாசி வானரர்கள் மிகுந்த மகிழ்ச்சியடைந்தார்கள். அவர்கள் ஆனந்தம் பொங்க கூத்தாடினார்கள். கூத்தாட வைத்தார்கள்.

சிலர் பாடிக் கொண்டிருந்தார்கள். சிலர் நமஸ்காரம் செய்து கொண்டிருந்தார்கள் சிலர் நடனமாடத் தலைப்பட்டார்கள். சிலர் சிரித்துக் கொண்டிருந்தார்கள். சிலர் விழுந்து, விழுந்து எழுந்து கொண்டிருந்தார்கள். சிலர் என்ன செய்வது என்று புரியாமல் சுற்றிச் சுற்றி வந்து கொண்டிருந்தார்கள். சிலர் தாவித்தாவிக் குதித்துக் கொண்டிருந்தார்கள். சிலர் போதையின் உச்சியில் இருந்த சிலர் பிதற்றிக் கொண்டிருந்தார்கள். சிலர் வேறு சிலரைப் பிடித்துக் கட்டித் தழுவிக் கொண்டிருந்தார்கள். சிலர் ஒருவர் மீது ஒருவர் தாவிப் பாய்ந்து கொண்டிருந்தார்கள். இன்னும் சிலர் ஒருவரையொருவர் திட்டிக் கொண்டிருந்தார்கள். சிலர் ஒருவருக்கொருவர் விளையாடிக் கொண்டிருந்தார்கள். சிலர் மரத்துக்கு மரம் தாவிக் கொண்டிருந்தார்கள். சிலர் மரத்தின் உச்சியிலிருந்து தரையில் விழுந்து கொண்டிருந்தார்கள். சிலர் தரையிலிருந்தபடியே வெகு வேகமாக பெரிய மரங்களின் உச்சிக்கு மேலே எம்பித் தாவினார்கள். ஒருவன் பாடிக்கொண்டிருந்தான். அவனிடம் சிரித்துக் கொண்டே இருந்த ஒருவன் சேர்ந்து கொண்டான். சிரித்துக் கொண்டே இருந்தவனிடம் அழுதுகொண்டே இருந்தவன் வந்து சேர்ந்தான். அழுது கொண்டே இருந்தவனிடம் கூச்சல் போட்டுக் கொண்டேயிருந்தவன் சேர்ந்துகொண்டான். கூச்சல் போட்டுக் கொண்டே இருந்தவனிடம் விழுந்து, விழுந்து வணங்கிக் கொண்டே இருந்தவன் வந்து சேர்ந்து கொண்டான். கள் அருந்தி போதையின் உச்சத்தில் இருந்த அவர்களின் செயல்பாடுகளினால், வானர சைன்யம் ஆர்ப்பாட்டமாக இருந்தது. அங்கு மதிமயக்கம் அடையாமல் இருந்தவன் எவனும் இல்லை. அங்கே மகிழ்ச்சியுடன் இல்லாதவனும் இல்லை.

பூங்காவனத்தில் வானரர்கள் இஷ்டபிரகாரம் உண்டும், குடித்தும் இருந்தார்கள். மரங்களில் இருந்த மலர்கள், பழங்கள் யாவும் பறிக்கப்பட்டு சிதறிக்கிடந்தன. இவற்றைக் கண்ட ததிவக்த்ரனுக்கு கோபம் வந்தது. ஓடிவந்த அந்த வானரன், அட்டகாசம் செய்த வானரர்களைத் தடுத்தான். வனத்தின் பாதுகாவலனும், வயோதிகனுமான அவனை அவர்கள் அலட்சியம் செய்து தூற்றினார்கள். கடுமையான வீரம் கொண்ட அவன் அப்பொழுது வேறு

மதுவனத்தை சிதைத்தல்

வழிகளைக் கையாண்டு வானரர்களிடமிருந்து நந்தவனத்தைக் காப்பாற்ற தீர்மானம் கொண்டான். சிலரைப் பார்த்து கடுமையாகப் பேசி அதட்டினான். சிலரை இடைவிடாது கைதலத்தால் அறைந்தான். சிலரிடம் சென்று கலகம் செய்து ஒருவரை ஒருவர் அடித்துக்கொள்ள வைத்தான். இன்னும் சிலரை சமாதானமாகப் பேசினான். ஆனால் எவ்வளவு முயன்றும் அவனால் அவர்களைத் தடுக்க முடியவில்லை. மாறாக, அவர்கள் அச்சம் சிறிதும் இன்றி, மதம் கொண்டு, அவனைச் சூழ்ந்து கொண்டு அவனை மிரட்டினார்கள். தாங்கள் செய்வது தப்பு என்று சிந்தியாமல் அவர்கள் ஒன்று கூடி அவனை இழுத்துப் போட்டார்கள். சிலர் அவனை தங்கள் நகங்களினால் பிறாண்டினார்கள். சிலர் தங்கள் பற்களால் கடித்துக் குதறினார்கள். சிலர் தங்கள் கைகளால் அடித்தும் கால்களால் உதைத்தும் அவனைத் துன்புறுத்தினார்கள். மதம் பிடித்த வானரர்கள் அனைவரும் ஒன்றுகூடி அந்த வானரனை நையப்புடைத்தார்கள். அந்த பெரிய நந்தவனத்தையும் ஒன்றுமில்லாதபடி த்வம்சம் செய்தார்கள்.

61-ஆவது ஸர்க்கம் முடிவுற்றது.

62–ஆவது ஸர்க்கம்

மதுவனக்காவலர்களை அச்சுறுத்தல்

அப்பொழுது வானர ஏறு, வானரச்ரேஷ்டன் ஹனுமான் அவர்களைப் பார்த்து, "வானரர்களே! எந்தக் கவலையும் இல்லாமல் நீங்கள் மதுவை அருந்துங்கள்! உங்களை தடை செய்பவர்களை நான் தடுத்து நிறுத்துகிறேன்" என்றார். ஹனுமானின் வார்த்தைகளைக் கேட்ட வானரத் தலைவன், அங்கதனும், மகிழ்ச்சியுள்ளத்துடன் பரிந்துரைத்தான் – "வானரர்கள் மதுவை அருந்தட்டும்! காரியத்தை வெற்றியுடன் முடித்திருக்கும் ஹனுமானின் வார்த்தைகளை, செயல்படுத்த முடியாதவைகளாயிருந்தாலும் கூட, நான் நிறைவேற்ற வேண்டும்! அதுவும் இப்படிப்பட்ட விஷயத்தைப் பற்றி கேட்பானேன்!"

அங்கதனின் வாயிலிருந்து இந்த வார்த்தைகளைக் கேட்ட, காளைகள் போன்றிருந்த வானரங்கள் மிகவும் களிப்புற்று, "நன்று! நன்று!" என்று கூறி அவனைப் பாராட்டினார்கள். வானர ஏறு அங்கதனை எல்லா வானரர்களும் போற்றிவிட்டு, மதுவனம் இருந்த இடத்திற்கு ஆற்று வெள்ளம் போல் பாய்ந்து வேகமாக ஓடினார்கள். மதுவனத்தின் உள்ளே நுழைந்த அவர்கள் காவலாளிகளை தங்கள் பலத்தினால் அடித்து விரட்டினார்கள். திறமைசாலிகளான அவர்கள் ஸீதையைத் தேடிக் கண்டுபிடித்தும் அவள் கூறியவற்றைக் கேட்டும் இறுமாப்பு கொண்டிருந்தனர். மேலும் இப்பொழுது அவர்களுக்கு மது அருந்த அனுமதியும் கிடைத்து விட்டதால் எல்லோரும் மதுவைக் குடித்தார்கள். சுவையான பழங்களையும் பறித்துத் தின்றார்கள். அப்பொழுது மதுவனத்தில் காவலில் ஈடுபட்டிருந்த தோட்டக் காவலாளிகள் தடுக்க வந்தபோது, அவர்கள் மீது குபீரென்று பாய்ந்து நையப் புடைத்தார்கள். தேனடைகளைப்பற்றி இழுத்து கையில் பிழிந்து அனைவரும் ஒன்றுகூடி தேனைக் குடித்தார்கள். இன்னும் சிலர் அவற்றைக்கீழே போட்டு அடித்தார்கள். தேனைப்போன்று பழுப்புநிறம் கொண்ட வானரர்களில் சிலர், தேனைக் குடித்துவிட்டு தேனடைகளை வீசியெறிந்தார்கள். குடிபோதையில் இருந்த சிலர் தேன்மெழுகைக் கொண்டு ஒருவர் மீது ஒருவர் வீசி எறிந்து கொண்டார்கள். சிலர் மரத்தடியில் கிளையைப் பிடித்துக்கொண்டு தொங்கியிருந்தார்கள். சிலர் மிகவும் குடித்திருந்த போதை தாளமுடியாமல் சோர்ந்துபோய் இலைகளைத் தரையில் பரப்பிக்கொண்டு அதன்மீது படுத்திருந்தார்கள். சிலருக்கு பித்து தலைக்கு ஏறியிருந்தது. சிலர் குடி

ஸுந்தர காண்டம்

போதையில் சந்தோஷத்தின் மிகுதியிலிருந்தார்கள். சிலர் ஒருவருக்கொருவரை பிடித்துக் கீழே தள்ளிக் கொண்டிருந்தார்கள். சிலர் வழுக்கிக்கீழே விழுந்தார்கள். சிலர் "இடி, இடி" என்று சிரித்தார்கள். சிலர் பட்சிகளைப்போல கூவினார்கள். சிலர் மதுவுண்டு, களைத்துப் போய், அப்படியே தரையில் படுத்து தூங்கிப் போய்விட்டார்கள். சிலர் எதையோ செய்துவிட்டு சிரித்தார்கள். சிலர் என்னென்னமோ செய்து கொண்டிருந்தார்கள். சிலர் எதையோ செய்துவிட்டு, பிறருக்கு அதைப்பற்றி விளக்கிக் கொண்டிருந்தார்கள். சிலர் மற்றவர்களுக்கு அறிவுரைகளை போதித்தார்கள்.

ததிமுகனிடம் வேலைக்கு இருந்தவர்களையும் மற்றும் சில காவலாளி களையும் பயங்கரமான வானரர்கள் தடுத்து நிறுத்தினார்கள். அவர்கள் யாவரும் திக்கு, திசை தெரியாமல் ஓடிவிட்டார்கள். சிலர் முழங்கால்களைப் பற்றி இழுக்கப்பட்டார்கள். சிலர், பிருஷ்டபாகம் காண்பிக்கப்பட்டு நையாண்டி செய்யப்பட்டார்கள். அவர்கள் மிகவும் கலவரமடைந்து ததிமுகனிடம் சென்று முறையிட்டார்கள். "ஹனுமானால் அனுமதி அளிக்கப்பட்ட வானரர்கள் தங்கள் பலத்தைக்காட்டி மதுவனத்தை அழித்துவிட்டார்கள். எங்களையும் கால்களைப் பிடித்து இழுத்துப் போட்டார்கள். பிருஷ்ட பாகங்களைக் காண்பித்து நையாண்டி செய்தார்கள்." அப்போது மதுவனம் நாசமடைந்தைக் கேட்டு கோபமுற்ற, காவலர் தலைவன் வானரன் ததிமுகன் அந்த வானரர்களை சாந்தப்படுத்திக் கூறினான்.

"எல்லோரும் இங்கு என்னுடன் வாருங்கள். மதுவை உண்ணும் அந்த வானரர்களை என் பலத்தைக் காட்டி தடுக்கின்றேன். நாம் எல்லோரும் கூடிச் செல்வோம்" என்ற ததிமுகன் வானர்கள் புடைசூழ மறுபடியும் அந்த மதுவனத்திற்கே கிளம்பினான். ததிமுகன் ஒரு மரத்தை வெடுக்கென்று பிடுங்கி கையில் எடுத்துக் கொண்டான். எஜமானின் வார்த்தைகளை மனதில் பதிய வைத்துக் கொண்டு சாலமரங்கள், பனைமரங்கள், மலைப் பாறைகள், கற்கள் ஆகியவற்றை ஆயுதங்களாக ஏந்தியபடி வெகுவேகமாக ஓடி வந்தார்கள். ஆயிரக்கணக்கில் இருந்த காவல் வீரர்கள், மரங்கள் மீதும், தரைமீதும், பலத்திமிர் பிடித்து இருந்த படைவானரர்களை தாக்கினார்கள். அப்பொழுது சினத்துடன் இருந்த ததிமுகனைப் பார்த்த ஹனுமான் முதலான வானரத்தலைவர்கள் வேகமாக அவனை நோக்கி ஓடி வந்து எதிர்த்தார்கள்.

நீண்ட கைகளையுடைய, மஹாபலசாலியான, ததிமுகன் மரத்துடன் ஓடிவருதைக் கண்ட மதுபோதையில் இருந்த அங்கதன், அவன் தன்னுடைய மாமா பாட்டன் என்பதையும் மறந்து போயிருந்தான். அவனை வேகமாக தரையில் வீழ்த்தி துவைத்துப் போட்டான். கபிச்ரேஷ்டன், வீரன் ததிமுகனின் கைகள், தொடைகள், புஜங்கள் நொறுங்கிப் போயின. அவன் உடல் கலகலத்துப் போயிற்று. ரத்தக்களரியில் சொட்ட சொட்ட நனைந்துபோனான். அவன் சிறிது

நேரம் மூர்ச்சைபோட்டு பிரக்ஞையற்றிருந்தான். பிறகு ஒருவாறு மூர்ச்சை தெளிந்து கோபத்துடன் தனது தடியினால் மதுமயக்கத்திலிருந்த படை வானரர்களை தடுத்தான். அவர்கள் அவனைப் பிடித்துக் கட்டிப் போட்டார்கள். எப்படியோ ஒருவிதமாக அவர்களிடமிருந்து தப்பி ஓடி, தனது சேவகர்களை ஒன்று கூட்டி தனி இடம் சென்று அவர்களிடம் கூறினான்.

“இவர்கள் இப்படியே இருக்கட்டும்! பெரும் கழுத்து கொண்ட என் எஜமானர் ஸுக்ரீவன் ராமனுடன் இருக்கிறார். அவர் இருக்குமிடத்திற்கு நாம் எல்லோரும் செல்வோம். அரசனிடம் எல்லா குற்றங்களுக்கும் அங்கதனே காரணம் என்று அவர் செவிபட கூறுகிறேன். என் சொல்லைக்கேட்டு கோபம் கொண்டு அவர் வானரர்களைக் கொல்லப் போகிறார். பெருமைமிகு ஸுக்ரீவனுக்கு இந்த மதுவனம் மிகவும் பிரியமானது. இது அவர் தந்தை, பாட்டனார் முதலான முன்னோர்கள் வழியில் வந்த சொத்து. இது மிக திவ்வியமானது. தேவர்கள் கூட இதை அணுகமுடியாது. இந்த வானரர்கள் மதுவின்மீது பேராசை கொண்டவர்கள். இவர்களுக்கு ஆயுட்காலம் நெருங்கிவிட்டது. ஸுக்ரீவன் உற்றார் உறவினர்கள், உள்பட, இந்த வானரர்கள் அனைவருக்கும் மரணதண்டனை விதித்து கொல்லப்போகிறார். இவர்கள் எல்லோரும் தீயவர்கள். அரசனின் கட்டளையை மீறினவர்கள். பொறுக்க முடியாத அவமானத்தால் பொங்கிக் கொண்டிருக்கும் நமது கோபத்திற்கு ஒரு பலன் கிடைக்கப் போகிறது.”

இவ்வாறு வனக்காவலர்களிடம் கூறிய பலிஷ்டன் ததிமுகன், வானரக்காவலர்கள் உடன்வர உடனேயே வெகுவேகமாக ஸுக்ரீவன் இருப்பிடம் சென்றான். ஆயிரம் ஆயிரம் கிரணங்களைக் கொண்ட ஸூர்யதேவனின் திருமகன் புத்திமான் ஸுக்ரீவன் இருந்த இடத்திற்கு கண் இமைக்கும் நேரத்தில் வானரன் ததிமுகன் சென்றடைந்தான். ஒரு சமவெளிப் பிரதேசத்தில் ராமன், லக்ஷ்மணன், ஸுக்ரீவன் ஆகியோர் வீற்றிருப்பதைப் பார்த்து அவ்விடத்திற்கு காவலர் புடைசூழ ஆகாயத்திலிருந்து வந்திறங்கினான். வாடிய முகத்தினனாக இருந்த அவன், தன் சிரஸ்ஸில் கைகளை கூப்பி, ஸுக்ரீவனுடைய சுபமான திருப்பாதங்களில் தலையை வைத்து, தொட்டு வணங்கினான்.

62-ஆவது ஸர்க்கம் முடிவுற்றது.

63-ஆவது ஸர்க்கம்

மதுவன பங்கத்தை அறிவித்தல்

தலைவைத்து தெண்டனிட்ட வானரன் ததிமுகனைப் பார்த்தவுடன், வானர ஏறு ஸுக்ரீவன், மனக்கலவரம் அடைந்து அவனைப் பார்த்து "வீரனே! எழுந்திரு, எழுந்திரு! நீ ஏன் என் கால்களில் விழுகிறாய்? நான் உனக்கு அபயம் அளிக்கிறேன். நடந்த விஷயங்கள் யாவற்றையும் கூறு" என்று பெருந்தலைவன் ஸுக்ரீவனால் ஆசுவாசப்படுத்தப்பட்ட, மஹாபுத்திமான், ததிமுகன் எழுந்துநின்று பதில் கூறினான்.

"மன்னா! மதுவனம், இதற்கு முன் ரிக்ஷரஜஸ்ஸினாலோ, தங்களாலோ, வாலியினாலோ எவருக்கும் திறந்துவிடப்பட்டதில்லை. அந்த வனம் இப்பொழுது வானரர்களால் உண்ணப்பட்டுவிட்டது. இந்த வனக்காவலர்களான, வானரர்கள் அவர்களைத் தடுத்தார்கள். ஆனால் அவர்கள் இவர்களை லட்சியம் செய்யாமல், மதுவைக் குடிக்கிறார்கள். பழங்களைப் பறித்து தின்கிறார்கள். மிச்சத்தை வீசியெறிகிறார்கள். அவற்றையும் சிலர் சாப்பிடுகிறார்கள். அவர்களைத் தடுக்கப் போனால் புருவங்களை நெறித்து சீறுகிறார்கள். அந்த வானர வீரர்கள் கோபத்துடன் கண்கள் சிவக்க இவர்களை மிரட்டி, தடுத்து அந்த வனத்திலிருந்து விரட்டியிருக்கிறார்கள். சிலரை அவர்கள் கைகளால் அறைந்தார்கள். சிலரை கால் முஷ்டிகளால் இடித்து நசுக்கினார்கள். சிலரை இஷ்டம்போல் தர, தரவென்று இழுத்துப்போட்டார்கள். பிருஷ்ட பாகங்களை ஆட்டிக்காண்பித்து நையாண்டி செய்தார்கள். நீங்கள் எஜமானராக இருக்கும் போது, இந்த சூரர்கள் அடித்து துன்புறுத்தப்பட்டிருக்கிறார்கள். மதுவனம் முழுவதுமே இஷ்டம்போல் அவர்களால் உண்ணப்பட்டுக் கொண்டிருக்கிறது. அதனால் இவர்கள் கோபத்துடன் இருக்கிறார்கள்."

இவ்வாறு ததிமுகன் தெரிவித்துக் கொண்டிருக்கும்போது, சிறந்த அறிவாளியும், எதிரிகளின் வீரத்தை அழிப்பவனுமான லக்ஷ்மணன் வானர சிரேஷ்டன் ஸுக்ரீவனிடம், "அரசனே! இந்த வானரன் ஒரு தோட்டக் காவலாளியா? இவன் எந்த காரியத்தை முன்னிட்டு வந்திருக்கிறான்? என்ன காரணத்தினால் இவன் துக்கமடைந்திருக்கிறான்?" என்று கேட்டதற்கு ஸுக்ரீவன், "ஐயா! லக்ஷ்மணா! இந்த ததிமுகன் என்ற வானரன், அங்கதன்

முதலான வானர வீரர்கள் மதுவை அருந்துகிறார்கள் என்று கூறுகிறான். தெற்கு திசையில் ஸீதையைத் தேடிவிட்டு வானர வீரர்கள் திரும்பி வந்திருக்க வேண்டும். அவர்கள் காரியத்தை நிறைவேற்றாமல் இப்படிப்பட்ட அத்துமீறிய செயல்களில் ஈடுபடமாட்டார்கள். அவர்கள் அனைவரும் திரும்பிவந்ததும், மதுவனத்தைக் கைப்பற்றியிருக்கிறார்கள். அதனை முழுவதுமாக வானரர்கள் அனுபவித்திருக்கிறார்கள். மற்றும் உற்சாக மிகுதியால் அதனை நாசமும் செய்திருக்கிறார்கள். மதுவனத்திற்கு அவர்கள் வந்திருக்கிறார்கள் என்றால், வானரர்கள் காரியத்தை சாதித்துக் கொண்டுதான் வந்திருப்பார்கள். பிராட்டியார் நிச்சயம் பார்க்கப்பட்டிருக்கிறார். எந்த சந்தேகமும் இல்லை. அதுவும் ஹனுமான் தான் இதைச் செய்திருப்பார், நிச்சயம் வேறு எவரும் இல்லை. இந்த காரியத்தை வெற்றியுடன் சாதிப்பதற்கு ஹனுமானைத் தவிர வேறு எவரும் காரணகர்த்தாவாக இருக்கமுடியாது. அந்த வானரச்ரேஷ்டனிடம் தான் காரியசித்தி, அறிவு, முயற்சித்திறன், வீரியம், கல்வியறிவு இவையாவும் குடிகொண்டிருக்கின்றன. எங்கு ஜாம்பவான் தலைவராகவும், பெரும் பலவான் அங்கதன் தலைவனாகவும், ஹனுமான் காரிய நிர்வாகியாகவும் இருக்கிறார்களோ, அங்கே அதன் போக்கு வேறுவிதமாக இருக்க முடியாது. அதனால்தான் அங்கதன் முதலியோர்களால் உற்சாக மிகுதியால் மதுவனம் நாசம் செய்யப்பட்டிருக்கிறது. இவர்கள் ஒன்றுகூடி அவர்களைத் தடுத்தபோது, அவர்கள் இவர்களை முழங்கால் முட்டிகளால் இடித்து உதைத்து விரட்டியிருக்கிறார்கள். ஒரு இனிய செய்தியைக் கூறுவதற்காக பராக்ரமத்தில் புகழ்பெற்ற வானர வீரன் வந்திருக்கிறான். தடந்தோள் வீரனே! லக்ஷ்மணா! ஸீதை காணப்பட்டுவிட்டாள்! இது உண்மை என்று நீ கண்டுகொள்வாய்! எல்லா வானரர்களும் வந்து சேர்ந்து மதுவைக் குடித்துக் கொண்டிருக்கிறார்கள். மானுட ஏறே! நல்ல பெயர்கொண்ட இந்த வானரர்கள் ஸீதையைப் பார்க்காமல் இந்த மதுவனத்தில் அட்டகாசம் செய்யமாட்டார்கள். ஏனெனில் இந்த மதுவனம் தெய்வத்தன்மை கொண்டது, ப்ரம்மதேவனால் வெகுமதியாக எனது தந்தைக்கு அளிக்கப்பட்டது" அப்பொழுது தர்மாத்மா லக்ஷ்மணன் ராமனுடன் கூடி மகிழ்ச்சியடைந்தான்.

ஸுக்ரீவன் திருவாய் மலர்ந்தருளிய அந்த வார்த்தைகள் ராமனுக்கும், மஹாபலம் பொருந்திய லக்ஷ்மணனுக்கும் செவியின்பம் அளித்தன. இருவரும் மிக்க மகிழ்ச்சி அடைந்தனர். ததிமுகனிடமிருந்து தகவல்களைக் கேட்ட ஸுக்ரீவன் களிப்புற்றான். வனக்காவலன் ததிமுகனைப்பார்த்து ஸுக்ரீவன் மறுபடியும் கூறினான்.

"மதுவனத்தில் அவர்கள் நன்றாக உண்டு களித்தார்கள் என்று கேட்டு எனக்கு மகிழ்ச்சிதான். ஏனெனில் காரிய வெற்றிபெற்ற அவர்களால் இது

மதுவன பங்கத்தை அறிவித்தல்

செய்யப்பட்டிருக்கிறது. அத்துமீறி அவர்கள் நடந்து கொண்டதை நீ பொறுத்துக் கொள்வாயாக! ஹனுமானை முதன்மையாகக் கொண்ட வானர வீரர்கள் சிங்கத்தைப் போன்ற இறுமாப்பு கொண்டவர்கள். காரியத்தை வெற்றியுடன் முடித்த அவர்கள் அனைவரையும் நான் சீக்கிரமே பார்க்க விரும்புகிறேன். ராம லக்ஷ்மணர்களுடன் நான், ஸீதையைக் கண்டுபிடித்த அவர்கள் முயற்சியின் விவரங்களைக் கேட்க ஆவலாக உள்ளேன்."

காரியசித்தி பெற்ற ராஜகுமாரர்கள் ராமலக்ஷ்மணர்கள் இருவரும் மகிழ்ச்சி பொங்கிய கண்களுடன் இருந்ததைப் பார்த்த வானரர்களின் அரசன் ஸுக்ரீவன் மகிழ்வுற்றான். பேரானந்தம் எய்திய அவன் அங்கங்கள் எல்லாம் புளகாங்கிதத்துடன் பூரிப்படைந்தன.

63-ஆவது ஸர்க்கம் முடிவுற்றது.

64–ஆவது ஸர்க்கம்

ஹனுமார் முதலியோரின் வருகை

ஸுக்ரீவனால் இவ்விதம் கூறப்பட்ட வானரன் ததிமுகன் சந்தோஷமடைந்து ஸுக்ரீவனையும், மஹாபலிஷ்டர்கள் ராமலக்ஷ்மணர்களையும் வணங்கிவிட்டு வானர சூரர்களுடன் ஆகாயத்திற்கு எம்பித் தாவினான். எப்படி வெகுவேகமாக வந்தானோ அதே வேகத்துடன் திரும்பிச் சென்றான். ஆகாயத்திலிருந்து கீழே குதித்து, அந்த மதுவனத்துள் பிரவேசம் செய்ததும், வானர வீரர்களைப் பார்த்தான். அவர்கள் அனைவரும் மயக்கம் தெளிந்து, துயிலெழுந்து, அருந்திய மதுவின் நீரையெல்லாம் சிறுநீராக வெளியிட்டுக் கொண்டிருந்தார்கள். வீரன் ததிமுகன் அவர்களிடம் சென்று அஞ்சலி புடமாய், கைகூப்பி மிக்க மகிழ்ச்சியுடன் அங்கதனைப் பார்த்து வெகு அழகாக, "இனியனே! இவர்கள் அனைவரும் உங்களைத் தடுத்த குற்றத்திற்காக கோபம் கொள்ள வேண்டாம். இந்தக் காவலாளிகள் அறியாமையால் கோபத்துடன் உங்களைத் தடுத்தார்கள். வெகு தொலைவிலிருந்து வந்திருக்கிறாய், களைப்பாய் இருப்பாய், மதுவை தாராளமாக அருந்து. நீ இளவரசன். மஹாபலிஷ்டனே! இந்த நந்தவனத்திற்கு நீ எஜமானன். மடத்தனமாக நாங்கள் தப்பு செய்துவிட்டோம். அதை நீ மன்னித்துக் கொள்ள வேண்டும். இதற்கு முன்னால் உன் தந்தை வானர இனத்திற்கே அரசனாக இருந்தார். அவ்விதமே ஸுக்ரீவனும், நீயும்தான் அரசர்கள். வேறு எவருமில்லை, வானர வீரனே! மாசற்றவனே! நான் உன் சிறிய தந்தையிடம் இந்த வானரர்கள் அனைவருடன் நீயும் இங்கு வந்திருப்பதைக் கூறினேன். அதைக் கேட்டு அவர் மகிழ்ச்சியடைந்தார். மதுவனம் நாசமடைந்ததைக் கேட்டு அவர் மகிழ்ந்தாரே தவிர கோபம் கொள்ளவில்லை. உங்கள் எல்லோரையும் உடனே அனுப்பும்படி என்னிடம் கூறினார்" என்றான்.

ததிமுகனின் இந்த வார்த்தைகளைக் கேட்ட வானரர்களில் தலைமையானவனும், நாவன்மை படைத்தவனுமான அங்கதன், கோப்புடைய சொற்களைக் கூறினான். "வானரத் தலைவர்களே! இந்த விருந்தாந்தம் ராமனால் கேட்கப் பட்டிருக்கும் என்று ஐயமுறுகிறேன். இவனும் விஷயங்களை சந்தோஷத்துடன் கூறுகிறான். அந்தக் காரணத்தைக் கொண்டு நான் கூறுகிறேன். நாம் எடுத்துக்கொண்ட காரியத்தை நிறைவேற்றி விட்டோம்.

சத்துருக்களை தவிக்கச் செய்யும் ஆற்றல் படைத்த வீரர்களே! நாம் இனிமேல் தங்குவது சரியல்ல. காட்டுவாசிகளான நாம் மதுவை வேண்டிய மட்டில் அருந்தி விட்டோம். மேலும் களைப்பாறிவிட்டோம். வேறு என்ன பாக்கி இருக்கிறது? என்னுடைய தலைவன் ஸுக்ரீவன் இருக்குமிடம் செல்வதுதான் பாக்கி. வானரவீரர்களே! நீங்கள் எல்லோரும் ஒன்றுகூடி என்ன சொல்கிறீர்களோ, அதை செய்ய நான் கடமைப்பட்டவன். நான் உங்கள் அடிமை. நான் இளவரசனாக இருந்தபோதிலும் உங்களை நான் கட்டளையிட்டுப் பேசமாட்டேன். நீங்கள் எல்லோரும் காரியத்தை வெற்றியுடன் முடித்தவர்கள். உங்களை அடக்கி, மிரட்டுவது தகுதியன்று.''

இவ்வாறு, வெகு சிறப்பாக பேசப்பட்ட அங்கதனின் வார்த்தைகளைக் கேட்ட, காட்டுவாசிப் பிராணிகளான அந்த வானரர்கள், மிகவும் மனம் மகிழ்ந்து, ''அரசே! வானர ஏறே! தலைவனாக இருந்துகொண்டு எவன் இவ்வாறு பேசுவான்? ஐஸ்வரியம் இருந்தால் அதன் காரணமாக மதம் கொண்டு 'எல்லாமே நான் தான்!' என்று எல்லோருமே நினைக்கிறார்களல்லவா? நீ பேசிய பேச்சு உன் பெருமைக்கு தகுந்ததே! வேறு எவருக்கும் இப்படிப்பட்ட பெருமைக்கு தகுதிகிடையாது. இந்த உனது பணிவு, அடக்கம் உனக்கு வளமான எதிர்காலம் இருக்கிறது என்பதை விளக்கமாகவே கூறுகிறது. வானர வீரர்களின் அரசன், குறைபாடு ஏதுமில்லாத தலைவன் ஸுக்ரீவன் இருப்பிடத்திற்கு நாம் அனைவரும் செல்ல ஆயத்தமாகவே இருக்கிறோம். வானரசிரேஷ்டனே! உன்னுடைய அனுமதி இல்லாமல் நாங்கள், ஓரிடத்திலிருந்து வேறிடம் செல்லமாட்டோம், ஏன், ஒரு அடி கூட எடுத்து வைக்கமாட்டோம். இதை நாங்கள் ஸத்யபூர்வமாகக் கூறுகிறோம்.''

இவ்வாறு அவர்கள் கூறியதைக்கேட்ட அங்கதன், ''நல்லது! நாம் இப்போது புறப்பட்டுச் செல்வோம்'' என்று கூறிவிட்டு அவன் தரையிலிருந்து மேலே எம்பிப் பாய்ந்தான்.

அவனைத் தொடர்ந்து எல்லா வானர வீரர்களும் மேலே எழும்பித் தாவினார்கள். ஆகாயத்தில் அவர்கள் சடாரென எம்பித்தாவியதைப் பார்க்கையில் சுழல்கின்ற இயந்திரத்திலிருந்து கற்கள் வீசியெறியப்படுவது போல் இருந்தது. அவர்கள் ஆகாயம் முழுவதும் பரவி, வானவெளியே தெரியாமல் செய்துவிட்டார்கள். அவர்கள் அங்கதனையும் வானரவீரன் ஹனுமானையும் முன்னே போகச்செய்து பின்தொடர்ந்தார்கள். வேகம் கொண்ட வானரர்கள், காற்றினால் உந்தப்பட்ட மேகங்களைப்போல் ஆகாயத்தில் பறந்து சென்று, பேரொலியுடன் கர்ஜனை செய்தார்கள். இதனிடையில் வானரவேந்தன் ஸுக்ரீவன், சோகத்துடன் இருந்த, கமலக் கண்ணன் ராமனைப் பார்த்துக் கூறினான்.

“தங்களுக்கு மங்களம் உண்டாவதாக! நீங்கள் ஆசுவாசப்பட்டிருங்கள்! பிராட்டியார் கண்டுபிடிக்கப்பட்டு விட்டாள். சந்தேகமில்லை. நாம் விதித்திருந்த காலக்கெடு தாண்டியபிறகு, அவர்கள் காரியவெற்றி இல்லாமல் இங்கு வரமுடியாது. ஒப்படைக்கப்பட்ட பணியை நிறைவேற்றாமல் பாய்ந்து செல்லும் வானரர்களில் தலைசிறந்தவன், நீண்ட கைகளைக் கொண்டவன், இளவரசன் அங்கதன் என் அருகில் வரமாட்டான். அவர்கள் காரியத்தை நிறைவேற்றாத பக்ஷத்தில், இப்படி மதுவனத்தை அழித்தல் போன்ற ஆரவாரங்களில் ஈடுபட மாட்டார்கள். மேலும், அப்பொழுது அங்கதன், முகம்வாடி, கலவரம் அடைந்து, சித்தம் கலங்கிப் போயிருப்பான். என்னுடைய மதுவனம் எனது பாட்டனார், தந்தை என்ற வம்சாவளியில் வந்த சொத்து. எனது முன்னோர்களால் பாதுகாக்கப்பட்ட எனது மதுவனத்தை, வானரத்தலைவன் துணிவுடன் நாசம் செய்யமாட்டான்.

“ராமா! கௌஸல்யாதேவி ஈன்றெடுத்த திருக்குமாரனே! சிறந்த விருதங்களைக் கொண்டவரே! கவலையற்றிருங்கள்! பிராட்டியார் கண்டுபிடிக்கப்பட்டுவிட்டாள்! சந்தேகமில்லை! ஹனுமான் தான் அவளைப் பார்த்திருக்கிறான், வேறு எவரும் இல்லை. இந்த காரியத்தை சாதிப்பதற்கு ஹனுமானைத் தவிர வேறு எவரும் காரணகர்த்தாவாக இருக்க முடியாது. கூர்மையான புத்தி கொண்டவரே! ஹனுமானிடத்தில் வெற்றியும், புத்தி சாதுர்யமும், உழைப்பும், வீரியமும், ஸூர்யனிடத்தில் ஒளி எப்படி நிலைத்திருக்கிறதோ, அதே விதத்தில் நிலை கொண்டிருக்கின்றன. எங்கே ஜாம்பவான் வழிகாட்டித் தலைவனாகவும், அங்கதன் சேனைத்தலைவனாகவும், ஹனுமான் நிர்வாகத்தலைவனாகவும், இருக்கிறார்களோ, அங்கே வெற்றியைத் தவிர வேறு வழியில்லை. அளவற்ற பராக்ரமம் கொண்டவரே! இப்பொழுது நீர் விசனமுற்றிருக்க வேண்டாம்! காட்டுவாசிப் பிராணிகளான வானரர்கள் இறுமாப்புடன், நிமிர்ந்து வந்திருக்கிறார்கள். காரியத்தை வெற்றியுடன் முடிக்காமல் இவர்களிடம் இப்படிப்பட்ட ஆரவாரம் இருக்கமுடியாது. நந்தவனத்தை அழித்திருப்பதாலும், மதுவை அருந்தியிருப்பதாலும் நான் இதனை அறிவேன்” என்று சொல்லிக் கொண்டிருந்தபொழுது, காரிய ஸித்தியினால் இறுமாப்பு கொண்டிருந்த வானர வீரர்கள், ஹனுமான் முதலானோர் வீரகர்ஜனை செய்த ஒலியையும், அவர்கள் “கில, கில” (கிரீச், கிரீச்) என்று ஒலியெழுப்பியதையும், வெகு சமீபத்தில் கேட்டார்கள். அந்த பேரொலி கிஷ்கிந்தைக்கு வந்து சேர்ந்த அவர்களுடைய வெற்றியை முன்கூட்டியே கூறுவது போல் இருந்தது. அதைக் கேட்ட, வானரர்களின் மிகச்சிறந்த தலைவன் ஸுக்ரீவன் மனக்களிப்படைந்தான். தனது வாலை, நீட்டி, முடக்கி உற்சாகமிகுதியில் சுழற்றினான். அங்கதனையும், ஹனுமானையும் முன்னிட்டுக் கொண்டு வானரர்கள் அனைவரும், ராமனைப் பார்க்க ஆவல்

மிகுந்தவர்களாக வந்து சேர்ந்தார்கள். அங்கதன் முதலான வீரர்கள் மகிழ்ச்சிபொங்க, ஆனந்தக் களிப்புடன் ஸுக்ரீவன், ராமன் இருந்த இடத்தின் சமீபத்தில் வந்து இறங்கினார்கள். நீண்ட புஜங்களைக் கொண்ட ஹனுமான் தனது சிரஸ்ஸினால் வணங்கி, பிராட்டியார் நலமாகவும், கற்புநெறிகாத்தும் இருக்கிறாள் என்று ராமனிடம் தெரிவித்தார்.

"கண்டேன் ஸீதையை" என்ற வார்த்தைகள் ஹனுமானின் திருவாயிலிருந்து அமுதம்போல் வந்ததைக் கேட்டு, லக்ஷ்மணனுடன் கூடி, ராமன் ஆனந்தம் எய்தினார். வாயுகுமாரனான அவனிடம் ஸுக்ரீவன் உறுதியான நம்பிக்கையைக் கொண்டிருந்தான். லக்ஷ்மணன் சந்தோஷமாக, பிரீதியுடன் இருந்த ஹனுமானை பாராட்டும் வண்ணமாக கண்களால் நோக்கினான். சத்ருக்களை அழிக்கும் வல்லமை பொருந்திய ராகவனும் பரமதிருப்தியுடன் மகிழ்ச்சிகொண்டு, ஹனுமானை, மிகுந்த கௌரவப்பாராட்டு காண்பிக்கும் வகையில், உற்றுப் பார்த்தார்.

64-ஆவது ஸர்க்கம் முடிவுற்றது.

65-ஆவது ஸர்க்கம்

சூடாமணி கொடுத்தல்

பிறகு எல்லோரும் அழகான வனப்பிரதேசங்களைக் கொண்ட "ப்ரஸ்ரவண" கிரிக்கு சென்றார்கள். வானரர்கள் மஹாபலம் பொருந்திய ராமனையும், லக்ஷ்மணனையும் வணங்கினார்கள். இளவரசன் அங்கதனை முன்னிட்டுக் கொண்டு, ஸுக்ரீவனையும் வணங்கிவிட்டு அவர்கள் ஸீதையைப்பற்றிய செய்திகளைக்கூற முற்பட்டார்கள். ராவணன் அந்தப்புரத்தில் ஸீதையை சிறைப்படுத்தி வைத்திருப்பது, அரக்கியர்கள் அவளை மிரட்டுவது, ராமனிடத்தில் அவள் கொண்டிருக்கும் உறுதியான அன்பு, ராவணன் அவளுக்கு காலகெடு நிர்ணயம் செய்தது – ஆகிய இவற்றையெல்லாம் வானரர்கள் ராமனின் முன்னிலையில் கூறினார்கள்.

ஸீதை கற்புக்கு ஊறு ஏற்படாமல் இருக்கிறாள் என்று கேட்டதும், "ஸீதை பிராட்டி எங்கே இருக்கிறாள்? அவள் என்னிடம் என்ன மனப்போக்குடன் இருக்கிறாள்? வானரர்களே! ஸீதையைப் பற்றிய இந்த விவரங்களையெல்லாம் கூறுங்கள்" என்ற ராமனுடைய கேள்விகளைக் கேட்ட வானரர்கள், ஸீதையைப் பற்றிய முழுவிவரங்களைக் கூற வல்லவனாகிய, ஹனுமானை ராமனுடைய முன்னிலைக்கு செல்லும்படி தூண்டினார்கள். வாயுகுமாரன், ஹனுமான், அவர்களின் வேண்டுகோளைக் கேட்டு, ஸீதை இருக்கும் திக்கைநோக்கி, தனது சிரஸ்ஸைத் தாழ்த்தி வணங்கி ஸீதையைக்கண்ட விவரங்களைக் கூறத் தொடங்கினார். நாவன்மை கொண்ட அவர் பேச்சு உரிய விதத்தில் இருந்தது.

"நூறு யோஜனைகள் தூரம் கொண்ட ஸமுத்திரத்தைத் தாண்டி, ஜனககுமாரி ஸீதையைத் தேடிக் கண்டுபிடிக்க ஆவல்கொண்டு நான் பிரயாணம் செய்தேன். அங்கே துராத்மா ராவணனுடைய 'லங்கை' என்ற நகரம், ஸமுத்திரத்தின் தெற்குக்கரையில் இருக்கிறது. அங்கே, ராவணனுடைய அந்தப்புரத்தில் நான் கற்புக்கரசி ஸீதையைக் கண்டேன். ராமனே! அந்த அழகிய நல்லாள் உன்னிடத்திலேயே தனது முழு மனத்தையும் அர்ப்பணித்து உயிர் வாழ்ந்து கொண்டிருக்கிறாள். அவள் ஒரு மகளிர் பூங்காவில் அரக்கியர்கள் மத்தியில் பாதுகாப்பாக இருக்கிறாள். அடிக்கடி, அந்த குரூபிகளான அரக்கியர்கள் அவளை அதட்டி மிரட்டிக் கொண்டிருந்தார்கள். சுகமாக இருக்கவேண்டிய அந்த நல்லாள், துக்கத்தை அடைந்திருக்கிறாள். அவள் ராவணனுடைய அந்தப்புரத்தில் சிறைப்படுத்தப்பட்டிருக்கும் அவளை,

அரக்கியர்கள் பலமாக காவல் காத்துக் கொண்டிருக்கிறார்கள். ஒற்றைப் பின்னலுடன் பரிதாபமாக இருக்கிறாள். உம்முடைய நினைவு ஒன்றுதான் கதி என்று நினைத்திருக்கிறாள். கட்டாந்தரையில்தான் படுக்கிறாள். குளிர்காலம் வந்தவுடன் தாமரை மலர் சோபை இழந்துவிடுவதுபோல் அவள் மேனி நிறம் கருத்திருக்கிறாள். ராவணனை உதாசீனப் படுத்திய வண்ணம் இருக்கிறாள். சாகவும் துணிந்திருக்கிறாள். காகுஸ்த்தனே! உம்மிடமே சமர்ப்பித்த மனத்தைக் கொண்ட தேவியை நான் எப்படியோ, ஒருவிதமாக, தேடிக்கண்டு பிடித்து விட்டேன். மாசில்லாதவரே! மானுடப்புலியே! இக்ஷ்வாகு வம்சத்தவர்களின் கீர்த்தியைப்பற்றி நான் மெல்ல, மெல்ல விவரித்து, அவருக்கு என்னிடம் நம்பிக்கையை உண்டு பண்ணினேன். எல்லா விவரங்களையும் எடுத்துக் கூறினேன். ராமன்--ஸுக்ரீவன் இருவரிடையே ஏற்பட்ட நட்புவிவரத்தைக் கேட்டு சந்தோஷமடைந்தாள். அவள் நியமங்களைக் கடைப்பிடித்து

மனஉறுதியுடன் இருக்கிறாள். நல்லொழுக்கங்களைப் பேணி வருவதோடு, உம்மிடத்தில் இருக்கும் அவள் பக்தியும் உறுதியாக இருக்கிறது.

பெரும் பேறுகளைக் கொண்ட ஜனகரின் அன்புத் திருமகள் இவ்வாறு இருந்ததை நான் பார்த்தேன். மானுட ஏறே! உம்மிடமுள்ள பக்தியினால் கடுமையான தவத்துடன் கூடியிருக்கிறாள். பேரறிஞரே! ராகவனே! சித்திரகூட பர்வதத்தில் காக்கையின் விஷயமாக நடந்த ஒரு விருத்தாந்தத்தை உம்மிடம் கூறும்படி அதை எனக்கு ஒரு அடையாளமாக கூறினாள். அப்பொழுது ஜானகிதேவி என்னிடம், 'வாயு குமாரனே! நீ இங்கு பார்த்த அனைத்து விஷயங்களையும், மானுடப்புலியான ராமனிடம் தெரிவிக்கவேண்டும் என்று கூறினாள். இதோ, இந்த சூடாமணியை வெகு ஜாக்கிரதையாக நான் பாதுகாத்து வைத்திருக்கிறேன். நீ ராமனிடம் அனைத்து விருத்தாந்தங்களையும் கூற, ஸுக்ரீவன் அவற்றை கேட்டுக் கொண்டிருக்கும்போது, இந்த சூடாமணியை ராமனிடம் நீ கொடுக்க வேண்டும். அப்பொழுது நான் சொன்னதாக அவரிடம் கூறு. "சீர்மிகுந்த இந்த சிரோபூஷணத்தை நான் வெகுஜாக்கிரதையாக பாதுகாத்து வைத்திருந்தேன். ஒரு சமயம், நீர் எனது கன்னத்தில் மனோசிலைக் கல்லைப் பொடித்து திலகம் இட்டீர்கள் அல்லவா? என் நெற்றியில் திலகம் அழிந்தபோது அதற்குப் பதிலாகத்தான் நீர் இந்த திலகத்தை எனக்கு இட்டீர். அந்த சம்பவத்தை நீர் நினைவு கூறவேண்டும். கடலில் அபூர்வமாகத் தோன்றிய இந்த சூடாமணிக்கல், சீர்மிகு பெருமை கொண்டது. இதனை உமக்கு நான் அடையாளமாக அனுப்புகிறேன். நான் விசனப்பட்டிருக்கும்போதெல்லாம், இதனைப் பார்த்து, பார்த்து, உம்மையே நான் காண்பதாக நினைத்து மகிழ்ச்சி யடைவேன். தசரத சக்ரவர்த்தித் திருமகனாரே! நான் இன்னும் ஒரு மாதகாலம் தான் உயிரை வைத்துக் கொண்டிருப்பேன். அரக்கர்களின் பிடியில் அகப்பட்டிருக்கும் நான் ஒரு மாதத்திற்கு மேல் உயிர் வாழமாட்டேன்."

இவ்வாறு அந்த உத்தமஸ்த்ரீ, இளைத்தமேனியாள், ஸீதை என்னிடம் கூறினாள். பேடைமானைப் போன்ற மலர்ந்த கண்களைக்கொண்ட அந்த ஸீதை ராவணனின் அந்தப்புரத்தில் சிறைப்பட்டுக்கிடக்கிறாள். ராகவனே! எல்லா விஷயங்களும் எப்படி எப்படி நிகழ்ந்தனவோ அவற்றை அப்படியே உமக்கு கூறிவிட்டேன். எல்லா முயற்சிகளையும் கைக்கொண்டு ஜலஸமுத்திரத்தைக் கடந்து செல்வதற்கான உபாயங்களை மேற்கொள்ள வேண்டும்."

அரச குமாரர்கள் ராமலக்ஷ்மணர்கள் இருவரும் தேறுதல் அடைந்தார்கள். வாயுகுமாரன் ஹனுமான் ராகவனிடம் அந்த அடையாளத்தைக் கொடுத்து, ஸீதை கூறியனுப்பிய அனைத்து செய்திகளையும், ஸாங்கோபாங்கமாக ராமனிடம் கூறி, தனது பேச்சை முடித்தார்.

65-ஆவது ஸர்க்கம் முடிவுற்றது.

66-ஆவது ஸர்க்கம்

ஸீதை என்ன கூறினாள் என்று வினவல்

இவ்வாறு ஹனுமான் கூறிமுடித்ததும், தசரத குமாரன் ராமன், அந்த சிரோரத்னத்தை இதயத்தின் மீது வைத்து, லக்ஷ்மணனை பக்கத்தில் வைத்துக் கொண்டு, துக்கம் தாங்கமுடியாமல் விக்கி விக்கி அழுதபடி ஸுக்ரீவனைப் பார்த்து, "ஒரு தாய்ப்பசு பிரிந்திருந்த தனது கன்றைப் பார்த்தவுடன் பாசம் பொங்கி பாலைச்சுரக்கிறது அல்லவா? அதே போன்று இந்த மணிரத்னத்தைப் பார்த்தவுடன் எனது இதயம் பாசத்தால் கசிந்து போகிறது. இந்த மணிரத்தினத்தை எனது மாமனார் ஜனக மஹாராஜா, விவாஹகாலத்தில், வைதேஹிக்கு அன்பளிப்பாக கொடுத்தார். இது இப்பொழுது சோபையுடன் இருந்தாலும் அவள் கூந்தலில் பொருத்தமாக அணிந்து கொள்ளப்பட்டால் இதன் சோபை இன்னும் கூடியிருக்கும். இது கடலில் தோன்றிய ஒரு அபூர்வ ரத்தினம். நல்லோர்களான முன்னோர்களால் பூஜிக்கப்பட்டது. ஒரு சமயம் ஜனக மஹாராஜா செய்த யஜ்ஞம் ஒன்றினால் மிகவும் சந்தோஷம் அடைந்த மஹாபுத்திமான் தேவேந்திரன், அவருக்கு வெகுமதியாக அளித்தான். இந்த தலைசிறந்த ரத்னத்தைப் பார்க்கும்போது, எனது தந்தையையே மீண்டும் இப்பொழுது பார்ப்பது போன்ற சந்தோஷம் ஏற்படுகிறது. அன்பனே! அவ்விதமே, ஜனக மஹாபிரபுவையும் பார்த்த மகிழ்ச்சியை அடைகிறேன். எனது மனைவியின் தலைக்கூந்தலுக்கு கோபையை அளிக்கும் இதைப் பார்த்ததினால் நான் அந்த ஸீதையையே அடைந்து விட்டேன் என்பதைப்போல எண்ணுகிறேன்" என்றார்.

பிறகு ஹனுமானைப் பார்த்து, "அன்பனே! விதேஹநாட்டு ராஜகுமாரி, ஸீதை என்ன சொன்னாள்? அதை மீண்டும், மீண்டும் சொல்! தாகத்தினால் தவிப்பவன் தண்ணீரைக் குடிக்க ஏக்கத்துடன் இருப்பதைப்போல நானும் இருக்கிறேன். உன்னுடைய சொற்கள் குடிநீரைப்போல எனது வேட்கையைத் தணிக்க உதவுகின்றன. அவற்றால் என்னை மீண்டும் மீண்டும் நனையச்செய்" என்று சொல்லிவிட்டு லக்ஷ்மணனைப் பார்த்து, "லக்ஷ்மணா! என்ன ஒரு கஷ்டம் பார்த்தாயா? கடலில் தோன்றிய இந்த அபூர்வ ரத்னம் அதை அணிந்திருந்த ஸீதையுடன் இங்கு வராமல், தனியாக வந்திருப்பதைப் பார்ப்பது என்ன கொடுமை! வைதேஹி ஒரு மாதம் வரையில் உயிரைத் தாங்கிக்

கொண்டிருந்தால், அதன் பிறகு அவள் நீண்டகாலம் வாழ்வாள். ஆனால், நானோ அந்த கருநிறக்கண்ணழகி இல்லாமல் ஒரு கணம் கூட உயிர் வாழமாட்டேன் போலிருக்கிறதே!"

பிறகு, மறுபடியும் ஹனுமானைப் பார்த்து, "நீ எங்கே என்னுடைய அன்பு மனைவியைப் பார்த்தாயோ, அந்த இடத்திற்கு என்னையும் கொண்டுபோய் விடு! அவளுடைய நிலைமையைக் கேட்டறிந்தபின் ஒரு கணம் கூட நான் இங்கு நிற்கமாட்டேன்! என்னுடைய மனைவி, மென்னிடையாள் ஸீதை பரமஸாது. எப்பொழுதும் மிகவும் பயந்த சுபாவம் கொண்டவள். அவள் கோரமான, பயங்கரமான அரக்கர்களின் மத்தியில் எப்படித்தான் இருந்து வருகிறாளோ! சரத்காலத்தின் சந்திரன் இருள் நீங்கி இருந்தாலும் அதனைக் கருமேகங்கள் மறைத்து ஒளிகுன்றச் செய்துவிடுகின்றன. அதைப்போன்று ஸீதையின் வதனபிம்பத்தை அரக்கர்கள் சூழ்ந்துகொண்டு இருப்பதால் அது ஒளிகுன்றிப்போயிருக்கும். ஹனுமானே! ஸீதை என்ன சொன்னாள்? அதை அப்படியே எனக்குக் கூறு! நோயாளி மருந்தைக் கொண்டு பிழைத்திருப் பதைப் போல், நானும் அவள் சொன்ன வார்த்தைகளைக் கொண்டு உயிர் வாழ்வேன். என் அன்பு மனைவி மிகவும் இனிமையானவள்! அவள் மிகவும் இனிமையாகப் பேசுபவள்! அவள் என்ன சொன்னாள்? ஹனுமனே! என்னைவிட்டுப் பிரிந்திருக்கும் அந்தப் பேரழகி என்ன கூறினாள்? அதை எனக்குச் சொல்!" என்றார்.

66-ஆவது ஸர்க்கம் முடிவுற்றது.

67–ஆவது ஸர்க்கம்

ஸீதை மேலும் கூறிய செய்திகள்

இவ்வாறு மஹாத்மா ராகவனால் கூறப்பட்ட ஹனுமான், ஸீதை பேசிய அனைத்தையும் ராமனிடம் கூறினார்.

"மானிடக்காளையே! ஜானகிதேவி இதையும் கூறினாள். அதாவது, சித்ரகூடத்தில் முன்பு நிகழ்ந்த சம்பவம் ஒன்றை அப்படியே நடந்தபடி, உங்களுக்கு நான் ஒரு அடையாளமாகக் கூறுவதற்காக கூறினாள். ஒரு சமயம் உம்முடன் சேர்ந்து ஜானகி தூங்கியிருந்தாள். முதலில் அவள் எழுந்துவிட்டாள். அப்பொழுது ஒரு காகம் விரைவாக பறந்துவந்து அவளுடைய மார்பகங்களைக் கொத்தியது. பரதனின் தமையனாரே! அடுத்தபடியாக நீர் தேவியின் மடிமீது தலைவைத்தபடி தூங்கியிருந்தீர். அப்பொழுது அந்த பட்சி மீண்டும் வந்து பிராட்டியாரைத் துன்புறுத்தியதாம். இவ்வாறு அந்த காக்கை மீண்டும் மீண்டும் வந்து கொத்தியதாம். அப்பொழுது, அவளுடைய ரத்தத்தினால் நனைந்துபோன உம்மை அவள் எழுப்பினாராம். தடம்தோள் வீரரே! மார்பகங்களில் கீறப்பட்டிருந்த அவளைப் பார்த்து நீர் விஷநாகம் போன்று சீற்றம் அடைந்து, பெருமூச்சு விட்டபடி, "பயந்த ஸ்வபாவம் கொண்டவளே! உன் மார்பகங்களை யார் கூரிய நகங்களினால் கீறியது? சீற்றம்கொண்ட ஐந்து தலை நாகத்துடன் எவன் விளையாடுகிறான்?" என்று கேட்டீராம். அப்பொழுது சுற்றுமுற்றும் பார்த்த நீர் உடனே அந்த காக்கையைப் பார்த்தீர். அதன் கூரிய நகங்களில் ரத்தக்கறை படிந்திருந்தது. அவளையே நோக்கிய வண்ணமும் இருந்தது. அப்பொழுது, நீர் ஞானத்ருஷ்டியால் அந்தக் காகம் உண்மையில் தேவேந்திரனின் மகன் ஜயந்தன் என்று தெரிந்து கொண்டீர். பறக்கும் சக்தியைக்கொண்ட பறவைகளில் முதன்மையானதாக மாறியிருந்த அவன், வெகு வேகமாக பறந்து செல்வதில் வாயுவுக்கு நிகரானவன். மலைகளின் இடையில் ஸஞ்சாரம் செய்து கொண்டிருந்தான். தடம்தோள் வீரரே! அறிவாளிகளுக்குள்ளும் மிகச் சிறந்தவரே! அப்பொழுது கோபத்தினால் உமது கண்கள் உருண்டுச் சுழல, காக்கைக்கு தண்டனை கொடுக்க வேண்டும் என்று கடுமையான தீர்மானம் கொண்டு, தர்ப்பாஸனத்திலிருந்து ஒரு புல்லை உருவியெடுத்து அதனை ப்ரஹ்மாஸ்திரத்துடன் கூட்டிச் சேர்த்தீர். உடனே ஊழித்தீபோல சுடர்விட்டுக் கொண்டு இருந்த அந்த தர்ப்பத்தை பறவையின் மீது ஏவினீர்கள். அது உடனே அவனை விரட்டிக்கொண்டு பின் சென்றது.

பிறகு அந்த காகம் தனது தந்தை தேவேந்திரனாலும், எல்லா தேவர்களாலும், மஹரிஷிகளாலும் கைவிடப்பட்டு மூன்று உலகங்களையும் சுற்றியும் தன்னைக் காப்பவர் எவரும் இல்லை என்று தெரிந்துகொண்டது. சத்துருக்களை அடக்கியாளும் திறமை கொண்டவரே! பிறகு அந்தக் காகம் மறுபடியும் சரணாகதவத்ஸலான உம்மிடமே வந்து தஞ்சம் புகுந்து காலடியில் விழுந்தது. காகுத்ஸ்தனே! மரண தண்டனைக்கு உரியதான அந்த காகத்தை நீர் கருணையுள்ளம் கொண்டு காப்பாற்றியருளினீர்.

ராகவனே! ப்ரஹ்மாஸ்திரம் வீணாகிப் போகக்கூடாது என்ற காரணத்திற்காக நீர் அந்த காக்கையின் வலது கண்ணை பறித்துக் கொண்டீர். ராமா! பிறகு அந்த காகம் உம்மையும், உமது தந்தை தசரத மஹாராஜாவையும் மானஸிகமாக வணங்கிவிட்டு, பிறகு உம்மிடமிருந்து விடைபெற்றுக்கொண்டு தன்னுடைய இருப்பிடத்திற்குத் திரும்பியது. இந்த விருத்தாந்தத்தைக் கூறிவிட்டு ஸீதா பிராட்டியார் என்னிடம், "இப்படிப்பட்ட ராகவன் போர் வீரர்களுக்குள் மிகச்சிறந்தவர். வலுவைக்கொண்டவர். நற்பண்புகள் நிறைந்தவர். அப்படிப்பட்ட ராமன் ஏன் அரக்கர்கள் மீது அஸ்திரத்தை ஏவவில்லை? நாகர்களோ, கந்தர்வர்களோ, அசுரர்களோ, மருத்கணங்களோ, அல்லது அத்தனை பேர்களும் ஒன்று சேர்ந்தோ ராமனுடன் எதிர்நின்று போரிடமுடியாது. அந்த வீரபுருஷருக்கு என் மீது அக்கறை இருக்குமானால், சீக்கிரமே ராவணனை போரில் தனது கூரிய பாணங்களால் அழிக்கட்டும்! அல்லது, லக்ஷ்மணன் தான் ஆகட்டும், அவனாவது அண்ணாவின் கட்டளையைப் பெற்று என்னை ஏன் காப்பாற்றவில்லை? அவன் சத்துருக்களை வாட்டியெடுப்பவன், மானுட சிரேஷ்டன், பெருமை மிகு ரகுவம்சத்தில் தோன்றியவன் என்று இவ்வளவு பெருமைகளைக் கொண்டவனாயிற்றே! அவர்கள் இருவரும் மனிதருள் புலிகளைப் போன்றவர்கள்; வாயுதேவன், அக்னிதேவன் ஆகியோருக்கு இணையான தேஜஸ்ஸை உடையவர்கள். தேவர்களாலும் எதிர்கொண்டு தாக்கப்பட முடியாதவர்கள். அப்படிப்பட்டவர்கள் ஏன் என்னை அசட்டை செய்கிறார்கள்? நான்தான் ஏதோ ஒரு பெரிய பாபத்தை செய்திருக்கிறேன், சந்தேகமில்லை. ஏனெனில் அந்த இருவரும், எதிரிகளைப் பொசுக்கக் கூடிய திறமை பெற்றிருந்தும், என்னைக் கவனியாமல் இருக்கிறார்கள்."

வைதேஹி இவ்வாறு கண்ணீர் மல்க, பரிதாபமாய்ப் பேசினாள். அதைக் கேட்ட நான் போற்றற்குரிய பிராட்டியாரைப் பார்த்து மறுபடியும் கூறினேன். "தேவியே! ராமனுக்கு இன்னும் உம்முடைய விசனம் தெரியாது. நான் ஸத்யத்தின் மீது ஆணையாக இதைக் கூறுகிறேன். ராமன் உம்மை விட்டுப்பிரிந்த சோகத்தால் தாக்கம் அடைகிறார். அப்பொழுது லக்ஷ்மணனும் தவித்துப் போகிறான். எப்படியோ நான் இப்பொழுது உங்களைக்

கண்டுவிட்டேன். இனிமேல், விசனப்பட வேண்டிய காலம் இல்லை. நங்கை நல்லாளே! இந்த கணம் துக்கங்களின் எல்லைக்கு வந்து விட்டீர்கள் என்பதை அறிந்துகொள்ளுங்கள். மானுடருள் வேங்கைப்புலிகளைப் போன்ற அந்த அரச குமாரர்கள் இருவரும் குற்றமற்றவர்கள். இருவரும் உம்மைக் காண்பதற்கு துடித்துக் கொண்டிருக்கிறார்கள். வெகு சீக்கிரமே லங்காநகரை சாம்பலாக்கப் போகிறார்கள். சீர்மல்கும் சுந்தரியே! ராகவன், கொடூரமான ராவணனையும், அவனது சுற்றத்தாரையும் சேர்த்து போரில் கொன்றுவிட்டு, உம்மை தனது நகர், அயோத்திக்கு நிச்சயம் அழைத்துச் செல்லப்போகிறார். மாசற்றவளே! ராமன் தெரிந்துகொள்ளும் வகையிலான ஒரு அடையாளத்தை, அவருக்கு சந்தோஷம் உண்டு பண்ணக் கூடியதை, எனக்கு இங்கு அளிக்குமாறு வேண்டுகிறேன் என்றதும், மஹாபலசாலி வீரரே! பிறகு அவள் எல்லா திக்குகளிலும் சுற்றுமுற்றும் பார்த்து விட்டு, கூந்தலில் சூட்டிக் கொள்ளும் திருகுப்பூ அணியான, இந்த சூடாமணியை தனது வஸ்த்ரத்தின் முடிச்சை அவிழ்த்து, எடுத்து என்னிடம் கொடுத்தாள். ரகுகுலதிலகமே! உம் பொருட்டு

கொடுக்கப்பட்ட அந்த தெய்வீகமான ரத்னத்தை வாங்கிக்கொண்டு, போற்றத்தகு பிராட்டியாரை என் தலைதாழ்த்தி வணங்கி, இங்கு திரும்பிவர அவசரத்துடன் இருந்தேன். அந்த சுந்தரிநல்லாள் நான் புறப்பட்டுச் செல்ல மேலெழும்புவதைப்பார்த்து பரபரப்பு அடைந்திருந்தாள். முகத்தில் கண்ணீர் பெருகி இருந்தது. பார்க்க பரிதாபத்துடன் இருந்தாள். பேச்சில் கண்ணீர் கலந்திருந்தது. துக்கத்தின் பாரம் அவளை அழுத்தியிருந்தது.

"ஹனுமானே! இரண்டு சிங்கங்களைப் போன்ற அந்த ராமலக்ஷ்மணர்கள் இருவரையும், மந்திரிபிரதானியோடு கூடிய ஸுக்ரீவனையும், மற்றும் அனைவரையும் நான் நலன் விசாரித்ததாகக்கூறு. பெரும் வானரனே! நீ மிகவும் கொடுத்து வைத்த மஹானுபாவன்! ஏனெனில், நீண்ட கைகளைக் கொண்ட, தாமரை போன்ற கண்களையுடைய ராமனையும், நீள்புஜங்களைக் கொண்ட, கீர்த்திபொருந்திய, எனது மைத்துனன் லக்ஷ்மணனையும் காணும் பேறு பெற்றிருக்கிறாய்!"

ஸீதை என்னிடம் இவ்வாறு கூறியதும், நான் மைதிலியைப் பார்த்துக் கூறினேன். "தேவியே! ஜனககுமாரியே! எனது முதுகில் உடனே ஏறிக்கொள்ளுங்கள். பெருந்தகையாளே! கரிய, அழகான கண்களைப் படைத் திருப்பவளே! இப்பொழுதே நான், ஸுக்ரீவனோடும், லக்ஷ்மணனோடும் இருக்கும் ராமனைக் காண்பிக்கிறேன்!" அப்பொழுது பிராட்டியார் என்னிடம் கூறினாள் – "பெரும் வானரனே! இப்படிச் செய்வது நல்லறம் இல்லை. ஏனெனில், நான் சுதந்திரமாக இருக்கும்போது உன்னுடைய முதுகைத் தீண்ட நேரிடும்." ஆனால், நீ ஒன்று கேட்கலாம், முன்பு ராவணன் என் உடலைத் தொட்டானே, என்று வீரனே! அரக்கனால் என் உடல் தீண்டப்பட்டபோது, என்னால் அவன் பலத்தை மீறி ஒன்றும் செய்ய முடியவில்லை. போதாத காலம் என்னைப் படுத்தியது. வானரப்புலியே! அரச குமாரர்கள் இருவரும் இருக்கும் இருப்பிடத்திற்கு நீ சென்றுவா!" இவ்வாறு என்னுடன் பேசிவிட்டு அவள் மறுபடியும் என்னிடம் தூதுமொழி கூறினாள். அந்த தடம்தோள் வீரன் ராகவன் எப்படி என்னை இந்த சோக சாகரத்திலிருந்து கரையேறச்செய்வாரோ, அப்படி நீ செயல்புரிய வேண்டும். என்னுடைய இந்த கொடுமையான சோகச் சுமையையும், இந்த அரக்கியர்களால் நான் அச்சுறப்படுத்தப்படுவதையும், ராமனின் அருகாமைக்குச் சென்றதும் கூறவேண்டும். வானரவீரனே! நீ போகும் வழியில் யாவும் மங்களமாக இருக்கட்டும்!" அரசர்களுக்குள் ஒரு சிங்கம் போன்றவரே! வணக்கத்துக்குரிய உமது மனைவி ஸீதாதேவி, சோகத்துடன் இவ்வாறு கூறச் சொன்னாள். நான் கூறிய இந்த விவரங்களை அறிந்த தாங்கள், ஸீதை பூர்ணமான நலத்துடன் இருக்கிறாள் என்பதை நம்புங்கள்."

67-ஆவது ஸர்க்கம் முடிவுற்றது.

68-ஆவது ஸர்க்கம்

ஸீதைக்கு கூறிய ஆறுதல்

"நான் தங்களிடம் கொண்டிருந்த நட்பினாலும், நல்லெண்ணத்தாலும் ஸீதை என்னிடம் பெருமதிப்பு கொண்டிருந்தாள். மானுடருள் வேங்கைப்புலி போன்றவரே! அதன் காரணமாக, நான் புறப்படுவதற்கு பரபரப்போடு இருக்கையில், தேவி என்னைப்பார்த்து, மேலும் சில வார்த்தைகளைக் கூறினாள்.

"தசரதர் மைந்தன் ராமனிடம், அவர் எவ்வகையில் ராவணனைப் போரில் கொன்று என்னை சீக்கிரம் அடைவாரோ, அவ்வகையில், பலவாறாகப்பேசி நீ செய்திகளைக்கூற வேண்டும். வீரனே! எதிரிகளை வெற்றி கொள்பவனே! உனக்கு சம்மதமானால், நீ ஒரு நாள், ஏதாவது ஒரு மறைவான இடத்தில் தங்கி, களைப்பாறிவிட்டு, நாளை செல்லலாம். வானரனே! நீ என் முன்னிலையில் இருப்பதனால், துர்ப்பாக்கியவதியான எனக்கு, இந்த சோகத்தின் தீவிரத்திற்கு சிறிது நேரம் விடிவு கிடைக்கும். பராக்ரமம் கொண்ட நீ சென்று, மீண்டும் நீ திரும்பி வரும்பொழுது நான் உயிருடன் இருப்பேனா என்பது சந்தேகம் தான். இதில் ஐயப்பாடு இல்லை. துக்கத்தின் மேல் துக்கமாக என்னைத் தாக்கிக் கொண்டிருக்கிறது. நான் நிர்க்கதியாக இருக்கிறேன். நான் ஒரு துரதிரஷ்டக்காரி. உன்னைக் காணாத சோகம் என்னை மீண்டும் வாட்டியெடுக்கும். வீரனே! என் முன்னே ஒரு பெரிய சந்கேதமும் எதிரிலே நின்றுகொண்டிருப்பதுபோல் இருக்கிறது. வானரத்தலைவனே! வானரர்களும், கரடிகளும் ஏராளமாய் உனக்கு துணைக்கு இருக்கிறார்கள். ஆனால் அவர்கள் கடக்கமுடியாத பெரிய சமுத்திரத்தை எப்படி கடக்கப்போகிறார்கள்? அந்த ராஜ குமாரர்கள், ராம லக்ஷ்மணர்கள்தான் எப்படி கடந்து வருவார்கள்? மாசற்றவனே! எனக்குத் தெரிந்தவரையில் உனக்கும், வாயு தேவனுக்கும், கருடன் ஆகிய மூவருக்கும்தான் சமுத்திரத்தைத் தாண்டும் சக்தி உண்டு. வீரனே! இப்படிப்பட்ட கடினமான காரியத்தை சாதிப்பதற்கு என்ன சமாதானம் காண்கிறாய்? நீ காரியங்களின் தன்மைகளை நன்றாக அறிந்தவன். சத்துருக்களை மாய்ப்பவனே! ஆனாலும், ஒருவேளை நீ ஒருவனாகவே இந்த காரியத்தை வெற்றியுடன் முடிப்பதற்கு சக்தி கொண்டவன்தான். உன்னுடைய பலத்தின் வளர்ச்சி கீர்த்திமை வாய்ந்தது. ஆனாலும், இந்த காரியத்தை ராமன்தான் செய்ய வேண்டும். முழுமையான படைபலத்துடன் இங்கு வந்து

ராவணனைப் போரில் கொன்று, வெற்றிவாகைசூடி என்னைத் தன் நகரத்திற்கு அழைத்துச் சென்றால், அதுதான் மேலும் சிறந்த புகழ் கொண்டதாக இருக்கும். அரக்கன் ராவணன், வீரன் ராமனிடத்தில் பயம் கொண்டு என்னை காட்டிலிருந்து வஞ்சகமாக அபகரித்துவந்தானே, அதே மாதிரி ரகுகுலத்தில் தோன்றிய ராமன் செய்யக் கூடாது. சத்ரு சைன்னியத்தை கதறடிக்கச் செய்யவல்ல, காகுத்ஸ்தன், படைகளை அழைத்துவந்து லங்கா பட்டணத்தை கலங்கச் செய்து, என்னை அழைத்து சென்றால், அதுதான் அவர் புகழுக்கு ஏற்றதாகும். போர்களில் சிறந்த வீரரான, மஹாபுருஷன் ராமனுடைய பராக்கிரமம் அவருக்கு எப்படி பொருத்தமாக அமையுமோ, அந்த விதத்தில் அமைய நீ காரியங்களை நிறைவேற்றிக் கொடுக்க வேண்டும்."

அவள் கூறிய வார்த்தைகள் அர்த்தபுஷ்டியுடனும், நியாயம் நிறைந்ததாகவும், காரணகாரியங்களுடன் கூடியதாகவும் இருந்தன. அவற்றைக் கேட்டு நான், சொல்லாமல் விட்டுப் போயிருந்த, மேலும் சில தகவல்களையும் கூறினேன். "தேவியே! ஸுக்ரீவன், வானரர்கள், கரடிகள் ஆகிய சைன்னியங்களுக்கு தலைவர். பாய்ந்து, பறந்து செல்லும் வீரர்களுள் மேன்மையானவர், திறமைபடைத்தவர், உம்முடைய விஷயத்தில் உறுதி கொண்டவர். அவருடைய கட்டளையின் கீழ் எத்தனையோ திறமையான வானரர்கள் தயாராக இருக்கிறார்கள். அவர்கள் பராக்கிரமசாலிகள். வலுவு கொண்டவர்கள். மகாபலசாலிகள். மனோவேகத்துடன் செல்லக்கூடியவர்கள். அவர்கள் எங்கு சென்றாலும், மேலேயோ, கீழேயோ, குறுக்கேயோ, அவர்கள் போக்குக்கு எதுவும் தடை செய்ய முடியாது. மகத்தான காரியங்களாக இருந்தாலும் சோர்வடைய மாட்டார்கள். அளவற்ற வீரமும் படைத்தவர்கள். பெரும்பேறுகளும் படைத்தவர்கள். பலத்தின் காரணமாக இறுமாப்பு கொண்டவர்கள். காற்று செல்லுமிடமெல்லாம் அவர்களும் செல்லக் கூடியவர்கள். அவர்கள் எத்தனையோ தடவைகள் பூமண்டலத்தையே சுற்றி வலம் வந்திருக்கிறார்கள். ஸுக்ரீவன் முன்னிலையில் இருக்கும் வானரர்கள், ஒன்று, எனக்கு இணையானவர்களாக இருப்பார்கள் அல்லது என்னைக் காட்டிலும் மேன்மை கொண்டவர்களாக இருப்பார்கள். ஆனால் என்னைக் காட்டிலும் திறமை குறைந்தவன் எவனும் இருக்கமாட்டான். அப்படிப்பட்ட நானே இங்கு வந்திருக்கிறேன் என்றால், மற்ற பலவான்களைப்பற்றி கூறவும் வேண்டுமோ? மேன்மையானவர்களை தூதுவனாக அனுப்பமாட்டார்கள். மேன்மையற்றவர்களைத்தான் தூதுக்கு அனுப்புவார்கள்.

தேவியே! பரிதவித்து இருந்த இந்த நிலையை இத்துடன் நிறுத்திக் கொள்ளுங்கள். தன்மீதே நீங்கள் கொண்டுள்ள சினத்தையும் விரட்டுங்கள். வானர சேனை வீரர்கள் ஒரே தாவலில் லங்காபுரிக்கு வரப்போகிறார்கள். பெரும் பேறுகளைக் கொண்டவளே! அந்த இரண்டு மானுடச் சிங்கங்களும், சந்திரனும்

சூரியனும் உதித்ததுபோல், என் முதுகில் வீற்றிருந்து உம்முடைய அருகாமைக்கு சீக்கிரமே வரப்போகிறார்கள். சிங்கத்தைப் போன்ற ராமனை, சத்துருவைக் கொன்ற வெற்றி வீரனாக சீக்கிரம் தாங்கள் காணப்போகிறீர்கள். லங்கா பட்டணத்தின் நுழைவாயிலில் வந்து நிற்கும் லக்ஷ்மணனை, வில்லேந்திய வீரனையும் சீக்கிரம் பார்க்கப் போகிறீர்கள். வானரர்கள் நகத்தையும் பற்களையுமே ஆயுதமாகக் கொண்டவர்கள். மஹாவீரர்கள். சிங்கம், புலி ஆகியவற்றிற்கு இணையான பராக்ரமம் கொண்டவர்கள். யானைகளைப் போன்ற பெரும் சரீரம் கொண்டவர்கள். மலைகளைப் போன்றும் மேகங்களைப் போன்றும் பெருத்த சரீரம் கொண்ட வானர சிரேஷ்டர்கள், லங்காபட்டணத்தின் மலய பர்வதத்தின் சிகரங்களின் மீதமர்ந்து வீரகர்ஜனை செய்யும் பேரொலியை தாங்கள் வெகு சீக்கிரமே கேட்கப் போகிறீர்கள். வனவாசம் முடிந்து திரும்பிய ராமனை, சத்ருக்களை மாய்த்த, ரகுவம்சத்திலக ராமனை, அயோத்திமாநகரில் உம்முடன் கூடி பட்டாபிஷேகம் செய்யப்பட்ட ராமனை, சீக்கிரமே காணப் போகிறீர்கள். ஜனககுமாரி, ஸீதாபிராட்டியார் தனக்கு ஏற்பட்ட துக்கத்தோடு உமக்கு ஏற்பட்ட துக்கத்தையும் தாங்கி, மிகவும் வருத்தப்பட்டிருந்தாள். நான் அப்பொழுது, தைரியத்தை ஊட்டக்கூடிய, நலன்களை நல்கக்கூடிய, மனதுக்கு பிரியத்தை உண்டு பண்ணக்கூடிய சொற்களினால் அவளுக்கு மகிழ்ச்சியையூட்டினேன். அதனால், அப்பொழுது ஜானகிதேவி அமைதியையடைந்தாள்."

68-ஆவது ஸர்க்கம் முடிவுற்றது.

ஸுந்தர காண்டம் நிறைவு பெறுகிறது.

ஹனுமானுக்கு ஒரு மகுடாபிஷேகம்!

ஸுந்தரகாண்டம் 68-வது ஸர்க்கத்துடன் முடிவு பெறுகிறது. வாஸ்தவத்தில், இதன் தொடர்ச்சி அடுத்த ஸர்க்கத்தில் (அதாவது, யுத்த காண்டத்தின் முதல் ஸர்க்கத்தில்) தொடர்வதாக நாம் கருதவேண்டும். ஏனெனில், இவற்றில்தான் ஸ்ரீராமபிரான், ஆஞ்ஜனேயனின் ஸேவையைப் பாராட்டி, அவரைக் கட்டியணைத்து, தனது செய்நன்றியைத் தெரிவிக்கிறார். ஆகையால், அவற்றையும், ஸுந்தர காண்ட பாராயணக்ரமத்தில், முடிவில் சேர்த்துக் கொள்வது மிகவும் சிலாக்கியம். இது ஸ்ரீராமபிரானே ஆஞ்ஜநேயனுக்கு மகுடாபிஷேகம் செய்ததற்கு ஒப்பாகும்.

இவ்வாறு, ஹனுமானின் சொற்களை, அவர் சொல்லச் சொல்ல, அப்படியப்படியே கேட்டு ராமன் மகிழ்ச்சிபொங்க பதில் கூறினார். ஹனுமான் புவியில் செயற்கரிய ஒரு மஹத்தான காரியத்தைச் செய்திருக்கிறான். இந்த பூலோகத்தில் இப்படிப்பட்ட ஒரு காரியத்தை வேறு எவனும் கற்பனையாலும் செய்ய முடியாது. கருடதேவனையோ, வாயுதேவனையோ, ஹனுமானையோ தவிர்த்து, பெருங்கடலைத் தாண்டக்கூடியவன் எவனையும் நான் காணவில்லை.

இவ்வாறு தனது பலத்தை உபயோகித்து, அதற்குத்தகுந்த பராக்ரமத்தையும் பிரயோகித்து, ஸுக்ரீவன் ஒப்படைத்த ஒரு மகத்தான காரியத்தை ஒரு சேவகன் செய்ய வேண்டிய கடமையாக, ஹனுமான் செய்திருக்கிறான். ஒரு யஜமானால் மிகக்கடினமான ஒரு காரியம் தன்னிடம் ஒப்படைக்கப்பட்டால், அதனை அந்த குறிக்கோளுக்கு உகந்த வகையில், எந்த ஒரு தொண்டன் வெற்றிகரமாகச் செய்கிறானோ, அவனை மிக, மிகச்சிறந்த மனிதன் என்று கூறுவார்கள். திறமையுள்ள ஒரு பணியாளனை ஒரு அரசன் ஒரு பணியில் ஈடுபடுத்தினால், அவன் கூறியதற்குமேல், அவனுக்குப் பிரியமான எந்த காரியத்தையும் செய்யாமல் இருந்தால் அவனை ஒரு மத்தியமான மனிதன் என்று கூறுவார்கள். அதே காரியத்தை கவனமின்றி செய்யத் தவறினால் அவனை மிகமட்டமான மனிதன் என்று கூறுவார்கள்.

குறிப்பு : "ஹனுமானுக்கு ஒரு மகுடாபிஷேகம்" என்ற இந்த அத்தியாயத்தின் 5, 6, 7 சுலோகங்களின் பொருளிலும் ஸ்ரீ ராமபிரான், 'ஹனுமான் ஒரு புருஷோத்தமன்' என்று அவர் கருதிய கருத்தையே ஆழமாக பதியவைக்கிறார்.

நானும், பலசாலி லக்ஷ்மணனும், ஏன் எனது ரகுவம்சமே, ஹனுமான் ஸீதையைப் பார்த்து வந்ததினால், இன்று அறநெறியிலிருந்து நாங்கள் வழுவிப்போவதலிருந்து காப்பாற்றப் பட்டிருக்கிறோம். இங்கு எனக்கு பிரியமான செய்தியைக்கூறிய இந்த ஹனுமானுக்கு, அதற்குத்தகுந்த வகையில் ஒரு பிரியமான சம்மானத்தை ஏழ்மை நிலையில் இருக்கும் நான் செய்ய வில்லையே என்று என் மனம் என்னை உறுத்துகிறது. தற்சமயம் இந்த நிலையையடைந்த நான் இந்த மஹாபுருஷனுக்கு, எனது ஒரே சொத்தாக இருக்கும் இந்த சரீரத்தை ஆலிங்கனமாக இந்த ஹனுமனுக்கு அளித்ததாக இருக்கட்டும்.

இவ்வாறு கூறிய ராமன், புளகாங்கிதம் அடைந்து மகிழ்ச்சி பொங்க, காரியத்தை வெற்றியுடன் முடித்து வந்து நின்றிருக்கும், மஹாத்மா ஹனுமானை இறுகத்தழுவிக் கொண்டார். (இத்திருக்காட்சி, ஸ்ரீ ராமபிரானே, ஹனுமனுக்கு ஒரு மகுடாபிஷேகம் செய்து மகிழ்ச்சி அடைந்ததற்கு ஒப்பாகும்! ஹனுமானும் அப்படிப்பட்ட பூரிப்பை நிச்சயம் எய்தியிருப்பார் என்பது திண்ணம்!

"பொங்கும் மங்களம் எங்கும் தங்குக"

ராம பட்டாபிஷேகம்

சிரத்திற்குமேல் குவிந்த கரங்களுடன் கைகேயியின் மனம் மகிழ பரதன் தன் தமையனும் பெருவீரனுமாகிய ராமனின் அடி பணிந்து இவ்வாறு கூறினான்.

“என் தாயை மகிழ்விக்கும் பொருட்டு ஆலோசித்துத் தங்களால் கொடுக்கப்பட்ட இவ்வயோத்தி அரசாட்சியினை மீண்டும் தங்களிடம் ஒப்படைக்கிறேன். பெரு வலிமையோடுள்ள ஒரு காளை சுமக்கக் கூடிய பாரத்தினை ஒரு இளம் கன்று எவ்வாறு சுமக்க இயலாதோ, அதுபோன்று இவ்வரசச் சுமையை இனி என்னால் சுமக்க இயலாது. ஓர் சிறிய விரிசலின் வழியே நீர் கசிந்தவாறு உள்ள ஓர் அணையானது எவ்வாறு பெருகிவரும் வெள்ளத்தினைத் தடுக்க சக்தியற்றதாகிறதோ, அது போன்றே தங்களின் வருகைக்குப் பின் என்னால் இந்த அரசியல் கடமைகளைச் சரிவர செய்ய இயலாது. ஓர் அன்னத்தின் பறக்கும் செயலோடு ஓர் காகத்தின் பறக்கும் செயலை எவ்வண்ணம் ஒப்பிட இயலாதோ, ஓர் குதிரையின் ஓட்டத்தோடு கழுதையின் ஓட்டத்தை எவ்வாறு ஒப்பிட இயலாதோ; அது போன்றே வெல்வதற்கரியவரே தங்களின் அடிச்சுவட்டினை ஒட்டி என்னால் நடக்க இயலவில்லை. எடுத்துக்காட்டாக ஒருவர் வீட்டில் ஓர் மரக்கன்று நடப்பட்டு அது பெரு விருட்சமாக அடர்ந்த கிளைகளோடும் எவராலும் ஏற இயலாததாயும் வளர்கின்றதோ அது பூத்துக் குலுங்கியபின் அதில் தோன்றக்கூடிய பழம் பழுக்காது போனால் அம்மரத்தினை நட்டவருக்கு யாதொரு பயனும் இல்லாது போகுமோ அதுபோன்று தாங்கள் இவ்வரசாட்சியினை ஏற்று எங்களின் அரசனாகாது போனால் எங்களின் நிலையும் அவ்வாறே ஆகும்.

ஓ ரகுவம்சத் தோன்றலே! தாங்கள் இவ்வரசுக் கட்டிலில் அமர்ந்து நடுப்பகலின் சூரியன் போன்று ஒளிர்வதை இன்று இவ்வுலகிலுள்ளோர் காணட்டும். தாங்கள் விடியலில் உறங்கி விழிக்கும்போது பொன்னால் செய்யப்பட்ட சிறு மணிகள் கோர்க்கப்பட்ட இடை ஆபரணம் மற்றும் காற்சதங்கைகளை அணிந்து நடன மங்கையரின் நாட்டியமும், இசை பாடுவோரின் பாடல் மற்றும் இசைக் கருவிகளின் இனிய ஓசையும் இனி உங்களால் கேட்கப்படட்டும். வானின் விண்மீன்கள் ஒளிரும் மட்டும் இப்பூமி சுழலும் நாள் வரையிலும் தாங்கள் இவ்வயோத்தி அரியணையில் வீற்றிருந்து மகிழ்வீராக! பகை நாடுகளிலும் தன் அரசாணையைச் செலுத்தக் கூடிய ராமன்,

பரதனின் இம்மொழிகளைக் கேட்டு "அப்படியே ஆகட்டும்" எனக் கூறி அழகிய இருக்கையில் அமர்ந்தான்.

சத்ருக்னனின் ஆணையைப் பெற்றுக் கொண்டு, மென்மையாகவும், லாவகமாகவும் தங்கள் தொழிலைச் செய்யக்கூடிய திறமை மிக்க நாவிதர்கள் இராகவனைச் சூழ்ந்து கொண்டார்கள். முதலில் பரதன் நீராடியபின் வீரனான இலக்குவன், பிறகு வானர அரசனாகிய சுக்ரீவன் தொடர்ந்து அரக்க வேந்தனான விபீடணன் ஆகியோர் நீராடினர். ஜடாமுடி பிரிக்கப்பட்டபின் நீராடி வந்த ராமன் அழகிய மாலைகள் அணிந்து கொண்டு, மணமிக்க சந்தனம் பூசி பலவகை ஆபரணங்களை அணிந்துகொண்டு, பல வண்ணங்களில் விலை உயர்ந்த ஆடைகளை உடுத்திக் கொண்டு பிரகாசித்தான். வலிமையும், புகழும் உடைய சத்ருக்னனின் ஆணையை ஏற்ற சேவகர்களால், இக்ஷ்வாகு குலத்திற்கே பெருமை சேர்த்த ராமன் மற்றும் இலக்குவன் ஆகியோர் பல அழகிய ஆபரணங்களால் அலங்கரிக்கப்பட்டனர்.

பெருமனம் படைத்த தசரத மன்னனின் மனைவிகள் இத்தருணத்தில் சீதையை மனம் மயக்கும் வகையில் அலங்கரித்தனர். தன் மகன் மீது அதிக ப்ரீதியுடைய கோசலை, மிக்க மகிழ்ச்சியோடு, வானர மகளிர் பலருக்கும் மிக அழகாக அலங்காரம் செய்வித்தாள். அழகிய அலங்காரத்துடன் குதிரைகள் பூட்டப்பட்ட அரச இரதத்தினை செலுத்திய வண்ணம் அரசரின் சாரதியான சுமந்திரன் சத்ருக்னனின் ஆணைப்படி ஸ்ரீ ராமன் முன்னிலையில் வந்தான். தேவருலகிலிருந்து வந்தது போன்ற தூய்மையும், அழகியதும், சூரிய மண்டலம் போன்று ஒளி மிக்கதுமான அந்த இரதத்தினில் தேவாஸ்திரங்களைப் பெற்றிருந்த பெருமை மிக்க ஸ்ரீ ராமன் ஏறினான்.

அழகிய வஸ்திரங்களாலும் ஒளிமிக்க கர்ண குண்டலங்களாலும் ஆபரணங்களாலும் ஜொலித்துக் கொண்டு தேவேந்திரனைப் போல சுக்ரீவனும், ஹனுமானும் உடன் சென்றனர். இதுபோன்றே அழகிய ஆபரணங்களாலும், கர்ண குண்டலங்களாலும் அலங்கரித்துக் கொண்ட சுக்ரீவனின் மனைவியரும், சீதையுடன் அயோத்தியைக் காண ஆவலுடன் சென்றனர். அயோத்தியில் குலகுருவான வசிஷ்டரின் தலைமையில் தசரத மன்னனின் அமைச்சர்கள் ராமனின் பட்டாபிஷேகத்திற்குத் தேவையானவற்றை சேகரிப்பதில் ஈடுபட்டனர். அசோகன், விஜயன், சுமந்திரன் போன்ற அமைச்சர்கள், ராமரின் நலம் மற்றும் மகிழ்ச்சிக்கும், ராஜ்ஜியத்தின் நலத்திற்கும் கலந்தாலோசித்தனர். ராமனின் வெற்றிக்காகவும், நகரின் கீர்த்திக்காகவும் தேவையான அனைத்து மங்கள காரியங்களும் குறைவற செய்ய வேண்டும் என முடிவு செய்தனர்.

இவ்வாறு தங்களின் முடிவினை தெரியப்படுத்தியபின் அமைச்சர்கள் அனைவரும் ஆசார்யனான வசிஷ்டரிடம், ராமனைக் காண ஆவலுள்ளவர்

களாய் விரைவாக நகருக்கு திரும்பி வந்தனர். ராமனுக்கென்றே சொந்தமான பச்சை குதிரைகள் பூட்டப்பட்ட தேவரதத்தில் இந்திரன் வருவதுபோல ராமன் பெருமையுடைய அயோத்தி நகர் புறப்பட்டான். அப்பொழுது பரதன் சாரத்யம் வகிக்க சத்ருக்னன் வெண்கொற்றக் குடை பிடிக்க இலக்குவன் வெகு மெதுவாக சாமரம் வீசியவாறு வந்தனர். லக்குவனுக்கு எதிர்புறம் அரக்க மன்னன் விபீடணன் வெண்மையான திங்களைப் போன்று ஒளிரும் மற்றொரு சாமரத்தை வீசியவாறு இருந்தான். இச்சமயத்தில் வானவீதியில் முனிவர்களும், தேவகணங்களும், மருத் கணங்களும், ராமனின் பெருமைகளைத் துதிக்கும் ஒலியானது அனைவரின் காதுகளுக்கும் மிகவும் இனிமையை அளித்தது. மலைபோன்ற உருவுடன் மதநீர்ப் பெருக்குடனான சத்ருஞ்ஜயன் என்னும் பட்டத்து யானைமீது ஏறி வானர ராஜனான சுக்ரீவன் அங்கிருந்து புறப்பட்டான். மற்ற வானரர்களும் மனித உருவுடன் பல ஆபரணங்களால் அலங்கரித்துக் கொண்டு ஒன்பதாயிரம் யானைகளின் மேல் அமர்ந்து வந்தனர்.

சங்கம், பேரீ, துந்துபி, மிருதங்கம் போன்ற வாத்ய கோஷங்களுடனும், மாந்தர்களின் வாழ்த்தொலி முழக்கங்களுடன் மாளிகைகள் வரிசையாக அமைந்த அயோத்தி நகருக்குள் புருஷோத்தமனான ராமன் நுழைந்தான். ராமனை எதிர்கொண்டழைக்க வந்த அயோத்திவாழ் மக்கள் அலங்கரிக்கப்பட்ட இரதத்தில் அதிரதன் போன்று ஒளி பொருந்தியவனாய் மேலும் பலர் பின்தொடர ஸ்ரீ ராமன் வருவதைக் கண்டனர்.

'ஸ்ரீ ராமனுக்கு வெற்றி உண்டாகட்டும்' என வாழ்த்திய அமைச்சர்கள் ராமனால் ஆதரிக்கப்பட்டவர்களாய் தம்பியர் புடைசூழ நகருக்குள் நுழையும் காகுத்தனாகிய ராமனை பின் தொடர்ந்தனர். இவ்வாறு அந்தணர், அமைச்சர் மற்றும் மக்களால் சூழப்பட்ட ராமன் விண்மீன்களால் சூழப்பட்ட முழுமதியென விளங்கினான். ஸ்வஸ்திகம் போன்ற இனிமையான கருவிகளும், வேறு பல மங்கலமான இசைக் கருவிகளையும் இசைத்தவாறு பல புருஷர்கள் ராமனின் ரதத்திற்குமுன் நடந்தனர். அந்தணர்களும், கன்னிப் பெண்களும் தங்கள் கைகளில் மஞ்சள் அரிசியையும் மற்றும் பலர் மோதகங்களையும் ஏந்தி ராமனுக்கு முன்னே சென்றனர்.

ராமன் தன் அமைச்சர்களிடம் சுக்ரீவனுடன் தனது நட்பையும், வாயு மைந்தனாகிய ஹனுமானின் பெருமையையும், வானரர்களின் வீரத்தினையும், மேலும் அரக்கர்களின் வலிமையினையும், விபீடணன் சரணாகதி கோரி தன்னை அடைந்ததையும், விளக்கமாகக் கூறக்கேட்ட மந்திரிகளும், அயோத்தி மக்களும் வியப்பினில் ஆழ்ந்தனர்.

இவ்வாறு பலவாறாகப் பேசிக் கொண்டே வானரங்கள் புடைசூழ ராமன் அழகாக அலங்கரிக்கப்பட்ட அயோத்தி நகருக்குள் பிரவேசித்தான். நகரின்

ஒவ்வொரு இல்லமும் மாலைகளாலும், தோரணங்களாலும், கொடிகளாலும் அலங்கரிக்கப்பட்டிருந்தன. அவ்வாறே அலங்கரிக்கப்பட்ட இக்ஷ்வாகு வம்சத்தினர் வாழும் தமது தந்தை வாழ்ந்த அரண்மனையை ஸ்ரீ ராமர் அடைந்தார். அரண்மனையில் பிரவேசித்த ராமனை அவரது தாய்மார்களான கௌசலை, கைகேயி, சுமித்திரை ஆகியோர் வரவேற்றனர். அவர்களை வணங்கிய ராமன் அரசகுமாரனாகிய பரதனை நோக்கி இனிமையான வார்த்தைகளைக் கூறலானான். அசோக வனத்துடன் கூடியதும், முத்துக்க ளாலும், வைடூர்யங்களாலும் அலங்கரிக்கப்பட்ட மிகவும் சிரேஷ்ட்டமானதுமான அரண்மனையில் சுக்ரீவன் தங்கட்டும் என்று ராமன் கூறினான். ராமனின் வார்த்தைகள் வாயிலாக அவரின் கருத்தை அறிந்து கொண்ட பெருவீரனான பரதன் சுக்ரீவனின் கைகளைப் பிடித்து அத்தகைய அரண்மனைக்குள் அழைத்துச் சென்றான். சத்ருக்னனின் ஆணையின்படி சேவகர்கள் தைல விளக்குகள், இருக்கைகள், விரிப்புகள் போன்றவற்றுடன் மிகவிரைவாக அவ்வரண்மனைக்குள் சென்றனர்.

அளவற்ற ஆற்றலை உடைய ராமனின் இளைய சகோதரனாகிய பரதன் சுக்ரீவனிடம், "ஐயா! ராமனுக்கு அபிஷேக தீர்த்தம் கொண்டுவர வீரர்களை அனுப்புக!" என வேண்டினான். இதனைக் கேட்ட சுக்ரீவன் உடனடியாக பலவகை இரத்தினங்கள் இழைத்த நான்கு தங்கக் குடங்களை நான்கு வானர வீரர்களிடம் கொடுத்தான்.

"நாளை விடியும் முன் நால்வரும் நான்கு திசைகளிலுள்ள கடல்களில் இருந்தும் புனித நீரை இக்குடங்களில் நிரப்பிக் கொண்டு வந்து தயாராக இருக்க வேண்டும்" என ஆணையிட்டான்.

உடனடியாக பெரும் யானைகளைப் போன்று காணப்பட்ட வீரர்கள் வானில் எழும்பி வேகமாகப் பறக்கும் கருடனைப் போன்று அதிவேகமாகச் சென்றனர். ஜாம்பவான், ஹனுமான், வேகதர்சீ என்ற வானரனும், மற்றும் ரிஷபன் ஆகியோரும் கலசத்தில் புனித தீர்த்தம் கொண்டு வர புறப்பட்டுச் சென்றனர். மேலும் ஐநூறு நதிகளிலிருந்தும் புனிதநீர் கொண்டு வரப்பட்டது. பராக்கிரமம் மிகுந்த ஜாம்பவான் கிழக்குக் கடலிலிருந்து இரத்தினங்களிழைத்த கலசத்தில் புனித தீர்த்தத்தைக் கொண்டு வந்தான். ரக்த சந்தனத்தால் காப்பிடப்பட்ட தங்கக் குடத்தினில் புனித தீர்த்தத்தை ரிஷபன் தெற்குக் கடலினின்றும் வேகமாகக் கொண்டு வந்தான். வேகத்தில் காற்றுக் கடவுளை ஒத்த கவயன் பெரும் இரத்தினக் குடத்தில் மேற்குக் கடலினின்றும் குளிர்ந்த நீரினைக் கொண்டு வந்தான். குணவானும், வேகத்தில் கருடனை ஒத்தவனுமான ஹனுமான் வெகு விரைவில் வடதிசைக் கடலினின்றும் புனித நீரினைக் கொண்டு வந்தான்.

ராமனின் அபிடேகத்திற்கான புனித நீர் கொண்டுவரப்பட்டதும், சத்ருக்னனும், அமைச்சர்களும் குலகுரு வசிஷ்டருக்கும் மற்ற உறவினர் களுக்கும் செய்தியினைத் தெரிவித்தனர். வயது முதிர்ந்தவரும், இக்ஷ்வாகு வம்சத்தின் குருவும், வேகமாகக் கடமையாற்றுபவருமான வசிஷ்டரும் அவருடன் வந்த அந்தணர்களும் ராமரை சீதையுடன் இரத்தின மயமான இருக்கையில் அமரச் செய்தனர். வசிஷ்டர், வாமதேவர், ஜாபாலி, காச்யபர், காத்யாயனர், சுயஜ்ஞர், கௌதமர், விஜயர் ஆகிய எட்டு முனிவர்களும் வேத மந்திரங்கள் ஜபித்து ராமனை நறுமணம் கமழும் புனித நீர் கொண்டு ஆயிரம் கண்களுடைய இந்திரனை அஷ்ட வசுக்கள் அபிஷேகிப்பது போன்று அபிஷேகம் செய்வித்தனர். இவர்களைத் தொடர்ந்து ரித்விக்குகளும், கன்னியரும், படைத் தளபதிகளும், வர்த்தகப் பிரமுகர்களும் மற்றும் அயோத்யாபுர ஜனங்களும் மிக்க மகிழ்வோடு ராமனுக்கு அபிஷேகம் செய்வித்தனர்.

வானிலிருந்து இந்த உலகை நான்கு திசைகளையும் காக்கும் தேவர்களாலும், மற்றும் அங்கு ஒன்றாய்க் கூடிய தேவர்களாலும் ஸ்வர்க்கத்தில் தோன்றிய அனைத்து மருத்துவ மூலிகைகளின் சாற்றைக் கொண்டும் ராமருக்கு அபிஷேகம் செய்வித்தனர். முன்பு வைவஸ்வத மனுவிற்கு அணிவிக்கப்பட்டதும், மிகவும் தொன்மையானதும், நான்முகனால் உருவாக்கப்பட்டதும், உயர்ந்த பல இரத்தினங்கள் பொருத்தப்பட்டதுமான மணிமுடியை பொன்னால் அலங்கரிக்கப்பட்டதும், மஹான்கள் பலரால் நிறைந்ததும், மிகவும் அழகான மணிகளால் வரையறுக்கப்பட்ட சபையில் இரத்தினங்கள் பலவற்றால் பலவாறாக அலங்கரிக்கப்பட்ட அழகிய வேலைப்பாடு உடைய இருக்கையில் விதிப்படி ராமனை இருத்தினர்.

இதன் பிறகு மஹாத்மாவான வசிஷ்டரால் ரித்விக்குகளின் மந்திர கோஷத்துடன் அழகிய அந்த மணிமகுடமானது ராமனுக்கு அணிவிக்கப்பட்டது. அழகிய வெண்கொற்றக் குடையினை சத்ருக்னன் பிடித்தான். வெண்மையான சாமரத்தை சுக்ரீவன் ஒருபுறமும், மதி ஒளி போன்ற கவரியினை அரக்க வேந்தனாகிய விபீடணன் மற்றொரு புறமும் வீசினர். அமரர் கோன் இந்திரனால் அனுப்பப்பட்ட வாயு, நூறு தங்கத் தாமரைகள் கொண்ட ஒளிமிகுந்த ஒரு மாலையினையும் அனைத்து இரத்தினங்களால் கோர்க்கப்பட்ட ஓர் அழகிய ஒளிமிகுந்த முத்துமாலையினையும் பரிசாக அளித்தான். ராமர் சீதையின் முடிசூட்டுப் பெருவிழாவினில் அமரர் உலகத்தவரான கந்தர்வர்கள் இன்னிசை பாடவும், அப்சரமாதர்கள் அழகாக நடனமாடவும் செய்தனர்.

ராம பட்டாபிஷேக மஹோத்ஸவ வேளையில் இப்பூமி பயிர்களால் செழித்துப் பசுமையாகக் காட்சியளித்தது. மரங்கள் பழங்கள் நிறைந்து காணப்பட்டன. பூக்களின் மகரந்தங்கள் நறுமணம் பரப்பின. முடிசூட்டிக் கொண்டதும் இரகுவீரன் முதலில் அந்தணர்களுக்கு ஒரு லட்சம் குதிரைகளையும், ஒரு

லட்சம் கன்றோடு கூடிய பசுக்களையும், ஒரு லட்சம் காளை மாடுகளையும் தானமாக அளித்தார். மேலும் முப்பது கோடி பொற்காசுகள், சிரேஷ்ட்டமான பலவகை ஆடை ஆபரணங்களும் அந்தணர்களுக்கு அளிக்கப்பட்டது. மாணிக்கக் கற்களிழைத்த சூரியனைப் போன்று ஒளிரும் அழகிய பொன் மாலை ஒன்றினை சுக்ரீவனுக்கு ராமர் அளித்தார். அன்பு நிரம்பிய ராமன், வாலி மைந்தனாகிய அங்கதனுக்கு வைடூர்ய மணிகளிழைத்து முழு மதியென ஒளிரும் அழகிய தோள்வளைகளைப் பரிசாக அளித்தான். மதிக்கிரணங்களென ஒளிவீசும் இரத்தினங்கள் இழைத்த ஓர் உயர்ந்த முத்துமாலையினை ராமர் சீதைக்கு அளித்தார். பிறகு சீதை கணவனின் முகக் குறிப்பறிந்து கொண்டு, மஹிமை வாய்ந்ததும், அழகியதுமான இரு ஆடைகளையும், பல ஆபரணங்களையும், வாயு மைந்தன் ஹனுமனுக்கு பரிசாக அளித்தாள்.

சீதை, ராமன் தனக்கு அணிவித்த அந்த அழகிய முத்து மாலையினைக் கழற்றி கையில் ஏந்திய வண்ணம் அனைத்து வானரர்களையும் பார்த்த பின் தன் கணவனையும் அடிக்கடி நோக்கினாள். அவளின் கருத்தறிந்த ராமன், "அன்பிற்குரியவளே! இந்த அவையில் உள்ளவரில் உன் மனம் மகிழச் செய்பவர் எவரோ அவருக்கு உன் விருப்பம் போல் இம்மாலையினைப் பரிசாக அளிப்பாயாக" எனக் கூறினான்.

அப்பொழுது கருவிழி கொண்ட சீதை, ஆண்மையும், புத்தியும், வீரமும், ஸாமர்த்தியமும், எப்போதும் அடக்கமும் உடையவரான வாயு மைந்தனும், வானரர்களில் சிறந்தவருமான ஹனுமனின் கழுத்தினில் அணிவித்தாள். அம்மாலையை அணிந்து கொண்ட ஹனுமன் வெண்முகில்களால் சூழப்பட்டு நிலவொளியினில் ஒளிரும் ஓர் மலையென காணப்பட்டார். பிறகு கனவில்கூட சத்ருக்களை அச்சுறுத்தும் ஸ்ரீராமர், மைந்தன், த்விவிதன், நீலன், ஆகிய யாவருக்கும் அவரவர் தகுதிக்கேற்ப ஆடை ஆபரணங்களை பரிசாக அளித்தார். மேலும் வானரர்களில் வயது முதிர்ந்தவர்களும், சிறந்தவர்களுமான பலருக்கு ஆடை ஆபரணங்களை அளித்து பூஜித்தனர்.

இவர்களோடு விபீடணன், சுக்ரீவன், ஹனுமன், ஜாம்பவான் மற்றும் வானரர் தலைவர்கள் அனைவருக்கும் யாருக்கும் எந்தவிதமாக மனவருத்தத்தை அளிக்காத ராமனால் கௌரவிக்கப்பட்டனர். இவ்வாறு கௌரவிக்கப்பட்ட வானரர்கள் தாங்கள் மனம் விரும்பிய பல உயர்ந்த பரிசுகளோடு தங்கள் இடத்திற்கு மீண்டும் சென்றனர். முடி சூட்டுவிழாவினைக் கண்டுகளித்த வானர சிரேஷ்ட்டர்கள் அனைவரும் மற்றும் மன்னன் சுக்ரீவனும் ராமனை வணங்கி தமது நகரமான கிஷ்கிந்தையை அடைந்தனர். இலங்கையில் இருந்து ராமனோடு கூட வந்தவரும், நீதியின் பால் மனம் உடையவருமான அரக்க மன்னன் விபீடணன் இக்ஷ்வாகு வம்சத்தவரின் குலதனமாகிய ஸ்ரீரங்க விமானத்தைப் பெற்றுக் கொண்டு இலங்கைக்குப் புறப்பட்டார். தம் எதிரிகளை

வென்றும், தமது மக்களை தம் குழந்தைகள் போன்று காத்தும் ராமன் தன் நாட்டை நல்லாட்சி செய்து வந்தபோது அறத்தை அறிந்த, அறத்தில் நிலைபெற்ற ராமன் லக்குவனை நோக்கி இவ்வாறு கூறலுற்றார் :

"அறம் அறிந்தோனே! நம் முன்னோர்களால் காக்கப்பட்ட இவ்வரசினை என்னோடு சேர்ந்து நீயும் ஆள்வாயாக! மேலும் இத்தரணியை ஆள்வதில் அவர்களுக்கு, படைகளும், இளவரசர்களும் உதவினர். அத்தகைய இளவரசனாக என்னோடு நீயும் இச்சுமையினை பகிர்ந்து கொள்வாயாக!" என்று கூறினார். உயிரனைய தனது மூத்த சகோதரனாகிய ராமனால் மீண்டும் மீண்டும் சொல்லப்பட்ட இவ்வார்த்தைகளால் சிறிதேனும் மனம் மாறாத இலக்குவன் இளவரசனாக முடிசூட்டிக் கொள்ள சம்மதிக்காத நிலையில் ராமன் பரதனுக்கு இளவரசனாக முடிசூட்டினான். இந்த பூமியை ஆள்வதில் மிக உத்தமனாகவும், தசரத மைந்தனாகிய ராமன் பௌண்ட்டீரகம், அஸ்வமேதம், வாஜபேயம் போன்ற கணக்கற்ற யாகங்களைச் செய்து கடவுள்களை ஆராதித்தான். பதினோராயிரம் வருடங்கள் அரசாண்ட ஸ்ரீ ராமன் நூறு அச்வமேத யாகங்களைச் செய்தார். அவற்றில் கணக்கற்ற தக்ஷிணைகளையும் கொடுத்தார்.

முழங்கால்கள் வரை நீண்ட கைகளையும், பரந்த மார்பினையும் உடைய அழகனான ஸ்ரீ ராமன் இலக்குவனோடு இணைந்து இவ்வுலகினை நன்கு ஆண்டான். நீதியில் நாட்டம் கொண்ட அறம் வழுவாத மாமன்னனாகிய ராமபிரான் மேலும் பல யாகங்களை தம் நண்பர்கள் மற்றும் சுற்றத்தாரின் உதவியோடு செவ்வனே செய்தார். ராமனின் அரசாட்சியில் பெண்கள் துக்கத்திற்கு ஆளாகவில்லை. வன விலங்குகளால் அச்சம் ஏற்படவில்லை, நோயுற்று எவரும் துன்பப்படவில்லை. கள்வர்களால் தொல்லை இல்லை, எவருக்கும் துன்பம் நேரவில்லை, எவரும் அகாலத்தில் மரணமடையவில்லை. உயிரினங்கள் யாவும் மகிழ்வோடிருந்தன. மக்கள் யாவரும் அறவழியில் ஒழுகினர். யாவரும் ராமனை ஏத்தினர். உயிரினங்கள் ஒன்றை ஒன்று துன்புறுத்தாமல் வாழ்ந்தன.

ராமனின் அரசாட்சியில் மக்கள் ஆயிரம் ஆண்டுகள் அகவையினையும், ஆயிரம் மக்களையும் பெற்று நோயற்று மகிழ்வுடன் வாழ்ந்தனர். ராமன் வாழ்ந்த காலத்தில் மக்கள் ராமன், ராமன், ராமனை அன்றி வேறு எதனையும் பேசாதிருந்தனர். 'ராம' என்னும் சொல்லே ராமனாக உருவெடுத்து அவர்கள் முன்னிலையில் நின்றது போன்று இது காணப்பட்டது. மரங்கள் உயர்ந்து வளர்ந்து எப்போதும் பூக்களுடனும், பழங்களுடனும் காணப்பட்டன. வேண்டும்போது மழை பொழிந்தது. காற்று எப்போதும் மென்மையாக வீசியது.

அந்தணர், க்ஷத்ரியர், வைசியர், சூத்திரர் ஆகிய நான்கு வர்ணத்தவரும் பேராசையின்றி அவரவர் கடமைகளை ஆற்றுவதில் மகிழ்வோடு

ராம பட்டாபிஷேகம்

காணப்பட்டனர். ராமனின் அரசாட்சியில் மக்கள் யாவரும் அறத்தினில் நாட்டமுள்ளவர்களாயும், அறவழியில் வாழ்பவர்களாயும், எப்போதும் பொய் கூறாதவராகவும் அழகுள்ளவர்களாகவும் விளங்கினர். சகோதரர்களின் உதவியோடு ராமன் பதினோராயிரம் ஆண்டுகள் நிகரற்ற கீர்த்தியுடன் ஆட்சி செய்தான். பொருள், புகழ், நீண்ட ஆயுள் மற்றும் வெற்றி ஆகியவற்றை ஆளும் அரசனுக்குக் கொடுக்கவல்லதும், வால்மீகி முனிவரால் இயற்றப்பட்ட இந்த ஆதி காவியத்தை, படிப்பவரின் பாவங்கள் நசித்துப் போகின்றன. இந்த ஸ்ரீ ராம

பட்டாபிஷேகத்தை கேட்டாலே போதும், மக்களை வேண்டுபவன் நன்மக்களையும், பொருள் வேண்டுபவர்கள் பொருளையும் பெறுவான். அரசன் பகைவர்களை வெற்றி கொண்டு புகழுடன் அரசாள்வான். பெண்களாயின் கௌசலைக்கு ராமனைப் போன்றும், சுமித்திரைக்கு லக்குவனைப் போன்றும், கைகேயிக்கு பரதனைப் போன்றும் புகழ் மிக்க நன்மக்களை அடைவர். அவர்களின் எதிர்காலம் எப்போதும் மகிழ்வுடனும், நன்மக்கள் மற்றும் பேரன், பேத்திகளோடும் மகிழ்வோடு வாழ்வர். யாருடைய மனதையும் துன்புறுத்தாத ராமனின் வெற்றியைக் கூறும் இந்த ராமாயண காவியத்தைக் கேட்பவர் நீண்ட ஆயுளைப் பெறுவர். கோபத்தை ஜயித்தவனாய் வால்மீகி முனிவரால் இயற்றப்பட்ட இக்காவியத்தினை முழுமனதுடன் கேட்பவன் அனைத்து துன்பங்களையும் கடக்கிறான். பிரிந்து சென்ற சொந்தங்கள் வந்து சேர்வதோடு, இராகவனிடம் விரும்பிய வரங்களைப் பெற்று வாழலாம்.

இதைக் கேட்பவர்களிடம் தேவர் யாவரும் அன்பு செய்வர். அவனின் வீட்டில் தடைகளை உண்டு செய்யும் துர்தேவதைகள் சாந்தியடையும். அரசன் மேன்மேலும் வெற்றியும், பிரிந்தவர் வந்து சேர்வதால் ஏற்படும் மகிழ்வும், பெண்கள் நன்மக்களையும் பெறுவர். இப்பழமையான காவியத்தினை பூஜித்து படிப்பவரின் பாவங்கள் தொலைந்து நீண்ட ஆயுளைப் பெறுவர். க்ஷத்ரியர் இக்காவியத்தினை அந்தணரிடம் வணங்கிக் கேட்பதால் அவர் அளவற்ற பொருளும், நன்மக்களும் அடைவர் என்பதில் ஐயமில்லை. இந்த ராமாயணத்தினை எவர் ஒருவர் படித்தாலோ அல்லது கேட்டாலோ அவரிடம் ராமபிரான் அளவற்ற அன்பினை வைக்கிறான். அவனே விஷ்ணுவும், ஆதி தேவனும், ஹரியுமாகிய நாரணன். அவரே ரகுவம்சத் தோன்றலான ராமராகவும், ஆதிசேடனே இலக்குவனாகவும் அவதரித்தனர். அனைத்து மங்களங்களையும் அளிக்கக்கூடிய இக்காவியத்தினைக் கேட்பவரின் குடும்பம் வளரும், பொருளும், தானியப் பெருக்கமும், அனைத்து வகையான சுகங்களும் இவ்வுலகினில் கைகூடும்.

இந்தக் காவியத்தை நியமத்துடன் பாராயணம் செய்தால், நீண்ட ஆயுளும், ஆரோக்கியமும், நல்மனைவியும், கூர்மையான அறிவும், புகழும், உடன் பிறந்தோருடன் ஒற்றுமையும், அழிவற்ற இன்பமும் கிட்டும். இத்தகைய மங்களகரமான ராமகதையினை இடைவிடாது படிப்பதால், இறைவன் விஷ்ணுவின் அருள் எப்போதும் கிட்டும். இக்கதையினைப் படிப்பதாலும், கேட்பதாலும், அனைத்து தேவர்களும், நம் முன்னோர் யாவரும் மகிழ்வடைவர். வேத ஸம்ஹிதையினை ஒத்த இந்த வால்மீகியின் காவியத்தினை எவர் ஒருவர் பக்தியோடு எழுதுகிறாரோ அவர் என்றென்றும் அமரருலகில் வசிப்பவராவர்.

ராம பட்டாபிஷேகம் முடிவுற்றது.

ஸங்க்ஷேப ராமாயணம்

தபஸ்ஸ்வாத்யாய நிரதம் தபஸ்வீ வாக்விதாம் வரம் ।
நாரதம் பரிபப்ரச்ச வால்மீகிர்–முனிபுங்கவம்॥ 1

கோன்வஸ்மின்–ஸாம்ப்ரதம் லோகே குணவான் கச்'ச வீர்யவான்।
தர்மஜ்ஞச்'ச க்ருதஜ்ஞச்'ச ஸத்யவாக்யோ த்ருடவ்ரத: ॥ 2

சாரித்ரேண ச கோ யுக்த்த: ஸர்வபூதேஷு கோ ஹித: ।
வித்வான் க: கஸ்ஸமர்த்தச்'ச கச்'சைகப்ரியதர்ச'ன: ॥ 3

ஆத்மவான் கோ ஜிதக்ரோதோ த்யுதிமான் கோऽனஸூயக: ।
கஸ்யபிப்யதி தேவாச்'ச ஜாதரோஷஸ்ய ஸம்யுகே ॥ 4

ஏததிச்சாம்யஹம் ச்'ரோதும் பரம் கௌதூஹலம் ஹி மே ।
மஹர்ஷே த்வம் ஸமர்த்தோऽஸி ஜ்ஞாதுமேவம்விதம் நரம் ॥ 5

ச்'ருத்வா சைதத்த்ரிலோகஜ்ஞோ வால்மீகேர்நாரதோ வச: ।
ச்'ரூயதாமிதி சாமந்த்ர்ய ப்ரஹ்ருஷ்டோ வாக்யமப்ரவீத் ॥ 6

பஹவோ துர்லபாச்'சைவ யே த்வயா கீர்த்திதா குணா: ।
முனே வக்ஷ்யாம்யஹம் புத்த்வா தைர்யுக்த: ச்'ரூயதாம் நர:॥ 7

இக்ஷ்வாகுவம்ச'ப்ரபவோ ராமோ நாம ஜனை: ச்'ருத: ।
நியதாத்மா மஹாவீர்யோ த்யுதிமான் த்ருதிமான் வசீ' ॥ 8

புத்திமான் நீதிமான் வாக்மீ ஸ்ரீமான் ச'த்ருநிபர்ஹண: ।
விபுலாம்ஸோ மஹாபாஹு: கம்புக்ரீவோ மஹாஹனு: ॥ 9

மஹோரஸ்கோ மஹேஷ்வாஸோ கூடஜத்ருரரிந்தம: ।
ஆஜானுபாஹு: ஸுசி'ரா: ஸுலலாட: ஸுவிக்ரம: ॥ 10

ஸம: ஸமவிபக்த்தாங்க: ஸ்நிக்தவர்ண: ப்ரதாபவான் ।
பீனவக்ஷா விசா'லாக்ஷ: லக்ஷ்மீவாஞ் சு'பலக்ஷண: ॥ 11

தர்மஜ்ஞ: ஸத்யஸந்தச்'ச ப்ரஜானாம் ச ஹிதே ரத: ।
யச'ஸ்வீ ஜ்ஞானஸம்பன்ன: சு'சிர்வச்'ய: ஸமாதிமான் ॥ 12

ப்ரஜாபதிஸம: ஸ்ரீமான் தாதா ரிபுநிஷூதன: ।
ரக்ஷிதா ஜீவலோகஸ்ய தர்மஸ்ய பரிரக்ஷிதா ॥ 13

ரக்ஷிதா ஸ்வஸ்ய தர்மஸ்ய ஸ்வஜனஸ்ய ச ரக்ஷிதா ।
வேதவேதாங்க தத்த்வஜ்ஞோ தனுர்வேதே ச நிஷ்ட்டித: ॥ 14

ஸர்வசா'ஸ்த்ரார்த்த தத்த்வஜ்ஞ: ஸ்ம்ருதிமான் ப்ரதிபானவான் ।
ஸர்வலோகப்ரிய: ஸாதுரதீனாத்மா விசக்ஷண: ॥ 15

ஸர்வதாऽபிகத: ஸத்பி: ஸமுத்ர இவ ஸிந்துபி: ।
ஆர்ய: ஸர்வஸமச்'சைவ ஸதைவ ப்ரியதர்ச'ன: ।। 16

ஸ ச ஸர்வகுணோபேத: கௌஸல்யானந்தவர்த்தன: ।
ஸமுத்ர இவ காம்பீர்யே தைர்யேண ஹிமவானிவ ।। 17

விஷ்ணுனா ஸத்ருசோ' வீர்யே ஸோமவத்ப்ரியதர்ச'ன: ।
காலாக்னிஸத்ருச': க்ரோதே க்ஷமயா ப்ருதிவீஸம: ।। 18

தனதேன ஸமஸ்த்யாகே ஸத்யே தர்ம இவாபர: ।
தமேவம் குணஸம்பன்னம் ராமம் ஸத்யபராக்ரமம் ।। 19

ஜ்யேஷ்ட்டம் ச்'ரேஷ்ட்டகுணைர்யுக்தம் ப்ரியம் தச'ரத: ஸுதம் ।
ப்ரக்ருதீனாம் ஹிதைர்யுக்த்தம் ப்ரக்ருதிப்ரியகாம்யயா ।। 20

யௌவராஜ்யேன ஸம்யோக்துமைச்சத்ப்ரீத்யா மஹீபதி: ।
தஸ்யாபிஷேகஸம்பாரான் த்ருஷ்ட்வா பார்யாऽத கைகயீ ।। 21

பூர்வம் தத்தவரா தேவீ வரமேனமயாசத ।
விவாஸனம் ச ராமஸ்ய பரதஸ்யாபிஷேசனம் ।। 22

ஸ ஸத்யவசனாத்ராஜா தர்மபாசே'ன ஸம்யுத: ।
விவாஸயாமாஸ ஸுதம் ராமம் தச'ரத: ப்ரியம் ।। 23

ஸ ஜகாம வனம் வீர: ப்ரதிஜ்ஞாமனுபாலயன் ।
பிதுர்வசனநிர்தேசா'த்கைகேய்யா: ப்ரியகாரணாத் ।। 24

தம் வ்ரஜந்தம் ப்ரியோ ப்ராதா லக்ஷ்மணோऽனுஜகாம ஹ ।
ஸ்நேஹாத்வினயஸம்பன்ன: ஸுமித்ரானந்தவர்த்தன: ।। 25

ப்ராதரம் தயிதோ ப்ராது: ஸௌப்ராத்ரமனுதர்ச'யன் ।
ராமஸ்ய தயிதா பார்யா நித்யம் ப்ராணஸமா ஹிதா ।। 26

ஜனகஸ்ய குலே ஜாதா தேவமாயேவ நிர்மிதா ।
ஸர்வலக்ஷணஸம்பன்னா நாரீணாமுத்தமா வதூ: ।। 27

ஸீதாப்யனுகதா ராமம் ச'சி'னம் ரோஹிணீ யதா ।
பௌரைரனுகதோ தூரம் பித்ரா தச'ரதேன ச ।। 28

ச்'ருங்கிபேரபுரே ஸூதம் கங்காகூலே வ்யஸர்ஜயத் ।
குஹமாஸாத்ய தர்மாத்மா நிஷாதாதிபதிம் ப்ரியம் ।। 29

குஹேன ஸஹிதோ ராமோ லக்ஷ்மணேன ச ஸீதயா ।
தே வனேன வனம் கத்வா நதீஸ்தீர்த்வா பஹூதகா: ।। 30

சித்ரகூடமனுப்ராப்ய பரத்வாஜஸ்ய சா'ஸனாத் ।
ரம்யமாவஸதம் க்ருத்வா ரமமாணா வனே த்ரய: ।। 31

ஸுந்தர காண்டம் 395

தேவகந்தர்வ ஸங்காசா:' தத்ர தே ந்யவஸன் ஸுகம் |
சித்ரகூடம் கதே ராமே புத்ரசோ'காதுரஸ்ததா || 32

ராஜா தச'ரத: ஸ்வர்கே ஜகாம விலபன் ஸுதம் |
ம்ருதே து தஸ்மின் பரதோ வஸிஷ்ட்டப்ரமுகைர்–த்விஜை: || 33

நியுஜ்யமானோ ராஜ்யாய நைச்சத்ராஜ்யம் மஹாபல: |
ஸ ஜகாம வனம் வீரோ ராமபாதப்ரஸாதக: || 34

கத்வா து ஸுமஹாத்மானம் ராமம் ஸத்யபராக்ரமம் |
அயாசத் ப்ராதரம் ராமமார்யபாவ–புரஸ்க்ருத: || 35

த்வமேவ ராஜா தர்மஜ்ஞ இதி ராமம் வசோ‌ऽப்ரவீத் |
ராமோ‌ऽபி பரமோதார: ஸுமுக: ஸுமஹாயசா': || 36

ந சைச்சத் பிதுராதேசா'த்–ராஜ்யம் ராமோ மஹாபல: |
பாதுகே சாஸ்ய ராஜ்யாய ந்யாஸம் தத்த்வா புன: புன: || 37

நிவர்த்தயாமாஸ ததோ பரதம் பரதாக்ரஜ: |
ஸ காமமனவாப்யைவ ராமபாதாவுபஸ்ப்ருச'ன் || 38

நந்திக்ராமே‌ऽகரோத்ராஜ்யம் ராமா‌ऽऽகமன–காங்க்ஷயா |
கதே து பரதே ஶ்ரீமான் ஸத்யஸந்தோ ஜிதேந்திரிய: || 39

ராமஸ்து புனராலக்ஷ்ய நாகரஸ்ய ஜனஸ்ய ச |
தத்ரா‌ऽऽகமனமேகாக்ரோ தண்டகான் ப்ரவிவேச' ஹ || 40

ப்ரவிச்'ய து மஹாரண்யம் ராமோ ராஜீவலோசன: |
விராதம் ராக்ஷஸம் ஹத்வா ச'ரபங்கம் ததர்ச' ஹ || 41

ஸுதீக்ஷ்ணம் சாப்யகஸ்த்யம் ச அகஸ்த்யப்ராதரம் ததா |
அகஸ்த்ய–வசனாச்சைவ ஜக்ராஹைந்த்ரம் ச'ராஸனம் || 42

கட்கம் ச பரமப்ரீத: தூணீ சாக்ஷயஸாயகௌ |
வஸதஸ்தஸ்ய ராமஸ்ய வனே வனசரை: ஸஹ || 43

ருஷயோ‌ऽப்யாகமன் ஸர்வே வதாயாஸுர–ரக்ஷஸாம் |
ஸ தேஷாம் ப்ரதிசு'ச்'ராவ ராக்ஷஸானாம் ததா வனே || 44

ப்ரதிஜ்ஞாதச்'ச ராமேண வத: ஸம்யதி ரக்ஷஸாம் |
ருஷீணாமக்னிகல்பானாம் தண்டகாரண்யவாஸினாம் || 45

தேன தத்ரைவ வஸதா ஜனஸ்த்தானநிவாஸினீ |
விரூபிதா சூ'ர்ப்பணகா ராக்ஷஸீ காமரூபிணீ || 46

தத: சூ'ர்ப்பணகாவாக்யாதுத்யுக்த்தான் ஸர்வராக்ஷஸான் |
கரம் த்ரிசி'ரஸம் சைவ தூஷணம் சைவ ராக்ஷஸம் || 47

நிஜகான ரணே ராமஸ்தேஷாம் சைவ பதானுகான் ।
வனே தஸ்மின் நிவஸதா ஜனஸ்த்தானநிவாஸினாம் ॥ 48

ரக்ஷஸாம் நிஹதான்யாஸன் ஸஹஸ்ராணி சதுர்தச' ।
ததோ ஜ்ஞாதிவதம் ச்'ருத்வா ராவண: க்ரோதமூர்ச்சித: ॥ 49

ஸஹாயம் வரயாமாஸ மாரீசம் நாம ராக்ஷஸம் ।
வார்யமாண: ஸுபஹுசோ' மாரீசேன ஸ ராவண: ॥ 50

ந விரோதோ பலவதா க்ஷமோ ராவண தேன தே ।
அனாத்ருத்ய து தத்வாக்யம் ராவண: காலசோதித: ॥ 51

ஜகாம ஸஹமாரீச: தஸ்யாச்'ரமபதம் ததா ।
தேன மாயாவினா தூரமபவாஹ்ய ந்ருபாத்மஜௌ ॥ 52

ஜஹார பார்யாம் ராமஸ்ய க்ருத்ரம் ஹத்வா ஜடாயுஷம் ।
க்ருத்ரம் ச நிஹதம் த்ருஷ்ட்வா ஹ்ருதாம் ச்'ருத்வா ச மைதிலீம் ॥ 53

ராகவ: சோ'கஸந்தப்தோ விலலாபாகுலேந்த்ரிய: ।
ததஸ்தேனைவ சோ'கேன க்ருத்ரம் தக்த்வா ஜடாயுஷம் ॥ 54

மார்கமாணோ வனே ஸீதாம் ராக்ஷஸம் ஸந்ததர்ச'ஹ ।
கபந்தம் நாம ரூபணே விக்ருதம் கோரதர்ச'னம் ॥ 55

தம் நிஹத்ய மஹாபாஹு: ததாஹ ஸ்வர்கதச்'ச ஸ: ।
ஸ சாஸ்ய கதயாமாஸ ச'பரீம் தர்மசாரிணீம் ॥ 56

ச்'ரமணீம் தர்மநிபுணாமபிகச்சேதி ராகவம் ।
ஸோऽப்யகச்சன்மஹாதேஜா: ச'பரீம் ச'த்ருஸூதன: ॥ 57

ச'பர்யா பூஜித: ஸம்யக்ராமோ தச'ரதாத்மஜ: ।
பம்பாதீரே ஹனுமதா ஸங்கதோ வானரேண ஹ ॥ 58

ஹனுமத்–வசனாச்சைவ ஸுக்ரீவேண ஸமாகத: ।
ஸுக்ரீவாய ச தத்ஸர்வம் ச'ம்ஸத்ராமோ மஹாபல: ॥ 59

ஆதிதஸ்தத்யதாவ்ருத்தம் ஸீதாயாச்'ச விசே'ஷத: ।
ஸுக்ரீவச்'சாபி தத்ஸர்வம் ச்'ருத்வா ராமஸ்ய வானர: ॥ 60

சகார ஸக்யம் ராமேண ப்ரீதச்'சைவாக்னி–ஸாக்ஷிகம் ।
ததோ வானரராஜேன வைரானுகதனம் ப்ரதி ॥ 61

ராமாயாவேதிதம் ஸர்வம் ப்ரணயாத் து:கிதேன ச ।
ப்ரதிஜ்ஞாதம் ச ராமேண ததா வாலிவதம் ப்ரதி ॥ 62

வாலினச்'ச பலம் தத்ர கதயாமாஸ வானர: ।
ஸுக்ரீவ: ச'ங்கிதச்'சாஸீந்நித்யம் வீர்யேண ராகவே ॥ 63

ராகவப்ரத்யயார்த்தம் து துந்துபே: காயமுத்தமம் |
தர்ச'யாமாஸ ஸுக்ரீவோ மஹாபர்வத-ஸன்னிபம் || 64

உத்ஸ்மயித்வா மஹாபாஹு: ப்ரேக்ஷ்ய சாஸ்த்தி மஹாபல: |
பாதாங்குஷ்ட்டேன சிக்ஷேப ஸம்பூர்ணம் தச'யோஜனம் || 65

பிபேத ச புனஸ்ஸாலான் ஸப்தைகேன மஹேஷுணா |
கிரிம் ரஸாதலம் சைவ ஜனயன் ப்ரத்யயம் ததா || 66

தத: ப்ரீதமனாஸ்தேன விச்'வஸ்த: ஸ மஹாகபி: |
கிஷ்கிந்தாம் ராமஸஹிதோ ஜகாம ச குஹாம் ததா || 67

ததோऽகர்ஜத்தரிவர: ஸுக்ரீவோ ஹேமபிங்கல: |
தேன நாதேன மஹதா நிர்ஜகாம ஹரீச்'வர: || 68

அனுமான்ய ததா தாராம் ஸுக்ரீவேண ஸமாகத: |
நிஜகான ச தத்ரைனம் ச'ரேணைகேன ராகவ: || 69

தத: ஸுக்ரீவ-வசனாத்தத்வா வாலினமாஹவே |
ஸுக்ரீவமேவ தத்ராஜ்யே ராகவ: ப்ரத்யபாதயத் || 70

ஸ ச ஸர்வான் ஸமானீய வானரான் வானரர்ஷப: |
திச': ப்ரஸ்த்தாபயாமாஸ தித்ருக்ஷுர்ஜனகாத்மஜாம் || 71

ததோ க்ருத்ரஸ்ய வசனாத் ஸம்பாதேர்-ஹனுமான் பலீ |
ச'தயோஜனவிஸ்தீர்ணம் புப்லுவே லவணார்ணவம் || 72

தத்ர லங்காம் ஸமாஸாத்ய புரீம் ராவணபாலிதாம் |
ததர்ச' ஸீதாம் த்யாயந்தீமசோ'கவனிகாம் கதாம் || 73

நிவேதயித்வாபிஜ்ஞானம் ப்ரவ்ருத்திம் ச நிவேத்ய ச |
ஸமாச்'வாஸ்ய ச வைதேஹீம் மர்தயாமாஸ தோரணம் || 74

பஞ்சஸேனாக்ரகான் ஹத்வா ஸப்த மந்த்ரிஸுதானபி |
சூ'ரமக்ஷம் ச நிஷ்பிஷ்ய க்ரஹணம் ஸமுபாகமத் || 75

அஸ்த்ரேணோன்முக்தமாத்மானம் ஜ்ஞாத்வா பைதாமஹாத்வராத் |
மர்ஷயன் ராக்ஷஸான்வீரோ யந்த்ரிணஸ்தான்யத்ருச்சயா || 76

ததோ தக்த்வா புரீம் லங்காம்ருதே ஸீதாம் ச மைதிலீம் |
ராமாய ப்ரியமாக்யாதும் புனராயான் மஹாகபி: || 77

ஸோऽபிகம்ய மஹாத்மானம் க்ருத்வா ராமம் ப்ரதக்ஷிணம் |
ந்யவேதயதமேயாத்மா த்ருஷ்டா ஸீதேதி தத்த்வத: || 78

தத: ஸுக்ரீவஸஹிதோ கத்வா தீரம் மஹோததே: |
ஸமுத்ரம் க்ஷோபயாமாஸ ச'ரைராதித்ய-ஸன்னிபை: || 79

தர்ச'யாமாஸ சாத்மானம் ஸமுத்ர: ஸரிதாம் பதி: |
ஸமுத்ரவசனாச்சைவ நளம் ஸேதுமகாரயத் || 80

தேன கத்வா புரீம் லங்காம் ஹத்வா ராவணமாஹவே |
ராம: ஸீதாமனுப்ராப்ய பராம் வ்ரீடாமுபாகமத் || 81

தாமுவாச ததோ ராம: பருஷம் ஜனஸம்ஸதி |
அம்ருஷ்யமாணா ஸா ஸீதா விவேச' ஜ்வலனம் ஸதீ || 82

ததோऽக்னிவசனாத் ஸீதாம் ஜ்ஞாத்வா விகதகல்மஷாம் |
பபௌ ராம: ஸம்ப்ரஹ்ருஷ்ட: பூஜித: ஸர்வதைவதை: || 83

கர்மணா தேன மஹதா த்ரைலோக்யம் ஸசராசரம் |
ஸதேவர்ஷிகணம் துஷ்டம் ராகவஸ்ய மஹாத்மன: || 84

அபிஷிச்ய ச லங்காயாம் ராக்ஷஸேந்த்ரம் விபீஷணம் |
க்ருதக்ருத்யஸ்ததா ராமோ விஜ்வர: ப்ரமுமோத ஹ || 85

தேவதாப்யோ வரம் ப்ராப்ய ஸமுத்தாப்ய ச வானரான் |
அயோத்யாம் ப்ரஸ்த்திதோ ராம: புஷ்பகேன ஸுஹ்ருத்வ்ருத:||86

பரத்வாஜாச்'ரமம் கத்வா ராம: ஸத்யபராக்ரம: |
பரதஸ்யாந்திகம் ராமோ ஹனூமந்தம் வ்யஸர்ஜயத் || 87

புனராக்யாயிகாம் ஜல்பன் ஸுக்ரீவஸஹிதஸ்ததா |
புஷ்பகம் தத் ஸமாருஹ்ய நந்திக்ராமம் யயௌ ததா || 88

நந்திக்ராமே ஜடாம் ஹித்வா ப்ராத்ருபிஸ்ஸஹிதோऽனக: |
ராம:ஸீதாமனுப்ராப்ய ராஜ்யம் புனரவாப்தவான் || 89

ப்ரஹ்ருஷ்டமுதிதோ லோகஸ்துஷ்ட: புஷ்ட: ஸுதார்மிக: |
நிராமயோ ஹ்யரோகச்'ச துர்பிக்ஷ-பயவர்ஜித:|| 90

ந புத்ரமரணம் கிஞ்சித்-த்ரக்ஷ்யந்தி புருஷா: க்வசித் |
நார்யச்'சாவிதவா நித்யம் பவிஷ்யந்தி பதிவ்ரதா: || 91

ந சாக்நிஜம் பயம் கிஞ்சிந்நாப்ஸு மஜ்ஜந்தி ஜந்தவ: |
ந வாதஜம் பயம் கிஞ்சன்நாபி ஜ்வரக்ருதம் ததா || 92

ந சாபி க்ஷுத்பயம் தத்ர ந தஸ்கரபயம் ததா |
நகராணி ச ராஷ்ட்ராணி தனதான்யயுதானி ச || 93

நித்யம் ப்ரமுதிதா: ஸர்வே யதா க்ருதயுகே ததா |
அச்'வமேத-ச'தைரிஷ்ட்வா ததா பஹுஸுவர்ணகை: || 94

கவாம் கோட்யயுதம் தத்த்வா வித்வத்ப்யோ விதிபூர்வகம் |
அஸங்க்யேயம் தனம் தத்த்வா ப்ராஹ்மணேப்யோ மஹாயசா':|| 95

ராஜவம்சா'ன்–ச'தகுணான் ஸ்த்தாபயிஷ்யதி ராகவ: ।
சாதுர்வர்ண்யம் ச லோகேऽஸ்மின் ஸ்வே ஸ்வே தர்மே நியோக்ஷ்யதி ॥ 96

தச' வர்ஷஸஹஸ்ராணி தச'வர்ஷச'தானி ச ।
ராமோ ராஜ்யமுபாஸித்வா ப்ரஹ்மலோகம் ப்ரயாஸ்யதி ॥ 97

இதம் பவித்ரம் பாபக்னம் புண்யம் வேதைச்'ச ஸம்மிதம் ।
ய: படேத்ராமசரிதம் ஸர்வபாபை: ப்ரமுச்யதே ॥ 98

ஏததாக்யானமாயுஷ்யம் படன் ராமாயணம் நர: ।
ஸபுத்ரபௌத்ர: ஸகண: ப்ரேத்ய ஸ்வர்கே மஹீயதே ॥ 99

படன் த்விஜோ வாக்ருஷபத்வமீயாத் ஸ்யாத் க்ஷத்ரியோ பூமிபதித்வமீயாத் ।
வணிக்ஜன: புண்யஃபலத்வமீயாஜ்ஜனச்'ச சூ'த்ரோऽபி மஹத்த்வமீயாத் ॥100

॥ இதி ஸங்க்ஷேப ராமாயணம் ஸம்பூர்ணம் ॥

காயத்ரீ ராமாயணம்

தபஸ்ஸ்வாத்யாயநிரதம் தபஸ்வீ வாக்விதாம் வரம் ।
நாரதம் பரிபப்ரச்ச வால்மீகிர் முனிபுங்கவம் ॥ 1

ஸ ஹத்வா ராக்ஷஸான் ஸர்வான் யஜ்ஞக்னான் ரகுநந்தன: ।
ருஷிபி: பூஜிதஸ்ஸம்யக் யதேந்த்ரோ விஜயீ புரா ॥ 2

விச்'வாமித்ர: ஸ தர்மாத்மா ச்'ருத்வா ஜனகபாஷிதம் ।
வத்ஸ ராம! தனு: பச்'ய இதி ராகவமப்ரவீத் ॥ 3

துஷ்டாவாஸ்ய ததா வம்ச'ம் ப்ரவிச்'ய ஸ விசா'ம்பதே: ।
ச'யனீயம் நரேந்த்ரஸ்ய ததாஸாத்ய வ்யதிஷ்ட்டத ॥ 4

வனவாஸம் ஹி ஸங்க்யாய வாஸாம்ஸ்யாபரணானி ச ।
பர்தாரமனுகச்சந்த்யை ஸீதாயை ச்'வசு'ரோ ததௌ ॥ 5

ராஜா ஸத்யம் ச தர்மம் ச ராஜா குலவதாம் குலம் ।
ராஜா மாதா பிதா சைவ ராஜா ஹிதகரோ ந்ருணாம் ॥ 6

நிரீக்ஷ்ய ஸ முஹூர்த்தம் து ததர்ச' பரதோ குரும் ।
உடஜே ராமமாஸீனம் ஜடாவல்கலதாரிணம் ॥ 7

யதி புத்தி: க்ருதா த்ரஷ்டும் அகஸ்த்யம் தம் மஹாமுனிம் ।
அத்யைவ கமனே புத்திம் ரோசயஸ்வ மஹாயச': ॥ 8

பரதஸ்யார்யபுத்ரஸ்ய ச்'வச்'ரூணாம் மம ச ப்ரபோ ।
ம்ருகரூபமிதம் வ்யக்த்தம் விஸ்மயம் ஜனயிஷ்யதி ॥ 9

கச்ச சீ'க்ரமிதோ ராம! ஸுக்ரீவம் தம் மஹாபலம் ।
வயஸ்யம் தம் குரு க்ஷிப்ரம் இதோ கத்வாऽத்ய ராகவ ॥ 10

தேச'காலெள ப்ரதீக்ஷஸ்வ க்ஷமமாண: ப்ரியாப்ரியே ।
ஸுகது:க ஸஹ: காலே ஸுக்ரீவவச'கோ பவ ॥ 11

வந்த்யாஸ்தே து தபஸ்ஸித்தா: தாபஸா வீதகல்மஷா: ।
ப்ரஷ்டவ்யாச்'சாபி ஸீதாயா: ப்ரவ்ருத்திம் வினயான்விதை: ॥ 12

ஸ நிர்ஜித்ய புரீம் ச்'ரேஷ்ட்டாம் லங்காம் தாம் காமரூபிணீம் ।
விக்ரமேண மஹாதேஜா: ஹனுமான் மாருதாத்மஜ: ॥ 13

தன்யா தேவாஸ்ஸகந்தர்வா ஸித்தாச்'ச பரமர்ஷய: ।
மம பச்'யந்தி யே நாதம் ராமம் ராஜீவலோசனம் ॥ 14

மங்களாபிமுகீ தஸ்ய ஸா ததாஸீன்மஹாகபே: ।
உபதஸ்த்தே விசா'லாக்ஷீ ப்ரயதா ஹவ்யவாஹனம் ॥ 15

ஹிதம் மஹார்த்தம் ம்ருதுஹேதுஸம்மிதம் வ்யதீதகாலாயதி ஸம்ப்ரதி க்ஷமம் ।
நிச'ம்ய தத்வாக்யமுபஸ்த்திதஜ்வர: ப்ரஸங்கவானுத்தரமேததப்ரவீத் ॥ 16

தர்மாத்மா ரக்ஷஸாம் ச்'ரேஷ்ட்ட: ஸம்ப்ராப்தோऽயம் விபீஷண: ।
லங்கைச்'வர்யம் த்ருவம் ஶ்ரீமாநயம் ப்ராப்நோऽத்யகண்டகம்॥ 17

யோ வஜ்ரபாதாச'னிஸந்நிபாதாத் ந சுக்ஷுபே நாபி சசால ராஜா।
ஸ ராமபாணாபிஹதோ ப்ருசா'ர்த்த: சசால சாபம் ச முமோச வீர: ॥ 18

யஸ்ய விக்ரமமாஸாத்ய ராக்ஷஸா நிதனம் கதா: ।
தம் மன்யே ராகவம் வீரம் நாராயணமநாமயம் ॥ 19

ந தே தத்ருசி'ரே ராமம் தஹந்தமரிவாஹினீம் ।
மோஹிதா: பரமாஸ்த்ரேண காந்தர்வேண மஹாத்மனா ॥ 20

ப்ரணம்ய தேவதாப்யச்'ச ப்ராஹ்மணேப்யச்'ச மைதிலீ ।
பத்தாஞ்ஜலிபுடா சேதமுவாசாக்னிஸமீபத: ॥ 21

சலநாத்பர்வதேந்த்ரஸ்ய கணா தேவாச்'ச கம்பிதா: ।
சசால பார்வதீ சாபி ததாऽऽச்'லிஷ்டா மஹேச்'வரம் ॥ 22

தாரா: புத்ரா: புரம் ராஷ்ட்ரம் போகாச்சாதன பாஜனம் ।
ஸர்வமேவாவிபக்தம் நோ பவிஷ்யதி ஹரீச்'வர ॥ 23

யாமேவ ராத்ரிம் ச'த்ருக்ன: பர்ணசா'லாம் ஸமாவிச'த் ।
தாமேவ ராத்ரிம் ஸீதாऽபி ப்ரஸூதா தாரகத்வயம் ॥ 24

ஃபலச்’ருதி:

ஹிதம் மஹார்த்தம் ம்ருது ஹேது ஸம்ஹிதம்
வ்யதீத காலாயதி ஸம்ப்ரதி க்ஷமம் ||
இதம் ராமாயணம் க்ருத்ஸ்நம் காயத்ரீபீஜஸம்யுதம்
த்ரிஸந்த்யம் ய: படேந் நித்யம் ஸர்வபாபை: ப்ரமுச்யதே ||

இதி காயத்ரீ ராமாயணம் ஸம்பூர்ணம்

நாம ராமாயணம்

ஓம் ஸ்ரீ ஸீதா–லக்ஷ்மண–பரத–ச’த்ருக்ன–ஹனுமத்
ஸமேத ஸ்ரீ ராமசந்த்ர–பரப்ஹ்மணே நம:

பாலகாண்டம்

சு’த்தப்ரஹ்மபாரத்பர	ராம
காலாத்மகபரமேச்’வர	ராம
சே’ஷதல்பஸுகநித்ரித	ராம
ப்ரஹ்மாத்யமரப்ரார்த்தித	ராம
சண்டகிரணகுலமண்டன	ராம
ஸ்ரீமத்தச’ரதநந்தன	ராம
கௌஸல்யாஸுகவர்த்தன	ராம
விச்’வாமித்ரப்ரியதம	ராம
கோரதாடகாகாதக	ராம
மாரீசாதிநிபாதக	ராம
கௌசி’கமகஸம்ரக்ஷக	ராம
ஸ்ரீமதஹல்யோத்தாரக	ராம
கௌதமமுனிஸம்பூஜித	ராம
ஸுரமுனிவரகணஸம்ஸ்துத	ராம
நாவிகதாவிதம்ருதுபத	ராம
மிதிலாபுரஜனமோஹக	ராம
விதேஹமானஸரஞ்ஜக	ராம
த்ர்யம்பக–கார்முக–பஞ்ஜக	ராம
ஸீதார்ப்பித–வரமாலிக	ராம
க்ருதவைவாஹிககௌதுக	ராம
பார்கவ–தர்ப்பவினாச’க	ராம
ஸ்ரீமதயோத்யாபாலக	ராம

அயோத்யாகாண்டம்

அகணிதகுணகணபூஷித	ராம
அவனீதனயாகாமித	ராம
ராகாசந்த்ரஸமானன	ராம
பித்ருவாக்யாச்'ரிதகானன	ராம
ப்ரியகுஹ—விநிவேதிதபத	ராம
தத்க்ஷாலிதநிஜம்ருதுபத	ராம
பரத்வாஜமுகாநந்தக	ராம
சித்ரகூடாத்ரிநிகேதன	ராம
தச'ரதஸந்ததசிந்தித	ராம
கைகேயீதனயார்த்தித	ராம
விரசிதநிஜபித்ருகர்மக	ராம
பரதார்ப்பிதநிஜபாதுக	ராம

ஆரண்யகாண்டம்

தண்டகவனஜனபாவன	ராம
துஷ்டவிராதவினாச'ன	ராம
ச'ரபங்கஸுதீக்ஷ்ணார்ச்சித	ராம
அகஸ்த்யானுக்ரஹவர்த்தித	ராம
க்ருத்ராதிபஸம்ஸேவித	ராம
பஞ்சவடீதடஸுஸ்த்தித	ராம
சூ'ர்ப்பணகார்த்திவிதாயக	ராம
கரதூஷணமுகஸூதக	ராம
ஸீதாப்ரியஹரிணானுக	ராம
மாரீசார்த்திக்ருதாசு'க	ராம
விநஷ்டஸீதான்வேஷக	ராம
க்ருத்ராதிபகதிதாயக	ராம
ச'பரீதத்தஃபலாச'ன	ராம
கபந்தபாஹுச்சேதன	ராம

கிஷ்கிந்தாகாண்டம்

ஹனுமத்ஸேவிதநிஜபத	ராம
நதஸுக்ரீவாபீஷ்டத	ராம
கர்விதவாலிஸம்ஹாரக	ராம
வானரதூதப்ரேஷக	ராம
ஹிதகரலக்ஷ்மணஸம்யுத	ராம

ஸுந்தரகாண்டம்

கபிவரஸந்தகஸம்ஸ்ம்ருத	ராம
தத்கதிவிக்னத்வம்ஸக	ராம
ஸீதாப்ராணாதாரக	ராம
துஷ்டதசா'னன–தூஷித	ராம
சி'ஷ்டஹனூமத்பூஷித	ராம
ஸீதாவேதிதகாகாவன	ராம
க்ருதசூடாமணிதர்ச'ன	ராம
கபிவரவசனாச்'வாஸித	ராம

யுத்தகாண்டம்

ராவணநிதனப்ரஸ்த்தித	ராம
வானரஸைன்யஸமாவ்ருத	ராம
சோ'ஷிதஸரிதீசா'ர்த்தித	ராம
விபீஷணாபயதாயக	ராம
பர்வதஸேதுநிபந்தக	ராம
கும்பகர்ணசி'ரச்சேதக	ராம
ராக்ஷஸஸங்கவிமர்தக	ராம
அஹிமஹிராவணசாரண	ராம
ஸம்ஹ்ருததச'முகராவண	ராம
விதிபவமுகஸுரஸம்ஸ்துத	ராம
கஸ்திததச'ரதவீக்ஷித	ராம
ஸீதாதர்ச'னமோதித	ராம
அபிஷிக்தவிபீஷணநத	ராம
புஷ்பகயானாரோஹண	ராம
பரத்வாஜாபிநிஷேவண	ராம
பரதப்ராணப்ரியகர	ராம
ஸாகேதபுரீபூஷண	ராம
ஸகலஸ்வீயஸமானத	ராம
ரத்னலஸத்பீடாஸ்த்தித	ராம
பட்டாபிஷேகாலங்க்ருத	ராம
பார்த்திவகுலஸம்மானித	ராம
விபீஷணார்ப்பிதரங்கக	ராம
கீச'குலானுக்ரஹகாரக	ராம
ஸகலஜீவஸம்ரக்ஷக	ராம
ஸமஸ்தலோகாதாரக	ராம

உத்தர காண்டம்

ஆகதமுனிகண ஸம்ஸ்துத	ராம
விச்'ருததச'கண்ட்டோத்பவ	ராம
ஸீதாலிங்கனநிர்வ்ருத	ராம
நீதிஸுரக்ஷிதஜனபத	ராம
விபினத்யாஜிதஜனகஜ	ராம
காரிதலவணாஸுரவத	ராம
ஸ்வர்கத–ச'ம்புகஸம்ஸ்துத	ராம
ஸ்வதனய–குச'லவ–நந்தித	ராம
அச்'வமேதக்ரது–தீக்ஷித	ராம
காலாவேதிதஸுரபத	ராம
அயோத்யகஜனமுக்தித	ராம
விதிமுக–விபுதாநந்தக	ராம
தேஜோமய–நிஜரூபக	ராம
ஸம்ஸ்ருதிபந்த–விமோசக	ராம
தர்மஸ்த்தாபனதத்பர	ராம
பக்திபராயணமுக்தித	ராம
ஸர்வசராசரபாலக	ராம
ஸர்வபவாமயவாரக	ராம
வைகுண்ட்டாலய–ஸம்ஸ்த்தித	ராம
நித்யானந்தபதஸ்த்தித	ராம
ராம ராம ஜய ராஜா	ராம
ராம ராம ஜய ஸீதா	ராம

மங்களம்

பயஹர மங்கள தச'ரத	ராம
ஜய ஜய மங்கள ஸீதா	ராம
மங்களகர ஜய மங்கள	ராம
ஸங்கத சு'ப விபவோதய	ராம
ஆனந்தாம்ருதவர்ஷக	ராம
ஆச்'ரிதவத்ஸல ஜய ஜய	ராம
ரகுபதி ராகவ ராஜா	ராம
பதித பாவன ஸீதா	ராம

இதி நாமராமாயணம் ஸம்பூர்ணம்

ஸ்ரீ:
ஸ்ரீமதேராமாநுஜாயநம:
ஸ்ரீமதே நிகமாந்தமஹாதேசி'காயநம:

ஸ்ரீ மஹாவீரவைபவம்
(ஸ்ரீரகுவீரகத்யம்)

ஸ்ரீமாந்வேங்கடநாதார்ய: கவிதார்க்கிககேஸரீ |
வேதாந்தாசார்யவர்யோ மே ஸந்நிதத்தாம் ஸதா ஹ்ருதி ||

ஜயத்யாச்'ரிதஸந்த்ராஸத்வாந்தவித்வம்ஸநோதய: |
ப்ரபாவாந் ஸீதயா தேவ்யா பரமவ்யோமபாஸ்கர: ||

பாலகாண்டம்

ஜய ஜய மஹாவீர! மஹாதீர தௌரேய !
தேவாஸுர ஸமரஸமய ஸமுதித நிகில நிர்ஜர
நிர்த்தாரித நிரவதிக மாஹாத்ம்ய !
தச'வதந தமித தைவத பரிஷதப்யர்த்தித தாச'ரதிபாவ !

திநகர குல கமல திவாகர!
திவிஷததிபதிரண ஸஹசரண சதுர தச'ரத சரம ருண விமோசந !
கோஸல ஸுதா குமாரபாவ கஞ்சுகித காரணாகார!
கௌமார கேளி கோபாயித கௌசி'காத்வர!

ரணாத்வர துர்ய பவ்ய திவ்யாஸ்த்ர ப்ருந்த வந்தித!
ப்ரணத ஜந விமத விமதந துர்லலித தோர்லலித!
தநுதரவிசி'க விதாடந விகடித விச'ராருச'ராருதாடகா தாடகேய!
ஜட–கிரண ச'கலதர ஜடில நட பதிமகுடதட நடநபடு விபுத–
ஸரிததிபஹுள மதுகளந லலித பத நளிநரஜ உபம்ருதித
நிஜவ்ருஜிந ஜஹதுபல தநுருசிர பரமமுநிவர யுவதி நுத!

குசி'க–ஸுத கதித விதித நவ விவித கத!
மைதில நகர ஸுலோசநா லோசந சகோர சந்த்ர!
கண்டபரசு' கோதண்ட ப்ரகாண்ட கண்டந சௌ'ண்ட புஜதண்ட!
சண்டகர கிரண–மண்டல போதித புண்டரீக வநருசி லுண்டாக லோசந!

மோசித ஜநக ஹ்ருதய ச'ங்காதங்க!
பரிஹ்ருத நிகில நரபதிவரண ஜநக
துஹித்ரு குசதட விஹரண–ஸமுசித கரதல!
ச'தகோடி ச'தகுண கடிந பரசு'தர முநிவர கரத்ருத
துரவநமதம–நிஜ தநுராகர்ஷண ப்ரகாசி'த பாரமேஷ்ட்ய !

க்ரது–ஹர சி'கரி கந்துக விஹ்ருத்யுந்முக ஜகதருந்துதஜிதஹரி–
தந்தி தந்த தந்தூர தச'வதந தமந குச'ல தச'ச'தபுஜ முக
ந்ருபதிகுல ருதிரஜர பரித ப்ருதுதர தடாக தர்ப்பித பித்ருக
ப்ருகுபதி ஸுகதி விஹதிகர நத பருடிஷு பரிக!

அயோத்யாகாண்டம்

அந்ருத பய முஷித ஹ்ருதய பித்ருவசந பாலந ப்ரதிஜ்ஞா–வஜ்ஞாத யௌவராஜ்ய!
நிஷாத ராஜஸௌஹ்ருத ஸூசித ஸௌசீ'ல்ய ஸாகர!
பரத்வாஜசா'ஸன பரிக்ருஹீத விசித்ர
சித்ரகூட கிரிகடகதட–ரம்யாவஸத! அநந்யசா'ஸநீய!

ப்ரணதபரதமகுட தட ஸுகடித பாதுகாக்ர்யாபிஷேக
நிர்வர்த்தித ஸர்வலோக யோகக்ஷேம!
பிசி'த ருசி விஹித வலமதந தநய பலிபுகநுகதி ஸரபஸ
ச'யந த்ருண ச'கலபரிபதந பய சகித ஸகல ஸுர முநிவர
பஹுமத மஹாஸ்த்ர ஸாமர்த்ய!

த்ருஹிண ஹரவல–மதந துராலக்ஷ்ய ச'ர லக்ஷ்ய!
தண்டகா தபோவந ஜங்கம பாரிஜாத! விராத ஹரிண சா'ர்தூல!
விலுளித பஹுஃபல மக கலம ரஜநிசர ம்ருக ம்ருகயாரம்ப
ஸம்ப்ருத சீரப்ருதநுரோத!

த்ரிசி'ர: சி'ரஸ்த்ரிதய திமிர நிராஸ வாஸர–கர!
தூஷண ஜலநிதி சோ'ஷண தோஷித ருஷி–கண கோஷித விஜய கோஷண!
கரதர கர தருகண்டந சண்ட பவந!
த்விஸப்த ரக்ஷ:ஸஹஸ்ர நள–வந விலோலந மஹா–கலப!

அஸஹாய சூ'ர! அநபாய ஸாஹஸ! மஹித மஹா–ம்ருத தர்ச'ந
முதித மைதிலீ த்ருடதர பரிரம்பண விபவ விரோபித விகடவீர வ்ரண!
மாரீச மாயா ம்ருக சர்ம பரிகர்மித நிர்பர தர்பாஸ்தரண!
விக்ரம யசோ'லாப விக்ரீத ஜீவித க்ருத்ரராஜ தேஹ திதக்ஷா லக்ஷித
பக்த ஜந தாக்ஷிண்ய!

கல்பித விபுதபாவ கபந்தாபிநந்தித! அவந்த்ய மஹிம முநிஜந பஜந முஷித
ஹ்ருதய கலுஷ கலுஷ ச'பரீ மோக்ஷ ஸாக்ஷீபூத!

கிஷ்கிந்தாகாண்டம்

ப்ரபஞ்ஜந–தநய பாவுக பாஷித ரஞ்ஜிதஹ்ருதய!
தரணி–ஸுத ச'ரணாகதி பரதந்த்ரீக்ருத ஸ்வாதந்த்ர்ய!
த்ருடகடித கைலாஸ கோடி விகட துந்துபி கங்காள கூட தூர
விக்ஷேப தக்ஷ தக்ஷிணேதர பாதாங்குஷ்ட்ட தர சலந விச்'வஸ்த ஸுஹ்ருதாச'ய!

அதி ப்ருதுல பஹு விடபி கிரி தரணி விவர
யுகபதுதய விவ்ருத சித்ர புங்க வைசித்ர்ய!
விபுல புஜ சை'ல மூல நிபிட நிபீடித ராவண ரணரணக ஜநக
சதுருததி விஹரண சதுர கபி–குலபதி ஹ்ருதய விசா'ல
சி'லாதல தாரண தாருண சி'லீமுக!

ஸுந்தரகாண்டம்

அபார பாராவார பரிகா பரிவ்ருத பரபுர பரிஸ்ருத தவ தஹந
ஜவந பவந–பவ கபிவர பரிஷ்வங்க பாவித ஸர்வஸ்வ தாந!

யுத்தகாண்டம்

அஹித ஸஹோதர ரக்ஷ: பரிக்ரஹ விஸம்வாதி வித ஸசிவ
விஸ்ரம்பண ஸமய ஸம்ரம்ப ஸமுஜ்ஜ்ரும்பித ஸர்வேச்'வர பாவ!
ஸக்ருத் ப்ரபந்த ஜந ஸம்ரக்ஷண தீக்ஷித! வீர! ஸத்யவ்ரத!
ப்ரதிச'யந பூமிகா பூஷித பயோதி புளிந!
ப்ரளய சி'கிபருஷ விசி'க சி'கா சோ'ஷிதாகூபார வாரிபூர!
ப்ரபல ரிபு கலஹ குதுக சடுல கபி–குலகர–தல தூலித ஹ்ருத
கிரி நிகர ஸாதித ஸேதுபத ஸீமா ஸீமந்தித ஸமுத்ர!

த்ருத–கதி தரு ம்ருக வரூதிநீ நிருத்த லங்காவரோத வேபது
லாஸ்ய லீலோபதேச' தேசி'க தநுர்ஜ்யாகோஷ!
ககந–சர–கனக கிரி கரிம–தர நிகம–மயநிஜ–கருட கருதநில லவ
களித விஷ–வதந ச'ர கதந!

அக்ருத–சர வநசர ரணகரண வைலக்ஷ்ய கூணிதாக்ஷ பஹுவித
ரக்ஷோ பலாத்யக்ஷ வக்ஷ: கவாட பாடந படிம ஸாடோப கோபாவலேப!
கடுரடதடநி டங்க்ருதி சடுல கடோர கார்முக!
விநிர்க்கத விச'ங்கட விசி'க விதாடந விகடித மகுடவிஹ்வல
விச்'ரவஸ்தநய விச்'ரம ஸமய விச்'ராணந விக்யாத விக்ரம!

கும்பகர்ண குலகிரி விதளந தம்போளி பூத நி: ச'ங்ககங்கபத்ர!
அபிசரண ஹுதவஹ பரிசரண விகடந ஸரபஸ பரிபதத்
அபரிமித கபிபல ஜலதிலஹரி கலகலரவ குபித
மகவஜி தபிஹநந க்ருதநுஜ ஸாக்ஷிக ராக்ஷஸ த்வந்த்வ–யுத்த!

அப்ரதித்வந்த்வ பௌருஷ! த்ர்யம்பக ஸமதிக கோராஸ்த்ராடம்பர!
ஸாரதி ஹ்ருத ரத ஸத்ரப சா'த்ரவ ஸத்யாபித ப்ரதாப!

சி'த ச'ர க்ருத லவந தச'முக முக தச'க நிபதந புநருதய
தரகளித ஜநித தர தரள ஹரி–ஹய நயந நளிந–வந ருசி–கசித கதல
நிபதித ஸுர–தரு குஸும விததி ஸுரபித ரத பத!

அகில ஜகததிக புஜ பல வர பல தச’—லபந லபந தச’க லவந
ஜநித கதந பரவச’ ரஜநி—சர யுவதி விலபந வசந ஸமவிஷய
நிகம சி’கர நிகர முகர முக முநிவர பரிபணித!

அபிகத ச’தமக ஹுதவஹ பித்ருபதி நிர்ருதி வருண பவந தநத
கிரிச’முக ஸுரபதி நுதி முதித!
அமித மதி விதிவிதித கதித நிஜவிபவ ஜலதி ப்ருஷத லவ!

விகதபய விபுத பரிப்ருட விபோதித வீரச’யந சா’யித வாநர ப்ருதநௌக!
ஸ்வ ஸமய விகடித ஸுகடித ஸஹ்ருதய ஸஹதர்ம சாரிணீக!
விபீஷண வச’ம்வதீக்ருத லங்கைச்’வர்ய!

நிஷ்பந்ந க்ருத்ய! கபுஷ்பிதரிபுபக்ஷ!
புஷ்பக ரபஸ கதி கோஷ்பதீ—க்ருத ககநார்ணவ!

ப்ரதிஜ்ஞார்ணவ தரண க்ருத க்ஷண பரத
மநோரத ஸம்ஹித ஸிம்ஹாஸநாதிரூட ! ஸ்வாமிந்! ராகவ ஸிம்ஹ!

உத்தரகாண்டம்

ஹாடககிரி கடகலடஹ பாதபீட நிகட தட பரிலுடித நிகில
ந்ருபதி கிரீட கோடி விவித மணிகண கிரண நிகர நீராஜித சரண ராஜீவ!
திவ்ய பௌமாயோத்யாதிதைவத!

பித்ருவத குபித பரசு’தர முநி விஹித ந்ருபஹநந கதந
பூர்வ காலப்ரபவ ச’த குண ப்ரதிஷ்ட்டாபித தார்மிக ராஜவம்ச’!
சு’ப சரித ரத பரத கர்வித கர்வகந்தர்வ யூத கீத விஜய காதாச’த!

சா’ஸித மது—ஸுத ச’த்ருக்ந ஸேவித! குச’ லவ பரிக்ருஹீத குல காதா விசே’ஷ!
விதிவச’ பரிணமதமர பணிதிகவிவர ரசித நிஜ சரித நிபந்தந நிச’மந நிர்வ்ருத!

ஸர்வஜந ஸம்மாநித! புநருபஸ்த்தாபித விமாந வர விச்’ராணந
ப்ரீணித வைச்’ரவண விச்’ராவித யச’:ப்ரபஞ்ச!

பஞ்சதாபந்ந முநிகுமார ஸஞ்ஜீவநாம்ருத!
த்ரேதாயுக ப்ரவர்த்தித கார்த்தயுக வ்ருத்தாந்த!
அவிகல பஹு ஸுவர்ண ஹயமகஸஹஸ்ர நிர்வஹண
நிர்வர்த்தித நிஜ வர்ணாச்’ரம தர்ம!

ஸர்வ கர்ம ஸமாராத்ய! ஸநாதந தர்ம!
ஸாகேத ஜநபத ஜநி தநிக ஜங்கம ததிதர ஜந்துஜாத திவ்யகதி
தாந தர்சி’த நித்ய நிஸ்ஸீம வைபவ! பவ தபந தாபித பக்த்தஜந பத்ராராம!

ஸ்ரீராமபத்ர! நமஸ்தே புநஸ்தே நம:!

சதுர்முகேச்’வரமுகை: புத்ர—பௌத்ராதிசா’லிநே |
நம: ஸீதாஸமேதாய ராமாய க்ருஹ மேதிநே ||

கவிகதக ஸிம்ஹகதிதம் கடோர ஸுகுமார கும்ப கம்பீரம் |
பவபய பேஷஜமேதத் படத மஹாவீரவைபவம் ஸுதிய: ||

|| இதி ஸ்ரீமஹாவீரவைபவம் ஸம்பூர்ணம் ||

கவிதார்க்கிகஸிம்ஹாய கல்யாணகுணசா'லிநே |
ஸ்ரீமதே வேங்கடேசா'ய வேதாந்த குரவே ந ம: ||

ஸ்ரீ பெரியாழ்வாரும் அங்குளீயக ப்ரதானமும்

ஸ்ரீ பெரியாழ்வார் அருளிச் செய்த 'பெரியாழ்வார் திருமொழி'யில் ஸ்ரீராமரின் வாக்காக, ஸ்ரீ ஸீதாபிராட்டிக்கு ஹனுமான் தெரிவித்த அடையாளமே 'நெறிந்த கருங்குழல்' என்னும் இப்பாசுரமாகும். சுந்தரகாண்டத்துடன் இப்பாசுரங்களையும் பாராயணம் செய்தால் எம்பெருமான் அருளை எளிதில் பெறுவது திண்ணம்.

"நெறிந்த கருங்குழல்"

(ஸ்ரீ பெரியாழ்வார் திருமொழி 3--10)

ஸீதைக்கு அநுமான் தெரிவித்த அடையாளம்

நெறிந்தகருங் குழல்மடவாய்! நின்னடியேன் விண்ணப்பம்,
செறிந்தமணி முடிச்சனகன் சிலையிறுத்து நினைக்கொணர்ந்த
தறிந்து, அரசு களைகட்ட அருந்தவத்தோ னிடைவிலங்க,
செறிந்தசிலை கொடுதவத்தைச் சிதைத்ததுமோ ரடையாளம். 1

அல்லியம்பூ மலர்க்கோதாய்! அடிபணிந்தேன் விண்ணப்பம்,
சொல்லுகேன் கேட்டருளாய் துணைமலர்க்கண் மடமானே!
எல்லியம்போ தினிதிருத்தல் இருந்ததோ ரிடவகையில்,
மல்லிகைமா மாலைகொண்டங் கார்த்ததுமோ ரடையாளம். 2

கலக்கியமா மனத்தனளாய்க் கைகேசி வரம்வேண்ட,
மலக்கியமா மனத்தனனாய் மன்னவனும் மறாதொழிய,
குலக்குமரா! காடுறையப் போவென்று விடைகொடுப்ப,
இலக்குமணன் தன்னொடுமங் கேகியதோ ரடையாளம். 3

வாரணிந்த முலைமடவாய்! வைதேவீ! விண்ணப்பம்,
தேரணிந்த அயோத்தியர்கோன் பெருந்தேவீ! கேட்டருளாய்,
கூரணிந்த வேல்வலவன் குகனோடும் கங்கைதன்னில்,
சீரணிந்த தோழமை கொண்டதுமோ ரடையாளம். 4

மானமரு மென்னோக்கி! வைதேவீ! விண்ணப்பம்,
கானமரும் கல்லதர்போய்க் காடுறைந்த காலத்து,
தேனமரும் பொழிற்சாரல் சித்திரகூ டத்திருப்ப,
பால்மொழியாய்! பரதநம்பி பணிந்ததுமோ ரடையாளம். 5

சித்திரகூ டத்திருப்பச் சிறுகாக்கை முலைதீண்ட,
அத்திரமே கொண்டெறிய அனைத்துலகும் திரிந்தோடி,
வித்தகனே இராமாவோ! நின்னபயம் என்றழைப்ப,
அத்திரமே அதன்கண்ணை அறுத்ததுமோ ரடையாளம். 6

மின்னொத்த நுண்ணிடையாய்! மெய்யடியேன் விண்ணப்பம்,
பொன்னொத்த மானொன்று புகுந்தினிது விளையாட,
நின்னன்பின் வழிநின்று சிலைபிடித்தெம் பிரானேக,
பின்னேஅங் கிலக்குமணன் பிரிந்ததுமோ ரடையாளம். 7

மைத்தகுமா மலர்க்குழலாய்! வைதேவீ! விண்ணப்பம்,
ஒத்தபுகழ் வானரக்கோன் உடனிருந்து நினைத்தேட,
அத்தகுசீ ரயோத்தியர்கோன் அடையாள மிவைமொழிந்தான்
இத்தகையால் அடையாளம் ஈதவன்கைம் மோதிரமே. 8

திக்குநிறை புகழாளன் தீவேள்விச் சென்றந்தாள்,
மிக்கபெருஞ் சபைநடுவே வில்லிறுத்தான் மோதிரங்கண்டு
ஒக்குமா லடையாளம் அநுமான்! என்று உச்சிமேல்
வைத்துக் கொண்டு, உகந்தனளால் மலர்க்குழலாள் சீதையுமே. 9

வாராரும் முடைமடவாள் வைதேவி தனைக்கண்டு,
சீராரும் திறல்அநுமன் தெரிந்துரைத்த அடையாளம்,
பாராரும் புகழ்ப்புதுவைப் பட்டர்பிரான் பாடவல்லார்,
ஏராரும் வைகுந்தத் திமையவரோ டிருப்பாரே. 10

ஸ்ரீ பெரியாழ்வார் திருவடிகளே சரணம்

ஸ்ரீ குலசேகராழ்வாரின் ஸ்ரீமத் ராமாயண ஸங்க்ரஹம்

(ஸ்ரீ குலசேகராழ்வாரின் 'பெருமாள் திருமொழி' என்கிற திவ்ய ப்ரபந்தத்தின் கடைசி திருமொழியாகிற பத்தாம் திருமொழியில் தில்லைநகர்த் திருச்சித்திரகூடமதில் தொல்லிராமனாய்த் தோன்றிய கதைமுறையை 'ஸ்ரீ ராமாயண ஸங்க்ரஹம்' என்ற பெயரில் அருளினார். இத்திருமொழியில் இனிய தமிழ்ப் பிரபந்த ரூபமான இப்பத்துப் பாசுரங்களையும் கற்று பாராயணம் செய்பவர்கள் பரமபதத்தில் விளங்குகிற ஸ்ரீமந் நாராயணனுடைய திருவடிகளின் அனுக்ரஹத்தை பெறுவர்.)

"அங்கணெடு மதிள்"

(பெருமாள் திருமொழி – 10)

பாலகாண்டம்

அங்கணெடு மதிள்புடைசூழ் அயோத்தி என்னும்
அணிநகரத் துலகனைத்தும் விளங்கும் சோதி,

வெங்கதிரோன் குலத்துக்கோர் விளக்காய்த் தோன்றி
விண்முழுதும் உய்யக்கொண்ட வீரன் தன்னைச்
செங்கணெடுங் கருமுகிலை இராமன் தன்னைத்
தில்லைநகர்த் திருச்சித்ர கூடந் தன்னுள்
எங்கள்தனி முதல்வனையெம் பெருமான் தன்னை
என்றுகொலோ கண்குளிரக் காணு நாளே? 1

வந்தெதிர்ந்த தாடகைதன் உரத்தைக் கீறி
வருகுருதி பொழிதரவன் கணையொன் றேவி,
மந்திரங்கொள் மறைமுனிவன் வேள்வி காத்து
வல்லரக்க ருயிருண்ட மைந்தன் காண்மின்,
செந்தளிர்வாய் மலர்நகைசேர் செழுந்தண் சோலைத்
தில்லைநகர்த் திருச்சித்ர கூடந் தன்னுள்,
அந்தணர்க ளொருமூவா யிரவ ரேத்த
அணிமணியா சனத்திருந்த அம்மான் தானே. 2

செவ்வரிநற் கருநெடுங்கண் சீதைக் காகிச்
சினவிடையோன் சிலையிறுத்து மழுவா ளேந்தி,
வெவ்வரிநற் சிலைவாங்கி வென்றி கொண்டு
வேல்வேந்தர் பகைதடிந்த வீரன் றன்னை.
தெவ்வரஞ்ச நெடும்புரிசை யுயர்ந்த பாங்கர்த்
தில்லைநகர்த் திருச்சித்ர கூடந்தன்னுள்,
எவ்வரிவெஞ் சிலைத்தடக்கை இராமன் றன்னை,
இறைஞ்சுவா ரிணையடியே இறைஞ்சி னேனே. 3

அயோத்யாகாண்டம்

தொத்தலர்பூஞ் சுரிகுழல்கை கேசி சொல்லால்
தொன்னகரந் துறந்துதுறைக் கங்கை தன்னை,
பத்தியுடைக் குகன்கடந்த வனம் போய்ப் புக்குப்
பரதனுக்குப் பாதுகமு மரசு மீந்து,
சித்திரகூ டத்திருந்தான் றன்னையின்று
தில்லைநகர்த் திருச்சித்ர கூடந் தன்னுள்,
எத்தனையும் கண்குளிரக் காணப் பெற்ற
இருநிலத்தார்க்கிமையவர்நே ரொல்லார் தாமே. 4

ஆரண்யகாண்டம்

வலிவணக்கு வரைநெடுந்தோள் விராதைக் கொன்று

வண்டமிழ்மா முனிகொடுத்த வரிவில் வாங்கி,
கலைவணக்கு நோக்கரக்கி மூக்கை நீக்கிக்
கரனோடு தூடணன்ற னுயிரை வாங்கி,
சிலைவணக்கி மான்மரிய வெய்தான் றன்னைத்
தில்லைநகர்த் திருச்சித்ர கூடந் தன்னுள்
தலைவணங்கிக் கைக்கூப்பி யேத்த வல்லார்
திரிதலால் தவமுடைத்தித் தரணி தானே. 5

ஆரண்ய, கிஷ்கிந்தா, ஸுந்தர காண்டங்கள்

தனமருவு வைதேகி பிரிய லுற்றத்
தளர் வெய்திச் சடாயுவை வைகுந்தத் தேற்றி,
வனமருவு கவியரசன் காதல் கொண்டு
வாலியைக்கொன் றிலங்கைநக ரரக்கர் கோமான்,
சினமடங்க மாருதியால் சுடுவித் தானைத்
தில்லைநகர்த் திருச்சித்ர கூடந் தன்னுள்
இனிதமர்ந்த வம்மானை இராமன் றன்னை
ஏத்துவா ரிணையடியே யேத்தி னேனே. 6

யுத்தகாண்டம்

குரைகடலை யடலம்பால் மறுக வெய்து
குலைகட்டி மறுகரையை யதனா லேறி,
எரிநெடுவே லரக்கரொடு மிலங்கை வேந்தன்
இன்னுயிர்கொண் டவன்தம்பிக் கரசு மீந்து,
திருமகளோ டினிதமர்ந்த செல்வன் றன்னைத்
தில்லைநகர்த் திருச்சித்ர கூடந் தன்னுள்,
அரசமர்ந்தா னடிசூடு மரசை யல்லால்
அரசாக வெண்ணேன்மற் றரசு தானே. 7

அம்பொனெடு மணிமாட அயோத்தி யெய்தி
அரசெய்தி அகத்தியன்வாய்த் தான்முன் கொன்றான்
தன்,பெருந்தொல் கதைகேட்டு மிதிலைச் செல்வி
உலகுய்யத் திருவயிறு வாய்த்த மக்கள்,
செம்பவளத் திரள்வாய்த் தன்சரிதை கேட்டான்
தில்லைநகர்த் திருச்சித்ர கூடந் தன்னுள்
எம்பெருமான் றன்சரிதை செவியால் கண்ணால்
பருகுவோ மின்னமுதை மதியோ மன்றே. 8

உத்தரகாண்டம்

செறிதவச் சம்புகன்றன்னைச் சென்று கொன்று
செழுமறையோ னுயிர்மீட்டுத் தவத்தோ னீந்த,
நிறைமணிப்பூ ணணியுங்கொண் டிலவணன் றன்னைத்
தம்பியால் வானேற்றி முனிவன் வேண்ட,
திறல்விளங்கு மிலக்குமனைப் பிரிந்தான் றன்னைத்
தில்லைநகர்த் திருச்சித்ர கூடந் தன்னுள்
உறைவானை, மறவாத வுள்ளந் தன்னை
யுடையோம்மற் றுறுதுயர மடையோ மின்றே. 9

அன்றுசரா சரங்களை வைகுந்தத் தேற்றி
அடலரவப் பகையேறி யசுரர் தம்மை
வென்றிலங்கு மணிநெடுந்தோள் நான்கும் தோன்ற
விண்முழுது மெதிர்வரத்தன் தாம மேவி,
சென்றினிது வீற்றிருந்த வம்மான் றன்னைத்
தில்லைநகர்த் திருசித்ர கூடந் தன்னுள்,
என்றும்நின்றா னவனிவவென் றேத்தி நாளு
மிறைஞ்சுமினோ வெப்பொழுதும் தொண்டீர் நீரே. 10

பலனுரைக்கும் பாசுரம்

தில்லைநகர்த் திருச்சித்ர கூடந் தன்னுள்
திறல்விளங்கு மாருதியோ டமர்ந்தான் தன்னை
எல்லையில்சீர்த் தயரதன்தன் மகனாய்த் தோன்றிற்
றதுமுதலாத் தன்னுலகம் புக்க தீறா,
கொல்லியலும் படைத்தானைக் கொற்ற வொள்வாள்
கோழியர்கோன் குடைக்குலசே கரன்சொற் செய்த,
நல்லியலின் தமிழ்மாலை பத்தும் வல்லார்
நலந்திகழ்நா ரணனடிக்கீழ் நண்ணு வாரே. 11

ஸ்ரீ குலசேகரப்பெருமாள் திருவடிகளே சரணம்.

ஸ்ரீ:

ஸ்ரீ பெரியவாச்சான் பிள்ளை தொகுத்தருளிய
திவ்யப் பிரபந்த பாசுர ராமாயணம்

(ராமாயண தத்வார்த்தங்களை உலகுக்கு உவந்தருளிய ப்ரபந்தங்களுக்கு உறை எழுதிய ஸ்ரீ பெரியவாச்சான் பிள்ளை, ஆழ்வார்களின் திவ்யப் பிரபந்த பாசுரங்களிலுள்ள பாடல்களை தொகுத்து, முழு ராமாயணமாக அருளிச்

செய்திருக்கிறார். இதை நாள்தோறும் பாராயணம் செய்தால், நாலாயிர திவ்யப் பிரபந்தம் மற்றும் ராமாயண பாராயண பலனும் சேர்ந்தே கிடைக்கும்.)

பாலகாண்டம்

திருமடந்தை மண்மடந்தை இருபாலும் திகழ
நலமந்தமில்லதோர் நாட்டில்
அந்தமில் பேரின்பத்தடிய ரோடு
ஏழுலகும் தனிக்கோல் செல்ல வீற்றிருக்கும்
அயர்வறும் அமரர்கள் அதிபதி யான
அணியார் பொழில்சூழ் அரங்க நகரப்பன்
அலைநீர்க் கடலுள் அழுந்தும் நாவாய் போல்
ஆவாரார் துணையென்று துளங்கும்
நல்ல அமரர் துயர்தீர
வல்லரக்கர் இலங்கை பாழ்படுக்க எண்ணி
மண்ணுலகத்தோ ருய்ய
அயோத்தி என்னும் அணி நகரத்து
வெங்கதிரோன் குலத்துக்கோர் விளக்காய்க்
கௌசலைதன் குல மதலையாய்த்
தயரதன் தன் மகனாய்த் தோன்றிக்
குணம் திகழ் கொண்டலாய்
மந்திரங்கொள் மறைமுனிவன் வேள்வி காக்கநடந்து
வந்தெதிர்ந்த தாடகை தன்உரத்தைக்கீறி
வல்லரக்கர் உயிருண்டு கல்லைப் பெண்ணாக்கிக்
காரார் திண்சிலை யிறுத்து,
மைதிலியை மணம் புணர்ந்து
இருபத் தொருகால் அரசு களைகட்ட
மழுவாளி வெவ்வரி நற்சிலை வாங்கி வென்றிகொண்டு
அவன் தவத்தை முற்றும் செற்று
அம்பொனெடு மணிமாட அயோத்தி எய்தி

அயோத்யாகாண்டம்

அரியணைமேல் மன்னன் ஆவான் நிற்கக்
கொங்கைவன் கூனிசொற் கொண்ட
கொடிய கைகேயி வரம் வேண்ட
அக்கடிய சொற்கேட்டு

மலக்கியமா மனத்தனனாய் மன்னவனு மறாதொழியக்
குலக்குமரா! காடுறையப்போ என்று விடைகொடுப்ப
இந்நிலத்தை வேண்டாது
ஈன்றெடுத்த தாயரையும் இராச்சியமும் ஆங்கொழிந்து
மைவாய களிறொழிந்து மாவொழிந்து தேரொழிந்து
கலனணியாதே காமரெழில் விழலுடுத்து
அங்கங்கள்அழகு மாறி
மானமரு மென்னோக்கி வைதேவி யின்துணையா
இளங்கோவும் வாளும் வில்லும் கொண்டு பின்செல்லக்
கலையும் கரியும் பரிமாவும்
திரியும் கானம் கடந்து போய்ப்
பத்தியுடைக் குகன் கடத்தக் கங்கை தன்னைக் கடந்து
வனம்போய்ப் புக்குக் காயோடு நீடு கனியுண்டு
வியன் கான மரத்தி னீழல்
கல்லணைமேல் கண்துயின்று
சித்திரகூடத் திருப்ப, தயரதன்தான்
"நின்மகன் மேல் பழிவிளைத்திட்டு
என்னையும் நீள்வானில்போக்க
என் பெற்றாய் கைகேசீ!
நானும் வானகமே மிகவிரும்பிப் போகின்றேன்"
என்று வானேறத்
தேனமரும் பொழில்சாரல் சித்திரகூடத்து
ஆனைபுரவி தேரொடு காலாள்
அணி கொண்ட சேனை சுமந்திரன்
வசிட்டருடன் பரத நம்பி பணியத்
தம்பிக்கு மரவடியை வான்பணயம் வைத்துக் குவலயத்
துங்கக் கரியும் பரியும் இராச்சியமும்
எங்கும் பரதற் கருளி விடைகொடுத்துத்
திருவுடை திசைக்கருமம் திருத்தப்போய்த்
தண்டகாரணியம் புகுந்து

ஆரண்யகாண்டம்

மறை முனிவர்க்கு
'அஞ்சேன்மின்!' என்று விடைகொடுத்து
வெங்கண் விறல் விராதனுக்கு விற்குனித்து
வண்டமிழ் மாமுனி கொடுத்த வரிவில் வாங்கிப்

புலர்ந்தெழுந்த காமத்தால் சீதைக்கு நேராவன்
என்னப் பொன்னிறங் கொண்ட
சுடு சினத்த சூர்ப்பணகாவைக்
கொடி மூக்கும் காதி ரண்டும்
கூரார்ந்த வாளால் ஈரா விடுத்துக்
கரனொடு தூடணன் தன்னுயிரை வாங்க
அவள் கதறித் தலையில் அங்கைவைத்து
மலையிலங்கை யோடிப்புகக்
கொடுமையில் கடுவிசை அரக்கன்
அலைமலி வேற் கண்ணாளை அகல்விப்பான்
ஓருருவாய் மானை யமைத்துச் சிற்றெயிற்று
முற்றல் மூங்கில் மூன்று தண்டத்தனாய் வஞ்சித்து
இலைக் குரம்பில் தனி யிருப்பில்
கனிவாய்த் திருவினைப் பிரித்து
நீள் கடல்சூழ் இலங்கையில்
அரக்கர் குடிக்கு நஞ்சாகக் கொடுபோய்
வம்புலாங் கடிகாவில் சிறையாய்வைக்க
அயோத்தியர்கோன் மாயமான் மாயச் செற்று
அலைமலிவேற் கண்ணாளை அகன்று தளர்வெய்திச்
சடாயுவை வைகுந்தத் தேற்றிக்
கங்குலும் பகலும் கண் துயிலின்றிக்
கானகம் படி யுலாவி யுலாவிக்
கணை யொன்றினால் கவந்தனை மடித்துச்
சவரிதந்த கனியுவந்து

கிஷ்கிந்தாகாண்டம்

வனமருவு கவியரசன் தன்னோடு காதல்கொண்டு
மராமரமேழெய்து
உருத்தெழு வாலி மார்பில்
ஒரு கணை உருவ ஓட்டிக்
கருத்துடைத் தம்பிக்கு
இன்பக் கதிர்முடி அரசளித்து
வானரக் கோனுடனிருந்து வைதேகி தனைத்தேட
விடுத்த திசைக் கருமம் திருத்து
திறல் வளங்கு மாருதியும்
மாயோன் தூதுரைத்தல் செப்ப

ஸுந்தரகாண்டம்

சீராரும் திறல் அனுமன் மாக்கடலைக் கடந்தேறி
மும்மதிள் நீள் இலங்கை புக்குக் கடிகாவில்
வாராரு முலைமடவாள் வைதேவி தனைக்கண்டு
நின்னடியேன் விண்ணப்பம் கேட்டருளாய்!
அயோத்தி தன்னில் ஓர்
இடவகையில் எல்லியம் போதினிதிருத்தல்
மல்லிகை மாமாலை கொண்டங் கார்த்ததும்
கலக்கியமா மனத்தளாய்க் கைகேயி வரம்வேண்ட
மலக்கியமா மனத்தனனாய் மன்னவனும் மறாதொழியக்
'குலக்குமரா! காடுறையப்போ' என்று விடைகொடுப்ப
இலக்குமணன் தன்னோடங் கேகியதும்,
கங்கை தன்னில்,
கூரணிந்த வேல்வலவன் குகனோடு
சீரணிந்த தோழமை கொண்டதுவும்,
சித்திரகூடத் திருப்பப் பரத நம்பி பணிந்ததுவும்
சிறுகாக்கை முலைதீண்ட மூவுலகும் திரிந்தோடி
'வித்தகனே! ராமாஓ! நின்னபயம்' என்ன
அத்திரமே அதன் கண்ணை அறுத்ததுவும்
பொன்னொத்த மானொன்று புகுந்தினிது விளையாட
நின்னன்பின் வழிநின்று சிலைபிடித் தெம்பிரானேகப்
பின்னேயங்கு இலக்குமணன் பிரிந்ததுவும்
'அயோத்தியர் கோனுரைத்த அடையாளம்
ஈதவன்கை மோதிரமே' என்று
அடையாளம் தெரிந்துரைக்க
மலர்க்குழலாள் சீதையும்
வில்லிறுத்தான் மோதிரமும் கண்டு,
'அநுமான் அடையாளம் ஒக்கும்' என்று
உச்சிமேல் வைத்துகக்கத்
திறல் விளங்கு மாருதியும்
இலங்கையர்கோன் மாக்கடிகாவை யிறுத்து,
காதல் மக்களும் சுற்றமும் கொன்று,
கடி இலங்கை மலங்க எரித்து
அரக்கர்கோன் சினமழித்து மீண்டு, அன்பினால்
அயோத்தியர்கோன் தளிர்புரையும் அடியிணை பணிய

யுத்தகாண்டம்

கான எண்கும் குரங்கும் முசுவும்
படையாக் கொடியோ னிலங்கை புகலுற்று
அலையார் கடற்கரை வீற்றிருந்து
செல்வ விபீடணற்கு நல்லானாய்
விரிநீ ரிலங்கை யருளிச்
சரண்புக்க குரைகடலை அடலம்பால் மறுகஎய்து
கொல்லை விலங்கு பணிசெய்ய
மலையா யணைகட்டி மறுகரை யேறி
இலங்கை பொடி பொடியாகச்
சிலைமலி செஞ்சரங்கள் செலவுய்த்துக்
கும்பனோடு நிகும்பனும்பட
இந்திரசித் தழியக் கும்பகர்ணன் பட
அரக்கராவி மாள, அரக்கர்
கூத்தர் போலக் குழமணி தூரமாட
இலங்கை மன்னன் முடி யொருபதும்
தோளிருபதும் போயுதிரச்
சிலைவளைத்துச் சரமழை பொழிந்து
கரந்துணிந்து வெற்றிகொண்ட செருக்களத்துக்
கடிக்கமல நான்முகனும் கண்மூன் றத்தானும்
எண்மர்பதினொருவர் ஈரறுவர் ஓரிருவர்
மற்றுமுள்ள வானவர் மலர்மழை பொழிந்து
மணிமுடி பணிதர அடியிணை வணங்கக்
கோலத் திருமா மகளோடு
செல்வ வீடணன் வானரக் கோனுடன்
இலகுமணி நெடுந்தேரேறி,
சீரணிந்த குகனொடுகூடி
அங்கணெடு மதிள்புடைசூழ் அயோத்தி எய்தி
நன்னீராடிப்
பொங்கிள வாடை யரையில்சாத்தித்
திருச்செய்ய முடியும் ஆரமும் குழையும்
முதலா மேதகு பல்கல னணிந்து
பரதனும் தம்பி சத்துருக் கனனும்
இலக்குமணனும் இரவு நண்பகலும் ஆட்செய்ய
வடிவிணை இல்லாச் சங்குதங்கு முன்கை நங்கை

மலர்க்குழலாள் சீதையும் தானும்
கோப்புடைய சீரிய சிங்கா தனத்திருந்து ஏழுலகும்
தனிக்கோல் செல்ல வாழ்வித் தருளினார்.

திவ்ய ப்ரபந்த பாசுர ராமாயணம் முற்றிற்று.

ஸ்ரீமதாநந்ததீர்த்தர் அருளிச்செய்த
ஸ்ரீ ஸுந்தரகாண்டம்

(த்வைத மார்க்கத்தை உலகுக்களித்த மஹான் ஸ்ரீ ஆனந்த தீர்த்தர் என்னும் ஸ்ரீமத்வாசாரியர், ஞானத்தையும், ஸ்ரீராமர் மீது அவருக்குள்ள பக்தியையும் மனத்தில் கொண்டு அவர் காலம் தொடங்கியே, ஸ்ரீ ஹனுமாரின் அபராவதாரமென்று கருதப்படுகிறார்.

ஆகவே அவர் "ஸ்ரீ மஹாபாரத தாத்பர்ய நிர்ணயம்" என்னும் கிரந்தத்தில் ஸுந்தர காண்டக் கதையை 50 சுலோகங்களில் அழகாக அமைத்ததை ஸ்ரீ ஹநுமாரே நமக்கருளியிருக்கிறார் என்ற நம்பிக்கையுடன் பாராயணம் செய்பவர்களுக்கு ஸகல க்ஷேமங்களும் உண்டாகும்.)

ராமாய சா'ச்வத ஸுவிஸ்த்ருத ஷட்குணாய
ஸர்வேச்'வராய பலவீர்ய மஹார்ணவாய |
நத்வாலிலங்கயிஷு ரர்ணவ முத்பபாத
நிஷ்பீட்ய தம் கிரிவரம் பவநஸ்ய ஸூநு: || 1

சுக்ஷோப வாரிதி ரநு ப்ரயயௌ ச சீ'க்ரம்
யாதோகணை: ஸஹ ததீய பலாபிக்ருஷ்ட: |
வ்ருக்ஷாச்'ச பர்வதகதா: பவநேந பூர்வம்
க்ஷிப்தோர்ணவே கிரிருதாகமதஸ்ய ஹேதோ: || 2

சா'லோ ஹரஸ்ய கிரிபக்ஷ விநாச'காலே
க்ஷிப்தோர்ணவே ஸ மருதோர் வரிதாத்மபக்ஷ: |
ஹைமோகிரி: பவநஜஸ்யது விச்'ரமார்த்தம்
உத்பித்ய வாரிதிமவர்த்த தநேகஸாநு: || 3

நைவாத்ர விச்'ரமண மைச்ச தவிச்'ரமோஸௌ
நிஸ்ஸீம பௌருஷபலஸ்ய குத: ச்'ரமோஸ்ய |
ஆச்'லிஷ்ய பர்வதவரம் ஸ ததர்ச' கச்சன்
தேவைஸ்து நாகஜநநீம் ப்ரஹிதாம் வரேண || 4

ஜிக்ஞாஸுபிர் நிஜபலம் தவ பக்ஷ்யமேது
யத்யத் த்வமிச்சஸி ததித்யமரோதிதாயா: |
ஆஸ்யம் ப்ரவிச்'ய ஸபதி ப்ரவிநிஸ்ஸ்ருதோஸ்மாத்

தேவாநநந்தயதுதஸ் வ்ருதமேஷு ரக்ஷந் || 5

த்ருஷ்ட்வா ஸுரப்ரணயிதாம் பலமஸ்ய சோக்ரம்
தேவா: ப்ரதுஷ்டுவு ரமும் ஸுமநோபிவ்ருஷ்ட்யா |
தைராத்ருத: புநரஸௌ வியதைவ கச்சந்
சாயாக்ரஹம் ப்ரதித தர்ச'ச ஸிம்ஹிகாக்யம் || 6

லங்காவநாய ஸகலஸ்ய ச நிக்ரஹேஸ்யா:
ஸாமர்த்யமப்ரதிஹதம் ப்ரததௌ விதாதா |
சாயாமவாக்ஷிப தஸௌ பவநாத்மஜஸ்ய
ஸோஸ்யா: ச'ரீர மநுவிச்'ய பிபேத சாசு' || 7

நிஸ்ஸீம மாத்மபல மித்யநுதர்ச'யாநோ
ஹத்வைவ தாமபி விதாத்ரு வராபிகுப்தாம் |
லம்பே ஸ லம்ப சி'கரே நிபபாத லங்கா
ப்ராகார ரூபக கிராவத ஸஞ்சுகோச || 8

பூத்வா பிடால ஸமிதோ நிசி' தாம் புரீம் ச
ப்ராப்ஸ்யந் ததர்ச' நிஜரூபவதீம் ஸ லங்காம் |
ருத்தோநயாச்'வத விஜித்ய ச தாம் ஸ்வமுஷ்டி
பிஷ்டாம் தயாநுமத ஏவ விவேச' லங்காம் || 9

மார்கமாணோ பஹிச்'சாந்த: ஸோசோ'க வநிகாதலே |
ததர்ச' சி'ம்சு'பா வ்ருக்ஷமூலஸ்த்தித ரமாக்ருதிம் || 10

நரலோக விடம்பஸ்ய ஜாநந் ராமஸ்ய ஹ்ருத்கதம் |
தஸ்ய சேஷ்டாநுஸாரேண க்ருத்வா சேஷ்டாச்'ச ஸம்விதம் || 11

தாத்ருக் சேஷ்டா ஸமேதாயை அங்குளீயமதாத் தத: |
ஸீதாயா யாநி சைவாஸந்நாக்ருதேஸ்தாநி ஸர்வச': || 12

பூஷணாநி த்விதா பூத்வா தாந்யேவாஸம்ஸ்ததைவ ச |
அதசூடாமணிம் திவ்யம் தாதும் ராமாய ஸா ததௌ || 13

யத்யப்யேதே ந பச்'யந்தி நிசா'சரகணாஸ்து தே |
த்யுலோகசாரிண: ஸர்வே பச்'யந்த்யருஷ ஏவ ச || 14

தேஷாம் விடம்பநாயைவ தைத்யாநாம் வஞ்சநா |
பச்'யதாம் கவிமுக்யாநாம் விடம்போயம் க்ருதோ பவேத் || 15

க்ருத்யாகார்யமிதம் ஸர்வம் விச'ங்க: பவநாத்மஜ: |
ஆத்மாவிஷ்கரணே சித்தம் சக்ரே மதிமதாம் வர: || 16

அத வநமகிலம் தத் ராவணஸ்யாவலும்ப்ய
க்ஷிதிருஹமிமமேகம் வர்ஜயித்வாசு' வீர: |

ரஜனீசர விநாச'ம் காங்க்ஷமாணோதிவேலம்
முஹுரதிரவநாதீ தோரணம் சாருரோஹ || 17

அதாச்'ருணோத் தசா'நந: கபீந்த்ரசேஷ்டிதம் பரம் |
திதேச'கிங்கராந் பஹூந் கபிர் நிக்ருஹ்யதாமிதி || 18

ஸமஸ்த: விம்விருத்யவோ வராத் தரஸ்ய கிங்கரா: |
ஸமாஸதந் மஹாபலம் ஸுராந்தராத்மநோங்கஜம் || 19

அசீ'தி கோடியூதபம் புரஸ்ஸராஷ்டகாயுதம் |
அநேக ஹேதி ஸங்குலம் கபீந்த்ரமாவ்ருணோத் பலம் || 20

ஸமாவ்ருதஸ்ததாயுதை: ஸ தாடிதச்'சதைர் ப்ருச'ம் |
சகார தாந் ஸமஸ்தச': தலப்ரஹார சூர்ணிதாந் || 21

புநச்'ச மந்த்ரிபுத்ரகாந் ஸ ராவணப்ரசோதிதாந் |
மமர்த்த ஸப்தபர்வதப்ரபாந் வராபி ரக்ஷிதாந் || 22

பலாக்ர காமிநஸ் ததா ஸ ச'ர்வவாக் ஸுகர்விதாந் |
நிஹத்ய ஸர்வரக்ஷஸாம் த்ருதீயபாகமஹிணோத் || 23

அநௌபமம் ஹரேர்பலம் நிச'ம்ய ராக்ஷஸாதிப: |
குமாரமக்ஷமாத்மந: ஸமம் ஸுதம் ந்யயோஜயத் || 24

ஸ ஸர்வலோகஸாக்ஷிண: ஸுதம் ச'ரைர் வவர்ஷ ஹ |
சி'தைர் வராஸ்த்ர மந்த்ரிதைர் ந சைந மப்யசாலயத் || 25

ஸ மண்டமத்யகாஸுதம் ஸமீக்ஷ்ய ராவணோபமம் |
த்ருதீய ஏஷ சாம்ச'கோபலஸ்ய ஹீத்யசிந்தயத் || 26

நிதார்ய ஏவ ராவண: ஸ ராகவாய நாத்யதா |
யதீந்த்ரஜிந் மயாஹதோ ந சாஸ்ய ச'க்தி ரீக்ஷ்யதே || 27

அதஸ்தயோ: ஸமா மயாத்ருதீய ஏஷ ஹந்யதே |
விசார்ய சைவமாசு'தம்பதோ: ப்ரக்ருஹ்ய புப்லுவே || 28

ஸ சக்ரவத் ப்ரமாதுரம் விதாய ராவணாத்மஜம் |
அபோதயத் தராதலே க்ஷணேந மாருதீதநு: || 29

விசூர்ணிதே தராதலே நிஜே ஸுதே ஸ ராவண: |
நிச'ம்ய சோ'கதாபிதஸ்ததக்ரஜம் ஸமாதிச'த் || 30

அதேந்த்ரஜிந் மஹாச'ரை: வராஸ்த்ரஸம்ப்ரயோஜித: |
ததக்ஷ வாநரோத்தமம் ந சாகச'த் விசாலதே || 31

அதாஸ்த்ரமுத்தமம் விதே: யுயோஜ ஸர்வ துஸ்ஸஹம் |
ஸ தேந தாடிதோ ஹரி: வ்யசிந்தயந் நிராகுல: || 32

மயாவராவிலங்கிதா ஹ்யநேகச': ஸ்வயம்புவ: |
ஸ மாநநீய ஏவ மே ததோத்ர மாநயாம்யஹம் || 33

இமே ச குர்யுரத்ர கிம் ப்ரஹ்ருஷ்ட ரக்ஷஸாம் கணா: |
இதீஹலக்ஷ்யமேவ மே ஸ ராவணச்'ச த்ருச்'யதே || 34

இதம் ஸமீக்ஷ்ய பத்தவத் ஸ்த்திதம் கபீந்த்ரமாசு'தே |
பபந்து ரந்யபாச'கைர் ஜகாம சாஸ்த்ர மஸ்ய தத் || 35

அத ப்ரக்ருஹ்ய தம் கபிம் ஸமீபமாநயாம்ச'ச தே |
நிசா'சரேச்'வரஸ்ய தம் ஸ ப்ருஷ்ட்டவாம்ச்'ச ராவண: || 36

கபே குதோஸி கஸ்ய வா கிமர்த்தமீத்ருச'ம் க்ருதம் |
இதீரித: ஸ சாவதத் ப்ரணம்ய ராமமீச்'வரம் || 37

அவைஹி தூதமாகதம் துரந்தவிக்ரமஸ்ய மாம் |
ரகூத்தமஸ்ய மாருதிம் குலக்ஷயேதவேச்'வரம் || 38

ந சேத் ப்ரதாஸ்யஸி த்வரந் ரகூத்தமப்ரியாம் ததா |
ஸபுத்ர மித்ர பாந்தவோ விநாச' மாசு'யாஸ்யஸி || 39

ந ராமபாணதாரணே க்ஷமா: ஸுரேச்'வரா அபி |
விரிஞ்ச ச'ர்வபூர்வகா: கிமு த்வ மல்பஸாரக: || 40

ப்ரகோபிதஸ்ய தஸ்ய க: புர: ஸ்த்திதௌ க்ஷமோ பவேத் |
ஸுராஸுரோரகாதிகே ஜகத்யசிந்த்யகர்மண: || 41

இதீரிதே வதோத்யதம் ந்யவாரயத் விபீஷண: |
ஸ புச்சதாஹ கர்மணி ந்யயோஜயந் நிசா'சராந் || 42

அதாஸ்ய வஸ்த்ர ஸஞ்சயை: பிதாய புச்சமக்நயே |
ததுர்ததாஹநாஸ்ய தந் மருத்ஸகோஹுதாச'ந: || 43

மமர்ஷ ஸர்வசேஷ்டிதம் ஸ ரக்ஷஸாம் நிராமய: |
பலோத்ததச்'ச கௌதுகாத் ப்ரதக்துமேவ தாம் புரீம் || 44

ததாஹ சாகிலாம்புரீம் ஸ்வபுச்சகேந வஹ்நிநா |
க்ருதிஸ்து விச்'வகர்மணோ ப்ரதஹ்யதாஸ்ய தேஜஸா || 45

ஸுவர்ணரத்நகாரிதாம் ஸ ராக்ஷஸோத்தமை: ஸஹ |
ப்ரதஹ்ய ஸர்வத: புரீம் முகான்விதோஜகார்ஜ ச || 46

ஸ ராவணம் ஸபுத்ரகம் த்ருணோபமம் விதாய ச |
தயோ: ப்ரபச்'யதோ: புரீம் விதாய பஸ்மஸாத் யயௌ || 47

விலங்க்ய சார்ணவம் புந: ஸ்வஜாதிபி: ப்ரபூஜித: |
ப்ரபக்ஷ்ய வாநரேசி'து: மதுப்ரபும் ஸமேயிவாந் || 48

ராமம் ஸுரேச்'வரமகண்யகுணாபிராமம்
ஸம்ப்ராப்ய ஸர்வ கபிவீர வரை: ஸமேத: |
சூடாமணிம் பவநஜ: பதயோர் நிதாய
ஸர்வாங்ககை: ப்ரணதிமஸ்ய சகார பக்த்யா || 49

ராமோபி நாந்ய தநுதாது மமுஷ்யயோக்ய-
மத்யந்தபக்திபரிதஸ்ய விலக்ஷ்ய கிஞ்சித் |
ஸ்வாத்மப்ரதாநமதிகம் பவநாத்மஜஸ்ய
குர்வந் ஸமாச்'விஷதமும் பரமாபி துஷ்ட: || 50

ஸ்ரீ ஹனுமத் பஞ்சரத்னம்

வீதாகில விஷயேச்சம் ஜாதாநந்தாச்'ரு புலக மத்யச்சம் |
ஸீதாபதி தூதாத்யம் வாதாத்மஜமத்ய பாவயே ஹ்ருத்யம் || 1

தருணாருண முககமலம் கருணாரஸ பூரபூரிதாபாங்கம் |
ஸஞ்ஜீவநமாசா'ஸே மஞ்ஜுள மஹிமானமஞ்ஜநாபாக்யம் || 2

ச'ம்பரவைரி ச'ராதிகமம்புஜ-தள விபுலலோசநோதாரம் |
கம்புகலமநிலதிஷ்டம் பிம்பஜ்வலிதோஷ்ட மேகமவலம்பே || 3

தூரீக்ருத ஸீதார்த்தி: ப்ரகடீக்ருத ராமவைபவஸ்ஃபூர்த்தி: |
தாரித தச'முக-கீர்த்தி: புரதோ மம பாது ஹனுமதோ மூர்த்தி: || 4

வாநர நிகராத்யக்ஷம் தாநவகுலகுமுத ரவிகரஸத்ருச'ம் |
தீன ஜநாவனதீக்ஷம் பவனதப: பாகபுஞ்ஜமத்ராக்ஷம் || 5

ஏதத்பவனஸுதஸ்ய ஸ்தோத்ரம் ய: படதி பஞ்சரத்னாக்யம் |
சிரமிஹ நிகிலான் போகான் புக்த்வா ஸ்ரீ ராமபக்திபாக்பவதி || 6

ஹனுமான் சாலீஸா

(ஹனுமான் நாற்பது)

ஸ்ரீகுரு சரன(ண) ஸரோஜ ரஜ நிஜ மனு முகுர ஸுதாரி |
பரனஉ ரகுவர விமல ஜஸு ஜோ தாயக ஃபலசாரி ||

புத்திஹீன தனு ஜானிகே, ஸுமிரெள பவன குமார |
பல புத்தி வித்யா தேஹு மோஹி(ம்) ஹரஹு கலேஸவிகார் ||

சௌபாயீ

ஜய ஹனுமான் ஜ்ஞான குன ஸாகர | ஜய கபீஸ திஹுலோக உஜாகர் || 1

ராமதூத அதுலித பலதாமா | அஞ்ஜனி புத்ர பவனஸுத நாமா || 2

மஹாவீர விக்ரம பஜரங்கீ | குமதி நிவார ஸுமதி கே ஸங்கீ || 3

கஞ்சன பரன விராஜ ஸுபேஸா | கானன குண்டல குஞ்சித கேஸா || 4

ஹாத் வஜ்ர ஔ த்வஜா விராஜை | காந்தே மூஞ்ஜ ஜேனஊ ஸாஜை || 5

ச'ங்கர ஸுவன கேஸரீ நந்தன | தேஜ ப்ரதாப மஹா ஜக்பந்தன || 6

வித்யாவான் குனீ அதி சாதுர | ராமகாஜ கரிபே கோ ஆதுர || 7

ப்ரபு சரித்ர ஸுனிபே கோ ரஸியா | ராம லகன ஸீதா மன பஸியா || 8

ஸூக்ஷ்ம ரூப தரி ஸியஹி திகாவா | விகட ரூப தரி லங்க ஜராவா || 9

பீம ரூப தரி அஸுர ஸம்ஹாரே | ராமசந்த்ர கே காஜ் ஸவாரே || 10

லாய ஸஜீவன் லகன் ஜியாயே | ஸ்ரீரகுவீர ஹரஷி உர் லாயே || 11

ரகுபதி கீன்ஹீ பஹுத் படாயீ | தும் மம ப்ரிய பரதஹி ஸம பாயீ || 12

ஸஹஸ பதன தும்ஹரோ யச' காவை | அஸ கஹி ஸ்ரீபதி கண்ட் லகாவை || 13

ஸனகாதிக ப்ரஹ்மாதி முனீஸா | நாரத சா'ரத ஸஹித அஹீஸா || 14

யம குபேர திக்பால ஜஹா(ம்) தே | கவி கோவித கஹி ஸகே கஹா(ம்) தே || 15

தும் உபகார் ஸுக்ரீவஹி கீன்ஹா | ராம மிலாய் ராஜ் பத் தீன்ஹா || 16

தும்ஹரோ மந்த்ர விபீஷண மானா | லங்கேச்'வர பயே ஸப் ஜக் ஜானா || 17

ஜு(யு)யுக் ஸஹஸ்ர யோஜன் பர் பானூ | லீல்யோ தாஹி மதுர் ஃபல் ஜானூ || 18

ப்ரபு முத்ரிகா மேலி முக் மாஹீம் | ஜலதி லாங்கி கயே அசரஜ் நாஹீ || 19

துர்கம் காஜ் ஜகத் கே ஜேதே | ஸுகம் அனுக்ரஹ் தும்ஹரே தேதே || 20

ராம துவாரே தும் ரக்வாரே | ஹோத ந ஆஜ்ஞா பினு பைஸாரே || 21

ஸப் ஸுக் லஹை தும்ஹாரீ ஸர்னா | தும் ரக்ஷக் காஹூ கோ டர்னா || 22

ஆபன் தேஜ் ஸம்ஹாரோ ஆபை | தீனோ(ம்) லோக ஹாங்க் தே காம்பை || 23

பூத பிசா'ச நிகட் நஹி ஆவை | மஹாவீர் ஜப் நாம் ஸுனாவை || 24

நாஸை ரோக் ஹரை ஸப் பீரா | ஜபத் நிரந்தர் ஹனுமத் பீரா || 25

ஸங்கட் ஸே ஹனுமான் சுடாவை | மன க்ரம பசன் த்யான் ஜோ லாவை || 26

ஸப் பர் ராம் தபஸ்வீ ராஜா | திந் கே காஜ் ஸகல் தும் ஸாஜா || 27

ஔர் மனோரத் ஜோ கோஈ லாவை | ஸோய் அமித் ஜீவன் ஃபல் பாவை || 28

சாரோ(ம்) ஜு(யு)க் ப்ரதாப் தும்ஹாரா | ஹை ப்ரஸித்த ஜகத் உஜியாரா || 29

ஸாது ஸந்த் கே தும் ரக்வாரே | அஸுர் நிகந்தன ராம் துலாரே || 30

அஷ்டஸித்தி நௌ நிதி கே தாதா | அஸவர தீன் ஜானகீ மாதா || 31

ராம் ரஸாயன் தும்ஹரே பாஸா | ஸதா ரஹோ ரகுபதி கே தாஸா || 32
தும்ஹரே பஜன் ராம் கோ பாவை | ஜன்ம் ஜன்ம் கே துக் பிஸராவை || 33
அந்தகால ரகுபதி புர ஜாயீ | ஜஹா(ம்) ஜன்ம் ஹரிபக்த கஹாயீ || 34
ஔர் தேவதா சித்த ந தரயீ | ஹனுமத் ஸேயி ஸர்வ ஸுக் கரயீ || 35
ஸங்கட் கடை(ஹரை) மிடை ஸப் பீரா | ஜோ ஸுமரை ஹனுமத் பல(பீ)வீரா || 36
ஜய் ஜய் ஜய் ஹனுமான் கோஸாயீ | க்ருபா கரஹு குருதேவ் கீ நாயீ || 37
ஜோ ச'த் பார் பாட் கர் சோ'யீ | சூட்ஹி பந்தி மஹாஸுக் ஹோயீ || 38
ஜோ யஹ் படை ஹனுமான் சாலீஸா | ஹோய் ஸித்தி ஸாகீ கௌரீஸா || 39
துளஸீதாஸ் ஸதா ஹரி சேரா | கீஜை நாத் ஹ்ருதய் மஹ் டேரா || 40

தோஹா

பவனதனய ஸங்கடஹரன மங்கள மூரதி ரூப் |
ராமலகன் ஸீதா ஸஹித், ஹ்ருதய் பஸஹு ஸுரபூப் ||

ஸ்ரீ பஞ்சமுக ஹனுமத்கவசம்

ஓம் அஸ்ய ஸ்ரீ பஞ்சமுக – ஹனுமத் கவச மந்த்ரஸ்ய ப்ரஹ்மா ரிஷி: | காயத்ரீ ச்சந்த: , பஞ்சமுக விராட் ஹனுமான் தேவதா, ஹ்ரீம் பீஜம், ஸ்ரீம் ச'க்தி: க்ரௌம் கீலகம், க்ரூம் கவசம், க்ரைம் அஸ்த்ராய ஃபட், இதி திக்பந்த: ||

ஸ்ரீ கருட உவாச

அத த்யானம் ப்ரவக்ஷ்யாமி ச்'ருணு ஸர்வாங்க ஸுந்தரி |
யத்க்ருதம் தேவதேவேன த்யானம் ஹனுமத: ப்ரியம் || 1

பஞ்சவக்த்ரம் மஹாபீமம் த்ரிபஞ்ச நயனைர்யுதம் |
பாஹுபிர்தச'பிர்யுக்தம் ஸர்வகாமார்த்த ஸித்திதம் || 2

பூர்வம் து வானரம் வக்த்ரம் கோடிஸூர்ய ஸமப்ரபம் |
தம்ஷ்ட்ரா கரால வதனம் ப்ருகுடீ குடிலேக்ஷணம் || 3

அஸ்யைவ தக்ஷிணம் வக்த்ரம் நாரஸிம்ஹம் மஹாத்புதம் |
அத்யுக்ரதேஜோவபுஷம் பீஷணம் பயநாச'னம் || 4

பச்'சிமம் காருடம் வக்த்ரம் வக்ரதுண்டம் மஹாபலம் |
ஸர்வ நாக ப்ரச'மனம் விஷ–பூதாதி க்ருந்தனம் || 5

உத்தரம் ஸௌகரம் வக்த்ரம் க்ருஷ்ணம் தீப்தம் நபோபமம் |
பாதாள–ஸிம்ஹஸவேதாள–ஜ்வர–ரோகாதி–க்ருந்தனம் || 6

ஊர்த்வம் ஹயானனம் கோரம் தானவாந்தகரம் பரம் |
யேன வக்த்ரேண விப்ரேந்த்ர தாரகாக்யம் மஹாஸுரம் || 7

ஜகான ச'ரணம் தத்ஸ்யாத் ஸர்வ ச'த்ரு ஹரம் பரம் |
த்யாத்வா பஞ்சமுகம் ருத்ரம் ஹனூமந்தம் தயாநிதிம் || 8

கட்கம் த்ரிசூ'லம் கட்வாங்கம் பாச'மங்குச' பர்வதம் |
முஷ்டிம் கௌமோதகீம் வ்ருக்ஷம் தாரயந்தம் கமண்டலும் || 9

பிந்திபாலம் ஜ்ஞான முத்ராம் தச'பிர் முனிபுங்கவம் |
ஏதாந்யாயுத ஜாலானி தாரயந்தம் பஜாம்யஹம் || 10

ப்ரேதாஸனோபவிஷ்டம் தம் ஸர்வாபரணபூஷிதம் |
திவ்ய மால்யாம்பரதரம் திவ்ய கந்தானுலேபனம் || 11

ஸர்வாச்'சர்யமயம் தேவம் ஹனூமத்விச்'வதோமுகம் |
பஞ்சாஸ்யமச்யுதமனேக–விசித்ர–வர்ண வக்த்ரம் ||
ச'சா'ங்க சி'கரம் கபிராஜ வர்யம் |
பீதாம்பராதி–முகுடைருப–சோ'பிதாங்கம்
பிங்காக்ஷ மாத்யமநிச'ம் மனஸா ஸ்மராமி || 12

மர்க்கடேச'ம் மஹோத்ஸாஹம் ஸர்வ ச'த்ருஹரம் பரம் |
ச'த்ரும் ஸம்ஹர மாம் ரக்ஷ ஸ்ரீமந்நாபத முத்தர || 13

ஓம் ஹரிமர்க்கட மர்க்கட மந்த்ரமிதம் பரிலிக்யதி லிக்யதி வாமதலே |
யதி நச்'யதி நச்'யதி ச'த்ருகுலம் யதி முஞ்சதி முஞ்சதி வாமலதா|| 14

ஓம் ஹரிமர்க்கடாய ஸ்வாஹா

ஓம் நமோ பகவதே பஞ்சவதனாய, பூர்வகபிமுகாய, ஸகல ச'த்ரு ஸம்ஹாரணாய ஸ்வாஹா ||

ஓம் நமோ பகவதே பஞ்சவதனாய தக்ஷிணமுகாய, கராலவதனாய, நரஸிம்ஹாய, ஸகலபூதப்ரமதனாய, ஸ்வாஹா||

ஓம் நமோ பகவதே பஞ்சவதனாய, பச்'சிம முகாய கருடாநநாய, ஸகலவிஷஹராய ஸ்வாஹா||

ஓம் நமோ பகவதே பஞ்சவதனாயோத்தர–முகாயாதி வராஹாய ஸகல–ஸம்பத்கராய ஸ்வாஹா||

ஓம் நமோ பகவதே பஞ்சவதனாயோர்த்வமுகாய ஹயக்ரீவாய ஸகலஜன வச'ங்கராய ஸ்வாஹா ||

ஓம் அஸ்ய ஸ்ரீ பஞ்சமுகஹனுமன் மந்த்ரஸ்ய, ஸ்ரீராமசந்த்ர ரிஷி: அனுஷ்டுப் ச்சந்த: பஞ்சமுகவீரஹனுமான் தேவதா, ஹனுமாந் இதி பீஜம்;

வாயுபுத்ர இதி ச'க்தி: | அஞ்ஜநீஸுத இதி கீலகம், ஸ்ரீ ராமதூதஹனுமத் ப்ரஸாத பூர்வகம் ச'னி பீடா–பரிஹாரார்த்தம் ஜபே விநியோக: ||

இதி ரிஷ்யாதிகம் விந்யஸேத்

ஓம் ஆஞ்ஜநீ ஸுதாய – அங்குஷ்ட்டாப்யாம் நம: |
ஓம் ருத்ர மூர்த்தயே – தர்ஜநீப்யாம் நம: |
ஓம் வாயு புத்ராய – மத்யமாப்யாம் நம:
ஓம் அக்னிகர்பாய – அனாமிகாப்யாம் நம: |
ஓம் ராமதூதாய – கனிஷ்ட்டிகாப்யாம் நம:

ஓம் பஞ்சமுக ஹனுமதே கர–தல–கர–ப்ருஷ்ட்டாப்யாம் நம: || இதி கர–ந்யாஸ: || ஓம் அஞ்ஜநீஸுதாய ஹ்ருதயாய நம: | ஓம் ருத்ரமூர்த்தயே சி'ரஸே ஸ்வாஹா || ஓம் வாயுபுத்ராய சி'காயை வஷட் | ஓம் அக்னிகர்பாய – கவசாய ஹும் | ஓம் ராமதூதாய நேத்ரத்ரயாய வௌஷட் – ஓம் பஞ்சமுக ஹனுமதே அஸ்த்ராய ஃபட் | பஞ்சமுக ஹனுமதே ஸ்வாஹா || இதி திக்பந்த: ||

அத த்யானம்:

வந்தே வானர நாரஸிம்ஹ ககராட் க்ரோடாச்'வ வக்த்ராந்விதம்
திவ்யாலங்கரணம் த்ரிபஞ்ச நயனம் தேதீப்யமானம் ருசா |
ஹஸ்தாப்ஜைரஸிகேட–புஸ்தக–ஸுதா–கும்பாங்குசா'த்ரிம் ஹலம்
இதி கட்வாங்கம் ஃபணி பூருஹம் தச'புஜம் ஸர்வாரி வீராபஹம் ||

இதி அத மந்த்ர:

ஓம் ஸ்ரீ ராமதூதாயாஞ்ஜநேயாய, வாயுபுத்ராய, மஹாபல பராக்ரமாய, ஸீதா–து:க நிவாரணாய, லங்கா–தஹன–காரணாய, மஹாபல–ப்ரசண்டாய, ஃபால்குனஸகாய, கோலாஹல–ஸகல ப்ரஹ்மாண்ட–விச்'வரூபாய, ஸப்த–ஸமுத்ர–நிர்லங்கனாய, பிங்கல நயநாயாமித–விக்ரமாய, ஸூர்ய–பிம்ப ஃபல ஸேவனாய, துஷ்டநிவாரணாய, த்ருஷ்டி நிராலங்க்ருதாய, ஸஞ்ஜீவினீ ஸஞ்ஜீவிதாங்கத – லக்ஷ்மண – மஹா கபி ஸைன்ய–ப்ராணதாய, தச'கண்ட்ட வித்வம்ஸனாய, ராமேஷ்டாய, மஹாஃபால்குனஸகாய, ஸீதாஸஹிதராம–வரப்ரதாய, ஷட்–ப்ரயோகாகம–பஞ்சமுக– வீரஹனுமன் மந்த்ரஜபே விநியோக: || ஓம் ஹரிமர்க்கட மர்க்கடாய பம் பம் பம் பம் பம் வௌஷட் ஸ்வாஹா | ஓம் ஹரிமர்க்கட மர்க்கடாய ஃபம் ஃபம் ஃபம் ஃபம் ஃபம் ஃபட் ஸ்வாஹா || ஓம் ஹரி மர்க்கட மர்க்கடாய கேம் கேம் கேம் கேம் கேம் மாரணாய ஸ்வாஹா |

ஓம் ஹரிமர்க்கட–மர்க்கடாய லும் லும் லும் லும் லும் ஆகர்ஷித ஸகல ஸம்பத்கராய ஸ்வாஹா|| ஓம் ஹரிமர்க்கட–மர்க்கடாய தம் தம் தம் தம் தம் ச’த்ரு ஸ்தம்பனாய ஸ்வாஹா || ஓம் டம் டம் டம் டம் கூர்மமூர்த்தயே பஞ்சமுக–வீர–ஹனுமதே பர–யந்த்ர–பர–தந்த்ரோச்சாடனாய ஸ்வாஹா|| ஓம் கம் கம் கம் ஙம், சம் சம் ஜம் ஜம் ஞம், டம் டம் டம் டம், ணம், தம் தம் தம் தம் நம் பம் ஃபம் பம் பம் மம் யம் ரம் லம் வம் ச’ம் ஷம் ஸம் ஹம் ளம் க்ஷம் ஸ்வாஹா || இதி திக்பந்த: | ஓம் பூர்வ கபிமுகாய, பஞ்சமுக ஹனுமதே, டம் டம் டம் டம் டம் ஸகல ச’த்ரு ஸம்ஹாரணாய ஸ்வாஹா |

ஓம் தக்ஷிணமுகாய பஞ்சமுக ஹனுமதே கராலவதனாய, நரஸிம்ஹாய, ஓம் ஹ்ராம் ஹ்ரீம் ஹ்ரூம் ஹ்ரைம் ஹ்ரௌம் ஹ்ர: ஸகலபூதப்ரேத தமனாய ஸ்வாஹா | ஓம் பச்’சிம முகாய கருடாநநாய பஞ்சமுகஹனுமதே மம் மம் மம் மம் மம் ஸகல விஷஹராய ஸ்வாஹா || ஓம் உத்தர முகாயாதி வராஹாய லம் லம் லம் லம் லம் ந்ருஸிம்ஹாய நீலகண்ட்டமூர்த்தயே பஞ்சமுகஹனுமதே ஸ்வாஹா || ஓம் ஊர்த்வமுகாய, ஹயக்ரீவாய ரும் ரும் ரும் ரும் ரும் ருத்ர மூர்த்தயே, ஸகல ப்ரயோஜன–நிர்வாஹகாய ஸ்வாஹா || ஓம் அஞ்ஜநீஸுதாய, வாயுபுத்ராய மஹாபலாய ஸீதாசோ’கநிவாரணாய, ஸ்ரீராமசந்த்ரக்ருபா–பாதுகாய, மஹாவீர்ய ப்ரமதனாய ப்ரஹ்மாண்டநாதாய காமதாய பஞ்சமுக வீர ஹனுமதே ஸ்வாஹா | பூதப்ரேதபிசா’ச–ப்ரஹ்மராக்ஷஸ சா’கிநீ டாகின்யந்தரிக்ஷக்ரஹ–பரயந்த்ர–பரதந்த்ரோச்சாடனாய ஸ்வாஹா | ஸகல ப்ரயோஜன நிர்வாஹகாய, பஞ்சமுக வீர ஹனுமதே ஸ்ரீராமசந்த்ர வரப்ரஸாதாய ஜம் ஜம் ஜம் ஜம் ஜம் ஸ்வாஹா||

இதம் கவசம் படித்வா து மஹாகவசம் படேந்நர: |
ஏகவாரம் ஜபேத் ஸ்தோத்ரம் ஸர்வ ச’த்ரு நிவாரணம் || 15

த்விவாரம் து படேந்நித்யம் புத்ரபௌத்ரப்ரவார்த்தநம் |
த்ரிவாரம் ச படேந்நித்யம் ஸர்வஸம்பத்கரம் சு’பம் || 16

சதுர்வாரம் படேந்நித்யம் ஸர்வரோகநிவாரணம் |
பஞ்சவாரம் படேந்நித்யம் ஸர்வலோகவச’ங்கரம் || 17

ஷட்வாரம் ச படேந்நித்யம் ஸர்வதேவவச’ங்கரம் |
ஸப்தவாரம் படேந்நித்யம் ஸர்வஸௌபாக்யதாயகம் || 18

அஷ்டவாரம் படேந்நித்யம் இஷ்ட காமார்த்த ஸித்திதம் |
நவவாரம் படேந்நித்யம் ராஜபோகமவாப்நுயாத் || 19

தச’வாரம் படேந்நித்யம் த்ரைலோக்ய ஜ்ஞான தர்ச’னம் |
ருத்ராவ்ருத்திம் படேந்நித்யம் ஸர்வ ஸித்திர்–பவேத்த்ருவம் || 20

நிர்பலோ ரோகாயுக்த்தச்'ச மஹாவ்யாதி பீடித: |
கவச ஸ்மரணேனைவ மஹாபல–மவாப்னுயாத் || 21

இதி ஸ்ரீஸுதர்ச'ன ஸம்ஹிதாயாம் ஸ்ரீராமசந்த்ரஸீதா ப்ரோக்தம் ஸ்ரீபஞ்சமுகஹனுமத்கவசம் ஸம்பூர்ணம்.

(இந்த பஞ்சமுகஹனுமத்கவசத்தை நித்யம் பாராயணமும், ஜபமும் செய்தால் லோகவசியம், ராஜபோகம், ஞானம் எல்லாம் பெறுவது திண்ணம்.)

ஆஞ்ஜனேய த்யான ச்'லோக:

யத்ர யத்ர ரகுநாத கீர்த்தனம் தத்ர தத்ர க்ருத மஸ்தகாஞ்ஜலிம்
பாஷ்பவாரி பரிபூர்ண லோசனம் மாருதிம் நமத ராக்ஷஸாந்தகம்
மனோஜவம் மாருத துல்யவேகம் ஜிதேந்த்ரியம் புத்திமதாம் வரிஷ்ட்டம்
வாதாத்மஜம் வானரயூதமுக்யம் ஸ்ரீராமதூதம் சி'ரஸா நமாமி

ஸ்ரீ ஆஞ்ஜனேய காயத்ரீ

ஓம் ஆஞ்ஜனேயாய வித்மஹே, வாயுபுத்ராய தீமஹி
தந்நோ ஹனுமத் ப்ரசோதயாத்

ஆபதுத்தாரக ராம ஸ்தோத்ரம்

அஸ்ய ஸ்ரீ ஆபதுத்தாரக ஸ்தோத்ரஸ்ய வஸிஷ்ட்டோ பகவான் ருஷி: அனுஷ்டுப் சந்த:, ஸ்ரீ ராம சந்த்ரோ தேவதா, ஸ்ரீம் பீஜம், ராம் ச'க்தி: மம் கீலகம், மமாபதுத்தாரக ஸ்ரீ ராமசந்த்ர ப்ரஸாத ஸித்த்யர்த்தே ஜபே வினியோக: | ஆபதாமப ஹர்த்தாரம் அங்குஷ்ட்டாப்யாம் நம: | தாதாரம் ஸர்வஸம்பதாம் தர்ஜனீப்யாம் நம: | லோகாபிராமம் மத்யமாப்யாம் நம: | ஸ்ரீ ராமம் அனாமிகாப்யாம் நம: | பூயோ பூய: கனிஷ்ட்டிகாப்யாம் நம: | நமாம்யஹம் கரதலகரப்ருஷ்ட்டாப்யாம் நம: | ஏவம் ஹ்ருதயாதி ந்யாஸ: | பூர்புவஸுவரோமிதி திக்பந்த: |

த்யானம் –

ஆர்த்தானாமார்த்தி ஹந்தாரம் பீதானாம் பயநாச'னம் |
த்விஷதாம் காலதண்டம் ச ராமசந்த்ரம் நமாம்யஹம் || 1

சாபம் ததான: ஸ்தனயித்னுகோஷம் கர்ஷந்நிஷங்காதிஷுமார்த்திநிக்னம் |
ஆபத்ஸு பூயாதபயப்ரதோ மே ஸாகம் ஸுமித்ராதனயேன ராம: || 2

மந்த்ர:

ஓம்ஆபதாமபஹர்த்தாரம் தாதாரம் ஸர்வஸம்பதாம் |
லோகாபிராமம் ஸ்ரீ ராமம் பூயோபூயோ நமாம்யஹம் || 3

* நம: கோதண்டஹஸ்தாய ஸந்தீக்ருத ச'ராய ச |
கண்டிதாகில தைத்யாய ராமாயாபந்நிவாரிணே || *

ஆபந்ந ஜநரக்ஷைக தக்ஷாயாமித தேஜஸே |
நமோ'ஸ்து விஷ்ணவே துப்யம் ராமாயாபந்நிவாரிணே || 4

பதாம்போஜ ரஜஸ் ஸ்பர்ச' பவித்ர முநியோஷிதே |
நமோ'ஸ்து ஸீதாபதயே ராமாயாபந்நிவாரிணே || 5

தாநவேந்த்ர மஹாமத்தகஜ பஞ்சாஸ்யரூபிணே |
நமோ'ஸ்து ரகுநாதாய ராமாயபந் நிவாரிணே || 6

மஹீஜாகுச ஸம்லக்ன குங்குமாருணவக்ஷஸே |
நம: கல்யாணரூபாய ராமாயாபந்நிவாரிணே || 7

பத்மஸம்பவபூதேச' முநிஸம்ஸ்துத கீர்த்தயே |
நமோ மார்த்தாண்ட வம்ச'யாய ராமாயாபந்நிவாரிணே || 8

ஹரத்யார்த்திஞ்ச லோகாநாம் யோ வா மதுநிஷூதந: |
நமோ'ஸ்து ஹரயே துப்யம் ராமாயாபந்நிவாரிணே || 9

தாபகாரண ஸம்ஸார கஜஸிம்ஹ ஸ்வரூபிணே |
நமோ வேதாந்தவேத்யாய ராமாயாபந்நிவாரிணே || 10

ரங்கத்தரங்க ஜலதி கர்வஹ்ருச்சரதாரிணே |
நம: ப்ரதாபரூபாய ராமாயாபந்நிவாரிணே || 11

தாராஸஹித சந்த்ராவாதம்ஸத்யாதஸ்வமூர்த்தயே |
நமஸ்ஸத்த்வ ஸ்வரூபாய ராமாயாபந்நிவாரிணே || 12

தாராநாயக ஸங்காச' வதநாய மஹௌஜஸே |
நமோ'ஸ்து தாடகாஹந்த்ரே ராமாயாபந்நிவாரிணே || 13

ரம்யஸாநுலஸச்சித்ரகூடாச'ரம விஹாரிணே |
நமஸ்ஸௌமித்ரி ஸேவ்யாய ராமாயாபந்நிவாரிணே || 14

ஸர்வதேவாஹிதாஸக்த்த தசா'நந விநாசி'நே |
நம: கலுஷஸம்ஹர்த்ரே ராமாயாபந்நிவாரிணே || 15

ரத்நஸாநு நிவாஸைகவந்த்ய பாதாம்புஜாய ச |
நமஸ்த்ரைலோக்யநாதாய ராமாயாபந்நிவாரிணே || 16

ஸம்ஸாரபந்தமோக்ஷைகஹேதுநாம ப்ரகாசி'நே |
நம: கலுஷஸம்ஹர்த்ரே ராமாயாபந்நிவாரிணே || 17

பவநாசு'கஸம்க்ஷிப்த மாரீசாதி ஸுராரயே |
நமோ மகப்ரதிஷ்ட்டாத்ரே ராமாயாபந்நிவாரிணே || 18

டாம்பிகேதர பக்த்தௌக மஹதாநந்த தாயிநே |
நம: கமலநேத்ராய ராமாயாபந்நிவாரிணே || 19

லோகத்ரயோத்வேககர கும்பகர்ண சி'ரச்'சிதே |
நமோ பீஷண ரூபாய ராமாயாபந்நிவாரிணே || 20

காகாஸுரைகநயந ஹரல்லீலாஸ்த்ரதாரிணே |
நமோ பக்த்தைக வந்த்யாய ராமாயாபந்நிவாரிணே || 21

பிக்ஷுரூப ஸமாக்ராந்த பலி வீர்யைக ஸம்பதே |
நமோ வாமநரூபாய ராமாயாபந்நிவாரிணே || 22

ராஜீவநேத்ர ஸுஸ்பந்த ருசிராங்க ரோசிஷே |
நம: கைவல்யநிதயே ராமாயாபந்நிவாரிணே || 23

மந்தமாருதஸந்தீத மந்தார ம்ருதுவாஸஸே |
நம: பல்லவஹஸ்தாய ராமாயாபந்நிவாரிணே || 24

ஸ்ரீ கண்ட்ட சாபதலந துரீண பல பாஹவே |
நமஸ்ஸீதாநுஷக்த்தாய ராமாயாபந்நிவாரிணே || 25

ராஜராஜ ஸுஹ்ருத்யோஷார்ச்சித மங்களமூர்த்தயே ||
நம இக்ஷ்வாகுவம்சா'ய ராமாயாபந்நிவாரிணே || 26

மஞ்ஜுலாதர்ப்ப விஷயோக்ஷணௌகைக விலாஸிநே |
நம: போஷித பக்த்தாய ராமாயாபந்நிவாரிணே || 27

பூரிபூதர கோதண்டமூர்த்திஜ்ஞேய ஸ்வரூபிணே |
நம: ப்ரதாப ரூபாய ராமாயாபந்நிவாரிணே || 28

யோகீந்த்ர ஹ்ருத்ஸரோஜாத மதுபாய மஹாத்மநே |
நமோ ராஜாதிராஜாய ராமாயாபந்நிவாரிணே || 29

பூவராஹஸ்வரூபாய நமோ பூரிப்ரதாயிநே |
நம: கோமலதேஹாய ராமாயாபந்நிவாரிணே || 30

யோஷாஞ்ஜலி விநிர்முக்த்த லாஜார்ச்சித வபுஷ்மதே |
நம: ஸௌந்தர்யநிதயே ராமாயாபந்நிவாரிணே || 31

நககோடி விநிர்பின்ன தைத்யாதிபதிவக்ஷஸே |
நமோ ந்ருஸிம்ஹரூபாய ராமாயாபந்நிவாரிணே || 32

மாயாமாநுஷதேஹாய வேதோத்தரணஹேதவே |
நமோ ऽஸ்து மத்ஸ்யரூபாய ராமாயாபந்நிவாரிணே || 33

மிதி சூ'ந்ய மஹாதிவ்ய மஹிம்நே மாநிதாத்மநே |
நமோ ப்ரஹ்மஸ்வரூபாய ராமாயாபந்நிவாரிணே || 34

அஹங்காரேதர ஜனஸ்வாந்தஸௌத விஹாரிணே |
நமோ ऽஸ்து சிதஸ்வரூபாய ராமாயாபந்நிவாரிணே ||

ஸீதாலக்ஷ்மண ஸம்சோ'பி பார்ச்'வாய பரமாத்மநே |
நம: பட்டாபிஷிக்த்தாய ராமாயாபந்நிவாரிணே || 36

ஃபலச்'ருதி:

இமம் ஸ்தவம் பகவத: படேத்ய: ப்ரீதிமாநஸ: |
ப்ரபாதே வா ப்ரதோஷே வா ராமஸ்ய பரமாத்மந: || 37

ஸ து தீர்த்வா பவாம்போதிம் ஆபத: ஸகலா அபி |
ராமஸாயுஜ்யமாப்நோதி தேவதேவ ப்ரஸாதத: || 38

காராக்ருஹாதி பாதாஸு ஸம்ப்ராப்தே பஹுஸங்கடே |
ஆபந்நிவாரகம் ஸ்தோத்ரம் படேத்யஸ்து யதாவிதி || 39

ஸம்யோஜ்யாநுஷ்டுபம் மந்த்ரம் மநுச்'லோகம் ஸ்மரந் விபும் |
ஸப்தாஹாத் ஸர்வபாதாப்யோ முச்யதே நாத்ர ஸம்ச'ய: || 40

த்வாத்ரிம்ச'த்வாரஜபிதம் ப்ரத்யஹம் ஸுத்ருடவ்ரத: |
வைசா'கே பாநுமாலோக்ய ப்ரத்யஹம் ச'தஸங்க்யயா || 41

தனேன தனதப்ரக்யாம் லபதே நாத்ர ஸம்ச'ய: |
பஹுநாத்ர கிமுக்த்தேன யம் யம் காமயதே நர: || 42

தம் தம் காமமவாப்நோதி ஸ்தோத்ரேணாநேந மானவ: |
யந்த்ரபூஜாவிதாநேந ஜபஹோமாதி தர்ப்பணை: || 43

யஸ்து குர்வீத ஸஹஸா ஸர்வாந் காமாநவாப்நுயாத் |
இஹலோகே ஸுகீ பூத்வா பரே முக்த்தோ பவிஷ்யதி || 44

காயேந வாசா மநஸேந்த்ரியைர்வா
புத்யாத்மநாவா ப்ரக்ருதே: ஸ்வபாவாத் |
கரோமி யத்யத் ஸகலம் பரஸ்மை
நாராயணாயேதி ஸமர்ப்பயாமி || 45

இத்யகஸ்த்ய ஸம்ஹிதாயாம் உமாமஹேச்'வர ஸம்வாதே
ஆபதுத்தாரக ராமஸ்தோத்ர படலம் நாம ஏகத்ரிம்சோ'த்யாய: ஸமாப்த: |